PRACTICAL STRATEGIES
FOR SUCCESS IN THE
STOCK MARKET
NSE
A Paper Trading Guide for
1) Working Professionals
2) Homemakers
3) Students
4) Anyone Seeking to Build Wealth.
MANJUNATH BAGALKOTI

ಸರ್ಕಾರದ ಷೇರು ಮಾರುಕಟ್ಟೆ,
ಇದು ಏನು?
ಇದು ಹೇಗೆ ಕಾರ್ಯನಿರ್ವಹಿಸುತ್ತದೆ?
NSE
ಮಂಜುನಾಥ ಬಾಗಲಕೋಟಿ

AF834648

ವಿಷಯ ಪಟ್ಟಿ

ಪ್ರಿಯ ಪುಸ್ತಕ ಓದುಗರೇ

ಸ್ಟಾಕ್ ಮಾರ್ಕೆಟ್ ಪುಸ್ತಕವನ್ನು ಇಂಗ್ಲಿಷ್ ನಿಂದ ಕನ್ನಡಕ್ಕೆ ಭಾಷಾಂತರಿಸಲು ನಾನು ಶ್ರದ್ಧೆಯಿಂದ ಪ್ರಯತ್ನಿಸಿದ್ದೇನೆ. ಈ ಕೆಲಸವು ಕಬ್ಬಿಣದ ನೆಲಗಡಲೆಯನ್ನು ಕುರುಕುವಷ್ಟು ಸವಾಲಿನದ್ದಾಗಿತ್ತು. ಕಷ್ಟದ ನಡುವೆಯೂ ನಾನು ಪಟ್ಟುಹಿಡಿದು ಕನ್ನಡದಲ್ಲಿ ಪುಸ್ತಕವನ್ನು ಯಶಸ್ವಿಯಾಗಿ ಪೂರ್ಣಗೊಳಿಸಿದೆ. ದಯವಿಟ್ಟು ಯಾವುದೇ ತಪ್ಪುಗಳನ್ನು ಕ್ಷಮಿಸಿ.

ಹಾರ್ದಿಕ ನಮಸ್ಕಾರಗಳು

ಹಕ್ಕುತ್ಯಾಗ

ಈ ಪುಸ್ತಕದಲ್ಲಿ ಒದಗಿಸಲಾದ ಮಾಹಿತಿಯು ಶೈಕ್ಷಣಿಕ ಮತ್ತು ಮಾಹಿತಿ ಉದ್ದೇಶಗಳಿಗಾಗಿ ಮಾತ್ರ. ಇದು ಹಣಕಾಸಿನ ಅಥವಾ ಹೂಡಿಕೆ ಸಲಹೆಯಾಗಿ ಉದ್ದೇಶಿಸಲ್ಪಟ್ಟಿಲ್ಲ, ಅಥವಾ ಯಾವುದೇ ಸೆಕ್ಯುರಿಟಿಗಳನ್ನು ಖರೀದಿಸಲು ಅಥವಾ ಮಾರಾಟ ಮಾಡಲು ಅಥವಾ ಯಾವುದೇ ಹೂಡಿಕೆ ನಿರ್ಧಾರಗಳನ್ನು ತೆಗೆದುಕೊಳ್ಳಲು ಶಿಫಾರಸು ಎಂದು ಭಾವಿಸಬಾರದು. ಇದು ವರ್ಚುವಲ್ ಪೇಪರ್ ಟ್ರೇಡಿಂಗ್ ಗಾಗಿ ಮಾತ್ರ ಮಾರ್ಗದರ್ಶಿಯಾಗಿದೆ.

ಷೇರು ಮಾರುಕಟ್ಟೆಯು ಅಂತರ್ಗತ ಅಪಾಯಗಳಿಗೆ ಒಳಪಟ್ಟಿರುತ್ತದೆ, ಮತ್ತು ಹಿಂದಿನ ಕಾರ್ಯಕ್ಷಮತೆಯು ಭವಿಷ್ಯದ ಫಲಿತಾಂಶಗಳನ್ನು ಸೂಚಿಸುವುದಿಲ್ಲ. ಲೇಖಕ ಮತ್ತು ಪ್ರಕಾಶಕರು ಹಣಕಾಸು ಸಲಹೆಗಾರರಲ್ಲ, ಮತ್ತು ಈ ಪುಸ್ತಕವು ವೃತ್ತಿಪರ ಹಣಕಾಸು ಸಲಹೆಗೆ ಪರ್ಯಾಯವಲ್ಲ. ಯಾವುದೇ ಹೂಡಿಕೆ ನಿರ್ಧಾರಗಳನ್ನು ತೆಗೆದುಕೊಳ್ಳುವ ಮೊದಲು ಅರ್ಹ ಹಣಕಾಸು ಸಲಹೆಗಾರರೊಂದಿಗೆ ಸಮಾಲೋಚಿಸಲು ಅಥವಾ ತಮ್ಮದೇ ಆದ ಸಂಶೋಧನೆ ಮತ್ತು ಸೂಕ್ತ ಶ್ರದ್ಧೆಯನ್ನು ನಡೆಸಲು ಓದುಗರನ್ನು ಪ್ರೋತ್ಸಾಹಿಸಲಾಗುತ್ತದೆ.

ಈ ಪುಸ್ತಕದಲ್ಲಿರುವ ಮಾಹಿತಿಯ ನಿಖರತೆ, ಪರಿಪೂರ್ಣತೆ ಅಥವಾ ಸೂಕ್ತತೆಗೆ ಸಂಬಂಧಿಸಿದಂತೆ ಲೇಖಕ ಮತ್ತು ಪ್ರಕಾಶಕರು ಯಾವುದೇ ಪ್ರಾತಿನಿಧ್ಯಗಳನ್ನು ಅಥವಾ ಖಾತರಿಗಳನ್ನು ನೀಡುವುದಿಲ್ಲ. ಯಾವುದೇ ದೋಷಗಳು ಅಥವಾ ಲೋಪಗಳಿಗೆ ಅಥವಾ ಇಲ್ಲಿ ಒದಗಿಸಲಾದ ಮಾಹಿತಿಯ ಆಧಾರದ ಮೇಲೆ ತೆಗೆದುಕೊಂಡ ಯಾವುದೇ ಕ್ರಮಗಳಿಗೆ ಅವರು ಜವಾಬ್ದಾರರಾಗಿರುವುದಿಲ್ಲ.

ಷೇರು ಮಾರುಕಟ್ಟೆಯಲ್ಲಿ ಹೂಡಿಕೆ ಮಾಡುವುದು ಬಂಡವಾಳದ ನಷ್ಟದ ಸಾಮರ್ಥ್ಯವನ್ನು ಒಳಗೊಂಡಿರುತ್ತದೆ, ಮತ್ತು ಓದುಗರು ಒಳಗೊಂಡಿರುವ ಅಪಾಯಗಳ ಬಗ್ಗೆ ತಿಳಿದಿರಬೇಕು. ಈ ಪುಸ್ತಕದ ಓದುಗರು ಮಾಡಿದ ಯಾವುದೇ ಹಣಕಾಸು ಅಥವಾ ಹೂಡಿಕೆ ನಿರ್ಧಾರಗಳಿಗೆ ಲೇಖಕ ಮತ್ತು ಪ್ರಕಾಶಕರು ಯಾವುದೇ ಜವಾಬ್ದಾರಿಯನ್ನು ನಿರಾಕರಿಸುತ್ತಾರೆ.

ಈ ಪುಸ್ತಕದಲ್ಲಿ ವ್ಯಕ್ತಪಡಿಸಲಾದ ದೃಷ್ಟಿಕೋನಗಳು ಮತ್ತು ಅಭಿಪ್ರಾಯಗಳು ಲೇಖಕರ ಅಭಿಪ್ರಾಯಗಳಾಗಿವೆ ಮತ್ತು ಪುಸ್ತಕದಲ್ಲಿ ಉಲ್ಲೇಖಿಸಲಾದ ಯಾವುದೇ ಸಂಸ್ಥೆಗಳು ಅಥವಾ ಸಂಸ್ಥೆಗಳ ಅಭಿಪ್ರಾಯಗಳನ್ನು ಪ್ರತಿಬಿಂಬಿಸುವುದಿಲ್ಲ.

ಷೇರು ಮಾರುಕಟ್ಟೆಯು ನಿಯಂತ್ರಕ ಬದಲಾವಣೆಗಳು ಮತ್ತು ಮಾರುಕಟ್ಟೆ ಏರಿಳಿತಗಳಿಗೆ ಒಳಪಟ್ಟಿದೆ ಮತ್ತು ಈ ಪುಸ್ತಕದಲ್ಲಿನ ಮಾಹಿತಿಯು ಹಳತಾಗಬಹುದು ಎಂದು ಓದುಗರು ತಿಳಿದಿರಬೇಕು. ತಮ್ಮ ಹೂಡಿಕೆ ನಿರ್ಧಾರಗಳ ಸಮಯದಲ್ಲಿ ಮಾಹಿತಿಯ ನಿಖರತೆ ಮತ್ತು ಪ್ರಸ್ತುತತೆಯನ್ನು ಪರಿಶೀಲಿಸುವುದು ಓದುಗರ ಜವಾಬ್ದಾರಿಯಾಗಿದೆ.

ಈ ಪುಸ್ತಕವನ್ನು ಓದುವ ಮೂಲಕ, ಓದುಗರು ಷೇರು ಮಾರುಕಟ್ಟೆಯಲ್ಲಿ ಹೂಡಿಕೆಗೆ ಸಂಬಂಧಿಸಿದ ಅಪಾಯಗಳನ್ನು ಅಂಗೀಕರಿಸುತ್ತಾರೆ ಮತ್ತು ಸ್ವೀಕರಿಸುತ್ತಾರೆ ಮತ್ತು ಲೇಖಕ ಮತ್ತು ಪ್ರಕಾಶಕರನ್ನು ಅವರ ಹೂಡಿಕೆ ನಿರ್ಧಾರಗಳಿಂದ ಉಂಟಾಗುವ ಯಾವುದೇ ಹಕ್ಕುಗಳು ಅಥವಾ ನಷ್ಟಗಳಿಂದ ನಿರುಪದ್ರವಿಯನ್ನಾಗಿ ಮಾಡಲು ಒಪ್ಪುತ್ತಾರೆ

ನಾವು ಸೆಬಿ ನೋಂದಾಯಿತ ಹಣಕಾಸು ಸಲಹೆಗಾರರಲ್ಲ. ದಯವಿಟ್ಟು ನಿಮ್ಮ ಹಣಕಾಸು ಸಲಹೆಗಾರರನ್ನು ಸಂಪರ್ಕಿಸಿ.

ಸಮರ್ಪಣೆ

ಷೇರು ಮಾರುಕಟ್ಟೆಯಲ್ಲಿ ನನ್ನ ಪ್ರಯಾಣವನ್ನು ಸ್ವೀಕರಿಸಲು ನನ್ನನ್ನು ಬೆಂಬಲಿಸಿದ ಎಲ್ಲಾ ಕುಟುಂಬ ಸದಸ್ಯರಿಗೆ ಸಮರ್ಪಿತವಾಗಿದೆ.

• ನನ್ನ ಭವಿಷ್ಯವಾಣಿಗಳ ಬಗ್ಗೆ ಪ್ರತಿಕ್ರಿಯೆ ನೀಡುವ ಮೂಲಕ ನನ್ನನ್ನು ಪ್ರೇರೇಪಿಸಿದ ನನ್ನ ಎಲ್ಲಾ ಸ್ನೇಹಿತರು ಮತ್ತು ಸಹೋದ್ಯೋಗಿಗಳಿಗೆ.

• ವೀಡಿಯೊಗಳನ್ನು ಮಾಡುವ ಮೂಲಕ ಷೇರು ಮಾರುಕಟ್ಟೆಯ ಪ್ರಯಾಣದಲ್ಲಿ ನನ್ನನ್ನು ಬೆಂಬಲಿಸಿದ ನನ್ನ 10 ವರ್ಷದ ಮಗಳು ಶ್ರೀಮತಿ ಭಾವನಾ ಅವರಿಗೆ ಅರ್ಪಿಸುತ್ತೇನೆ

• ಹೂಡಿಕೆಯ ಜ್ಞಾನವನ್ನು ನನಗೆ ಆಶೀರ್ವದಿಸಿದ ಮತ್ತು ಜ್ಞಾನವನ್ನು ಜಗತ್ತಿಗೆ ಹಂಚಿಕೊಳ್ಳಲು ನನಗೆ ಸ್ಫೂರ್ತಿ ನೀಡಿದ ನನ್ನ ಗುರುಗಳು ಮತ್ತು ಪ್ರಭುಗಳಿಗೆ ಧನ್ಯವಾದಗಳು.

ಮುನ್ನುಡಿ

ಸಮಾಜದಲ್ಲಿ, ಷೇರು ಮಾರುಕಟ್ಟೆ ಚಟುವಟಿಕೆಗಳ ಸುತ್ತ ವ್ಯಾಪಕವಾದ ತಪ್ಪು ತಿಳುವಳಿಕೆ ಇದೆ. ಆಗಾಗ್ಗೆ, ಷೇರು ಮಾರುಕಟ್ಟೆಯ ಬಗ್ಗೆ ಚರ್ಚಿಸುವವರಿಗೆ ಅರ್ಹವಾದ ಆದ್ಯತೆಯನ್ನು ಕೆಲವು ಬಾರಿ ನೀಡಲಾಗುವುದಿಲ್ಲ. ಆದಾಗ್ಯೂ, ಹಣದುಬ್ಬರವನ್ನು ನಿರಂತರವಾಗಿ ಸೋಲಿಸಲು ಅಪಾರ ಅವಕಾಶಗಳು ಲಭ್ಯವಿದೆ ಎಂಬುದು ಸತ್ಯ. ಷೇರು ಮಾರುಕಟ್ಟೆಯು ಸಂಪತ್ತನ್ನು ಹೆಚ್ಚಿಸಲು ಒಂದು ವೇದಿಕೆಯಾಗಿ ಕಾರ್ಯನಿರ್ವಹಿಸುತ್ತದೆ, ವಿಶೇಷವಾಗಿ ಮೂಲಭೂತವಾಗಿ ಬಲವಾದ ಕಂಪನಿಗಳಲ್ಲಿ ಹೂಡಿಕೆಗಳನ್ನು ನ್ಯಾಯಯುತವಾಗಿ ಮಾಡಿದಾಗ.

ಗಮನಾರ್ಹ ಯಶಸ್ಸಿನ ಕಥೆಗಳು ಹೇರಳವಾಗಿವೆ, ಬುದ್ಧಿವಂತ ಹೂಡಿಕೆಗಳ ಮೂಲಕ ವ್ಯಕ್ತಿಗಳು ಮಿಲಿಯನೇರ್ ಗಳಾಗುತ್ತಾರೆ

ಉದಾಹರಣೆಗೆ, ಶ್ರೀ ವಾರೆನ್ ಬಫೆಟ್ ಅವರನ್ನು ತೆಗೆದುಕೊಳ್ಳಿ, ಅವರ ಹೂಡಿಕೆಯ ಪ್ರಯಾಣವು ಸುಮಾರು 13 ನೇ ವಯಸ್ಸಿನಲ್ಲಿ ಪ್ರಾರಂಭವಾಯಿತು. ಅಂತೆಯೇ, ಭಾರತೀಯ ಬಿಲಿಯನೇರ್ ಹೂಡಿಕೆದಾರ, ಸ್ಟಾಕ್ ವ್ಯಾಪಾರಿ ಮತ್ತು ಚಾರ್ಟರ್ಡ್ ಅಕೌಂಟೆಂಟ್ ರಾಕೇಶ್ ರಾಧೇಶ್ಯಾಮ್ ಜುಂಜುನ್ವಾಲಾ 1985 ರಲ್ಲಿ 5,000 ರೂ.ಗಳ ಸಾಧಾರಣ ಬಂಡವಾಳದೊಂದಿಗೆ ತಮ್ಮ ಹೂಡಿಕೆಯ ಪ್ರಯಾಣವನ್ನು ಪ್ರಾರಂಭಿಸಿದರು. ಅವರ ಮೊದಲ ಪ್ರಮುಖ ಲಾಭವು 1986 ರಲ್ಲಿ ಬಂದಿತು. ಅವರ ಮರಣದ ಸಮಯದಲ್ಲಿ, ಅವರ ಅಂದಾಜು ನಿವ್ವಳ ಮೌಲ್ಯವು ಯುಎಸ್ $ 5.8 ಬಿಲಿಯನ್ ಆಗಿತ್ತು, ಇದು ಅವರನ್ನು ಜಾಗತಿಕವಾಗಿ 438 ನೇ ಶ್ರೀಮಂತ ವ್ಯಕ್ತಿ ಎಂದು ಶ್ರೇಯಾಂಕ ನೀಡಿತು.

ಷೇರು ಮಾರುಕಟ್ಟೆಯು ದೇಶದೊಳಗಿನ ಎಲ್ಲಾ ಕ್ಷೇತ್ರಗಳ ಬೆಳವಣಿಗೆಯನ್ನು ಪ್ರತಿಬಿಂಬಿಸುವ ಪ್ರಾಥಮಿಕ ದೃಶ್ಯ ಮಂಡಳಿಯಾಗಿ ಕಾರ್ಯನಿರ್ವಹಿಸುತ್ತದೆ. ಅದರ ಉಪಸ್ಥಿತಿಯು ಸಾರ್ವತ್ರಿಕವಾಗಿದೆ, ಪ್ರತಿಯೊಂದು ರಾಷ್ಟ್ರವು ತನ್ನದೇ ಆದ ಷೇರು ಮಾರುಕಟ್ಟೆ ವ್ಯವಸ್ಥೆಯನ್ನು ಹೆಮ್ಮೆಪಡುತ್ತದೆ- ಆಧುನಿಕ ಹಣಕಾಸು ಭೂದೃಶ್ಯದಲ್ಲಿ ಇದು ಅಗತ್ಯವಾಗಿದೆ. ಪರಿಣಾಮವಾಗಿ, ಷೇರು ಮಾರುಕಟ್ಟೆಯಲ್ಲಿ ಹೂಡಿಕೆ ಮಾಡಲು ಸರಿಯಾದ ವಿಧಾನವಿದೆ. ಮ್ಯೂಚುವಲ್ ಫಂಡ್ ಗಳು, ಜೀವ ವಿಮಾ ನಿಗಮಗಳು ಮತ್ತು ಆರೋಗ್ಯ ವಿಮೆಗಳಂತಹ ಸಂಸ್ಥೆಗಳು ನೇಮಕಗೊಂಡ ಫಂಡ್ ಮ್ಯಾನೇಜರ್ ಗಳ ಉಸ್ತುವಾರಿಯಲ್ಲಿ ಷೇರು ಮಾರುಕಟ್ಟೆಯಲ್ಲಿ ಸಾರ್ವಜನಿಕ ನಿಧಿಗಳನ್ನು ನಿಯೋಜಿಸುತ್ತಾರೆ.

ರಾಷ್ಟ್ರೀಯ ಪಿಂಚಣಿ ಯೋಜನೆಯಂತಹ ಯೋಜನೆಗಳು ಸಹ ಷೇರು ಮಾರುಕಟ್ಟೆಯಲ್ಲಿ ನೇರ ಪಾಲನ್ನು ಹೊಂದಿವೆ.

ಈ ಚಲನಶಾಸ್ತ್ರವನ್ನು ಅರ್ಥಮಾಡಿಕೊಳ್ಳುವುದು ಆತ್ಮವಿಶ್ವಾಸವನ್ನು ಬೆಳೆಸುತ್ತದೆ ಮತ್ತು ಮುಖ್ಯವಾಗಿ, ಷೇರು ಮಾರುಕಟ್ಟೆಯು ಹಣವನ್ನು ಕಳೆದುಕೊಳ್ಳುವ ಕ್ಷೇತ್ರವಲ್ಲ ಎಂಬ ನಂಬಿಕೆಯನ್ನು ಬೆಳೆಸುತ್ತದೆ. ಈ ತಿಳುವಳಿಕೆಯೊಂದಿಗೆ, ಷೇರು ಮಾರುಕಟ್ಟೆ ಹೂಡಿಕೆಯ ಜಟಿಲತೆಗಳನ್ನು ಸ್ಪಷ್ಟಪಡಿಸುವ ಪ್ರಯತ್ನಗಳನ್ನು ಮಾಡಲಾಗಿದೆ, ಅದಕ್ಕೆ ಸಂಬಂಧಿಸಿದ ಯಾವುದೇ ಭಯಗಳನ್ನು ನಿವಾರಿಸುವ ಗುರಿಯನ್ನು ಹೊಂದಿದೆ.

ಇದು ನಿಮ್ಮ ತಿಳುವಳಿಕೆಗಾಗಿ
ಷೇರು ಮಾರುಕಟ್ಟೆಯ ಅಲೆ

ನೀವು ಅಲ್ಪಾವಧಿಯ ಹೂಡಿಕೆದಾರರಾಗಿದ್ದರೆ?.

ನಾನು ಮೇಲಕ್ಕೆ ಮತ್ತು ಕೆಳಗೆ ಚಲಿಸುತ್ತೇನೆ. ನಾನು ನನ್ನ ಸ್ವಭಾವ

ತರಂಗ ವಕ್ರರೇಖೆ ಕಡಿಮೆಯಾದಾಗ, ನೀವು ಹೂಡಿಕೆ ಮಾಡಬಹುದು.

ತರಂಗ ವಕ್ರರೇಖೆ ಹೆಚ್ಚಾದಾಗ, ನೀವು ಸ್ಟಾಕ್ ಗಳನ್ನು ಮಾರಾಟ ಮಾಡಬಹುದು.

ನೀವು ದೀರ್ಘಾವಧಿಯ ಹೂಡಿಕೆದಾರರಾಗಿದ್ದರೆ?

ಷೇರು ಮಾರುಕಟ್ಟೆಯ ಅಲೆಯ ವಕ್ರರೇಖೆ ಕಡಿಮೆಯಾದಾಗ, ಇನ್ನೂ ಸ್ವಲ್ಪ ಹೂಡಿಕೆ ಮಾಡಲು ಇದು ಅವಕಾಶ ಎಂದು ಭಾವಿಸಿ

"ಫಿಬೊನಾಕಿ ರಿಟ್ರಾಕ್ಷನ್" ಮೂಲಕ ನೀವು ನನ್ನ ಅಲೆಗಳ ಕ್ಷಣಗಳನ್ನು ಊಹಿಸಬಹುದು.

ನೀವು ನಿಫ್ಟಿ 50 ರ ಯಾವುದೇ ಸ್ಟಾಕ್ ಅನ್ನು ಪಟ್ಟಿ ಮಾಡಿದರೆ, ಕಳೆದ 10 ವರ್ಷಗಳ ಬೆಳವಣಿಗೆಯನ್ನು ನೀವು ತಿಳಿದುಕೊಳ್ಳುತ್ತೀರಿ. ಇದರೊಂದಿಗೆ ಷೇರು ಮಾರುಕಟ್ಟೆಯಲ್ಲಿ ಯಾವುದೇ ನಷ್ಟವಿಲ್ಲ ಎಂದು ನೀವು ನಂಬುತ್ತೀರಿ.

ಹೂಡಿಕೆಯ ಮೇಲೆ ಉತ್ತಮ ಆದಾಯ ಪಡೆಯಲು ಕನಿಷ್ಠ 5 ರಿಂದ 10 ವರ್ಷಗಳು ಬೇಕಾಗುತ್ತವೆ

ಕಳೆದ 5 ರಿಂದ 10 ವರ್ಷಗಳಲ್ಲಿ ಯಾವುದೇ ಆದಾಯವನ್ನು ನೀಡದ ಯಾವುದೇ ಸ್ಟಾಕ್ ನಿಮಗೆ ಸಿಗುವುದಿಲ್ಲ. ಇದು ಸತ್ಯವೇ ಎಂದು ದಯವಿಟ್ಟು ಪರಿಶೀಲಿಸಿ

ನೀವು ತಿಳಿದುಕೊಳ್ಳಬೇಕು

ಸೆಕ್ಯುರಿಟೀಸ್ ಅಂಡ್ ಎಕ್ಸ್ಚೇಂಜ್ ಬೋರ್ಡ್ ಆಫ್ ಇಂಡಿಯಾ (ಸೆಬಿ) ಭಾರತ ಸರ್ಕಾರದ ಹಣಕಾಸು ಸಚಿವಾಲಯದ ಆಡಳಿತಾತ್ಮಕ ಡೊಮೇನ್ ಅಡಿಯಲ್ಲಿ ಭಾರತದಲ್ಲಿ ಸೆಕ್ಯುರಿಟೀಸ್ ಮತ್ತು ಸರಕು ಮಾರುಕಟ್ಟೆಯ ನಿಯಂತ್ರಕ ಸಂಸ್ಥೆಯಾಗಿದೆ. ಇದನ್ನು ಏಪ್ರಿಲ್ 12, 1988 ರಂದು ಕಾರ್ಯನಿರ್ವಾಹಕ ಸಂಸ್ಥೆಯಾಗಿ ಸ್ಥಾಪಿಸಲಾಯಿತು ಮತ್ತು ಸೆಬಿ ಕಾಯ್ದೆ, 1992 ರ ಮೂಲಕ 30 ಜನವರಿ 1992 ರಂದು ಶಾಸನಬದ್ಧ ಅಧಿಕಾರಗಳನ್ನು ನೀಡಲಾಯಿತು.

ಷೇರು ಮಾರುಕಟ್ಟೆ ಸೆಬಿ ನಿಯಂತ್ರಣದಲ್ಲಿದೆ. ಸೆಬಿ ಎಲ್ಲಾ ೫೦ ಸ್ಟಾಕ್ ಗಳ ಮೇಲೆ ಕಣ್ಣಿಟ್ಟಿದೆ. ಇದು ಭಾರತೀಯ ಆರ್ಥಿಕತೆಯ ಬೆಳವಣಿಗೆಯ ಪ್ರದರ್ಶನ ಫಲಕವಾಗಿದೆ. ವಿದೇಶಿಯರು ಈ ಪ್ರದರ್ಶನ ಫಲಕವನ್ನು ನೋಡುತ್ತಾರೆ. ಇದು ಭಾರತದಲ್ಲಿ ಕೈಗಾರಿಕೆಗಳ ಬೆಳವಣಿಗೆಯನ್ನು ಸೂಚಿಸುತ್ತದೆ

ಕಂಪನಿಯು ಕಾರ್ಯನಿರ್ವಹಿಸದಿದ್ದರೆ 50 ಕಂಪನಿಗಳ ಪಟ್ಟಿಯಿಂದ ಕಂಪನಿಯ ಹೆಸರನ್ನು ಸೆಬಿ ತೆಗೆದುಹಾಕುತ್ತದೆ

ಇದನ್ನು ನಿಫ್ಟಿ 50 ಸೂಚ್ಯಂಕ ಎಂದು ಕರೆಯಲಾಗುತ್ತದೆ

ಕಳೆದ 10 - 20 ವರ್ಷಗಳಿಂದ ಶೂನ್ಯ ಆದಾಯವನ್ನು ನೀಡಿದ ಎಲ್ಲಾ NIFTY50 ಸ್ಟಾಕ್ ಗಳನ್ನು ಬರೆಯಿರಿ.

1) ____________________
2) ____________________
3) ____________________
4) ____________________
5) ____________________
6) ____________________

ವೈಫಲ್ಯದ ಶೇಕಡಾವಾರು

=(ಶೂನ್ಯ ಆದಾಯವನ್ನು ನೀಡಿದ ಸ್ಟಾಕ್ / 50) x 100%

ನೀವು ಈಗ ಏನು ಯೋಚಿಸುತ್ತೀರಿ

ವಾಹ್ ಇದು ನಿಜ, ನಿಫ್ಟಿ 50 ನಲ್ಲಿ ಅನುತ್ಪಾದಕ ಷೇರುಗಳನ್ನು ಕಂಡುಹಿಡಿಯುವುದು ಬಹುತೇಕ ಕಷ್ಟ

ಸಮಯವನ್ನು ಕಳೆದುಕೊಂಡಿದ್ದೇವೆಯೇ?

ಓಹ್, ನಾವು ಚಿಕ್ಕ ವಯಸ್ಸಿನಲ್ಲಿ ಹೂಡಿಕೆಗಾಗಿ ಸುವರ್ಣ ಸಮಯವನ್ನು ಕಳೆದುಕೊಂಡಿದ್ದೇವೆಯೇ?

ವೈಫಲ್ಯಗಳನ್ನು ಮಾತ್ರ ಕೇಳುವ ಮೂಲಕ ನಾವು ಸಮಯವನ್ನು ಕಳೆದುಕೊಂಡಿದ್ದೇವೆಯೇ?

ಷೇರು ಮಾರುಕಟ್ಟೆ ಕರಡಿಗಳು ಮಾತನಾಡುತ್ತಿವೆ.

ಈ ವ್ಯಕ್ತಿಗೆ ಷೇರು ಮಾರುಕಟ್ಟೆಯಲ್ಲಿ ಜ್ಞಾನವಿದೆ. ನಾವು ಅವನನ್ನು ಹೆದರಿಸಲು ಸಾಧ್ಯವಿಲ್ಲ. ಅವನು ಎಲ್ಲಾ ಮೂಲಭೂತ ಗುಣಲಕ್ಷಣಗಳನ್ನು ಹೊಂದಿದ್ದಾನೆ

- ✓ ತಾಳ್ಮೆ
- ✓ ಷೇರು ಮಾರುಕಟ್ಟೆಯ ಮನೋವಿಜ್ಞಾನ
- ✓ ತಾಂತ್ರಿಕ ವಿಶ್ಲೇಷಣೆ
- ✓ ಮೂಲಭೂತ ವಿಶ್ಲೇಷಣೆ
- ✓ ಸರಿಯಾದ ಸಮಯದಲ್ಲಿ ಲಾಭ ಗಳಿಸುವುದು
- ✓ ಈ ವ್ಯಕ್ತಿಗೆ ನಮ್ಮನ್ನು ನೋಡಿದರೆ ಅವನು ಸಂತೋಷಪಡುತ್ತಾನೆ.
- ✓ ಈ ವ್ಯಕ್ತಿಯು ನಮ್ಮ ಪ್ರಸ್ತುತ ಹೆಜ್ಜೆಗಳನ್ನು ಅರ್ಥಮಾಡಿಕೊಳ್ಳುತ್ತಾನೆ ಮತ್ತು ಮುಂದಿನ ಭವಿಷ್ಯದ ಹೆಜ್ಜೆಗಳನ್ನು ಸರಿಯಾಗಿ ಊಹಿಸುತ್ತಾನೆ.

ಎತ್ತುಗಳು ಮತ್ತು ಕರಡಿಗಳು

ಎತ್ತುಗಳು ಮತ್ತು ಕರಡಿಗಳು ಎರಡೂ ಮುಖ್ಯವೆಂದು ಈ ವ್ಯಕ್ತಿಗೆ ಚೆನ್ನಾಗಿ ತಿಳಿದಿದೆ.

ಈ ವ್ಯಕ್ತಿಯು ಎತ್ತುಗಳು ಮತ್ತು ಕರಡಿಗಳ ಹೆಜ್ಜೆಗಳನ್ನು ಅಧ್ಯಯನ ಮಾಡಿದ್ದಾನೆ

ಅಧ್ಯಾಯ - 1

ಷೇರು ಮಾರುಕಟ್ಟೆಯಲ್ಲಿ ಹೂಡಿಕೆ ಮಾಡುವ ಜಗತ್ತಿಗೆ ಸ್ವಾಗತ, ಎಲ್ಲಿ ಷೇರುಗಳು ಹೆಚ್ಚಾಗಿರುತ್ತವೆ, ಅಲ್ಲಿ ಅಪಾಯಗಳು ನೈಜವಾಗಿರುತ್ತವೆ ಮತ್ತು ಪ್ರತಿಫಲಗಳು ಗಣನೀಯವಾಗಿರುತ್ತವೆ. ಈ ಸಮಗ್ರ ಮಾರ್ಗದರ್ಶಿಯಲ್ಲಿ, ನಾವು ಷೇರು ಮಾರುಕಟ್ಟೆಯ ಸಂಕೀರ್ಣವಾದ ಪಟ್ಟಿಯನ್ನು ಪರಿಶೀಲಿಸುತ್ತೇವೆ. ಯಶಸ್ಸು, ದೀರ್ಘಕಾಲೀನ ಹೂಡಿಕೆಗಳಿಗೆ ಆಧಾರವಾಗಿರುವ ಮೂಲಭೂತ ತತ್ವಗಳನ್ನು ಅನ್ವೇಷಿಸುತ್ತೇವೆ. ಈ ಪುಸ್ತಕವು ತ್ವರಿತ ಸಂಪತ್ತು ಅಥವಾ ಯಶಸ್ಸಿಗೆ ರಹಸ್ಯ ಸೂತ್ರಗಳನ್ನು ಭರವಸೆ ನೀಡುವ ನಿಮ್ಮ ವಿಶಿಷ್ಟ ಮಾರ್ಗದರ್ಶಿಯಲ್ಲ. ಬದಲಾಗಿ, ಇದು ಷೇರು ಮಾರುಕಟ್ಟೆಯ ಮೂಲಭೂತ ಅಂಶಗಳ ಮೂಲಕ ಪ್ರಯಾಣವನ್ನು ನೀಡುತ್ತದೆ, ದೀರ್ಘಕಾಲೀನ ಹೂಡಿಕೆಯ ಕಲೆ ಮತ್ತು ಷೇರು ವಿಶ್ಲೇಷಣೆಯ ಆಧುನಿಕ ವಿಧಾನಗಳನ್ನು ಒತ್ತಿಹೇಳುತ್ತದೆ.

ಹೂಡಿಕೆ ಭೂದೃಶ್ಯವನ್ನು ನ್ಯಾವಿಗೇಟ್ ಮಾಡುವುದು:

ಮುಂದಿನ ಪುಟಗಳಲ್ಲಿ, ನಾವು ಷೇರು ಮಾರುಕಟ್ಟೆಯ ಸಂಕೀರ್ಣತೆಗಳನ್ನು ವಿವರಿಸುವ ಪ್ರಯಾಣವನ್ನು ಪ್ರಾರಂಭಿಸುತ್ತೇವೆ. ರಾತ್ರೋರಾತ್ರಿ ಸಂಪತ್ತಿಗಾಗಿ ನಾವು ನಿರ್ದಿಷ್ಟ ಸ್ಟಾಕ್ ಸಲಹೆಗಳನ್ನು ಅಥವಾ ಮಾಂತ್ರಿಕ ಪರಿಹಾರಗಳನ್ನು ನೀಡುವುದಿಲ್ಲ. ಬದಲಾಗಿ, ಸ್ಟಾಕ್ ಗಳ ಮೂಲಭೂತ ಮತ್ತು ತಾಂತ್ರಿಕ ವಿಶ್ಲೇಷಣೆಗಳ ಬಗ್ಗೆ ಜ್ಞಾನವನ್ನು ನೀಡುವತ್ತ ನಾವು ಗಮನ ಹರಿಸುತ್ತೇವೆ, ಮಾಹಿತಿಯುತ ನಿರ್ಧಾರ ತೆಗೆದುಕೊಳ್ಳಲು ಅಗತ್ಯವಾದ ಸಾಧನಗಳನ್ನು ನಿಮಗೆ ಒದಗಿಸುತ್ತೇವೆ.

ದೀರ್ಘಕಾಲೀನ ಬೆಳವಣಿಗೆಯ ಮೇಲೆ ಗಮನ:

ಈ ಪುಸ್ತಕವು ದೀರ್ಘಕಾಲೀನ ಹೂಡಿಕೆಯ ತಾಳ್ಮೆ ಮತ್ತು ಲೆಕ್ಕಾಚಾರದ ವಿಧಾನದ ಮೇಲೆ ಕೇಂದ್ರೀಕರಿಸುವ ಮೂಲಕ ಪ್ರತ್ಯೇಕವಾಗಿ ನಿಲ್ಲುತ್ತದೆ. ನಾವು ಸ್ಟಾಕ್ ಆಯ್ಕೆಯ ನಿಖರವಾದ ಪ್ರಕ್ರಿಯೆಯನ್ನು ಚರ್ಚಿಸುತ್ತೇವೆ, ವಿವೇಕಯುತ ಹೂಡಿಕೆದಾರರಿಗೆ ಮಾರ್ಗದರ್ಶನ ನೀಡುವ ನಿರ್ಣಾಯಕ ಚೆಕ್ ಪಾಯಿಂಟ್ ಗಳನ್ನು ಪರಿಶೀಲಿಸುತ್ತೇವೆ. ವೈಯಕ್ತಿಕ ಅನುಭವಗಳು ಮತ್ತು ಅವಲೋಕನಗಳಿಂದ, ಈ ತತ್ವಗಳು ಕಾಲಾನಂತರದಲ್ಲಿ ಹೂಡಿಕೆಗಳ ಸುಸ್ಥಿರ ಬೆಳವಣಿಗೆಗೆ ಹೇಗೆ ಕಾರಣವಾಗಬಹುದು ಎಂಬುದನ್ನು ನಾವು ಅನ್ವೇಷಿಸುತ್ತೇವೆ.

ದೈನಂದಿನ ವಹಿವಾಟುಗಳನ್ನು ಮೀರಿ:

ದೈನಂದಿನ ವ್ಯಾಪಾರಿಗಳಿಗೆ ವಿನ್ಯಾಸಗೊಳಿಸಲಾದ ಮಾರ್ಗದರ್ಶಿಗಳಿಗಿಂತ ಭಿನ್ನವಾಗಿ, ಈ ಪುಸ್ತಕವು ಮಾರುಕಟ್ಟೆಯ ದೈನಂದಿನ ಏರಿಳಿತಗಳಲ್ಲಿ ತ್ವರಿತ ಗೆಲುವುಗಳನ್ನು ಬಯಸುವವರಿಗೆ ಅಲ್ಲ. ಬದಲಾಗಿ, ಇದು ದೀರ್ಘಕಾಲೀನ ಹೂಡಿಕೆಗಳ ಸೂಕ್ಷ್ಮತೆಗಳನ್ನು ಅರ್ಥಮಾಡಿಕೊಳ್ಳಲು ಆಸಕ್ತಿ ಹೊಂದಿರುವ ವ್ಯಕ್ತಿಗಳನ್ನು ಪೂರೈಸುತ್ತದೆ. ಸಮಕಾಲೀನ ಸ್ಟಾಕ್ ವಿಶ್ಲೇಷಣೆ ತಂತ್ರಗಳೊಂದಿಗೆ ಸಮಯ-ಪರೀಕ್ಷಿಸಿದ ತಂತ್ರಗಳನ್ನು ಸಂಯೋಜಿಸುವ ಮೂಲಕ, ನಾವು ದೃಢವಾದ ಮತ್ತು ಶಾಶ್ವತ ಹೂಡಿಕೆ ಪೋರ್ಟ್ಫೋಲಿಯೊವನ್ನು ನಿರ್ಮಿಸುವ ಹಾದಿಯನ್ನು ಬೆಳಗಿಸುತ್ತೇವೆ.

ಸಮಗ್ರ ವಿಧಾನ:

ಈ ಪುಟಗಳಲ್ಲಿ, ಪ್ರಾಯೋಗಿಕ ಅನುಭವಗಳಿಂದ ಪಡೆದ ಬುದ್ಧಿವಂತಿಕೆ ಮತ್ತು ವರ್ಷಗಳ ಸಮರ್ಪಿತ ವೀಕ್ಷಣೆ ಮತ್ತು ಹೂಡಿಕೆಯಿಂದ ಪಡೆದ ಒಳನೋಟಗಳ ಮಿಶ್ರಣವನ್ನು ನೀವು ಕಾಣಬಹುದು. ನಾವು ಮೂಲಭೂತ ಮತ್ತು ತಾಂತ್ರಿಕ ವಿಶ್ಲೇಷಣೆ ಎರಡನ್ನೂ ಚರ್ಚಿಸುತ್ತೇವೆ, ಸಿದ್ಧಾಂತ ಮತ್ತು ನೈಜ-ಪ್ರಪಂಚದ ಅನ್ವಯದ ನಡುವಿನ ಅಂತರವನ್ನು ಕಡಿಮೆ ಮಾಡುತ್ತೇವೆ.

ಶಿಕ್ಷಣಕ್ಕಾಗಿ ಒಂದು ಸಂಪನ್ಮೂಲ:

ಈ ಪುಸ್ತಕವು ನಿರ್ದಿಷ್ಟ ಸ್ಟಾಕ್ ಶಿಫಾರಸುಗಳನ್ನು ಪರಿಶೀಲಿಸುವುದಿಲ್ಲ ಅಥವಾ ಯಾವುದೇ ಹಣಕಾಸು ನೀತಿಗಳನ್ನು ಅನುಮೋದಿಸುವುದಿಲ್ಲ ಎಂಬುದನ್ನು ಗಮನಿಸುವುದು ಮುಖ್ಯ. ಬದಲಾಗಿ, ಅದರ ಉದ್ದೇಶವು ಸಂಪೂರ್ಣವಾಗಿ ಶೈಕ್ಷಣಿಕವಾಗಿದೆ. ದೀರ್ಘಕಾಲೀನ ಹೂಡಿಕೆಯ ಕಲೆ ಮತ್ತು ವಿಜ್ಞಾನದ ಸಮಗ್ರ ತಿಳುವಳಿಕೆಯನ್ನು ನೀಡುವ ಮೂಲಕ ನಿಮ್ಮನ್ನು ಜ್ಞಾನದೊಂದಿಗೆ ಸಬಲೀಕರಿಸುವ ಗುರಿಯನ್ನು ನಾವು ಹೊಂದಿದ್ದೇವೆ. ಈ ಪ್ರಯಾಣದ ಅಂತ್ಯದ ವೇಳೆಗೆ, ಷೇರು ಮಾರುಕಟ್ಟೆಯ ನಿರಂತರವಾಗಿ ಬದಲಾಗುತ್ತಿರುವ ಭೂದೃಶ್ಯವನ್ನು ನ್ಯಾವಿಗೇಟ್ ಮಾಡಲು ಅಗತ್ಯವಾದ ಕೌಶಲ್ಯಗಳು ಮತ್ತು ವಿಶ್ವಾಸವನ್ನು ನೀವು ಹೊಂದಿರುತ್ತೀರಿ.

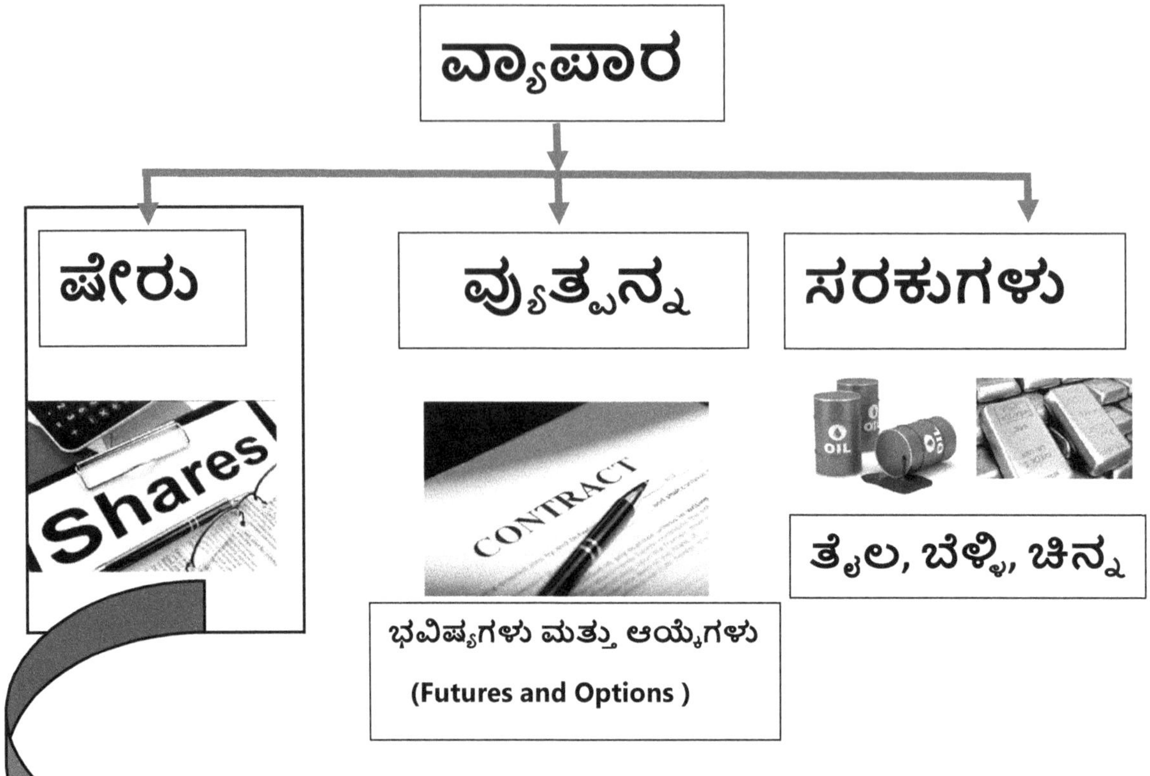

ನೀವು ಹೂಡಿಕೆ ಮಾಡುವ ಮೊದಲು ನಿಮ್ಮ ಹೂಡಿಕೆ ಸಲಹೆಗಾರರೊಂದಿಗೆ ಉತ್ತಮ ಸಂಭಾಷಣೆ ನಡೆಸಲು ಈ ಪುಸ್ತಕವು ಸ್ಟಾಕ್ಸ್ ವಿಭಾಗದ ಮಾರ್ಗಸೂಚಿಗಳನ್ನು ಮಾತ್ರ ಒಳಗೊಂಡಿದೆ.

(ಪುಸ್ತಕ ಬರಹಗಾರನಾಗಿ ನಾನು ಹೊಸ ಆಲೋಚನೆಗಳೊಂದಿಗೆ ಪುಸ್ತಕವನ್ನು ಮತ್ತಷ್ಟು ಪರಿಷ್ಕರಿಸುವವರೆಗೆ ನನ್ನ ಆಲೋಚನೆಗಳು ಇಂದಿನಂತೆ ಸ್ಥಿರವಾಗಿರುತ್ತವೆ. ಆದ್ದರಿಂದ ಈ ಪುಸ್ತಕವು ನಿಮ್ಮ ಹೂಡಿಕೆ ಸಲಹೆಗಾರರೊಂದಿಗೆ ಹೆಚ್ಚಿನ ಕಲ್ಪನೆಯನ್ನು ತಿಳಿದುಕೊಳ್ಳಲು ನಿಮಗೆ ಮೂಲಭೂತ ಮಾರ್ಗದರ್ಶನವನ್ನು ನೀಡುತ್ತದೆ)

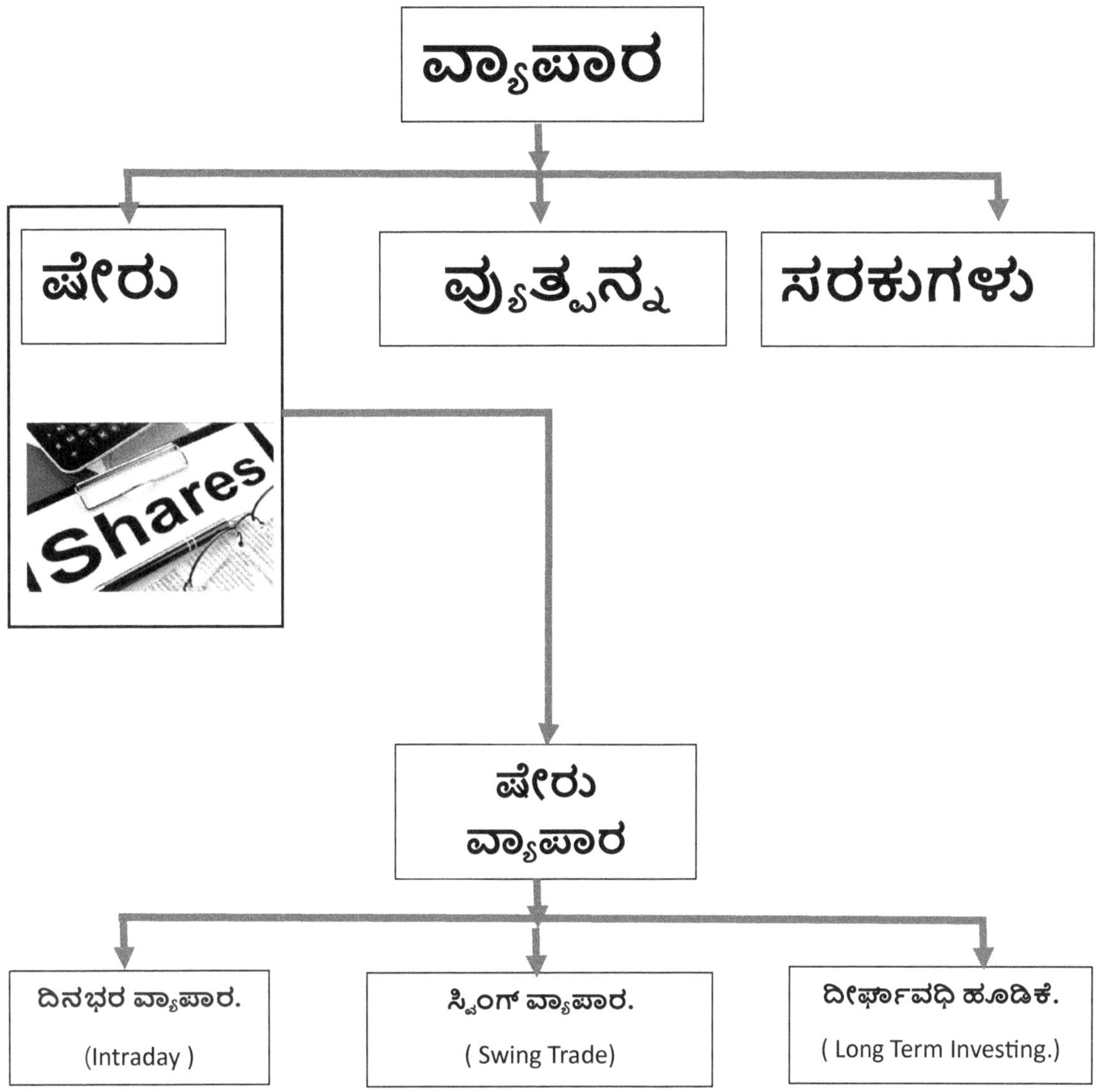
ವ್ಯಾಪಾರ
ಷೇರು
ವ್ಯುತ್ಪನ್ನ
ಸರಕುಗಳು
Shares
ಷೇರು ವ್ಯಾಪಾರ
ದಿನಭರ ವ್ಯಾಪಾರ.
(Intraday)
ಸ್ವಿಂಗ್ ವ್ಯಾಪಾರ.
(Swing Trade)
ದೀರ್ಘಾವಧಿ ಹೂಡಿಕೆ.
(Long Term Investing.)

ಷೇರು ವ್ಯಾಪಾರ

ದಿನಭರ ವ್ಯಾಪಾರ.
(Intraday)

ಸ್ಟಾಕ್ ಗಳನ್ನು ಹಿಡಿದಿಟ್ಟುಕೊಳ್ಳುವುದು,

1 ದಿನದವರೆಗೆ ಮಾತ್ರ

ಸ್ವಿಂಗ್ ವ್ಯಾಪಾರ.
(Swing Trade)

ಸ್ಟಾಕ್ ಗಳನ್ನು ಹಿಡಿದಿಟ್ಟುಕೊಳ್ಳುವುದು,

1 ದಿನದಿಂದ ಕೆಲವು ವಾರಗಳವರೆಗೆ

ದೀರ್ಘಾವಧಿ ಹೂಡಿಕೆ.
(Long Term Investing.)

ಸ್ಟಾಕ್ ಗಳನ್ನು ಹಿಡಿದಿಟ್ಟುಕೊಳ್ಳುವುದು,

1 ವರ್ಷಕ್ಕಿಂತ ಹೆಚ್ಚು ಸಮಯ.

ಈ ಪುಸ್ತಕವು ನಗದು ರೂಪದಲ್ಲಿ ಮಾತ್ರ ಷೇರುಗಳಲ್ಲಿ ಹೂಡಿಕೆ ಮಾಡುವ ಮೂಲಕ ದೀರ್ಘಾವಧಿ ಮತ್ತು ಅಲ್ಪಾವಧಿ ಹೂಡಿಕೆಗೆ ಕಲ್ಪನೆಯನ್ನು ನೀಡುತ್ತದೆ.

ಹಂತ ಹಂತದ ಹೂಡಿಕೆಯು ದೊಡ್ಡ ಸಂಪತ್ತಿಗೆ ಕಾರಣವಾಗುತ್ತದೆ

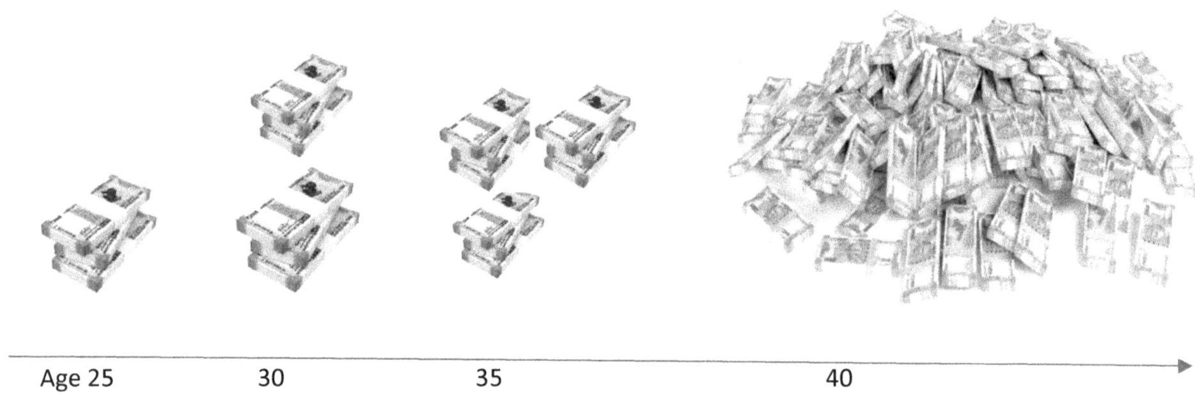

ಸಮಯವೇ ಹಣ

ಅಧ್ಯಾಯ - 2

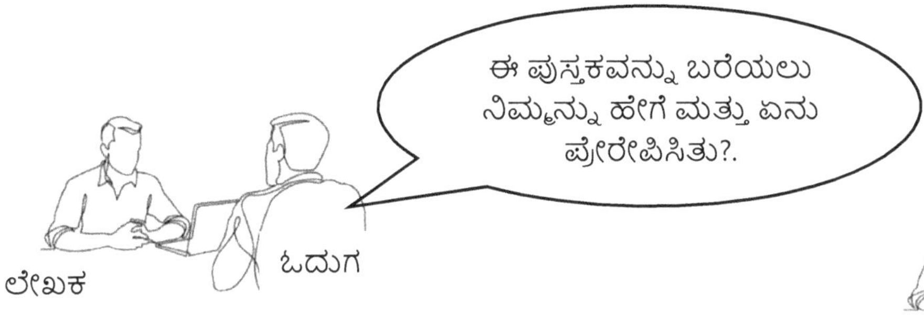

ನನ್ನ ಸ್ನೇಹಿತರು ಮತ್ತು ಕುಟುಂಬದ ಧ್ವನಿಗಳು ಹತಾಶೆ ಮತ್ತು ಹತಾಶೆಯ ಮಿಶ್ರಣದೊಂದಿಗೆ ಪ್ರತಿಧ್ವನಿಸಿದ ಸಮಯದಲ್ಲಿ ಈ ಪುಸ್ತಕವನ್ನು ಬರೆಯಲು ಸ್ಫೂರ್ತಿ ಹೊರಹೊಮ್ಮಿತು. ಇದು ವಿಶ್ವಾದ್ಯಂತ ಅಸಂಖ್ಯಾತ ಕೆಲಸ ಮಾಡುವ ವೃತ್ತಿಪರರು ಹಂಚಿಕೊಂಡ ಸಾಮೂಹಿಕ ಧ್ವನಿಯಾಗಿದೆ, ವಿಶೇಷವಾಗಿ ಕೋವಿಡ್ -19 ಸಾಂಕ್ರಾಮಿಕ ರೋಗವು ತಂದ ಅಭೂತಪೂರ್ವ ಸವಾಲುಗಳ ಹಿನ್ನೆಲೆಯಲ್ಲಿ. ಏಕ-ಅಂಕಿಯ ಹೆಚ್ಚಳ, ಸವಾಲಿನ ವರ್ಷದ ನಂತರದ ಪರಿಣಾಮಗಳು ಮತ್ತು ಹೆಚ್ಚುತ್ತಿರುವ ಹಣದುಬ್ಬರದ ಹಿನ್ನೆಲೆಯಲ್ಲಿ ಗುರಿಗಳನ್ನು ಪೂರೈಸಲು ಸ್ಪಷ್ಟವಾದ ಹೋರಾಟ, ತಮ್ಮ ಮಕ್ಕಳಿಗೆ ಗುಣಮಟ್ಟದ ಶಿಕ್ಷಣವನ್ನು ಒದಗಿಸುವ ಬೇಡಿಕೆಗಳು ಮತ್ತು ಜೀವನದ ಸರಳ ಮತ್ತು ಅಗತ್ಯ ಸಂತೋಷಗಳ ಬಗ್ಗೆ ಅವರು ಮಾತನಾಡಿದರು.

ನಾನು ಈ ಕಥೆಗಳನ್ನು ಕೇಳುತ್ತಿದ್ದಂತೆ, ಸಮಾಜದಲ್ಲಿ ಇತರರ ಹಂಚಿಕೆಯ ನಿರೂಪಣೆಗಳನ್ನು ಗುರುತಿಸದೆ ಇರಲು ನನಗೆ ಸಾಧ್ಯವಾಗಲಿಲ್ಲ, ಹೆಚ್ಚಿನ ಜನರಿಂದ ಈ ಕೆಳಗಿನ ಭಾವನೆಗಳನ್ನು ನಾನು ಇಲ್ಲಿ ಪ್ರತಿಧ್ವನಿಸಬಲ್ಲೆ.

"ನನಗೆ 45 ವರ್ಷ ವಯಸ್ಸು, ಮತ್ತು ನನ್ನ ಬಾಸ್ ನನ್ನ ಕೊಡುಗೆಗಳನ್ನು ಮೆಚ್ಚುವಂತೆ ಕಾಣುತ್ತಿಲ್ಲ."

"ಕೆಲವು ಬಾರಿ ನನ್ನ ಕಂಪನಿಯು ನಮಗೆ ಹೆಚ್ಚಿನ ಸಂಬಳ ನೀಡಲಾಗುತ್ತಿದೆ ಎಂದು ಹೇಳುತ್ತದೆ."

"ನಿವೃತ್ತಿಯ ನಂತರ ನನ್ನ ಮಾಸಿಕ ಆದಾಯ ಎಷ್ಟು? ನಾನು ನನ್ನ ಕೌಶಲ್ಯಗಳನ್ನು ಕಂಪನಿಗೆ ಅರ್ಪಿಸಿದೆ."

"ನಾನು ಮನೆ ಕಟ್ಟಲು ಅಥವಾ ಷೇರುಗಳನ್ನು ಖರೀದಿಸಲು ಹೂಡಿಕೆ ಮಾಡಬೇಕೇ?"

"58 ವರ್ಷ ದಾಟಿದ ನಂತರ ನಾನು ನನ್ನ ಆರ್ಥಿಕತೆಯನ್ನು ಹೇಗೆ ನಿರ್ವಹಿಸುವುದು?"

"ಮಕ್ಕಳ ಮದುವೆಗೆ ನನಗೆ ಹಣ ಬೇಕು. ನಾನು ಸಂಪಾದಿಸಿದ ಎಲ್ಲವನ್ನೂ ಈಗಾಗಲೇ ನನ್ನ ಮಕ್ಕಳ ಶಿಕ್ಷಣಕ್ಕಾಗಿ ಖರ್ಚು ಮಾಡಿದ್ದೇನೆ.

"ನಾನು ನನ್ನ ಮಕ್ಕಳಿಗೆ ಏನನ್ನು ಉಡುಗೊರೆಯಾಗಿ ನೀಡಬೇಕು? ಷೇರುಗಳು?"

"45ನೇ ವಯಸ್ಸಿನಲ್ಲಿ, ನನ್ನ ಆರ್ಥಿಕ ಸ್ಥಿತಿಯ ಮುಂದೇನು?"

"45 ರ ನಂತರ, ಉದ್ಯೋಗಾವಕಾಶಗಳು ವಿರಳವಾಗುತ್ತವೆ."

"ನಾನು ನನ್ನ ಜೀವನದ ಮೊದಲ 25 ವರ್ಷಗಳನ್ನು ಕಲಿಕೆಯಲ್ಲಿ ಕಳೆದಿದ್ದೇನೆ, ಮುಂದಿನ 25 ವರ್ಷಗಳವರೆಗೆ ಮಾತ್ರ ಸಂಪಾದಿಸಬೇಕೇ?

"ನನ್ನ ಕುಟುಂಬ ಮತ್ತು ಸ್ನೇಹಿತರ ವಲಯದಲ್ಲಿ ಕನಿಷ್ಠ ಒಂದು ಮನೆಯನ್ನು ಹೊಂದುವ ನಿರೀಕ್ಷೆಯಿದೆ, ಇದು ಗಣನೀಯ ವೆಚ್ಚಗಳಿಗೆ ಕಾರಣವಾಗುತ್ತದೆ."

"ಶಾಲಾ ಶುಲ್ಕಗಳು ಗಗನಕ್ಕೇರಿವೆ ಮತ್ತು ನಿರ್ವಹಿಸಲು ಹೆಣಗಾಡುತ್ತಿವೆ."

"ಅಪಾರ ವೆಚ್ಚಗಳನ್ನು ನಾನು ಹೇಗೆ ನಿಭಾಯಿಸುವುದು"

"ಹಣದುಬ್ಬರ ಮತ್ತು ಬ್ಯಾಂಕ್ ಬಡ್ಡಿದರಗಳು ಬಹುತೇಕ ಒಂದೇ ಆಗಿವೆ. ನಾನು ಕಷ್ಟಪಟ್ಟು ಸಂಪಾದಿಸಿದ ಹಣ ಸ್ಥಗಿತಗೊಳ್ಳುತ್ತದೆಯೇ?

"ಗಣನೀಯ ವೇತನ ಹೆಚ್ಚಳವನ್ನು ಪಡೆಯುವುದು ಸವಾಲಾಗಿದೆ, ಮತ್ತು ಬ್ಯಾಂಕ್ ಬಡ್ಡಿದರಗಳು ಪ್ರಭಾವಶಾಲಿಯಾಗಿಲ್ಲ."

ಈ ಕಥೆಗಳನ್ನು ಕೇಳುತ್ತಾ, ಸಾಮಾನ್ಯ ಜನರು, ದುಡಿಯುವ ವೃತ್ತಿಪರರು ಎದುರಿಸುತ್ತಿರುವ ಮೌನ ಹೋರಾಟಗಳ ವೀಕ್ಷಕನಾದೆ. ನನ್ನ ಸ್ನೇಹಿತರು ಮತ್ತು ಕುಟುಂಬದ ನಿರೂಪಣೆಗಳು ಪ್ರತ್ಯೇಕ ಘಟನೆಗಳಲ್ಲ ಎಂದು ನಾನು ಅರ್ಥಮಾಡಿಕೊಂಡಿದ್ದೇನೆ ಮತ್ತು ಪ್ರತಿಯೊಬ್ಬರೂ ಕೇವಲ ಆರ್ಥಿಕ ಉಳಿವಿಗಿಂತ ಹೆಚ್ಚಿನದನ್ನು ಸಾಧಿಸುವ ಅಗತ್ಯ ಮತ್ತು ಆಕಾಂಕ್ಷೆಗಳನ್ನು ಅರ್ಥಮಾಡಿಕೊಂಡಿದ್ದೇನೆ.

ಈ ಹಂತದಲ್ಲಿಯೇ ನಾನು ಆರ್ಥಿಕ ಬೆಳವಣಿಗೆ ಮತ್ತು ಸ್ವಾತಂತ್ರ್ಯವನ್ನು ಬಯಸುವವರನ್ನು ಸಬಲೀಕರಣಗೊಳಿಸಲು ಪರಿಹಾರಗಳು, ಕಾರ್ಯತಂತ್ರಗಳು ಮತ್ತು ದೃಷ್ಟಿಕೋನಗಳನ್ನು ನೀಡಬಲ್ಲ ಪುಸ್ತಕವನ್ನು ಬರೆಯುವ ಪ್ರಯಾಣವನ್ನು ಪ್ರಾರಂಭಿಸಿದೆ.

ಆರ್ಥಿಕ ಜ್ಞಾನೋದಯದೆಡೆಗಿನ ನನ್ನ ಪಯಣವು ಬಾಲ್ಯದಲ್ಲಿ ಬ್ಯಾಂಕ್ ಮತ್ತು ಅಂಚೆ ಕಚೇರಿಗೆ ಭೇಟಿ ನೀಡುವುದರ ಬೇರುಗಳನ್ನು ಗುರುತಿಸುತ್ತದೆ- ಹಣವನ್ನು ಬೆಳೆಯಲು ಮತ್ತು ದ್ವಿಗುಣಗೊಳಿಸಲು ನಿಯೋಜಿಸಲಾದ ಸ್ಥಳಗಳು, ಈ ಪರಿಕಲ್ಪನೆಯನ್ನು ನನ್ನ ಹಿರಿಯರು ಸಂಯೋಜಿಸುವ ಮ್ಯಾಜಿಕ್ ಎಂದು ಕರೆದರು.

ನನ್ನ ತಾಯಿ ಮತ್ತು ಅಜ್ಜ ಕೆಲವು ಬಾರಿ ಮಾಸಿಕ ಉಳಿತಾಯವನ್ನು ಠೇವಣಿ ಮಾಡಲು ನನ್ನನ್ನು ಬ್ಯಾಂಕ್ ಮತ್ತು ಅಂಚೆ ಕಚೇರಿಗೆ ಕಳುಹಿಸುತ್ತಿದ್ದರು

ನಾನು ಹದಿಹರೆಯಕ್ಕೆ ಕಾಲಿಟ್ಟಾಗ, "ಷೇರುಗಳು" ಎಂಬ ಪದವು ಸಂಭಾಷಣೆಗಳಲ್ಲಿ ಕುತೂಹಲಕಾರಿ ಸಾಧ್ಯತೆಗಳನ್ನು ಪಿಸುಗುಟ್ಟಿತು, ಇದು ಈಕ್ವಿಟಿ ಷೇರುಗಳ ಪ್ರಪಂಚದ ಬಗ್ಗೆ ನನ್ನ ಕುತೂಹಲವನ್ನು ಕೆರಳಿಸಿತು.

ಈ ಬಾಲ್ಯದ ನೆನಪುಗಳು ಮತ್ತು ಷೇರುಗಳ ಬ್ರಹ್ಮಾಂಡದ ಸಂಯೋಗವೇ ನನ್ನ ಆರ್ಥಿಕ ಪ್ರಯಾಣವನ್ನು ಪ್ರಚೋದಿಸಿತು.

ನಾನು ಪ್ರಾಜೆಕ್ಟ್ ಮ್ಯಾನೇಜರ್ ಆಗಿ ನನ್ನ ವೃತ್ತಿಜೀವನದಲ್ಲಿ ಮುಂದುವರೆದಂತೆ, ನನ್ನ ಜವಾಬ್ದಾರಿಗಳು ಹೆಚ್ಚಾದವು, ಮತ್ತು ಪ್ರಶ್ನೆಗಳು ಸಹ ಹೆಚ್ಚಾದವು. ನಾನು ವ್ಯವಹಾರವನ್ನು ಹೊಸ ಎತ್ತರಕ್ಕೆ ಹೇಗೆ ಏರಿಸಬಹುದು? ನಮ್ಮ ಸಂಸ್ಥೆಯ ಪ್ರತಿಸ್ಪರ್ಧಿಗಳು ಯಾರು, ಮತ್ತು ಸಂಭಾವ್ಯ ಗ್ರಾಹಕರನ್ನು ಎಲ್ಲಿ ಕಾಣಬಹುದು? ಉತ್ತರಗಳ ಅನ್ವೇಷಣೆಯಲ್ಲಿ, ನಾನು ಅಂತರ್ಜಾಲದಿಂದ ಅನ್ಲಾಕ್ ಮಾಡಲಾದ ಜ್ಞಾನದ ಕ್ಷೇತ್ರಕ್ಕೆ ಆಳವಾಗಿ ಹೋದೆ.

ಯೂಟ್ಯೂಬ್ ವೀಡಿಯೊಗಳು ವಲಯಗಳು ಮತ್ತು ಷೇರು ಮಾರುಕಟ್ಟೆಗಳನ್ನು ಅನಾವರಣಗೊಳಿಸಿದವು, ಅಜ್ಞಾತ ಅವಕಾಶಗಳು, ಸಂಭಾವ್ಯ ಪ್ರತಿಸ್ಪರ್ಧಿಗಳು ಮತ್ತು ಬೆಳವಣಿಗೆಯ ಹಾದಿಯ ನಕ್ಷೆಯನ್ನು ಬಹಿರಂಗಪಡಿಸಿದವು.

ಮಾರ್ಗದರ್ಶನದಿಂದ ಬುದ್ಧಿವಂತಿಕೆ ಉದ್ಭವಿಸುತ್ತದೆ ಎಂಬ ನಂಬಿಕೆಯನ್ನು ಸ್ವೀಕರಿಸಿ, ಅನುಭವಿ ಮಾರ್ಗದರ್ಶಕರು ಮತ್ತು ಶಿಕ್ಷಕರ ಮಾರ್ಗದರ್ಶನದಲ್ಲಿ ಷೇರು ಮಾರುಕಟ್ಟೆಯ ಜಟಿಲತೆಗಳನ್ನು ಕಲಿಯಲು ನಾನು ಹೊರಟೆ. ದೀರ್ಘಕಾಲೀನ ಗುರಿಗಳಿಗಾಗಿ, ಮಾರ್ಗದರ್ಶಕನು ಅನಿಶ್ಚಿತತೆಯ ನೆರಳಿನಲ್ಲಿ ಬೆಳಕಿನ ದೀಪವಾಗಿದ್ದಾನೆ ಎಂದು ನಾನು ಶೀಘ್ರದಲ್ಲೇ ಅರಿತುಕೊಂಡೆ. ಅದು ತಾಳ್ಮೆಯಿಂದ ಗುರುತಿಸಲ್ಪಟ್ಟ ಮಾರ್ಗವಾಗಿತ್ತು, ಅಲ್ಲಿ ಕಲಿಕೆಯು ಆಳವಾಗಿತ್ತು ಮತ್ತು ಜ್ಞಾನದ ಅನ್ವೇಷಣೆ ತೃಪ್ತಿಕರವಾಗಿರಲಿಲ್ಲ

ವರ್ಷಗಳ ಸಮರ್ಪಿತ ಅಧ್ಯಯನ ಮತ್ತು ನಿಖರವಾದ ಸಿದ್ಧತೆಯ ನಂತರ, ನಾನು ಕೇವಲ ಆಕಸ್ಮಿಕವಲ್ಲ, ತಿಳುವಳಿಕೆಯ ಮೇಲೆ ನಿರ್ಮಿಸಲಾದ ಅಡಿಪಾಯದೊಂದಿಗೆ ಷೇರುಗಳ ಜಗತ್ತಿಗೆ ಕಾಲಿಟ್ಟೆ.

ಆದರೆ ನನ್ನ ಪ್ರಯಾಣವು ಕೇವಲ ವೈಯಕ್ತಿಕ ಆಕಾಂಕ್ಷೆಗಳಿಂದ ಪ್ರೇರಿತವಾಗಿರಲಿಲ್ಲ - ಅದು ವ್ಯವಸ್ಥಿತ ಕಲಿಕೆ ಮತ್ತು ನನ್ನ ಕೌಶಲ್ಯಗಳನ್ನು ನಿರಂತರವಾಗಿ ಪರಿಷ್ಕರಿಸುವ ಬದ್ಧತೆಯಲ್ಲಿ ನೆಲೆಗೊಂಡಿತ್ತು. ನಾನು ವಿವಿಧ ಹೂಡಿಕೆ ಸಾಧನಗಳನ್ನು ಅನ್ವೇಷಿಸುತ್ತಿರುವಾಗ, ನಾನು ಈಕ್ವಿಟಿ ಮಾರುಕಟ್ಟೆಯತ್ತ ಆಕರ್ಷಿತನಾದೆ- ಅಪಾಯ ಮತ್ತು ಪ್ರತಿಫಲದಿಂದ ತುಂಬಿದ ಕ್ಷೇತ್ರ. ಆದಾಗ್ಯೂ, ನನ್ನ ಪ್ರಯಾಣವು ಏಕಾಂಗಿಯಾಗಿರಲಿಲ್ಲ ಅಥವಾ ಸ್ವ-ಕೇಂದ್ರಿತವಾಗಿರಲಿಲ್ಲ.

ನಾನು ನನ್ನ ಕುಟುಂಬವನ್ನು ತೊಡಗಿಸಿಕೊಂಡೆ, ನಾನು ಗಳಿಸಿದ ತತ್ವಗಳನ್ನು ಕಲಿಸಿದೆ ಮತ್ತು ಆರ್ಥಿಕ ಸಬಲೀಕರಣದ ಕಡೆಗೆ ಮಾರ್ಗದರ್ಶನ ನೀಡಿದೆ. ಇದು ವೈಯಕ್ತಿಕ ಲಾಭಗಳಿಗಿಂತ ಹೆಚ್ಚಿನದಾಗಿತ್ತು; ಇದು ಆರ್ಥಿಕ ಹೊರೆಯಿಂದ ಪರಿಹಾರವನ್ನು ಬಯಸುವವರಿಗೆ ಸಹಾಯ ಹಸ್ತವನ್ನು ಚಾಚುವ ಬಗ್ಗೆತ್ತು.

ಈ ಪುಸ್ತಕವು ಪುಟಗಳಲ್ಲಿನ ಪದಗಳಿಗಿಂತ ಹೆಚ್ಚಿನದಾಗಿದೆ; ಇದು ಆರ್ಥಿಕ ಸ್ವಾತಂತ್ರ್ಯವನ್ನು ಸಾಧಿಸುವ ಹಂತಗಳನ್ನು ಬಿಚ್ಚಿಡುವ ಮಾರ್ಗಸೂಚಿಯಾಗಿದೆ. ಬಾಲ್ಯದ ನೆನಪುಗಳಿಂದ ಹಿಡಿದು ಪ್ರಬುದ್ಧ ಪ್ರೌಢಾವಸ್ಥೆಯ ಸಾಕ್ಷಾತ್ಕಾರಗಳವರೆಗೆ, ಇದು ಈಕ್ವಿಟಿ ಷೇರು ಮಾರುಕಟ್ಟೆಯಲ್ಲಿ ಕಲಿಕೆ, ತಿಳುವಳಿಕೆ ಮತ್ತು ಅಭಿವೃದ್ಧಿ ಹೊಂದುತ್ತಿರುವ ಪ್ರಯಾಣವನ್ನು ಒಳಗೊಂಡಿದೆ.

ವ್ಯವಸ್ಥಿತ ಕಲಿಕೆ ಮತ್ತು ತಾಳ್ಮೆಯ ಹೂಡಿಕೆಯ ಕಲೆಯನ್ನು ಅಳವಡಿಸಿಕೊಳ್ಳಲು ಬಯಸುವವರಿಗೆ, ಈ ಪುಸ್ತಕವು ಆರ್ಥಿಕ ಚಿಂತೆಗಳನ್ನು ಸೋಲಿಸುವ, ಕನಸುಗಳಿಗೆ ಮಿತಿಯಿಲ್ಲದ ಮತ್ತು ಸಮೃದ್ಧಿಯ ಹಾದಿಯ ಭವಿಷ್ಯದ ಕಡೆಗೆ ನಿಮಗೆ ಮಾರ್ಗದರ್ಶನ ನೀಡುವ ದಿಕ್ಸೂಚಿಯಾಗಿ ಕಾರ್ಯನಿರ್ವಹಿಸುತ್ತದೆ.

ಹೂಡಿಕೆ ಆಯ್ಕೆಗಳು

ಬ್ಯಾಂಕ್

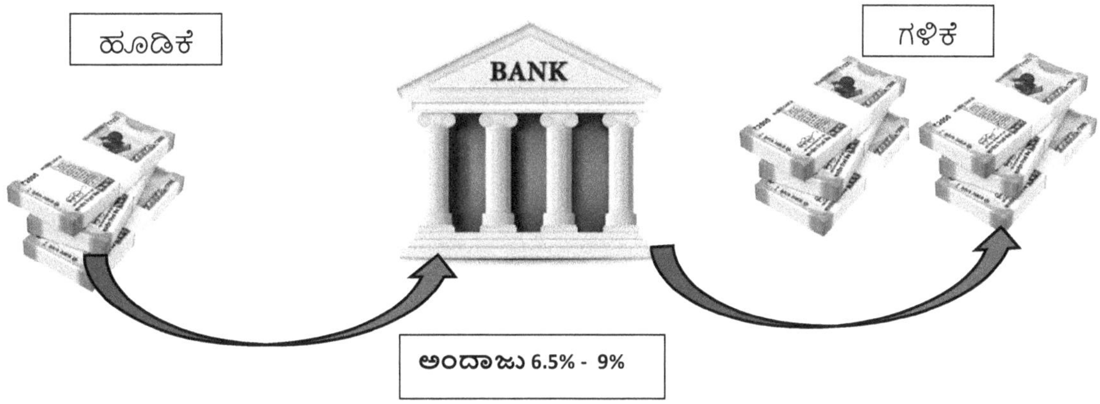

ಮ್ಯೂಚುವಲ್ ಫಂಡ್ ಸಂಸ್ಥೆಗಳು

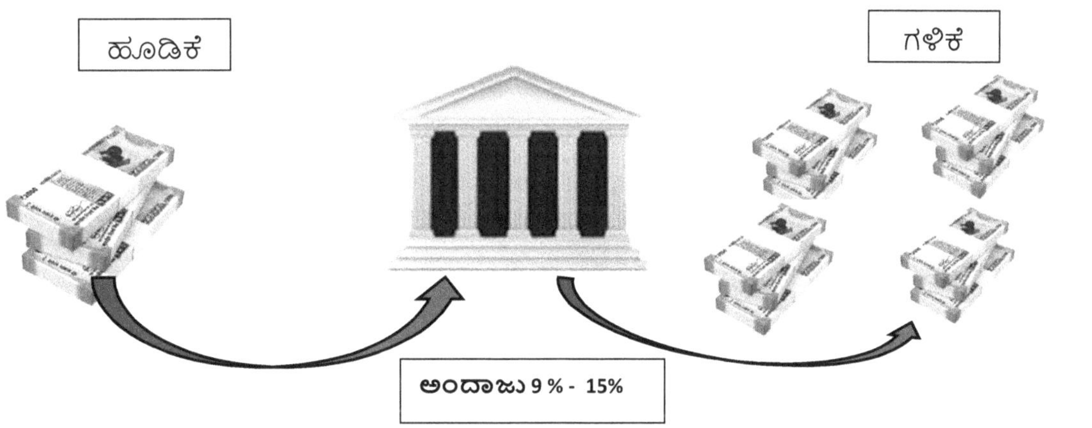

ಷೇರು ಮಾರುಕಟ್ಟೆ

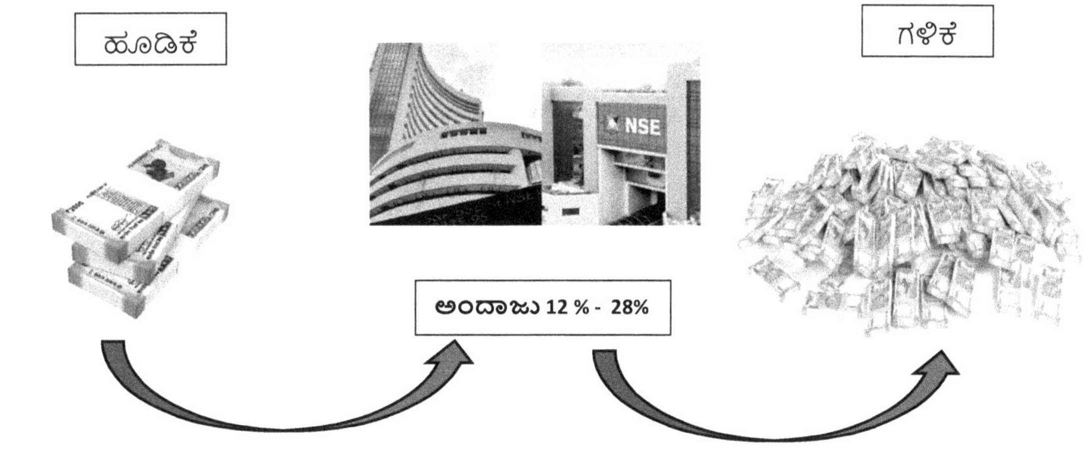

ಅಧ್ಯಾಯ - 3

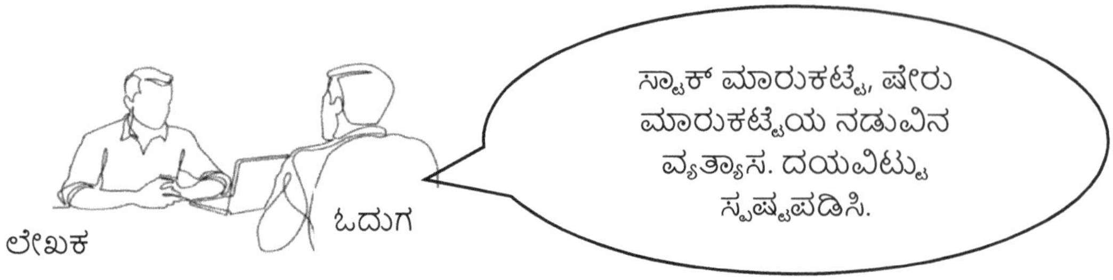

ಷೇರುಗಳು:

ಷೇರುಗಳು ಒಂದು ನಿರ್ದಿಷ್ಟ ಕಂಪನಿಯಲ್ಲಿ ಮಾಲೀಕತ್ವದ ವೈಯಕ್ತಿಕ ಘಟಕಗಳನ್ನು ಸೂಚಿಸುತ್ತವೆ.

ನೀವು ಒಂದು ಕಂಪನಿಯ ಷೇರುಗಳನ್ನು ಖರೀದಿಸಿದಾಗ, ನೀವು ಆ ಕಂಪನಿಯ ಷೇರುದಾರ ಅಥವಾ ಭಾಗಶಃ ಮಾಲೀಕರಾಗುತ್ತೀರಿ.

ಷೇರುದಾರರು ಸಾಮಾನ್ಯವಾಗಿ ಕಂಪನಿಯ ನಿರ್ಧಾರಗಳಲ್ಲಿ ಮತದಾನದ ಹಕ್ಕುಗಳನ್ನು ಹೊಂದಿರುತ್ತಾರೆ ಮತ್ತು ಲಾಭಾಂಶವನ್ನು ಪಡೆಯಬಹುದು, ಇದು ಷೇರುದಾರರಿಗೆ ವಿತರಿಸಲಾದ ಕಂಪನಿಯ ಲಾಭದ ಒಂದು ಭಾಗವಾಗಿದೆ.

ಸ್ಟಾಕ್:

ಮತ್ತೊಂದೆಡೆ, ಸ್ಟಾಕ್ ಹೆಚ್ಚು ಸಾಮಾನ್ಯ ಪದವಾಗಿದೆ ಮತ್ತು ಇದನ್ನು ಹೆಚ್ಚಾಗಿ ಷೇರುಗಳನ್ನು ಸಾಮೂಹಿಕವಾಗಿ ಉಲ್ಲೇಖಿಸಲು ಬಳಸಲಾಗುತ್ತದೆ.ಕಂಪನಿಯ ಮಾಲೀಕತ್ವವನ್ನು ಷೇರುಗಳಾಗಿ ವಿಂಗಡಿಸಿ ವ್ಯಾಪಾರಕ್ಕಾಗಿ ಸಾರ್ವಜನಿಕರಿಗೆ ನೀಡಿದಾಗ, ಅದು ತನ್ನ ಸ್ಟಾಕ್ ಅನ್ನು ಮಾರಾಟ ಮಾಡುತ್ತಿದೆ ಎಂದು ಹೇಳಲಾಗುತ್ತದೆ.ಸ್ಟಾಕ್ ಎಂಬುದು ಕಂಪನಿಯ ಸಂಪೂರ್ಣ ಬಂಡವಾಳವನ್ನು ಸಹ ಸೂಚಿಸಬಹುದು, ಇದನ್ನು ಷೇರುಗಳಾಗಿ ವಿಂಗಡಿಸಲಾಗಿದೆ.

ಸಂಕ್ಷಿಪ್ತವಾಗಿ ಹೇಳುವುದಾದರೆ, ಷೇರುಗಳು ವೈಯಕ್ತಿಕ ಮಾಲೀಕತ್ವದ ಘಟಕಗಳನ್ನು ಪ್ರತಿನಿಧಿಸುತ್ತವೆ, ಆದರೆ ಸ್ಟಾಕ್ ಎಂಬುದು ಕಂಪನಿಯು ಹೊರಡಿಸಿದ ಮತ್ತು ಷೇರು ಮಾರುಕಟ್ಟೆಯಲ್ಲಿ ವಹಿವಾಟು ನಡೆಸುವ ಷೇರುಗಳ ಸಂಗ್ರಹವಾಗಿದೆ.ಕಂಪನಿಯಲ್ಲಿ ಮಾಲೀಕತ್ವವನ್ನು ಪ್ರತಿನಿಧಿಸುವ ಷೇರುಗಳನ್ನು ನಿಜವಾಗಿಯೂ ಷೇರು ಮಾರುಕಟ್ಟೆಗಳಲ್ಲಿ ಖರೀದಿಸಬಹುದು ಮತ್ತು ಮಾರಾಟ ಮಾಡಬಹುದು.

ಭಾರತದಲ್ಲಿ, ಷೇರುಗಳನ್ನು ವ್ಯಾಪಾರ ಮಾಡುವ ಎರಡು ಪ್ರಮುಖ ಸ್ಟಾಕ್ ಎಕ್ಸ್ಚೇಂಜ್‌ಗಳಿವೆ: ನ್ಯಾಷನಲ್ ಸ್ಟಾಕ್ ಎಕ್ಸ್ಚೇಂಜ್ (ಎನ್ಎಸ್ಇ) ಮತ್ತು ಬಾಂಬೆ ಸ್ಟಾಕ್ ಎಕ್ಸ್ಚೇಂಜ್ (ಬಿಎಸ್ಇ). ಹೂಡಿಕೆದಾರರು ಈ ವಿನಿಮಯ ಕೇಂದ್ರಗಳ ಮೂಲಕ ವಿವಿಧ ಕಂಪನಿಗಳ ಷೇರುಗಳನ್ನು ಖರೀದಿಸಬಹುದು ಮತ್ತು ಮಾರಾಟ ಮಾಡಬಹುದು, ಈ ಸ್ಟಾಕ್ ಎಕ್ಸ್ಚೇಂಜ್‌ಗಳಲ್ಲಿ ಪಟ್ಟಿ ಮಾಡಲಾದ ಕಂಪನಿಗಳಲ್ಲಿ ಮಾಲೀಕತ್ವವನ್ನು ವ್ಯಾಪಾರ ಮಾಡಲು ಅನುವು ಮಾಡಿಕೊಡುತ್ತದೆ.

ಅಧ್ಯಾಯ - 4

ಸ್ಟಾಕ್ ಮಾರ್ಕೆಟ್ ಎಂದರೇನು ಎಂಬಂತಹ ಕಲ್ಪನೆಯನ್ನು ದಯವಿಟ್ಟು ನೀಡಿ.

ಷೇರು ಮಾರುಕಟ್ಟೆಯನ್ನು ಆರ್ಥಿಕ ಅವಕಾಶಗಳ ಮಾರುಕಟ್ಟೆಯಂತೆ ಯೋಚಿಸಿ. ನಿಮ್ಮ ರುಚಿ ಮತ್ತು ಪೌಷ್ಟಿಕಾಂಶದ ಅವಶ್ಯಕತೆಗಳನ್ನು ಪೂರೈಸಲು ನೀವು ಹಣ್ಣಿನ ಮಾರುಕಟ್ಟೆಯಲ್ಲಿ ಹಣ್ಣುಗಳನ್ನು ಆಯ್ಕೆ ಮಾಡಿದಂತೆ, ಷೇರು ಮಾರುಕಟ್ಟೆಯಲ್ಲಿ, ನಿಮ್ಮ ಆರ್ಥಿಕ ಗುರಿಗಳನ್ನು ಪೂರೈಸಲು ನೀವು ಸ್ಟಾಕ್‌ಗಳನ್ನು ಆಯ್ಕೆ ಮಾಡುತ್ತೀರಿ.

ಹಣ್ಣಿನ ಮಾರುಕಟ್ಟೆಯಲ್ಲಿ ಲಭ್ಯವಿರುವ ವಿವಿಧ ಹಣ್ಣುಗಳಂತೆ, ಷೇರು ಮಾರುಕಟ್ಟೆಯಲ್ಲಿ ವೈವಿಧ್ಯಮಯ ಕಂಪನಿಗಳಿವೆ. ನೀವು ಒಂದು ಅಥವಾ ಬಹು ಕಂಪನಿಗಳ ಷೇರುಗಳಲ್ಲಿ ಹೂಡಿಕೆ ಮಾಡಲು ಆಯ್ಕೆ ಮಾಡಬಹುದು, ಇದು ಆ ಕಂಪನಿಗಳಲ್ಲಿ ನಿಮಗೆ ಭಾಗಶಃ ಮಾಲೀಕತ್ವವನ್ನು ನೀಡುತ್ತದೆ ಮತ್ತು ಅವರ ಆರ್ಥಿಕ ಯಶಸ್ಸಿನಿಂದ ಪ್ರಯೋಜನ ಪಡೆಯಲು ನಿಮಗೆ ಅನುವು ಮಾಡಿಕೊಡುತ್ತದೆ.

ಸಾರಾಂಶದಲ್ಲಿ, ಸರಿಯಾದ ಹಣ್ಣುಗಳನ್ನು ಆಯ್ಕೆ ಮಾಡುವುದು ನಿಮ್ಮ ದೈಹಿಕ ಆರೋಗ್ಯವನ್ನು ಉತ್ತೇಜಿಸುವಂತೆಯೇ, ನಿಮ್ಮ ಆರ್ಥಿಕ ಯೋಗಕ್ಷೇಮವನ್ನು ಪೋಷಿಸುವಲ್ಲಿ ಷೇರು ಮಾರುಕಟ್ಟೆ ಪ್ರಮುಖ ಪಾತ್ರ ವಹಿಸುತ್ತದೆ.

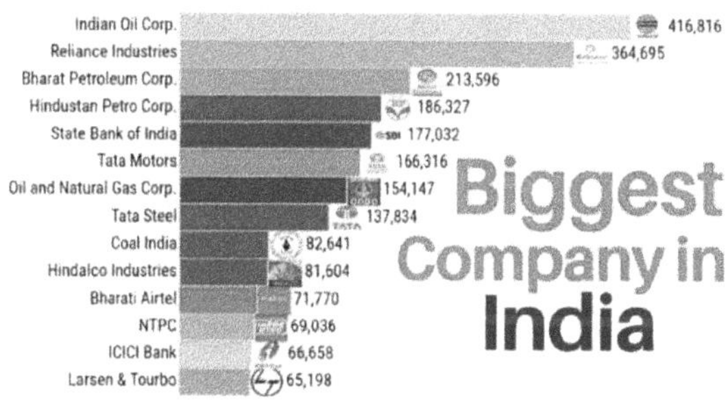

ವರ್ಚುವಲ್ ಟ್ರೇಡಿಂಗ್ ಅಥವಾ ಸಿಮ್ಯುಲೇಟೆಡ್ ಟ್ರೇಡಿಂಗ್ ಎಂದೂ ಕರೆಯಲ್ಪಡುವ ಪೇಪರ್ ಟ್ರೇಡಿಂಗ್, ವ್ಯಕ್ತಿಗಳು ನೈಜ ಹಣವನ್ನು ಬಳಸದೆ ಸೆಕ್ಯುರಿಟಿಗಳನ್ನು (ಸ್ಟಾಕ್ ಗಳು, ಆಯ್ಕೆಗಳು ಅಥವಾ ಕರೆನ್ಸಿಗಳಂತಹ) ಖರೀದಿಸುವ ಮತ್ತು ಮಾರಾಟ ಮಾಡುವ ಪ್ರಕ್ರಿಯೆಯನ್ನು ಅನುಕರಿಸುವ ಒಂದು ಅಭ್ಯಾಸವಾಗಿದೆ. ಇದು ಸಾಮಾನ್ಯವಾಗಿ ಹೇಗೆ ಕಾರ್ಯನಿರ್ವಹಿಸುತ್ತದೆ ಎಂಬುದು ಇಲ್ಲಿದೆ:

ಪ್ಲಾಟ್ ಫಾರ್ಮ್ ಆಯ್ಕೆ: ಕಾಗದದ ವ್ಯಾಪಾರ ಕಾರ್ಯಕ್ಷಮತೆಯನ್ನು ನೀಡುವ ವಿವಿಧ ಆನ್ ಲೈನ್ ಪ್ಲಾಟ್ ಫಾರ್ಮ್ ಗಳು ಮತ್ತು ಸಾಫ್ಟ್ ವೇರ್ ಗಳು ಲಭ್ಯವಿದೆ. ಈ ಪ್ಲಾಟ್ ಫಾರ್ಮ್ ಗಳು ಹೆಚ್ಚಾಗಿ ನೈಜ ಮಾರುಕಟ್ಟೆ ಡೇಟಾಕ್ಕೆ ಪ್ರವೇಶವನ್ನು ಒದಗಿಸುತ್ತವೆ ಮತ್ತು ಬಳಕೆದಾರರಿಗೆ ಸಿಮ್ಯುಲೇಟೆಡ್ ಪರಿಸರದಲ್ಲಿ ವಹಿವಾಟುಗಳನ್ನು ಕಾರ್ಯಗತಗೊಳಿಸಲು ಅನುವು ಮಾಡಿಕೊಡುತ್ತದೆ.

ಖಾತೆಯನ್ನು ರಚಿಸುವುದು: ಬಳಕೆದಾರರು ಸಾಮಾನ್ಯವಾಗಿ ಆಯ್ಕೆ ಮಾಡಿದ ಪ್ಲಾಟ್ ಫಾರ್ಮ್ ನಲ್ಲಿ ಕಾಗದದ ವ್ಯಾಪಾರ ಖಾತೆಗೆ ಸೈನ್ ಅಪ್ ಮಾಡಬಹುದು. ನೋಂದಾಯಿಸಲು ಅವರು ಕೆಲವು ಮೂಲಭೂತ ಮಾಹಿತಿಯನ್ನು ಒದಗಿಸಬೇಕಾಗಬಹುದು.

ವರ್ಚುವಲ್ ಫಂಡ್ಗಳು: ಖಾತೆಯನ್ನು ಸ್ಥಾಪಿಸಿದ ನಂತರ, ಬಳಕೆದಾರರಿಗೆ ಸಾಮಾನ್ಯವಾಗಿ ವ್ಯಾಪಾರಕ್ಕಾಗಿ ಬಳಸಲು ವರ್ಚುವಲ್ ಅಥವಾ ಸಿಮ್ಯುಲೇಟೆಡ್ ಬ್ಯಾಲೆನ್ಸ್ ಆಫ್ ಫಂಡ್ಗಳನ್ನು ನೀಡಲಾಗುತ್ತದೆ. ಈ ಸಮತೋಲನವು ಪ್ಲಾಟ್ ಫಾರ್ಮ್ ಅನ್ನು ಅವಲಂಬಿಸಿ ಬದಲಾಗಬಹುದು ಆದರೆ ಆಗಾಗ್ಗೆ ಗಣನೀಯ ಮೊತ್ತವಾಗಿರುತ್ತದೆ, ಇದು ಬಳಕೆದಾರರಿಗೆ ವಾಸ್ತವಿಕ ವಹಿವಾಟುಗಳನ್ನು ಮಾಡಲು ಅನುವು ಮಾಡಿಕೊಡುತ್ತದೆ..

ಮಾರುಕಟ್ಟೆ ಡೇಟಾ: ಕಾಗದದ ವ್ಯಾಪಾರ ವೇದಿಕೆಗಳು ಸಾಮಾನ್ಯವಾಗಿ ಸ್ಟಾಕ್ ಬೆಲೆಗಳು, ಪರಿಮಾಣ ಮತ್ತು ಇತರ ಸಂಬಂಧಿತ ಮಾಹಿತಿಯನ್ನು ಒಳಗೊಂಡಂತೆ ನೈಜ-ಸಮಯದ ಅಥವಾ ವಿಳಂಬವಾದ ಮಾರುಕಟ್ಟೆ ಡೇಟಾಕ್ಕೆ ಪ್ರವೇಶವನ್ನು ಒದಗಿಸುತ್ತವೆ. ಇದು ಪ್ರಸ್ತುತ ಮಾರುಕಟ್ಟೆ ಪರಿಸ್ಥಿತಿಗಳ ಆಧಾರದ ಮೇಲೆ ಮಾಹಿತಿಯುಕ್ತ ನಿರ್ಧಾರಗಳನ್ನು ತೆಗೆದುಕೊಳ್ಳಲು ಬಳಕೆದಾರರಿಗೆ ಅನುವು ಮಾಡಿಕೊಡುತ್ತದೆ.

ವಹಿವಾಟುಗಳನ್ನು ಕಾರ್ಯಗತಗೊಳಿಸುವುದು: ಬಳಕೆದಾರರು ನೈಜ ವ್ಯಾಪಾರ ವಾತಾವರಣದಲ್ಲಿ ಸೆಕ್ಯುರಿಟಿಗಳನ್ನು ಖರೀದಿಸಲು ಮತ್ತು ಮಾರಾಟ ಮಾಡಲು ವರ್ಚುವಲ್ ಫಂಡ್ ಗಳನ್ನು ಬಳಸಬಹುದು. ವಿಭಿನ್ನ ವ್ಯಾಪಾರ ತಂತ್ರಗಳನ್ನು ಅನುಕರಿಸಲು ಅವರು ಮಾರುಕಟ್ಟೆ ಆದೇಶಗಳನ್ನು ನೀಡಬಹುದು, ಆದೇಶಗಳನ್ನು ಮಿತಿಗೊಳಿಸಬಹುದು, ಆದೇಶಗಳನ್ನು ನಿಲ್ಲಿಸಬಹುದು ಮತ್ತು ಇತರ ರೀತಿಯ ವಹಿವಾಟುಗಳನ್ನು ಮಾಡಬಹುದು.

ಟ್ರ್ಯಾಕಿಂಗ್ ಕಾರ್ಯಕ್ಷಮತೆ: ಕಾಗದದ ವ್ಯಾಪಾರ ಪ್ರಕ್ರಿಯೆಯುದ್ದಕ್ಕೂ, ಬಳಕೆದಾರರು ಲಾಭಗಳು ಮತ್ತು ನಷ್ಟಗಳು ಸೇರಿದಂತೆ ತಮ್ಮ ಪೋರ್ಟ್ಫೋಲಿಯೊ ಕಾರ್ಯಕ್ಷಮತೆಯನ್ನು ಟ್ರ್ಯಾಕ್ ಮಾಡಬಹುದು, ಜೊತೆಗೆ ವೈಯಕ್ತಿಕ ವಹಿವಾಟುಗಳ ಕಾರ್ಯಕ್ಷಮತೆಯನ್ನು ಮೇಲ್ವಿಚಾರಣೆ ಮಾಡಬಹುದು. ಇದು ಅವರ ವ್ಯಾಪಾರ ತಂತ್ರಗಳ ಪರಿಣಾಮಕಾರಿತ್ವವನ್ನು ನಿರ್ಣಯಿಸಲು ಮತ್ತು ಅಗತ್ಯಕ್ಕೆ ತಕ್ಕಂತೆ ಹೊಂದಾಣಿಕೆಗಳನ್ನು ಮಾಡಲು ಅನುವು ಮಾಡಿಕೊಡುತ್ತದೆ.

ಕಲಿಕೆ ಮತ್ತು ಪ್ರಯೋಗ: ಕಾಗದದ ವ್ಯಾಪಾರವು ವ್ಯಕ್ತಿಗಳಿಗೆ ಷೇರು ಮಾರುಕಟ್ಟೆಯ ಬಗ್ಗೆ ಕಲಿಯಲು, ವಿಭಿನ್ನ ವ್ಯಾಪಾರ ತಂತ್ರಗಳನ್ನು ಪರೀಕ್ಷಿಸಲು ಮತ್ತು ಆರ್ಥಿಕ ನಷ್ಟದ ಸಾಮರ್ಥ್ಯವಿಲ್ಲದೆ ಅನುಭವವನ್ನು ಪಡೆಯಲು ಅಪಾಯ-ಮುಕ್ತ ವಾತಾವರಣವನ್ನು ಒದಗಿಸುತ್ತದೆ. ಮಾರುಕಟ್ಟೆಗೆ ನಿಜವಾದ ಹಣವನ್ನು ನೀಡುವ ಮೊದಲು ಆರಂಭಿಕರಿಗೆ ವ್ಯಾಪಾರದ ಯಂತ್ರಶಾಸ್ತ್ರದೊಂದಿಗೆ ತಮ್ಮನ್ನು ಪರಿಚಯಿಸಿಕೊಳ್ಳಲು ಮತ್ತು ವಿಶ್ವಾಸವನ್ನು ಬೆಳೆಸಲು ಇದು ಅತ್ಯುತ್ತಮ ಮಾರ್ಗವಾಗಿದೆ.

ಅಧ್ಯಾಯ - 5

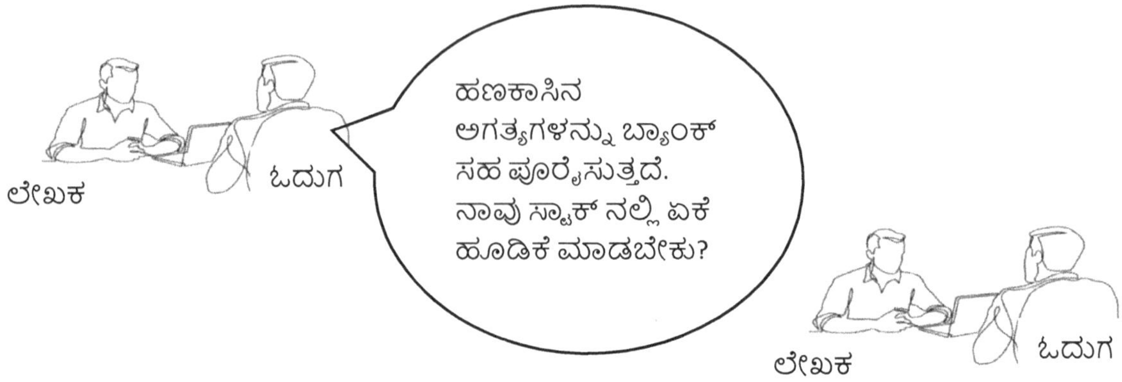

ಸ್ಟಾಕ್ ಗಳಲ್ಲಿ ಹೂಡಿಕೆ:

ಹೆಚ್ಚಿನ ಬೆಳವಣಿಗೆಯ ಸಾಮರ್ಥ್ಯ: ಐತಿಹಾಸಿಕವಾಗಿ, ಬ್ಯಾಂಕ್ ಹೂಡಿಕೆಗಳಿಗೆ ಹೋಲಿಸಿದರೆ ಷೇರುಗಳು ದೀರ್ಘಾವಧಿಯಲ್ಲಿ ಹೆಚ್ಚಿನ ಆದಾಯದ ಸಾಮರ್ಥ್ಯವನ್ನು ಪ್ರದರ್ಶಿಸಿವೆ. ಗಣನೀಯ ಸಂಪತ್ತಿನ ಸಂಗ್ರಹವನ್ನು ಬಯಸುವ ವ್ಯಕ್ತಿಗಳಿಗೆ ಅವು ಸೂಕ್ತವಾಗಿವೆ.

ವೈವಿಧ್ಯೀಕರಣ ಮತ್ತು ಅಪಾಯ ನಿರ್ವಹಣೆ: ಸ್ಟಾಕ್ ಗಳು ವಿವಿಧ ಕಂಪನಿಗಳು ಮತ್ತು ಕೈಗಾರಿಕೆಗಳಲ್ಲಿ ವೈವಿಧ್ಯೀಕರಣಕ್ಕೆ ಅವಕಾಶ ನೀಡುತ್ತವೆ, ವೈಯಕ್ತಿಕ ಸ್ಟಾಕ್ ಗಳಿಗೆ ಸಂಬಂಧಿಸಿದ ಅಪಾಯವನ್ನು ಕಡಿಮೆ ಮಾಡುತ್ತವೆ. ಈ ವೈವಿಧ್ಯೀಕರಣವು ಪೋರ್ಟ್ಫೋಲಿಯೊದೊಳಗೆ ಸ್ಥಿರತೆಯನ್ನು ಹೆಚ್ಚಿಸುತ್ತದೆ.

ಆದಾಯ ಉತ್ಪಾದನೆ: ಕೆಲವು ಷೇರುಗಳು ಲಾಭಾಂಶವನ್ನು ಪಾವತಿಸುತ್ತವೆ, ನಿಯಮಿತ ಆದಾಯದ ಮೂಲವನ್ನು ನೀಡುತ್ತವೆ. ನಿವೃತ್ತಿ ಯೋಜನೆಯಂತಹ ಆದಾಯ ಆಧಾರಿತ ಹಣಕಾಸು ಗುರಿಗಳಿಗೆ ಇದು ಪ್ರಯೋಜನಕಾರಿಯಾಗಿದೆ.

ಮಾಲೀಕತ್ವ ಮತ್ತು ಬೆಳವಣಿಗೆ: ಸ್ಟಾಕ್ ಗಳಲ್ಲಿ ಹೂಡಿಕೆ ಮಾಡುವುದು ಎಂದರೆ ನೀವು ಹೂಡಿಕೆ ಮಾಡುವ ಕಂಪನಿಗಳಲ್ಲಿ ಭಾಗಶಃ ಮಾಲೀಕರಾಗುವುದು. ಈ ಮಾಲೀಕತ್ವವು ಬಂಡವಾಳ ಮೌಲ್ಯವರ್ಧನೆ ಮತ್ತು ಕಂಪನಿಯ ಬೆಳವಣಿಗೆಯಲ್ಲಿ ಭಾಗವಹಿಸುವಿಕೆಗೆ ಕಾರಣವಾಗಬಹುದು.

ಹಣದುಬ್ಬರ ತಡೆಗೋಡೆ: ಸ್ಟಾಕ್ ಗಳು ಐತಿಹಾಸಿಕವಾಗಿ ಹಣದುಬ್ಬರದ ವಿರುದ್ಧ ರಕ್ಷಣೆಯಾಗಿ ಕಾರ್ಯನಿರ್ವಹಿಸಿವೆ, ಕಾಲಾನಂತರದಲ್ಲಿ ನಿಮ್ಮ ಖರೀದಿ ಶಕ್ತಿಯನ್ನು ಕಾಪಾಡಿಕೊಳ್ಳಲು ಸಹಾಯ ಮಾಡುತ್ತದೆ.

ತೆರಿಗೆ ಅನುಕೂಲಗಳು: ನಿಮ್ಮ ಸ್ಥಳ ಮತ್ತು ಹೂಡಿಕೆ ಖಾತೆಗಳನ್ನು ಅವಲಂಬಿಸಿ, ತೆರಿಗೆ-ಮುಂದೂಡಿದ ಬೆಳವಣಿಗೆ ಅಥವಾ ಬಂಡವಾಳ ಲಾಭಗಳ ಮೇಲೆ ಆದ್ಯತೆಯ ತೆರಿಗೆ ದರಗಳಂತಹ ತೆರಿಗೆ ಅನುಕೂಲಗಳು ಇರಬಹುದು..

ಬ್ಯಾಂಕ್ ಉತ್ಪನ್ನಗಳಲ್ಲಿ ಹೂಡಿಕೆ:

ಬಂಡವಾಳದ ಸುರಕ್ಷತೆ ಮತ್ತು ಸಂರಕ್ಷಣೆ: ಉಳಿತಾಯ ಖಾತೆಗಳು ಮತ್ತು "ಸಿಡಿ"ಗಳಂತಹ ಬ್ಯಾಂಕ್ ಉತ್ಪನ್ನಗಳು ತಮ್ಮ ಸುರಕ್ಷತೆಗೆ ಹೆಸರುವಾಸಿಯಾಗಿವೆ. ನಿಮ್ಮ ಅಸಲು ಹೂಡಿಕೆ ಸುರಕ್ಷಿತವಾಗಿದೆ, ಮತ್ತು ಅವುಗಳನ್ನು ಠೇವಣಿ ವಿಮೆಯಿಂದ ಬೆಂಬಲಿಸಲಾಗುತ್ತದೆ, ಇದು ಮನಸ್ಸಿನ ಶಾಂತಿಯನ್ನು ನೀಡುತ್ತದೆ.

ಊಹಿಸಬಹುದಾದ ಆದರೆ ಸಾಧಾರಣ ಆದಾಯ: ಬ್ಯಾಂಕ್ ಹೂಡಿಕೆಗಳು ಬಡ್ಡಿಯ ರೂಪದಲ್ಲಿ ಊಹಿಸಬಹುದಾದ ಮತ್ತು ಸ್ಥಿರವಾದ ಆದಾಯವನ್ನು ನೀಡುತ್ತವೆ. ಆದಾಗ್ಯೂ, ಈ ಆದಾಯಗಳು ತುಲನಾತ್ಮಕವಾಗಿ ಕಡಿಮೆ ಇರುತ್ತವೆ, ಅಂದರೆ ಅವು ನಿಮ್ಮ ಸಂಪತ್ತನ್ನು ಗಮನಾರ್ಹವಾಗಿ ಹೆಚ್ಚಿಸುವುದಿಲ್ಲ ಅಥವಾ ಹಣದುಬ್ಬರವನ್ನು ಉಳಿಸಿಕೊಳ್ಳುವುದಿಲ್ಲ

ಅಲ್ಪಾವಧಿ ಮತ್ತು ತುರ್ತು ಅಗತ್ಯಗಳು: ಬ್ಯಾಂಕ್ ಹೂಡಿಕೆಗಳು ಹೆಚ್ಚು ದ್ರವವಾಗಿರುತ್ತವೆ, ಇದು ಅಲ್ಪಾವಧಿಯ ಗುರಿಗಳು, ತುರ್ತುಸ್ಥಿತಿಗಳು ಅಥವಾ ನಿಧಿಗಳಿಗೆ ಸುಲಭ ಪ್ರವೇಶದ ಅಗತ್ಯಕ್ಕೆ ಸೂಕ್ತವಾಗಿದೆ.

ಕಡಿಮೆ ಅಪಾಯ: ಈ ಹೂಡಿಕೆಗಳು ಕಡಿಮೆ-ಅಪಾಯದ ಆಯ್ಕೆಗಳಾಗಿವೆ, ಕಡಿಮೆ ಅಪಾಯ ಸಹಿಷ್ಣುತೆ ಹೊಂದಿರುವ ವ್ಯಕ್ತಿಗಳಿಗೆ ಅಥವಾ ಹೆಚ್ಚಿನ ಆದಾಯಕ್ಕಿಂತ ಬಂಡವಾಳ ಸಂರಕ್ಷಣೆಗೆ ಆದ್ಯತೆ ನೀಡುವವರಿಗೆ ಸೂಕ್ತವಾಗಿವೆ.

ಸಂಕ್ಷಿಪ್ತವಾಗಿ ಹೇಳುವುದಾದರೆ, ಹಣಕಾಸಿನ ಗುರಿಗಳನ್ನು ಪೂರೈಸಲು ಬ್ಯಾಂಕ್ ಉತ್ಪನ್ನಗಳು ಮತ್ತು ಸ್ಟಾಕ್ ಗಳ ನಡುವಿನ ಆಯ್ಕೆಯು ಅಪಾಯ ಸಹಿಷ್ಣುತೆ, ಹೂಡಿಕೆಯ ದಿಗಂತ ಮತ್ತು ನೀವು ಸಾಧಿಸುವ ಗುರಿಯನ್ನು ಹೊಂದಿರುವ ನಿರ್ದಿಷ್ಟ ಉದ್ದೇಶಗಳಂತಹ ಅಂಶಗಳನ್ನು ಅವಲಂಬಿಸಿರುತ್ತದೆ. ಬ್ಯಾಂಕ್ ಉತ್ಪನ್ನಗಳು ಸುರಕ್ಷತೆ ಮತ್ತು ದ್ರವ್ಯತೆಗೆ ಆದ್ಯತೆ ನೀಡುತ್ತವೆ, ಆದರೆ ಷೇರುಗಳು ಹೆಚ್ಚಿನ ಆದಾಯ ಮತ್ತು ದೀರ್ಘಕಾಲೀನ ಸಂಪತ್ತಿನ ಬೆಳವಣಿಗೆಯ ಸಾಮರ್ಥ್ಯವನ್ನು ನೀಡುತ್ತವೆ. ಅನೇಕ ವ್ಯಕ್ತಿಗಳು ತಮ್ಮ ಹಣಕಾಸಿನ ಅಗತ್ಯಗಳು ಮತ್ತು ಆದ್ಯತೆಗಳಿಗೆ ಅನುಗುಣವಾಗಿ ಅಪಾಯ ಮತ್ತು ಪ್ರತಿಫಲವನ್ನು ಸಮತೋಲನಗೊಳಿಸಲು ಎರಡೂ ರೀತಿಯ ಹೂಡಿಕೆಗಳನ್ನು ಸಂಯೋಜಿಸುವ ಮೂಲಕ ಸಮತೋಲಿತ ವಿಧಾನವನ್ನು ಆಯ್ಕೆ ಮಾಡುತ್ತಾರೆ. ನಿಮ್ಮ ವಿಶಿಷ್ಟ ಹಣಕಾಸು ಪರಿಸ್ಥಿತಿಯನ್ನು ಮೌಲ್ಯಮಾಪನ ಮಾಡುವುದು ಮತ್ತು ಮಾಹಿತಿಯುತ ಹೂಡಿಕೆ ನಿರ್ಧಾರಗಳನ್ನು ತೆಗೆದುಕೊಳ್ಳಲು ಹಣಕಾಸು ಸಲಹೆಗಾರರೊಂದಿಗೆ ಸಮಾಲೋಚಿಸುವುದು ಅತ್ಯಗತ್ಯ.

ಹಣದುಬ್ಬರ (ದರಗಳ ಹೆಚ್ಚಳ) ------------ ಉದಾಹರಣೆ

1 ಪೇಟ್ ಇಡ್ಲಿ ಪ್ಲೇಟ್ ಬೆಲೆ ಹೋಲಿಕೆ

Year 1988

Year 2023

ಹಣದುಬ್ಬರ (ದರಗಳ ಹೆಚ್ಚಳ) ------------ ಉದಾಹರಣೆ

ಸರಳ ವೈದ್ಯಕೀಯ ಚಿಕಿತ್ಸೆ @ ಗ್ರಾಮೀಣ ಗ್ರಾಮ ವೆಚ್ಚಗಳ ಹೋಲಿಕೆ

Year 1988

Year 2023

ಹಣದುಬ್ಬರ (ದರಗಳ ಹೆಚ್ಚಳ) ------------ ಉದಾಹರಣೆ

ಶಿಕ್ಷಣ ವೆಚ್ಚಗಳ ಹೋಲಿಕೆ

Year 2000	Year 2023
Rs:10,000	Rs:60,000

ಆದ್ದರಿಂದ, ಷೇರುಗಳಲ್ಲಿನ ಹೂಡಿಕೆದಾರರು ಹಣದುಬ್ಬರವನ್ನು ಸೋಲಿಸಿದರು.

ವಿವರಗಳು	ಬ್ಯಾಂಕ್ 	ಷೇರುಗಳು 
ಹೂಡಿಕೆಯ ಮೇಲಿನ ಆದಾಯ	6% to 8%	15% to 50%
ಬಂಡವಾಳ ಕಳೆದುಕೊಳ್ಳುವ ಅಪಾಯ	ಯಾವುದೇ ಅಪಾಯವಿಲ್ಲ	ಹೆಚ್ಚಿನ ಅಪಾಯ
ಆದಾಯವನ್ನು ಹೆಚ್ಚಿಸಲು ಮತ್ತು ಹಣದುಬ್ಬರವನ್ನು ಸೋಲಿಸಲು ವಿಧಾನ	ಮಾಧ್ಯಮ	ಹೌದು
ನಗದು ದ್ರವ್ಯತೆ	ಹೌದು	ಹೌದು
ನಾಮನಿರ್ದೇಶಿತ ನಿಯೋಜನೆ	ಹೌದು	ಹೌದು
ಲಾಭಾಂಶದ ಮೂಲಕ ಹೆಚ್ಚುವರಿ ಆದಾಯ	ಇಲ್ಲ	ಹೌದು

ಸಂಕ್ಷಿಪ್ತವಾಗಿ ಹೇಳುವುದಾದರೆ

"ಬ್ಯಾಂಕುಗಳು ಹೆಚ್ಚಿನ ಆದಾಯವನ್ನು ನೀಡಲು ಸಾಧ್ಯವಿಲ್ಲ; ಆದಾಯವು ಹಣದುಬ್ಬರದ ವೇಗಕ್ಕೆ ಅನುಗುಣವಾಗಿರುತ್ತದೆ, ಇದರ ಪರಿಣಾಮವಾಗಿ ಹೂಡಿಕೆಗಳ ಮೇಲೆ ನಿಜವಾದ ಗಳಿಕೆ ಇರುವುದಿಲ್ಲ.

ಆದ್ದರಿಂದ ಹೆಚ್ಚಿನ ಆದಾಯಕ್ಕಾಗಿ ಷೇರು ಮಾರುಕಟ್ಟೆಯಲ್ಲಿ ಹೂಡಿಕೆ ಮಾಡಲು ಕಲಿಯಿರಿ.

ಷೇರುಗಳನ್ನು ನಿಮ್ಮ ಮುಂದಿನ ಪೀಳಿಗೆಗೂ ವರ್ಗಾಯಿಸಬಹುದು.

ಷೇರುಗಳನ್ನು ನಿಮ್ಮ ಕುಟುಂಬ ಸದಸ್ಯರು, ಸ್ನೇಹಿತರಿಗೆ ಉಡುಗೊರೆಯಾಗಿ ನೀಡಬಹುದು.

"ಷೇರು ಮಾರುಕಟ್ಟೆಯಲ್ಲಿ ಹೂಡಿಕೆ ಹಣದುಬ್ಬರವನ್ನು ಸೋಲಿಸುವ ಆಯ್ಕೆಗಳಲ್ಲಿ ಒಂದಾಗಿದೆ"

ಸರಕು ಮತ್ತು ಸೇವೆಗಳ ಬೆಲೆಗಳು ಹೆಚ್ಚಾದಾಗ (ಹಣದುಬ್ಬರದಿಂದಾಗಿ), ವ್ಯವಹಾರಗಳು ಸಹ ಬೆಳವಣಿಗೆಯನ್ನು ಅನುಭವಿಸಬಹುದು, ಇದು ಅವರ ಸ್ಟಾಕ್ ಬೆಲೆಗಳಲ್ಲಿ ಹೆಚ್ಚಳಕ್ಕೆ ಕಾರಣವಾಗುತ್ತದೆ. ಪರಿಣಾಮವಾಗಿ, ಷೇರುಗಳಲ್ಲಿ ಹೂಡಿಕೆ ಮಾಡುವುದು ಈ ಬೆಳವಣಿಗೆಯಿಂದ ಸಂಭಾವ್ಯವಾಗಿ ಪ್ರಯೋಜನ ಪಡೆಯಲು ಮತ್ತು ಹಣದ ಖರೀದಿ ಶಕ್ತಿಯ ಮೇಲೆ ಹಣದುಬ್ಬರದ ಪರಿಣಾಮಗಳನ್ನು ಎದುರಿಸಲು ಒಂದು ಮಾರ್ಗವಾಗಿದೆ.

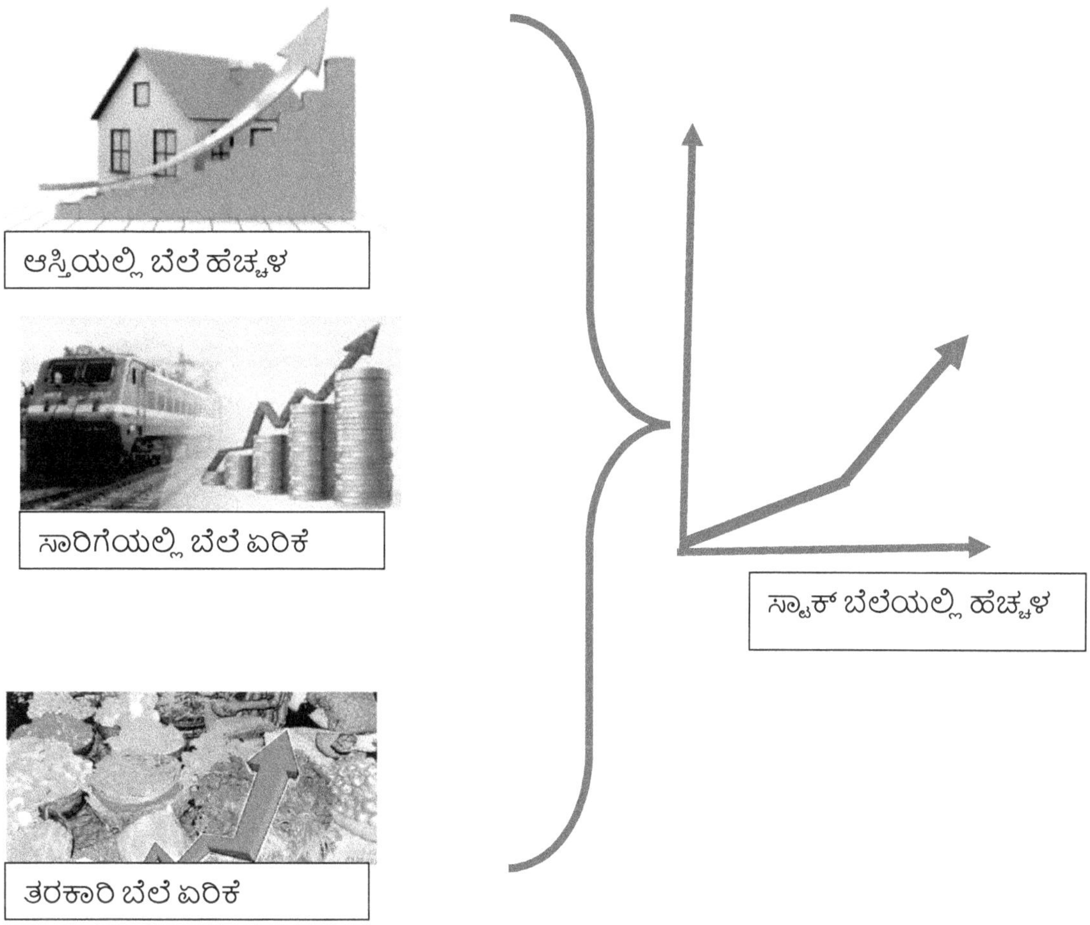

ಅಧ್ಯಾಯ - 6

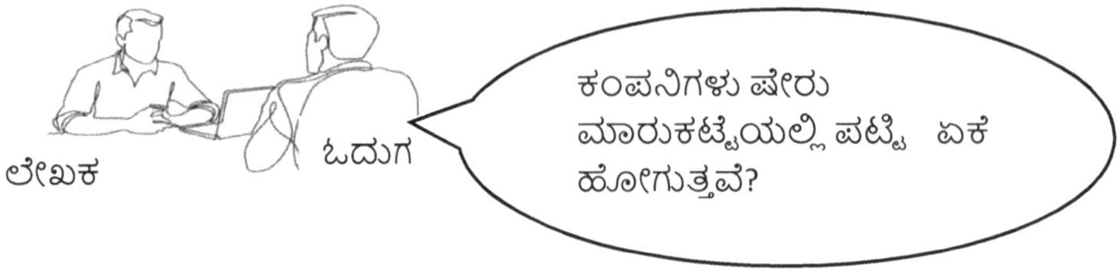

ಬಂಡವಾಳವನ್ನು ಪ್ರವೇಶಿಸುವುದು, ಸ್ಟಾಕ್ ಗಳು ಎಲ್ಲರಿಗೂ ಲಭ್ಯವಾಗುವಂತೆ ಮಾಡಲು, ವಿಶ್ವಾಸಾರ್ಹತೆಯನ್ನು ಹೆಚ್ಚಿಸುವುದು, ಆರಂಭಿಕ ಹೂಡಿಕೆದಾರರಿಗೆ ನಿರ್ಗಮನ ಕಾರ್ಯತಂತ್ರವನ್ನು ಒದಗಿಸುವುದು ಮತ್ತು ಉದ್ಯೋಗಿಗಳ ಸ್ಟಾಕ್ ಆಯ್ಕೆಗಳನ್ನು ಸಕ್ರಿಯಗೊಳಿಸುವುದು ಸೇರಿದಂತೆ ವಿವಿಧ ಕಾರಣಗಳಿಗಾಗಿ ಕಂಪನಿಗಳು ತಮ್ಮ ಷೇರುಗಳನ್ನು ಷೇರು ಮಾರುಕಟ್ಟೆಯಲ್ಲಿ ಪಟ್ಟಿ ಮಾಡಲು ನಿರ್ಧರಿಸುತ್ತವೆ. ಕಂಪನಿಗಳು ಸಾರ್ವಜನಿಕವಾಗಿ ಹೋಗಿ ತಮ್ಮ ಷೇರುಗಳನ್ನು ಷೇರು ಮಾರುಕಟ್ಟೆಯಲ್ಲಿ ಪಟ್ಟಿ ಮಾಡಲು ಕೆಲವು ಸಾಮಾನ್ಯ ಕಾರಣಗಳು ಇಲ್ಲಿವೆ:

ಬಂಡವಾಳಕ್ಕೆ ಪ್ರವೇಶ: ಸಾರ್ವಜನಿಕವಾಗಿ ಹೋಗುವುದು ಕಂಪನಿಗಳಿಗೆ ಸಾರ್ವಜನಿಕರಿಗೆ ಹೆಚ್ಚುವರಿ ಷೇರುಗಳನ್ನು ನೀಡುವ ಮೂಲಕ ಹಣವನ್ನು ಸಂಗ್ರಹಿಸಲು ಅನುವು ಮಾಡಿಕೊಡುತ್ತದೆ. ಈ ಬಂಡವಾಳವನ್ನು ಸಂಶೋಧನೆ ಮತ್ತು ಅಭಿವೃದ್ಧಿ, ವಿಸ್ತರಣೆ, ಸಾಲ ಕಡಿತ ಅಥವಾ ಸ್ವಾಧೀನಗಳಂತಹ ವಿವಿಧ ಉದ್ದೇಶಗಳಿಗಾಗಿ ಬಳಸಬಹುದು.

ಲಿಕ್ವಿಡಿಟಿ: ಸಾರ್ವಜನಿಕವಾಗಿ ವ್ಯಾಪಾರ ಮಾಡುವುದು ಎಂದರೆ ಕಂಪನಿಯ ಷೇರುಗಳಿಗೆ ಮಾರುಕಟ್ಟೆ ಇದೆ, ಅಸ್ತಿತ್ವದಲ್ಲಿರುವ ಷೇರುದಾರರಿಗೆ ದ್ರವ್ಯತೆಯನ್ನು ಒದಗಿಸುತ್ತದೆ. ಹೂಡಿಕೆದಾರರು ಸ್ಟಾಕ್ ಎಕ್ಸ್ಚೇಂಜ್ನಲ್ಲಿ ಷೇರುಗಳನ್ನು ಖರೀದಿಸಬಹುದು ಮತ್ತು ಮಾರಾಟ ಮಾಡಬಹುದು, ಇದು ಆರಂಭಿಕ ಹೂಡಿಕೆದಾರರಿಗೆ, ಸ್ಟಾಕ್ ಆಯ್ಕೆಗಳನ್ನು ಹೊಂದಿರುವ ಉದ್ಯೋಗಿಗಳಿಗೆ ಮತ್ತು ತಮ್ಮ ಹೂಡಿಕೆಯ ಸ್ವಲ್ಪ ಭಾಗವನ್ನು ನಗದೀಕರಿಸಲು ಬಯಸುವ ಸಂಸ್ಥಾಪಕರಿಗೆ ಆಕರ್ಷಕವಾಗಿರುತ್ತದೆ.

ವಿಶ್ವಾಸಾರ್ಹತೆ ಮತ್ತು ವಿಶ್ವಾಸ: ಷೇರು ಮಾರುಕಟ್ಟೆ ಪಟ್ಟಿಯು ಕಂಪನಿಯ ವಿಶ್ವಾಸಾರ್ಹತೆ ಮತ್ತು ಖ್ಯಾತಿಯನ್ನು ಹೆಚ್ಚಿಸುತ್ತದೆ. ಕಂಪನಿಯು ಕೆಲವು ನಿಯಂತ್ರಕ ಮತ್ತು ಹಣಕಾಸು ಮಾನದಂಡಗಳನ್ನು ಪೂರೈಸಿದೆ ಎಂದು ಇದು ಸೂಚಿಸುತ್ತದೆ, ಇದು ಹೂಡಿಕೆದಾರರು, ಗ್ರಾಹಕರು ಮತ್ತು ವ್ಯವಹಾರ ಪಾಲುದಾರರಲ್ಲಿ ವಿಶ್ವಾಸವನ್ನು ಸ್ಥಾಪಿಸಬಹುದು.

ಉದ್ಯೋಗಿ ಪ್ರಯೋಜನಗಳು: ಸಾರ್ವಜನಿಕ ಕಂಪನಿಗಳು ಉದ್ಯೋಗಿಗಳಿಗೆ ಸ್ಟಾಕ್ ಆಯ್ಕೆಗಳು ಅಥವಾ ಸ್ಟಾಕ್ ಅನುದಾನಗಳನ್ನು ನೀಡಬಹುದು, ಇದು ಮೌಲ್ಯಯುತ ಪ್ರಯೋಜನವಾಗಿ ಮತ್ತು ಉನ್ನತ ಪ್ರತಿಭೆಗಳನ್ನು ಆಕರ್ಷಿಸಲು ಮತ್ತು ಉಳಿಸಿಕೊಳ್ಳಲು ಸಾಧನವಾಗಿ ಕಾರ್ಯನಿರ್ವಹಿಸುತ್ತದೆ.

ವಿಲೀನಗಳು ಮತ್ತು ಸ್ವಾಧೀನಗಳು: ಸಾರ್ವಜನಿಕವಾಗಿ ವ್ಯಾಪಾರ ಮಾಡುವ ಕಂಪನಿಗಳು ತಮ್ಮ ಷೇರುಗಳನ್ನು ವಿಲೀನಗಳು ಮತ್ತು ಸ್ವಾಧೀನಗಳಿಗೆ ಕರೆನ್ಸಿಯ ರೂಪವಾಗಿ ಬಳಸಬಹುದು, ಇದರಿಂದಾಗಿ ಇತರ ಕಂಪನಿಗಳನ್ನು ಸ್ವಾಧೀನಪಡಿಸಿಕೊಳ್ಳುವುದು ಅಥವಾ ಅವುಗಳೊಂದಿಗೆ ವಿಲೀನಗೊಳ್ಳುವುದು ಸುಲಭವಾಗುತ್ತದೆ.

ಮೌಲ್ಯಮಾಪನ: ಸಾರ್ವಜನಿಕವಾಗಿ ಹೋಗುವುದು ಕಂಪನಿಗೆ ಮಾರುಕಟ್ಟೆ ಮೌಲ್ಯವನ್ನು ಸ್ಥಾಪಿಸಬಹುದು, ಇದು ಭವಿಷ್ಯದ ನಿಧಿಸಂಗ್ರಹ ಪ್ರಯತ್ನಗಳಿಗೆ ಅಥವಾ ಸಂಭಾವ್ಯ ವಿಲೀನಗಳು / ಸ್ವಾಧೀನಗಳಿಗೆ ಉಪಯುಕ್ತವಾಗಿದೆ.

ಪ್ರೊಫೈಲ್ ಮತ್ತು ಗೋಚರತೆ: ಷೇರು ಮಾರುಕಟ್ಟೆ ಪಟ್ಟಿಯು ಹಣಕಾಸು ಮಾರುಕಟ್ಟೆಗಳಲ್ಲಿ ಹೆಚ್ಚಿನ ಗೋಚರತೆಯನ್ನು ಕಂಪನಿಗೆ ಒದಗಿಸುತ್ತದೆ, ವಿಶ್ಲೇಷಕರು, ಮಾಧ್ಯಮ ಮತ್ತು ಸಂಭಾವ್ಯ ಹೂಡಿಕೆದಾರರಿಂದ ಗಮನವನ್ನು ಸೆಳೆಯುತ್ತದೆ.

ಪಾಲುದಾರಿಕೆಗಾಗಿ ಕರೆನ್ಸಿ: ಸಾರ್ವಜನಿಕವಾಗಿ ವ್ಯಾಪಾರ ಮಾಡುವ ಸ್ಟಾಕ್ ಅನ್ನು ಪಾಲುದಾರಿಕೆ ಮತ್ತು ಸಹಯೋಗಗಳಲ್ಲಿ ಕರೆನ್ಸಿಯ ರೂಪವಾಗಿ ಬಳಸಬಹುದು, ಇದು ಕಂಪನಿಗಳಿಗೆ ಇತರ ವ್ಯವಹಾರಗಳೊಂದಿಗೆ ಕಾರ್ಯತಂತ್ರದ ಮೈತ್ರಿಗಳನ್ನು ರೂಪಿಸಲು ಅನುವು ಮಾಡಿಕೊಡುತ್ತದೆ.

ಸಾರ್ವಜನಿಕವಾಗಿ ಹೋಗಲು ಅನುಕೂಲಗಳಿದ್ದರೂ, ಸಾರ್ವಜನಿಕವಾಗಿ ವ್ಯಾಪಾರ ಮಾಡುವ ಕಂಪನಿಯಾಗಲು ಸಂಬಂಧಿಸಿದ ಗಮನಾರ್ಹ ವೆಚ್ಚಗಳು ಮತ್ತು ನಿಯಂತ್ರಕ ಅವಶ್ಯಕತೆಗಳು ಸಹ ಇವೆ ಎಂಬುದನ್ನು ಗಮನಿಸುವುದು ಮುಖ್ಯ. ಆದ್ದರಿಂದ, ಷೇರು ಮಾರುಕಟ್ಟೆಯಲ್ಲಿ ಪಟ್ಟಿ ಮಾಡುವ ನಿರ್ಧಾರವು ಕಂಪನಿಗಳು ಎಚ್ಚರಿಕೆಯಿಂದ ಪರಿಗಣಿಸುವ ಕಾರ್ಯತಂತ್ರವಾಗಿದೆ, ನ್ಯೂನತೆಗಳ ವಿರುದ್ಧ ಪ್ರಯೋಜನಗಳನ್ನು ತೂಗುತ್ತದೆ.

ಷೇರು ಮಾರುಕಟ್ಟೆಯಲ್ಲಿ ಷೇರುಗಳ ಪಟ್ಟಿಯ ಮೂಲ ಪ್ರಕ್ರಿಯೆ

ಉದಾಹರಣೆ

ಹಂತ 1

ಮಾಲೀಕರು/ಪ್ರಚಾರಕರು

ವ್ಯವಹಾರ ಕಲ್ಪನೆ

50 lacs + 50 lacs

ಹೂಡಿಕೆ

=

1 Cr company

Share	Share	Share	Share
Share	Share	Share	Share
Share	Share	Share	Share
Share	Share	Share	Share
Share	Share	Share	Share

10 lacs Qty shares
@ Rs10/Share

1

2

3

4

Share	Share	Share	Share
Share	Share	Share	Share
Share	Share	Share	Share
Share	Share	Share	Share
Share	Share	Share	Share

Sell stocks

ಹಂತ 2

ಆಂಗಲ್ ಹೂಡಿಕೆದಾರರು

Sell stocks

ಹಂತ 3

ವೆಂಚರ್ ಕ್ಯಾಪಿಟಲ್ & ಪ್ರೈವೇಟ್ ಈಕ್ವಿಟಿ

1) ಮಾರುಕಟ್ಟೆಯಲ್ಲಿ ನಮ್ಮ ಉತ್ಪನ್ನಕ್ಕೆ ಹೆಚ್ಚಿನ ಬೇಡಿಕೆ ಇರುವುದರಿಂದ ವ್ಯವಹಾರವನ್ನು ವಿಸ್ತರಿಸಲು ಹೆಚ್ಚಿನ ಹಣ ಬೇಕು.

2) ಹೆಚ್ಚಿನ ಉತ್ಪನ್ನವನ್ನು ಉತ್ಪಾದಿಸಲು ಸಂಪನ್ಮೂಲಗಳನ್ನು ಖರೀದಿಸಲು ಬ್ಯಾಂಕಿನಿಂದ ಸಾಲ ತೆಗೆದುಕೊಳ್ಳಲು ಬಯಸುವುದಿಲ್ಲ.

ಆದ್ದರಿಂದ ಅಸ್ತಿತ್ವದಲ್ಲಿರುವ 10 ಲಕ್ಷ ಷೇರುಗಳನ್ನು ನಾವು ಮಾರಾಟ ಮಾಡುತ್ತೇವೆ

1) ನಮ್ಮ ಕಂಪನಿ ನಿರೀಕ್ಷೆಗಿಂತ ಹೆಚ್ಚು ಬೆಳೆದಿದೆ. ವ್ಯಾಪಾರ ವಿಸ್ತರಣೆಗೆ ನಮಗೆ ಹೆಚ್ಚಿನ ಹಣ ಬೇಕು

2) ನಾವು ಕಂಪನಿಯನ್ನು ಉನ್ನತ ಮಟ್ಟಕ್ಕೆ ವಿಸ್ತರಿಸಲು ಬಯಸುತ್ತೇವೆ. ನಾವು ನಮ್ಮ ಷೇರುಗಳ ಭಾಗವನ್ನು "ಆಂಗಲ್ ಇನ್ವೆಸ್ಟರ್ಸ್" ಗೆ ಮಾರಾಟ ಮಾಡಿದ್ದೇವೆ.

1) ನಮ್ಮ ಕಂಪನಿ ಮತ್ತೊಮ್ಮೆ ನಿರೀಕ್ಷೆಗಿಂತ ಹೆಚ್ಚಾಗಿದೆ. ವ್ಯಾಪಾರ ವಿಸ್ತರಣೆಗೆ ನಮಗೆ ಹೆಚ್ಚಿನ ಹಣ ಬೇಕು

2) ನಾವು ಕಂಪನಿಯನ್ನು ಉನ್ನತ ಮಟ್ಟಕ್ಕೆ ವಿಸ್ತರಿಸಲು ಬಯಸುತ್ತೇವೆ. ನಾವು ನಮ್ಮ ಷೇರುಗಳ ಭಾಗವನ್ನು "ವೆಂಚರ್ ಕ್ಯಾಪಿಟಲ್ & ಪ್ರೈವೇಟ್ ಈಕ್ವಿಟಿ" ಗೆ ಮಾರಾಟ ಮಾಡಿದ್ದೇವೆ.

5

6

7

ಹಂತ 4

IPO

ಸ್ಟಾಕ್ ಗಳನ್ನು ಮಾರಾಟ ಮಾಡಿದರು.

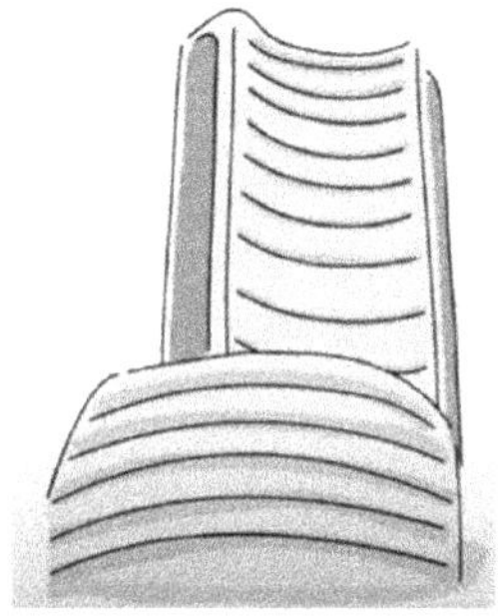

Stock Market BSE/ NSE

ನಾವು ನಮ್ಮ ಷೇರುಗಳ ಭಾಗವನ್ನು "ಸ್ಟಾಕ್ ಎಕ್ಸ್ಚೇಂಜ್" ಗೆ ಮಾರಾಟ ಮಾಡಿದ್ದೇವೆ

ಐಪಿಒಗೆ ಕಾರಣ

ಆರಂಭಿಕ ಹೂಡಿಕೆದಾರರಿಗೆ ನಿರ್ಗಮನವನ್ನು ಒದಗಿಸುವುದು: ನಮ್ಮ ಅಸ್ತಿತ್ವದಲ್ಲಿರುವ ಏಂಜೆಲ್ ಹೂಡಿಕೆದಾರರು, ಸಾಹಸೋದ್ಯಮ ಬಂಡವಾಳ ಮತ್ತು ಖಾಸಗಿ ಈಕ್ವಿಟಿ ಪಾಲುದಾರರು ನಮ್ಮ ಕಂಪನಿಯಲ್ಲಿ ತಮ್ಮ ಷೇರುಗಳನ್ನು ಮಾರಾಟ ಮಾಡಲು ಬಯಸುತ್ತಾರೆ ಏಕೆಂದರೆ ಅವರು ತಮ್ಮ ಹೂಡಿಕೆಗಳಲ್ಲಿ ಗಮನಾರ್ಹ ಆದಾಯವನ್ನು ಕಂಡಿದ್ದಾರೆ.

ಭವಿಷ್ಯದ ಬೆಳವಣಿಗೆಗೆ ಧನಸಹಾಯ: ಹೊಸ ವಿಸ್ತರಣಾ ಉಪಕ್ರಮಗಳನ್ನು ಬೆಂಬಲಿಸಲು ಮತ್ತು ಮತ್ತಷ್ಟು ಬೆಳವಣಿಗೆಯನ್ನು ಉತ್ತೇಜಿಸಲು ಹೆಚ್ಚುವರಿ ಹಣವನ್ನು ಸಂಗ್ರಹಿಸುವ ಗುರಿಯನ್ನು ಕಂಪನಿಯು ಹೊಂದಿದೆ.

ಸಾರ್ವಜನಿಕ ಹೂಡಿಕೆಗೆ ಪ್ರವೇಶ: ನಮ್ಮ ಕಂಪನಿಯ ಷೇರುಗಳನ್ನು ಖರೀದಿಸಲು ಆಸಕ್ತಿ ಹೊಂದಿರುವ ಸಾರ್ವಜನಿಕರ ವೈಯಕ್ತಿಕ ಸದಸ್ಯರಿಗೆ ನಮಗೆ ನೇರ ಪ್ರವೇಶವಿಲ್ಲದ ಕಾರಣ, ನಾವು ಷೇರುಗಳನ್ನು ಸ್ಟಾಕ್ ಎಕ್ಸ್ಚೇಂಜ್ನಲ್ಲಿ ಮಾರಾಟ ಮಾಡಲು ಆಯ್ಕೆ ಮಾಡುತ್ತೇವೆ. ಇದು ಸಾಮಾನ್ಯ ಜನರಿಗೆ ಹಿಂದಿನ ಹೂಡಿಕೆದಾರರಂತೆ ನಮ್ಮ ಷೇರುಗಳನ್ನು ಖರೀದಿಸಲು ಮತ್ತು ವ್ಯಾಪಾರದ ಮೂಲಕ ಲಾಭವನ್ನು ಗಳಿಸಲು ಅನುವು ಮಾಡಿಕೊಡುತ್ತದೆ.

ಮಾಲೀಕರ ಪಾಲು 70%

20% ಹೊಂದಿರುವ ವಿದೇಶಿ ಸಂಸ್ಥೆ

5% ಹೊಂದಿರುವ ದೇಶೀಯ ಸಂಸ್ಥೆ

ಚಿಲ್ಲರೆ ಹೂಡಿಕೆದಾರರು 5% ಹೊಂದಿದ್ದಾರೆ

ಸಾಹಸೋದ್ಯಮ ಬಂಡವಾಳ ಮತ್ತು ಖಾಸಗಿ ಈಕ್ವಿಟಿ ನಡುವಿನ ವ್ಯತ್ಯಾಸ

ಮಾನದಂಡಗಳು	ಸಾಹಸೋದ್ಯಮ ಬಂಡವಾಳ	ಖಾಸಗಿ ಈಕ್ವಿಟಿ
ಅರ್ಥ	ಇವು ಕಂಪನಿಯನ್ನು ತಮ್ಮ ಪ್ರಾಥಮಿಕ ಹಂತದಲ್ಲಿ ಬೆಳೆಸಲು ಬಳಸುವ ಸಣ್ಣ ಹೂಡಿಕೆಗಳಾಗಿವೆ	ಇದು ಯಾವುದೇ ಸಾರ್ವಜನಿಕ ಸ್ಟಾಕ್ ಎಕ್ಸ್ಚೇಂಜ್ನಲ್ಲಿ ಪಟ್ಟಿ ಮಾಡದ ಸಂಸ್ಥೆಗಳಿಗೆ ಹೂಡಿಕೆಯಾಗಿದೆ
ಹೂಡಿಕೆ ಹಂತಗಳು	ಆರಂಭಿಕ ಹಂತ	ನಂತರದ ಹಂತ
ಹೂಡಿಕೆ ಮಾಡಿದ ಫಂಡ್	ಹೆಚ್ಚಿನ ಸಂಖ್ಯೆಯ ಸಂಸ್ಥೆಗಳಲ್ಲಿ	ಕೆಲವು ಕಂಪನಿಗಳಲ್ಲಿ
ಹೂಡಿಕೆ ಹಂತಗಳು	ಆರಂಭಿಕ ಹಂತ	ನಂತರದ ಹಂತ
ಹೂಡಿಕೆ ಮಾಡಿದ ಫಂಡ್	ಹೆಚ್ಚಿನ ಸಂಖ್ಯೆಯ ಸಂಸ್ಥೆಗಳಲ್ಲಿ	ಕೆಲವು ಕಂಪನಿಗಳಲ್ಲಿ
ಕೈಗಾರಿಕೆಗಳು	ಆರಂಭಿಕ ಹೂಡಿಕೆಗಳ ಅಗತ್ಯವಿರುವ ಉನ್ನತ ತಂತ್ರಜ್ಞಾನ, ಇಂಧನ ಸಂರಕ್ಷಣೆ ಮುಂತಾದ ಕೈಗಾರಿಕೆಗಳು	ಎಲ್ಲಾ ಕೈಗಾರಿಕೆಗಳು
ಗಮನ	ನಿರ್ವಹಣಾ ಕೌಶಲ್ಯ	ಸಾಂಸ್ಥಿಕ ಆಡಳಿತ
ಒಳಗೊಂಡಿರುವ ಅಪಾಯ	ಅಧಿಕ	ಕಡಿಮೆ
ಅಗತ್ಯವಿರುವ ಬಂಡವಾಳ	ಕಾರ್ಯಾಚರಣೆಗಳ ಬೆಳವಣಿಗೆಗಾಗಿ	ವ್ಯಾಪಾರ ವಿಸ್ತರಣೆ ಮತ್ತು ಬೆಳವಣಿಗೆಗೆ ಇದು ಅಗತ್ಯವಾಗಿದೆ

ಅಧ್ಯಾಯ - 7

ಐಪಿಒ ಎಂದರೆ "ಆರಂಭಿಕ ಸಾರ್ವಜನಿಕ ಕೊಡುಗೆ". ಇದು ಒಂದು ಮಹತ್ವದ ಹಣಕಾಸು ಘಟನೆಯಾಗಿದ್ದು, ಇದರಲ್ಲಿ ಖಾಸಗಿ ಕಂಪನಿಯು ತನ್ನ ಷೇರುಗಳನ್ನು ಮೊದಲ ಬಾರಿಗೆ ಸಾರ್ವಜನಿಕರಿಗೆ ನೀಡುತ್ತದೆ, ಇದು ಸಾರ್ವಜನಿಕವಾಗಿ ವ್ಯಾಪಾರ ಮಾಡುವ ಕಂಪನಿಯಾಗಲು ಅನುವು ಮಾಡಿಕೊಡುತ್ತದೆ. ಐಪಿಒ ಹೇಗೆ ಕಾರ್ಯನಿರ್ವಹಿಸುತ್ತದೆ ಎಂಬುದರ ಅವಲೋಕನ ಇಲ್ಲಿದೆ:

ಐಪಿಒಗೆ ಕಾರಣಗಳು: ಬೆಳವಣಿಗೆ ಮತ್ತು ವಿಸ್ತರಣೆಗಾಗಿ ಬಂಡವಾಳವನ್ನು ಸಂಗ್ರಹಿಸುವುದು, ಸಾಲಗಳನ್ನು ಪಾವತಿಸುವುದು, ಅಸ್ತಿತ್ವದಲ್ಲಿರುವ ಷೇರುದಾರರಿಗೆ (ಆರಂಭಿಕ ಹೂಡಿಕೆದಾರರು ಮತ್ತು ಉದ್ಯೋಗಿಗಳಂತಹ) ದ್ರವ್ಯತೆಯನ್ನು ಒದಗಿಸುವುದು ಮತ್ತು ಮಾರುಕಟ್ಟೆಯಲ್ಲಿ ಗೋಚರತೆ ಮತ್ತು ವಿಶ್ವಾಸಾರ್ಹತೆಯನ್ನು ಹೆಚ್ಚಿಸುವುದು ಸೇರಿದಂತೆ ವಿವಿಧ ಕಾರಣಗಳಿಗಾಗಿ ಕಂಪನಿಗಳು ಸಾರ್ವಜನಿಕವಾಗುತ್ತವೆ.

ಐಪಿಒಗಳು ಹೂಡಿಕೆದಾರರಿಗೆ ಅದರ ಸಾರ್ವಜನಿಕ ಪ್ರಯಾಣದ ಆರಂಭದಲ್ಲಿ ಕಂಪನಿಯಲ್ಲಿ ಷೇರುಗಳನ್ನು ಖರೀದಿಸಲು ಒಂದು ಅವಕಾಶವಾಗಬಹುದು, ಭವಿಷ್ಯದ ಷೇರು ಬೆಲೆ ಏರಿಕೆಯಿಂದ ಪ್ರಯೋಜನ ಪಡೆಯಬಹುದು. ಆದಾಗ್ಯೂ, ಅವು ಅಪಾಯಗಳನ್ನು ಸಹ ಹೊಂದಿವೆ, ಏಕೆಂದರೆ ಹೊಸದಾಗಿ ಬಿಡುಗಡೆಯಾದ ಷೇರುಗಳ ಬೆಲೆಯು ವಹಿವಾಟಿನ ಆರಂಭಿಕ ದಿನಗಳಲ್ಲಿ ಅಸ್ಥಿರವಾಗಿರುತ್ತದೆ. ಐಪಿಒದಲ್ಲಿ ಭಾಗವಹಿಸುವ ಮೊದಲು ಹೂಡಿಕೆದಾರರು ಸೂಕ್ತ ಶ್ರದ್ಧೆಯನ್ನು ನಡೆಸುವುದು ಮತ್ತು ಕಂಪನಿಯ ಆರ್ಥಿಕ ಆರೋಗ್ಯ ಮತ್ತು ಭವಿಷ್ಯವನ್ನು ಎಚ್ಚರಿಕೆಯಿಂದ ಪರಿಗಣಿಸುವುದು ಮುಖ್ಯ.

ಭಾರತದಲ್ಲಿ, ಆರಂಭಿಕ ಸಾರ್ವಜನಿಕ ಕೊಡುಗೆ (ಐಪಿಒ) ನಡೆಸುವ ಪ್ರಕ್ರಿಯೆಯು ಕಂಪನಿಗಳು ಸಾರ್ವಜನಿಕವಾಗಿ ಹೋಗಲು ಮತ್ತು ಸ್ಟಾಕ್ ಎಕ್ಸ್ಚೇಂಜ್ನಲ್ಲಿ ತಮ್ಮ ಷೇರುಗಳನ್ನು ಪಟ್ಟಿ ಮಾಡಲು ಅನುಸರಿಸಬೇಕಾದ ಹಲವಾರು ಹಂತಗಳನ್ನು ಒಳಗೊಂಡಿದೆ. ಭಾರತದಲ್ಲಿ ಐಪಿಒ ಪ್ರಕ್ರಿಯೆಯಲ್ಲಿ ಒಳಗೊಂಡಿರುವ ಪ್ರಮುಖ ಹಂತಗಳು ಇಲ್ಲಿವೆ:

1. ಮಧ್ಯವರ್ತಿಗಳ ನೇಮಕ:

ಸಾರ್ವಜನಿಕವಾಗಿ ಹೋಗಲು ಬಯಸುವ ಕಂಪನಿಯು ಹೂಡಿಕೆ ಬ್ಯಾಂಕುಗಳು (ಲೀಡ್ ಮ್ಯಾನೇಜರ್ಗಳು), ಕಾನೂನು ಸಲಹೆಗಾರರು, ಲೆಕ್ಕಪರಿಶೋಧಕರು ಮತ್ತು ರಿಜಿಸ್ಟ್ರಾರ್ ಮತ್ತು ವರ್ಗಾವಣೆ ಏಜೆಂಟರು (ಆರ್ಟಿಎಗಳು) ಸೇರಿದಂತೆ ವಿವಿಧ ಮಧ್ಯವರ್ತಿಗಳನ್ನು ನೇಮಿಸುತ್ತದೆ.

2. ಸೂಕ್ತ ಶ್ರದ್ಧೆ ಮತ್ತು ಸಿದ್ಧತೆ:

ಕಂಪನಿಯು, ತನ್ನ ಸಲಹೆಗಾರರ ಸಹಾಯದಿಂದ, ಐಪಿಒಗೆ ತಯಾರಿ ನಡೆಸಲು ವ್ಯಾಪಕವಾದ ಶ್ರದ್ಧೆಯನ್ನು ನಡೆಸುತ್ತದೆ. ಇದು ಹಣಕಾಸು ಲೆಕ್ಕಪರಿಶೋಧನೆ, ಕಾನೂನು ಅನುಸರಣೆ ಪರಿಶೀಲನೆಗಳು ಮತ್ತು ಅಗತ್ಯ ದಾಖಲೆಗಳ ತಯಾರಿಕೆಯನ್ನು ಒಳಗೊಂಡಿದೆ.

3. ಮಂಡಳಿಯ ಅನುಮೋದನೆ:

ಕಂಪನಿಯ ನಿರ್ದೇಶಕರ ಮಂಡಳಿಯು ಐಪಿಒ ಪ್ರಸ್ತಾಪವನ್ನು ಅನುಮೋದಿಸುತ್ತದೆ, ಇದರಲ್ಲಿ ವಿತರಿಸಬೇಕಾದ ಷೇರುಗಳ ಸಂಖ್ಯೆ, ಬೆಲೆ ತಂತ್ರ ಮತ್ತು ಆದಾಯದ ಬಳಕೆ ಸೇರಿವೆ.

4. ಸೆಬಿ ಅನುಮೋದನೆ:

ಭಾರತದಲ್ಲಿ ಐಪಿಒಗಳ ಮೇಲ್ವಿಚಾರಣೆ ನಡೆಸುವ ನಿಯಂತ್ರಕ ಪ್ರಾಧಿಕಾರವಾದ ಸೆಕ್ಯುರಿಟೀಸ್ ಅಂಡ್ ಎಕ್ಸ್ಚೇಂಜ್ ಬೋರ್ಡ್ ಆಫ್ ಇಂಡಿಯಾ (ಸೆಬಿ) ಗೆ ಕಂಪನಿಯು ಕರಡು ಪ್ರಾಸ್ಪೆಕ್ಟಸ್ ಸಲ್ಲಿಸುತ್ತದೆ. ನಿಯಂತ್ರಕ ಅವಶ್ಯಕತೆಗಳನ್ನು ಅನುಸರಿಸುತ್ತದೆ ಎಂದು ಖಚಿತಪಡಿಸಿಕೊಳ್ಳಲು ಸೆಬಿ ಪ್ರಾಸ್ಪೆಕ್ಟಸ್ ಅನ್ನು ಪರಿಶೀಲಿಸುತ್ತದೆ ಮತ್ತು ಅಗತ್ಯ ಸ್ಪಷ್ಟೀಕರಣಗಳನ್ನು ಒದಗಿಸುತ್ತದೆ.

5. ರೆಡ್ ಹೆರಿಂಗ್ ಪ್ರಾಸ್ಪೆಕ್ಟಸ್ (ಆರ್ಎಚ್ಪಿ):

ಸೆಬಿಯ ಅವಲೋಕನಗಳು ಮತ್ತು ಸ್ಪಷ್ಟೀಕರಣಗಳನ್ನು ಸ್ವೀಕರಿಸಿದ ನಂತರ, ಕಂಪನಿಯು ರೆಡ್ ಹೆರಿಂಗ್ ಪ್ರಾಸ್ಪೆಕ್ಟಸ್ (ಆರ್ಎಚ್ಪಿ) ಅನ್ನು ಸಿದ್ಧಪಡಿಸುತ್ತದೆ, ಇದು ಕಂಪನಿಯ ವ್ಯವಹಾರ, ಹಣಕಾಸು, ಅಪಾಯಗಳು ಮತ್ತು ಐಪಿಒ ನಿಯಮಗಳ ಬಗ್ಗೆ ವಿವರಗಳನ್ನು ಒಳಗೊಂಡಿದೆ. ಆರ್ ಎಚ್ ಪಿಯನ್ನು ಸಾರ್ವಜನಿಕರಿಗೆ ಲಭ್ಯವಾಗುವಂತೆ ಮಾಡಲಾಗಿದೆ.

6. ಮಾರ್ಕೆಟಿಂಗ್ ಮತ್ತು ರೋಡ್ ಶೋ:

ಸಾಂಸ್ಥಿಕ ಹೂಡಿಕೆದಾರರು ಮತ್ತು ಚಿಲ್ಲರೆ ಹೂಡಿಕೆದಾರರಿಗೆ ಐಪಿಒವನ್ನು ಮಾರಾಟ ಮಾಡಲು ಕಂಪನಿಯು ತನ್ನ ಪ್ರಮುಖ ವ್ಯವಸ್ಥಾಪಕರೊಂದಿಗೆ ರೋಡ್ ಶೋ ನಡೆಸುತ್ತದೆ. ಇದು ಆಸಕ್ತಿಯನ್ನು ಉತ್ಪಾದಿಸಲು ಮತ್ತು ಬೇಡಿಕೆಯನ್ನು ಅಳೆಯಲು ಸಹಾಯ ಮಾಡುತ್ತದೆ.

7. ಐಪಿಒ ಬೆಲೆ ನಿಗದಿ:

ಕಂಪನಿ ಮತ್ತು ಲೀಡ್ ಮ್ಯಾನೇಜರ್ಗಳು ಅಂತಿಮ ಐಪಿಒ ಬೆಲೆ ಮತ್ತು ಪುಸ್ತಕ ನಿರ್ಮಾಣ ಪ್ರಕ್ರಿಯೆಯ ಮೂಲಕ ವಿತರಿಸಬೇಕಾದ ಷೇರುಗಳ ಸಂಖ್ಯೆಯನ್ನು ನಿರ್ಧರಿಸುತ್ತಾರೆ. ಚಿಲ್ಲರೆ ಹೂಡಿಕೆದಾರರು ಸಾಮಾನ್ಯವಾಗಿ ಕಟ್-ಆಫ್ ಬೆಲೆಯಲ್ಲಿ ಅಥವಾ ಬೆಲೆ ಬ್ಯಾಂಡ್ ಒಳಗೆ ಬಿಡ್ ಮಾಡುವ ಆಯ್ಕೆಯನ್ನು ಹೊಂದಿರುತ್ತಾರೆ.

8. ಐಪಿಒ ಚಂದಾದಾರಿಕೆ:

ಐಪಿಒ ಚಂದಾದಾರಿಕೆ ಅವಧಿಯಲ್ಲಿ, ಹೂಡಿಕೆದಾರರು ತಮ್ಮ ಬಿಡ್ಗಳನ್ನು ಅರ್ಜಿಗಳ ಮೂಲಕ ಸಲ್ಲಿಸುತ್ತಾರೆ. ಚಿಲ್ಲರೆ ಹೂಡಿಕೆದಾರರು ಕಟ್-ಆಫ್ ಬೆಲೆಯಲ್ಲಿ ಅಥವಾ ಪ್ರೈಸ್ ಬ್ಯಾಂಡ್ ಒಳಗೆ ಷೇರುಗಳನ್ನು ಬಿಡ್ ಮಾಡಬಹುದು.

9. ಷೇರುಗಳ ಹಂಚಿಕೆ:

ಚಂದಾದಾರಿಕೆ ಅವಧಿ ಮುಗಿದ ನಂತರ, ಬೇಡಿಕೆಯ ಆಧಾರದ ಮೇಲೆ ಹೂಡಿಕೆದಾರರಿಗೆ ಷೇರುಗಳನ್ನು ಹಂಚಿಕೆ ಮಾಡಲಾಗುತ್ತದೆ. ಅತಿಯಾದ ಐಪಿಒಗಳಿಗೆ ಲಾಟರಿ ವ್ಯವಸ್ಥೆಯ ಮೂಲಕ ಹಂಚಿಕೆಗಳನ್ನು ಮಾಡಬಹುದು.

10. ಸ್ಟಾಕ್ ಎಕ್ಸ್ಚೇಂಜ್ನಲ್ಲಿ ಪಟ್ಟಿ:

ಷೇರುಗಳನ್ನು ಹಂಚಿಕೆ ಮಾಡಿದ ನಂತರ, ಕಂಪನಿಯ ಷೇರುಗಳನ್ನು ಭಾರತದ ಒಂದು ಅಥವಾ ಹೆಚ್ಚಿನ ಸ್ಟಾಕ್ ಎಕ್ಸ್ಚೇಂಜ್ಗಳಲ್ಲಿ ಪಟ್ಟಿ ಮಾಡಲಾಗುತ್ತದೆ, ಉದಾಹರಣೆಗೆ ನ್ಯಾಷನಲ್ ಸ್ಟಾಕ್ ಎಕ್ಸ್ಚೇಂಜ್ (ಎನ್ಎಸ್ಇ) ಅಥವಾ ಬಾಂಬೆ ಸ್ಟಾಕ್ ಎಕ್ಸ್ಚೇಂಜ್ (ಬಿಎಸ್ಇ).

11. ವ್ಯಾಪಾರ ಪ್ರಾರಂಭ:

ಕಂಪನಿಯ ಷೇರುಗಳ ವ್ಯಾಪಾರವು ನಿರ್ದಿಷ್ಟ ಸ್ಟಾಕ್ ಎಕ್ಸ್ಚೇಂಜ್ಗಳಲ್ಲಿ ಪ್ರಾರಂಭವಾಗುತ್ತದೆ. ಹೂಡಿಕೆದಾರರು ಮುಕ್ತ ಮಾರುಕಟ್ಟೆಯಲ್ಲಿ ಷೇರುಗಳನ್ನು ಖರೀದಿಸಬಹುದು ಮತ್ತು ಮಾರಾಟ ಮಾಡಬಹುದು.

12. ಮರುಪಾವತಿ ಮತ್ತು ಡಿಮ್ಯಾಟ್ ಕ್ರೆಡಿಟ್:

ಷೇರುಗಳನ್ನು ಹಂಚಿಕೆ ಮಾಡಿದ ಹೂಡಿಕೆದಾರರು ಯಾವುದೇ ಹೆಚ್ಚುವರಿ ಅರ್ಜಿ ಹಣಕ್ಕೆ ಮರುಪಾವತಿಯನ್ನು ಪಡೆಯುತ್ತಾರೆ ಮತ್ತು ಷೇರುಗಳನ್ನು ಅವರ ಡಿಮ್ಯಾಟ್ ಖಾತೆಗಳಿಗೆ ಜಮಾ ಮಾಡಲಾಗುತ್ತದೆ.

13. ಐಪಿಒ ನಂತರದ ಅನುಸರಣೆ:

ನಿಯತಕಾಲಿಕ ಹಣಕಾಸು ವರದಿ, ಬಹಿರಂಗಪಡಿಸುವಿಕೆಗಳು ಮತ್ತು ಕಾರ್ಪೊರೇಟ್ ಆಡಳಿತ ಮಾನದಂಡಗಳು ಸೇರಿದಂತೆ ಕಂಪನಿಯು ಐಪಿಒ ನಂತರದ ನಿಯಮಗಳನ್ನು ಅನುಸರಿಸಬೇಕಾಗಿದೆ.

14. ಲಾಕ್-ಇನ್ ಅವಧಿ:

ಪ್ರವರ್ತಕರು ಮತ್ತು ಐಪಿಒ ಪೂರ್ವ ಹೂಡಿಕೆದಾರರಂತಹ ಕೆಲವು ಷೇರುದಾರರು ಲಾಕ್-ಇನ್ ಅವಧಿಗಳನ್ನು ಹೊಂದಿರಬಹುದು, ಈ ಅವಧಿಯಲ್ಲಿ ಅವರು ಮಾರುಕಟ್ಟೆಯಲ್ಲಿ ತಮ್ಮ ಷೇರುಗಳನ್ನು ಮಾರಾಟ ಮಾಡಲು ಸಾಧ್ಯವಿಲ್ಲ.

15. ನಿರಂತರ ಬಹಿರಂಗಪಡಿಸುವಿಕೆ:

ಕಂಪನಿಯು ನಿಯಮಿತ ನವೀಕರಣಗಳು, ಹಣಕಾಸು ಫಲಿತಾಂಶಗಳು ಮತ್ತು ಇತರ ವಸ್ತು ಮಾಹಿತಿಯನ್ನು ಸ್ಟಾಕ್ ಎಕ್ಸ್ಚೇಂಜ್‌ಗಳು ಮತ್ತು ಹೂಡಿಕೆದಾರರಿಗೆ ಒದಗಿಸಬೇಕಾಗುತ್ತದೆ.

ಅಧ್ಯಾಯ - 8

ಭಾರತದಲ್ಲಿ, ನೀವು ವಿವಿಧ ಮೂಲಗಳ ಮೂಲಕ ಐಪಿಒ (ಆರಂಭಿಕ ಸಾರ್ವಜನಿಕ ಕೊಡುಗೆ) ಪ್ರಕಟಣೆಗಳನ್ನು ಕಾಣಬಹುದು. ಮುಂಬರುವ ಐಪಿಒಗಳ ಬಗ್ಗೆ ನವೀಕರಿಸಲು ಕೆಲವು ಸಾಮಾನ್ಯ ವಿಧಾನಗಳು ಇಲ್ಲಿವೆ:

ಅಧಿಕೃತ ವೆಬ್ಸೈಟ್‌ಗಳು: ಸೆಕ್ಯುರಿಟೀಸ್ ಅಂಡ್ ಎಕ್ಸ್‌ಚೇಂಜ್ ಬೋರ್ಡ್ ಆಫ್ ಇಂಡಿಯಾ (ಸೆಬಿ) ಮತ್ತು ಸ್ಟಾಕ್ ಎಕ್ಸ್‌ಚೇಂಜ್‌ಗಳಾದ ನ್ಯಾಷನಲ್ ಸ್ಟಾಕ್ ಎಕ್ಸ್‌ಚೇಂಜ್ (ಎನ್ಎಸ್ಇ) ಮತ್ತು ಬಾಂಬೆ ಸ್ಟಾಕ್ ಎಕ್ಸ್‌ಚೇಂಜ್ (ಬಿಎಸ್ಇ) ನಂತಹ ನಿಯಂತ್ರಕ ಸಂಸ್ಥೆಗಳ ಅಧಿಕೃತ ವೆಬ್ಸೈಟ್‌ಗಳು ಮುಂಬರುವ ಐಪಿಒಗಳ ಬಗ್ಗೆ ಮಾಹಿತಿಯನ್ನು ಒದಗಿಸುತ್ತವೆ.

ಸೆಬಿ ವೆಬ್ಸೈಟ್: ಸೆಕ್ಯುರಿಟೀಸ್ ಅಂಡ್ ಎಕ್ಸ್‌ಚೇಂಜ್ ಬೋರ್ಡ್ ಆಫ್ ಇಂಡಿಯಾ (ಸೆಬಿ) ಭಾರತದಲ್ಲಿ ಐಪಿಒಗಳನ್ನು ನಿಯಂತ್ರಿಸುತ್ತದೆ. ಅವರ ವೆಬ್ಸೈಟ್ (www.sebi.gov.in) ಕರಡು ಪ್ರಾಸ್ಪೆಕ್ಟಸ್ ಮತ್ತು ಇತರ ಸಂಬಂಧಿತ ದಾಖಲೆಗಳು ಸೇರಿದಂತೆ ಮುಂಬರುವ ಐಪಿಒಗಳ ಬಗ್ಗೆ ವಿವರವಾದ ಮಾಹಿತಿಯನ್ನು ಒದಗಿಸುತ್ತದೆ.

ಸ್ಟಾಕ್ ಎಕ್ಸ್‌ಚೇಂಜ್ ವೆಬ್ಸೈಟ್‌ಗಳು: ಎನ್ಎಸ್ಇ (www.nseindia.com) ಮತ್ತು ಬಿಎಸ್ಇ (www.bseindia.com) ವೆಬ್ಸೈಟ್‌ಗಳು ಐಪಿಒಗಳಿಗಾಗಿ ಮೀಸಲಾದ ವಿಭಾಗಗಳನ್ನು ಹೊಂದಿವೆ. ಈ ವಿಭಾಗಗಳು ಆಫರ್ ಡಾಕ್ಯುಮೆಂಟ್ ಮತ್ತು ಇತರ ಪ್ರಮುಖ ವಿವರಗಳು ಸೇರಿದಂತೆ ಮುಂಬರುವ ಐಪಿಒಗಳ ಬಗ್ಗೆ ಮಾಹಿತಿಯನ್ನು ಒದಗಿಸುತ್ತವೆ.

ಹಣಕಾಸು ಸುದ್ದಿ ವೆಬ್ಸೈಟ್‌ಗಳು: ಹಣಕಾಸು ಸುದ್ದಿ ವೆಬ್ಸೈಟ್‌ಗಳಾದ ಮನಿ ಕಂಟ್ರೋಲ್ (www.moneycontrol.com), ಎಕನಾಮಿಕ್ ಟೈಮ್ಸ್ (economictimes.indiatimes.com), ಮತ್ತು ಲೈವ್ಮಿಂಟ್ (www.livemint.com) ಆಗಾಗ್ಗೆ ಮುಂಬರುವ ಐಪಿಒಗಳ ಬಗ್ಗೆ ಲೇಖನಗಳು ಮತ್ತು ಸುದ್ದಿಗಳನ್ನು ಪ್ರಕಟಿಸುತ್ತವೆ. ಅವರು ಐಪಿಒಗಳ ಬಗ್ಗೆ ವಿಶ್ಲೇಷಣೆ ಮತ್ತು ತಜ್ಞರ ಅಭಿಪ್ರಾಯಗಳನ್ನು ಸಹ ಒದಗಿಸುತ್ತಾರೆ.

ಕಂಪನಿಗಳ ರಿಜಿಸ್ಟ್ರಾರ್ (ಆರ್ಒಸಿ) ಎಬ್ಸೈಟ್: ಆರ್ಒಸಿ ಭಾರತದಲ್ಲಿ ಕಂಪನಿ ನೋಂದಣಿಯನ್ನು ನಿರ್ವಹಿಸುವ ಅಧಿಕೃತ ಸಂಸ್ಥೆಯಾಗಿದೆ. ಸಾರ್ವಜನಿಕವಾಗಿ ಹೋಗಲು ಬಯಸುವ ಕಂಪನಿಗಳ ಇತ್ತೀಚಿನ ಫೈಲಿಂಗ್ಗಳಿಗಾಗಿ ಆರ್ಒಸಿ ವೆಬ್ಸೈಟ್ (www.mca.gov.in) ಅನ್ನು ಹುಡುಕುವ ಮೂಲಕ ಮುಂಬರುವ ಐಪಿಒಗಳ ಬಗ್ಗೆ ಮಾಹಿತಿಯನ್ನು ನೀವು ಕಾಣಬಹುದು.

ಹಣಕಾಸು ಸುದ್ದಿ ವೆಬ್ಸೈಟ್ಗಳು: ಹಣಕಾಸು ಸುದ್ದಿ ವೆಬ್ಸೈಟ್ಗಳಾದ ಮನಿ ಕಂಟ್ರೋಲ್ (www.moneycontrol.com), ಎಕನಾಮಿಕ್ ಟೈಮ್ಸ್ (economictimes.indiatimes.com), ಮತ್ತು ಲೈವ್ಮಿಂಟ್ (www.livemint.com) ಆಗಾಗ್ಗೆ ಮುಂಬರುವ ಐಪಿಒಗಳ ಬಗ್ಗೆ ಲೇಖನಗಳು ಮತ್ತು ಸುದ್ದಿಗಳನ್ನು ಪ್ರಕಟಿಸುತ್ತವೆ. ಅವರು ಐಪಿಒಗಳ ಬಗ್ಗೆ ವಿಶ್ಲೇಷಣೆ ಮತ್ತು ತಜ್ಞರ ಅಭಿಪ್ರಾಯಗಳನ್ನು ಸಹ ಒದಗಿಸುತ್ತಾರೆ.

ಕಂಪನಿಗಳ ರಿಜಿಸ್ಟ್ರಾರ್ (ಆರ್ಒಸಿ) ವೆಬ್ಸೈಟ್: ಆರ್ಒಸಿ (**RoC**) ಭಾರತದಲ್ಲಿ ಕಂಪನಿ ನೋಂದಣಿಯನ್ನು ನಿರ್ವಹಿಸುವ ಅಧಿಕೃತ ಸಂಸ್ಥೆಯಾಗಿದೆ. ಸಾರ್ವಜನಿಕವಾಗಿ ಹೋಗಲು ಬಯಸುವ ಕಂಪನಿಗಳ ಇತ್ತೀಚಿನ ಫೈಲಿಂಗ್ಗಳಿಗಾಗಿ ಆರ್ಒಸಿ ವೆಬ್ಸೈಟ್ (www.mca.gov.in) ಅನ್ನು ಹುಡುಕುವ ಮೂಲಕ ಮುಂಬರುವ ಐಪಿಒಗಳ ಬಗ್ಗೆ ಮಾಹಿತಿಯನ್ನು ನೀವು ಕಾಣಬಹುದು.

IPO ಹುಡುಕಾಟದ ಉದಾಹರಣೆಯನ್ನು ನೋಡಿ

ವೆಬ್ ನಲ್ಲಿ IPO ಹುಡುಕಲು ಉದಾಹರಣೆ

ಹಂತ 1

ವೆಬ್ ಪುಟ ತೆರೆಯಿರಿ https://www.chittorgarh.com

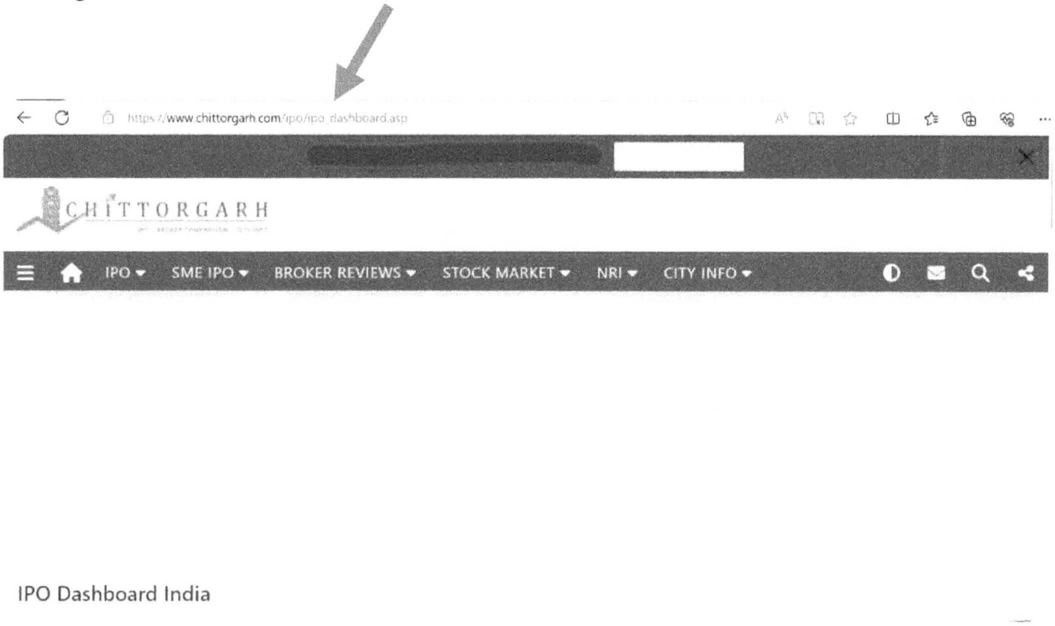

ಹಂತ 2: ಐಪಿಒ ವಿಭಾಗವನ್ನು ಆಯ್ಕೆ ಮಾಡಿ

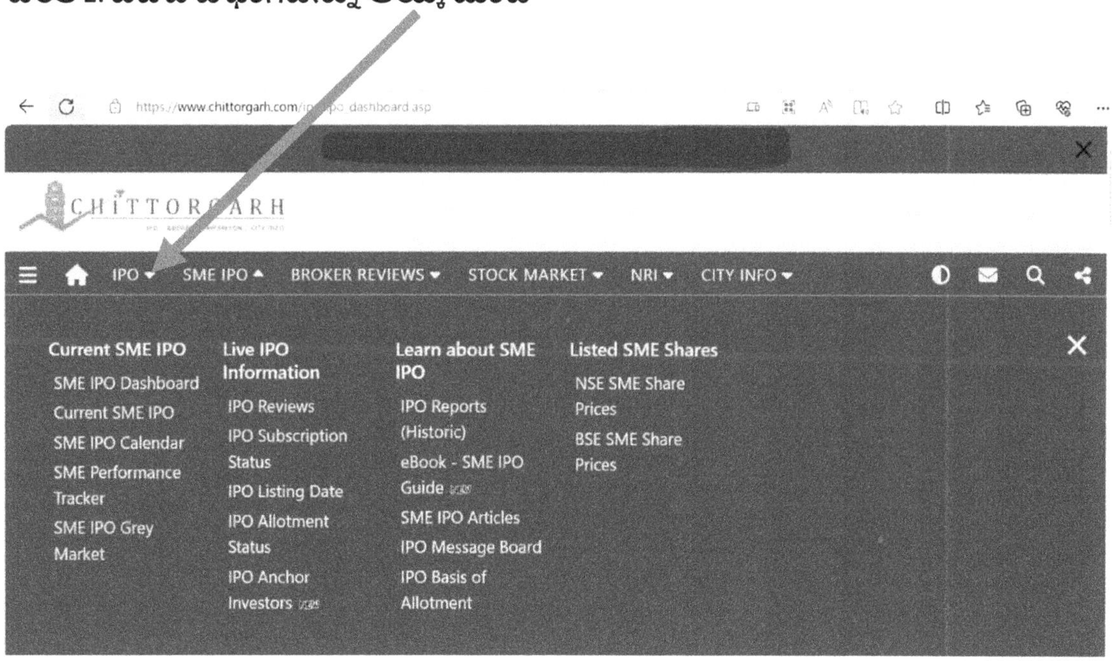

ಹಂತ 3: ಐಪಿಒ ಡ್ಯಾಶ್ ಬೋರ್ಡ್ ಆಯ್ಕೆ ಮಾಡಿ

ಹಂತ 4: ಪಟ್ಟಿ ಮಾಡಲಾದ ಐಪಿಒಗಳನ್ನು ನೋಡಿ

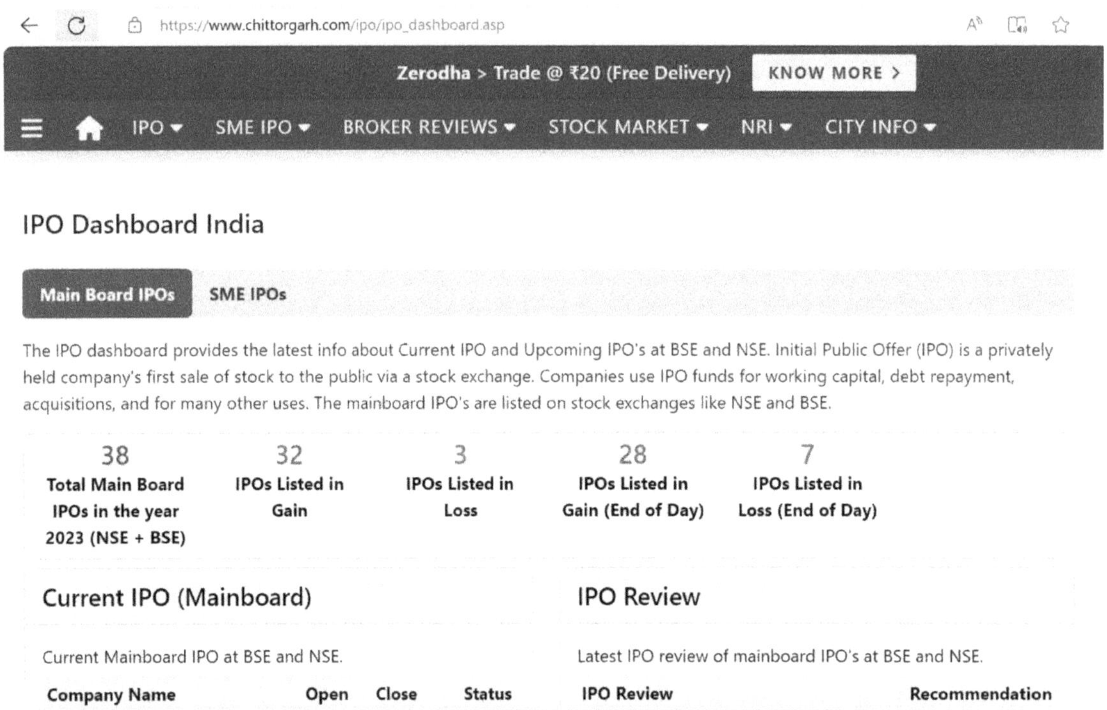

Current IPO (Mainboard)

Current Mainboard IPO at BSE and NSE.

Company Name	Open	Close	Status
ESAF Small Finance Bank Li...			
Protean eGov Technologies ...			
Tata Technologies Limited			
Honasa Consumer Limited	Oct 31	Nov 2	Upcoming
Cello World Limited	Oct 30	Nov 1	Upcoming
Blue Jet Healthcare Limited	Oct 25	Oct 27	Closed
IRM Energy Limited	Oct 18	Oct 20	Closed
Plaza Wires Limited	Sep 29	Oct 5	Closed
Valiant Laboratories Limited	Sep 27	Oct 3	Closed

IPO Review

Latest IPO review of mainboard IPO's at BSE and NSE.

IPO Review	Recommendation
Honasa Consumer Limited I...	May apply
Cello World Limited IPO	May apply
Blue Jet Healthcare IPO	Apply
IRM Energy IPO	Apply
Plaza Wires IPO	Apply
Valiant Laboratories IPO	May apply
Updater Services IPO	May apply
Manoj Vaibhav Gems 'N' Jew...	May apply
JSW Infrastructure IPO	Apply

ಇಲ್ಲಿ ನೀವು ನಿಮ್ಮ ವಿಶ್ಲೇಷಣೆಯ ಆಧಾರದ ಮೇಲೆ ಹೂಡಿಕೆಗಾಗಿ ಕಂಪನಿಯನ್ನು ಆಯ್ಕೆ ಮಾಡಬಹುದು.

ಅಧ್ಯಾಯ - 9

ಆರಂಭಿಕ ಸಾರ್ವಜನಿಕ ಕೊಡುಗೆಯನ್ನು (ಐಪಿಒ) ವಿಶ್ಲೇಷಿಸಲು ಸಂಭಾವ್ಯ ಹೂಡಿಕೆ ಅವಕಾಶವನ್ನು ನಿರ್ಣಯಿಸಲು ವಿವಿಧ ಅಂಶಗಳ ಸಮಗ್ರ ಮೌಲ್ಯಮಾಪನದ ಅಗತ್ಯವಿದೆ. ಐಪಿಒ ವಿಶ್ಲೇಷಿಸುವಾಗ ಪರಿಗಣಿಸಬೇಕಾದ ಪ್ರಮುಖ ಅಂಶಗಳು ಇಲ್ಲಿವೆ:

ಮೊದಲು ಆರ್ ಎಚ್ ಪಿ ಡಾಕ್ಯುಮೆಂಟ್ ಡೌನ್ ಲೋಡ್ ಮಾಡಿ.

ಐಪಿಒ ಆಫರ್ ಡಾಕ್ಯುಮೆಂಟ್ ಗಳು (ಆರ್ ಎಚ್ ಪಿ ಮತ್ತು ಡಿ ಆರ್ ಎಚ್ ಪಿ) ಐಪಿಒಗೆ ಪ್ರಮುಖ ದಾಖಲೆಗಳಾಗಿವೆ. ಡಿಆರ್ಎಚ್ಪಿ (ಡ್ರಾಫ್ಟ್ ರೆಡ್ ಹೆರಿಂಗ್ ಪ್ರಾಸ್ಪೆಕ್ಟಸ್) ಸೆಬಿಗೆ ಸಲ್ಲಿಸಿದ ಆರಂಭಿಕ ಕೊಡುಗೆ ದಾಖಲೆಯಾಗಿದೆ ಮತ್ತು ಅನುಮೋದನೆಯ ನಂತರ, "ಆರ್ ಎಚ್ ಪಿ" (ರೆಡ್ ಹೆರಿಂಗ್ ಪ್ರಾಸ್ಪೆಕ್ಟಸ್) ಅನ್ನು ಸಲ್ಲಿಸಲಾಗುತ್ತದೆ. ಐಪಿಒ ಆಫರ್ ಡಾಕ್ಯುಮೆಂಟ್ ಗಳು ಹೂಡಿಕೆದಾರರಿಗೆ ನೀಡುವ ಕಂಪನಿಯ ಬಗ್ಗೆ ಮಾಹಿತಿ ನೀಡುತ್ತವೆ ಮತ್ತು ಸಮಸ್ಯೆಗಳ ಉದ್ದೇಶ, ಕಂಪನಿಯ ಹಣಕಾಸು, ಪ್ರವರ್ತಕರ ಮಾಹಿತಿ, ಅವರ ಷೇರುಗಳು ಇತ್ಯಾದಿಗಳ ಬಗ್ಗೆ ವಿವರಗಳನ್ನು ಒದಗಿಸುತ್ತವೆ.

ಐಪಿಒ ಡ್ಯಾಶ್ಬೋರ್ಡ್ನಲ್ಲಿ ನೀವು ಒಪಿಐನಲ್ಲಿ ಪುಟವನ್ನು ಕಾಣಬಹುದು.

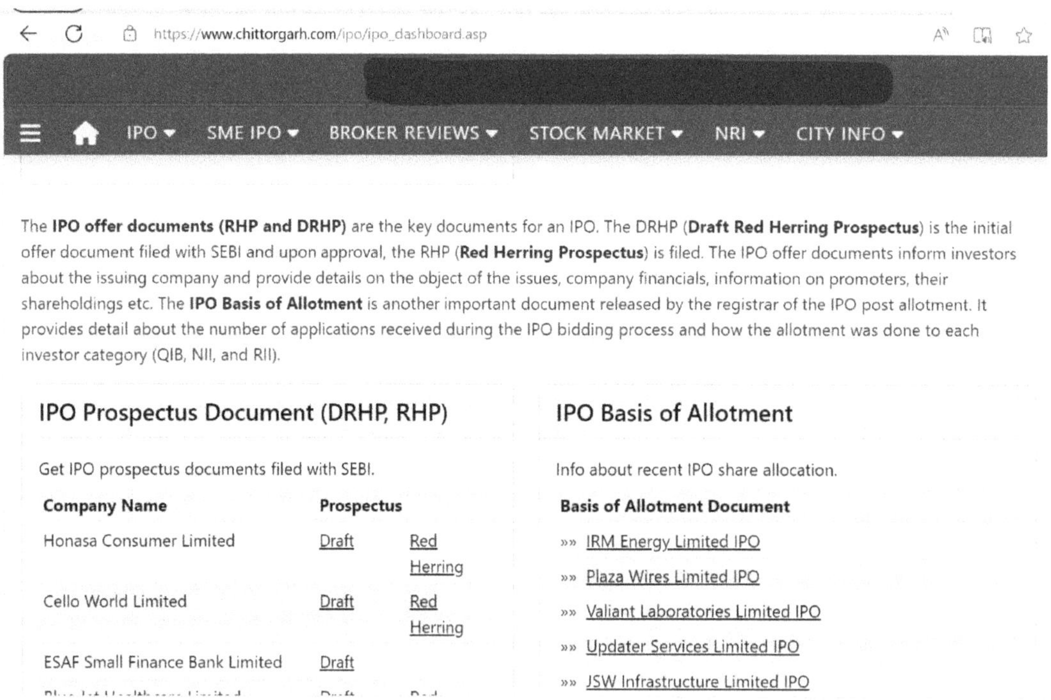

https://www.chittorgarh.com/ipo/ipo_dashboard.asp

[redacted]

IPO ▾ SME IPO ▾ BROKER REVIEWS ▾ STOCK MARKET ▾ NRI ▾ CITY INFO ▾

The **IPO offer documents (RHP and DRHP)** are the key documents for an IPO. The DRHP (**Draft Red Herring Prospectus**) is the initial offer document filed with SEBI and upon approval, the RHP (**Red Herring Prospectus**) is filed. The IPO offer documents inform investors about the issuing company and provide details on the object of the issues, company financials, information on promoters, their shareholdings etc. The **IPO Basis of Allotment** is another important document released by the registrar of the IPO post allotment. It provides detail about the number of applications received during the IPO bidding process and how the allotment was done to each investor category (QIB, NII, and RII).

IPO Prospectus Document (DRHP, RHP)

Get IPO prospectus documents filed with SEBI.

Company Name	Prospectus	
Honasa Consumer Limited	Draft	Red Herring
Cello World Limited	Draft	Red Herring
ESAF Small Finance Bank Limited	Draft	

IPO Basis of Allotment

Info about recent IPO share allocation.

Basis of Allotment Document

- »» IRM Energy Limited IPO
- »» Plaza Wires Limited IPO
- »» Valiant Laboratories Limited IPO
- »» Updater Services Limited IPO
- »» JSW Infrastructure Limited IPO

ಆರಂಭಿಕ ಸಾರ್ವಜನಿಕ ಕೊಡುಗೆ (ಐಪಿಒ) ಸಮಯದಲ್ಲಿ ಕಂಪನಿಯ ಹಣಕಾಸು ಡೇಟಾವನ್ನು ಮೌಲ್ಯಮಾಪನ ಮಾಡುವಾಗ, ಸಂಭಾವ್ಯ ಹೂಡಿಕೆದಾರರು ಕಂಪನಿಯ ಆರ್ಥಿಕ ಆರೋಗ್ಯ ಮತ್ತು ಕಾರ್ಯಕ್ಷಮತೆಯನ್ನು ನಿರ್ಣಯಿಸಲು ವಿವಿಧ ನಿಯತಾಂಕಗಳನ್ನು ಎಚ್ಚರಿಕೆಯಿಂದ ವಿಶ್ಲೇಷಿಸಬೇಕು. ಪರಿಗಣಿಸಬೇಕಾದ ಕೆಲವು ಅಗತ್ಯ ಹಣಕಾಸು ನಿಯತಾಂಕಗಳು ಮತ್ತು ಮೆಟ್ರಿಕ್ಸ್ ಇಲ್ಲಿವೆ:

1. ಆದಾಯ ಮತ್ತು ಆದಾಯದ ಬೆಳವಣಿಗೆ:

ಅದರ ಬೆಳವಣಿಗೆಯ ಪಥವನ್ನು ಅರ್ಥಮಾಡಿಕೊಳ್ಳಲು ಕಂಪನಿಯ ಐತಿಹಾಸಿಕ ಆದಾಯ ಅಂಕಿಅಂಶಗಳನ್ನು ಪರಿಶೀಲಿಸಿ. ಕಳೆದ ಕೆಲವು ವರ್ಷಗಳಲ್ಲಿ ಸ್ಥಿರವಾದ ಆದಾಯದ ಬೆಳವಣಿಗೆಯನ್ನು ನೋಡಿ.

2. ಲಾಭದಾಯಕತೆ ಮತ್ತು ನಿವ್ವಳ ಆದಾಯ:

ಕಂಪನಿಯ ನಿವ್ವಳ ಆದಾಯ ಅಥವಾ ಲಾಭವನ್ನು ಪರಿಶೀಲಿಸಿ. ಕಂಪನಿಯು ಸ್ಥಿರವಾಗಿ ಲಾಭದಾಯಕವಾಗಿದೆಯೇ ಎಂದು ನಿರ್ಣಯಿಸಿ. ನಿವ್ವಳ ಆದಾಯದ ಬೆಳವಣಿಗೆಯ ಪ್ರವೃತ್ತಿಗಳನ್ನು ನೋಡಿ.

3. ಅಂಚುಗಳು:

ಒಟ್ಟು ಲಾಭಾಂಶ, ಕಾರ್ಯಾಚರಣೆ ಲಾಭಾಂಶ ಮತ್ತು ನಿವ್ವಳ ಲಾಭಾಂಶ ಸೇರಿದಂತೆ ಕಂಪನಿಯ ಲಾಭಾಂಶವನ್ನು ವಿಶ್ಲೇಷಿಸಿ. ಆರೋಗ್ಯಕರ ಅಂಚುಗಳು ಪರಿಣಾಮಕಾರಿ ಕಾರ್ಯಾಚರಣೆಗಳನ್ನು ಸೂಚಿಸುತ್ತವೆ.

4. ಬಡ್ಡಿ ಮತ್ತು ತೆರಿಗೆಗಳಿಗೆ ಮುಂಚಿನ ಗಳಿಕೆಗಳು (ಇ ಬಿ ಐ ಟಿ):

ಬಡ್ಡಿ ಮತ್ತು ತೆರಿಗೆಗಳ ಮೊದಲು ಕಂಪನಿಯ ಕಾರ್ಯಾಚರಣೆಯ ಲಾಭದಾಯಕತೆಯನ್ನು ಪ್ರತಿಬಿಂಬಿಸುವುದರಿಂದ ಇ ಬಿ ಐ ಟಿ ಮೌಲ್ಯಮಾಪನ ಮಾಡಿ. ಇದು ಪ್ರಮುಖ ಆಪರೇಟಿಂಗ್ ಕಾರ್ಯಕ್ಷಮತೆಯ ಒಳನೋಟಗಳನ್ನು ಒದಗಿಸುತ್ತದೆ.

5. ಬಡ್ಡಿ, ತೆರಿಗೆಗಳು, ಸವಕಳಿ ಮತ್ತು ಅಮೋರ್ಟೈಸೇಶನ್ಗೆ ಮುಂಚಿನ ಗಳಿಕೆಗಳು (ಇ ಬಿ ಐ ಟಿ ಡಿ ಎ):

ಇ ಬಿ ಐ ಟಿ ಡಿ ಎ ಎಂಬುದು ಕಾರ್ಯಾಚರಣೆಯ ನಗದು ಹರಿವು ಮತ್ತು ಲಾಭದಾಯಕತೆಯ ಅಳತೆಯಾಗಿದೆ. ತನ್ನ ಪ್ರಮುಖ ಕಾರ್ಯಾಚರಣೆಗಳಿಂದ ಹಣವನ್ನು ಉತ್ಪಾದಿಸುವ ಕಂಪನಿಯ ಸಾಮರ್ಥ್ಯವನ್ನು ನಿರ್ಣಯಿಸಲು ಇದನ್ನು ಹೆಚ್ಚಾಗಿ ಬಳಸಲಾಗುತ್ತದೆ.

6. ನಗದು ಹರಿವು:

ಕಾರ್ಯಾಚರಣೆಗಳಿಂದ ಕಂಪನಿಯ ನಗದು ಹರಿವನ್ನು ಪರಿಶೀಲಿಸಿ. ಆರೋಗ್ಯಕರ ಮತ್ತು ಸುಸ್ಥಿರ ವ್ಯವಹಾರಕ್ಕೆ ಸಕಾರಾತ್ಮಕ ಮತ್ತು ಸ್ಥಿರವಾದ ನಗದು ಹರಿವು ಅತ್ಯಗತ್ಯ.

7. ಬ್ಯಾಲೆನ್ಸ್ ಶೀಟ್ ಸಾಮರ್ಥ್ಯ:

ಅದರ ಸ್ವತ್ತುಗಳು, ಹೊಣೆಗಾರಿಕೆಗಳು ಮತ್ತು ಈಕ್ವಿಟಿಯನ್ನು ನಿರ್ಣಯಿಸಲು ಕಂಪನಿಯ ಬ್ಯಾಲೆನ್ಸ್ ಶೀಟ್ ಅನ್ನು ಪರಿಶೀಲಿಸಿ. ಸಾಲದ ಮಟ್ಟಗಳು, ದ್ರವ್ಯತೆ ಮತ್ತು ದುಡಿಯುವ ಬಂಡವಾಳದ ಬಗ್ಗೆ ಗಮನ ಹರಿಸಿ.

8. ಸಾಲದ ಮಟ್ಟಗಳು:

ಅಲ್ಪಾವಧಿ ಮತ್ತು ದೀರ್ಘಾವಧಿಯ ಸಾಲ ಸೇರಿದಂತೆ ಕಂಪನಿಯ ಸಾಲದ ಬಾಧ್ಯತೆಗಳನ್ನು ವಿಶ್ಲೇಷಿಸಿ. ಉತ್ತಮವಾಗಿ ನಿರ್ವಹಿಸದಿದ್ದರೆ ಹೆಚ್ಚಿನ ಮಟ್ಟದ ಸಾಲವು ಕಳವಳಕಾರಿಯಾಗಬಹುದು.

9. ಬಂಡವಾಳ ವೆಚ್ಚಗಳು (ಕ್ಯಾಪ್ಎಕ್ಸ್):

ಕಂಪನಿಯ ಬಂಡವಾಳ ವೆಚ್ಚ ಯೋಜನೆಗಳನ್ನು ಮೌಲ್ಯಮಾಪನ ಮಾಡಿ. ಅತಿಯಾದ ಅಥವಾ ಅಸಮರ್ಥ ಬಂಡವಾಳ ವೆಚ್ಚವು ಲಾಭದಾಯಕತೆಯ ಮೇಲೆ ಪರಿಣಾಮ ಬೀರುತ್ತದೆ.

10. ನಗದು ಮತ್ತು ನಗದು ಸಮಾನ:

ಕಂಪನಿಯ ನಗದು ಮತ್ತು ನಗದು ಸಮಾನ ಸ್ಥಾನವನ್ನು ನಿರ್ಣಯಿಸಿ. ಆರೋಗ್ಯಕರ ನಗದು ಮೀಸಲು ಸ್ಥಿರತೆಯನ್ನು ಒದಗಿಸುತ್ತದೆ ಮತ್ತು ಬೆಳವಣಿಗೆಯ ಉಪಕ್ರಮಗಳನ್ನು ಬೆಂಬಲಿಸುತ್ತದೆ.

11. ಆದಾಯ ವೈವಿಧ್ಯೀಕರಣ:

ಆದಾಯದ ಮೂಲಗಳನ್ನು ಅರ್ಥಮಾಡಿಕೊಳ್ಳಿ. ಉತ್ತಮ ವೈವಿಧ್ಯಮಯ ಆದಾಯದ ನೆಲೆಯು ಸಾಮಾನ್ಯವಾಗಿ ಹೆಚ್ಚು ಸ್ಥಿರವಾಗಿರುತ್ತದೆ ಮತ್ತು ಒಬ್ಬ ಗ್ರಾಹಕ ಅಥವಾ ಉತ್ಪನ್ನದ ಮೇಲೆ ಕಡಿಮೆ ಅವಲಂಬಿತವಾಗಿರುತ್ತದೆ.

12. ಗ್ರಾಹಕ ಏಕಾಗ್ರತೆ:

ಆದಾಯದ ಗಮನಾರ್ಹ ಭಾಗವು ಕೆಲವು ದೊಡ್ಡ ಗ್ರಾಹಕರಿಂದ ಬರುತ್ತದೆಯೇ ಎಂದು ಪರಿಶೀಲಿಸಿ. ಹೆಚ್ಚಿನ ಗ್ರಾಹಕ ಸಾಂದ್ರತೆಯು ಅಪಾಯಗಳನ್ನು ಉಂಟುಮಾಡಬಹುದು.

13. ಸ್ಪರ್ಧಾತ್ಮಕ ಸ್ಥಾನೀಕರಣ:

ತನ್ನ ಉದ್ಯಮದಲ್ಲಿ ಕಂಪನಿಯ ಸ್ಪರ್ಧಾತ್ಮಕ ಸ್ಥಾನವನ್ನು ವಿಶ್ಲೇಷಿಸಿ. ಮಾರುಕಟ್ಟೆ ಪಾಲು, ಸ್ಪರ್ಧಾತ್ಮಕ ಅನುಕೂಲಗಳು ಮತ್ತು ಪ್ರವೇಶಕ್ಕೆ ಅಡೆತಡೆಗಳಂತಹ ಅಂಶಗಳನ್ನು ಮೌಲ್ಯಮಾಪನ ಮಾಡಿ.

14. ಉದ್ಯಮ ಪ್ರವೃತ್ತಿಗಳು:

ವಿಶಾಲ ಉದ್ಯಮ ಪ್ರವೃತ್ತಿಗಳು ಮತ್ತು ಬೆಳವಣಿಗೆಯ ನಿರೀಕ್ಷೆಗಳನ್ನು ಪರಿಗಣಿಸಿ. ಕಂಪನಿಯ ಕಾರ್ಯಕ್ಷಮತೆಯು ಉದ್ಯಮದ ಡೈನಾಮಿಕ್ಸ್ ನಿಂದ ಪ್ರಭಾವಿತವಾಗಬಹುದು.

15. ನಿರ್ವಹಣೆ ಮತ್ತು ಸಾಂಸ್ಥಿಕ ಆಡಳಿತ:

ನಿರ್ವಹಣಾ ತಂಡದ ಗುಣಮಟ್ಟ ಮತ್ತು ಅನುಭವವನ್ನು ಮೌಲ್ಯಮಾಪನ ಮಾಡಿ. ಸಾಂಸ್ಥಿಕ ಆಡಳಿತ ಪದ್ಧತಿಗಳು ಮತ್ತು ಪಾರದರ್ಶಕತೆಯನ್ನು ಮೌಲ್ಯಮಾಪನ ಮಾಡಿ.

16. ಐಪಿಒ ಆದಾಯದ ಬಳಕೆ:

ಐಪಿಒ ಮೂಲಕ ಸಂಗ್ರಹಿಸಿದ ಹಣವನ್ನು ಕಂಪನಿಯು ಹೇಗೆ ಬಳಸಲು ಉದ್ದೇಶಿಸಿದೆ ಎಂಬುದನ್ನು ಅರ್ಥಮಾಡಿಕೊಳ್ಳಿ. ಬಳಕೆಯು ಬೆಳವಣಿಗೆ ಮತ್ತು ವಿಸ್ತರಣಾ ಯೋಜನೆಗಳೊಂದಿಗೆ ಹೊಂದಿಕೆಯಾಗುತ್ತದೆ ಎಂದು ಖಚಿತಪಡಿಸಿಕೊಳ್ಳಿ.

17. ಮೌಲ್ಯಮಾಪನ ಮೆಟ್ರಿಕ್ಸ್:

ಐಪಿಒ ಬೆಲೆಯನ್ನು ಬೆಲೆಯಿಂದ ಗಳಿಕೆ (ಪಿ / ಇ) ಅನುಪಾತ, ಬೆಲೆಯಿಂದ ಮಾರಾಟ (ಪಿ / ಎಸ್) ಅನುಪಾತ ಮತ್ತು ಬೆಲೆಯಿಂದ ಪುಸ್ತಕ (ಪಿ / ಬಿ) ಅನುಪಾತದಂತಹ ಪ್ರಮುಖ ಮೌಲ್ಯಮಾಪನ ಮಾಪನಗಳೊಂದಿಗೆ ಹೋಲಿಸಿ. ಗೆಳೆಯರಿಗೆ ಹೋಲಿಸಿದರೆ ಕಂಪನಿಯು ಸಮಂಜಸವಾದ ಬೆಲೆಯನ್ನು ಹೊಂದಿದೆಯೇ ಎಂದು ಮೌಲ್ಯಮಾಪನ ಮಾಡಿ.

18. ಅಪಾಯದ ಅಂಶಗಳು:

ಕಂಪನಿಯ ಆರ್ಥಿಕ ಕಾರ್ಯಕ್ಷಮತೆಯ ಮೇಲೆ ಪರಿಣಾಮ ಬೀರುವ ಯಾವುದೇ ಬಹಿರಂಗಪಡಿಸಿದ ಅಪಾಯದ ಅಂಶಗಳಿಗಾಗಿ ಐಪಿಒ ಪ್ರಾಸ್ಪೆಕ್ಟಸ್ ಅನ್ನು ಎಚ್ಚರಿಕೆಯಿಂದ ಪರಿಶೀಲಿಸಿ.

19. ಅಂಡರ್ ರೈಟರ್ ವರದಿಗಳು:

ಐಪಿಒವನ್ನು ಒಳಗೊಂಡಿರುವ ಅಂಡರ್ ರೈಟರ್ ಗಳು ಮತ್ತು ಹಣಕಾಸು ವಿಶ್ಲೇಷಕರು ಒದಗಿಸಿದ ಸಂಶೋಧನಾ ವರದಿಗಳು ಮತ್ತು ವಿಶ್ಲೇಷಣೆಯನ್ನು ಪರಿಗಣಿಸಿ. ಈ ವರದಿಗಳು ಅಮೂಲ್ಯವಾದ ಒಳನೋಟಗಳನ್ನು ನೀಡಬಹುದು.

ಸಂಕ್ಷಿಪ್ತವಾಗಿ:

1. ಐಪಿಒ ದಾಖಲೆಗಳನ್ನು ಹುಡುಕಿ:

· ಕಂಪನಿಯ DRHP/RHP

2. ಕಂಪನಿಯ ಅವಲೋಕನ:

· ಉದ್ಯಮದ ಅವಲೋಕನ

· ಮಾರುಕಟ್ಟೆ ಗಾತ್ರ

· ಸಂಭಾವ್ಯ ಬೆಳವಣಿಗೆ

3. ವ್ಯವಹಾರ ತಿಳುವಳಿಕೆ:

· ವ್ಯವಹಾರ ಮಾದರಿಯನ್ನು ಅರ್ಥಮಾಡಿಕೊಳ್ಳಿ.

· ಉತ್ಪನ್ನಗಳು/ಸೇವೆಗಳು

4. ಇದು ಕಾರ್ಯನಿರ್ವಹಿಸುವ ವಿಭಾಗ

· ಸಾಮರ್ಥ್ಯಗಳು

5. ಹಣಕಾಸು ಅಂಶಗಳು:

· ಕೊಡುಗೆಯ ಉದ್ದೇಶ (ನಿಧಿಗಳ ಬಳಕೆ)

· ಮೊತ್ತವನ್ನು ಹೆಚ್ಚಿಸಬೇಕು.

· ಹಣಕಾಸು ಹೇಳಿಕೆಗಳು (ಕಳೆದ 3 ವರ್ಷಗಳು)

· ಸಾಲ/ಈಕ್ವಿಟಿ ಅನುಪಾತ (ಆದ್ಯತೆ 2ಕ್ಕಿಂತ ಕಡಿಮೆ)

· ಮಾರಾಟದ ಬೆಳವಣಿಗೆ

· ಆಪರೇಟಿಂಗ್ ಮಾರ್ಜಿನ್

· ಬಡ್ಡಿ ವ್ಯಾಪ್ತಿಯ ಅನುಪಾತ (ಇಬಿಐಟಿಡಿಎ / ಬಡ್ಡಿ ಕನಿಷ್ಠ 2X ಆಗಿರಬೇಕು)

· ROCE (ರಿಟರ್ನ್ ಆನ್ ಕ್ಯಾಪಿಟಲ್ ಎಂಪ್ಲಾಯ್ಡ್)

6. ಕಾರ್ಯಾಚರಣೆಯ ವಿವರಗಳು:

· ಸಂಗ್ರಹಣೆ ಮತ್ತು ಕಚ್ಚಾ ವಸ್ತುಗಳು

· ಉತ್ಪಾದನಾ ಘಟಕಗಳು ಮತ್ತು ಸಾಮರ್ಥ್ಯದ ಬಳಕೆ

· ಮಾರಾಟ - ರಫ್ತು ಮತ್ತು ದೇಶೀಯ

· ಕಾರ್ಯತಂತ್ರಗಳು/ ಭವಿಷ್ಯದ ಯೋಜನೆಗಳು

7. ಅಪಾಯದ ಮೌಲ್ಯಮಾಪನ:

· ಅಪಾಯದ ಅಂಶಗಳು ಮತ್ತು ದಾವೆಗಳು.

· ನಿರ್ವಹಣಾ ಮೌಲ್ಯಮಾಪನ

8. ನಿರ್ವಹಣಾ ತಂಡದ ಅವಲೋಕನ

· ತಂಡದ ಸದಸ್ಯರು ಮತ್ತು ಅವರ ಅನುಭವ

· ಕಂಪನಿಯ ಸದಸ್ಯರ ಸಂಭಾವನೆ

· ಕಂಪನಿಯ ವಿರುದ್ಧ ಕಾನೂನು ಪ್ರಕರಣಗಳು, ತೆರಿಗೆ ಹೊಣೆಗಾರಿಕೆಗಳು

9. ಬಂಡವಾಳ ರಚನೆ

· ಷೇರುದಾರರಿಗೆ ಹಿಂತಿರುಗಿ.

· ಷೇರುಗಳನ್ನು ಹೇಗೆ ಹಂಚಿಕೆ ಮಾಡಲಾಯಿತು

ಅಧ್ಯಾಯ - 10

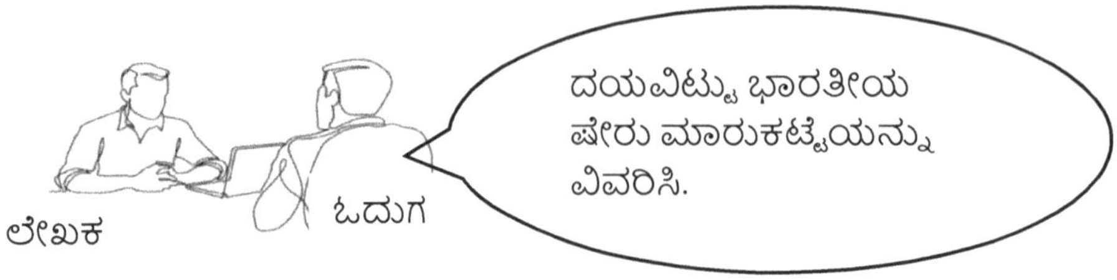

ಭಾರತೀಯ ಸೆಕ್ಯುರಿಟೀಸ್ ಮಾರುಕಟ್ಟೆ ಅಥವಾ ಭಾರತದಲ್ಲಿ ಸ್ಟಾಕ್ ಎಕ್ಸ್ಚೇಂಜ್ ಎಂದೂ ಕರೆಯಲ್ಪಡುವ ಭಾರತೀಯ ಷೇರು ಮಾರುಕಟ್ಟೆ ಭಾರತದ ಹಣಕಾಸು ವ್ಯವಸ್ಥೆಯ ಪ್ರಮುಖ ಅಂಶವಾಗಿದೆ. ಸಾರ್ವಜನಿಕ ಮತ್ತು ಖಾಸಗಿ ಕಂಪನಿಗಳು ನೀಡುವ ಸೆಕ್ಯುರಿಟಿಗಳ ವ್ಯಾಪಾರವನ್ನು ಸುಗಮಗೊಳಿಸುವ ಮೂಲಕ ಇದು ದೇಶದ ಆರ್ಥಿಕತೆಯಲ್ಲಿ ನಿರ್ಣಾಯಕ ಪಾತ್ರ ವಹಿಸುತ್ತದೆ. ಭಾರತೀಯ ಷೇರು ಮಾರುಕಟ್ಟೆಯ ಪ್ರಮುಖ ಅಂಶಗಳು ಮತ್ತು ಅಂಶಗಳು ಇಲ್ಲಿವೆ:

1. ನಿಯಂತ್ರಕ ಸಂಸ್ಥೆಗಳು:

ಸೆಕ್ಯುರಿಟೀಸ್ ಅಂಡ್ ಎಕ್ಸ್ಚೇಂಜ್ ಬೋರ್ಡ್ ಆಫ್ ಇಂಡಿಯಾ (ಸೆಬಿ): ಸೆಬಿ ಭಾರತೀಯ ಸೆಕ್ಯುರಿಟೀಸ್ ಮಾರುಕಟ್ಟೆಯನ್ನು ನಿಯಂತ್ರಿಸುವ ಪ್ರಾಥಮಿಕ ನಿಯಂತ್ರಕ ಪ್ರಾಧಿಕಾರವಾಗಿದೆ. ವಿವಿಧ ಭಾಗವಹಿಸುವವರ ಚಟುವಟಿಕೆಗಳನ್ನು ನಿಯಂತ್ರಿಸಲು ಮತ್ತು ಮೇಲ್ವಿಚಾರಣೆ ಮಾಡಲು, ಮಾರುಕಟ್ಟೆಯ ಸಮಗ್ರತೆಯನ್ನು ಕಾಪಾಡಿಕೊಳ್ಳಲು ಮತ್ತು ಹೂಡಿಕೆದಾರರ ಹಿತಾಸಕ್ತಿಗಳನ್ನು ರಕ್ಷಿಸಲು ಇದನ್ನು 1992 ನಲ್ಲಿ ಸ್ಥಾಪಿಸಲಾಯಿತು.

2. ಸ್ಟಾಕ್ ಎಕ್ಸ್ಚೇಂಜ್ಗಳು:

ನ್ಯಾಷನಲ್ ಸ್ಟಾಕ್ ಎಕ್ಸ್ಚೇಂಜ್ (ಎನ್ಎಸ್ಇ): ಎನ್ಎಸ್ಇ ಭಾರತದ ಎರಡು ಪ್ರಮುಖ ಸ್ಟಾಕ್ ಎಕ್ಸ್ಚೇಂಜ್ಗಳಲ್ಲಿ ಒಂದಾಗಿದೆ, ಇದು ಮುಂಬೈನಲ್ಲಿ ಪ್ರಧಾನ ಕಚೇರಿಯನ್ನು ಹೊಂದಿದೆ. ಇದು ಎಲೆಕ್ಟ್ರಾನಿಕ್ ವ್ಯಾಪಾರವನ್ನು ನೀಡುತ್ತದೆ ಮತ್ತು ಅದರ ಬೆಂಚ್ ಮಾರ್ಕ್ ಸೂಚ್ಯಂಕವಾದ ನಿಫ್ಟಿ 50 ಗೆ ಹೆಸರುವಾಸಿಯಾಗಿದೆ.

ಬಾಂಬೆ ಸ್ಟಾಕ್ ಎಕ್ಸ್ಚೇಂಜ್ (ಬಿಎಸ್ಇ): ಬಿಎಸ್ಇ ಏಷ್ಯಾದ ಅತ್ಯಂತ ಹಳೆಯ ಸ್ಟಾಕ್ ಎಕ್ಸ್ಚೇಂಜ್ ಆಗಿದ್ದು, ಮುಂಬೈನಲ್ಲಿದೆ. ಇದು ವಿದ್ಯುನ್ಮಾನ ಮತ್ತು ಮುಕ್ತ ವ್ಯಾಪಾರ ಎರಡನ್ನೂ ಒದಗಿಸುತ್ತದೆ ಮತ್ತು ಮತ್ತೊಂದು ಪ್ರಮುಖ ಸೂಚ್ಯಂಕವಾದ ಸೆನ್ಸೆಕ್ಸ್ ನೆಲೆಯಾಗಿದೆ.

3. ಸ್ಟಾಕ್ ಸೂಚ್ಯಂಕಗಳು:

ನಿಫ್ಟಿ 50 ಮತ್ತು ಸೆನ್ಸೆಕ್ಸ್ ಭಾರತದಲ್ಲಿ ಹೆಚ್ಚು ವ್ಯಾಪಕವಾಗಿ ಅನುಸರಿಸುವ ಎರಡು ಷೇರು ಸೂಚ್ಯಂಕಗಳಾಗಿವೆ. ಅವು ಕ್ರಮವಾಗಿ ಎನ್ಎಸ್ಇ ಮತ್ತು ಬಿಎಸ್ಇಯಲ್ಲಿ ಪಟ್ಟಿ ಮಾಡಲಾದ ಅತ್ಯಂತ ದ್ರವ ಮತ್ತು ಉತ್ತಮ ಕಾರ್ಯಕ್ಷಮತೆಯ ಷೇರುಗಳ ಬುಟ್ಟಿಯನ್ನು ಪ್ರತಿನಿಧಿಸುತ್ತವೆ.

ಭಾರತದಲ್ಲಿ ನಾವು 2 ಷೇರು ಮಾರುಕಟ್ಟೆಗಳನ್ನು ಹೊಂದಿದ್ದೇವೆ

ನ್ಯಾಷನಲ್ ಸ್ಟಾಕ್ ಎಕ್ಸ್ಚೇಂಜ್ ಆಫ್ ಇಂಡಿಯಾ ಲಿಮಿಟೆಡ್ (ಎನ್ಎಸ್ಇ) ಭಾರತದ ಅತಿದೊಡ್ಡ ಹಣಕಾಸು ಮಾರುಕಟ್ಟೆಯಾಗಿದೆ, ಇದನ್ನು 1992 ರಲ್ಲಿ ಸ್ಥಾಪಿಸಲಾಯಿತು. ಇದು ಈಕ್ವಿಟಿಗಳು, ಉತ್ಪನ್ನಗಳು, ಕರೆನ್ಸಿ ಮತ್ತು ಸರಕು ಮಾರುಕಟ್ಟೆಗಳಂತಹ ವಿವಿಧ ವಿಭಾಗಗಳಲ್ಲಿ ವ್ಯಾಪಾರವನ್ನು ನೀಡುವ ಎಲೆಕ್ಟ್ರಾನಿಕ್ ಮಾರುಕಟ್ಟೆಯಾಗಿದೆ 2. ಎನ್ಎಸ್ಇ ಬ್ಯಾಂಕುಗಳು ಮತ್ತು ವಿಮಾ ಕಂಪನಿಗಳಂತಹ ವಿವಿಧ ಹಣಕಾಸು ಸಂಸ್ಥೆಗಳ ಒಡೆತನದಲ್ಲಿದೆ.

ನಿಫ್ಟಿ 50 ಸೂಚ್ಯಂಕವು ಫ್ರೀ-ಫ್ಲೋಟ್ ಮಾರುಕಟ್ಟೆ ಬಂಡವಾಳೀಕರಣದ ಆಧಾರದ ಮೇಲೆ ಎನ್ಎಸ್ಇಯಲ್ಲಿ ಪಟ್ಟಿ ಮಾಡಲಾದ ಅಗ್ರ 50 ಕಂಪನಿಗಳನ್ನು ಒಳಗೊಂಡಿದೆ.

ನ್ಯಾಷನಲ್ ಸ್ಟಾಕ್ ಎಕ್ಸ್ಚೇಂಜ್ ಆಫ್ ಇಂಡಿಯಾ ಲಿಮಿಟೆಡ್, ಮುಂಬೈ ಮೂಲದ ಭಾರತದ ಪ್ರಮುಖ ಸ್ಟಾಕ್ ಎಕ್ಸ್ಚೇಂಜ್ಗಳಲ್ಲಿ ಒಂದಾಗಿದೆ. ಎನ್ಎಸ್ಇ ಬ್ಯಾಂಕುಗಳು ಮತ್ತು ವಿಮಾ ಕಂಪನಿಗಳಂತಹ ವಿವಿಧ ಹಣಕಾಸು ಸಂಸ್ಥೆಗಳ ಒಡೆತನದಲ್ಲಿದೆ. ಇದು ವ್ಯಾಪಾರ ಮಾಡಿದ ಒಪ್ಪಂದಗಳ ಸಂಖ್ಯೆಯ ಪ್ರಕಾರ ವಿಶ್ವದ ಅತಿದೊಡ್ಡ ಉತ್ಪನ್ನ ವಿನಿಮಯ ಕೇಂದ್ರವಾಗಿದೆ ಮತ್ತು ವಹಿವಾಟುಗಳ ಸಂಖ್ಯೆಯ ಪ್ರಕಾರ ನಗದು ಈಕ್ವಿಟಿಗಳಲ್ಲಿ ಮೂರನೇ ಅತಿದೊಡ್ಡ ವಿನಿಮಯ ಕೇಂದ್ರವಾಗಿದೆ

ಬಿಎಸ್ಇ ಲಿಮಿಟೆಡ್ ಎಂದೂ ಕರೆಯಲ್ಪಡುವ ಬಾಂಬೆ ಸ್ಟಾಕ್ ಎಕ್ಸ್ಚೇಂಜ್ (ಬಿಎಸ್ಇ) ಮುಂಬೈನ ದಲಾಲ್ ಸ್ಟ್ರೀಟ್ನಲ್ಲಿರುವ ಭಾರತೀಯ ಷೇರು ವಿನಿಮಯ ಕೇಂದ್ರವಾಗಿದೆ. ಇದನ್ನು 1875 ರಲ್ಲಿ ಹತ್ತಿ ವ್ಯಾಪಾರಿ ಪ್ರೇಮ್ ಚಂದ್ ರಾಯ್ ಚಂದ್ ಸ್ಥಾಪಿಸಿದರು ಮತ್ತು ಇದು ಏಷ್ಯಾದ ಅತ್ಯಂತ ಹಳೆಯ ಷೇರು ವಿನಿಮಯ ಕೇಂದ್ರವಾಗಿದೆ ಮತ್ತು ವಿಶ್ವದ ಹತ್ತನೇ ಹಳೆಯ ಷೇರು ವಿನಿಮಯ ಕೇಂದ್ರವಾಗಿದೆ1. ಮಾರುಕಟ್ಟೆ ಬಂಡವಾಳೀಕರಣದ ಪ್ರಕಾರ ಬಿಎಸ್ಇ ವಿಶ್ವದ ಅತಿದೊಡ್ಡ ಷೇರು ವಿನಿಮಯ ಕೇಂದ್ರಗಳಲ್ಲಿ ಒಂದಾಗಿದೆ, ಜೂನ್ 2023 ರ ಹೊತ್ತಿಗೆ ಸುಮಾರು ಯುಎಸ್ $ 3.8 ಟ್ರಿಲಿಯನ್ ಮಾರುಕಟ್ಟೆ ಕ್ಯಾಪ್ ಹೊಂದಿದೆ.

ಈಕ್ವಿಟಿಗಳು, ಕರೆನ್ಸಿಗಳು, ಸಾಲ ಸಾಧನಗಳು, ಉತ್ಪನ್ನಗಳು ಮತ್ತು ಮ್ಯೂಚುವಲ್ ಫಂಡ್ ಗಳಂತಹ ವಿವಿಧ ಹಣಕಾಸು ಸಾಧನಗಳಲ್ಲಿ ವಹಿವಾಟು ನಡೆಸಲು ಬಿಎಸ್ ಇ ಒಂದು ವೇದಿಕೆಯನ್ನು ಒದಗಿಸುತ್ತದೆ2. ಇದು ಮಾರುಕಟ್ಟೆಯ ವಿವಿಧ ವಿಭಾಗಗಳ ಕಾರ್ಯಕ್ಷಮತೆಯನ್ನು ಟ್ರ್ಯಾಕ್ ಮಾಡಲು ಹಲವಾರು ಸೂಚ್ಯಂಕಗಳನ್ನು ನೀಡುತ್ತದೆ. ಪ್ರಮುಖ ಸೂಚ್ಯಂಕಗಳಲ್ಲಿ ಬಿಎಸ್ಇ ಸೆನ್ಸೆಕ್ಸ್ ಒಂದಾಗಿದೆ, ಇದು ಬಾಂಬೆ ಸ್ಟಾಕ್ ಎಕ್ಸ್ಚೇಂಜ್ನಲ್ಲಿ ಪಟ್ಟಿ ಮಾಡಲಾದ 30 ಸುಸ್ಥಾಪಿತ ಮತ್ತು ಆರ್ಥಿಕವಾಗಿ ಸದೃಢ ಕಂಪನಿಗಳನ್ನು ಒಳಗೊಂಡಿರುವ ಮುಕ್ತ-ತೇಲುವ ಮಾರುಕಟ್ಟೆ-ತೂಕದ ಸೂಚ್ಯಂಕವಾಗಿದೆ.

4. ಮಾರುಕಟ್ಟೆ ಭಾಗವಹಿಸುವವರು:

ಚಿಲ್ಲರೆ ಹೂಡಿಕೆದಾರರು: ಷೇರು ಮಾರುಕಟ್ಟೆಯಲ್ಲಿ ಸೆಕ್ಯುರಿಟಿಗಳನ್ನು ಖರೀದಿಸುವ ಮತ್ತು ಮಾರಾಟ ಮಾಡುವ ವೈಯಕ್ತಿಕ ಹೂಡಿಕೆದಾರರು.

ಸಾಂಸ್ಥಿಕ ಹೂಡಿಕೆದಾರರು: ಈ ವರ್ಗದಲ್ಲಿ ಮ್ಯೂಚುವಲ್ ಫಂಡ್ ಗಳು, ವಿಮಾ ಕಂಪನಿಗಳು, ಪಿಂಚಣಿ ನಿಧಿಗಳು ಮತ್ತು ವಿದೇಶಿ ಸಾಂಸ್ಥಿಕ ಹೂಡಿಕೆದಾರರು (ಎಫ್ ಐಐ) ಸೇರಿದ್ದಾರೆ.

ದಲ್ಲಾಳಿಗಳು: ಗ್ರಾಹಕರ ಪರವಾಗಿ ಸೆಕ್ಯುರಿಟಿಗಳ ಖರೀದಿ ಮತ್ತು ಮಾರಾಟಕ್ಕೆ ಅನುಕೂಲ ಮಾಡಿಕೊಡುವ ನೋಂದಾಯಿತ ಮಧ್ಯವರ್ತಿಗಳು.

ಮಾರುಕಟ್ಟೆ ತಯಾರಕರು: ಸೆಕ್ಯುರಿಟಿಗಳ ಖರೀದಿ ಮತ್ತು ಮಾರಾಟ ಬೆಲೆಗಳನ್ನು ಉಲ್ಲೇಖಿಸುವ ಮೂಲಕ ಮಾರುಕಟ್ಟೆಗೆ ದ್ರವ್ಯತೆಯನ್ನು ಒದಗಿಸುವ ಘಟಕಗಳು.

ಡಿಪಾಸಿಟರಿ ಭಾಗವಹಿಸುವವರು (ಡಿಪಿಗಳು): ಹೂಡಿಕೆದಾರರ ಪರವಾಗಿ ಸೆಕ್ಯುರಿಟಿಗಳ ಎಲೆಕ್ಟ್ರಾನಿಕ್ ದಾಖಲೆಗಳನ್ನು ಹೊಂದಿರುವ ಮತ್ತು ನಿರ್ವಹಿಸುವ ಜವಾಬ್ದಾರಿಯುತ ಸಂಸ್ಥೆಗಳು.

5. ಸೆಕ್ಯುರಿಟಿಗಳ ವಿಧಗಳು:

ಈಕ್ವಿಟಿ ಷೇರುಗಳು: ಕಂಪನಿಯಲ್ಲಿ ಮಾಲೀಕತ್ವವನ್ನು ಪ್ರತಿನಿಧಿಸುತ್ತದೆ ಮತ್ತು ಮತದಾನದ ಹಕ್ಕುಗಳನ್ನು ಮತ್ತು ಲಾಭದಲ್ಲಿ ಪಾಲನ್ನು ನೀಡುತ್ತದೆ.

ಸಾಲ ಸಾಧನಗಳು: ಇವುಗಳಲ್ಲಿ ಬಾಂಡ್ಗಳು, ಡಿಬೆಂಚರ್ಗಳು ಮತ್ತು ಸರ್ಕಾರಿ ಸೆಕ್ಯುರಿಟಿಗಳು ಸೇರಿವೆ, ಅವು ಆವರ್ತಕ ಬಡ್ಡಿಯನ್ನು ಪಾವತಿಸುತ್ತವೆ ಮತ್ತು ಮುಕ್ತಾಯದ ಸಮಯದಲ್ಲಿ ಅಸಲು ಮೊತ್ತವನ್ನು ಹಿಂದಿರುಗಿಸುತ್ತವೆ.

ಉತ್ಪನ್ನಗಳು: ಭವಿಷ್ಯಗಳು ಮತ್ತು ಆಯ್ಕೆಗಳಂತಹ ಸಾಧನಗಳನ್ನು ಸ್ಟಾಕ್ ಎಕ್ಸ್ಚೇಂಜ್ಗಳಲ್ಲಿ ವ್ಯಾಪಾರ ಮಾಡಲಾಗುತ್ತದೆ, ಇದು ಹೂಡಿಕೆದಾರರಿಗೆ ಆಧಾರವಾಗಿರುವ ಸ್ವತ್ತುಗಳ ಭವಿಷ್ಯದ ಬೆಲೆ ಚಲನೆಗಳ ಬಗ್ಗೆ ಊಹಿಸಲು ಅನುವು ಮಾಡಿಕೊಡುತ್ತದೆ.

ಮ್ಯೂಚುವಲ್ ಫಂಡ್ ಗಳು: ಸ್ಟಾಕ್ ಗಳು, ಬಾಂಡ್ ಗಳು ಅಥವಾ ಇತರ ಸೆಕ್ಯುರಿಟಿಗಳ ವೈವಿಧ್ಯಮಯ ಪೋರ್ಟ್ ಫೋಲಿಯೊದಲ್ಲಿ ಹೂಡಿಕೆ ಮಾಡಲು ಬಹು ಹೂಡಿಕೆದಾರರಿಂದ ಹಣವನ್ನು ಸಂಗ್ರಹಿಸುವ ಹೂಡಿಕೆ ವಾಹನಗಳು.

6. ವ್ಯಾಪಾರ ಕಾರ್ಯವಿಧಾನಗಳು:

ಭಾರತೀಯ ಷೇರು ಮಾರುಕಟ್ಟೆ ಪ್ರಾಥಮಿಕವಾಗಿ ವಿದ್ಯುನ್ಮಾನವಾಗಿ ಕಾರ್ಯನಿರ್ವಹಿಸುತ್ತದೆ, ಇದು ಪರಿಣಾಮಕಾರಿ ಮತ್ತು ಪಾರದರ್ಶಕ ವ್ಯಾಪಾರಕ್ಕೆ ಅನುವು ಮಾಡಿಕೊಡುತ್ತದೆ. ವ್ಯಾಪಾರ ಅವಧಿಗಳನ್ನು ಪೂರ್ವ-ಮುಕ್ತ ಅವಧಿಗಳು, ಸಾಮಾನ್ಯ ಮಾರುಕಟ್ಟೆ ಸಮಯಗಳು ಮತ್ತು ಮುಕ್ತಾಯದ ನಂತರದ ಅವಧಿಗಳಾಗಿ ವಿಂಗಡಿಸಲಾಗಿದೆ.

- ಎನ್‌ಎಸ್‌ಇ ಮತ್ತು ಬಿಎಸ್‌ಇ ಎರಡೂ ಎಲೆಕ್ಟ್ರಾನಿಕ್ ಟ್ರೇಡಿಂಗ್ ಪ್ಲಾಟ್‌ಫಾರ್ಮ್‌ಗಳನ್ನು ಬಳಸುತ್ತವೆ, ಅದು ಬೆಲೆ ಮತ್ತು ಸಮಯದ ಆದ್ಯತೆಯ ಆಧಾರದ ಮೇಲೆ ಖರೀದಿ ಮತ್ತು ಮಾರಾಟ ಆದೇಶಗಳನ್ನು ಹೊಂದಿಸುತ್ತದೆ.

7. ಮಾರುಕಟ್ಟೆ ವಿಭಾಗಗಳು:

- ಮುಖ್ಯ ಈಕ್ವಿಟಿ ಮಾರುಕಟ್ಟೆ ವಿಭಾಗಗಳ ಜೊತೆಗೆ, ಎಸ್‌ಎಂಇ (ಸಣ್ಣ ಮತ್ತು ಮಧ್ಯಮ ಉದ್ಯಮಗಳು) ವಿನಿಮಯ ಮತ್ತು ಸರಕುಗಳ ಮಾರುಕಟ್ಟೆಯಂತಹ ವಿಶೇಷ ವಿಭಾಗಗಳಿವೆ.

8. ನಿಯಂತ್ರಣ ಚೌಕಟ್ಟು:

- ಮಾರುಕಟ್ಟೆಯ ನ್ಯಾಯಸಮ್ಮತತೆ ಮತ್ತು ಸಮಗ್ರತೆಯನ್ನು ಖಚಿತಪಡಿಸಿಕೊಳ್ಳಲು ಸೆಬಿ ಕಠಿಣ ನಿಯಮಗಳು ಮತ್ತು ಮಾರ್ಗಸೂಚಿಗಳನ್ನು ಜಾರಿಗೊಳಿಸುತ್ತದೆ. ಇದು ಮಾರುಕಟ್ಟೆ ಪಾರದರ್ಶಕತೆಯನ್ನು ಕಾಪಾಡಿಕೊಳ್ಳಲು ಸ್ಟಾಕ್ ಎಕ್ಸ್‌ಚೇಂಜ್‌ಗಳು, ಮಾರುಕಟ್ಟೆ ಮಧ್ಯವರ್ತಿಗಳು ಮತ್ತು ಪಟ್ಟಿ ಮಾಡಲಾದ ಕಂಪನಿಗಳನ್ನು ಮೇಲ್ವಿಚಾರಣೆ ಮಾಡುತ್ತದೆ.

9. ಹೂಡಿಕೆದಾರರ ರಕ್ಷಣೆ:

- ಹೂಡಿಕೆದಾರರ ಶಿಕ್ಷಣ ಮತ್ತು ಸಂರಕ್ಷಣಾ ನಿಧಿಗಳಂತಹ ಉಪಕ್ರಮಗಳ ಮೂಲಕ ಹೂಡಿಕೆದಾರರ ಹಿತಾಸಕ್ತಿಗಳನ್ನು ರಕ್ಷಿಸಲು ಸೆಬಿ ಮತ್ತು ಸ್ಟಾಕ್ ಎಕ್ಸ್‌ಚೇಂಜ್‌ಗಳು ಕ್ರಮಗಳನ್ನು ತೆಗೆದುಕೊಳ್ಳುತ್ತವೆ.

ಭಾರತೀಯ ಷೇರು ಮಾರುಕಟ್ಟೆಯು ವರ್ಷಗಳಲ್ಲಿ ಗಮನಾರ್ಹ ಬೆಳವಣಿಗೆಯನ್ನು ಕಂಡಿದೆ ಮತ್ತು ದೇಶೀಯ ಮತ್ತು ವಿದೇಶಿ ಹೂಡಿಕೆದಾರರಿಗೆ ಆಕರ್ಷಕ ತಾಣವಾಗಿದೆ. ಇದು ವ್ಯವಹಾರಗಳಿಗೆ ಬಂಡವಾಳದ ಪ್ರಮುಖ ಮೂಲವಾಗಿ ಕಾರ್ಯನಿರ್ವಹಿಸುತ್ತದೆ ಮತ್ತು ವ್ಯಕ್ತಿಗಳು ಹೂಡಿಕೆ ಮಾಡಲು ಮತ್ತು ತಮ್ಮ ಸಂಪತ್ತನ್ನು ಬೆಳೆಸಲು ಅವಕಾಶಗಳನ್ನು ಒದಗಿಸುತ್ತದೆ.

ಅಧ್ಯಾಯ - 11

ವಿದೇಶಿ ಹೂಡಿಕೆದಾರರು
ಭಾರತೀಯ ಷೇರು ಮಾರುಕಟ್ಟೆಯ
ಕಾರ್ಯಕ್ಷಮತೆಯನ್ನು ಹೇಗೆ
ತಿಳಿದುಕೊಳ್ಳುತ್ತಾರೆ?

ಲೇಖಕ ಓದುಗ

ಲೇಖಕ ಓದುಗ

ವಿದೇಶಿಯರು ಭಾರತೀಯ ಷೇರು ಮಾರುಕಟ್ಟೆ ಮತ್ತು ಅದರ ಕಾರ್ಯಕ್ಷಮತೆಯ ಬಗ್ಗೆ ವಿವಿಧ ಚಾನೆಲ್ ಗಳ ಮೂಲಕ ಮಾಹಿತಿಯನ್ನು ಪ್ರವೇಶಿಸಬಹುದು:

1. ಹಣಕಾಸು ಸುದ್ದಿ ವೆಬ್ಸೈಟ್ಗಳು: ಬ್ಲೂಮ್ಬರ್ಗ್, ಸಿಎನ್ಬಿಸಿ, ರಾಯಿಟರ್ಸ್ ಮತ್ತು ಫೈನಾನ್ಷಿಯಲ್ ಟೈಮ್ಸ್ನಂತಹ ಹಲವಾರು ಅಂತರರಾಷ್ಟ್ರೀಯ ಹಣಕಾಸು ಸುದ್ದಿ ವೆಬ್ಸೈಟ್ಗಳು ಭಾರತೀಯ ಷೇರು ಮಾರುಕಟ್ಟೆಯ ಬಗ್ಗೆ ನೈಜ-ಸಮಯದ ನವೀಕರಣಗಳು, ವಿಶ್ಲೇಷಣೆ ಮತ್ತು ಸುದ್ದಿಗಳನ್ನು ಒದಗಿಸುತ್ತವೆ.

2. ಸ್ಟಾಕ್ ಮಾರ್ಕೆಟ್ ಅಪ್ಲಿಕೇಶನ್ಗಳು: ನೈಜ-ಸಮಯದ ಸ್ಟಾಕ್ ಉಲ್ಲೇಖಗಳು, ಮಾರುಕಟ್ಟೆ ವಿಶ್ಲೇಷಣೆ ಮತ್ತು ಸುದ್ದಿ ನವೀಕರಣಗಳನ್ನು ನೀಡುವ ಸ್ಮಾರ್ಟ್ಫೋನ್ಗಳಿಗೆ ಅನೇಕ ಸ್ಟಾಕ್ ಮಾರುಕಟ್ಟೆ ಅಪ್ಲಿಕೇಶನ್ಗಳು ಲಭ್ಯವಿದೆ. ಉದಾಹರಣೆಗಳಲ್ಲಿ ಯಾಹೂ ಫೈನಾನ್ಸ್, Investing.com, ಮತ್ತು ಸ್ಟಾಕ್ ಟ್ವಿಟ್ಸ್ ಸೇರಿವೆ.

3. ಅಧಿಕೃತ ವೆಬ್ಸೈಟ್ಗಳು: ಬಾಂಬೆ ಸ್ಟಾಕ್ ಎಕ್ಸ್ಚೇಂಜ್ (ಬಿಎಸ್ಇ) ಮತ್ತು ಭಾರತದ ರಾಷ್ಟ್ರೀಯ ಷೇರು ವಿನಿಮಯ ಕೇಂದ್ರದ (ಎನ್ಎಸ್ಇ) ಅಧಿಕೃತ ವೆಬ್ಸೈಟ್ ಲೈವ್ ಮಾರ್ಕೆಟ್ ಡೇಟಾ, ಸ್ಟಾಕ್ ಬೆಲೆಗಳು, ಐತಿಹಾಸಿಕ ಡೇಟಾ ಮತ್ತು ಕಾರ್ಪೊರೇಟ್ ಪ್ರಕಟಣೆಗಳು ಸೇರಿದಂತೆ ಮಾಹಿತಿಯ ಸಂಪತ್ತನ್ನು ಒದಗಿಸುತ್ತದೆ.

4. ಹಣಕಾಸು ಟಿವಿ ಚಾನೆಲ್ಗಳು: ಸಿಎನ್ಬಿಸಿ ಮತ್ತು ಬ್ಲೂಮ್ಬರ್ಗ್ನಂತಹ ಅಂತರರಾಷ್ಟ್ರೀಯ ಹಣಕಾಸು ಸುದ್ದಿ ಟೆಲಿವಿಷನ್ ಚಾನೆಲ್ಗಳು ಭಾರತ ಸೇರಿದಂತೆ ಜಾಗತಿಕ ಷೇರು ಮಾರುಕಟ್ಟೆಗಳನ್ನು ಒಳಗೊಂಡ ಕಾರ್ಯಕ್ರಮಗಳನ್ನು ಪ್ರಸಾರ ಮಾಡುತ್ತವೆ.

5. ಸಂಶೋಧನಾ ವರದಿಗಳು: ಅನೇಕ ಹಣಕಾಸು ಸಂಸ್ಥೆಗಳು ಮತ್ತು ಸಂಶೋಧನಾ ಸಂಸ್ಥೆಗಳು ಭಾರತೀಯ ಕಂಪನಿಗಳು ಮತ್ತು ಷೇರು ಮಾರುಕಟ್ಟೆಯ ಬಗ್ಗೆ ವರದಿಗಳನ್ನು ಪ್ರಕಟಿಸುತ್ತವೆ. ಈ ವರದಿಗಳು ಹೆಚ್ಚಾಗಿ ಆನ್ ಲೈನ್ ನಲ್ಲಿ ಲಭ್ಯವಿವೆ ಮತ್ತು ಮಾರುಕಟ್ಟೆ ಪ್ರವೃತ್ತಿಗಳು ಮತ್ತು ವೈಯಕ್ತಿಕ ಸ್ಟಾಕ್ ಗಳ ಆಳವಾದ ವಿಶ್ಲೇಷಣೆಯನ್ನು ಒದಗಿಸುತ್ತವೆ.

6. ಸರ್ಕಾರಿ ಪ್ರಕಟಣೆಗಳು: ಹಣಕಾಸು ಸಚಿವಾಲಯ ಮತ್ತು ಸೆಕ್ಯುರಿಟೀಸ್ ಅಂಡ್ ಎಕ್ಸ್ಚೇಂಜ್ ಬೋರ್ಡ್ ಆಫ್ ಇಂಡಿಯಾ (ಸೆಬಿ) ನಂತಹ ಭಾರತೀಯ ಸರ್ಕಾರಿ ಮೂಲಗಳಿಂದ ವರದಿಗಳು ಮತ್ತು ಪ್ರಕಟಣೆಗಳು ಮಾರುಕಟ್ಟೆ ನಿಯಮಗಳು ಮತ್ತು ನೀತಿಗಳ ಬಗ್ಗೆ ಅಮೂಲ್ಯವಾದ ಒಳನೋಟಗಳನ್ನು ಒದಗಿಸಬಹುದು.

ಅಧ್ಯಾಯ - 12

ಭಾರತದ ಅಧಿಕೃತ ವೆಬ್ (ಎನ್‌ಎಸ್‌ಇ) ನಲ್ಲಿ ಯಾವ ವಲಯವು ಕಾರ್ಯನಿರ್ವಹಿಸುತ್ತಿದೆ ಎಂದು ಹೇಗೆ ಮತ್ತು ಎಲ್ಲಿ ತಿಳಿಯುವುದು?

1. ಭಾರತದಲ್ಲಿ ವಲಯ-ನಿರ್ದಿಷ್ಟ ಸೂಚ್ಯಂಕಗಳನ್ನು ಮೇಲ್ವಿಚಾರಣೆ ಮಾಡಿ.

ರಾಷ್ಟ್ರೀಯ ಷೇರು ವಿನಿಮಯ ಕೇಂದ್ರ (ಎನ್‌ಎಸ್‌ಇ) ಮತ್ತು ಬಾಂಬೆ ಸ್ಟಾಕ್ ಎಕ್ಸ್‌ಚೇಂಜ್ (ಬಿಎಸ್‌ಇ) ನಂತಹ ಸ್ಟಾಕ್ ಎಕ್ಸ್‌ಚೇಂಜ್‌ಗಳು ನಿರ್ದಿಷ್ಟ ಕ್ಷೇತ್ರಗಳ ಕಾರ್ಯಕ್ಷಮತೆಯನ್ನು ಟ್ರ್ಯಾಕ್ ಮಾಡುವ ವಲಯ ಸೂಚ್ಯಂಕಗಳನ್ನು ಹೊಂದಿವೆ. ಉದಾಹರಣೆಗೆ, ನಿಫ್ಟಿ ಬ್ಯಾಂಕ್, ನಿಫ್ಟಿ ಐಟಿ, ನಿಫ್ಟಿ ಫಾರ್ಮಾ, ಇತ್ಯಾದಿ. ಈ ಸೂಚ್ಯಂಕಗಳು ಒಂದು ನಿರ್ದಿಷ್ಟ ವಲಯವು ಇತರರಿಗೆ ಹೋಲಿಸಿದರೆ ಹೇಗೆ ಕಾರ್ಯನಿರ್ವಹಿಸುತ್ತಿದೆ ಎಂಬುದರ ಕಲ್ಪನೆಯನ್ನು ನಿಮಗೆ ನೀಡುತ್ತದೆ.

ನೀವು ವೆಬ್ ಲಿಂಕ್ ಗೆ ಭೇಟಿ ನೀಡಬಹುದು: https://www.niftyindices.com.

ಮುಖ್ಯವಾಗಿ ವಿಭಜಿತವಾಗಿರುವ ವಿವಿಧ ಕ್ಷೇತ್ರಗಳನ್ನು ಸಹ ಇಲ್ಲಿ ನೋಡೋಣ.

2. ವಿಶಾಲ ಆಧಾರಿತ ಸೂಚ್ಯಂಕಗಳು:

ಈ ಸೂಚ್ಯಂಕಗಳು ಎಕ್ಸ್‌ಚೇಂಜ್‌ನಲ್ಲಿ ಪಟ್ಟಿ ಮಾಡಲಾದ ದೊಡ್ಡ, ದ್ರವ ಸ್ಟಾಕ್‌ಗಳನ್ನು ಒಳಗೊಂಡಿರುತ್ತವೆ.

ಮ್ಯೂಚುವಲ್ ಫಂಡ್ ಹೂಡಿಕೆಗಳಂತಹ ಸ್ಟಾಕ್ ಗಳು ಅಥವಾ ಪೋರ್ಟ್ ಫೋಲಿಯೊಗಳ ಕಾರ್ಯಕ್ಷಮತೆಯನ್ನು ಅಳೆಯಲು ಅವು ಮಾನದಂಡವಾಗಿ ಕಾರ್ಯನಿರ್ವಹಿಸುತ್ತವೆ.

ವಿಶಾಲ ಆಧಾರಿತ ಸೂಚ್ಯಂಕಗಳು:

ಉದಾಹರಣೆ: ನಿಫ್ಟಿ 50

ನಿಫ್ಟಿ 50 ಅನ್ನು ವಿವಿಧ ವಲಯಗಳೊಂದಿಗೆ ಮತ್ತು ಅನುಪಾತದೊಂದಿಗೆ ಹೇಗೆ ಸಂಯೋಜಿಸಲಾಗಿದೆ ಎಂಬುದನ್ನು ಇಲ್ಲಿ ನೀವು ನೋಡಬಹುದು.

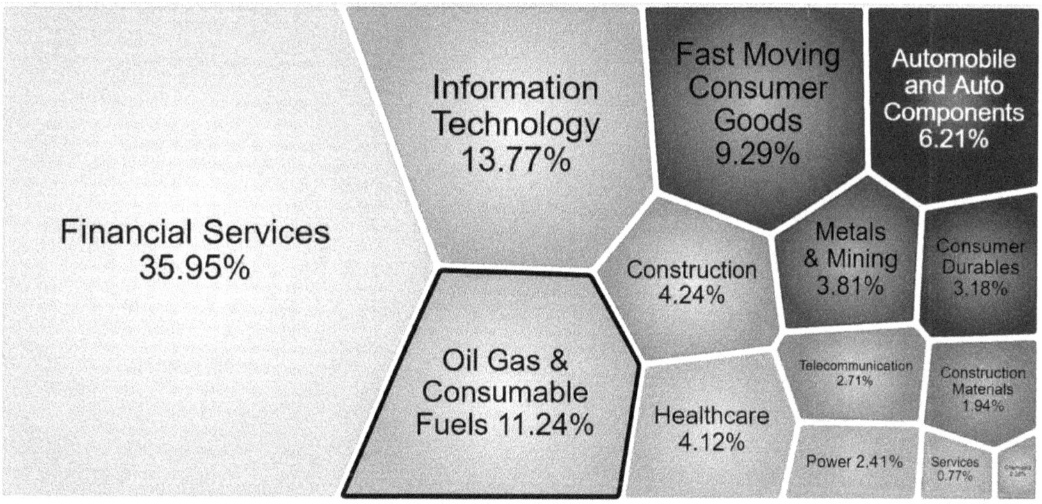

Nifty50

The Nifty 50 is a well diversified 50 stock index and it represent important sectors of the economy.

The base period selected for Nifty 50 index is the close of prices on November 3, 1995, which marks the completion of one year of operations of NSE's Capital Market Segment. The base value of the index has been set at 1000 and a base capital of Rs.2.06 trillion.

ವಲಯ ಸೂಚ್ಯಂಕಗಳು

ವಲಯ ಸೂಚ್ಯಂಕಗಳು ಎಂದೂ ಕರೆಯಲ್ಪಡುವ ವಲಯ ಸೂಚ್ಯಂಕಗಳು ನಿರ್ದಿಷ್ಟ ವಲಯ ಅಥವಾ ಉದ್ಯಮದಲ್ಲಿ ಕಾರ್ಯನಿರ್ವಹಿಸುವ ಕಂಪನಿಗಳ ಕಾರ್ಯಕ್ಷಮತೆಯನ್ನು ಟ್ರ್ಯಾಕ್ ಮಾಡುವ ನಿರ್ದಿಷ್ಟ ಷೇರು ಮಾರುಕಟ್ಟೆ ಸೂಚ್ಯಂಕಗಳಾಗಿವೆ. ಒಟ್ಟಾರೆ ಮಾರುಕಟ್ಟೆ ಕಾರ್ಯಕ್ಷಮತೆಯನ್ನು ಪ್ರತಿನಿಧಿಸುವ ವಿಶಾಲ ಮಾರುಕಟ್ಟೆ ಸೂಚ್ಯಂಕಗಳಿಗಿಂತ (ಎಸ್ &ಪಿ 500 ಅಥವಾ ಬಿಎಸ್ಇ ಸೆನ್ಸೆಕ್ಸ್ನಂತಹ) ಭಿನ್ನವಾಗಿ, ವಲಯ ಸೂಚ್ಯಂಕಗಳು ಆರ್ಥಿಕತೆಯ ನಿರ್ದಿಷ್ಟ ವಿಭಾಗದ ಮೇಲೆ ಕೇಂದ್ರೀಕರಿಸುತ್ತವೆ.

ಪ್ರತಿಯೊಂದು ವಲಯ ಸೂಚ್ಯಂಕವು ನಿರ್ದಿಷ್ಟ ಉದ್ಯಮದ ಭಾಗವಾಗಿರುವ ಕಂಪನಿಗಳನ್ನು ಒಳಗೊಂಡಿದೆ. ಉದಾಹರಣೆಗೆ, ಸಾಮಾನ್ಯ ವಲಯ ಸೂಚ್ಯಂಕಗಳು ಸೇರಿವೆ:

1. **ತಂತ್ರಜ್ಞಾನ ವಲಯದ ಸೂಚ್ಯಂಕ:** ಸಾಫ್ಟ್‌ವೇರ್ ಅಭಿವೃದ್ಧಿ, ಹಾರ್ಡ್‌ವೇರ್ ಉತ್ಪಾದನೆ, ಇಂಟರ್ನೆಟ್ ಸೇವೆಗಳು ಮತ್ತು ಸಂಬಂಧಿತ ವ್ಯವಹಾರಗಳಲ್ಲಿ ತೊಡಗಿರುವ ತಂತ್ರಜ್ಞಾನ ಕಂಪನಿಗಳನ್ನು ಒಳಗೊಂಡಿದೆ.

2. **ಹಣಕಾಸು ವಲಯದ ಸೂಚ್ಯಂಕ:** ಬ್ಯಾಂಕುಗಳು, ವಿಮಾ ಕಂಪನಿಗಳು ಮತ್ತು ಇತರ ಹಣಕಾಸು ಸಂಸ್ಥೆಗಳು ಸೇರಿದಂತೆ ಹಣಕಾಸು ಉದ್ಯಮದಲ್ಲಿನ ಕಂಪನಿಗಳನ್ನು ಟ್ರ್ಯಾಕ್ ಮಾಡುತ್ತದೆ.

3. **ಹೆಲ್ತ್‌ಕೇರ್ ಸೆಕ್ಟರ್ ಸೂಚ್ಯಂಕ:** ಔಷಧೀಯ, ಜೈವಿಕ ತಂತ್ರಜ್ಞಾನ ಮತ್ತು ವೈದ್ಯಕೀಯ ಉಪಕರಣಗಳ ತಯಾರಕರು ಸೇರಿದಂತೆ ಆರೋಗ್ಯ ಕ್ಷೇತ್ರದ ಕಂಪನಿಗಳನ್ನು ಒಳಗೊಂಡಿದೆ.

4. **ಇಂಧನ ವಲಯದ ಸೂಚ್ಯಂಕ:** ತೈಲ, ಅನಿಲ ಮತ್ತು ನವೀಕರಿಸಬಹುದಾದ ಇಂಧನದಂತಹ ಇಂಧನ ಸಂಪನ್ಮೂಲಗಳ ಉತ್ಪಾದನೆ ಮತ್ತು ಪರಿಶೋಧನೆಯಲ್ಲಿ ತೊಡಗಿರುವ ಕಂಪನಿಗಳನ್ನು ಒಳಗೊಂಡಿದೆ.

5. **ಗ್ರಾಹಕ ವಿವೇಚನಾ ವಲಯದ ಸೂಚ್ಯಂಕ**: ಚಿಲ್ಲರೆ ವ್ಯಾಪಾರ, ವಾಹನಗಳು ಮತ್ತು ಮನರಂಜನೆಯಂತಹ ಅಗತ್ಯವಲ್ಲದ ಸರಕುಗಳು ಮತ್ತು ಸೇವೆಗಳನ್ನು ಉತ್ಪಾದಿಸುವ ಕಂಪನಿಗಳನ್ನು ಟ್ರ್ಯಾಕ್ ಮಾಡುತ್ತದೆ.

6. **ಗ್ರಾಹಕ ಸ್ಟೇಪಲ್ಸ್ ಸೆಕ್ಟರ್ ಸೂಚ್ಯಂಕ:** ಆಹಾರ, ಪಾನೀಯಗಳು ಮತ್ತು ಗೃಹೋಪಯೋಗಿ ಉತ್ಪನ್ನಗಳಂತಹ ಅಗತ್ಯ ಸರಕುಗಳು ಮತ್ತು ಸೇವೆಗಳನ್ನು ಉತ್ಪಾದಿಸುವ ಕಂಪನಿಗಳನ್ನು ಒಳಗೊಂಡಿದೆ.

7. **ಕೈಗಾರಿಕಾ ವಲಯದ ಸೂಚ್ಯಂಕ:** ಉತ್ಪಾದನೆ, ನಿರ್ಮಾಣ, ಏರೋಸ್ಪೇಸ್ ಮತ್ತು ರಕ್ಷಣೆಯಲ್ಲಿ ತೊಡಗಿರುವ ಕಂಪನಿಗಳನ್ನು ಒಳಗೊಂಡಿದೆ.

ವಲಯ ಸೂಚ್ಯಂಕಗಳು

ಉದಾಹರಣೆ

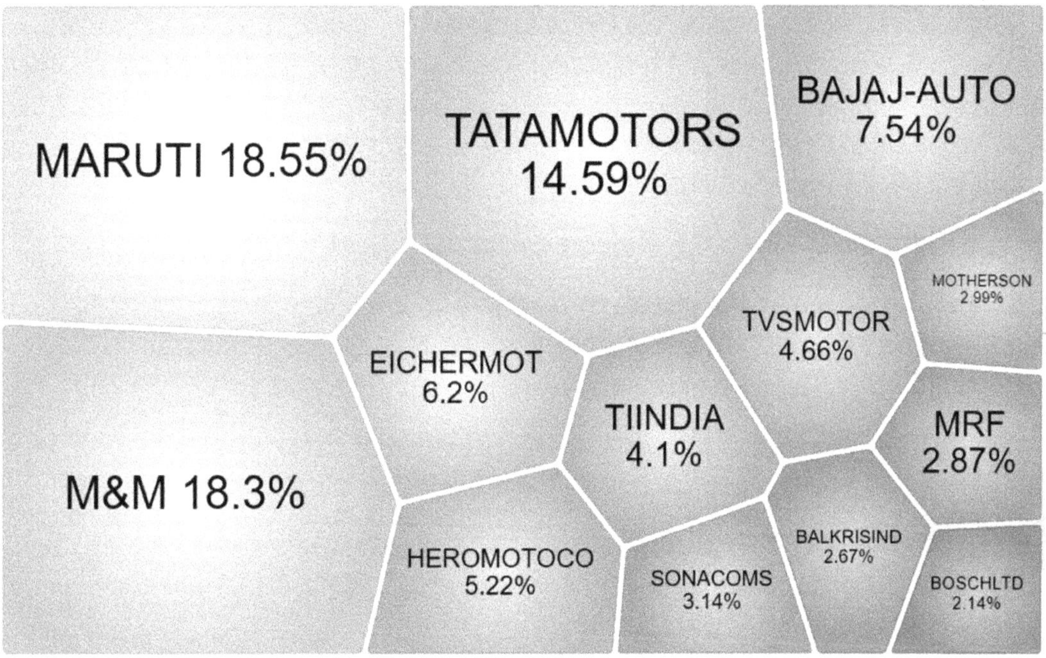

Nifty Auto

The Nifty Auto Index is designed to reflect the behaviour and performance of the Indian automobiles sector.

ವಿಷಯಾಧಾರಿತ ಸೂಚ್ಯಂಕಗಳು

ವಿಷಯಾಧಾರಿತ ಸೂಚ್ಯಂಕಗಳು ವಿಶಾಲ ಮಾರುಕಟ್ಟೆಗಿಂತ ನಿರ್ದಿಷ್ಟ ವಿಷಯ ಅಥವಾ ವಲಯದಲ್ಲಿ ಕಾರ್ಯನಿರ್ವಹಿಸುವ ಕಂಪನಿಗಳ ಕಾರ್ಯಕ್ಷಮತೆಯನ್ನು ಟ್ರ್ಯಾಕ್ ಮಾಡುವ ಷೇರು ಮಾರುಕಟ್ಟೆ ಸೂಚ್ಯಂಕಗಳಾಗಿವೆ. ಈ ಸೂಚ್ಯಂಕಗಳನ್ನು ಹೂಡಿಕೆದಾರರಿಗೆ ನಿರ್ದಿಷ್ಟ ಪ್ರವೃತ್ತಿ, ಉದ್ಯಮ ಅಥವಾ ಕಲ್ಪನೆಗೆ ಒಡ್ಡಿಕೊಳ್ಳಲು ವಿನ್ಯಾಸಗೊಳಿಸಲಾಗಿದೆ. ವಿಷಯಾಧಾರಿತ ಸೂಚ್ಯಂಕಗಳನ್ನು ಮಾನದಂಡಗಳು ಅಥವಾ ವಿಷಯದ ಆಧಾರದ ಮೇಲೆ ನಿರ್ಮಿಸಲಾಗುತ್ತದೆ, ಮತ್ತು ಘಟಕ ಕಂಪನಿಗಳನ್ನು ಸಾಮಾನ್ಯವಾಗಿ ಆಯ್ಕೆ ಮಾಡಲಾಗುತ್ತದೆ ಏಕೆಂದರೆ ಅವು ಆ ಥೀಮ್ನೊಳಗೆ ಕಾರ್ಯನಿರ್ವಹಿಸುತ್ತವೆ.

ಉದಾಹರಣೆಗೆ, ಕೆಲವು ಸಾಮಾನ್ಯ ವಿಷಯಾಧಾರಿತ ಸೂಚ್ಯಂಕಗಳು ಸೇರಿವೆ:

1. ತಂತ್ರಜ್ಞಾನ ವಲಯದ ಸೂಚ್ಯಂಕ: ಈ ಸೂಚ್ಯಂಕವು ಸಾಫ್ಟ್‌ವೇರ್, ಹಾರ್ಡ್‌ವೇರ್ ಮತ್ತು ಇಂಟರ್ನೆಟ್ ಸಂಬಂಧಿತ ವ್ಯವಹಾರಗಳಂತಹ ತಂತ್ರಜ್ಞಾನ ಕ್ಷೇತ್ರದ ಕಂಪನಿಗಳನ್ನು ಒಳಗೊಂಡಿದೆ.

2. ಶುದ್ಧ ಇಂಧನ ಸೂಚ್ಯಂಕ: ಈ ಸೂಚ್ಯಂಕವು ನವೀಕರಿಸಬಹುದಾದ ಇಂಧನ, ಇಂಧನ ದಕ್ಷತೆ ಮತ್ತು ಇತರ ಶುದ್ಧ ಇಂಧನ ತಂತ್ರಜ್ಞಾನಗಳಲ್ಲಿ ತೊಡಗಿರುವ ಕಂಪನಿಗಳನ್ನು ಒಳಗೊಂಡಿದೆ.

3. ಹೆಲ್ತ್‌ಕೇರ್ ಇನ್ನೋವೇಶನ್ ಇಂಡೆಕ್ಸ್: ಈ ಸೂಚ್ಯಂಕವು ಆರೋಗ್ಯ ಆವಿಷ್ಕಾರಗಳು, ಜೈವಿಕ ತಂತ್ರಜ್ಞಾನ, ಔಷಧೀಯ ಮತ್ತು ವೈದ್ಯಕೀಯ ತಂತ್ರಜ್ಞಾನದಲ್ಲಿ ತೊಡಗಿರುವ ಕಂಪನಿಗಳನ್ನು ಟ್ರ್ಯಾಕ್ ಮಾಡುತ್ತದೆ.

4. ಗ್ರಾಹಕ ವಿವೇಚನಾ ಸೂಚ್ಯಂಕ: ಈ ಸೂಚ್ಯಂಕವು ಚಿಲ್ಲರೆ ವ್ಯಾಪಾರ, ಮಾಧ್ಯಮ, ಮನರಂಜನೆ ಮತ್ತು ಆತಿಥ್ಯದಂತಹ ಉದ್ಯಮಗಳಲ್ಲಿನ ಕಂಪನಿಗಳನ್ನು ಒಳಗೊಂಡಿದೆ, ಇದು ಆರ್ಥಿಕ ಚಕ್ರಗಳಿಗೆ ಹೆಚ್ಚು ಸೂಕ್ಷ್ಮವಾಗಿರುತ್ತದೆ.

5. ನೀರು ನಿರ್ವಹಣಾ ಸೂಚ್ಯಂಕ: ಈ ಸೂಚ್ಯಂಕವು ನೀರು ಸರಬರಾಜು, ಸಂಸ್ಕರಣೆ ಮತ್ತು ಸಂಬಂಧಿತ ಮೂಲಸೌಕರ್ಯಗಳಲ್ಲಿ ತೊಡಗಿರುವ ಕಂಪನಿಗಳನ್ನು ಒಳಗೊಂಡಿದೆ.

6. ಕೃತಕ ಬುದ್ಧಿಮತ್ತೆ (ಎಐ) ಸೂಚ್ಯಂಕ: ಈ ಸೂಚ್ಯಂಕವು ಕೃತಕ ಬುದ್ಧಿಮತ್ತೆ ತಂತ್ರಜ್ಞಾನಗಳನ್ನು ಅಭಿವೃದ್ಧಿಪಡಿಸುವ ಅಥವಾ ಕಾರ್ಯಗತಗೊಳಿಸುವ ಕಂಪನಿಗಳನ್ನು ಒಳಗೊಂಡಿದೆ

ಲೇಖಕ ಓದುಗ

ವಿಷಯಾಧಾರಿತ ಸೂಚ್ಯಂಕಗಳು

ಉದಾಹರಣೆ:

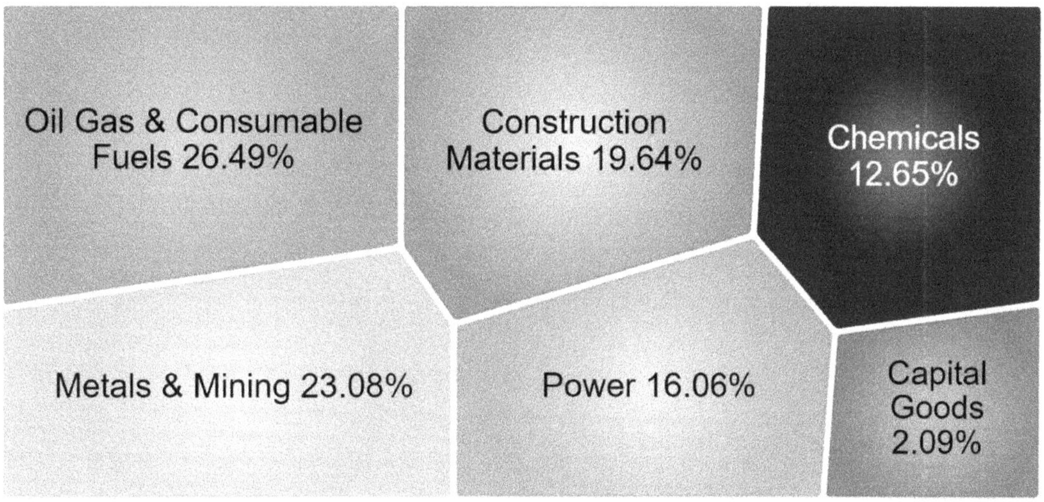

Nifty Commodities

The Nifty Commodities Index is designed to reflect the behaviour and performance of a diversified portfolio of companies representing the commodities segment which includes sectors such as Oil, Petroleum Products, Cement, Power,

ಕಾರ್ಯತಂತ್ರ ಸೂಚ್ಯಂಕಗಳು

ಕಾರ್ಯತಂತ್ರ ಸೂಚ್ಯಂಕಗಳು ನಿರ್ದಿಷ್ಟ ಹೂಡಿಕೆ ಕಾರ್ಯತಂತ್ರ ಅಥವಾ ವಿಧಾನವನ್ನು ಅನುಸರಿಸಲು ವಿನ್ಯಾಸಗೊಳಿಸಲಾದ ಷೇರು ಮಾರುಕಟ್ಟೆ ಸೂಚ್ಯಂಕಗಳಾಗಿವೆ. ಸಾಂಪ್ರದಾಯಿಕ ಸೂಚ್ಯಂಕಗಳಿಗಿಂತ ಭಿನ್ನವಾಗಿ, ಸಾಮಾನ್ಯವಾಗಿ ಮಾರುಕಟ್ಟೆ ಬಂಡವಾಳೀಕರಣ-ತೂಕವನ್ನು ಹೊಂದಿರುತ್ತವೆ ಮತ್ತು ಒಟ್ಟಾರೆ ಮಾರುಕಟ್ಟೆ ಕಾರ್ಯಕ್ಷಮತೆಯನ್ನು ಪ್ರತಿನಿಧಿಸುವ ಗುರಿಯನ್ನು ಹೊಂದಿರುತ್ತವೆ, ಕಾರ್ಯತಂತ್ರ ಸೂಚ್ಯಂಕಗಳು ನಿರ್ದಿಷ್ಟ ಅಂಶಗಳು, ವಿಷಯಗಳು ಅಥವಾ ಹೂಡಿಕೆ ಶೈಲಿಗಳ ಮೇಲೆ ಕೇಂದ್ರೀಕರಿಸುತ್ತವೆ._ಈ ಸೂಚ್ಯಂಕಗಳನ್ನು ಪೂರ್ವನಿರ್ಧರಿತ ನಿಯಮಗಳು ಅಥವಾ ಕಾರ್ಯತಂತ್ರಗಳ ಆಧಾರದ ಮೇಲೆ ನಿರ್ಮಿಸಲಾಗುತ್ತದೆ, ಇದು ಮೂಲಭೂತ ಮೆಟ್ರಿಕ್ಸ್, ತಾಂತ್ರಿಕ ಸೂಚಕಗಳು ಅಥವಾ ಗುಣಾತ್ಮಕ ಅಂಶಗಳಂತಹ ವಿವಿಧ ಮಾನದಂಡಗಳನ್ನು ಒಳಗೊಂಡಿರಬಹುದು.

ಕೆಲವು ಸಾಮಾನ್ಯ ರೀತಿಯ ಕಾರ್ಯತಂತ್ರ ಸೂಚ್ಯಂಕಗಳು ಇಲ್ಲಿವೆ:

ಲಾಭಾಂಶ ಸೂಚ್ಯಂಕಗಳು: ಈ ಸೂಚ್ಯಂಕಗಳು ಹೆಚ್ಚಿನ ಲಾಭಾಂಶವನ್ನು ಪಾವತಿಸುವ ಇತಿಹಾಸವನ್ನು ಹೊಂದಿರುವ ಕಂಪನಿಗಳ ಷೇರುಗಳನ್ನು ಒಳಗೊಂಡಿವೆ. ಲಾಭಾಂಶ ಸೂಚ್ಯಂಕಗಳು ಹೆಚ್ಚಾಗಿ ಸ್ಥಿರ ಗಳಿಕೆ ಮತ್ತು ಬಲವಾದ ಲಾಭಾಂಶ ಪಾವತಿ ಟ್ರ್ಯಾಕ್ ರೆಕಾರ್ಡ್ ಹೊಂದಿರುವ ಕಂಪನಿಗಳ ಮೇಲೆ ಕೇಂದ್ರೀಕರಿಸುತ್ತವೆ.

ಬೆಳವಣಿಗೆಯ ಸೂಚ್ಯಂಕಗಳು: ಬೆಳವಣಿಗೆಯ ಸೂಚ್ಯಂಕಗಳು ಆದಾಯ, ಗಳಿಕೆ ಅಥವಾ ಇತರ ಹಣಕಾಸು ಮಾಪನಗಳ ವಿಷಯದಲ್ಲಿ ಸರಾಸರಿಗಿಂತ ಹೆಚ್ಚಿನ ಬೆಳವಣಿಗೆಯ ದರಗಳನ್ನು ಹೊಂದುವ ನಿರೀಕ್ಷೆಯಿರುವ ಕಂಪನಿಗಳ ಷೇರುಗಳನ್ನು ಒಳಗೊಂಡಿರುತ್ತವೆ. ಈ ಸೂಚ್ಯಂಕಗಳು ಸಾಮಾನ್ಯವಾಗಿ ಹೆಚ್ಚಿನ ಬೆಲೆ-ಗಳಿಕೆ (ಪಿ / ಇ) ಅನುಪಾತಗಳು ಮತ್ತು ಬಲವಾದ ಗಳಿಕೆಯ ಬೆಳವಣಿಗೆಯ ಸಾಮರ್ಥ್ಯವನ್ನು ಹೊಂದಿರುವ ಕಂಪನಿಗಳನ್ನು ಒಳಗೊಂಡಿರುತ್ತವೆ.

ಮೌಲ್ಯ ಸೂಚ್ಯಂಕಗಳು: ಮೌಲ್ಯ ಸೂಚ್ಯಂಕಗಳು ಬೆಲೆಯಿಂದ ಗಳಿಕೆಯ ಅನುಪಾತ, ಬೆಲೆಯಿಂದ ಪುಸ್ತಕದ ಅನುಪಾತ ಅಥವಾ ಲಾಭಾಂಶ ಇಳುವರಿಯಂತಹ ಮೂಲಭೂತ ಮಾನದಂಡಗಳ ಆಧಾರದ ಮೇಲೆ ಕಡಿಮೆ ಅಂದಾಜು ಮಾಡಲಾದ ಸ್ಟಾಕ್ ಗಳನ್ನು ಒಳಗೊಂಡಿರುತ್ತವೆ. ಮೌಲ್ಯ ಸೂಚ್ಯಂಕಗಳಲ್ಲಿ ಸೇರಿಸಲಾದ ಕಂಪನಿಗಳನ್ನು ಸಾಮಾನ್ಯವಾಗಿ ಅವುಗಳ ಆಂತರಿಕ ಮೌಲ್ಯಕ್ಕೆ ಹೋಲಿಸಿದರೆ ಕಡಿಮೆ ಬೆಲೆಯಲ್ಲಿ ವಹಿವಾಟು ನಡೆಸುತ್ತವೆ ಎಂದು ಗ್ರಹಿಸಲಾಗುತ್ತದೆ.

ಕಡಿಮೆ ಚಂಚಲತೆ ಸೂಚ್ಯಂಕಗಳು: ಕಡಿಮೆ ಚಂಚಲತೆಯ ಸೂಚ್ಯಂಕಗಳು ವಿಶಾಲ ಮಾರುಕಟ್ಟೆಗೆ ಹೋಲಿಸಿದರೆ ಐತಿಹಾಸಿಕವಾಗಿ ಕಡಿಮೆ ಬೆಲೆ ಚಂಚಲತೆಯನ್ನು ಪ್ರದರ್ಶಿಸಿದ ಕಂಪನಿಗಳ ಷೇರುಗಳನ್ನು ಒಳಗೊಂಡಿವೆ. ಈ ಸೂಚ್ಯಂಕಗಳು ಕಡಿಮೆ ಬೆಲೆ ಏರಿಳಿತ ಹೊಂದಿರುವ ಷೇರುಗಳ ಮೇಲೆ ಕೇಂದ್ರೀಕರಿಸುವ ಮೂಲಕ ಹೂಡಿಕೆದಾರರಿಗೆ ಹೆಚ್ಚು ಸ್ಥಿರವಾದ ಹೂಡಿಕೆಯನ್ನು ಒದಗಿಸುವ ಗುರಿಯನ್ನು ಹೊಂದಿವೆ.

ಗುಣಮಟ್ಟದ ಸೂಚ್ಯಂಕಗಳು: ಗುಣಮಟ್ಟದ ಸೂಚ್ಯಂಕಗಳು ಬಲವಾದ ಹಣಕಾಸು ಆರೋಗ್ಯ, ಸ್ಥಿರ ಗಳಿಕೆ, ಕಡಿಮೆ ಸಾಲದ ಮಟ್ಟಗಳು ಮತ್ತು ಈಕ್ವಿಟಿಯ ಮೇಲಿನ ಹೆಚ್ಚಿನ ಆದಾಯವನ್ನು ಪ್ರದರ್ಶಿಸುವ ಕಂಪನಿಗಳ ಷೇರುಗಳನ್ನು ಒಳಗೊಂಡಿರುತ್ತವೆ. ಈ ಸೂಚ್ಯಂಕಗಳು ಘನ ಮೂಲಭೂತ ಮತ್ತು ವಿಶ್ವಾಸಾರ್ಹ ವ್ಯವಹಾರ ಮಾದರಿಗಳನ್ನು ಹೊಂದಿರುವ ಕಂಪನಿಗಳ ಮೇಲೆ ಕೇಂದ್ರೀಕರಿಸುತ್ತವೆ.

ಕಾರ್ಯತಂತ್ರ ಸೂಚ್ಯಂಕಗಳು

ಉದಾಹರಣೆ:

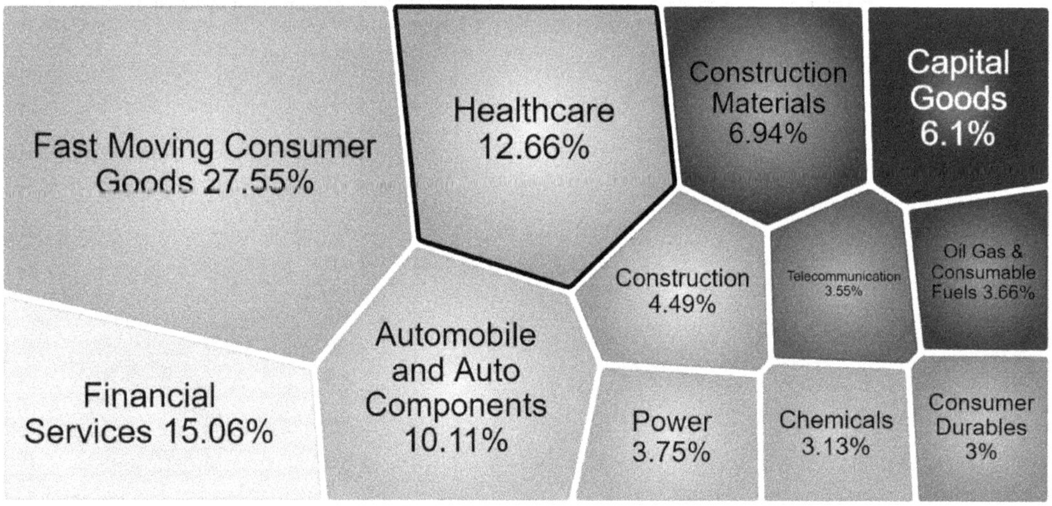

Nifty
Alpha Low-Volatility30

The index is designed to reflect the performance of a portfolio of stocks selected based on top combination of Alpha and Low Volatility.

It intends to counter the cyclicality of single factor index strategy and provides investors a choice to take exposure to multiple factors through a single index product

ಎಲ್ಲಾ ಸೂಚ್ಯಂಕಗಳನ್ನು ಕೆಳಗಿನ ಲಿಂಕ್ ನಲ್ಲಿ ವಿವರವಾಗಿ ಪರಿಶೀಲಿಸಬಹುದು.

ವಿಶಾಲ ಆಧಾರಿತ ಸೂಚ್ಯಂಕಗಳು (niftyindices.com)

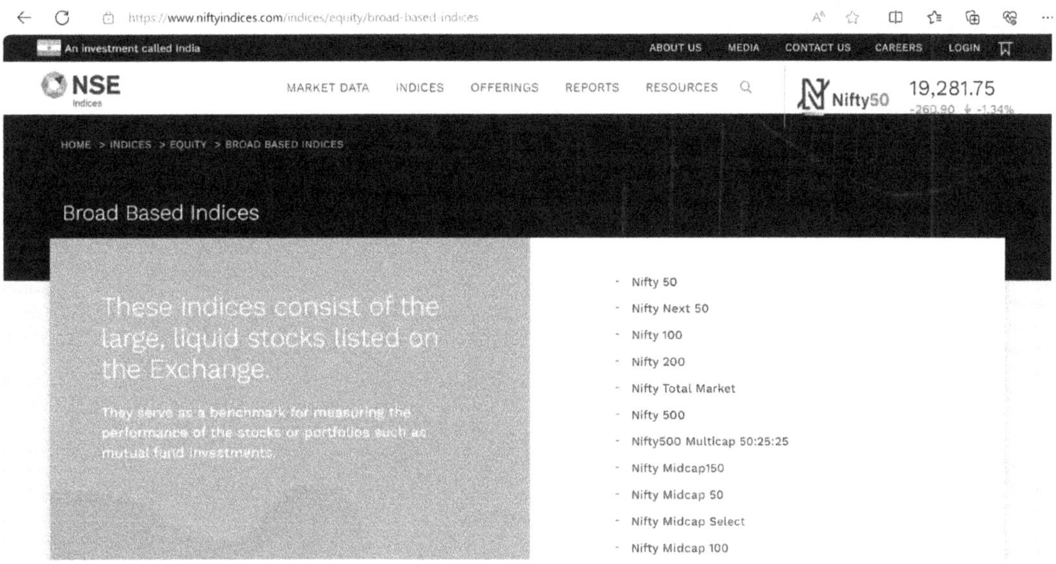

ಸೂಚ್ಯಂಕಗಳ ಬಗ್ಗೆ

ಹಣಕಾಸು, ಸರಕುಗಳು ಅಥವಾ ಇತರ ಯಾವುದೇ ಮಾರುಕಟ್ಟೆಗಳಲ್ಲಿ ಉತ್ಪನ್ನಗಳ ಬೆಲೆ ಚಲನೆಗಳ ಬಗ್ಗೆ ಮಾಹಿತಿಯನ್ನು ನೀಡಲು ಸೂಚ್ಯಂಕವನ್ನು ಬಳಸಲಾಗುತ್ತದೆ. ಷೇರು ಮಾರುಕಟ್ಟೆ ಸೂಚ್ಯಂಕಗಳು ಈಕ್ವಿಟಿ ಮಾರುಕಟ್ಟೆಗಳ ಒಟ್ಟಾರೆ ನಡವಳಿಕೆಯನ್ನು ಸೆರೆಹಿಡಿಯುವ ಉದ್ದೇಶವನ್ನು ಹೊಂದಿವೆ.

ಷೇರು ಮಾರುಕಟ್ಟೆ ಸೂಚ್ಯಂಕಗಳು ವಿವಿಧ ಕಾರಣಗಳಿಗಾಗಿ ಉಪಯುಕ್ತವಾಗಿವೆ. ಅವುಗಳಲ್ಲಿ ಕೆಲವು:

- ಅವು ಚಿನ್ನ ಅಥವಾ ಸಾಲದಂತಹ ಇತರ ರೀತಿಯ ಹೂಡಿಕೆಗಳೊಂದಿಗೆ ಷೇರು ಮಾರುಕಟ್ಟೆಯಲ್ಲಿ ಹೂಡಿಕೆ ಮಾಡಿದ ಹಣದ ಮೇಲಿನ ಆದಾಯದ ಐತಿಹಾಸಿಕ ಹೋಲಿಕೆಯನ್ನು ಒದಗಿಸುತ್ತವೆ.
- ಈಕ್ವಿಟಿ ಫಂಡ್ ನ ಕಾರ್ಯಕ್ಷಮತೆಯನ್ನು ಹೋಲಿಸಲು ಅವುಗಳನ್ನು ಮಾನದಂಡವಾಗಿ ಬಳಸಬಹುದು.

ಇದು ಒಟ್ಟಾರೆ ಆರ್ಥಿಕತೆಯ ಅಥವಾ ಆರ್ಥಿಕತೆಯ ಒಂದು ವಲಯದ ಕಾರ್ಯಕ್ಷಮತೆಯ ಪ್ರಮುಖ ಸೂಚಕವಾಗಿದೆ

- ಸ್ಟಾಕ್ ಸೂಚ್ಯಂಕಗಳು ಹೆಚ್ಚು ನವೀಕೃತ ಮಾಹಿತಿಯನ್ನು ಪ್ರತಿಬಿಂಬಿಸುತ್ತವೆ.
- ಇಂಡೆಕ್ಸ್ ಫಂಡ್ ಗಳು, ಇಂಡೆಕ್ಸ್ ಫ್ಯೂಚರ್ಸ್, ಇಂಡೆಕ್ಸ್ ಆಯ್ಕೆಗಳಂತಹ ಆಧುನಿಕ ಹಣಕಾಸು ಅನ್ವಯಿಕೆಗಳು ಹಣಕಾಸು ಹೂಡಿಕೆಗಳು ಮತ್ತು ಅಪಾಯ ನಿರ್ವಹಣೆಯಲ್ಲಿ ಪ್ರಮುಖ ಪಾತ್ರವಹಿಸುತ್ತವೆ.

INDEX	NIFTY MICROCAP 250
NIFTY 50	NIFTY BANK
NIFTY NEXT 50	NIFTY AUTO
NIFTY 100	NIFTY FINANCIAL SERVICES
NIFTY 200	NIFTY FINANCIAL SERVICES 25/50
NIFTY 500	NIFTY FMCG
NIFTY MIDCAP 50	NIFTY IT
NIFTY MIDCAP 100	NIFTY MEDIA
NIFTY SMALLCAP 100	NIFTY METAL
INDIA VIX	NIFTY PHARMA
NIFTY MIDCAP 150	NIFTY PSU BANK
NIFTY SMALLCAP 50	NIFTY PRIVATE BANK
NIFTY SMALLCAP 250	NIFTY REALTY
NIFTY MIDSMALLCAP 400	NIFTY HEALTHCARE INDEX
NIFTY500 MULTICAP 50:25:25	NIFTY CONSUMER DURABLES
NIFTY LARGEMIDCAP 250	NIFTY OIL & GAS
NIFTY MIDCAP SELECT	NIFTY DIVIDEND OPPORTUNITIES 50
NIFTY TOTAL MARKET	NIFTY GROWTH SECTORS 15
INDIA VIX	NIFTY100 QUALITY 30
NIFTY MIDCAP 150	NIFTY50 VALUE 20
NIFTY SMALLCAP 50	NIFTY50 TR 2X LEVERAGE
NIFTY SMALLCAP 250	NIFTY50 PR 2X LEVERAGE
NIFTY MIDSMALLCAP 400	NIFTY50 TR 1X INVERSE
NIFTY500 MULTICAP 50:25:25	NIFTY50 PR 1X INVERSE
NIFTY LARGEMIDCAP 250	NIFTY50 DIVIDEND POINTS
NIFTY MIDCAP SELECT	NIFTY ALPHA 50
NIFTY TOTAL MARKET	NIFTY MNC
NIFTY50 EQUAL WEIGHT	NIFTY PSE
NIFTY100 EQUAL WEIGHT	NIFTY SERVICES SECTOR
NIFTY100 LOW VOLATILITY 30	NIFTY100 ESG SECTOR LEADERS
NIFTY200 QUALITY 30	NIFTY INDIA DIGITAL
NIFTY ALPHA LOW-VOLATILITY 30	NIFTY100 ESG
NIFTY200 MOMENTUM 30	NIFTY INDIA MANUFACTURING
NIFTY MIDCAP150 QUALITY 50	NIFTY 8-13 YR G-SEC
NIFTY COMMODITIES	NIFTY 10 YR BENCHMARK G-SEC
NIFTY INDIA CONSUMPTION	NIFTY 10 YR BENCHMARK G-SEC (CLEAN PRICE)
NIFTY CPSE	NIFTY 4-8 YR G-SEC INDEX
NIFTY ENERGY	NIFTY 11-15 YR G-SEC INDEX
NIFTY INFRASTRUCTURE	NIFTY 15 YR AND ABOVE G-SEC INDEX
NIFTY100 LIQUID 15	NIFTY COMPOSITE G-SEC INDEX
NIFTY MIDCAP LIQUID 15	

ಕೆಳಗಿನ ವೆಬ್ ಲಿಂಕ್ ನಲ್ಲಿ ನೀವು ಎಲ್ಲಾ ಸೂಚ್ಯಂಕಗಳ ಬಗ್ಗೆ ಮಾಹಿತಿಯನ್ನು ಕಾಣಬಹುದು.

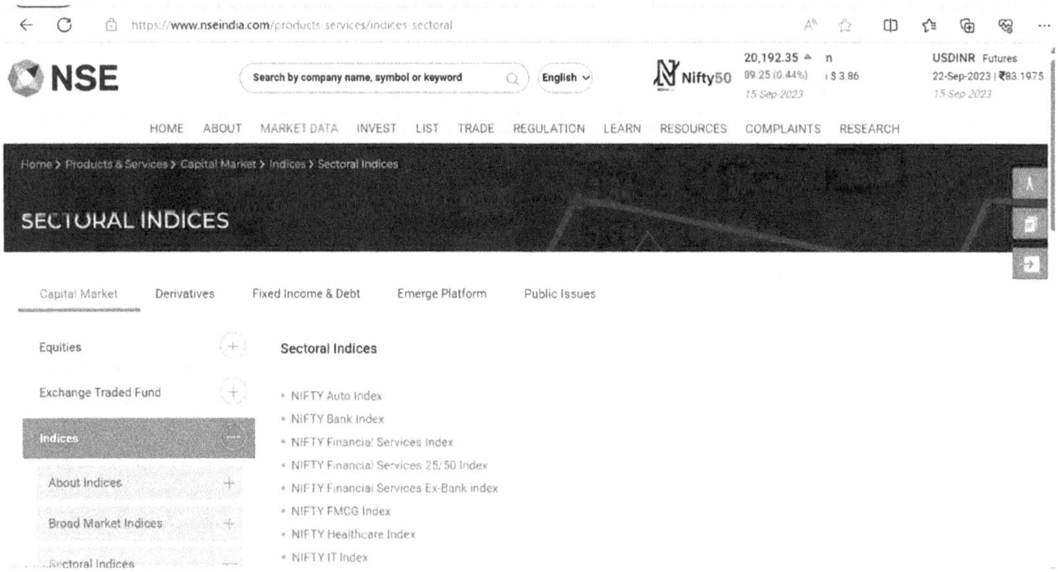

The **National Stock Exchange of India Limited (NSE)**

ನಿಫ್ಟಿ 50 ಕಂಪನಿಗಳ ಪಟ್ಟಿ				
S No	ಕಂಪನಿ ಹೆಸರು	ಉದ್ಯಮ	ಚಿಹ್ನೆ	ವೇಟೇಜ್
1	Bharti Airtel Ltd.	Telecommunication	BHARTIARTL	2.61%
2	Adani Ports and Special Economic Zone Ltd.	Services	ADANIPORTS	0.74%
3	NTPC Ltd.	Power	NTPC	1.06%
4	Power Grid Corporation of India Ltd.	Power	POWERGRID	1.03%
5	Reliance Industries Ltd.	Oil Gas & Consumable Fuels	RELIANCE	10.21%
6	Oil & Natural Gas Corporation Ltd.	Oil Gas & Consumable Fuels	ONGC	0.74%
7	Coal India Ltd.	Oil Gas & Consumable Fuels	COALINDIA	0.62%
8	Bharat Petroleum Corporation Ltd.	Oil Gas & Consumable Fuels	BPCL	0.41%
9	Adani Enterprises Ltd.	Metals & Mining	ADANIENT	0.87%
10	Tata Steel Ltd.	Metals & Mining	TATASTEEL	1.07%
11	JSW Steel Ltd.	Metals & Mining	JSWSTEEL	0.85%
12	Hindalco Industries Ltd.	Metals & Mining	HINDALCO	0.73%
13	Infosys Ltd.	Information Technology	INFY	5.64%
14	Tata Consultancy Services Ltd.	Information Technology	TCS	4.00%
15	HCL Technologies Ltd.	Information Technology	HCLTECH	1.49%
16	Tech Mahindra Ltd.	Information Technology	TECHM	0.83%
17	Wipro Ltd.	Information Technology	WIPRO	0.68%
18	Sun Pharmaceutical Industries Ltd.	Healthcare	SUNPHARMA	1.34%
19	Cipla Ltd.	Healthcare	CIPLA	0.63%
20	Dr. Reddy's Laboratories Ltd.	Healthcare	DRREDDY	0.74%
21	Divi's Laboratories Ltd.	Healthcare	DIVISLAB	0.54%

22	Apollo Hospitals Enterprise Ltd.	Healthcare	APOLLOHOSP	0.61%
23	HDFC Bank Ltd.	Financial Services	HDFCBANK	8.90%
24	ICICI Bank Ltd.	Financial Services	ICICIBANK	7.74%
25	Housing Development Finance Corporation Ltd.	Financial Services	HDFC	6.10%
26	Kotak Mahindra Bank Ltd.	Financial Services	KOTAKBANK	3.21%
27	State Bank of India	Financial Services	SBIN	2.60%
28	Bajaj Finance Ltd.	Financial Services	BAJFINANCE	2.26%
29	Axis Bank Ltd.	Financial Services	AXISBANK	3.20%
30	Bajaj Finserv Ltd.	Financial Services	BAJAJFINSV	0.98%
31	IndusInd Bank Ltd.	Financial Services	INDUSINDBK	1.06%
32	SBI Life Insurance Company Ltd.	Financial Services	SBILIFE	0.70%
33	HDFC Life Insurance Company Ltd.	Financial Services	HDFCLIFE	0.83%
34	ITC Ltd.	Fast Moving Consumer Goods	ITC	4.72%
35	Hindustan Unilever Ltd.	Fast Moving Consumer Goods	HINDUNILVR	2.83%
36	Nestle India Ltd.	Fast Moving Consumer Goods	NESTLEIND	0.97%
37	Tata Consumer Products Ltd.	Fast Moving Consumer Goods	TATACONSUM	0.61%
38	Britannia Industries Ltd.	Fast Moving Consumer Goods	BRITANNIA	0.70%
39	Asian Paints Ltd.	Consumer Durables	ASIANPAINT	1.79%
40	Titan Company Ltd.	Consumer Durables	TITAN	1.51%
41	UltraTech Cement Ltd.	Construction Materials	ULTRACEMCO	1.13%
42	Grasim Industries Ltd.	Construction Materials	GRASIM	0.76%
43	Larsen & Toubro Ltd.	Construction	LT	3.54%
44	UPL Ltd.	Chemicals	UPL	0.41%
45	Mahindra & Mahindra Ltd.	Automobile and Auto Components	M&M	1.54%
46	Maruti Suzuki India Ltd.	Automobile and Auto Components	MARUTI	1.54%
47	Tata Motors Ltd.	Automobile and Auto Components	TATAMOTORS	1.24%
48	Eicher Motors Ltd.	Automobile and Auto Components	EICHERMOT	0.58%
49	Bajaj Auto Ltd.	Automobile and Auto Components	BAJAJ-AUTO	0.63%
50	Hero MotoCorp Ltd.	Automobile and Auto Components	HEROMOTOCO	0.45%

The **Bombay Stock Exchange (BSE)**, also known as **BSE Limited**

Here is the list of 30 companies of Sensex along with the company's Sensex weightage.			
SL	Company	Industry	Weight
1	Reliance Ind	Integrated Oil & Gas	13.36%
2	HDFC Bank	Banks	9.65%
3	ICICI Bank	Banks	8.78%
4	Infosys	IT Consulting & Software	8.70%
5	HDFC	Personal Products	6.51%
6	TCS	IT Consulting & Software	5.13%
7	Kotak Mahindra Bank	Banks	4.23%
8	ITC	Cigarettes, Tobacco Products	4.10%
9	HINDUSTAN UNI	Housing Finance	3.72%
10	Larsen & Toubro	Construction & Engineering	3.37%
11	State Bank of India	Banks	3.11%
12	Axis Bank	Banks	3.05%
13	Bajaj Finance	Holding Companies	2.63%
14	Bharti Airtel	Telecom Services	2.62%
15	Asian Paints	Furniture, Furnishing, Paints	2.18%
16	Maruti Suzuki	Cars & Utility Vehicles	1.85%
17	Mahindra & Mahindra	Cars & Utility Vehicles	1.78%
18	HCL Technologies	IT Consulting & Software	1.54%
19	Titan Co	Other Apparels & Accessories	1.53%
20	Sun Pharma	Pharmaceuticals	1.49%
21	Bajaj FinServ	Finance (including NBFCs)	1.22%
22	Tata Steel	Iron & Steel/Interim. Products	1.19%
23	UltraTech Cement	Cement & Cement Products	1.18%
24	Power Grid	Electric Utilities	1.13%
25	NTPC	Electric Utilities	1.12%
26	Nestle	Packaged Foods	1.07%
27	Tech Mahindra	IT Consulting & Software	1.03%
28	Wipro	IT Consulting & Software	0.96%
29	IndusInd Bank	Banks	0.95%
30	Dr Reddy's Labs	Pharmaceuticals	0.84%

This data is from 2023 October . List of companies changes based on Govt decision.

ಅಧ್ಯಾಯ - 13

ದಯವಿಟ್ಟು ಸ್ಮಾಲ್ ಕ್ಯಾಪ್, ಮಿಡ್ ಕ್ಯಾಪ್, ಲಾರ್ಜ್ ಕ್ಯಾಪ್ ಕಂಪನಿಗಳನ್ನು ವಿವರಿಸಿ.

ಭಾರತೀಯ ಷೇರು ಮಾರುಕಟ್ಟೆಯ ಸಂದರ್ಭದಲ್ಲಿ, ಕಂಪನಿಗಳನ್ನು ಅವುಗಳ ಮಾರುಕಟ್ಟೆ ಬಂಡವಾಳೀಕರಣದ ಆಧಾರದ ಮೇಲೆ ವರ್ಗೀಕರಿಸಲಾಗುತ್ತದೆ, ಇದು ಕಂಪನಿಯು ಬಾಕಿ ಇರುವ ಷೇರುಗಳ ಒಟ್ಟು ಮಾರುಕಟ್ಟೆ ಮೌಲ್ಯವಾಗಿದೆ. ಭಾರತೀಯ ಷೇರು ಮಾರುಕಟ್ಟೆಯಲ್ಲಿ ಸ್ಮಾಲ್ ಕ್ಯಾಪ್, ಮಿಡ್ ಕ್ಯಾಪ್ ಮತ್ತು ಲಾರ್ಜ್ ಕ್ಯಾಪ್ ಕಂಪನಿಗಳನ್ನು ಹೇಗೆ ವ್ಯಾಖ್ಯಾನಿಸಲಾಗಿದೆ ಎಂಬುದು ಇಲ್ಲಿದೆ:

ಸ್ಮಾಲ್ ಕ್ಯಾಪ್ ಕಂಪನಿಗಳು:

ವ್ಯಾಖ್ಯಾನ: ಭಾರತೀಯ ಷೇರು ಮಾರುಕಟ್ಟೆಯಲ್ಲಿ ಸಣ್ಣ ಕ್ಯಾಪ್ ಕಂಪನಿಗಳು ಸಾಮಾನ್ಯವಾಗಿ ₹ 5,000 ಕೋಟಿ (₹ 50 ಬಿಲಿಯನ್) ಗಿಂತ ಕಡಿಮೆ ಮಾರುಕಟ್ಟೆ ಬಂಡವಾಳೀಕರಣವನ್ನು ಹೊಂದಿವೆ.

ಗುಣಲಕ್ಷಣಗಳು: ಸಣ್ಣ-ಕ್ಯಾಪ್ ಕಂಪನಿಗಳು ಹೆಚ್ಚಾಗಿ ಕಿರಿಯವಾಗಿರುತ್ತವೆ, ಹೆಚ್ಚಿನ ಬೆಳವಣಿಗೆಯ ಸಾಮರ್ಥ್ಯ ಮತ್ತು ಹೆಚ್ಚಿನ ಚಂಚಲತೆಯನ್ನು ಹೊಂದಿರುತ್ತವೆ. ಅವರು ನಿರ್ದಿಷ್ಟ ವಲಯಗಳಲ್ಲಿ ಅಥವಾ ಪ್ರಮುಖ ಮಾರುಕಟ್ಟೆಗಳಲ್ಲಿ ಕಾರ್ಯನಿರ್ವಹಿಸಬಹುದು ಮತ್ತು ಹೂಡಿಕೆದಾರರಿಗೆ ಗಮನಾರ್ಹ ಬೆಳವಣಿಗೆಯ ಅವಕಾಶಗಳನ್ನು ನೀಡಬಹುದು. ಆದಾಗ್ಯೂ, ದೊಡ್ಡ ಕಂಪನಿಗಳಿಗೆ ಹೋಲಿಸಿದರೆ ಅವು ಅಪಾಯಕಾರಿ.

ಮಿಡ್ ಕ್ಯಾಪ್ ಕಂಪನಿಗಳು:

ಭಾರತದಲ್ಲಿ ಮಧ್ಯಮ ಕ್ಯಾಪ್ ಕಂಪನಿಗಳು ಸಾಮಾನ್ಯವಾಗಿ 5,000 ಕೋಟಿ ರೂ.ಗಳಿಂದ 20,000 ಕೋಟಿ ರೂ.ಗಳವರೆಗೆ (50 ಬಿಲಿಯನ್ ನಿಂದ 200 ಬಿಲಿಯನ್ ರೂ.) ಮಾರುಕಟ್ಟೆ ಬಂಡವಾಳೀಕರಣವನ್ನು ಹೊಂದಿವೆ.

ಗುಣಲಕ್ಷಣಗಳು: ಮಧ್ಯಮ-ಕ್ಯಾಪ್ ಕಂಪನಿಗಳು ಸಣ್ಣ-ಕ್ಯಾಪ್ ಸಂಸ್ಥೆಗಳಿಗಿಂತ ಹೆಚ್ಚು ಸ್ಥಾಪಿತವಾಗಿವೆ ಆದರೆ ಇನ್ನೂ ಗಣನೀಯ ಬೆಳವಣಿಗೆಯ ಸಾಮರ್ಥ್ಯವನ್ನು ಹೊಂದಿವೆ. ಅವು ಸ್ಮಾಲ್ ಕ್ಯಾಪ್ ಸ್ಟಾಕ್ ಗಳಿಗಿಂತ ಹೆಚ್ಚು ಸ್ಥಿರವಾಗಿರುತ್ತವೆ ಆದರೆ ಮಧ್ಯಮ ಚಂಚಲತೆಯನ್ನು ಅನುಭವಿಸಬಹುದು. ಮಿಡ್-ಕ್ಯಾಪ್ ಷೇರುಗಳನ್ನು ಹೆಚ್ಚಾಗಿ ಬೆಳವಣಿಗೆ ಮತ್ತು ಸ್ಥಿರತೆಯ ನಡುವಿನ ಸಮತೋಲನವೆಂದು ಪರಿಗಣಿಸಲಾಗುತ್ತದೆ, ಇದು ಅನೇಕ ಹೂಡಿಕೆದಾರರಿಗೆ ಆಕರ್ಷಕವಾಗಿದೆ.

ಲಾರ್ಜ್ ಕ್ಯಾಪ್ ಕಂಪನಿಗಳು:

ವ್ಯಾಖ್ಯಾನ: ಭಾರತೀಯ ಷೇರು ಮಾರುಕಟ್ಟೆಯಲ್ಲಿ ಲಾರ್ಜ್ ಕ್ಯಾಪ್ ಕಂಪನಿಗಳು ಸಾಮಾನ್ಯವಾಗಿ ₹ 20,000 ಕೋಟಿ (₹ 200 ಬಿಲಿಯನ್) ಗಿಂತ ಹೆಚ್ಚಿನ ಮಾರುಕಟ್ಟೆ ಬಂಡವಾಳೀಕರಣವನ್ನು ಹೊಂದಿವೆ.

ಗುಣಲಕ್ಷಣಗಳು: ಲಾರ್ಜ್-ಕ್ಯಾಪ್ ಕಂಪನಿಗಳು ಉತ್ತಮವಾಗಿ ಸ್ಥಾಪಿತವಾಗಿವೆ, ಹೆಚ್ಚಾಗಿ ತಮ್ಮ ಕೈಗಾರಿಕೆಗಳಲ್ಲಿ ಪ್ರಮುಖ ಆಟಗಾರರು. ಅವು ಸ್ಥಿರ ಕಾರ್ಯಕ್ಷಮತೆಯ ಇತಿಹಾಸವನ್ನು ಹೊಂದಿವೆ ಮತ್ತು ಸಣ್ಣ ಮತ್ತು ಮಧ್ಯಮ ಕ್ಯಾಪ್ ಸ್ಟಾಕ್‌ಗಳಿಗೆ ಹೋಲಿಸಿದರೆ ಸಾಮಾನ್ಯವಾಗಿ ಕಡಿಮೆ ಚಂಚಲತೆಯನ್ನು ನೀಡುತ್ತವೆ. ಲಾರ್ಜ್-ಕ್ಯಾಪ್ ಷೇರುಗಳನ್ನು ಸುರಕ್ಷಿತ ಹೂಡಿಕೆಗಳು ಎಂದು ಪರಿಗಣಿಸಲಾಗುತ್ತದೆ ಮತ್ತು ಸ್ಥಿರತೆ ಮತ್ತು ಸ್ಥಿರವಾದ ಆದಾಯವನ್ನು ಬಯಸುವ ಸಂಪ್ರದಾಯವಾದಿ ಹೂಡಿಕೆದಾರರು ಒಲವು ತೋರುತ್ತಾರೆ.

ಎಲ್ಲಾ ಸ್ಮಾಲ್ ಕ್ಯಾಪ್, ಮಿಡ್ ಕ್ಯಾಪ್, ಲಾರ್ಜ್ ಕ್ಯಾಪ್ ಕಂಪನಿಗಳ ಪಟ್ಟಿಯನ್ನು ತಿಳಿಯಲು, ಸ್ಕ್ರೀನರ್ ನಲ್ಲಿ Tickertap.com ವೆಬ್ ಸೈಟ್ ಗೆ ಹೋಗಿ ನೀವು ಪಟ್ಟಿಯನ್ನು ಕಾಣಬಹುದು.

ಮಾರುಕಟ್ಟೆಯ ಪರಿಸ್ಥಿತಿಗಳ ಆಧಾರದ ಮೇಲೆ ಈ ಪಟ್ಟಿ ಬದಲಾಗುತ್ತಿರಬಹುದು.

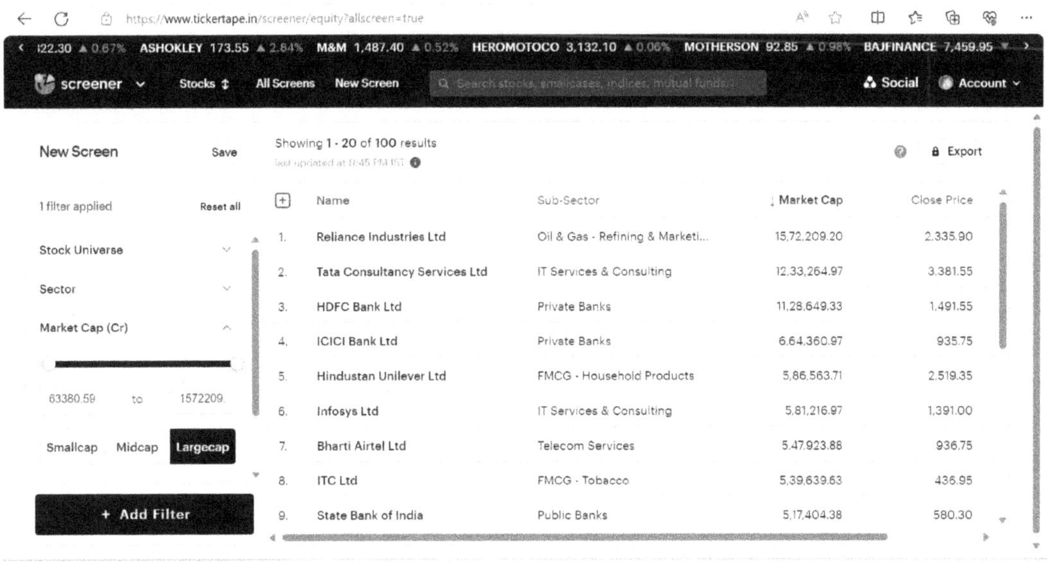

	Name	Sub-Sector	Market Cap	Close Price
1.	Reliance Industries Ltd	Oil & Gas - Refining & Marketi...	15,72,209.20	2,335.90
2.	Tata Consultancy Services Ltd	IT Services & Consulting	12,33,264.97	3,381.55
3.	HDFC Bank Ltd	Private Banks	11,28,649.33	1,491.55
4.	ICICI Bank Ltd	Private Banks	6,64,360.97	935.75
5.	Hindustan Unilever Ltd	FMCG - Household Products	5,86,563.71	2,519.35
6.	Infosys Ltd	IT Services & Consulting	5,81,216.97	1,391.00
7.	Bharti Airtel Ltd	Telecom Services	5,47,923.88	936.75
8.	ITC Ltd	FMCG - Tobacco	5,39,639.63	436.95
9.	State Bank of India	Public Banks	5,17,404.38	580.30

ಅಧ್ಯಾಯ -14

ದಯವಿಟ್ಟು ಸ್ಟಾಕ್ ಗಳಲ್ಲಿ
ಆಲ್ಫಾ, ಬೀಟಾ ಅರ್ಥವನ್ನು
ವಿವರಿಸಿ.

ಆಲ್ಫಾ:

ವ್ಯಾಖ್ಯಾನ: ಆಲ್ಫಾ ಬೆಂಚ್ ಮಾರ್ಕ್ ಸೂಚ್ಯಂಕಕ್ಕೆ ಸಂಬಂಧಿಸಿದಂತೆ ಹೂಡಿಕೆಯ (ಅಥವಾ ಪೋರ್ಟ್ ಫೋಲಿಯೊ) ಹೆಚ್ಚುವರಿ ಆದಾಯವನ್ನು ಅಳೆಯುತ್ತದೆ

ಬೀಟಾ:

ವ್ಯಾಖ್ಯಾನ: ಬೀಟಾ ಮಾರುಕಟ್ಟೆ ಸೂಚ್ಯಂಕದಲ್ಲಿನ ಬದಲಾವಣೆಗಳಿಗೆ ಸ್ಟಾಕ್ನ ಆದಾಯದ ಸೂಕ್ಷ್ಮತೆಯನ್ನು ಅಳೆಯುತ್ತದೆ 1 ರ ಬೀಟಾ ಎಂದರೆ ಸ್ಟಾಕ್ ಮಾರುಕಟ್ಟೆಗೆ ಅನುಗುಣವಾಗಿ ಚಲಿಸುತ್ತದೆ. 1 ಕ್ಕಿಂತ ಹೆಚ್ಚಿನ ಬೀಟಾ ಸ್ಟಾಕ್ ಮಾರುಕಟ್ಟೆಗಿಂತ ಹೆಚ್ಚು ಬಾಷ್ಪಶೀಲವಾಗಿದೆ ಎಂದು ಸೂಚಿಸುತ್ತದೆ, ಆದರೆ 1 ಕ್ಕಿಂತ ಕಡಿಮೆ ಬೀಟಾ ಮಾರುಕಟ್ಟೆಗೆ ಹೋಲಿಸಿದರೆ ಕಡಿಮೆ ಚಂಚಲತೆಯನ್ನು ಸೂಚಿಸುತ್ತದೆ.

ಉದಾಹರಣೆ

ಆಲ್ಫಾ ಮತ್ತು ಬೀಟಾ ಆಯ್ಕೆಗಳನ್ನು ಆಯ್ಕೆ ಮಾಡುವ ಮೂಲಕ ನೀವು ಸ್ಟಾಕ್ ಗಳನ್ನು ಹುಡುಕಬಹುದು.

Tickettape.com ಗೆ ಹೋಗಿ

Tickertape
https://www.tickertape.in

Tickertape - Stock Analysis & Best Financial Tools for Indian Stock ...

ಸ್ಕ್ರೀನರ್ ನಲ್ಲಿ ನೀವು ಆಲ್ಫಾ ಮತ್ತು ಬೀಟಾವನ್ನು ಸೂಚಿಸಲು ಆಯ್ಕೆಗಳನ್ನು ಆಯ್ಕೆ ಮಾಡಬಹುದು.

ಇಲ್ಲಿ ಲಾರ್ಜ್ ಕ್ಯಾಪ್ ಸ್ಟಾಕ್ ಪಟ್ಟಿಯನ್ನು ಕೆಳಗೆ ತೋರಿಸಿರುವಂತೆ ಆಲ್ಫಾ ಮತ್ತು ಬೀಟಾ ಮೌಲ್ಯಗಳೊಂದಿಗೆ ಆಯ್ಕೆ ಮಾಡಲಾಗಿದೆ.

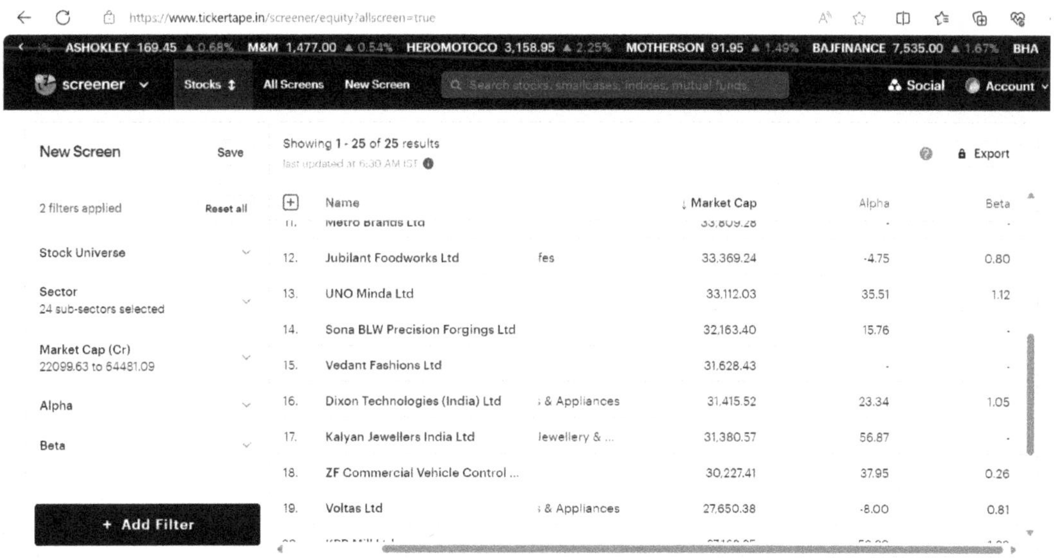

ಉದಾಹರಣೆ 1

ಯುನೋಮಿಂಡಾ ಸ್ಟಾಕ್ ಬೀಟಾ 1.12 ಅನ್ನು ಹೊಂದಿದೆ. ಅರ್ಥ +/- 12% ಬಾಷ್ಪಶೀಲ.

NIFTY50 ಸೂಚ್ಯಂಕ 10% ರಷ್ಟು ಹೆಚ್ಚಿಸಿದರೆ, ಯುನೋಮಿಂಡಾ ಸ್ಟಾಕ್ 12% ಹೆಚ್ಚಾಗುತ್ತದೆ.

NIFTY50 ಸೂಚ್ಯಂಕವು 1% ರಷ್ಟು ಏರಿಕೆಯಾದರೆ, ಯುನೋಮಿನಾ ಸ್ಟಾಕ್ 1.12% ರಷ್ಟು ಹೆಚ್ಚಾಗುತ್ತದೆ

ಈಗ NIFTY50 ಸೂಚ್ಯಂಕವು 10% ರಷ್ಟು ಹೆಚ್ಚಾಗುತ್ತದೆ ಎಂದು ಭಾವಿಸಿದರೆ, ಯುನಿಮಿಂಡಾ ಸ್ಟಾಕ್ 12% ರಷ್ಟು ಹೆಚ್ಚಾಗುತ್ತದೆ.

12ರಷ್ಟು ಏರಿಕೆಯಾಗಲಿದೆ ಎಂದು ಭವಿಷ್ಯ ನುಡಿದಿದ್ದಾರೆ. ಒಂದು ವೇಳೆ ಯುನೋಮಿನಾ ಸ್ಟಾಕ್ 15% ನಷ್ಟು ಏರಿಕೆಯಾದರೆ

15% -12% = 3%

ಇಲ್ಲಿ ನಾವು ಆಲ್ಫಾ ಮೌಲ್ಯವು 3% ಹೆಚ್ಚುವರಿ ಆದಾಯವನ್ನು ಹೊರತುಪಡಿಸಿ ಬೇರೇನೂ ಅಲ್ಲ ಎಂದು ಹೇಳಬಹುದು. ದಯವಿಟ್ಟು ಆಲ್ಫಾದ ಮೇಲಿನ ವ್ಯಾಖ್ಯಾನವನ್ನು ನೋಡಿ.

ಸ್ಕ್ರೀನರ್ ನಲ್ಲಿ ಆಲ್ಫಾ ಮೌಲ್ಯವನ್ನು 35.51 ಎಂದು ತೋರಿಸಲಾಗಿದೆ. ಇದರರ್ಥ ಅದು ಉತ್ತಮವಾಗಿ ಕಾರ್ಯನಿರ್ವಹಿಸಿದೆ.

NIFTY50 10% ನಷ್ಟು ಕುಸಿದರೆ, ಯುನೋಮಿಂಡಾ ಸ್ಟಾಕ್ 12% ನಷ್ಟು ಕುಸಿಯುತ್ತದೆ ಎಂದು ಇದೇ ಲೆಕ್ಕಾಚಾರ ಅನ್ವಯಿಸುತ್ತದೆ

ಕಡಿಮೆ ಚಂಚಲತೆಯೊಂದಿಗೆ ದೀರ್ಘಕಾಲೀನ ಹೂಡಿಕೆಯನ್ನು ಹುಡುಕುವ ಪ್ರಮುಖ ನಿಯತಾಂಕ ಇದು.

ಉದಾಹರಣೆ

ನೀವು ಯುನೋಮಿಂಡಾ ಸ್ಟಾಕ್ ಅನ್ನು NIFTY50 ನೊಂದಿಗೆ ಹೋಲಿಸಿ ನೋಡಿದರೆ ನೀವು ಕೆಳಗಿನ ಚಾರ್ಟ್ ಅನ್ನು ನೋಡುತ್ತೀರಿ.

ಯುಎನ್ಒ ಮಿಂಡಾ ನಿಫ್ಟಿ 50 ಸೂಚ್ಯಂಕವನ್ನು ಶೇಕಡಾ 35.5 ರಷ್ಟು ಮೀರಿಸಿದೆ ಎಂದು ಇದು ಸೂಚಿಸುತ್ತದೆ, ಇದು ಮಾನದಂಡಕ್ಕೆ ಹೋಲಿಸಿದರೆ ಉತ್ತಮ ಆದಾಯವನ್ನು ಸೂಚಿಸುತ್ತದೆ.

ನೀವು ಟ್ರೇಡಿಂಗ್ ಖಾತೆಯಲ್ಲಿ ಇಂಡೆಕ್ಸ್ ಮತ್ತು ಸ್ಟಾಕ್ ಎರಡನ್ನೂ ಹೋಲಿಕೆ ಮಾಡಬಹುದು. ಹೋಲಿಕೆ ಬಟನ್ ಅಡಿಯಲ್ಲಿ

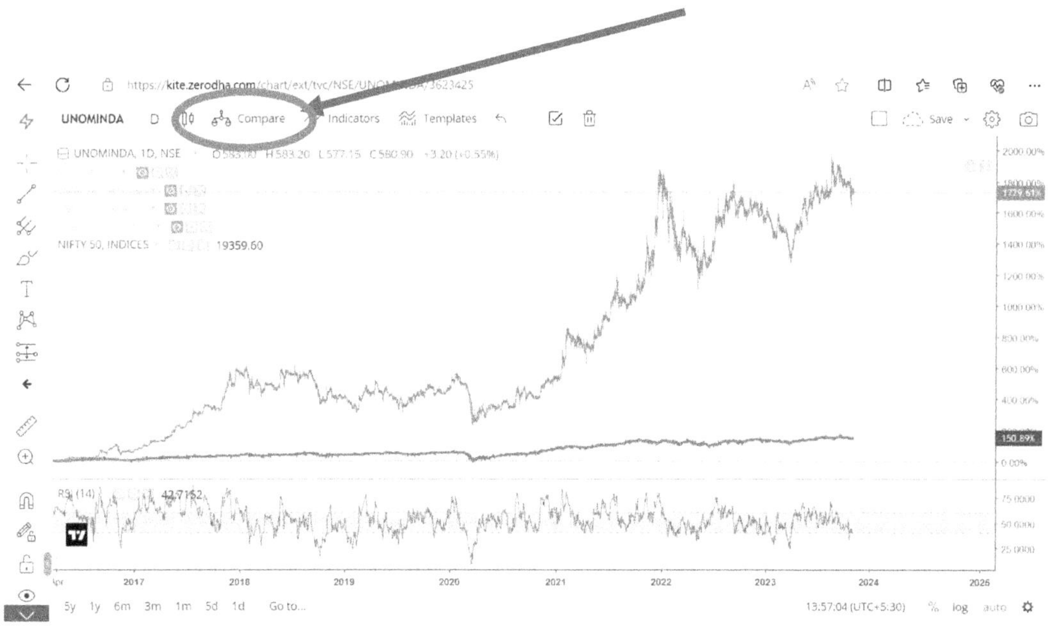

ಅಧ್ಯಾಯ – 15

ಮೂಲಭೂತ ವಿಶ್ಲೇಷಣೆಯು ಸ್ಟಾಕ್ ನ ಆಂತರಿಕ ಮೌಲ್ಯವನ್ನು ಮೌಲ್ಯಮಾಪನ ಮಾಡಲು ಮತ್ತು ಕಂಪನಿಯ ಮೂಲಭೂತ ಗುಣಲಕ್ಷಣಗಳ ಆಧಾರದ ಮೇಲೆ ಹೂಡಿಕೆ ನಿರ್ಧಾರಗಳನ್ನು ತೆಗೆದುಕೊಳ್ಳಲು ಬಳಸುವ ವಿಧಾನವಾಗಿದೆ. ಈ ಗುಣಲಕ್ಷಣಗಳು ಕಂಪನಿಯ ಒಟ್ಟಾರೆ ಆರೋಗ್ಯ ಮತ್ತು ಭವಿಷ್ಯದ ಬೆಳವಣಿಗೆಯ ಸಾಮರ್ಥ್ಯದ ಬಗ್ಗೆ ಒಳನೋಟಗಳನ್ನು ಒದಗಿಸುವ ವಿವಿಧ ಹಣಕಾಸು ಮತ್ತು ಹಣಕಾಸುಯೇತರ ಅಂಶಗಳನ್ನು ಒಳಗೊಂಡಿವೆ. ನನ್ನ ವೈಯಕ್ತಿಕ ಅನುಭವಗಳ ಆಧಾರದ ಮೇಲೆ ಷೇರುಗಳನ್ನು ಆಯ್ಕೆ ಮಾಡಲು ನಾನು ಬಳಸಿದ ಪ್ರಮುಖ ಮೂಲಭೂತ ಹಣಕಾಸು ಅನುಪಾತಗಳು ಇಲ್ಲಿವೆ. ಅಲ್ಲದೆ, ಈ ಅನುಪಾತಗಳನ್ನು ಪರಿಶೀಲಿಸಲು ನಾವು ಕೆಳಗಿನ ವೆಬ್ಸೈಟ್‌ಗಳನ್ನು ಬಳಸಬಹುದು.

Screener
https://www.screener.in

Stock Screener and fundamental analysis tool for Indian stocks

Tickertape
https://www.tickertape.in

Tickertape - Stock Analysis & Best Financial Tools for Indian Stock ...

ಹಣಕಾಸು ಅನುಪಾತಗಳು	**ಸ್ವೀಕಾರಾರ್ಹ ಶ್ರೇಣಿ**
ಪ್ರಸ್ತುತ ಅನುಪಾತ (Current Ratio)	1.5 to 3 times
PE ಅನುಪಾತ (PE Ratio)	Less than 20 or Nearer to Sector PE
ಬೆಲೆಯಿಂದ ಪುಸ್ತಕಕ್ಕೆ (ಪಿ / ಬಿ) ಅನುಪಾತ (Price-to-Book (P/B) Ratio)	Less than 1
ಸಾಲ ಮತ್ತು ಈಕ್ವಿಟಿ ಅನುಪಾತ (Debt to Equity Ratio)	Less than 1
ಬಡ್ಡಿ ಕವರೇಜ್ ಅನುಪಾತ (Interest Coverage Ratio)	More than 2
ನಿವ್ವಳ ಲಾಭಾಂಶ (Net Profit Margin)	15% Min
ರಿಟರ್ನ್ ಆನ್ ಕ್ಯಾಪಿಟಲ್ ಎಂಪ್ಲಾಯ್ಡ್ (ROCE)	Min 15%
ರಿಟರ್ನ್ ಆನ್ ಈಕ್ವಿಟಿ (ROE)	Min 15%
ಸಂಯುಕ್ತ ವಾರ್ಷಿಕ ಬೆಳವಣಿಗೆಯ ದರ (CAGR)	Min 12%
3 ವರ್ಷಗಳಲ್ಲಿ ರಿಟರ್ನ್	Min 10%
ಮಾರಾಟ ಬೆಳವಣಿಗೆ	Min 15%
ನಿವ್ವಳ ಲಾಭಾಂಶ	Min 12%
ಲಾಭಾಂಶ ಇಳುವರಿ	More than1% or More than Sector Dividend

ಪ್ರಸ್ತುತ ಅನುಪಾತ:

ಪ್ರಸ್ತುತ ಅನುಪಾತವು ತನ್ನ ಅಲ್ಪಾವಧಿಯ ಹೊಣೆಗಾರಿಕೆಗಳನ್ನು ಅದರ ಅಲ್ಪಾವಧಿಯ ಸ್ವತ್ತುಗಳೊಂದಿಗೆ ಸರಿದೂಗಿಸುವ ಕಂಪನಿಯ ಸಾಮರ್ಥ್ಯವನ್ನು ನಿರ್ಣಯಿಸಲು ಬಳಸುವ ಹಣಕಾಸು ಮೆಟ್ರಿಕ್ ಆಗಿದೆ. ಇದು ದ್ರವ್ಯತೆ ಅನುಪಾತವಾಗಿದ್ದು, ಕಂಪನಿಯು ತನ್ನ ಪ್ರಸ್ತುತ ಸ್ವತ್ತುಗಳನ್ನು (ನಗದು, ಸ್ವೀಕರಿಸಬಹುದಾದ ಖಾತೆಗಳು, ದಾಸ್ತಾನು, ಇತ್ಯಾದಿ) ಬಳಸಿಕೊಂಡು ತನ್ನ ಪ್ರಸ್ತುತ ಬಾಧ್ಯತೆಗಳನ್ನು (ಸಾಲಗಳು ಮತ್ತು ಪಾವತಿಸಬೇಕಾದವುಗಳು) ನಿರ್ದಿಷ್ಟ ಸಮಯದ ಚೌಕಟ್ಟಿನೊಳಗೆ, ಸಾಮಾನ್ಯವಾಗಿ ಒಂದು ವರ್ಷದೊಳಗೆ ಪಾವತಿಸುವ ಸಾಮರ್ಥ್ಯದ ಬಗ್ಗೆ ಒಳನೋಟವನ್ನು ಒದಗಿಸುತ್ತದೆ.

ಪ್ರಸ್ತುತ ಅನುಪಾತವನ್ನು ಈ ಕೆಳಗಿನ ಸೂತ್ರವನ್ನು ಬಳಸಿಕೊಂಡು ಲೆಕ್ಕಹಾಕಲಾಗುತ್ತದೆ:

ಪ್ರಸ್ತುತ ಅನುಪಾತ = ಪ್ರಸ್ತುತ ಆಸ್ತಿ / ಪ್ರಸ್ತುತ ಹೊಣೆಗಾರಿಕೆಗಳು

ಸ್ವೀಕಾರಾರ್ಹ ಶ್ರೇಣಿ: 1 ಕ್ಕಿಂತ ಹೆಚ್ಚು (ಆದ್ಯತೆ 1.5 ರಿಂದ 3 ರ ನಡುವೆ)

Example:

ABC ಲಿಮಿಟೆಡ್ ಎಂಬ ಕಂಪನಿಯನ್ನು ಪರಿಗಣಿಸೋಣ

Current Assets (in INR)	
Cash:	150000
Accounts Receivable:	80000
Inventory:	200000
Prepaid Expenses:	30000
Total Current Assets:	460000

Current Liabilities (in INR):	
Accounts Payable:	120000
Short-Term Debt:	90000
Accrued Expenses:	50000
Total Current Liabilities:	260000

ಪ್ರಸ್ತುತ ಅನುಪಾತ = 460000/260000 = 1.77

ಈ ಉದಾಹರಣೆಯಲ್ಲಿ, ABC Ltd. ಪ್ರಸ್ತುತ 1.77 ಅನುಪಾತವನ್ನು ಹೊಂದಿದೆ. ಇದರರ್ಥ ಪ್ರಸ್ತುತ ಹೊಣೆಗಾರಿಕೆಗಳ ಪ್ರತಿ ರೂಪಾಯಿಗೆ, ಕಂಪನಿಯು ಪ್ರಸ್ತುತ ಆಸ್ತಿಗಳಲ್ಲಿ ₹ 1.77 ಅನ್ನು ಹೊಂದಿದೆ.

ಉದಾಹರಣೆ

ಸೋನಾ ಬಿಎಲ್ ಡಬ್ಲ್ಯೂ ಪ್ರೆಸಿಸ್ ನ ಪ್ರಸ್ತುತ ಪಡಿತರವನ್ನು ನಾವು ಹೋಲಿಸಿ ನೋಡಿದರೆ. ಉದ್ಯಮದಲ್ಲಿ ಗೆಳೆಯರೊಂದಿಗೆ ಕಂಪನಿ, ಅನುಪಾತವು 1.5 ರಿಂದ 3 ಸಮಯದ ನಡುವೆ ಇರುತ್ತದೆ. ಆದ್ದರಿಂದ ಇದು ಸ್ಟಾಕ್ ಆಯ್ಕೆ ಮಾನದಂಡ ನಿಯತಾಂಕಗಳನ್ನು ಪಾಸ್ ಮಾಡುತ್ತದೆ.

Peer comparison

Sector: Auto Ancillaries Industry: Auto Ancillaries

S.No.	Name	CMP Rs.	Mar Cap Rs.Cr.	Ind PE	P/E	B.V. Rs.	Debt / Eq	CMP / BV	Current ratio
1.	Tube Investments	3199.35	61849.84	31.00	67.67	228.86	0.19	13.98	1.66
2.	**Samvardh. Mothe.**	**90.60**	**61394.38**	**31.00**	**40.09**	**33.13**	**0.61**	**2.73**	**0.97**
3.	Bosch	19519.50	57570.11	31.00	38.40	3733.76	0.00	5.23	1.62
4.	Uno Minda	577.70	33107.54	31.00	48.16	72.53	0.34	7.97	1.21
5.	Sona BLW Precis.	548.45	32163.40	31.00	68.15	41.55	0.16	13.20	1.90
6.	ZF Commercial	15936.35	30215.32	31.00	77.33	1365.06	0.02	11.67	4.48
7.	Sundram Fasten.	1278.70	26869.11	31.00	53.43	152.97	0.18	8.36	1.89

PE ಅನುಪಾತ:

ಪ್ರೈಸ್-ಟು-ಎರ್ನಿಂಗ್ಸ್ (ಪಿಇ) ಅನುಪಾತವು ಕಂಪನಿಯ ಸ್ಟಾಕ್ನ ಸಾಪೇಕ್ಷ ಮೌಲ್ಯವನ್ನು ನಿರ್ಣಯಿಸಲು ಹೂಡಿಕೆದಾರರು ಬಳಸುವ ಜನಪ್ರಿಯ ಹಣಕಾಸು ಮೆಟ್ರಿಕ್ ಆಗಿದೆ. ಇದು ಕಂಪನಿಯ ಪ್ರತಿ ಷೇರಿಗೆ ಪ್ರಸ್ತುತ ಮಾರುಕಟ್ಟೆ ಬೆಲೆಯನ್ನು ಪ್ರತಿ ಷೇರಿಗೆ ಅದರ ಗಳಿಕೆಯೊಂದಿಗೆ (ಇಪಿಎಸ್) ಹೋಲಿಸುತ್ತದೆ. ಸಾರಾಂಶದಲ್ಲಿ, ಪಿಇ ಅನುಪಾತವು ಕಂಪನಿಯು ಉತ್ಪಾದಿಸುವ ಪ್ರತಿ ರೂಪಾಯಿ ಗಳಿಕೆಗೆ ಹೂಡಿಕೆದಾರರು ಎಷ್ಟು ಪಾವತಿಸಲು ಸಿದ್ಧರಿದ್ದಾರೆ ಎಂಬುದನ್ನು ಸೂಚಿಸುತ್ತದೆ.

ಸ್ವೀಕಾರಾರ್ಹ ಶ್ರೇಣಿ: ಉದ್ಯಮದಿಂದ ವ್ಯಾಪಕವಾಗಿ ಬದಲಾಗುತ್ತದೆ. ಗೆಳೆಯರೊಂದಿಗೆ ಹೋಲಿಕೆ ಮಾಡಿ.

ಕಡಿಮೆ ಪಿಇ ಅನುಪಾತಗಳು ಸ್ಟಾಕ್ ಅನ್ನು ಕಡಿಮೆ ಅಂದಾಜು ಮಾಡಲಾಗಿದೆ ಎಂದು ಸೂಚಿಸಬಹುದು, ಆದರೆ ಉತ್ತಮ ಮೌಲ್ಯಮಾಪನಕ್ಕಾಗಿ ಇದನ್ನು ಉದ್ಯಮದ ಸರಾಸರಿಗಳೊಂದಿಗೆ ಹೋಲಿಸಬೇಕಾಗಿದೆ.

ಬೆಲೆಯಿಂದ ಗಳಿಕೆಯ ಅನುಪಾತವನ್ನು ಲೆಕ್ಕಹಾಕುವ ಸೂತ್ರ ಇದಾಗಿದೆ:

PE ಅನುಪಾತ = ಪ್ರತಿ ಷೇರಿಗೆ ಮಾರುಕಟ್ಟೆ ಬೆಲೆ / ಪ್ರತಿ ಷೇರಿಗೆ ಗಳಿಕೆ

ಉದಾಹರಣೆ:

XYZ Ltd ಎಂಬ ಕಂಪನಿಯನ್ನು ಪರಿಗಣಿಸೋಣ, ಅದರ ಷೇರು ಪ್ರಸ್ತುತ ಪ್ರತಿ ಷೇರಿಗೆ ₹ 200 ರಂತೆ ವಹಿವಾಟು ನಡೆಸುತ್ತಿದೆ. ಕಂಪನಿಯು ಕಳೆದ ಹಣಕಾಸು ವರ್ಷದಲ್ಲಿ ಪ್ರತಿ ಷೇರಿಗೆ ₹ 10 ಆದಾಯವನ್ನು ವರದಿ ಮಾಡಿದೆ. XYZ Ltd.ಗಾಗಿ PE ಅನುಪಾತವನ್ನು ಲೆಕ್ಕಹಾಕಲು, ನೀವು ಸೂತ್ರವನ್ನು ಬಳಸುತ್ತೀರಿ:

PE ಅನುಪಾತ: 200 /10 = 20

ಇದರರ್ಥ ಹೂಡಿಕೆದಾರರು ಕಂಪನಿಯು ಉತ್ಪಾದಿಸುವ ಪ್ರತಿ ರೂಪಾಯಿ ಗಳಿಕೆಗೆ ₹ 20 ಪಾವತಿಸಲು ಸಿದ್ಧರಿದ್ದಾರೆ.

15 ಕ್ಕಿಂತ ಕಡಿಮೆ ಬೆಲೆ ಮತ್ತು ಗಳಿಕೆಯ ಅನುಪಾತವನ್ನು ಹೊಂದಿರುವ ಸ್ಟಾಕ್ ಗಳನ್ನು ಯಾವಾಗಲೂ ಆಯ್ಕೆ ಮಾಡುವ ನಿಯಮಕ್ಕೆ ಅಂಟಿಕೊಳ್ಳುವ ಅಗತ್ಯವಿಲ್ಲ.

ಹೂಡಿಕೆದಾರರು ಸಾಮಾನ್ಯವಾಗಿ ಒಂದೇ ಉದ್ಯಮದಲ್ಲಿನ ಇತರ ಕಂಪನಿಗಳಿಗೆ ಹೋಲಿಸಿದರೆ ಬೆಲೆ ಮತ್ತು ಗಳಿಕೆಯ ಅನುಪಾತವನ್ನು ವ್ಯಾಖ್ಯಾನಿಸುತ್ತಾರೆ, ಸ್ಟಾಕ್ ಅನ್ನು ಕಡಿಮೆ ಅಂದಾಜು ಮಾಡಲಾಗಿದೆಯೇ, ಅತಿಯಾಗಿ ಮೌಲ್ಯೀಕರಿಸಲಾಗಿದೆಯೇ ಅಥವಾ ನ್ಯಾಯಯುತವಾಗಿ ಬೆಲೆ ನಿಗದಿಪಡಿಸಲಾಗಿದೆಯೇ ಎಂದು ನಿರ್ಣಯಿಸಲು. ಹೂಡಿಕೆ ನಿರ್ಧಾರಗಳನ್ನು ತೆಗೆದುಕೊಳ್ಳುವಾಗ ಬೆಲೆ ಮತ್ತು ಗಳಿಕೆಯ ಅನುಪಾತದ ಜೊತೆಗೆ ಇತರ ಹಣಕಾಸು ಮಾಪನಗಳು ಮತ್ತು ಅಂಶಗಳನ್ನು ಪರಿಗಣಿಸುವುದು ಮುಖ್ಯ.

PE ಅನುಪಾತವನ್ನು ವ್ಯಾಖ್ಯಾನಿಸುವುದು:

ಹೆಚ್ಚಿನ ಪಿಇ ಅನುಪಾತವು ಹೂಡಿಕೆದಾರರು ಕಂಪನಿಯ ಭವಿಷ್ಯದ ಬೆಳವಣಿಗೆಯ ಬಗ್ಗೆ ಹೆಚ್ಚಿನ ನಿರೀಕ್ಷೆಗಳನ್ನು ಹೊಂದಿದ್ದಾರೆ ಮತ್ತು ಅವರು ಸ್ಟಾಕ್ಗೆ ಪ್ರೀಮಿಯಂ ಪಾವತಿಸಲು ಸಿದ್ಧರಿದ್ದಾರೆ ಎಂದು ಸೂಚಿಸುತ್ತದೆ.

ಕಡಿಮೆ ಪಿಇ ಅನುಪಾತವು ಸ್ಟಾಕ್ ಅನ್ನು ಅದರ ಗಳಿಕೆಗೆ ಹೋಲಿಸಿದರೆ ಕಡಿಮೆ ಅಂದಾಜು ಮಾಡಲಾಗಿದೆ ಎಂದು ಸೂಚಿಸಬಹುದು, ಆದರೆ ಪಿಇ ಅನುಪಾತವನ್ನು ಉದ್ಯಮದ ಗೆಳೆಯರೊಂದಿಗೆ ಹೋಲಿಸುವುದು ಮತ್ತು ಹೂಡಿಕೆ ನಿರ್ಧಾರಗಳನ್ನು ತೆಗೆದುಕೊಳ್ಳುವ ಮೊದಲು ಇತರ ಅಂಶಗಳನ್ನು ಪರಿಗಣಿಸುವುದು ಅತ್ಯಗತ್ಯ.

Example for PE ratio

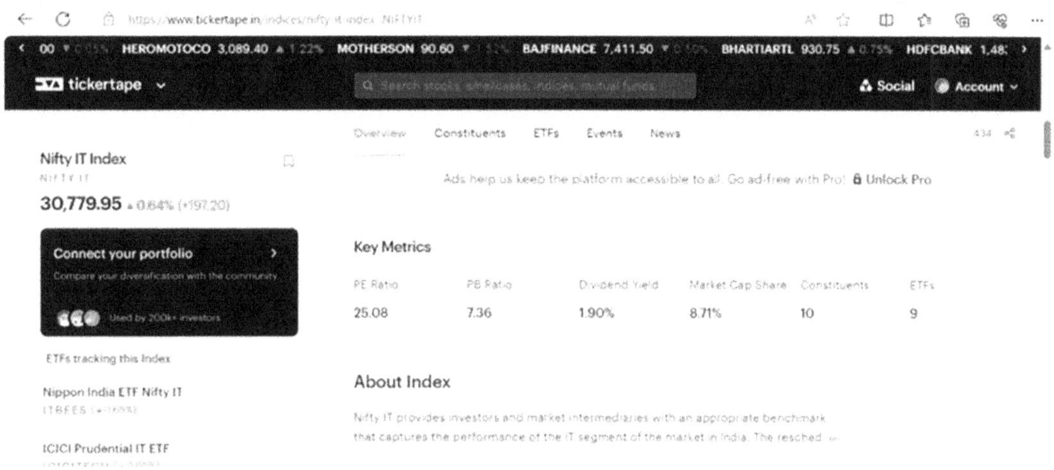

TCS Stock PE is 27.53

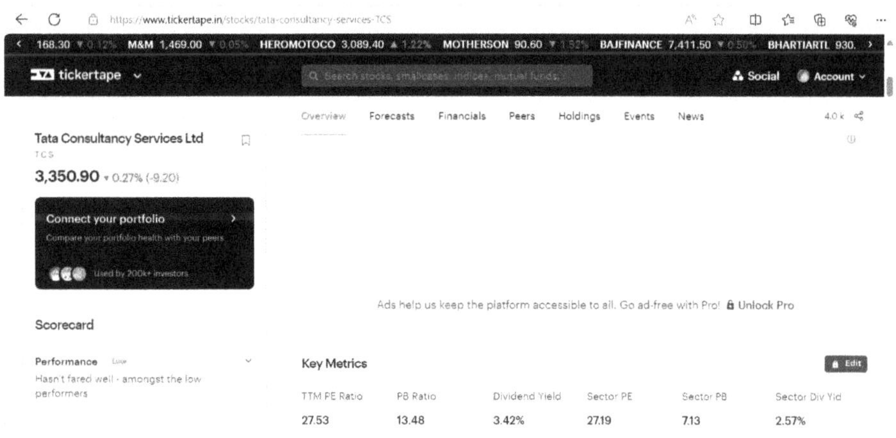

Date of observation: 05/11/2023

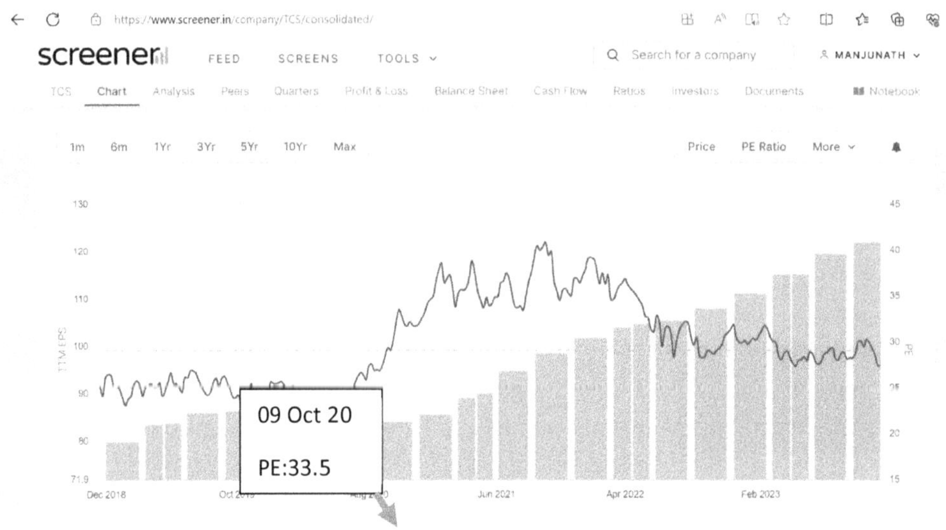

1) ಮೇಲಿನ ಉದಾಹರಣೆಯಲ್ಲಿ, ನಿಫ್ಟಿ ಐಟಿ ಸೂಚ್ಯಂಕವು 25 ಪಿಇ ಮತ್ತು ಟಿಸಿಎಸ್ ಸ್ಟಾಕ್ 27.53 ಪಿಇಯನ್ನು ಹೊಂದಿದೆ ಎಂಬ ಅಂಶವು 05/11/2023 ವೀಕ್ಷಣೆಯ ದಿನಾಂಕದಂದು ಟಿಸಿಎಸ್ ಸ್ಟಾಕ್ ಅನ್ನು ಹೂಡಿಕೆ ಮಾಡದಿರಲು ಸ್ವಯಂಚಾಲಿತವಾಗಿ ಅನರ್ಹಗೊಳಿಸುವುದಿಲ್ಲ.

2) ಪಿಇ 15 ಕ್ಕಿಂತ ಕಡಿಮೆಯಿಲ್ಲ ಎಂದು ಇದರ ಅರ್ಥವಲ್ಲ, ಮತ್ತು ಅದನ್ನು ಖರೀದಿಸಲು ಸಾಧ್ಯವಿಲ್ಲ.

3) ಮೇಲಿನ ಉದಾಹರಣೆಯಲ್ಲಿ ಟಿಸಿಎಸ್ ಸ್ಟಾಕ್ ಪಿಇ, 9 ಅಕ್ಟೋಬರ್ 2023 ರಂದು 33.5 ಆಗಿತ್ತು, ಇದರರ್ಥ ಸ್ಟಾಕ್ ಮತ್ತಷ್ಟು ಏರಿಕೆಯಾಗಿಲ್ಲ ಎಂದಲ್ಲ.

ಉದಾಹರಣೆ 2:

ಆಟೋ ಸೆಕ್ಟರ್ ಸ್ಟಾಕ್ ಉದಾಹರಣೆಯನ್ನು ತೆಗೆದುಕೊಳ್ಳೋಣ. ಸಂವರ್ಧನ ಮದರ್ಸನ್ ಇಂಟರ್ನ್ಯಾಷನಲ್ ಲಿಮಿಟೆಡ್ ಇಂಡಸ್ಟ್ರಿ ಪಿಇ 31 ಗೆ ಹೋಲಿಸಿದರೆ ಪಿಇ 40.09 ಅನ್ನು ಹೊಂದಿದೆ.

ಪೀರ್ ಕಂಪನಿಗಳಿಗೆ ಹೋಲಿಸಿದರೆ ಇದು ಇತರ ಆಟೋ ಸ್ಟಾಕ್ ಗಳಿಗಿಂತ 2 ನೇ ಕಡಿಮೆಯಾಗಿದೆ.

ಆದ್ದರಿಂದ ಇದು ಸ್ಟಾಕ್ ಆಯ್ಕೆ ಮಾನದಂಡ ನಿಯತಾಂಕಗಳನ್ನು ಪಾಸ್ ಮಾಡುತ್ತದೆ.

Peer comparison

Sector: Auto Ancillaries   Industry: Auto Ancillaries

S.No.	Name	CMP Rs.	Mar Cap Rs.Cr.	Ind PE	P/E	B.V. Rs.	Debt / Eq	CMP / BV	Current ratio
1.	Tube Investments	3199.35	61849.84	31.00	67.67	228.86	0.19	13.98	1.66
2.	Samvardh. Mothe.	90.60	61394.38	31.00	40.09	33.13	0.61	2.73	0.97
3.	Bosch	19519.50	57570.11	31.00	38.40	3733.76	0.00	5.23	1.62
4.	Uno Minda	577.70	33107.54	31.00	48.16	72.53	0.34	7.97	1.21
5.	Sona BLW Precis.	548.45	32163.40	31.00	68.15	41.55	0.16	13.20	1.90
6.	ZF Commercial	15936.35	30215.32	31.00	77.33	1365.06	0.02	11.67	4.48
7.	Sundram Fasten.	1278.70	26869.11	31.00	53.43	152.97	0.18	8.36	1.89

ಈ ಮೌಲ್ಯಗಳು ವಾರ್ಷಿಕ ಮತ್ತು ಮಾಸಿಕ ಆಧಾರದ ಮೇಲೆ ಏರಿಳಿತಗೊಳ್ಳುತ್ತವೆ ಎಂಬುದನ್ನು ದಯವಿಟ್ಟು ತಿಳಿದಿರಲಿ. ಒಂದು ಸ್ಟಾಕ್ ಹೆಚ್ಚಿನ ಬೆಲೆ-ಟು-ಗಳಿಕೆ (ಪಿಇ) ಅನುಪಾತವನ್ನು ಪ್ರದರ್ಶಿಸಿದರೆ, ತಕ್ಷಣವೇ ಹೂಡಿಕೆಯಿಂದ ನಿರ್ಗಮಿಸಲು ಶಿಫಾರಸು ಮಾಡಲಾಗುವುದಿಲ್ಲ. ನಿಮ್ಮ ಹೂಡಿಕೆಯ ಬಗ್ಗೆ ಉತ್ತಮ ತಿಳುವಳಿಕೆಯುಳ್ಳ ನಿರ್ಧಾರವನ್ನು ತೆಗೆದುಕೊಳ್ಳಲು ಸಮಾನಮನಸ್ಕ ಕಂಪನಿಗಳು ಮತ್ತು ಉದ್ಯಮದ ಸರಾಸರಿ ಪಿಇಗೆ ಹೋಲಿಸಿದರೆ ಈ ಅನುಪಾತವನ್ನು ನಿರ್ಣಯಿಸುವುದು ಬಹಳ ಮುಖ್ಯ.

ಬೆಲೆಯಿಂದ ಪುಸ್ತಕಕ್ಕೆ (ಪಿ / ಬಿ) ಅನುಪಾತ:

ಪ್ರೈಸ್-ಟು-ಬುಕ್ (ಪಿ / ಬಿ) ಅನುಪಾತವು ಕಂಪನಿಯ ಮಾರುಕಟ್ಟೆ ಮೌಲ್ಯವನ್ನು (ಪ್ರತಿ ಷೇರಿಗೆ ಬೆಲೆ) ಅದರ ಪುಸ್ತಕ ಮೌಲ್ಯಕ್ಕೆ (ಪ್ರತಿ ಷೇರಿಗೆ ಷೇರುದಾರರ ಈಕ್ವಿಟಿ) ಹೋಲಿಸಲು ಬಳಸುವ ಹಣಕಾಸು ಮೆಟ್ರಿಕ್ ಆಗಿದೆ. ಕಂಪನಿಯ ನಿವ್ವಳ ಸ್ವತ್ತುಗಳಿಗೆ ಸಂಬಂಧಿಸಿದಂತೆ ಸ್ಟಾಕ್ ಅನ್ನು ಕಡಿಮೆ ಅಂದಾಜು ಮಾಡಲಾಗಿದೆಯೇ ಅಥವಾ ಅತಿಯಾಗಿ ಮೌಲ್ಯೀಕರಿಸಲಾಗಿದೆಯೇ ಎಂಬುದನ್ನು ಇದು ಸೂಚಿಸುತ್ತದೆ.

ಸೂತ್ರ:

ಬೆಲೆಯಿಂದ ಪುಸ್ತಕಕ್ಕೆ (ಪಿ / ಬಿ) ಅನುಪಾತ: ಪ್ರತಿ ಷೇರಿಗೆ ಮಾರುಕಟ್ಟೆ ಬೆಲೆ / ಪ್ರತಿ ಷೇರಿಗೆ ಪುಸ್ತಕ ಮೌಲ್ಯ

ಉದಾಹರಣೆ: ಕೆಳಗಿನ ಉದಾಹರಣೆಯಲ್ಲಿ ಸಂವರ್ಧನ ಮದರ್ಸನ್ ಇಂಟರ್ನ್ಯಾಷನಲ್ ಲಿಮಿಟೆಡ್ ಕಂಪನಿಯ ಬುಕ್ ಮೌಲ್ಯ 2.73 ಆಗಿದೆ

ಸ್ಟಾಕ್ ಬೆಲೆ 90.6 ಪುಸ್ತಕ ಮೌಲ್ಯ : 33.1

ಬೆಲೆ-ಟು-ಬುಕ್ (ಪಿ / ಬಿ) ಅನುಪಾತ: 90.6 / 33.1 = 2.73

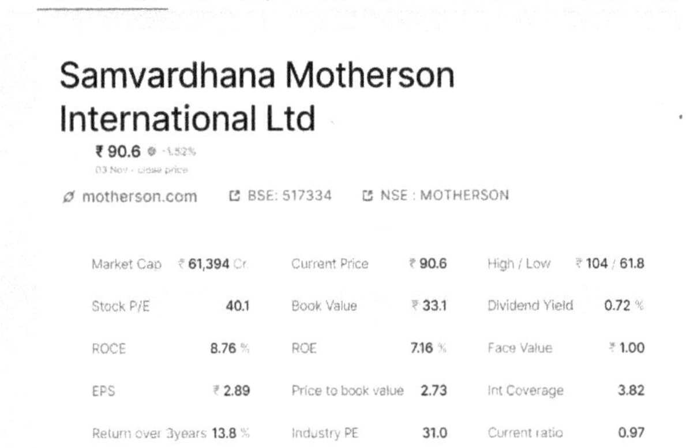

P/B ಅನುಪಾತವನ್ನು ವ್ಯಾಖ್ಯಾನಿಸುವುದು:

ಪಿ / ಬಿ ಅನುಪಾತವು 1 ಕ್ಕಿಂತ ಕಡಿಮೆಯಿದ್ದರೆ ಎಂದರೆ ಅದರ ಪುಸ್ತಕ ಮೌಲ್ಯಕ್ಕೆ ಹೋಲಿಸಿದರೆ ಮಾರುಕಟ್ಟೆಯಲ್ಲಿ ಸ್ಟಾಕ್ ಅನ್ನು ಕಡಿಮೆ ಅಂದಾಜು ಮಾಡಬಹುದು ಎಂದರ್ಥ. ಹೂಡಿಕೆದಾರರು ಇದನ್ನು ಸಂಭಾವ್ಯ ಖರೀದಿ ಅವಕಾಶವೆಂದು ಪರಿಗಣಿಸಬಹುದು.

1 ಕ್ಕಿಂತ ಹೆಚ್ಚಿನ ಪಿ / ಬಿ ಅನುಪಾತವು ಸ್ಟಾಕ್ ಅದರ ಪುಸ್ತಕ ಮೌಲ್ಯಕ್ಕೆ ಸಂಬಂಧಿಸಿದಂತೆ ಪ್ರೀಮಿಯಂನಲ್ಲಿ ವಹಿವಾಟು ನಡೆಸುತ್ತಿದೆ ಎಂದು ಸೂಚಿಸುತ್ತದೆ. ಪ್ರೀಮಿಯಂ ಸಮರ್ಥನೀಯವೇ ಎಂದು ನಿರ್ಧರಿಸಲು ಹೂಡಿಕೆದಾರರು ಇತರ ಅಂಶಗಳನ್ನು ನಿರ್ಣಯಿಸಬೇಕು. ಪಿ / ಬಿ ಅನುಪಾತದ ವ್ಯಾಖ್ಯಾನವನ್ನು ಉದ್ಯಮ, ಕಂಪನಿಯ ಐತಿಹಾಸಿಕ ಅನುಪಾತಗಳು ಮತ್ತು ಸಮಗ್ರ ವಿಶ್ಲೇಷಣೆಗಾಗಿ ಇತರ ಮೂಲಭೂತ ಅಂಶಗಳ ಹಿನ್ನೆಲೆಯಲ್ಲಿ ಮಾಡಬೇಕು ಎಂಬುದನ್ನು ದಯವಿಟ್ಟು ಗಮನಿಸಿ.

ಪುಸ್ತಕ ಮೌಲ್ಯ: ಸ್ಟಾಕ್ ಗಳ ಕೆಳಗಿನ ಪಟ್ಟಿಯಲ್ಲಿ
1) ಸಂವರ್ಧನ ಮದರ್ಸನ್ ಇಂಟರ್ನ್ಯಾಷನಲ್ ಲಿಮಿಟೆಡ್ ಕಂಪನಿಯು ವ್ಯವಹಾರವನ್ನು ಮುಚ್ಚಲು ಬಯಸಿದರೆ ಅದು ಷೇರುದಾರರಿಗೆ 33.13 ರೂ.
2) ಸೋನಾ ಬಿಎಲ್ಡಬ್ಲ್ಯೂ ಕಂಪನಿಯು ವ್ಯವಹಾರವನ್ನು ಮುಚ್ಚಲು ಬಯಸಿದರೆ, ಅದು ಷೇರುದಾರರಿಗೆ 41.55 ರೂ.

https://www.screener.in/company/MOTHERSON/consolidated/#peers

screener FEED SCREENS TOOLS

Samvardh. Mothe. Chart Analysis Peers Quarters Profit & Loss Balanc

Peer comparison

Sector: Auto Ancillaries Industry: Auto Ancillaries

S.No.	Name	CMP Rs.	Mar Cap Rs.Cr.	Ind PE	P/E	B.V. Rs.	CMP / BV
1.	Tube Investments	3199.35	61849.84	31.00	67.67	228.86	13.98
2.	Samvardh. Mothe.	90.60	61394.38	31.00	40.09	33.13	2.73
3.	Bosch	19519.50	57570.11	31.00	38.40	3733.76	5.23
4.	Uno Minda	577.70	33107.54	31.00	48.16	72.53	7.97
5.	Sona BLW Precis.	548.45	32163.40	31.00	68.15	41.55	13.20
6.	ZF Commercial	15936.35	30215.32	31.00	77.33	1365.06	11.67
7.	Sundram Fasten.	1278.70	26869.11	31.00	53.43	152.97	8.36

ಬೆಲೆ - ಬುಕ್ ವ್ಯಾಲ್ಯೂ ಅನುಪಾತ 1 ಕ್ಕೆ ಹತ್ತಿರವಿರುವ ಷೇರುಗಳನ್ನು ಖರೀದಿಸುವುದು ಸುರಕ್ಷಿತವಾಗಿದೆ.

ಸಾಲ ಮತ್ತು ಈಕ್ವಿಟಿ ಅನುಪಾತ:

ಡೆಬ್ಟ್ ಟು ಈಕ್ವಿಟಿ ಅನುಪಾತವು ಒಂದು ಹಣಕಾಸು ಮೆಟ್ರಿಕ್ ಆಗಿದ್ದು, ಇದು ಕಂಪನಿಯ ಸಾಲದ ಪ್ರಮಾಣವನ್ನು ಅದರ ಷೇರುದಾರರ ಈಕ್ವಿಟಿಗೆ ಸೂಚಿಸುತ್ತದೆ. ಇದು ಕಂಪನಿಯ ಹಣಕಾಸಿನ ಹತೋಟಿಯನ್ನು ಅಳೆಯುತ್ತದೆ ಮತ್ತು ಈಕ್ವಿಟಿಗೆ ಹೋಲಿಸಿದರೆ ವ್ಯವಹಾರವು ಸಾಲದಿಂದ ಎಷ್ಟು ಹಣಕಾಸು ಒದಗಿಸುತ್ತದೆ ಎಂಬುದನ್ನು ಸೂಚಿಸುತ್ತದೆ. ಕಡಿಮೆ ಸಾಲ ಮತ್ತು ಈಕ್ವಿಟಿ ಅನುಪಾತವು ಸಾಮಾನ್ಯವಾಗಿ ಕಡಿಮೆ ಹಣಕಾಸಿನ ಅಪಾಯವನ್ನು ಸೂಚಿಸುತ್ತದೆ ಏಕೆಂದರೆ ಕಂಪನಿಯು ಸಾಲ ಹಣಕಾಸುಗಿಂತ ಈಕ್ವಿಟಿ ಹಣಕಾಸು ಮೇಲೆ ಹೆಚ್ಚು ಅವಲಂಬಿತವಾಗಿದೆ.

ಸಾಲದಿಂದ ಈಕ್ವಿಟಿ ಅನುಪಾತದ ಸೂತ್ರ:

ಸಾಲ ಮತ್ತು ಈಕ್ವಿಟಿ ಅನುಪಾತ = ಒಟ್ಟು ಸಾಲ (ತೆಗೆದುಕೊಂಡ ಸಾಲ) / ಷೇರುದಾರರ ಈಕ್ವಿಟಿ

ಉದಾಹರಣೆ:

ಒಟ್ಟು ಸಾಲ: ₹ 2,000,000

ಷೇರುದಾರರ ಈಕ್ವಿಟಿ: ₹ 5,000,000

ಡೆಬ್ಟ್-ಟು-ಈಕ್ವಿಟಿ ಅನುಪಾತದ ಸೂತ್ರವನ್ನು ಬಳಸುವುದು:

ಸಾಲ ಮತ್ತು ಈಕ್ವಿಟಿ ಅನುಪಾತ = ₹ 2,000,000 / ₹ 5,000,000 = 0.4 ಅಥವಾ 40%

ಡೆಬ್ಟ್-ಟು-ಈಕ್ವಿಟಿ ಅನುಪಾತವನ್ನು ವ್ಯಾಖ್ಯಾನಿಸುವುದು:

1 ಕ್ಕಿಂತ ಕಡಿಮೆ ಅನುಪಾತವು ಕಂಪನಿಯು ಸಾಲಕ್ಕಿಂತ ಹೆಚ್ಚಿನ ಈಕ್ವಿಟಿಯನ್ನು ಹೊಂದಿದೆ ಎಂದು ಸೂಚಿಸುತ್ತದೆ, ಇದನ್ನು ಸಾಮಾನ್ಯವಾಗಿ ಅನುಕೂಲಕರವೆಂದು ಪರಿಗಣಿಸಲಾಗುತ್ತದೆ.

1 ಕ್ಕಿಂತ ಹೆಚ್ಚಿನ ಅನುಪಾತವು ಕಂಪನಿಯು ಈಕ್ವಿಟಿಗಿಂತ ಹೆಚ್ಚಿನ ಸಾಲವನ್ನು ಹೊಂದಿದೆ ಎಂದರ್ಥ, ಇದು ಹೆಚ್ಚಿನ ಹಣಕಾಸಿನ ಅಪಾಯವನ್ನು ಸೂಚಿಸುತ್ತದೆ. ಆದಾಗ್ಯೂ, ಸ್ವೀಕಾರಾರ್ಹ ಅನುಪಾತವೆಂದು ಪರಿಗಣಿಸಲ್ಪಡುವುದು ಉದ್ಯಮದಿಂದ ಬದಲಾಗಬಹುದು, ಆದ್ದರಿಂದ ಹೆಚ್ಚು ನಿಖರವಾದ ಮೌಲ್ಯಮಾಪನಕ್ಕಾಗಿ ಕಂಪನಿಯ ಅನುಪಾತವನ್ನು ಉದ್ಯಮದ ಗೆಳೆಯರೊಂದಿಗೆ ಹೋಲಿಸುವುದು ಅತ್ಯಗತ್ಯ.

ಕೆಳಗಿನ ಉದಾಹರಣೆಯಲ್ಲಿ, ಸಂವರ್ಧನ ಮದರ್ಸನ್ ಇಂಟರ್ನ್ಯಾಷನಲ್ ಲಿಮಿಟೆಡ್ 0.61 ರ ಸಾಲ / ಈಕ್ವಿಟಿ ಅನುಪಾತವನ್ನು ಹೊಂದಿದೆ, ಇದು 1 ಕ್ಕಿಂತ ಕಡಿಮೆಯಾಗಿದೆ. ಆದ್ದರಿಂದ ಇದು ಸ್ಟಾಕ್ ಆಯ್ಕೆ ಮಾನದಂಡ ನಿಯತಾಂಕಗಳನ್ನು ಪಾಸ್ ಮಾಡುತ್ತದೆ. ಏಕೆಂದರೆ ಕಂಪನಿಯು ವ್ಯವಹಾರವನ್ನು ನಡೆಸಲು ಸಾಲದ ಹೊರೆಯನ್ನು ವಹಿಸಿಕೊಂಡಿಲ್ಲ.

https://www.screener.in/company/MOTHERSON/consolidated/#peers

screener FEED SCREENS TOOLS

Samvardh. Mothe. Chart Analysis Peers Quarters Profit & Loss Balan

Peer comparison

Sector: Auto Ancillaries Industry: Auto Ancillaries

S.No.	Name	CMP Rs.	Mar Cap Rs.Cr.	Ind PE	P/E	B.V. Rs.	Debt / Eq
1.	Tube Investments	3199.35	61849.84	31.00	67.67	228.86	0.19
2.	Samvardh. Mothe.	90.60	61394.38	31.00	40.09	33.13	0.61
3.	Bosch	19519.50	57570.11	31.00	38.40	3733.76	0.00
4.	Uno Minda	577.70	33107.54	31.00	48.16	72.53	0.34
5.	Sona BLW Precis.	548.45	32163.40	31.00	68.15	41.55	0.16
6.	ZF Commercial	15936.35	30215.32	31.00	77.33	1365.06	0.02
7.	Sundram Fasten.	1278.70	26869.11	31.00	53.43	152.97	0.18
	Median: 90 Co.	430.73	1373.16	31.0	28.28	135.16	0.28

ಅನುಪಾತಗಳನ್ನು ಪೀರ್ ಕಂಪನಿಗಳೊಂದಿಗೆ ಮಾತ್ರ ಹೋಲಿಸುತ್ತದೆ.

ಬ್ಯಾಂಕ್ ಸ್ಟಾಕ್ ಗಳ ಸಂದರ್ಭದಲ್ಲಿ ಎಲ್ಲಾ ಬ್ಯಾಂಕುಗಳು 1 ಕ್ಕಿಂತ ಹೆಚ್ಚು ಸಾಲ / ಈಕ್ವಿಟಿಯನ್ನು ಹೊಂದಿರುತ್ತವೆ ಏಕೆಂದರೆ ಬ್ಯಾಂಕುಗಳು ಯಾವಾಗಲೂ ಆರ್ ಬಿಐ ಅಥವಾ ಸಾರ್ವಜನಿಕರಿಂದ ಸಾಲಗಳನ್ನು ತೆಗೆದುಕೊಂಡು ಸಾರ್ವಜನಿಕರಿಗೆ ನೀಡುತ್ತವೆ. ಇಲ್ಲಿ ಮೂಲತಃ ಹಣದ ತಿರುಗುವಿಕೆ ಪ್ರಗತಿಯಲ್ಲಿದೆ. ಆದ್ದರಿಂದ ಡೆಬ್ಟ್ / ಈಕ್ವಿಟಿಯನ್ನು ಪರಿಶೀಲಿಸುವುದು ಇಲ್ಲಿ ಸೂಕ್ತವಲ್ಲ.

https://www.screener.in/company/HDFCBANK/consolidated/

screener FEED SCREENS TOOLS

HDFC Bank Chart Analysis Peers Quarters Profit & Loss Balance Sheet Cash Flow

HDFC Bank Ltd

₹1,484

hdfcbank.com BSE: 500180 NSE : HDFCBANK

Market Cap	₹ 11,24,952 Cr.	Current Price	₹ 1,484	High / Low	₹ 1,758 / 1,460
Stock P/E	16.6	Book Value	₹ 519	Dividend Yield	1.28 %
ROCE	6.24 %	ROE	17.1 %	Face Value	₹ 1.00
EPS	₹ 89.6	Price to book value	2.86	Int Coverage	1.65
Return over 3years	5.34 %	Industry PE	12.4	Current ratio	3.38

https://www.screener.in/company/HDFCBANK/consolidated/

screener FEED SCREENS TOOLS

HDFC Bank Chart Analysis Peers Quarters Profit & Loss Balance Sh

Peer comparison

Sector: Banks Industry: Banks - Private Sector

S.No.	Name	CMP Rs.	Mar Cap Rs.Cr.	Ind PE	P/E	B.V. Rs	Debt / Eq
1.	HDFC Bank	1483.75	1124951.95	12.39	16.62	518.73	7.39
2.	ICICI Bank	933.80	654340.54	12.39	16.29	307.18	6.53
3.	Kotak Mah. Bank	1733.25	344488.94	12.39	20.06	562.86	3.72
4.	Axis Bank	988.85	304783.50	12.39	13.01	421.80	8.88
5.	IndusInd Bank	1450.25	112732.83	12.39	13.57	703.98	7.06
6.	IDBI Bank	62.05	66718.66	12.39	13.97	43.08	5.79
7.	IDFC First Bank	82.80	58414.26	12.39	20.07	39.06	7.80

ಅನುಪಾತಗಳನ್ನು ಸಮಾನಮನಸ್ಕ ಕಂಪನಿಗಳೊಂದಿಗೆ ಮಾತ್ರ ಹೋಲಿಸಿ.

ಬಡ್ಡಿ ವ್ಯಾಪ್ತಿಯ ಅನುಪಾತ:

ಬಡ್ಡಿ ವ್ಯಾಪ್ತಿಯ ಅನುಪಾತವು ಬಾಕಿ ಇರುವ ಸಾಲದ ಮೇಲಿನ ಬಡ್ಡಿ ಪಾವತಿಗಳನ್ನು ಪೂರೈಸುವ ಕಂಪನಿಯ ಸಾಮರ್ಥ್ಯವನ್ನು ನಿರ್ಣಯಿಸಲು ಬಳಸುವ ಹಣಕಾಸು ಮೆಟ್ರಿಕ್ ಆಗಿದೆ. ಇದು ತನ್ನ ಕಾರ್ಯಾಚರಣೆಯ ಲಾಭವನ್ನು ಬಳಸಿಕೊಂಡು ತನ್ನ ಬಡ್ಡಿ ಬಾಧ್ಯತೆಗಳನ್ನು ನಿರ್ವಹಿಸುವ ಕಂಪನಿಯ ಸಾಮರ್ಥ್ಯವನ್ನು ಅಳೆಯುತ್ತದೆ. ಹೆಚ್ಚಿನ ಬಡ್ಡಿ ವ್ಯಾಪ್ತಿಯ ಅನುಪಾತವು ಕಂಪನಿಯು ತನ್ನ ಬಡ್ಡಿ ವೆಚ್ಚಗಳನ್ನು ಪೂರೈಸಲು ಉತ್ತಮ ಸ್ಥಾನದಲ್ಲಿದೆ ಎಂದು ಸೂಚಿಸುತ್ತದೆ, ಇದು ಕಡಿಮೆ ಆರ್ಥಿಕ ಅಪಾಯವನ್ನು ಸೂಚಿಸುತ್ತದೆ.

ಸರಳವಾಗಿ ಹೇಳುವುದಾದರೆ, ಕಂಪನಿಯು ಸಾಲಗಳನ್ನು ತೆಗೆದುಕೊಂಡರೂ, ಅದು ತೆಗೆದುಕೊಂಡ ಸಾಲಗಳಿಗೆ ಬಡ್ಡಿಯನ್ನು ಪಾವತಿಸಲು ಸಾಧ್ಯವಾಗುತ್ತದೆಯೇ ಮತ್ತು ಸಾಮರ್ಥ್ಯ ಎಷ್ಟು.

ಕಂಪನಿಯು ತನ್ನ ಕಂಪನಿಯ ಲಾಭದಾಯಕತೆ ₹ 400 ಆಗಿದ್ದರೆ ₹ 100 ಅನ್ನು ಸಾಲವಾಗಿ ತೆಗೆದುಕೊಂಡಿದ್ದರೆ, ಆ ಸಂದರ್ಭದಲ್ಲಿ ಕಂಪನಿಯು ಸಾಲಗಳ ಮೇಲಿನ ಬಡ್ಡಿಯನ್ನು ಸುಲಭವಾಗಿ ಪಾವತಿಸುತ್ತದೆ.

ಬಡ್ಡಿ ವ್ಯಾಪ್ತಿಯ ಅನುಪಾತದ ಸೂತ್ರ:

ಬಡ್ಡಿ ವ್ಯಾಪ್ತಿಯ ಅನುಪಾತ = ಬಡ್ಡಿ ಮತ್ತು ತೆರಿಗೆಗಳಿಗೆ ಮುಂಚಿನ ಗಳಿಕೆಗಳು (ಇಬಿಐಟಿ) / ಬಡ್ಡಿ ವೆಚ್ಚಗಳು

ಉದಾಹರಣೆ:

ಈ ಕೆಳಗಿನ ಹಣಕಾಸು ಮಾಹಿತಿಯೊಂದಿಗೆ ABC Ltd ಎಂಬ ಕಂಪನಿಯನ್ನು ಪರಿಗಣಿಸೋಣ:

ಬಡ್ಡಿ ಮತ್ತು ತೆರಿಗೆಗಳಿಗೆ ಮುಂಚಿನ ಗಳಿಕೆಗಳು (ಇಬಿಐಟಿ): ₹ 1,000,000

ಬಡ್ಡಿ ವೆಚ್ಚಗಳು: ₹ 200,000

ಬಡ್ಡಿ ವ್ಯಾಪ್ತಿಯ ಅನುಪಾತದ ಸೂತ್ರ:

$$\text{Interest Coverage Ratio} = \frac{\text{Earnings Before Interest and Taxes (EBIT)}}{\text{Interest Expenses}}$$

ಉದಾಹರಣೆ:

ಈ ಕೆಳಗಿನ ಹಣಕಾಸು ಮಾಹಿತಿಯೊಂದಿಗೆ ABC Ltd ಎಂಬ ಕಂಪನಿಯನ್ನು ಪರಿಗಣಿಸೋಣ:

ಬಡ್ಡಿ ಮತ್ತು ತೆರಿಗೆಗಳಿಗೆ ಮುಂಚಿನ ಗಳಿಕೆಗಳು (ಇಬಿಐಟಿ): ₹ 1,000,000

ಬಡ್ಡಿ ವೆಚ್ಚಗಳು: ₹ 200,000

ಬಡ್ಡಿ ವ್ಯಾಪ್ತಿಯ ಅನುಪಾತಕ್ಕಾಗಿ ಸೂತ್ರವನ್ನು ಬಳಸುವುದು:

ಬಡ್ಡಿ ವ್ಯಾಪ್ತಿಯ ಅನುಪಾತ = ₹ 1,000,000 / ₹ 200,000 = 5

ಈ ಉದಾಹರಣೆಯಲ್ಲಿ, ABC Ltd. 5 ರ ಬಡ್ಡಿ ಕವರೇಜ್ ಅನುಪಾತವನ್ನು ಹೊಂದಿದೆ. ಇದರರ್ಥ ಕಂಪನಿಯ ಕಾರ್ಯಾಚರಣೆ ಲಾಭವು ಅದರ ಬಡ್ಡಿ ವೆಚ್ಚಗಳಿಗಿಂತ ಐದು ಪಟ್ಟು ಹೆಚ್ಚಾಗಿದೆ. ಈ ಸಂದರ್ಭದಲ್ಲಿ 5 ನಂತಹ ಹೆಚ್ಚಿನ ಅನುಪಾತವು ಕಂಪನಿಯು ತನ್ನ ಬಡ್ಡಿ ಪಾವತಿಗಳನ್ನು ಆರಾಮವಾಗಿ ಸರಿದೂಗಿಸಲು ಸಾಕಷ್ಟು ಗಳಿಕೆಯನ್ನು ಉತ್ಪಾದಿಸುತ್ತಿದೆ ಎಂದು ಸೂಚಿಸುತ್ತದೆ. ಇದು ಸಾಲದಾತರು ಮತ್ತು ಹೂಡಿಕೆದಾರರಿಗೆ ಕಡಿಮೆ ಅಪಾಯವನ್ನು ಸೂಚಿಸುತ್ತದೆ, ಏಕೆಂದರೆ ಕಂಪನಿಯು ತನ್ನ ಸಾಲದ ಬಾಧ್ಯತೆಗಳನ್ನು ನಿರ್ವಹಿಸಲು ಗಣನೀಯ ಬಫರ್ ಅನ್ನು ಹೊಂದಿದೆ.

ಬಡ್ಡಿ ವ್ಯಾಪ್ತಿಯ ಅನುಪಾತವನ್ನು ವ್ಯಾಖ್ಯಾನಿಸುವುದು:

ಹೆಚ್ಚಿನ ಅನುಪಾತ (2 ಕ್ಕಿಂತ ಹೆಚ್ಚು): ಬಡ್ಡಿ ಪಾವತಿಗಳನ್ನು ಒಳಗೊಳ್ಳುವ ಬಲವಾದ ಸಾಮರ್ಥ್ಯವನ್ನು ಸೂಚಿಸುತ್ತದೆ. ಹೂಡಿಕೆದಾರರು ಮತ್ತು ಸಾಲದಾತರು ಸಾಮಾನ್ಯವಾಗಿ ಹೆಚ್ಚಿನ ಅನುಪಾತಗಳಿಗೆ ಆದ್ಯತೆ ನೀಡುತ್ತಾರೆ ಏಕೆಂದರೆ ಅವು ಕಡಿಮೆ ಹಣಕಾಸಿನ ಅಪಾಯವನ್ನು ಸೂಚಿಸುತ್ತವೆ.

ಕಡಿಮೆ ಅನುಪಾತ (1 ಕ್ಕಿಂತ ಕಡಿಮೆ): ಕಂಪನಿಯು ತನ್ನ ಬಡ್ಡಿ ಬಾಧ್ಯತೆಗಳನ್ನು ಪೂರೈಸಲು ಹೆಣಗಾಡಬಹುದು ಎಂದು ಸೂಚಿಸುತ್ತದೆ. ಇದು ಆರ್ಥಿಕ ಸಂಕಷ್ಟದ ಎಚ್ಚರಿಕೆಯ ಸಂಕೇತವಾಗಿರಬಹುದು.

ಬಡ್ಡಿ ವ್ಯಾಪ್ತಿಯ ಅನುಪಾತದ ಸ್ವೀಕಾರಾರ್ಹ ಮಟ್ಟಗಳು ಉದ್ಯಮದಿಂದ ಬದಲಾಗಬಹುದು ಎಂಬುದನ್ನು ಗಮನಿಸುವುದು ಮುಖ್ಯ. ಕಂಪನಿಯ ಆರ್ಥಿಕ ಆರೋಗ್ಯದ ಬಗ್ಗೆ ಉತ್ತಮ ತಿಳುವಳಿಕೆ ಪಡೆಯಲು ಉದ್ಯಮದ ಗೆಳೆಯರೊಂದಿಗೆ ಕಂಪನಿಯ ಅನುಪಾತವನ್ನು ಹೋಲಿಸುವುದು ಸೂಕ್ತ.

ಕೆಳಗಿನ ಉದಾಹರಣೆಯಲ್ಲಿ, ಸಂವರ್ಧನ ಮದರ್ಸನ್ ಇಂಟರ್ನ್ಯಾಷನಲ್ ಲಿಮಿಟೆಡ್ 3.82 ರ ಬಡ್ಡಿ ವ್ಯಾಪ್ತಿಯ ಅನುಪಾತವನ್ನು ಹೊಂದಿದೆ, ಇದು 2 ಪಟ್ಟು ಹೆಚ್ಚಾಗಿದೆ. ಆದ್ದರಿಂದ ಇದು ಸ್ಟಾಕ್ ಆಯ್ಕೆ ಮಾನದಂಡ ನಿಯತಾಂಕಗಳನ್ನು ಪಾಸ್ ಮಾಡುತ್ತದೆ.

Peer comparison

Sector: Auto Ancillaries Industry: Auto Ancillaries

S.No.	Name	CMP Rs.	Mar Cap Rs.Cr.	Ind PE	P/E	B.V. Rs.	Debt / Eq	Int Coverage	CMP / BV	Current ratio
1.	Tube Investments	3199.35	61849.84	31.00	67.67	228.86	0.19	38.17	13.98	1.66
2.	Samvardh. Mothe.	90.60	61394.38	31.00	40.09	33.13	0.61	3.82	2.73	0.97
3.	Bosch	19519.50	57570.11	31.00	38.40	3733.76	0.00	51.31	5.23	1.62
4.	Uno Minda	577.70	33107.54	31.00	48.16	72.53	0.34	13.00	7.97	1.21
5.	Sona BLW Precis.	548.45	32163.40	31.00	68.15	41.55	0.16	30.10	13.20	1.90
6.	ZF Commercial	15936.35	30215.32	31.00	77.33	1365.06	0.02	104.15	11.67	4.48
7.	Sundram Fasten.	1278.70	26869.11	31.00	53.43	152.97	0.18	17.86	8.36	1.89

ನಿವ್ವಳ ಲಾಭಾಂಶ (Net Profit Margin):

ನಿವ್ವಳ ಲಾಭಾಂಶವು ಲಾಭದಾಯಕ ಅನುಪಾತವಾಗಿದ್ದು, ಇದು ಕಂಪನಿಯ ಒಟ್ಟು ಆದಾಯದಿಂದ ಲಾಭವನ್ನು ಉತ್ಪಾದಿಸುವಲ್ಲಿ ದಕ್ಷತೆಯನ್ನು ಅಳೆಯುತ್ತದೆ. ಎಲ್ಲಾ ವೆಚ್ಚಗಳು, ತೆರಿಗೆಗಳು ಮತ್ತು ಬಡ್ಡಿಯನ್ನು ಕಡಿತಗೊಳಿಸಿದ ನಂತರ ಲಾಭವಾಗಿ ಉಳಿದಿರುವ ಆದಾಯದ ಶೇಕಡಾವಾರು ಪ್ರಮಾಣವನ್ನು ಇದು ಸೂಚಿಸುತ್ತದೆ. ಹೆಚ್ಚಿನ ನಿವ್ವಳ ಲಾಭದ ಅಂತರವು ಉತ್ತಮ ಲಾಭದಾಯಕತೆಯನ್ನು ಸೂಚಿಸುತ್ತದೆ, ಏಕೆಂದರೆ ಕಂಪನಿಯು ಪ್ರತಿ ರೂಪಾಯಿ ಆದಾಯದಿಂದ ಹೆಚ್ಚಿನ ಆದಾಯವನ್ನು ಉಳಿಸಿಕೊಳ್ಳುತ್ತದೆ.

ನಿವ್ವಳ ಲಾಭಾಂಶದ ಸೂತ್ರ:

ನಿವ್ವಳ ಲಾಭಾಂಶ = (ನಿವ್ವಳ ಲಾಭ / ಒಟ್ಟು ಆದಾಯ) x 100%

ಉದಾಹರಣೆ:

ಈ ಕೆಳಗಿನ ಹಣಕಾಸು ಮಾಹಿತಿಯೊಂದಿಗೆ XYZ Ltd ಎಂಬ ಕಂಪನಿಯನ್ನು ಪರಿಗಣಿಸೋಣ:

ನಿವ್ವಳ ಲಾಭ: ₹ 500,000

ಒಟ್ಟು ಆದಾಯ: ₹ 2,000,000

ನಿವ್ವಳ ಲಾಭಾಂಶದ ಸೂತ್ರವನ್ನು ಬಳಸುವುದು:

$$\text{Net Profit Margin} = \left(\frac{₹500{,}000}{₹2{,}000{,}000}\right) \times 100\%$$

$$\text{Net Profit Margin} = 25\%$$

ಈ ಉದಾಹರಣೆಯಲ್ಲಿ, XYZ ಲಿಮಿಟೆಡ್ 25% ನಿವ್ವಳ ಲಾಭಾಂಶವನ್ನು ಹೊಂದಿದೆ. ಇದರರ್ಥ, ಉತ್ಪತ್ತಿಯಾಗುವ ಪ್ರತಿ ರೂಪಾಯಿ ಆದಾಯಕ್ಕೆ, ಕಂಪನಿಯು ಎಲ್ಲಾ ವೆಚ್ಚಗಳನ್ನು ಕಡಿತಗೊಳಿಸಿದ ನಂತರ 25 ಪೈಸೆ ಲಾಭವನ್ನು ಉಳಿಸಿಕೊಳ್ಳುತ್ತದೆ. ಹೆಚ್ಚಿನ ನಿವ್ವಳ ಲಾಭದ ಅಂತರವು ಕಂಪನಿಯು ತನ್ನ ವೆಚ್ಚಗಳು ಮತ್ತು ಕಾರ್ಯಾಚರಣೆಗಳನ್ನು ನಿರ್ವಹಿಸುವಲ್ಲಿ ಸಮರ್ಥವಾಗಿದೆ ಎಂದು ಸೂಚಿಸುತ್ತದೆ, ಇದು ಹೆಚ್ಚಿನ ಲಾಭದಾಯಕತೆಗೆ ಕಾರಣವಾಗುತ್ತದೆ.

ನಿವ್ವಳ ಲಾಭಾಂಶವನ್ನು ವ್ಯಾಖ್ಯಾನಿಸುವುದು: (Interpreting the Net Profit Margin)

ಹೆಚ್ಚಿನ ಮಾರ್ಜಿನ್ (ಉದ್ಯಮದ ಸರಾಸರಿಗಿಂತ ಹೆಚ್ಚು): ಪರಿಣಾಮಕಾರಿ ವೆಚ್ಚ ನಿರ್ವಹಣೆ ಮತ್ತು ಉತ್ತಮ ಲಾಭದಾಯಕತೆಯನ್ನು ಸೂಚಿಸುತ್ತದೆ. ಹೂಡಿಕೆದಾರರು ಸಾಮಾನ್ಯವಾಗಿ ಸ್ಥಿರವಾಗಿ ಹೆಚ್ಚಿನ ನಿವ್ವಳ ಲಾಭಾಂಶವನ್ನು ಹೊಂದಿರುವ ಕಂಪನಿಗಳಿಗೆ ಒಲವು ತೋರುತ್ತಾರೆ.

ಕಡಿಮೆ ಮಾರ್ಜಿನ್ (ಉದ್ಯಮದ ಸರಾಸರಿಗಿಂತ ಕಡಿಮೆ): ಹೆಚ್ಚಿನ ನಿರ್ವಹಣಾ ವೆಚ್ಚಗಳು ಅಥವಾ ಬೆಲೆಯ ಒತ್ತಡವನ್ನು ಸೂಚಿಸಬಹುದು. ಕಂಪನಿಯ ಸ್ಪರ್ಧಾತ್ಮಕ ಸ್ಥಾನವನ್ನು ಅರ್ಥಮಾಡಿಕೊಳ್ಳಲು ನಿವ್ವಳ ಲಾಭಾಂಶವನ್ನು ಉದ್ಯಮದ ಸಹವರ್ತಿಗಳೊಂದಿಗೆ ಹೋಲಿಸುವುದು ಅತ್ಯಗತ್ಯ.

ಹಲವಾರು ಅವಧಿಗಳಲ್ಲಿ ನಿವ್ವಳ ಲಾಭಾಂಶವನ್ನು ಹೋಲಿಸುವುದರಿಂದ ಕಂಪನಿಯ ಆರ್ಥಿಕ ಸ್ಥಿರತೆ ಮತ್ತು ಕಾರ್ಯಕ್ಷಮತೆಯ ಪ್ರವೃತ್ತಿಗಳ ಬಗ್ಗೆ ಒಳನೋಟಗಳನ್ನು ಒದಗಿಸಬಹುದು. ಆದಾಗ್ಯೂ, ಸಮಗ್ರ ವಿಶ್ಲೇಷಣೆಗಾಗಿ ಉದ್ಯಮ ಮತ್ತು ಇತರ ಹಣಕಾಸು ಮಾಪನಗಳ ಸಂದರ್ಭವನ್ನು ಪರಿಗಣಿಸುವುದು ನಿರ್ಣಾಯಕವಾಗಿದೆ.

ನಗದು ಹರಿವಿನ ಮಾರ್ಜಿನ್ (Cash Flow Margin):

ಕ್ಯಾಶ್ ಫ್ಲೋ ಮಾರ್ಜಿನ್ ಎಂಬುದು ಒಂದು ಹಣಕಾಸು ಮೆಟ್ರಿಕ್ ಆಗಿದ್ದು, ಇದು ಎಲ್ಲಾ ನಿರ್ವಹಣಾ ವೆಚ್ಚಗಳನ್ನು ಒಳಗೊಂಡ ನಂತರ ತನ್ನ ಮಾರಾಟ ಅಥವಾ ಆದಾಯವನ್ನು ನಗದು ಆಗಿ ಪರಿವರ್ತಿಸುವ ಕಂಪನಿಯ ಸಾಮರ್ಥ್ಯವನ್ನು ಅಳೆಯುತ್ತದೆ. ಕಾರ್ಯಾಚರಣೆಯ ವೆಚ್ಚಗಳನ್ನು ಕಡಿತಗೊಳಿಸಿದ ನಂತರ ಕಾರ್ಯಾಚರಣೆಯ ನಗದು ಹರಿವಿನಂತೆ ಉಳಿದಿರುವ ಒಟ್ಟು ಆದಾಯದ ಶೇಕಡಾವಾರು ಪ್ರಮಾಣವನ್ನು ಇದು ಸೂಚಿಸುತ್ತದೆ. ಹೆಚ್ಚಿನ ನಗದು ಹರಿವಿನ ಮಾರ್ಜಿನ್ ಕಂಪನಿಯು ತನ್ನ ಮಾರಾಟವನ್ನು ನಿಜವಾದ ನಗದು ಆಗಿ ಪರಿವರ್ತಿಸುವಲ್ಲಿ ಸಮರ್ಥವಾಗಿದೆ ಎಂದು ಸೂಚಿಸುತ್ತದೆ, ಇದು ಕಾರ್ಯಾಚರಣೆಗಳು, ಹೂಡಿಕೆಗಳು ಮತ್ತು ಬೆಳವಣಿಗೆಯನ್ನು ಉಳಿಸಿಕೊಳ್ಳಲು ನಿರ್ಣಾಯಕವಾಗಿದೆ.

Formula for Cash Flow Margin:

$$\text{Cash Flow Margin} = \left(\frac{\text{Operating Cash Flow}}{\text{Total Revenue}}\right) \times 100\%$$

ಉದಾಹರಣೆ:

ಈ ಕೆಳಗಿನ ಹಣಕಾಸು ಮಾಹಿತಿಯೊಂದಿಗೆ ABC Ltd ಎಂಬ ಕಂಪನಿಯನ್ನು ಪರಿಗಣಿಸೋಣ:

ಆಪರೇಟಿಂಗ್ ಕ್ಯಾಶ್ ಫ್ಲೋ: ₹ 800,000

ಒಟ್ಟು ಆದಾಯ: ₹ 2,000,000

ಕ್ಯಾಶ್ ಫ್ಲೋ ಮಾರ್ಜಿನ್ ಗಾಗಿ ಸೂತ್ರವನ್ನು ಬಳಸುವುದು:

$$\text{Cash Flow Margin} = \left(\frac{₹800{,}000}{₹2{,}000{,}000}\right) \times 100\%$$
$$\text{Cash Flow Margin} = 40\%$$

ಈ ಉದಾಹರಣೆಯಲ್ಲಿ, ABC Ltd. 40% ಕ್ಯಾಶ್ ಫ್ಲೋ ಮಾರ್ಜಿನ್ ಅನ್ನು ಹೊಂದಿದೆ. ಇದರರ್ಥ ಕಂಪನಿಯು ಉತ್ಪಾದಿಸುವ ಒಟ್ಟು ಆದಾಯದ 40% ಅನ್ನು ಎಲ್ಲಾ ನಿರ್ವಹಣಾ ವೆಚ್ಚಗಳನ್ನು ಭರಿಸಿದ ನಂತರ ಕಾರ್ಯಾಚರಣಾ ನಗದು ಹರಿವಿನಂತೆ ಉಳಿಸಿಕೊಳ್ಳಲಾಗುತ್ತದೆ. ಹೆಚ್ಚಿನ ನಗದು ಹರಿವಿನ ಅಂತರವು ಕಾರ್ಯಾಚರಣೆಯ ವೆಚ್ಚಗಳ ಪರಿಣಾಮಕಾರಿ ನಿರ್ವಹಣೆ ಮತ್ತು ಅದರ ಪ್ರಮುಖ ವ್ಯವಹಾರ ಚಟುವಟಿಕೆಗಳಿಂದ ಹಣವನ್ನು ಉತ್ಪಾದಿಸುವ ಬಲವಾದ ಸಾಮರ್ಥ್ಯವನ್ನು ಸೂಚಿಸುತ್ತದೆ.

ನಗದು ಹರಿವಿನ ಮಾರ್ಜಿನ್ ಅನ್ನು ವ್ಯಾಖ್ಯಾನಿಸುವುದು
Interpreting the Cash Flow Margin:

ಹೆಚ್ಚಿನ ಮಾರ್ಜಿನ್ (ಉದ್ಯಮದ ಸರಾಸರಿಗಿಂತ ಹೆಚ್ಚು): ಕಾರ್ಯಾಚರಣೆಯ ವೆಚ್ಚಗಳ ಸಮರ್ಥ ನಿರ್ವಹಣೆ ಮತ್ತು ಮಾರಾಟವನ್ನು ನಗದು ಆಗಿ ಪರಿವರ್ತಿಸುವ ಬಲವಾದ ಸಾಮರ್ಥ್ಯವನ್ನು ಸೂಚಿಸುತ್ತದೆ. ಇದು ಉತ್ತಮ ಆರ್ಥಿಕ ಆರೋಗ್ಯ ಮತ್ತು ದೃಢವಾದ ನಗದು ಹರಿವಿನ ನಿರ್ವಹಣೆಯನ್ನು ಸೂಚಿಸುತ್ತದೆ.

ಕಡಿಮೆ ಮಾರ್ಜಿನ್ (ಉದ್ಯಮದ ಸರಾಸರಿಗಿಂತ ಕಡಿಮೆ): ನಿರ್ವಹಣಾ ವೆಚ್ಚಗಳು ಅಥವಾ ಬೆಲೆ ಒತ್ತಡವನ್ನು ನಿರ್ವಹಿಸುವಲ್ಲಿ ಸವಾಲುಗಳನ್ನು ಸೂಚಿಸುತ್ತದೆ. ಸ್ಥಿರವಾಗಿ ಕಡಿಮೆ ನಗದು ಹರಿವಿನ ಮಾರ್ಜಿನ್‌ಗಳನ್ನು ಹೊಂದಿರುವ ಕಂಪನಿಗಳು ದ್ರವ್ಯತೆ ಸಮಸ್ಯೆಗಳನ್ನು ಮತ್ತು ಹೂಡಿಕೆಗಳು ಅಥವಾ ಸಾಲದ ಬಾಧ್ಯತೆಗಳಿಗೆ ಧನಸಹಾಯ ನೀಡುವಲ್ಲಿ ತೊಂದರೆಗಳನ್ನು ಎದುರಿಸಬಹುದು.

ಇತರ ಹಣಕಾಸು ಮಾಪನಗಳೊಂದಿಗೆ ನಗದು ಹರಿವಿನ ಮಾರ್ಜಿನ್ ಗಳನ್ನು ವಿಶ್ಲೇಷಿಸುವುದು ಕಂಪನಿಯ ಕಾರ್ಯಾಚರಣೆಯ ದಕ್ಷತೆ ಮತ್ತು ಆರ್ಥಿಕ ಸುಸ್ಥಿರತೆಯ ಸಮಗ್ರ ತಿಳುವಳಿಕೆಯನ್ನು ಒದಗಿಸುತ್ತದೆ.

ಬಂಡವಾಳ ಹೂಡಿಕೆಯ ಮೇಲೆ ಗಳಿಸಿದ ಆದಾಯ (ಆರ್ಒಸಿಇ) Return on Capital Employed (ROCE):

ರಿಟರ್ನ್ ಆನ್ ಕ್ಯಾಪಿಟಲ್ ಎಂಪ್ಲಾಯೀಸ್ (ಆರ್ಒಸಿಇ) ಎಂಬುದು ಒಂದು ಹಣಕಾಸು ಅನುಪಾತವಾಗಿದ್ದು, ಇದು ಕಂಪನಿಯ ಲಾಭದಾಯಕತೆ ಮತ್ತು ಅದರ ಬಂಡವಾಳದಿಂದ ಲಾಭವನ್ನು ಉತ್ಪಾದಿಸುವಲ್ಲಿ ದಕ್ಷತೆಯನ್ನು ಅಳೆಯುತ್ತದೆ. ಉದ್ಯೋಗಿ ಬಂಡವಾಳವು ಕಂಪನಿಯು ತನ್ನ ಕಾರ್ಯಾಚರಣೆಗಳು ಮತ್ತು ಬೆಳವಣಿಗೆಗಾಗಿ ಬಳಸುವ ಎಲ್ಲಾ ದೀರ್ಘಾವಧಿಯ ನಿಧಿಗಳನ್ನು ಒಳಗೊಂಡಿರುತ್ತದೆ, ಉದಾಹರಣೆಗೆ ಈಕ್ವಿಟಿ ಬಂಡವಾಳ, ದೀರ್ಘಾವಧಿಯ ಸಾಲ ಮತ್ತು ಉಳಿಸಿಕೊಂಡ ಗಳಿಕೆಗಳು. ಆರ್ಒಸಿಇ ಕಂಪನಿಯು ಲಾಭವನ್ನು ಗಳಿಸಲು ತನ್ನ ಬಂಡವಾಳವನ್ನು ಎಷ್ಟು ಚೆನ್ನಾಗಿ ಬಳಸುತ್ತದೆ ಎಂಬುದನ್ನು ಸೂಚಿಸುತ್ತದೆ.

Formula for ROCE:

$$\text{ROCE} = \left(\frac{\text{Net Operating Profit After Tax (NOPAT)}}{\text{Capital Employed}}\right) \times 100\%$$

ಉದಾಹರಣೆ:

ಈ ಕೆಳಗಿನ ಹಣಕಾಸು ಮಾಹಿತಿಯೊಂದಿಗೆ XYZ Ltd ಎಂಬ ಕಂಪನಿಯನ್ನು ಪರಿಗಣಿಸೋಣ:

ತೆರಿಗೆಯ ನಂತರದ ನಿವ್ವಳ ಕಾರ್ಯಾಚರಣೆ ಲಾಭ (ನೋಪ್ಯಾಟ್): ₹ 1,200,000

ಉದ್ಯೋಗ ಪಡೆದ ಬಂಡವಾಳ: ₹ 5,000,000

ROCE ಗಾಗಿ ಸೂತ್ರವನ್ನು ಬಳಸುವುದು:

$$\text{ROCE} = \left(\frac{₹1,200,000}{₹5,000,000}\right) \times 100\%$$
$$\text{ROCE} = 24\%$$

ಈ ಉದಾಹರಣೆಯಲ್ಲಿ, XYZ ಲಿಮಿಟೆಡ್ 24% ನಷ್ಟು ಬಂಡವಾಳದ ಮೇಲಿನ ಆದಾಯವನ್ನು ಹೊಂದಿದೆ. ಇದರರ್ಥ, ವ್ಯವಹಾರದಲ್ಲಿ ತೊಡಗಿರುವ ಪ್ರತಿ ರೂಪಾಯಿ ಬಂಡವಾಳಕ್ಕೆ, ಕಂಪನಿಯು ತೆರಿಗೆಯ ನಂತರ ನಿವ್ವಳ ಕಾರ್ಯಾಚರಣೆ ಲಾಭದಲ್ಲಿ 24 ಪೈಸೆ ಗಳಿಸುತ್ತದೆ. ಹೆಚ್ಚಿನ ಆರ್ಒಸಿಇ ಲಾಭವನ್ನು ಉತ್ಪಾದಿಸಲು ಬಂಡವಾಳದ ಸಮರ್ಥ ಬಳಕೆಯನ್ನು ಸೂಚಿಸುತ್ತದೆ ಮತ್ತು ಹೂಡಿಕೆದಾರರಿಗೆ ಸಕಾರಾತ್ಮಕ ಸಂಕೇತವಾಗಿದೆ.

ROCE ಅನ್ನು ವ್ಯಾಖ್ಯಾನಿಸುವುದು (Interpreting the ROCE):

ಹೆಚ್ಚಿನ ಆರ್ ಒಸಿಇ (ಉದ್ಯಮದ ಸರಾಸರಿಗಿಂತ ಹೆಚ್ಚು): ಬಂಡವಾಳದ ಸಮರ್ಥ ಬಳಕೆ ಮತ್ತು ಬಳಸಲಾದ ಬಂಡವಾಳದ ಪ್ರಮಾಣಕ್ಕೆ ಸಂಬಂಧಿಸಿದಂತೆ ಬಲವಾದ ಲಾಭದಾಯಕತೆಯನ್ನು ಸೂಚಿಸುತ್ತದೆ. ಇದು ಲಾಭವನ್ನು ಗಳಿಸಲು ಸಂಪನ್ಮೂಲಗಳನ್ನು ಬಳಸಿಕೊಳ್ಳುವಲ್ಲಿ ಪರಿಣಾಮಕಾರಿ ನಿರ್ವಹಣೆಯನ್ನು ಸೂಚಿಸುತ್ತದೆ.

ಕಡಿಮೆ ಆರ್ ಒಸಿಇ (ಉದ್ಯಮದ ಸರಾಸರಿಗಿಂತ ಕಡಿಮೆ): ಬಂಡವಾಳವನ್ನು ಬಳಸಿಕೊಳ್ಳುವಲ್ಲಿ ಅಸಮರ್ಥತೆಯನ್ನು ಸೂಚಿಸುತ್ತದೆ ಮತ್ತು ಕಡಿಮೆ ಲಾಭದಾಯಕತೆಯನ್ನು ಸೂಚಿಸಬಹುದು. ಕಂಪನಿಯ ಕಾರ್ಯಾಚರಣೆಗಳು ಮತ್ತು ಹಣಕಾಸು ಕಾರ್ಯತಂತ್ರಗಳನ್ನು ಮತ್ತಷ್ಟು ತನಿಖೆ ಮಾಡಲು ಹೂಡಿಕೆದಾರರಿಗೆ ಇದು ಒಂದು ಸಂಕೇತವಾಗಬಹುದು.

ಒಂದೇ ಉದ್ಯಮದಲ್ಲಿನ ಕಂಪನಿಗಳಾದ್ಯಂತ ಆರ್ಒಸಿಇಯನ್ನು ಹೋಲಿಸುವುದು ಅವುಗಳ ಕಾರ್ಯಾಚರಣೆಯ ದಕ್ಷತೆ ಮತ್ತು ಆರ್ಥಿಕ ಕಾರ್ಯಕ್ಷಮತೆಯ ಬಗ್ಗೆ ಮೌಲ್ಯಯುತ ಒಳನೋಟಗಳನ್ನು ಒದಗಿಸುತ್ತದೆ. ಇತರ ಹಣಕಾಸು ಮಾಪನಗಳೊಂದಿಗೆ ಆರ್ಒಸಿಇಯನ್ನು ನಿರ್ಣಯಿಸುವುದು ಮತ್ತು ಸಮಗ್ರ ವಿಶ್ಲೇಷಣೆಗಾಗಿ ಉದ್ಯಮದ ಮಾನದಂಡಗಳನ್ನು ಪರಿಗಣಿಸುವುದು ಮುಖ್ಯ.

ಕೆಳಗಿನ ಉದಾಹರಣೆಯಲ್ಲಿ, ಸಂವರ್ಧನ ಮದರ್ಸನ್ ಇಂಟರ್ನ್ಯಾಷನಲ್ ಲಿಮಿಟೆಡ್ 6.24 ROCE ಹೊಂದಿದೆ. ಕಂಪನಿಯ ಆರ್ ಒಸಿಇಯ ವ್ಯಾಖ್ಯಾನದ ಸಮಯದಲ್ಲಿ ಇದಕ್ಕೆ ವಿಶೇಷ ಗಮನದ ಅಗತ್ಯವಿದೆ, ವಿಶೇಷವಾಗಿ ಕಂಪನಿಯು ನಿರಂತರವಾಗಿ ಕಂಪನಿಗಳನ್ನು ಸ್ವಾಧೀನಪಡಿಸಿಕೊಳ್ಳುತ್ತಿದ್ದರೆ.

https://www.screener.in/company/MOTHERSON/consolidated/#peers

screener FEED SCREENS TOOLS

Search for a compar

Samvardh. Mothe. Chart Analysis Peers Quarters Profit & Loss Balance Sheet Cash Flow Ratios

Peer comparison

Sector: Auto Ancillaries Industry: Auto Ancillaries

S.No.	Name	CMP Rs.	Mar Cap Rs.Cr.	Ind PE	P/E	B.V. Rs.	Debt / Eq	Int Coverage	CMP / BV	Current ratio	ROCE Prev Yr %
1.	Tube Investments	3199.35	61849.84	31.00	67.67	228.86	0.19	38.17	13.98	1.66	26.08
2.	Samvardh. Mothe.	90.60	61394.38	31.00	40.09	33.13	0.61	3.82	2.73	0.97	6.24
3.	Bosch	19519.50	57570.11	31.00	38.40	3733.76	0.00	51.31	5.23	1.62	14.79
4.	Uno Minda	577.70	33107.54	31.00	48.16	72.53	0.34	13.00	7.97	1.21	14.31
5.	Sona BLW Precis.	548.45	32163.40	31.00	68.15	41.55	0.16	30.10	13.20	1.90	22.04
6.	ZF Commercial	15936.35	30215.32	31.00	77.33	1365.06	0.02	104.15	11.67	4.48	8.70
7.	Sundram Fasten.	1278.70	26869.11	31.00	53.43	152.97	0.18	17.86	8.36	1.89	19.99

ಒಂದು ಕಂಪನಿಯು ಮತ್ತೊಂದು ಕಂಪನಿಯನ್ನು ಸ್ವಾಧೀನಪಡಿಸಿಕೊಂಡಾಗ, ಅದು ಸಾಮಾನ್ಯವಾಗಿ ಗಮನಾರ್ಹ ಪ್ರಮಾಣದ ಬಂಡವಾಳ ವೆಚ್ಚವನ್ನು ಒಳಗೊಂಡಿರುತ್ತದೆ. ಈ ವೆಚ್ಚವು ಸ್ವಾಧೀನದ ವೆಚ್ಚ, ಏಕೀಕರಣ ವೆಚ್ಚಗಳು ಮತ್ತು ಕೆಲವೊಮ್ಮೆ, ಸ್ವಾಧೀನಪಡಿಸಿದ ಕಂಪನಿಯ ಸಾಲಗಳನ್ನು ಪಾವತಿಸುವುದನ್ನು ಒಳಗೊಂಡಿರಬಹುದು. ಅಲ್ಪಾವಧಿಯಲ್ಲಿ, ಈ ಹೆಚ್ಚುವರಿ ವೆಚ್ಚಗಳು ಬಂಡವಾಳದ ಮೇಲಿನ ರಿಟರ್ನ್ (ಆರ್ಒಸಿಇ) ಅನ್ನು ಕಡಿಮೆ ಮಾಡಬಹುದು. ಕಾರಣ ಇಲ್ಲಿದೆ:

ಹೆಚ್ಚಿನ ಬಂಡವಾಳ ಬಳಕೆ: ಸ್ವಾಧೀನಪಡಿಸಿಕೊಳ್ಳುವಿಕೆಯು ಸ್ವಾಧೀನಪಡಿಸಿಕೊಳ್ಳುವ ಕಂಪನಿಯು ನೇಮಿಸಿಕೊಳ್ಳುವ ಒಟ್ಟು ಬಂಡವಾಳದ ಹೆಚ್ಚಳಕ್ಕೆ ಕಾರಣವಾಗುತ್ತದೆ. ಸ್ವಾಧೀನದಿಂದ ಉಂಟಾಗುವ ಲಾಭದ ಹೆಚ್ಚಳವು ಬಂಡವಾಳದ ಹೆಚ್ಚಳಕ್ಕೆ ಅನುಗುಣವಾಗಿಲ್ಲದಿದ್ದರೆ, ಅದು ಆರ್ಒಸಿಇಯಲ್ಲಿ ಕುಸಿತಕ್ಕೆ ಕಾರಣವಾಗಬಹುದು.

ಏಕೀಕರಣ ಸವಾಲುಗಳು: ಎರಡು ಕಂಪನಿಗಳನ್ನು ವಿಲೀನಗೊಳಿಸುವುದು ವ್ಯವಹಾರ ಪ್ರಕ್ರಿಯೆಗಳು, ಸಂಸ್ಕೃತಿಗಳು ಮತ್ತು ತಂತ್ರಜ್ಞಾನಗಳನ್ನು ಹೊಂದಿಸುವಂತಹ ಸವಾಲುಗಳನ್ನು ಒಳಗೊಂಡಿರುತ್ತದೆ. ಈ ಸವಾಲುಗಳು ಸ್ವಾಧೀನಪಡಿಸಿಕೊಳ್ಳುವ ಕಂಪನಿಯ ದಕ್ಷತೆ ಮತ್ತು ಲಾಭದಾಯಕತೆಯ ಮೇಲೆ ತಾತ್ಕಾಲಿಕವಾಗಿ ಪರಿಣಾಮ ಬೀರಬಹುದು, ಅದರ ಆರ್ಒಸಿಇ ಮೇಲೆ ಪರಿಣಾಮ ಬೀರುತ್ತದೆ.

ಸದ್ಭಾವನಾ ಅಮೋರ್ಟೈಸೇಶನ್: ಒಂದು ಕಂಪನಿಯು ಇನ್ನೊಂದನ್ನು ಸ್ವಾಧೀನಪಡಿಸಿಕೊಂಡಾಗ, ಅದು ಹೆಚ್ಚಾಗಿ ಸದ್ಭಾವನೆ ಎಂಬ ಅಮೂರ್ತ ಆಸ್ತಿಗೆ ಪಾವತಿಸುವುದನ್ನು ಒಳಗೊಂಡಿರುತ್ತದೆ. ಸದ್ಭಾವನೆಯನ್ನು ಸಾಮಾನ್ಯವಾಗಿ ಹಲವಾರು ವರ್ಷಗಳವರೆಗೆ ನಿಷ್ಕ್ರಿಯಗೊಳಿಸಲಾಗುತ್ತದೆ, ಇದು ಆರ್ಒಸಿಇ ಲೆಕ್ಕಾಚಾರದಲ್ಲಿ ಬಳಸಲಾಗುವ ತೆರಿಗೆಯ ನಂತರದ ನಿವ್ವಳ ಕಾರ್ಯಾಚರಣೆ ಲಾಭವನ್ನು (ನೋಪ್ಯಾಟ್) ಕಡಿಮೆ ಮಾಡುತ್ತದೆ.

ಆದಾಗ್ಯೂ, ಈ ಪರಿಣಾಮಗಳು ಸಾಮಾನ್ಯವಾಗಿ ಅಲ್ಪಾವಧಿಯವು ಎಂಬುದನ್ನು ಗಮನಿಸುವುದು ಮುಖ್ಯ. ದೀರ್ಘಾವಧಿಯಲ್ಲಿ, ಸ್ವಾಧೀನವು ಯಶಸ್ವಿಯಾದರೆ, ವಿಲೀನದಿಂದ ಪಡೆದ ಸಿನರ್ಜಿಗಳು ಮತ್ತು ದಕ್ಷತೆಗಳು ಸುಧಾರಿತ ಲಾಭದಾಯಕತೆಗೆ ಕಾರಣವಾಗಬಹುದು ಮತ್ತು ತರುವಾಯ, ಹೆಚ್ಚಿನ ಆರ್ಒಸಿಇಗೆ ಕಾರಣವಾಗಬಹುದು. ಯಶಸ್ವಿ ಸ್ವಾಧೀನವು ಮೌಲ್ಯವನ್ನು ಸೃಷ್ಟಿಸುತ್ತದೆ ಮತ್ತು ವಿಲೀನಗೊಂಡ ಘಟಕಕ್ಕೆ ಬಲವಾದ ಆರ್ಥಿಕ ಸ್ಥಿತಿಗೆ ಕಾರಣವಾಗಬಹುದು.

ಹೂಡಿಕೆದಾರರು ಜಾಗರೂಕರಾಗಿರಬೇಕು ಮತ್ತು ಸ್ವಾಧೀನದ ಕಾರಣಗಳು, ಏಕೀಕರಣ ಕಾರ್ಯತಂತ್ರ ಮತ್ತು ಕಂಪನಿಯ ಆರ್ಒಸಿಇ ಮತ್ತು ಒಟ್ಟಾರೆ ಆರ್ಥಿಕ ಆರೋಗ್ಯದ ಮೇಲೆ ದೀರ್ಘಕಾಲೀನ ಪರಿಣಾಮವನ್ನು ನಿರ್ಣಯಿಸಲು ಸಂಭಾವ್ಯ ಸಿನರ್ಜಿಗಳನ್ನು ಮೌಲ್ಯಮಾಪನ ಮಾಡಬೇಕು.

ಈಕ್ವಿಟಿಗಳ ಮೇಲೆ ಗಳಿಸಿದ ರಿಟರ್ನ್ (ROE) Return on Equity (ROE):

ರಿಟರ್ನ್ ಆನ್ ಈಕ್ವಿಟಿ (ಆರ್ಒಇ) ಎಂಬುದು ಒಂದು ಹಣಕಾಸು ಅನುಪಾತವಾಗಿದ್ದು, ಇದು ಕಂಪನಿಯ ಷೇರುದಾರರ ಈಕ್ವಿಟಿಗೆ ಸಂಬಂಧಿಸಿದಂತೆ ಲಾಭದಾಯಕತೆಯನ್ನು ಅಳೆಯುತ್ತದೆ. ಲಾಭವನ್ನು ಗಳಿಸಲು ಕಂಪನಿಯು ಷೇರುದಾರರ ಈಕ್ವಿಟಿಯನ್ನು ಎಷ್ಟು ಪರಿಣಾಮಕಾರಿಯಾಗಿ ಬಳಸುತ್ತದೆ ಎಂಬುದನ್ನು ಆರ್ ಒಇ ಸೂಚಿಸುತ್ತದೆ. ಬೇರೆ ರೀತಿಯಲ್ಲಿ ಹೇಳುವುದಾದರೆ, ಇದು ಷೇರುದಾರರ ಈಕ್ವಿಟಿಯ ಪ್ರತಿ ರೂಪಾಯಿಗೆ ಕಂಪನಿಯು ಗಳಿಸುವ ಲಾಭದ ಶೇಕಡಾವಾರು ತೋರಿಸುತ್ತದೆ.

Formula for ROE:

$$\text{ROE} = \left(\frac{\text{Net Profit}}{\text{Shareholders' Equity}}\right) \times 100\%$$

ಉದಾಹರಣೆ:

ಈ ಕೆಳಗಿನ ಹಣಕಾಸು ಮಾಹಿತಿಯೊಂದಿಗೆ ABC Ltd ಎಂಬ ಕಂಪನಿಯನ್ನು ಪರಿಗಣಿಸೋಣ:

ನಿವ್ವಳ ಲಾಭ: ₹ 1,000,000

ಷೇರುದಾರರ ಈಕ್ವಿಟಿ: ₹ 5,000,000

ROE ಗಾಗಿ ಸೂತ್ರವನ್ನು ಬಳಸುವುದು:

$$\text{ROE} = \left(\frac{₹1,000,000}{₹5,000,000}\right) \times 100\%$$
$$\text{ROE} = 20\%$$

ಈ ಉದಾಹರಣೆಯಲ್ಲಿ, ABC Ltd. 20% ರಿಟರ್ನ್ ಆನ್ ಈಕ್ವಿಟಿಯನ್ನು ಹೊಂದಿದೆ. ಇದರರ್ಥ ಷೇರುದಾರರ ಈಕ್ವಿಟಿಯ ಪ್ರತಿ ರೂಪಾಯಿಗೆ, ಕಂಪನಿಯು 20 ಪೈಸೆ ನಿವ್ವಳ ಲಾಭವನ್ನು ಗಳಿಸುತ್ತದೆ. ಹೆಚ್ಚಿನ ಆರ್ಒಇ ಕಂಪನಿಯು ಲಾಭವನ್ನು ಗಳಿಸಲು ಷೇರುದಾರರ ಹಣವನ್ನು ಪರಿಣಾಮಕಾರಿಯಾಗಿ ಬಳಸುತ್ತಿದೆ ಎಂದು ಸೂಚಿಸುತ್ತದೆ, ಇದು ಹೂಡಿಕೆದಾರರಿಗೆ ಸಕಾರಾತ್ಮಕ ಸಂಕೇತವಾಗಿದೆ.

ROE ಅನ್ನು ವ್ಯಾಖ್ಯಾನಿಸುವುದು (Interpreting the ROE):

ಹೆಚ್ಚಿನ ಆರ್ಒಇ (ಉದ್ಯಮದ ಸರಾಸರಿಗಿಂತ ಹೆಚ್ಚು): ಷೇರುದಾರರ ಈಕ್ವಿಟಿಯ ಸಮರ್ಥ ಬಳಕೆಯನ್ನು ಸೂಚಿಸುತ್ತದೆ, ಬಲವಾದ ಲಾಭದಾಯಕತೆ ಮತ್ತು ಪರಿಣಾಮಕಾರಿ ನಿರ್ವಹಣೆಯನ್ನು ಸೂಚಿಸುತ್ತದೆ. ಇದನ್ನು ಸಾಮಾನ್ಯವಾಗಿ ಹೂಡಿಕೆದಾರರು ಸಕಾರಾತ್ಮಕವಾಗಿ ನೋಡುತ್ತಾರೆ.

ಕಡಿಮೆ ಆರ್ ಒಇ (ಉದ್ಯಮದ ಸರಾಸರಿಗಿಂತ ಕಡಿಮೆ): ಷೇರುದಾರರ ಈಕ್ವಿಟಿಯನ್ನು ಬಳಸಿಕೊಳ್ಳುವಲ್ಲಿ ಅಸಮರ್ಥತೆಯನ್ನು ಸೂಚಿಸುತ್ತದೆ, ಇದು ಕಡಿಮೆ ಲಾಭದಾಯಕತೆ ಅಥವಾ ಕಳಪೆ ನಿರ್ವಹಣಾ ನಿರ್ಧಾರಗಳನ್ನು ಸೂಚಿಸುತ್ತದೆ. ಕಡಿಮೆ ಆರ್ಒಇ ಹಿಂದಿನ ಕಾರಣಗಳನ್ನು ಅರ್ಥಮಾಡಿಕೊಳ್ಳಲು ಹೂಡಿಕೆದಾರರು ಮತ್ತಷ್ಟು ತನಿಖೆ ನಡೆಸಬೇಕು.

ಕಂಪನಿಯ ಆರ್ಒಇಯನ್ನು ಉದ್ಯಮದ ಗೆಳೆಯರೊಂದಿಗೆ ಹೋಲಿಸುವುದು ಮತ್ತು ಕಂಪನಿಯ ಕಾರ್ಯಕ್ಷಮತೆ ಮತ್ತು ಆರ್ಥಿಕ ಆರೋಗ್ಯದ ಸಮಗ್ರ ತಿಳುವಳಿಕೆಯನ್ನು ಪಡೆಯಲು ಇತರ ಹಣಕಾಸು ಮೆಟ್ರಿಕ್ಸ್ ಮತ್ತು ಗುಣಾತ್ಮಕ ಅಂಶಗಳನ್ನು ಪರಿಗಣಿಸುವುದು ಮುಖ್ಯ. ಆರ್ ಒಇ ಕಂಪನಿಯ ಲಾಭದಾಯಕತೆ ಮತ್ತು ಅದರ ಷೇರುದಾರರಿಗೆ ನೀಡುವ ಆದಾಯದ ಬಗ್ಗೆ ಮೌಲ್ಯಯುತ ಒಳನೋಟಗಳನ್ನು ಒದಗಿಸುತ್ತದೆ.

ಕೆಳಗಿನ ಉದಾಹರಣೆಯಲ್ಲಿ, ಸಂವರ್ಧನ ಮದರ್ಸನ್ ಇಂಟರ್ನ್ಯಾಷನಲ್ ಲಿಮಿಟೆಡ್ 5.44 ರ ಆರ್ ಒ ಇ ಅನ್ನು ಹೊಂದಿದೆ

https://www.screener.in/company/MOTHERSON/consolidated/#peers

screener FEED SCREENS TOOLS Search for a company

Samvardh. Mothe. Chart Analysis Peers Quarters Profit & Loss Balance Sheet Cash Flow Ratios Investors

Peer comparison

Sector: Auto Ancillaries Industry: Auto Ancillaries

S.No.	Name	CMP Rs.	Mar Cap Rs.Cr.	Ind PE	P/E	B.V. Rs.	Debt / Eq	Int Coverage	CMP / BV	Current ratio	ROCE Prev Yr %	ROE Prev Ann %
1.	Tube Investments	3199.35	61849.84	31.00	67.67	228.86	0.19	38.17	13.98	1.66	26.08	28.09
2.	Samvardh. Mothe.	90.60	61394.38	31.00	40.09	33.13	0.61	3.82	2.73	0.97	6.24	5.44
3.	Bosch	19519.50	57570.11	31.00	38.40	3733.76	0.00	51.31	5.23	1.62	14.79	11.85
4.	Uno Minda	577.70	33107.54	31.00	48.16	72.53	0.34	13.00	7.97	1.21	14.31	12.10
5.	Sona BLW Precis.	548.45	32163.40	31.00	68.15	41.55	0.16	30.10	13.20	1.90	22.04	20.84
6.	ZF Commercial	15936.35	30215.32	31.00	77.33	1365.06	0.02	104.15	11.67	4.48	8.70	6.30
7.	Sundram Fasten.	1278.70	26869.11	31.00	53.43	152.97	0.18	17.86	8.36	1.89	19.99	18.30

ಸಂಯುಕ್ತ ವಾರ್ಷಿಕ ಬೆಳವಣಿಗೆ ದರ (ಸಿಎಜಿಆರ್):

ಸಂಯುಕ್ತ ವಾರ್ಷಿಕ ಬೆಳವಣಿಗೆಯ ದರ (ಸಿ ಎ ಜಿಆರ್) ಎಂಬುದು ಕಾಲಾನಂತರದಲ್ಲಿ ಹೂಡಿಕೆಯ ವಾರ್ಷಿಕ ಬೆಳವಣಿಗೆಯ ದರದ ಅಳತೆಯಾಗಿದೆ, ಸಂಯೋಜಿಸುವ ಪರಿಣಾಮವನ್ನು ಗಣನೆಗೆ ತೆಗೆದುಕೊಳ್ಳಲಾಗುತ್ತದೆ. ಸಿಎಜಿಆರ್ ನಿರ್ದಿಷ್ಟ ಅವಧಿಯಲ್ಲಿ ಹೂಡಿಕೆಯ ಆದಾಯವನ್ನು ಸುಗಮಗೊಳಿಸುತ್ತದೆ, ವಾರ್ಷಿಕವಾಗಿ ಸ್ಥಿರ ಬೆಳವಣಿಗೆಯ ದರವನ್ನು ಒದಗಿಸುತ್ತದೆ.

Formula for CAGR:

$$CAGR = \left(\frac{\text{Ending Value}}{\text{Beginning Value}}\right)^{\frac{1}{\text{Number of Years}}} - 1$$

ಉದಾಹರಣೆ:

ನೀವು ಮ್ಯೂಚುವಲ್ ಫಂಡ್ ನಲ್ಲಿ ₹ 10,000 ಹೂಡಿಕೆ ಮಾಡಿದ್ದೀರಿ ಎಂದು ಭಾವಿಸೋಣ, ಮತ್ತು 5 ವರ್ಷಗಳ ನಂತರ, ಹೂಡಿಕೆ ₹ 15,000 ಕ್ಕೆ ಏರಿತು. ಸಿಎಜಿಆರ್ ಸೂತ್ರವನ್ನು ಬಳಸಿ:

$$CAGR = \left(\frac{₹15,000}{₹10,000}\right)^{\frac{1}{5}} - 1$$
$$CAGR = (1.5)^{0.2} - 1$$
$$CAGR = 0.1842 \text{ or } 18.42\%$$

ಈ ಉದಾಹರಣೆಯಲ್ಲಿ, ಹೂಡಿಕೆಯ ಸಿಎಜಿಆರ್ 18.42% ಆಗಿದೆ. ಇದರರ್ಥ, ನಿಮ್ಮ ಹೂಡಿಕೆಯು 5 ವರ್ಷಗಳ ಅವಧಿಯಲ್ಲಿ ವಾರ್ಷಿಕವಾಗಿ 18.42% ರಷ್ಟು ಹೆಚ್ಚಾಗಿದೆ.

ನಿಯಮ 72:

ನಿಯಮ 72 ಒಂದು ನಿಗದಿತ ವಾರ್ಷಿಕ ರಿಟರ್ನ್ ದರದಲ್ಲಿ ಹೂಡಿಕೆಯನ್ನು ದ್ವಿಗುಣಗೊಳಿಸಲು ಅಗತ್ಯವಿರುವ ವರ್ಷಗಳ ಸಂಖ್ಯೆಯನ್ನು ಅಂದಾಜು ಮಾಡಲು ತ್ವರಿತ ಮತ್ತು ಉಪಯುಕ್ತ ಸೂತ್ರವಾಗಿದೆ. ಒಂದು ಹೂಡಿಕೆ ದ್ವಿಗುಣಗೊಳ್ಳಲು ಎಷ್ಟು ವರ್ಷಗಳು ಬೇಕಾಗುತ್ತದೆ ಎಂಬುದನ್ನು ಅಂದಾಜು ಮಾಡಲು ನೀವು 72 ಅನ್ನು ವಾರ್ಷಿಕ ರಿಟರ್ನ್ ದರದಿಂದ ವಿಭಜಿಸುತ್ತೀರಿ ಎಂದು ನಿಯಮ ಹೇಳುತ್ತದೆ.

ದ್ವಿಗುಣಗೊಳ್ಳುವ ವರ್ಷಗಳ ಸಂಖ್ಯೆ = 72 / ವಾರ್ಷಿಕ ರಿಟರ್ನ್ ದರ

ನಿಯಮ 72 ಅನ್ನು ಬಳಸುವ ಉದಾಹರಣೆ:

ನೀವು 8% ವಾರ್ಷಿಕ ಬೆಳವಣಿಗೆಯ ದರವನ್ನು ಹೊಂದಿರುವ ಹೂಡಿಕೆಯನ್ನು ಹೊಂದಿದ್ದರೆ, ನಿಮ್ಮ ಹೂಡಿಕೆ ದ್ವಿಗುಣಗೊಳ್ಳಲು ಎಷ್ಟು ಸಮಯ ತೆಗೆದುಕೊಳ್ಳುತ್ತದೆ ಎಂದು ಅಂದಾಜು ಮಾಡಲು ನೀವು ನಿಯಮ 72 ಅನ್ನು ಬಳಸಬಹುದು:

$$\text{Number of Years to Double} = \frac{72}{8} = 9 \text{ years}$$

ನಿಯಮ 72 ರ ಪ್ರಕಾರ, ನಿಮ್ಮ ಹೂಡಿಕೆಯು 8% ವಾರ್ಷಿಕ ಬೆಳವಣಿಗೆಯ ದರದಲ್ಲಿ ದ್ವಿಗುಣಗೊಳ್ಳಲು ಸುಮಾರು 9 ವರ್ಷಗಳು ತೆಗೆದುಕೊಳ್ಳುತ್ತದೆ.

ಸಿಎಜಿಆರ್ ಮತ್ತು ನಿಯಮ 72 ಎರಡೂ ಹೂಡಿಕೆದಾರರಿಗೆ ತಮ್ಮ ಹೂಡಿಕೆಗಳ ಬೆಳವಣಿಗೆಯ ಸಾಮರ್ಥ್ಯವನ್ನು ನಿರ್ಣಯಿಸಲು ಮತ್ತು ಮಾಹಿತಿಯುತ ಹಣಕಾಸು ನಿರ್ಧಾರಗಳನ್ನು ತೆಗೆದುಕೊಳ್ಳಲು ಮೌಲ್ಯಯುತ ಸಾಧನಗಳಾಗಿವೆ.

ಉದಾಹರಣೆ

ಹೂಡಿಕೆಯನ್ನು ದ್ವಿಗುಣಗೊಳಿಸಲು ಎಷ್ಟು ವರ್ಷಗಳು ಬೇಕಾಗುತ್ತವೆ ಎಂದು ತಿಳಿಯೋಣ.

ಇಲ್ಲಿ ಎಬಿಬಿ ಇಂಡಿಯಾ ಲಿಮಿಟೆಡ್ ಸ್ಟಾಕ್ ಅನ್ನು Tickertape.com ರಲ್ಲಿ ಈ ಕೆಳಗಿನ ಫಿಲ್ಟರ್ ಗಳೊಂದಿಗೆ ಆಯ್ಕೆ ಮಾಡಲಾಗುತ್ತದೆ.

1) ದೊಡ್ಡ ಕ್ಯಾಪ್

2) ಹೈ ಆಲ್ಫಾ - ಹೈ ರಿಟರ್ನ್ಸ್ 45.31%

3) ಕಡಿಮೆ ಬೀಟಾ - +/- 5% ನ ಕಡಿಮೆ ಚಂಚಲತೆ

4) ಸಿಎಜಿಆರ್ - 26.36

ನಿಯಮ 72 ರ ಸೂತ್ರವನ್ನು ಅನ್ವಯಿಸಿ, ನಾವು ಎಬಿಬಿ ಇಂಡಿಯಾ ಲಿಮಿಟೆಡ್ ನಲ್ಲಿ 100000 ಹೂಡಿಕೆ ಮಾಡಿದರೆ ಅದು ಎಷ್ಟು ವರ್ಷಗಳಲ್ಲಿ ದ್ವಿಗುಣಗೊಳ್ಳುತ್ತದೆ.

ದ್ವಿಗುಣಗೊಳ್ಳುವ ವರ್ಷಗಳ ಸಂಖ್ಯೆ = 72 / 26.36 = 2.73 ವರ್ಷಗಳು

ಆದ್ದರಿಂದ, ಉತ್ತರವೆಂದರೆ 2.73 ವರ್ಷಗಳಲ್ಲಿ ಹಣ ದ್ವಿಗುಣಗೊಳ್ಳುತ್ತದೆ.

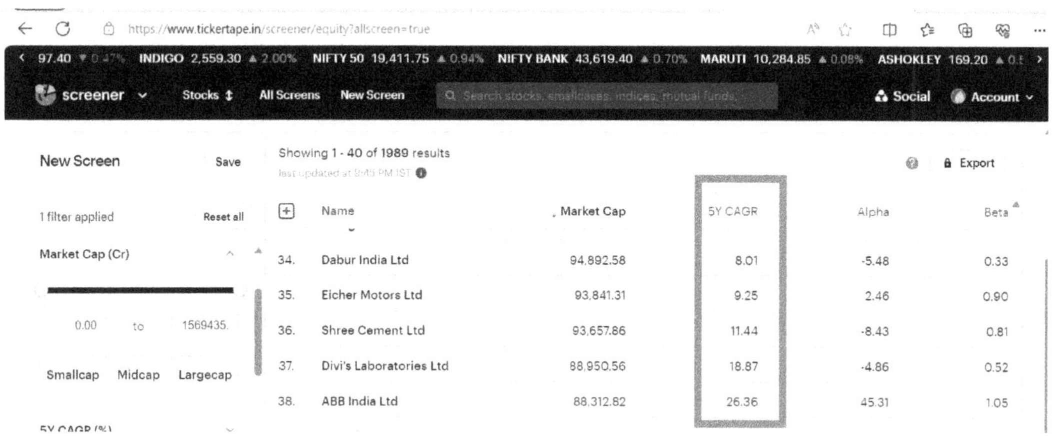

	Name	Market Cap	5Y CAGR	Alpha	Beta
34.	Dabur India Ltd	94,892.58	8.01	-5.48	0.33
35.	Eicher Motors Ltd	93,841.31	9.25	2.46	0.90
36.	Shree Cement Ltd	93,657.86	11.44	-8.43	0.81
37.	Divi's Laboratories Ltd	88,950.56	18.87	-4.86	0.52
38.	ABB India Ltd	88,312.82	26.36	45.31	1.05

ಪರೀಕ್ಷಿಸಿ

ಮೇಲೆ ಕಲಿತದ್ದನ್ನು ಮತ್ತೆ ಪರೀಕ್ಷಿಸೋಣ.

ನವೆಂಬರ್ 6, 2023 ರಂದು ಷೇರು ಬೆಲೆ ₹ 4203 ಆಗಿದೆ

ಫೆಬ್ರುವರಿ 25, 2021 ರಂದು, ಷೇರು ಬೆಲೆ ₹ 1583 ಆಗಿತ್ತು, ಅಂದರೆ 2.7 ವರ್ಷಗಳ ಹಿಂದೆ.

ಇಲ್ಲಿ ಹಣವು 2.655 ಪಟ್ಟು ದ್ವಿಗುಣಗೊಂಡಿದೆ, ಇದು ದ್ವಿಗುಣಗೊಂಡಿದೆ.

ಸ್ಪಷ್ಟೀಕರಣಗಳು

a) ಮೇಲಿನ ಸಂಗತಿಗಳನ್ನು ನೋಡಿದಾಗ, ಹೂಡಿಕೆಯನ್ನು ದ್ವಿಗುಣಗೊಳಿಸಲು ಹೂಡಿಕೆಯನ್ನು ಅರ್ಥಮಾಡಿಕೊಳ್ಳುವುದು ಮತ್ತು ಮಾಡುವುದು ಸುಲಭ. ಆದರೆ ಇದು ಭವಿಷ್ಯದಲ್ಲಿ ಅನೇಕ ಆದಾಯಗಳನ್ನು ನೀಡಲು ಅದೇ ರೀತಿ ಮುಂದುವರಿಯುತ್ತದೆಯೇ?

ಒಂದೇ ಪರಿಸ್ಥಿತಿಯು ಅನೇಕ ರಿಟರ್ನ್ ಗಳನ್ನು ನೀಡಲು ಪುನರಾವರ್ತನೆಯಾಗುತ್ತದೆ ಎಂಬುದಕ್ಕೆ ಯಾವುದೇ ಗ್ಯಾರಂಟಿ ಇಲ್ಲ. ಕಾರಣವೆಂದರೆ ಷೇರು ಮಾರುಕಟ್ಟೆಯಲ್ಲಿ ನಾವು ಹಿಂದಿನ ಅವಲೋಕನಗಳ ಆಧಾರದ ಮೇಲೆ ಹೂಡಿಕೆ ಮಾಡಲು ಅಪಾಯವನ್ನು ತೆಗೆದುಕೊಳ್ಳುತ್ತೇವೆ ಮತ್ತು ಅದು ಬೆಳೆಯಬಹುದು ಎಂದು ಭಾವಿಸುತ್ತೇವೆ, ಆದರೆ ಅದೇ ಸಮಯದಲ್ಲಿ ನಾವು ಅಧ್ಯಯನ ಮಾಡಬೇಕಾಗಿದೆ.

b) ಕಂಪನಿಯ ಮೂಲಭೂತ ಅಂಶಗಳಲ್ಲಿನ ಯಾವುದೇ ಬದಲಾವಣೆ.
c) ನಿರ್ವಹಣಾ ತಂಡದಲ್ಲಿ ಯಾವುದೇ ಬದಲಾವಣೆ

d) ವಲಯ ನಿರ್ದಿಷ್ಟವಾದ ಯಾವುದೇ ಬದಲಾವಣೆ. ಇಲ್ಲಿ ಇದು ಹೆವಿ ಎಲೆಕ್ಟ್ರಿಕಲ್ ಉಪಕರಣಗಳಿಗೆ ಸೇರಿದೆ.

e) ವಿಶ್ವದ ಯುದ್ಧ ಪರಿಸ್ಥಿತಿಗಳು.

f) ಕಂಪನಿಯ ಉತ್ಪನ್ನ ಬದಲಾವಣೆಗಳು

g) ವರ್ಷದಿಂದ ವರ್ಷಕ್ಕೆ ಮಾರಾಟ

h) ಕಂಪನಿ ಸಾಲಗಳು

i) ಇದೇ ರೀತಿಯ ಉದ್ಯಮದಲ್ಲಿ ಸಮಾನಮನಸ್ಕರ ಹೋಲಿಕೆ.

https://www.screener.in/company/ABB/

screener FEED SCREENS TOOLS   Search for a company   MANJUNATH

A B B Chart Analysis Peers Quarters Profit & Loss Balance Sheet Cash Flow Ratios Investors Documents Notebook

Peer comparison

Sector: Capital Goods - Electrical Equipment   Industry: Electric Equipment

EDIT COLUMNS

S.No.	Name	CMP Rs.	Mar Cap Rs.Cr.	Current ratio	Ind PE	P/E	CMP / BV	B.V. Rs.	Debt / Eq	Int Coverage	NP Qtr Rs.Cr.	ROCE Prev Yr %	ROE Prev Ann %	Div Yld %	Graha Num
1.	Siemens	3367.20	119912.81	2.01	41.88	67.77	9.93	339.03	0.02	80.37	423.70	14.33	11.12	0.30	661
2.	A B B	4203.70	89079.92	1.81	41.88	87.71	16.59	253.35	0.01	109.74	295.63	16.09	11.30	0.13	529
3.	CG Power & Indu.	376.60	57516.46	1.70	41.88	65.87	25.82	14.59	0.01	155.72	242.29	43.14	160.87	0.40	48
4.	Suzlon Energy	35.95	48406.80	1.97	41.88	130.70	14.20	2.53	0.04	2.36	102.29	22.21		0.00	5
5.	B H E L	130.05	45284.23	1.32	41.88	140.86	1.69	77.05	0.20	1.45	-343.89	2.93	1.67	0.31	40
6.	Apar Inds.	5120.95	19597.17	1.26	41.88	25.00	7.96	643.69	0.17	4.06	173.88	26.59	16.12	0.78	1722
7.	Hitachi Energy	4404.85	18668.49	1.16	41.88	226.18	15.24	288.95	0.28	3.49	24.74	25.72	17.42	0.08	355

ಮಾರಾಟ ಬೆಳವಣಿಗೆ

ಆದಾಯದ ಬೆಳವಣಿಗೆ ಎಂದೂ ಕರೆಯಲ್ಪಡುವ ಮಾರಾಟದ ಬೆಳವಣಿಗೆಯು ಒಂದು ನಿರ್ದಿಷ್ಟ ಅವಧಿಯಲ್ಲಿ ಕಂಪನಿಯ ಮಾರಾಟ ಅಥವಾ ಆದಾಯದಲ್ಲಿನ ಶೇಕಡಾವಾರು ಹೆಚ್ಚಳವನ್ನು ಅಳೆಯುತ್ತದೆ, ಸಾಮಾನ್ಯವಾಗಿ ಒಂದು ಹಣಕಾಸು ವರ್ಷದಿಂದ ಮುಂದಿನ ಹಣಕಾಸು ವರ್ಷಕ್ಕೆ. ಕಂಪನಿಯ ಆರ್ಥಿಕ ಆರೋಗ್ಯ ಮತ್ತು ಕಾರ್ಯಕ್ಷಮತೆಯನ್ನು ನಿರ್ಣಯಿಸಲು ಇದು ನಿರ್ಣಾಯಕ ಮೆಟ್ರಿಕ್ ಆಗಿದೆ.

ವರ್ಷದಿಂದ ವರ್ಷಕ್ಕೆ (YOY) ಮಾರಾಟದ ಬೆಳವಣಿಗೆಯನ್ನು ಲೆಕ್ಕಹಾಕಲು, ನೀವು ಈ ಕೆಳಗಿನ ಸೂತ್ರವನ್ನು ಬಳಸಬಹುದು:

$$\text{YoY Sales Growth \%} = \left(\frac{\text{Current Year Sales} - \text{Previous Year Sales}}{\text{Previous Year Sales}}\right) \times 100\%$$

ನೀವು ಅದನ್ನು ಹೇಗೆ ಲೆಕ್ಕ ಹಾಕುತ್ತೀರಿ ಎಂಬುದು ಇಲ್ಲಿದೆ:

ಮಾರಾಟ ಅಂಕಿಅಂಶಗಳನ್ನು ಗುರುತಿಸಿ:
ಪ್ರಸಕ್ತ ವರ್ಷದ ಮಾರಾಟ: ಇದು ಪ್ರಸಕ್ತ ಹಣಕಾಸು ವರ್ಷದಲ್ಲಿ ಕಂಪನಿಯು ಗಳಿಸಿದ ಒಟ್ಟು ಮಾರಾಟ ಅಥವಾ ಆದಾಯವನ್ನು ಪ್ರತಿನಿಧಿಸುತ್ತದೆ.

ಹಿಂದಿನ ವರ್ಷದ ಮಾರಾಟ: ಇದು ಪ್ರಸಕ್ತ ವರ್ಷದ ಹಿಂದಿನ ಹಣಕಾಸು ವರ್ಷದಲ್ಲಿ ಕಂಪನಿಯು ಗಳಿಸಿದ ಒಟ್ಟು ಮಾರಾಟ ಅಥವಾ ಆದಾಯವನ್ನು ಪ್ರತಿನಿಧಿಸುತ್ತದೆ.
ಮೌಲ್ಯಗಳನ್ನು ಸೂತ್ರಕ್ಕೆ ಬದಲಿಯಾಗಿ ಸೇರಿಸಿ:

ಹಿಂದಿನ ವರ್ಷದ ಮಾರಾಟವನ್ನು ಪ್ರಸಕ್ತ ವರ್ಷದ ಮಾರಾಟದಿಂದ ಕಳೆಯಿರಿ.
ಫಲಿತಾಂಶವನ್ನು ಹಿಂದಿನ ವರ್ಷದ ಮಾರಾಟದಿಂದ ವಿಭಜಿಸಿ.
ಶೇಕಡಾವಾರು ಬೆಳವಣಿಗೆಯನ್ನು ಪಡೆಯಲು ಕೋಷಿಯಂಟ್ ಅನ್ನು 100 ರಿಂದ ಗುಣಿಸಿ.

ಫಲಿತಾಂಶವನ್ನು ವ್ಯಾಖ್ಯಾನಿಸಿ:

YOY ಮಾರಾಟದ ಬೆಳವಣಿಗೆಯ ಶೇಕಡಾವಾರು ಸಕಾರಾತ್ಮಕವಾಗಿದ್ದರೆ, ಅದು ಹಿಂದಿನ ವರ್ಷಕ್ಕೆ ಹೋಲಿಸಿದರೆ ಮಾರಾಟದ ಹೆಚ್ಚಳವನ್ನು ಸೂಚಿಸುತ್ತದೆ.
YOY ಮಾರಾಟದ ಬೆಳವಣಿಗೆಯ ಶೇಕಡಾವಾರು ನಕಾರಾತ್ಮಕವಾಗಿದ್ದರೆ, ಅದು ಹಿಂದಿನ ವರ್ಷಕ್ಕೆ ಹೋಲಿಸಿದರೆ ಮಾರಾಟದಲ್ಲಿ ಇಳಿಕೆಯನ್ನು ಸೂಚಿಸುತ್ತದೆ.

ಉದಾಹರಣೆಗೆ, ಒಂದು ಕಂಪನಿಯು ಹಿಂದಿನ ವರ್ಷದಲ್ಲಿ $ 1,000,000 ಮಾರಾಟವನ್ನು ಮತ್ತು ಪ್ರಸಕ್ತ ವರ್ಷದಲ್ಲಿ $ 1,200,000 ಮಾರಾಟವನ್ನು ಹೊಂದಿತ್ತು ಎಂದು ಭಾವಿಸೋಣ.
ಸೂತ್ರವನ್ನು ಬಳಸುವುದು

$$\text{YoY Sales Growth \%} = \left(\frac{1{,}200{,}000 - 1{,}000{,}000}{1{,}000{,}000}\right) \times 100\% = 20\%$$

ಈ ಉದಾಹರಣೆಯಲ್ಲಿ, ಕಂಪನಿಯ ಮಾರಾಟವು ವರ್ಷದಿಂದ ವರ್ಷಕ್ಕೆ 20% ರಷ್ಟು ಹೆಚ್ಚಾಗಿದೆ.

YOY ಮಾರಾಟದ ಬೆಳವಣಿಗೆಯು ಕಾಲಾನಂತರದಲ್ಲಿ ಕಂಪನಿಯ ಕಾರ್ಯಕ್ಷಮತೆಯ ಬಗ್ಗೆ ಮೌಲ್ಯಯುತ ಒಳನೋಟವನ್ನು ಒದಗಿಸುತ್ತದೆ ಎಂಬುದನ್ನು ಗಮನಿಸುವುದು ಮುಖ್ಯ. ಆದಾಗ್ಯೂ, ಕಂಪನಿಯ ಒಟ್ಟಾರೆ ಆರೋಗ್ಯ ಮತ್ತು ಮಾರುಕಟ್ಟೆ ಸ್ಥಿತಿಯ ಬಗ್ಗೆ ಸಮಗ್ರ ತಿಳುವಳಿಕೆಯನ್ನು ಹೊಂದಲು ಇತರ ಹಣಕಾಸು ಮಾಪನಗಳು ಮತ್ತು ಅಂಶಗಳನ್ನು ಪರಿಗಣಿಸುವುದು ಸಹ ಉಪಯುಕ್ತವಾಗಿದೆ.

ನೀವು ಕಂಪನಿಯ ಮಾರಾಟದ ಡೇಟಾವನ್ನು ಸ್ಕ್ರೀನರ್ ನಲ್ಲಿ ಪರಿಶೀಲಿಸಬಹುದು.

ಕೆಳಗಿನ ಉದಾಹರಣೆಯಲ್ಲಿ

ಸಂವರ್ಧನ ಮದರ್ಸನ್ ಇಂಟರ್ನ್ಯಾಷನಲ್ ಲಿಮಿಟೆಡ್‌ನಲ್ಲಿ ಮಾರಾಟದಲ್ಲಿ ನಿರಂತರ ಹೆಚ್ಚಳವನ್ನು ನಾವು ನೋಡಬಹುದು.

https://www.screener.in/company/MOTHERSON/consolidated/

screener FEED SCREENS TOOLS Search for a company MANJUNATH

Samvardh. Mothe. Chart Analysis Peers Quarters Profit & Loss Balance Sheet Cash Flow Ratios Investors Documents Notebook

Profit & Loss

PRODUCT SEGMENTS

	Mar 2012	Mar 2013	Mar 2014	Mar 2015	Mar 2016	Mar 2017	Mar 2018	Mar 2019	Mar 2020	Mar 2021	Mar 2022	Mar 2023	TTM
Sales +	14,767	25,298	30,414	34,661	37,216	42,376	56,303	63,523	60,729	57,370	63,774	78,701	83,467
Expenses +	13,954	23,819	28,017	31,817	33,668	38,204	51,174	58,174	56,075	53,000	59,060	72,537	76,548
Operating Profit	**813**	**1,480**	**2,397**	**2,844**	**3,548**	**4,171**	**5,128**	**5,348**	**4,654**	**4,370**	**4,714**	**6,164**	**6,919**
OPM %	6%	6%	8%	8%	10%	10%	9%	8%	8%	8%	7%	8%	8%
Other Income +	144	318	311	212	177	346	125	333	642	568	575	158	227
Interest	165	250	294	318	345	375	411	423	593	512	543	781	864
Depreciation	380	714	817	921	1,087	1,059	1,575	2,058	2,721	2,926	2,958	3,136	3,242
Profit before tax	**412**	**834**	**1,596**	**1,817**	**2,293**	**3,083**	**3,267**	**3,200**	**1,983**	**1,500**	**1,788**	**2,405**	**3,040**
Tax %	52%	46%	31%	29%	23%	30%	31%	34%	35%	-5%	34%	31%	
Net Profit +	**196**	**452**	**1,097**	**1,292**	**1,774**	**2,172**	**2,260**	**2,098**	**1,294**	**1,569**	**1,182**	**1,670**	**2,136**

ನಿವ್ವಳ ಲಾಭಾಂಶ

ಕಂಪನಿಯ ನಿವ್ವಳ ಲಾಭವನ್ನು ವಿಶ್ಲೇಷಿಸುವುದು ಅದರ ಆರ್ಥಿಕ ಕಾರ್ಯಕ್ಷಮತೆ ಮತ್ತು ಲಾಭದಾಯಕತೆಯನ್ನು ಅರ್ಥಮಾಡಿಕೊಳ್ಳಲು ನಿರ್ಣಾಯಕವಾಗಿದೆ. ನಿವ್ವಳ ಲಾಭ ಅಥವಾ ಗಳಿಕೆ ಎಂದೂ ಕರೆಯಲ್ಪಡುವ ನಿವ್ವಳ ಲಾಭವು, ಕಂಪನಿಯು ತನ್ನ ಎಲ್ಲಾ ವೆಚ್ಚಗಳು, ತೆರಿಗೆಗಳು ಮತ್ತು ಬಡ್ಡಿಯನ್ನು ಅದರ ಒಟ್ಟು ಆದಾಯದಿಂದ ಕಡಿತಗೊಳಿಸಿದ ನಂತರ ಉಳಿದಿರುವ ಹಣದ ಮೊತ್ತವನ್ನು ಪ್ರತಿನಿಧಿಸುತ್ತದೆ. ಕಂಪನಿಯ ನಿವ್ವಳ ಲಾಭವನ್ನು ಗಮನಿಸುವಾಗ ಪರಿಗಣಿಸಬೇಕಾದ ಕೆಲವು ಪ್ರಮುಖ ಅಂಶಗಳು ಇಲ್ಲಿವೆ:

1. ಲಾಭದಾಯಕ ಸೂಚಕ:
ಧನಾತ್ಮಕ ನಿವ್ವಳ ಲಾಭ: ಧನಾತ್ಮಕ ನಿವ್ವಳ ಲಾಭವು ಕಂಪನಿಯು ತನ್ನ ಎಲ್ಲಾ ವೆಚ್ಚಗಳನ್ನು ಭರಿಸಿದ ನಂತರ ಹಣವನ್ನು ಗಳಿಸುತ್ತಿದೆ ಎಂದು ಸೂಚಿಸುತ್ತದೆ. ಇದು ಆರೋಗ್ಯಕರ, ಲಾಭದಾಯಕ ವ್ಯವಹಾರದ ಸಂಕೇತವಾಗಿದೆ.

ಋಣಾತ್ಮಕ ನಿವ್ವಳ ಲಾಭ: ನಕಾರಾತ್ಮಕ ನಿವ್ವಳ ಲಾಭ ಎಂದರೆ ಕಂಪನಿಯು ನಷ್ಟದಲ್ಲಿ ಕಾರ್ಯನಿರ್ವಹಿಸುತ್ತಿದೆ ಎಂದರ್ಥ. ಇದು ಆರ್ಥಿಕ ಸವಾಲುಗಳನ್ನು ಎದುರಿಸುತ್ತಿರಬಹುದು ಮತ್ತು ಅದರ ವೆಚ್ಚಗಳನ್ನು ಅಥವಾ ಆದಾಯದ ಹರಿವುಗಳನ್ನು ಮರು ಮೌಲ್ಯಮಾಪನ ಮಾಡಬೇಕಾಗಬಹುದು.

2. ಕಾಲಾನಂತರದಲ್ಲಿ ಹೋಲಿಕೆ:
ವರ್ಷದಿಂದ ವರ್ಷಕ್ಕೆ (YOY) ಹೋಲಿಕೆ: ಹಲವಾರು ವರ್ಷಗಳಿಂದ ನಿವ್ವಳ ಲಾಭದ ಅಂಕಿಅಂಶಗಳನ್ನು ಹೋಲಿಸುವುದು ಪ್ರವೃತ್ತಿಗಳನ್ನು ಗುರುತಿಸಲು ಸಹಾಯ ಮಾಡುತ್ತದೆ. ನಿವ್ವಳ ಲಾಭದಲ್ಲಿನ ಸಕಾರಾತ್ಮಕ ಬೆಳವಣಿಗೆಯು ಕಂಪನಿಯು ತನ್ನ ವೆಚ್ಚಗಳನ್ನು ಪರಿಣಾಮಕಾರಿಯಾಗಿ ವಿಸ್ತರಿಸುತ್ತಿದೆ ಮತ್ತು ನಿರ್ವಹಿಸುತ್ತಿದೆ ಎಂದು ಸೂಚಿಸುತ್ತದೆ.
ತ್ರೈಮಾಸಿಕ ಹೋಲಿಕೆ: ತ್ರೈಮಾಸಿಕ ಆಧಾರದ ಮೇಲೆ ನಿವ್ವಳ ಲಾಭವನ್ನು ವಿಶ್ಲೇಷಿಸುವುದರಿಂದ ಅಲ್ಪಾವಧಿಯ ಏರಿಳಿತಗಳು ಮತ್ತು ಕಾಲೋಚಿತ ಮಾದರಿಗಳ ಬಗ್ಗೆ ಒಳನೋಟಗಳನ್ನು ಒದಗಿಸಬಹುದು.

3. ಲಾಭಾಂಶ ವಿಶ್ಲೇಷಣೆ:
ನಿವ್ವಳ ಲಾಭಾಂಶ: ನಿವ್ವಳ ಲಾಭವನ್ನು ಒಟ್ಟು ಆದಾಯದಿಂದ ವಿಭಜಿಸುವ ಮೂಲಕ ಮತ್ತು 100 ರಿಂದ ಗುಣಿಸುವ ಮೂಲಕ ನಿವ್ವಳ ಲಾಭಾಂಶವನ್ನು ಲೆಕ್ಕಹಾಕಲಾಗುತ್ತದೆ. ಇದು ಲಾಭಕ್ಕೆ ಭಾಷಾಂತರಿಸುವ ಆದಾಯದ ಶೇಕಡಾವಾರು ಪ್ರಮಾಣವನ್ನು ಸೂಚಿಸುತ್ತದೆ. ಹೆಚ್ಚಿನ ನಿವ್ವಳ ಲಾಭದ ಅಂತರವು ಪರಿಣಾಮಕಾರಿ ವೆಚ್ಚ ನಿರ್ವಹಣೆಯನ್ನು ಸೂಚಿಸುತ್ತದೆ.

4. ಬದಲಾವಣೆಗಳ ಕಾರಣಗಳನ್ನು ಅರ್ಥಮಾಡಿಕೊಳ್ಳುವುದು:
ವೆಚ್ಚ ವಿಶ್ಲೇಷಣೆ: ನಿವ್ವಳ ಲಾಭದ ಮೇಲೆ ಅವುಗಳ ಪರಿಣಾಮವನ್ನು ಅರ್ಥಮಾಡಿಕೊಳ್ಳಲು ಕಾರ್ಯಾಚರಣೆ, ಉತ್ಪಾದನೆ ಮತ್ತು ಆಡಳಿತಾತ್ಮಕ ವೆಚ್ಚಗಳಲ್ಲಿನ ಬದಲಾವಣೆಗಳನ್ನು ಮೇಲ್ವಿಚಾರಣೆ ಮಾಡಿ.
ಆದಾಯ ವಿಶ್ಲೇಷಣೆ: ಆದಾಯದಲ್ಲಿನ ಬದಲಾವಣೆಗಳ ಹಿಂದಿನ ಕಾರಣಗಳನ್ನು ಅನ್ವೇಷಿಸಿ. ಇದು ಹೆಚ್ಚಿದ ಮಾರಾಟ, ಹೊಸ ಉತ್ಪನ್ನ ಬಿಡುಗಡೆಗಳು, ಮಾರುಕಟ್ಟೆ ಬೇಡಿಕೆ ಅಥವಾ ಬೆಲೆ ತಂತ್ರಗಳಿಂದಾಗಿರಬಹುದು.

5. ಲಾಭದಾಯಕ ಅನುಪಾತಗಳು:
ರಿಟರ್ನ್ ಆನ್ ಇನ್ವೆಸ್ಟ್ಮೆಂಟ್ (ROI): ROI ಕಂಪನಿಯ ಹೂಡಿಕೆಗಳ ಮೇಲಿನ ಆದಾಯವನ್ನು ಅಳೆಯುತ್ತದೆ. ಹೆಚ್ಚಿನ ROI ಲಾಭವನ್ನು ಗಳಿಸಲು ಸಂಪನ್ಮೂಲಗಳ ಪರಿಣಾಮಕಾರಿ ಬಳಕೆಯನ್ನು ಸೂಚಿಸುತ್ತದೆ.
ರಿಟರ್ನ್ ಆನ್ ಈಕ್ವಿಟಿ (ಆರ್ಒಇ): ಲಾಭವನ್ನು ಗಳಿಸಲು ಕಂಪನಿಯು ಷೇರುದಾರರ ಈಕ್ವಿಟಿಯನ್ನು ಎಷ್ಟು ಚೆನ್ನಾಗಿ ಬಳಸುತ್ತಿದೆ ಎಂಬುದನ್ನು ಆರ್ಒಇ ಮೌಲ್ಯಮಾಪನ ಮಾಡುತ್ತದೆ. ಇದು ನಿರ್ವಹಣೆಯ ದಕ್ಷತೆಯ ಪ್ರಮುಖ ಸೂಚಕವಾಗಿದೆ.

6. ಉದ್ಯಮ ಮತ್ತು ಸಮಾನಮನಸ್ಕ ಹೋಲಿಕೆ:
ಕಂಪನಿಯ ನಿವ್ವಳ ಲಾಭವನ್ನು ಉದ್ಯಮದ ಸರಾಸರಿಗಳು ಮತ್ತು ಪ್ರತಿಸ್ಪರ್ಧಿಗಳೊಂದಿಗೆ ಹೋಲಿಸಿ. ವಿಚಲನಗಳು, ಧನಾತ್ಮಕ ಅಥವಾ ಋಣಾತ್ಮಕವಾಗಿರಲಿ, ಕಂಪನಿಯ ಸ್ಪರ್ಧಾತ್ಮಕ ಸ್ಥಾನ ಮತ್ತು ಮಾರುಕಟ್ಟೆ ಚಲನಶಾಸ್ತ್ರದ ಬಗ್ಗೆ ಒಳನೋಟಗಳನ್ನು ಒದಗಿಸಬಹುದು.

7. ಹೂಡಿಕೆದಾರರ ದೃಷ್ಟಿಕೋನ:

ಹೂಡಿಕೆದಾರರ ವಿಶ್ವಾಸ: ಸ್ಥಿರ ಅಥವಾ ಬೆಳೆಯುತ್ತಿರುವ ನಿವ್ವಳ ಲಾಭವು ಹೂಡಿಕೆದಾರರ ವಿಶ್ವಾಸವನ್ನು ಹೆಚ್ಚಿಸುತ್ತದೆ, ಇದು ಸಂಭಾವ್ಯ ಷೇರು ಬೆಲೆ ಏರಿಕೆಗೆ ಕಾರಣವಾಗುತ್ತದೆ.

ಲಾಭಾಂಶ ಮತ್ತು ಮರು ಹೂಡಿಕೆ: ಆರೋಗ್ಯಕರ ನಿವ್ವಳ ಲಾಭವನ್ನು ಹೊಂದಿರುವ ಕಂಪನಿಗಳು ಷೇರುದಾರರಿಗೆ ಲಾಭಾಂಶವನ್ನು ವಿತರಿಸಬಹುದು ಅಥವಾ ಹೆಚ್ಚಿನ ಬೆಳವಣಿಗೆಗಾಗಿ ವ್ಯವಹಾರದಲ್ಲಿ ಮರುಹೂಡಿಕೆ ಮಾಡಬಹುದು.

ಕಂಪನಿಯ ನಿವ್ವಳ ಲಾಭವನ್ನು ಗಮನಿಸುವಾಗ, ವಿಶಾಲ ಆರ್ಥಿಕ ಸಂದರ್ಭ, ಉದ್ಯಮದ ಪ್ರವೃತ್ತಿಗಳು ಮತ್ತು ಕಂಪನಿಯ ಕಾರ್ಯತಂತ್ರದ ನಿರ್ಧಾರಗಳನ್ನು ಪರಿಗಣಿಸುವುದು ಅತ್ಯಗತ್ಯ. ಈ ಸಮಗ್ರ ವಿಶ್ಲೇಷಣೆಯು ಕಂಪನಿಯ ಆರ್ಥಿಕ ಆರೋಗ್ಯ ಮತ್ತು ಭವಿಷ್ಯದ ನಿರೀಕ್ಷೆಗಳ ಬಗ್ಗೆ ಹೆಚ್ಚು ನಿಖರವಾದ ತಿಳುವಳಿಕೆಯನ್ನು ಒದಗಿಸುತ್ತದೆ.

ಕೆಳಗಿನ ಉದಾಹರಣೆಯಲ್ಲಿ

ಸಂವರ್ಧನ ಮದರ್ಸನ್ ಇಂಟರ್ನ್ಯಾಷನಲ್ ಲಿಮಿಟೆಡ್ನಲ್ಲಿ ನಿವ್ವಳ ಲಾಭದಲ್ಲಿ ನಿರಂತರ ಹೆಚ್ಚಳವನ್ನು ನಾವು ನೋಡಬಹುದು

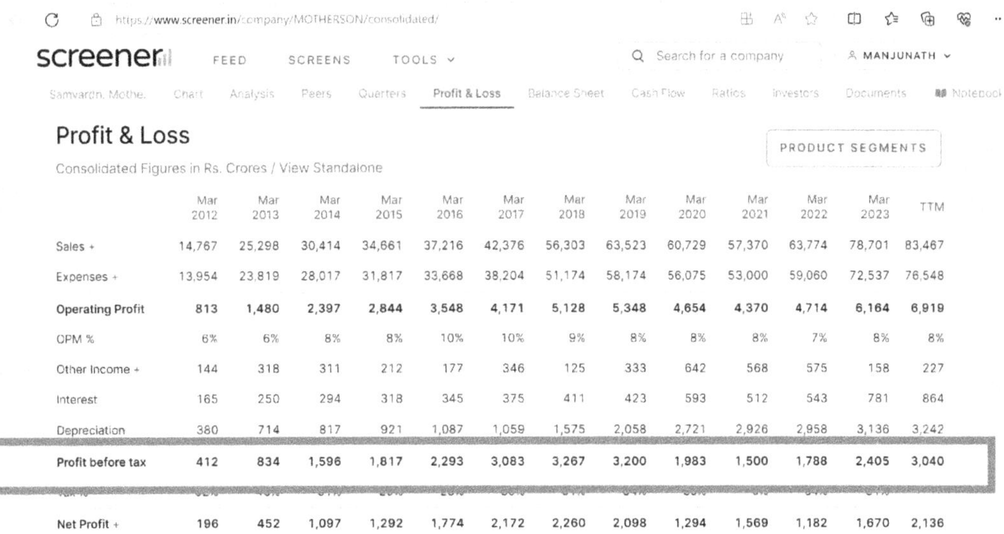

Profit & Loss

Consolidated Figures in Rs. Crores / View Standalone

	Mar 2012	Mar 2013	Mar 2014	Mar 2015	Mar 2016	Mar 2017	Mar 2018	Mar 2019	Mar 2020	Mar 2021	Mar 2022	Mar 2023	TTM
Sales +	14,767	25,298	30,414	34,661	37,216	42,376	56,303	63,523	60,729	57,370	63,774	78,701	83,467
Expenses +	13,954	23,819	28,017	31,817	33,668	38,204	51,174	58,174	56,075	53,000	59,060	72,537	76,548
Operating Profit	**813**	**1,480**	**2,397**	**2,844**	**3,548**	**4,171**	**5,128**	**5,348**	**4,654**	**4,370**	**4,714**	**6,164**	**6,919**
OPM %	6%	6%	8%	8%	10%	10%	9%	8%	8%	8%	7%	8%	8%
Other Income +	144	318	311	212	177	346	125	333	642	568	575	158	227
Interest	165	250	294	318	345	375	411	423	593	512	543	781	864
Depreciation	380	714	817	921	1,087	1,059	1,575	2,058	2,721	2,926	2,958	3,136	3,242
Profit before tax	**412**	**834**	**1,596**	**1,817**	**2,293**	**3,083**	**3,267**	**3,200**	**1,983**	**1,500**	**1,788**	**2,405**	**3,040**
Net Profit +	**196**	**452**	**1,097**	**1,292**	**1,774**	**2,172**	**2,260**	**2,098**	**1,294**	**1,569**	**1,182**	**1,670**	**2,136**

ಲಾಭಾಂಶ ಇಳುವರಿ

ಲಾಭಾಂಶ ಇಳುವರಿಯು ಒಂದು ಹಣಕಾಸು ಅನುಪಾತವಾಗಿದ್ದು, ಇದು ಕಂಪನಿಯು ತನ್ನ ಸ್ಟಾಕ್ ಬೆಲೆಗೆ ಸಂಬಂಧಿಸಿದಂತೆ ಲಾಭಾಂಶದಲ್ಲಿ ಎಷ್ಟು ಪಾವತಿಸುತ್ತದೆ ಎಂಬುದನ್ನು ಸೂಚಿಸುತ್ತದೆ. ಇದನ್ನು ಶೇಕಡಾವಾರು ರೂಪದಲ್ಲಿ ವ್ಯಕ್ತಪಡಿಸಲಾಗುತ್ತದೆ ಮತ್ತು ಪ್ರತಿ ಷೇರಿಗೆ ವಾರ್ಷಿಕ ಲಾಭಾಂಶವನ್ನು ಪ್ರತಿ ಷೇರಿಗೆ ಪ್ರಸ್ತುತ ಮಾರುಕಟ್ಟೆ ಬೆಲೆಯಿಂದ ವಿಭಜಿಸುವ ಮೂಲಕ ಲೆಕ್ಕಹಾಕಲಾಗುತ್ತದೆ ಮತ್ತು ನಂತರ ಫಲಿತಾಂಶವನ್ನು 100 ರಿಂದ ಗುಣಿಸಲಾಗುತ್ತದೆ. ಲಾಭಾಂಶ ಇಳುವರಿಯ ಸೂತ್ರವನ್ನು ಈ ಕೆಳಗಿನಂತೆ ಪ್ರತಿನಿಧಿಸಬಹುದು:

$$\text{Dividend Yield} = \left(\frac{\text{Annual Dividend per Share}}{\text{Current Market Price per Share}}\right) \times 100\%$$

ಲಾಭಾಂಶ ಇಳುವರಿಯ ಹೆಚ್ಚು ವಿವರವಾದ ವಿವರಣೆ, ಅದರ ಅನುಕೂಲಗಳು ಮತ್ತು ಅನಾನುಕೂಲಗಳು ಇಲ್ಲಿವೆ:

ಲಾಭಾಂಶ ಇಳುವರಿಯ ಅನುಕೂಲಗಳು:

1) ಹೂಡಿಕೆದಾರರಿಗೆ ಆದಾಯದ ಹರಿವು: ಲಾಭಾಂಶ ಇಳುವರಿಯು ಹೂಡಿಕೆದಾರರಿಗೆ, ವಿಶೇಷವಾಗಿ ನಗದು ಹರಿವನ್ನು ಉತ್ಪಾದಿಸಲು ತಮ್ಮ ಹೂಡಿಕೆಗಳನ್ನು ಅವಲಂಬಿಸಿರುವವರಿಗೆ ನಿಯಮಿತ ಆದಾಯದ ಮೂಲವನ್ನು ಒದಗಿಸುತ್ತದೆ. ಹೆಚ್ಚಿನ ಲಾಭಾಂಶ ಇಳುವರಿಯನ್ನು ಹೊಂದಿರುವ ಷೇರುಗಳು ನಿವೃತ್ತರಂತಹ ಆದಾಯ-ಕೇಂದ್ರಿತ ಹೂಡಿಕೆದಾರರಿಗೆ ಆಕರ್ಷಕವಾಗಿರುತ್ತವೆ.

2) ಸ್ಥಿರತೆ ಮತ್ತು ವಿಶ್ವಾಸ: ನಿರಂತರವಾಗಿ ಲಾಭಾಂಶವನ್ನು ಪಾವತಿಸುವ ಮತ್ತು ಹೆಚ್ಚಿನ ಲಾಭಾಂಶ ಇಳುವರಿಯನ್ನು ಹೊಂದಿರುವ ಕಂಪನಿಗಳನ್ನು ಹೆಚ್ಚಾಗಿ ಸ್ಥಿರ ಮತ್ತು ಆರ್ಥಿಕವಾಗಿ ಆರೋಗ್ಯಕರವೆಂದು ನೋಡಲಾಗುತ್ತದೆ. ನಿಯಮಿತ ಲಾಭಾಂಶ ಪಾವತಿಗಳು ಕಂಪನಿಯ ಆರ್ಥಿಕ ಶಕ್ತಿ ಮತ್ತು ಭವಿಷ್ಯದ ನಿರೀಕ್ಷೆಗಳ ಬಗ್ಗೆ ಹೂಡಿಕೆದಾರರಲ್ಲಿ ವಿಶ್ವಾಸವನ್ನು ಮೂಡಿಸಬಹುದು.

3) ಒಟ್ಟು ರಿಟರ್ನ್: ಡಿವಿಡೆಂಡ್ ಇಳುವರಿಯು ಸ್ಟಾಕ್ನ ಒಟ್ಟು ಆದಾಯದ ಒಂದು ಅಂಶವಾಗಿದೆ. ಒಟ್ಟು ಆದಾಯವು ಬಂಡವಾಳ ಮೌಲ್ಯವರ್ಧನೆ (ಸ್ಟಾಕ್ ಬೆಲೆಯಲ್ಲಿ ಹೆಚ್ಚಳ) ಮತ್ತು ಪಡೆದ ಲಾಭಾಂಶಗಳ ಸಂಯೋಜಿತ ಪರಿಣಾಮವಾಗಿದೆ. ಕಾಲಾನಂತರದಲ್ಲಿ ಹೂಡಿಕೆಯ ಮೇಲಿನ ಒಟ್ಟು ಆದಾಯಕ್ಕೆ ಲಾಭಾಂಶಗಳು ಗಮನಾರ್ಹವಾಗಿ ಕೊಡುಗೆ ನೀಡಬಹುದು.

4) ಲಾಭಾಂಶ ಬೆಳವಣಿಗೆಯ ಸಾಮರ್ಥ್ಯ: ಹೂಡಿಕೆದಾರರು ಲಾಭಾಂಶವನ್ನು ಹೆಚ್ಚಿಸುವ ಇತಿಹಾಸವನ್ನು ಹೊಂದಿರುವ ಕಂಪನಿಗಳನ್ನು ಹುಡುಕುತ್ತಾರೆ. ವರ್ಷಗಳಲ್ಲಿ ಸ್ಥಿರ ಅಥವಾ ಹೆಚ್ಚುತ್ತಿರುವ ಲಾಭಾಂಶ ಇಳುವರಿಯು ಕಂಪನಿಯು ತನ್ನ ಲಾಭವನ್ನು ಹೆಚ್ಚಿಸುತ್ತಿದೆ ಮತ್ತು ಆ ಲಾಭದ ಒಂದು ಭಾಗವನ್ನು ಷೇರುದಾರರಿಗೆ ಹಿಂದಿರುಗಿಸುತ್ತಿದೆ ಎಂದು ಸೂಚಿಸುತ್ತದೆ.

ಲಾಭಾಂಶ ಇಳುವರಿಯ ಅನಾನುಕೂಲಗಳು:

1. ಸೀಮಿತ ಬೆಳವಣಿಗೆಯ ಸಾಮರ್ಥ್ಯ: ಹೆಚ್ಚಿನ ಲಾಭಾಂಶವನ್ನು ಪಾವತಿಸುವ ಕಂಪನಿಗಳು ಲಾಭಕ್ಕಾಗಿ ವ್ಯವಹಾರದಲ್ಲಿ ಲಾಭವನ್ನು ಮರುಹೂಡಿಕೆ ಮಾಡಲು ಸೀಮಿತ ಅವಕಾಶಗಳನ್ನು ಹೊಂದಿರಬಹುದು. ಬಂಡವಾಳ ಮೆಚ್ಚುಗೆಯನ್ನು ಬಯಸುವ ಹೂಡಿಕೆದಾರರು ಲಾಭವನ್ನು ಲಾಭಾಂಶವಾಗಿ ವಿತರಿಸುವ ಬದಲು ಸಂಶೋಧನೆ, ಅಭಿವೃದ್ಧಿ ಅಥವಾ ಸ್ವಾಧೀನಗಳಲ್ಲಿ ಮರುಹೂಡಿಕೆ ಮಾಡುವ ಕಂಪನಿಗಳಿಗೆ ಆದ್ಯತೆ ನೀಡಬಹುದು.
2. ಬಡ್ಡಿ ದರ ಸೂಕ್ಷ್ಮತೆ: ಬಡ್ಡಿದರಗಳು ಹೆಚ್ಚಾದಾಗ ಲಾಭಾಂಶ ಇಳುವರಿ ಹೂಡಿಕೆದಾರರಿಗೆ ಕಡಿಮೆ ಆಕರ್ಷಕವಾಗುತ್ತದೆ. ಹೆಚ್ಚಿನ ಬಡ್ಡಿದರಗಳು ಸ್ಥಿರ-ಆದಾಯದ ಸೆಕ್ಯುರಿಟಿಗಳಲ್ಲಿ ಉತ್ತಮ ಆದಾಯವನ್ನು ನೀಡಬಹುದು, ಲಾಭಾಂಶ ಪಾವತಿಸುವ ಷೇರುಗಳನ್ನು ತುಲನಾತ್ಮಕವಾಗಿ ಕಡಿಮೆ ಆಕರ್ಷಕವಾಗಿಸುತ್ತದೆ.
3. ಲಾಭಾಂಶ ಕಡಿತ: ಆರ್ಥಿಕ ಕುಸಿತ ಅಥವಾ ಹಣಕಾಸಿನ ತೊಂದರೆಗಳ ಸಮಯದಲ್ಲಿ ಕಂಪನಿಗಳು ಲಾಭಾಂಶವನ್ನು ಕಡಿಮೆ ಮಾಡಬಹುದು ಅಥವಾ ತೆಗೆದುಹಾಕಬಹುದು. ಇದು ಲಾಭಾಂಶ ಇಳುವರಿಯಲ್ಲಿ ಇಳಿಕೆಗೆ ಕಾರಣವಾಗಬಹುದು ಮತ್ತು ಆದಾಯಕ್ಕಾಗಿ ಲಾಭಾಂಶವನ್ನು ಅವಲಂಬಿಸಿರುವ ಹೂಡಿಕೆದಾರರ ಮೇಲೆ ನಕಾರಾತ್ಮಕ ಪರಿಣಾಮ ಬೀರುತ್ತದೆ.
4. ತೆರಿಗೆ ಪರಿಣಾಮಗಳು: ವೈಯಕ್ತಿಕ ಹೂಡಿಕೆದಾರರು ಪಡೆದ ಲಾಭಾಂಶಗಳು ಹೆಚ್ಚಾಗಿ ತೆರಿಗೆಗೆ ಒಳಪಡುತ್ತವೆ. ಹೂಡಿಕೆದಾರರ ತೆರಿಗೆ ಶ್ರೇಣಿ ಮತ್ತು ಚಾಲ್ತಿಯಲ್ಲಿರುವ ತೆರಿಗೆ ಕಾನೂನುಗಳನ್ನು ಅವಲಂಬಿಸಿ, ಲಾಭಾಂಶವು ಲಾಭದಲ್ಲಿ ಮಾರಾಟವಾದ ಷೇರುಗಳಿಂದ ಬಂಡವಾಳ ಲಾಭಕ್ಕಿಂತ ಕಡಿಮೆ ತೆರಿಗೆ-ದಕ್ಷವಾಗಿರುತ್ತದೆ.

ಸಂಕ್ಷಿಪ್ತವಾಗಿ, ಲಾಭಾಂಶ ಇಳುವರಿ ಹೂಡಿಕೆದಾರರಿಗೆ ಆದಾಯ ಮತ್ತು ಸ್ಥಿರತೆಯನ್ನು ಒದಗಿಸುತ್ತದೆ, ಆದರೆ ಲಾಭಾಂಶ ಇಳುವರಿಯ ಆಧಾರದ ಮೇಲೆ ಹೂಡಿಕೆ ನಿರ್ಧಾರಗಳನ್ನು ತೆಗೆದುಕೊಳ್ಳುವಾಗ ಕಂಪನಿಯ ಒಟ್ಟಾರೆ ಆರ್ಥಿಕ ಆರೋಗ್ಯ, ಬೆಳವಣಿಗೆಯ ಸಾಮರ್ಥ್ಯ ಮತ್ತು ಹೂಡಿಕೆದಾರರ ವೈಯಕ್ತಿಕ ಹಣಕಾಸು ಗುರಿಗಳು ಮತ್ತು ತೆರಿಗೆ ಪರಿಸ್ಥಿತಿಯನ್ನು ಪರಿಗಣಿಸುವುದು ಅತ್ಯಗತ್ಯ.

ಉದಾಹರಣೆ:

ಕೆಳಗಿನ ಉದಾಹರಣೆಯಲ್ಲಿ, ಸಂವರ್ಧನ ಮದರ್ಸನ್ ಇಂಟರ್ನ್ಯಾಷನಲ್ ಲಿಮಿಟೆಡ್ ವಲಯದ ಸರಾಸರಿಗಿಂತ ಹೆಚ್ಚಿನ ಲಾಭಾಂಶವನ್ನು ಪಾವತಿಸುತ್ತಿದೆ. ಕೆಳಗೆ ಈ ಮಾಹಿತಿಯನ್ನು ಒದಗಿಸುವುದರಿಂದ ಲಾಭಾಂಶ ಪಾವತಿಗಳಿಗೆ ಸಂಬಂಧಿಸಿದ ಗೊಂದಲವನ್ನು ತಪ್ಪಿಸಲು ಸಹಾಯ ಮಾಡುತ್ತದೆ.

ನಾವು ವಲಯದ ಲಾಭಾಂಶಕ್ಕಿಂತ ಉತ್ತಮ ಲಾಭಾಂಶವನ್ನು ಪಡೆಯುತ್ತಿದ್ದರೆ, ಅದು ಉತ್ತಮ ಕಾರ್ಯಕ್ಷಮತೆಯಾಗಿದೆ.

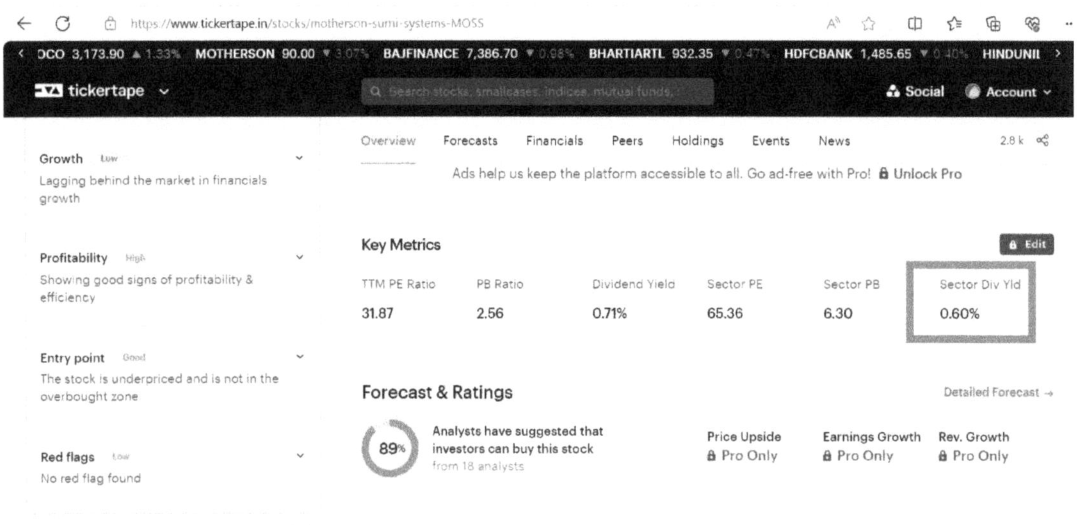

ಅಧ್ಯಾಯ – 16

NIFTY50 ಸೂಚ್ಯಂಕದ ಏರಿಳಿತದ ಮೇಲೆ ಪ್ರಭಾವ ಬೀರುವ ಅಂಶಗಳು ಯಾವುವು?

ನಿಫ್ಟಿ 50 ಸೂಚ್ಯಂಕವು ಭಾರತದ ಜನಪ್ರಿಯ ಷೇರು ಮಾರುಕಟ್ಟೆ ಸೂಚ್ಯಂಕವಾಗಿದ್ದು, ರಾಷ್ಟ್ರೀಯ ಷೇರು ವಿನಿಮಯ ಕೇಂದ್ರದಲ್ಲಿ (ಎನ್‌ಎಸ್‌ಇ) ಪಟ್ಟಿ ಮಾಡಲಾದ 50 ಅತಿದೊಡ್ಡ ಮತ್ತು ಹೆಚ್ಚು ದ್ರವ ಷೇರುಗಳ ಕಾರ್ಯಕ್ಷಮತೆಯನ್ನು ಪ್ರತಿನಿಧಿಸುತ್ತದೆ. ನಿಫ್ಟಿ 50 ಸೂಚ್ಯಂಕದ ಏರಿಳಿತಗಳ ಮೇಲೆ ಹಲವಾರು ಅಂಶಗಳು ಪರಿಣಾಮ ಬೀರಬಹುದು:

ಕಂಪನಿಯ ಗಳಿಕೆ: ನಿಫ್ಟಿ 50 ಸೂಚ್ಯಂಕದಲ್ಲಿ ಪಟ್ಟಿ ಮಾಡಲಾದ ಕಂಪನಿಗಳ ಕಾರ್ಯಕ್ಷಮತೆ ಮತ್ತು ಗಳಿಕೆ ಗಮನಾರ್ಹ ಪರಿಣಾಮ ಬೀರುತ್ತದೆ. ಕಂಪನಿಗಳು ಬಲವಾದ ಗಳಿಕೆಯನ್ನು ವರದಿ ಮಾಡಿದರೆ, ಸೂಚ್ಯಂಕವು ಹೆಚ್ಚಾಗುವ ಸಾಧ್ಯತೆಯಿದೆ, ಮತ್ತು ಇದಕ್ಕೆ ವಿರುದ್ಧವಾಗಿ.

ಆರ್ಥಿಕ ಸೂಚಕಗಳು: ಜಿಡಿಪಿ ಬೆಳವಣಿಗೆ, ಹಣದುಬ್ಬರ ದರಗಳು ಮತ್ತು ಕೈಗಾರಿಕಾ ಉತ್ಪಾದನೆಯಂತಹ ಆರ್ಥಿಕ ಸೂಚಕಗಳು ಹೂಡಿಕೆದಾರರ ಭಾವನೆಯ ಮೇಲೆ ಪ್ರಭಾವ ಬೀರಬಹುದು ಮತ್ತು ಅದರ ಪರಿಣಾಮವಾಗಿ ಷೇರು ಮಾರುಕಟ್ಟೆ ಸೂಚ್ಯಂಕ.

ಬಡ್ಡಿದರಗಳು: ಕೇಂದ್ರೀಯ ಬ್ಯಾಂಕ್ ನೀತಿಗಳು, ವಿಶೇಷವಾಗಿ ಬಡ್ಡಿದರಗಳಲ್ಲಿನ ಬದಲಾವಣೆಗಳು ಷೇರು ಬೆಲೆಗಳ ಮೇಲೆ ಪ್ರಭಾವ ಬೀರಬಹುದು. ಕಡಿಮೆ ಬಡ್ಡಿದರಗಳು ಷೇರುಗಳಲ್ಲಿ ಹೂಡಿಕೆಯನ್ನು ಉತ್ತೇಜಿಸಬಹುದು, ಇದು ಸೂಚ್ಯಂಕದಲ್ಲಿ ಸಂಭಾವ್ಯ ಹೆಚ್ಚಳಕ್ಕೆ ಕಾರಣವಾಗುತ್ತದೆ.

ಜಾಗತಿಕ ಮಾರುಕಟ್ಟೆ ಪ್ರವೃತ್ತಿಗಳು: ಅಂತರರಾಷ್ಟ್ರೀಯ ಮಾರುಕಟ್ಟೆಗಳಲ್ಲಿನ ಘಟನೆಗಳು ಮತ್ತು ಪ್ರವೃತ್ತಿಗಳು, ವಿಶೇಷವಾಗಿ ಪ್ರಮುಖ ಆರ್ಥಿಕತೆಗಳಲ್ಲಿ, ಹೂಡಿಕೆದಾರರ ವಿಶ್ವಾಸ ಮತ್ತು ನಿಫ್ಟಿ 50 ಸೂಚ್ಯಂಕದ ಮೇಲೆ ಪರಿಣಾಮ ಬೀರಬಹುದು. ಜಾಗತಿಕ ಆರ್ಥಿಕ ಕುಸಿತಗಳು ಅಥವಾ ಬಿಕ್ಕಟ್ಟುಗಳು ವಿಶ್ವಾದ್ಯಂತ ಷೇರು ಮಾರುಕಟ್ಟೆಗಳಲ್ಲಿ ಮಾರಾಟವನ್ನು ಪ್ರಚೋದಿಸಬಹುದು.

ಕರೆನ್ಸಿ ಚಲನೆಗಳು: ಇತರ ಪ್ರಮುಖ ಕರೆನ್ಸಿಗಳ ವಿರುದ್ಧ ಭಾರತೀಯ ರೂಪಾಯಿ ಮೌಲ್ಯದಲ್ಲಿನ ಏರಿಳಿತಗಳು ರಫ್ತು ಆಧಾರಿತ ಕಂಪನಿಗಳ ಮೇಲೆ ಪರಿಣಾಮ ಬೀರಬಹುದು, ಇದು ಅವರ ಷೇರು ಬೆಲೆಗಳ ಮೇಲೆ ಪರಿಣಾಮ ಬೀರುತ್ತದೆ ಮತ್ತು ಸೂಚ್ಯಂಕದ ಮೇಲೆ ಪರಿಣಾಮ ಬೀರುತ್ತದೆ.

ಸರ್ಕಾರದ ನೀತಿಗಳು: ಆರ್ಥಿಕ ನೀತಿಗಳು, ಬಜೆಟ್ ಘೋಷಣೆಗಳು ಮತ್ತು ಸರ್ಕಾರ ಪ್ರಾರಂಭಿಸಿದ ಸುಧಾರಣೆಗಳು ಮಾರುಕಟ್ಟೆಯ ಭಾವನೆಯ ಮೇಲೆ ಗಮನಾರ್ಹವಾಗಿ ಪ್ರಭಾವ ಬೀರಬಹುದು ಮತ್ತು ಸೂಚ್ಯಂಕದ ಮೇಲೆ ಪರಿಣಾಮ ಬೀರಬಹುದು.

ಕಾರ್ಪೊರೇಟ್ ಘಟನೆಗಳು: ವಿಲೀನಗಳು, ಸ್ವಾಧೀನಗಳು, ಸ್ಟಾಕ್ ವಿಭಜನೆಗಳು, ಲಾಭಾಂಶಗಳು ಮತ್ತು ಬೋನಸ್ ಸಮಸ್ಯೆಗಳಂತಹ ಘಟನೆಗಳು ವೈಯಕ್ತಿಕ ಷೇರು ಬೆಲೆಗಳಲ್ಲಿ ಏರಿಳಿತಗಳಿಗೆ ಕಾರಣವಾಗಬಹುದು, ಇದು ಒಟ್ಟಾರೆ ಸೂಚ್ಯಂಕದ ಮೇಲೆ ಪರಿಣಾಮ ಬೀರುತ್ತದೆ.

ಮಾರುಕಟ್ಟೆ ಊಹಾಪೋಹ ಮತ್ತು ಭಾವನೆ: ಹೂಡಿಕೆದಾರರ ಭಾವನೆ, ಗ್ರಹಿಕೆಗಳು ಮತ್ತು ಮಾರುಕಟ್ಟೆ ಊಹಾಪೋಹಗಳು ಷೇರು ಬೆಲೆಗಳಲ್ಲಿ ಮತ್ತು ಅದರ ಪರಿಣಾಮವಾಗಿ ಸೂಚ್ಯಂಕದಲ್ಲಿ ಅಲ್ಪಾವಧಿಯ ಏರಿಳಿತಗಳಿಗೆ ಕಾರಣವಾಗಬಹುದು.

ಸರಕುಗಳ ಬೆಲೆಗಳು: ತೈಲ ಮತ್ತು ಚಿನ್ನದಂತಹ ಸರಕುಗಳ ಬೆಲೆಗಳು ಸಂಬಂಧಿತ ಕೈಗಾರಿಕೆಗಳಲ್ಲಿ ತೊಡಗಿರುವ ಕಂಪನಿಗಳ ಮೇಲೆ ಪರಿಣಾಮ ಬೀರಬಹುದು, ಅವರ ಸ್ಟಾಕ್ ಬೆಲೆಗಳು ಮತ್ತು ಸೂಚ್ಯಂಕದ ಮೇಲೆ ಪರಿಣಾಮ ಬೀರಬಹುದು.

ಭೌಗೋಳಿಕ ರಾಜಕೀಯ ಘಟನೆಗಳು: ರಾಜಕೀಯ ಉದ್ವಿಗ್ನತೆಗಳು, ಸಂಘರ್ಷಗಳು ಮತ್ತು ಭೌಗೋಳಿಕ ರಾಜಕೀಯ ಘಟನೆಗಳು ಮಾರುಕಟ್ಟೆಯಲ್ಲಿ ಅನಿಶ್ಚಿತತೆಯನ್ನು ಸೃಷ್ಟಿಸಬಹುದು, ಇದು ಷೇರು ಬೆಲೆಗಳಲ್ಲಿ ಏರಿಳಿತಗಳಿಗೆ ಕಾರಣವಾಗುತ್ತದೆ.

ಲಿಕ್ವಿಡಿಟಿ ಮತ್ತು ಟ್ರೇಡಿಂಗ್ ಪರಿಮಾಣಗಳು: ಹೆಚ್ಚಿನ ದ್ರವ್ಯತೆ ಮತ್ತು ವ್ಯಾಪಾರ ಪರಿಮಾಣಗಳು ಸಾಮಾನ್ಯವಾಗಿ ಸುಗಮ ಬೆಲೆ ಚಲನೆಗೆ ಕಾರಣವಾಗುತ್ತವೆ. ಕಡಿಮೆ ದ್ರವ್ಯತೆಯು ಹೆಚ್ಚಿನ ಚಂಚಲತೆ ಮತ್ತು ತೀಕ್ಷ್ಣವಾದ ಬೆಲೆ ಏರಿಳಿತಗಳಿಗೆ ಕಾರಣವಾಗಬಹುದು.

ನಿಯಂತ್ರಕ ಬದಲಾವಣೆಗಳು: ಮಾರುಕಟ್ಟೆ ನಿಯಮಗಳು, ತೆರಿಗೆ ನೀತಿಗಳು ಅಥವಾ ವ್ಯಾಪಾರ ನಿಯಮಗಳಲ್ಲಿನ ಬದಲಾವಣೆಗಳು ಹೂಡಿಕೆದಾರರ ನಡವಳಿಕೆಯ ಮೇಲೆ ಪರಿಣಾಮ ಬೀರಬಹುದು ಮತ್ತು ಸೂಚ್ಯಂಕದ ಮೇಲೆ ಪ್ರಭಾವ ಬೀರಬಹುದು.

ಈ ಅಂಶಗಳು ಪರಸ್ಪರ ಸಂಬಂಧ ಹೊಂದಿವೆ ಮತ್ತು ಪರಸ್ಪರ ಪ್ರಭಾವ ಬೀರಬಹುದು ಎಂಬುದನ್ನು ಗಮನಿಸುವುದು ಮುಖ್ಯ. ಹೆಚ್ಚುವರಿಯಾಗಿ, ನಿಫ್ಟಿ 50 ಸೂಚ್ಯಂಕದ ಏರಿಳಿತಗಳನ್ನು ನಿರ್ಧರಿಸುವಲ್ಲಿ ಮಾರುಕಟ್ಟೆ ಡೈನಾಮಿಕ್ಸ್ ಮತ್ತು ಹೂಡಿಕೆದಾರರ ನಡವಳಿಕೆ ಸಹ ನಿರ್ಣಾಯಕ ಪಾತ್ರ ವಹಿಸುತ್ತದೆ. ಹೂಡಿಕೆ ನಿರ್ಧಾರಗಳನ್ನು ತೆಗೆದುಕೊಳ್ಳುವ ಮೊದಲು ಹೂಡಿಕೆದಾರರು ಈ ಅಂಶಗಳು ಮತ್ತು ಮಾರುಕಟ್ಟೆ ಪರಿಸ್ಥಿತಿಗಳನ್ನು ಎಚ್ಚರಿಕೆಯಿಂದ ವಿಶ್ಲೇಷಿಸಬೇಕು.

ಈವೆಂಟ್ ಗಳಲ್ಲಿ ನಿಮ್ಮ ವ್ಯಾಪಾರ ಖಾತೆಯಲ್ಲಿ ನೀವು ಕೆಳಗಿನ ಪುಟಗಳನ್ನು ನೋಡುತ್ತೀರಿ.

Nifty 50 Index
Index · Nifty — Details
Overview | Events

Upcoming

	Expected On
Cumulative Ind. Output* (Prior Value: 6.1% | Current Value: -)	Nov 10, 2023
Industrial Output YY* (Prior Value: 10.3% | Current Value: -)	Nov 10, 2023
Manufacturing Output* (Prior Value: 9.3% | Current Value: -)	Nov 10, 2023
FX Reserves, USD* (Prior Value: 586.11B USD | Current Value: -)	Nov 10, 2023
CPI Inflation YY* (Prior Value: 5.02% | Current Value: -)	Nov 13, 2023
WPI Food Index* (Prior Value: 1.54% | Current Value: -)	Nov 14, 2023
WPI Food Articles YY* (Prior Value: 3.35% | Current Value: -)	Nov 14, 2023

Nifty 50 Index
Index · Nifty — Details
Overview | Events

Upcoming

	Expected On
CPI Inflation YY* (Prior Value: 4.87% | Current Value: -)	Dec 12, 2023
Cumulative Ind. Output* (Prior Value: 6% | Current Value: -)	Dec 12, 2023
Industrial Output YY* (Prior Value: 5.8% | Current Value: -)	Dec 12, 2023
Manufacturing Output* (Prior Value: 4.5% | Current Value: -)	Dec 12, 2023
M3 Money Supply* (Prior Value: 11.2% | Current Value: -)	Dec 13, 2023
WPI Food Index* (Prior Value: 1.07% | Current Value: -)	Dec 14, 2023
WPI Food Articles YY* (Prior Value: 2.53% | Current Value: -)	Dec 14, 2023

ಅಧ್ಯಾಯ - 17

ಮಾರುಕಟ್ಟೆ ಚಂಚಲತೆ (ಏರಿಳಿತ)

ಎತ್ತುಗಳು:

ಅರ್ಥ: ಬುಲ್ಸ್ ಎಂದರೆ ಮಾರುಕಟ್ಟೆಯ ಭವಿಷ್ಯದ ಕಾರ್ಯಕ್ಷಮತೆಯ ಬಗ್ಗೆ ಆಶಾವಾದಿಯಾಗಿರುವ ಹೂಡಿಕೆದಾರರು ಅಥವಾ ಮಾರುಕಟ್ಟೆ ಭಾಗವಹಿಸುವವರನ್ನು ಸೂಚಿಸುತ್ತದೆ. ಸ್ಟಾಕ್ ಗಳು ಅಥವಾ ಇತರ ಸ್ವತ್ತುಗಳ ಬೆಲೆಗಳು ಹೆಚ್ಚಾಗುತ್ತವೆ ಅಥವಾ ಹೆಚ್ಚಾಗುವ ನಿರೀಕ್ಷೆಯಿದೆ ಎಂದು ಅವರು ನಂಬುತ್ತಾರೆ.

ವರ್ತನೆ: ಬುಲಿಷ್ ಹೂಡಿಕೆದಾರರು ಸಾಮಾನ್ಯವಾಗಿ ಷೇರುಗಳನ್ನು ಖರೀದಿಸುತ್ತಾರೆ, ಅವುಗಳ ಮೌಲ್ಯ ಹೆಚ್ಚಾಗುತ್ತದೆ ಎಂದು ನಿರೀಕ್ಷಿಸುತ್ತಾರೆ. ಅವರು ಮಾರುಕಟ್ಟೆಯ ಮೇಲ್ಮುಖ ಪ್ರವೃತ್ತಿಯಲ್ಲಿ ವಿಶ್ವಾಸವನ್ನು ಹೊಂದಿದ್ದಾರೆ ಮತ್ತು ಆರ್ಥಿಕತೆಯ ಭವಿಷ್ಯದ ಬಗ್ಗೆ ಸಕಾರಾತ್ಮಕವಾಗಿದ್ದಾರೆ. ಬುಲ್ ಮಾರುಕಟ್ಟೆಗಳು ಹೆಚ್ಚುತ್ತಿರುವ ಷೇರು ಬೆಲೆಗಳು ಮತ್ತು ಹೂಡಿಕೆದಾರರಲ್ಲಿ ಒಟ್ಟಾರೆ ಆಶಾವಾದದಿಂದ ನಿರೂಪಿಸಲ್ಪಟ್ಟಿವೆ.

ಕರಡಿಗಳು:

ಅರ್ಥ: ಮತ್ತೊಂದೆಡೆ, ಕರಡಿಗಳು ಮಾರುಕಟ್ಟೆಯ ಭವಿಷ್ಯದ ಕಾರ್ಯಕ್ಷಮತೆಯ ಬಗ್ಗೆ ನಿರಾಶಾವಾದಿಗಳಾಗಿರುವ ಹೂಡಿಕೆದಾರರನ್ನು ಪ್ರತಿನಿಧಿಸುತ್ತವೆ. ಸ್ಟಾಕ್ ಗಳು ಅಥವಾ ಇತರ ಸ್ವತ್ತುಗಳ ಬೆಲೆಗಳು ಕುಸಿಯುತ್ತವೆ ಅಥವಾ ಕುಸಿಯುವ ನಿರೀಕ್ಷೆಯಿದೆ ಎಂದು ಅವರು ನಂಬುತ್ತಾರೆ.

ವರ್ತನೆ: ಬೇರಿಷ್ ಹೂಡಿಕೆದಾರರು ಸಾಮಾನ್ಯವಾಗಿ ಷೇರುಗಳನ್ನು ಮಾರಾಟ ಮಾಡುತ್ತಾರೆ ಅಥವಾ ಕಡಿಮೆ ಮಾರಾಟದಂತಹ ಕುಸಿಯುತ್ತಿರುವ ಬೆಲೆಗಳಿಂದ ಲಾಭ ಪಡೆಯಲು ತಂತ್ರಗಳನ್ನು ಅಳವಡಿಸಿಕೊಳ್ಳುತ್ತಾರೆ. ಅವರು ಮಾರುಕಟ್ಟೆಯಲ್ಲಿ ನಕಾರಾತ್ಮಕ ದೃಷ್ಟಿಕೋನವನ್ನು ಹೊಂದಿದ್ದಾರೆ ಮತ್ತು ಆರ್ಥಿಕ ಸವಾಲುಗಳು ಅಥವಾ ಕುಸಿತವನ್ನು ನಿರೀಕ್ಷಿಸಬಹುದು. ಕರಡಿ ಮಾರುಕಟ್ಟೆಗಳು ಷೇರು ಬೆಲೆಗಳ ಕುಸಿತ ಮತ್ತು ಹೂಡಿಕೆದಾರರಲ್ಲಿ ಒಟ್ಟಾರೆ ನಿರಾಶಾವಾದದಿಂದ ನಿರೂಪಿಸಲ್ಪಟ್ಟಿವೆ.

ಚಂಚಲತೆಯ ಸಮಯದಲ್ಲಿ ಎತ್ತುಗಳು ಮತ್ತು ಕರಡಿಗಳು ಕ್ರಿಯೆಗಳನ್ನು ಮಾಡುತ್ತವೆ

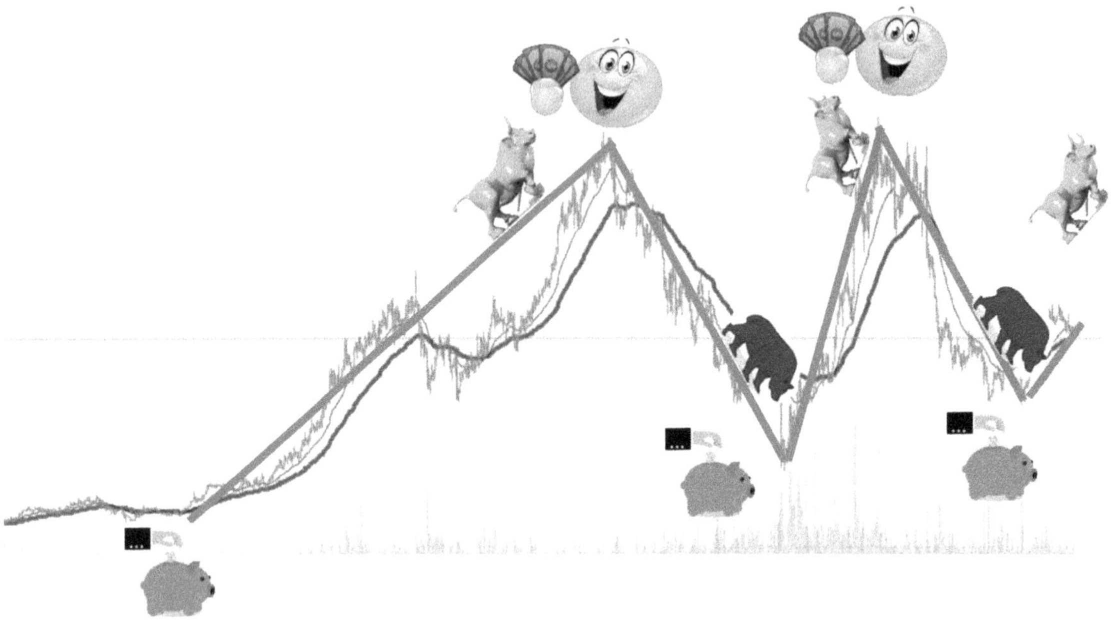

ಎತ್ತುಗಳು:

ಯಾವಾಗಲೂ ಬೆಲೆಯನ್ನು ಹೆಚ್ಚಿಸುತ್ತದೆ - ಹೂಡಿಕೆಯ ಮೇಲೆ ಲಾಭವನ್ನು ಪಡೆಯಲು ನಮಗೆ ಎತ್ತುಗಳು ಬೇಕು.

ಕರಡಿಗಳು:

ಯಾವಾಗಲೂ ಬೆಲೆಯನ್ನು ಕಡಿಮೆ ಮಾಡುತ್ತದೆ - ಹೂಡಿಕೆಗೆ ಅವಕಾಶವನ್ನು ಪಡೆಯಲು ನಮಗೆ ಕರಡಿಗಳು ಬೇಕು.

ಹೂಡಿಕೆಯ ಮೇಲೆ ಲಾಭವನ್ನು ಪಡೆಯಲು ನಮಗೆ ಬುಲ್ಸ್ ಮತ್ತು ಕರಡಿಗಳೆರಡೂ ಬೇಕು.

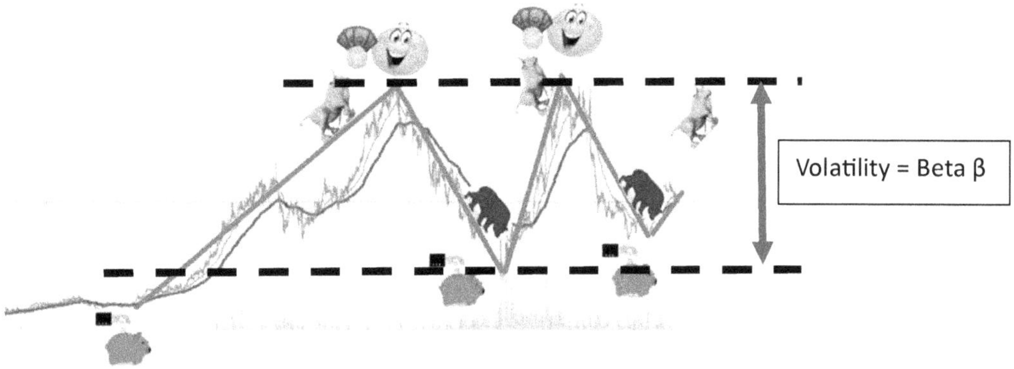

ಷೇರು ಮಾರುಕಟ್ಟೆಯಲ್ಲಿನ ಚಂಚಲತೆಯು ಕಾಲಾನಂತರದಲ್ಲಿ ವ್ಯಾಪಾರ ಬೆಲೆ ಸರಣಿಯ ವ್ಯತ್ಯಾಸದ ಮಟ್ಟವನ್ನು ಸೂಚಿಸುತ್ತದೆ. ಇದು ಸ್ಟಾಕ್ ಅಥವಾ ಸೂಚ್ಯಂಕದಂತಹ ಹಣಕಾಸು ಸಾಧನದ ಬೆಲೆ ಎಷ್ಟು ಏರಿಳಿತಗೊಳ್ಳುತ್ತದೆ ಎಂಬುದರ ಅಳತೆಯಾಗಿದೆ. ಚಂಚಲತೆಯನ್ನು ಸಾಮಾನ್ಯವಾಗಿ ಶೇಕಡಾವಾರು ರೂಪದಲ್ಲಿ ವ್ಯಕ್ತಪಡಿಸಲಾಗುತ್ತದೆ ಮತ್ತು ಪ್ರಮಾಣಿತ ವಿಚಲನೆ ಅಥವಾ ಸರಾಸರಿ ನಿಜವಾದ ಶ್ರೇಣಿಯಂತಹ ವಿವಿಧ ವಿಧಾನಗಳನ್ನು ಬಳಸಿಕೊಂಡು ಲೆಕ್ಕಹಾಕಬಹುದು.

ಹೂಡಿಕೆ ನಿರ್ಧಾರಕ್ಕಾಗಿ
ಭಾರತೀಯ ಮಾರುಕಟ್ಟೆಯ
ಚಂಚಲತೆಯ ಬಗ್ಗೆ
ಮಾಹಿತಿಯನ್ನು ನಾವು ಎಲ್ಲಿ
ಕಾಣಬಹುದು?

ಚಂಚಲತೆ ಸೂಚ್ಯಂಕ (VIX):
"ಭಯ ಸೂಚ್ಯಂಕ" ಎಂದು ಕರೆಯಲ್ಪಡುವ ವಿಐಎಕ್ಸ್ ಭವಿಷ್ಯದ ಚಂಚಲತೆಗಾಗಿ ಮಾರುಕಟ್ಟೆ ನಿರೀಕ್ಷೆಗಳನ್ನು ಅಳೆಯುತ್ತದೆ. ಇದನ್ನು ಸೂಚ್ಯಂಕದಲ್ಲಿನ ಆಯ್ಕೆಗಳ ಬೆಲೆಗಳಿಂದ ಪಡೆಯಲಾಗುತ್ತದೆ.

ವ್ಯಾಪಾರದ ಮೇಲೆ ಪರಿಣಾಮ:
ಹೆಚ್ಚಿನ ಚಂಚಲತೆಯು ವ್ಯಾಪಾರಿಗಳಿಗೆ ಅವಕಾಶಗಳನ್ನು ಒದಗಿಸುತ್ತದೆ, ಏಕೆಂದರೆ ಬೆಲೆ ಏರಿಳಿತಗಳು ಲಾಭದ ಅವಕಾಶಗಳನ್ನು ನೀಡಬಹುದು.

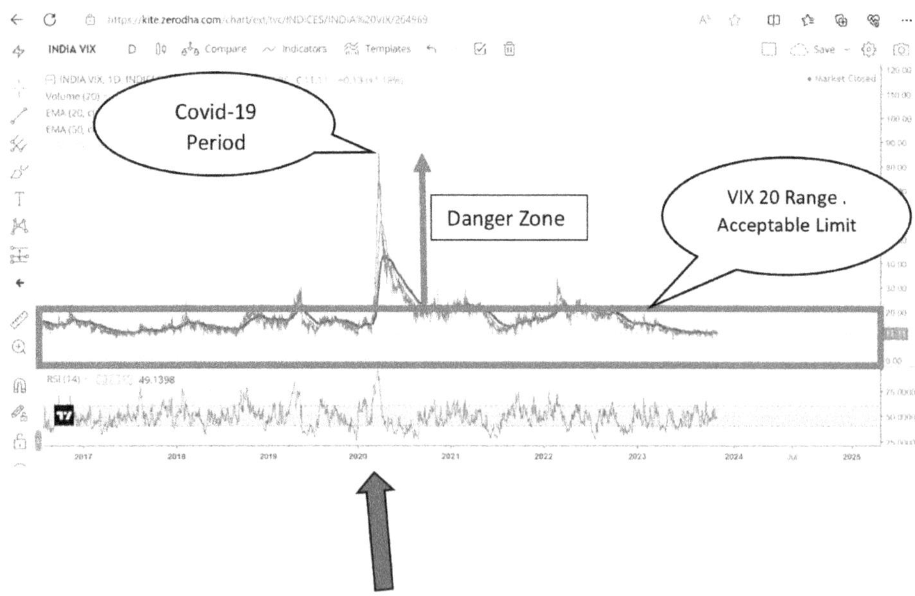

2020 ರಲ್ಲಿ ಕೋವಿಡ್ ಅವಧಿಯಲ್ಲಿ ಆವಿಷ್ಕರಿಸಿದ ಹೂಡಿಕೆದಾರರು ಹೂಡಿಕೆಯ ಮೇಲೆ ಭಾರಿ ಲಾಭವನ್ನು ಪಡೆದಿದ್ದಾರೆ.
ಮೇಲಿನ ಚಾರ್ಟ್ ಕಳೆದ ದಶಕದಲ್ಲಿ ಭಾರತ ವಿಐಎಕ್ಸ್ ಪ್ರವೃತ್ತಿಗಳನ್ನು ವಿವರಿಸುತ್ತದೆ. 2020 ರ ಮಾರ್ಚ್-ಏಪ್ರಿಲ್‌ನಲ್ಲಿ ಕೋವಿಡ್ -19 ಬಿಕ್ಕಟ್ಟಿನಿಂದ ಪ್ರಚೋದಿಸಲ್ಪಟ್ಟ ಜಾಗತಿಕ ಕ್ರಾಂತಿಯ ಮಧ್ಯೆ, ವಿಶ್ವಾದ್ಯಂತ ಹಣಕಾಸು ಮಾರುಕಟ್ಟೆಗಳು ತೀವ್ರ ಚಂಚಲತೆಯನ್ನು ಅನುಭವಿಸಿದವು. ಪ್ರಮುಖ ಜಾಗತಿಕ ಸೂಚ್ಯಂಕಗಳು ತಮ್ಮ ಇತ್ತೀಚಿನ ಗರಿಷ್ಠ ಮಟ್ಟದಿಂದ ಸುಮಾರು 35% ರಷ್ಟು ಕುಸಿದವು ಮತ್ತು ಭಾರತೀಯ ಈಕ್ವಿಟಿ ಮಾರುಕಟ್ಟೆಯೂ ಇದಕ್ಕೆ ಹೊರತಾಗಿಲ್ಲ. ಆ ನಿರ್ಣಾಯಕ ದಿನಗಳಲ್ಲಿ ಅಭೂತಪೂರ್ವ ಮಟ್ಟದ ಚಂಚಲತೆಯನ್ನು ಎದುರಿಸಿದ ಇಂಡಿಯಾ ವಿಐಕ್ಸ್ ದಾಖಲೆಯ ಗರಿಷ್ಠ ಮಟ್ಟಕ್ಕೆ ಏರಿತು, 90 ಮಟ್ಟವನ್ನು ತಲುಪಿತು.

ತೀರ್ಮಾನ
ವಿಐಎಕ್ಸ್ 20 ಕ್ಕಿಂತ ಹೆಚ್ಚಿದ್ದರೆ ಮಾರುಕಟ್ಟೆ ಹೆಚ್ಚು ಅಸ್ಥಿರವಾಗಿರುತ್ತದೆ. ಹೂಡಿಕೆ ಪೋರ್ಟ್ಫೋಲಿಯೊ ಹೆಚ್ಚು ಏರಿಳಿತಗೊಳ್ಳುತ್ತದೆ. ಅಲ್ಪಾವಧಿಯ ಹೂಡಿಕೆದಾರರು ಹೆಚ್ಚು ಜಾಗರೂಕರಾಗಿರಬೇಕು. ಚಂಚಲತೆ ನಿರಂತರವಲ್ಲದ ಕಾರಣ ದೀರ್ಘಕಾಲೀನ ಹೂಡಿಕೆದಾರರು ಚಿಂತಿಸಬೇಕಾಗಿಲ್ಲ.
VIX ಹಂತ 20 ಸ್ವೀಕಾರಾರ್ಹ ಶ್ರೇಣಿಯಾಗಿದೆ.

ಅಧ್ಯಾಯ -18

ಲೇಖಕ ಒದುಗ

ಪ್ರಸಕ್ತ ವಾರ ಮತ್ತು ಪ್ರಸಕ್ತ ತಿಂಗಳಲ್ಲಿ ಹೂಡಿಕೆ ನಿರ್ಧಾರಕ್ಕಾಗಿ ಭಾರತೀಯ ಮಾರುಕಟ್ಟೆಯ ಚಂಚಲತೆಯ ಬಗ್ಗೆ ಮಾಹಿತಿಯನ್ನು ನಾವು ಎಲ್ಲಿ ಕಾಣಬಹುದು?

ಲೇಖಕ ಒದುಗ

ಮಾರುಕಟ್ಟೆ ಮನಸ್ಥಿತಿ ಸೂಚ್ಯಂಕವು ಸಾಮಾನ್ಯವಾಗಿ ಮಾರುಕಟ್ಟೆ ಭಾಗವಹಿಸುವವರ ಒಟ್ಟಾರೆ ಭಾವನೆ ಅಥವಾ ಮನಸ್ಥಿತಿಯನ್ನು ಪ್ರತಿಬಿಂಬಿಸುತ್ತದೆ. ಈ ಭಾವನೆಯು ಆರ್ಥಿಕ ದತ್ತಾಂಶ, ಭೌಗೋಳಿಕ ರಾಜಕೀಯ ಘಟನೆಗಳು, ಕಾರ್ಪೊರೇಟ್ ಗಳಿಕೆ ವರದಿಗಳು ಮತ್ತು ಇತರ ಮಾರುಕಟ್ಟೆ ಸಂಬಂಧಿತ ಸುದ್ದಿಗಳು ಸೇರಿದಂತೆ ವಿವಿಧ ಅಂಶಗಳಿಂದ ಪ್ರಭಾವಿತವಾಗಬಹುದು. ವ್ಯಾಪಾರಿಗಳು ಮತ್ತು ಹೂಡಿಕೆದಾರರು ತಮ್ಮ ನಿರ್ಧಾರ ತೆಗೆದುಕೊಳ್ಳುವ ಪ್ರಕ್ರಿಯೆಯ ಭಾಗವಾಗಿ ಮಾರುಕಟ್ಟೆಯ ಭಾವನೆಯನ್ನು ಅಳೆಯಲು ಭಾವನೆ ಸೂಚಕಗಳನ್ನು ಹೆಚ್ಚಾಗಿ ಬಳಸುತ್ತಾರೆ.

ದೈನಂದಿನ ಮಾರುಕಟ್ಟೆ ಮನಸ್ಥಿತಿಯನ್ನು ತಿಳಿಯಲು ನೀವು ಕೆಳಗಿನ ವೆಬ್ಸೈಟ್ ಅನ್ನು ಅನುಸರಿಸಬಹುದು. ಇದು ಸಾಮೂಹಿಕವಾಗಿ ಮಾರುಕಟ್ಟೆಯಲ್ಲಿ ಹೋಗುವ ಕೆಲವು ಕಲ್ಪನೆಯನ್ನು ನೀಡುತ್ತದೆ.

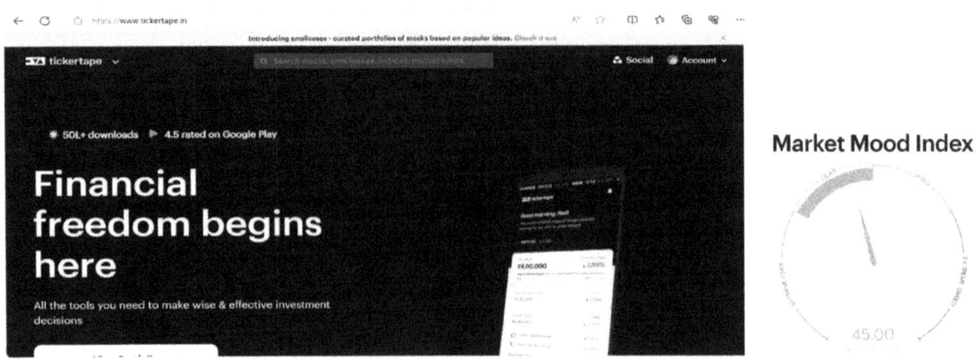

ಅಧ್ಯಾಯ – 19

ತಾಂತ್ರಿಕ ವಿಶ್ಲೇಷಣೆ ಎಂದರೇನು? ಹೂಡಿಕೆ ನಿರ್ಧಾರಕ್ಕೆ ಮೊದಲು ಸ್ಟಾಕ್ ಅನ್ನು ವಿಶ್ಲೇಷಿಸಲು ನೀವು ಬಳಸುವ ಎಲ್ಲಾ ತಾಂತ್ರಿಕ ವಿಶ್ಲೇಷಣೆ ಸಾಧನಗಳನ್ನು ದಯವಿಟ್ಟು ವಿವರಿಸಿ.

ತಾಂತ್ರಿಕ ವಿಶ್ಲೇಷಣೆಯು ಹಿಂದಿನ ಬೆಲೆಗಳು ಮತ್ತು ವ್ಯಾಪಾರ ಪರಿಮಾಣದಂತಹ ಮಾರುಕಟ್ಟೆ ಚಟುವಟಿಕೆಯಿಂದ ಉತ್ಪತ್ತಿಯಾದ ಅಂಕಿಅಂಶಗಳನ್ನು ವಿಶ್ಲೇಷಿಸುವ ಮೂಲಕ ಸೆಕ್ಯುರಿಟಿಗಳನ್ನು ಮೌಲ್ಯಮಾಪನ ಮಾಡುವ ಒಂದು ವಿಧಾನವಾಗಿದೆ. ಕಂಪನಿಯ ಆರ್ಥಿಕ ಕಾರ್ಯಕ್ಷಮತೆ ಮತ್ತು ವ್ಯವಹಾರದ ಭವಿಷ್ಯವನ್ನು ನೋಡುವ ಮೂಲಭೂತ ವಿಶ್ಲೇಷಣೆಗಿಂತ ಭಿನ್ನವಾಗಿ, ತಾಂತ್ರಿಕ ವಿಶ್ಲೇಷಣೆಯು ಪ್ರಾಥಮಿಕವಾಗಿ ಬೆಲೆ ಮತ್ತು ಪರಿಮಾಣ ಡೇಟಾದ ಮೇಲೆ ಕೇಂದ್ರೀಕರಿಸುತ್ತದೆ.

ಅಲ್ಪಾವಧಿಯ ಹೂಡಿಕೆಗಾಗಿ - ತಾಂತ್ರಿಕ ವಿಶ್ಲೇಷಣೆಯನ್ನು ಬಳಸಲಾಗುತ್ತದೆ - ಮುಖ್ಯವಾಗಿ ಬೆಲೆ ಕ್ರಮಕ್ಕಾಗಿ.

ನಾನು ಬಳಸುವ ಎಲ್ಲಾ ತಾಂತ್ರಿಕ ವಿಶ್ಲೇಷಣೆ ಸಾಧನಗಳನ್ನು ಕೆಳಗೆ ವಿವರಿಸಿದ್ದೇನೆ. ನೀವು ಹಂತ ಹಂತವಾಗಿ ಎಲ್ಲಾ ತಾಂತ್ರಿಕ ವಿಶ್ಲೇಷಣೆಯನ್ನು ಕಲಿಯುವಿರಿ.

ಷೇರು ಮಾರುಕಟ್ಟೆ ನಿರ್ದೇಶನಗಳು

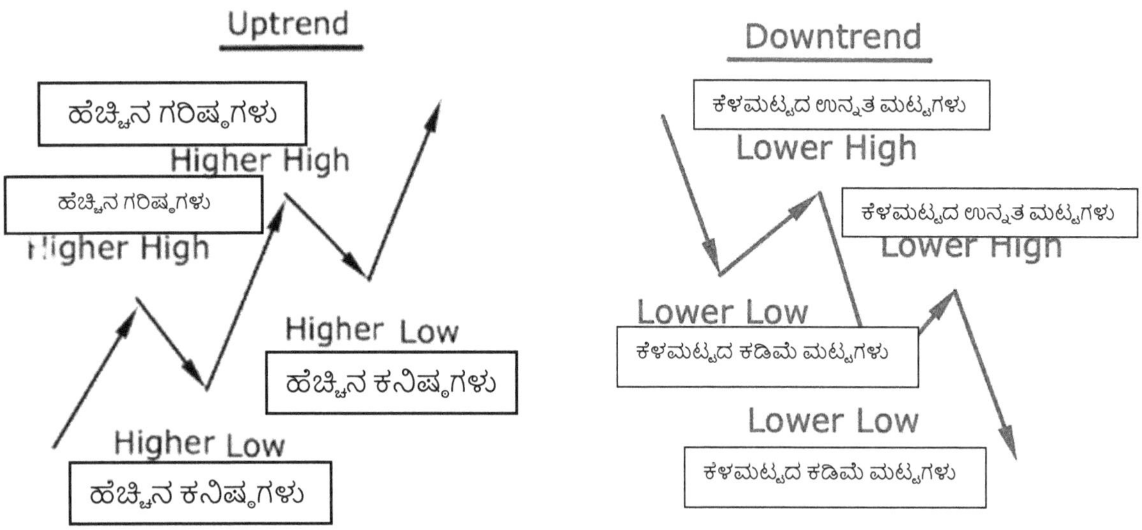

ಷೇರು ಮಾರುಕಟ್ಟೆಯಲ್ಲಿ, ಏರಿಳಿತ ಮತ್ತು ಡೌನ್ ಟ್ರೆಂಡ್ ಸ್ಟಾಕ್ ಗಳಂತಹ ಹಣಕಾಸು ಸಾಧನದ ಬೆಲೆಗಳು ಚಲಿಸುವ ಸಾಮಾನ್ಯ ದಿಕ್ಕನ್ನು ಸೂಚಿಸುತ್ತದೆ. ಹೂಡಿಕೆದಾರರು ಮತ್ತು ವ್ಯಾಪಾರಿಗಳಿಗೆ ಸಂಭಾವ್ಯ ಅವಕಾಶಗಳನ್ನು ಗುರುತಿಸಲು ಮತ್ತು ತಿಳುವಳಿಕೆಯುಳ್ಳ ನಿರ್ಧಾರಗಳನ್ನು ತೆಗೆದುಕೊಳ್ಳಲು ಸಹಾಯ ಮಾಡಲು ತಾಂತ್ರಿಕ ವಿಶ್ಲೇಷಣೆಯಲ್ಲಿ ಸಾಮಾನ್ಯವಾಗಿ ಬಳಸುವ ಪರಿಕಲ್ಪನೆಗಳಾಗಿವೆ. ಎರಡೂ ಪ್ರವೃತ್ತಿಗಳ ವಿವರಣೆ ಇಲ್ಲಿದೆ:

ಮೇಲಿನ ದಿಕ್ಕು

1. ಕಾಲಾನಂತರದಲ್ಲಿ ಹಣಕಾಸು ಸಾಧನದ ಬೆಲೆಯಲ್ಲಿ ಹೆಚ್ಚಿನ ಏರಿಳಿತಗಳು ಮತ್ತು ಹೆಚ್ಚಿನ ಕುಸಿತಗಳ ಸರಣಿಯಿಂದ ಏರಿಳಿತವು ನಿರೂಪಿಸಲ್ಪಟ್ಟಿದೆ.
2. ಹೆಚ್ಚಿನ ಗರಿಷ್ಠಗಳು: ಬೆಲೆಯ ಪ್ರತಿ ಗರಿಷ್ಠ ಅಥವಾ ಉನ್ನತ ಹಂತವು ಹಿಂದಿನ ಗರಿಷ್ಠಕ್ಕಿಂತ ಹೆಚ್ಚಾಗಿದೆ.
3. ಹೆಚ್ಚಿನ ಕನಿಷ್ಠಗಳು: ಬೆಲೆಯ ಪ್ರತಿ ತೊಟ್ಟಿ ಅಥವಾ ಕಡಿಮೆ ಬಿಂದುವು ಹಿಂದಿನ ಕನಿಷ್ಠಕ್ಕಿಂತ ಹೆಚ್ಚಾಗಿದೆ.
4. ಅಪ್ ಟ್ರೆಂಡ್ ನಲ್ಲಿ, ಖರೀದಿದಾರರು ನಿಯಂತ್ರಣದಲ್ಲಿದ್ದಾರೆ, ಮತ್ತು ಮಾರುಕಟ್ಟೆ ಭಾಗವಹಿಸುವವರಲ್ಲಿ ಸಾಮಾನ್ಯವಾಗಿ ಆಶಾವಾದ ಮತ್ತು ಸಕಾರಾತ್ಮಕ ಭಾವನೆ ಇರುತ್ತದೆ.
5. ಅಪ್ ಟ್ರೆಂಡ್ ಗಳು ಸಾಮಾನ್ಯವಾಗಿ ಆರ್ಥಿಕ ಬೆಳವಣಿಗೆ ಮತ್ತು ಸಕಾರಾತ್ಮಕ ಕಂಪನಿಯ ಕಾರ್ಯಕ್ಷಮತೆಯ ಅವಧಿಗಳೊಂದಿಗೆ ಸಂಬಂಧ ಹೊಂದಿವೆ.

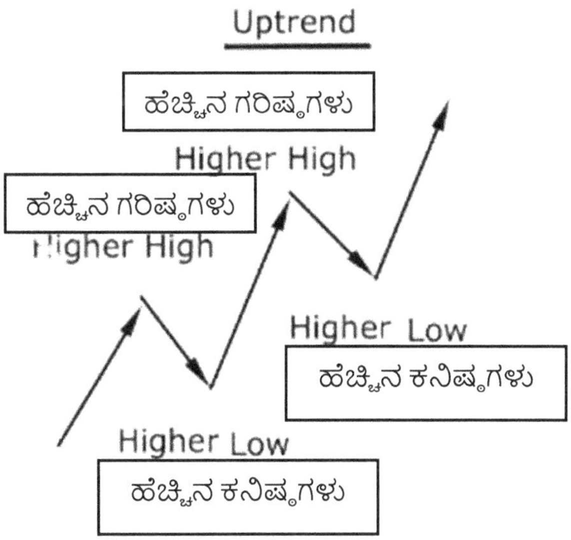

ಕೆಳ ದಿಕ್ಕುಗಳು:

- ಕಾಲಾನಂತರದಲ್ಲಿ ಹಣಕಾಸು ಸಾಧನದ ಬೆಲೆಯಲ್ಲಿ ಕಡಿಮೆ ಏರಿಳಿತಗಳು ಮತ್ತು ಕಡಿಮೆ ಏರಿಳಿತಗಳ ಸರಣಿಯಿಂದ ಡೌನ್ ಟ್ರೆಂಡ್ ಅನ್ನು ನಿರೂಪಿಸಲಾಗುತ್ತದೆ.
- ಕಡಿಮೆ ಗರಿಷ್ಠ: ಬೆಲೆಯ ಪ್ರತಿ ಗರಿಷ್ಠ ಅಥವಾ ಗರಿಷ್ಠ ಬಿಂದು ಹಿಂದಿನ ಗರಿಷ್ಠಕ್ಕಿಂತ ಕಡಿಮೆ ಇರುತ್ತದೆ.
- ಕಡಿಮೆ ಕುಸಿತ: ಬೆಲೆಯ ಪ್ರತಿ ತೊಟ್ಟಿ ಅಥವಾ ಕಡಿಮೆ ಬಿಂದು ಹಿಂದಿನ ಕನಿಷ್ಠಕ್ಕಿಂತ ಕಡಿಮೆ ಇರುತ್ತದೆ.
- ಡೌನ್ ಟ್ರೆಂಡ್ ನಲ್ಲಿ, ಮಾರಾಟಗಾರರು ನಿಯಂತ್ರಣದಲ್ಲಿರುತ್ತಾರೆ, ಮತ್ತು ಮಾರುಕಟ್ಟೆ ಭಾಗವಹಿಸುವವರಲ್ಲಿ ಸಾಮಾನ್ಯವಾಗಿ ನಿರಾಶಾವಾದ ಮತ್ತು ನಕಾರಾತ್ಮಕ ಭಾವನೆಯ ಭಾವನೆ ಇರುತ್ತದೆ.
- ಡೌನ್ ಟ್ರೆಂಡ್ ಗಳು ಹೆಚ್ಚಾಗಿ ಆರ್ಥಿಕ ಸಂಕೋಚನ ಮತ್ತು ಕಳಪೆ ಕಂಪನಿಯ ಕಾರ್ಯಕ್ಷಮತೆಯ ಅವಧಿಗಳೊಂದಿಗೆ ಸಂಬಂಧ ಹೊಂದಿವೆ.

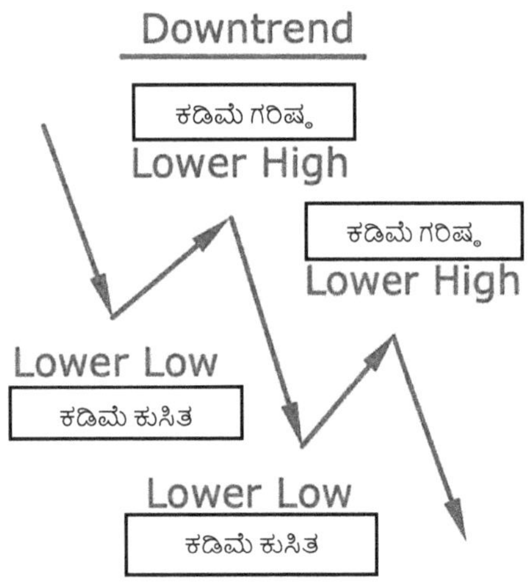

ಟ್ರೆಂಡ್ ಲೈನ್ ಗಳನ್ನು ಬಿಡಿಸುವುದು ಹೇಗೆ:

ಅಪ್ಟ್ರೆಂಡ್ ಲೈನ್: ಬೆಲೆ ಪಟ್ಟಿಯಲ್ಲಿ ಎರಡು ಅಥವಾ ಹೆಚ್ಚು ಸತತ ಕಡಿಮೆ ಪಾಯಿಂಟ್ಗಳನ್ನು ಸಂಪರ್ಕಿಸಿ. ರೇಖೆಯು ಹೆಚ್ಚು ಪಾಯಿಂಟ್ ಗಳನ್ನು ಸ್ಪರ್ಶಿಸಿದಷ್ಟೂ, ಟ್ರೆಂಡ್ ಲೈನ್ ಅನ್ನು ಹೆಚ್ಚು ಗಮನಾರ್ಹವೆಂದು ಪರಿಗಣಿಸಲಾಗುತ್ತದೆ.

ಡೌನ್ ಟ್ರೆಂಡ್ ಲೈನ್: ಬೆಲೆ ಚಾರ್ಟ್ ನಲ್ಲಿ ಎರಡು ಅಥವಾ ಹೆಚ್ಚು ಸತತ ಉನ್ನತ ಪಾಯಿಂಟ್ ಗಳನ್ನು ಸಂಪರ್ಕಿಸಿ.

ಪ್ರಮುಖ ಅಂಶಗಳು:

ಪ್ರವೃತ್ತಿ ದೃಢೀಕರಣ: ಚಾಲ್ತಿಯಲ್ಲಿರುವ ಪ್ರವೃತ್ತಿಯ ದಿಕ್ಕನ್ನು ದೃಢೀಕರಿಸಲು ಪ್ರವೃತ್ತಿ ಸಹಾಯ ಮಾಡುತ್ತದೆ. ಅಪ್ಟ್ರೆಂಡ್ನಲ್ಲಿ, ವ್ಯಾಪಾರಿಗಳು ಟ್ರೆಂಡ್ಲೈನ್ ಬಳಿ ಖರೀದಿ ಅವಕಾಶಗಳನ್ನು ಹುಡುಕಬಹುದು, ಆದರೆ ಡೌನ್ಟ್ರೆಂಡ್ನಲ್ಲಿ, ಮಾರಾಟದ ಅವಕಾಶಗಳನ್ನು ಪರಿಗಣಿಸಬಹುದು.

ಬೆಂಬಲ ಅಥವಾ ಪ್ರತಿರೋಧ: ಪ್ರವೃತ್ತಿಗಳು ಕ್ರಿಯಾತ್ಮಕ ಬೆಂಬಲ ಅಥವಾ ಪ್ರತಿರೋಧ ಮಟ್ಟಗಳಾಗಿಯೂ ಕಾರ್ಯನಿರ್ವಹಿಸಬಹುದು. ಅಪ್ಟ್ರೆಂಡ್ನಲ್ಲಿ, ಟ್ರೆಂಡ್ಲೈನ್ ಹೆಚ್ಚಾಗಿ ಬೆಂಬಲವಾಗಿ ಕಾರ್ಯನಿರ್ವಹಿಸುತ್ತದೆ, ಆದರೆ ಡೌನ್ಟ್ರೆಂಡ್ನಲ್ಲಿ, ಇದು ಪ್ರತಿರೋಧವಾಗಿ ಕಾರ್ಯನಿರ್ವಹಿಸುತ್ತದೆ.

ಬ್ರೇಕ್ ಔಟ್ ಗಳು: ಟ್ರೆಂಡ್ ಲೈನ್ ನ ಉಲ್ಲಂಘನೆಯು ಪ್ರವೃತ್ತಿಯ ದಿಕ್ಕಿನಲ್ಲಿ ಸಂಭಾವ್ಯ ಬದಲಾವಣೆಯನ್ನು ಸೂಚಿಸಬಹುದು. ಸ್ಥಾಪಿತ ಡೌನ್ಟ್ರೆಂಡ್ ರೇಖೆಯ ಮೇಲೆ ಅಥವಾ ಸ್ಥಾಪಿತ ಅಪ್ಟ್ರೆಂಡ್ ರೇಖೆಯ ಕೆಳಗೆ ಬ್ರೇಕ್ಔಟ್ ಮಾರುಕಟ್ಟೆ ಭಾವನೆಯಲ್ಲಿನ ಬದಲಾವಣೆಯನ್ನು ಸೂಚಿಸುತ್ತದೆ.

ಎಚ್ಚರಿಕೆ:

ವಸ್ತುನಿಷ್ಠತೆ: ಪ್ರವೃತ್ತಿ ರೇಖೆಗಳನ್ನು ಚಿತ್ರಿಸುವುದು ಒಂದು ಮಟ್ಟದ ವಸ್ತುನಿಷ್ಠತೆಯನ್ನು ಒಳಗೊಂಡಿರುತ್ತದೆ. ವಿವಿಧ ವ್ಯಾಪಾರಿಗಳು ಬೆಲೆ ಕ್ರಿಯೆಯ ವ್ಯಾಖ್ಯಾನದ ಆಧಾರದ ಮೇಲೆ ಸ್ವಲ್ಪ ವಿಭಿನ್ನವಾಗಿ ಪ್ರವೃತ್ತಿಗಳನ್ನು ಎಳೆಯಬಹುದು.

ದೃಢೀಕರಣ ಅಗತ್ಯ: ಸಂಕೇತಗಳನ್ನು ದೃಢೀಕರಿಸಲು ಇತರ ತಾಂತ್ರಿಕ ವಿಶ್ಲೇಷಣೆ ಸಾಧನಗಳು ಮತ್ತು ಸೂಚಕಗಳೊಂದಿಗೆ ಸಂಯೋಜಿಸಿದಾಗ ಟ್ರೆಂಡ್ ಲೈನ್ ಗಳು ಹೆಚ್ಚು ಪರಿಣಾಮಕಾರಿಯಾಗಿರುತ್ತವೆ.

ಪ್ರವೃತ್ತಿಗಳನ್ನು ದೃಷ್ಟಿಗೋಚರವಾಗಿ ನಿರ್ಣಯಿಸಲು, ಸಂಭಾವ್ಯ ಹಿಮ್ಮುಖ ಬಿಂದುಗಳನ್ನು ಗುರುತಿಸಲು ಮತ್ತು ಚಾಲ್ತಿಯಲ್ಲಿರುವ ಮಾರುಕಟ್ಟೆ ಪರಿಸ್ಥಿತಿಗಳ ಆಧಾರದ ಮೇಲೆ ಮಾಹಿತಿಯುತ ನಿರ್ಧಾರಗಳನ್ನು ತೆಗೆದುಕೊಳ್ಳಲು ವ್ಯಾಪಾರಿಗಳು ಮತ್ತು ವಿಶ್ಲೇಷಕರಿಗೆ ಟ್ರೆಂಡ್ ಲೈನ್ ಗಳು ಮೌಲ್ಯಯುತ ಸಾಧನಗಳಾಗಿವೆ.

ಟ್ರೆಂಡ್ ಲೈನ್ ಎಳೆಯಲು ಉತ್ತಮ ವಿಧಾನ

ನಯವಾದ ವಕ್ರತೆಗಳಿಗೆ ಕ್ಯಾಂಡಲ್ ಸ್ಟಿಕ್ ಚಾರ್ಟ್ ಮಾದರಿಯನ್ನು ಲೈನ್ ಚಾರ್ಟ್ ಆಗಿ ಪರಿವರ್ತಿಸಿ.

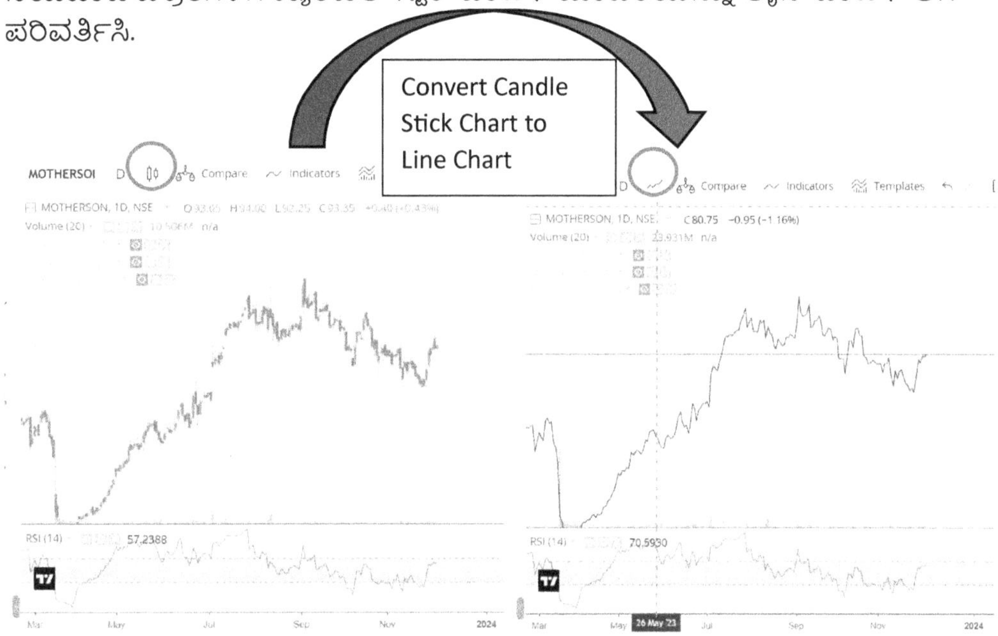

ಕನಿಷ್ಠ 3 ಪಾಯಿಂಟ್ ಗಳನ್ನು ಸಂಪರ್ಕಿಸುವ ಟ್ರೆಂಡ್ ಲೈನ್ ಅನ್ನು ಬರೆಯಿರಿ. ಇಲ್ಲದಿದ್ದರೆ ಪ್ರವೃತ್ತಿ ರೇಖೆ ಮತ್ತು ಮುಂದಿನ ಮುನ್ಸೂಚನೆಗಳು ನಿಖರವಾಗಿರುವುದಿಲ್ಲ.

ಇಲ್ಲಿ ನಾವು ರೇಖೆಯನ್ನು ಎಳೆಯುತ್ತಿದ್ದರೆ, ಸ್ಟಾಕ್ ಬೆಲೆಗಳು ಪ್ರವೃತ್ತಿಯ ರೇಖೆಯನ್ನು ಗೌರವಿಸುತ್ತವೆ

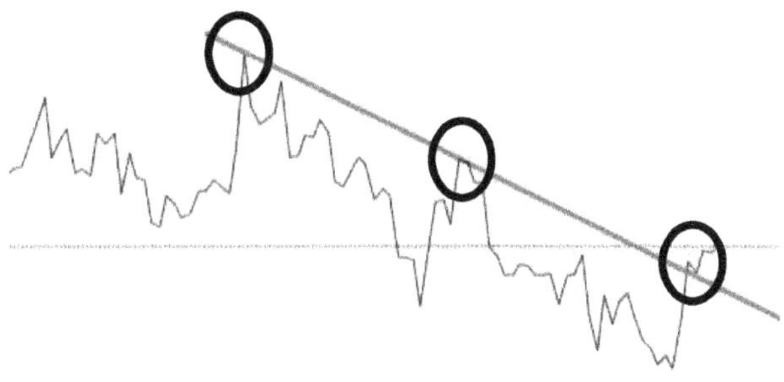

ಸ್ಟಾಕ್ ಅನ್ನು ವೀಕ್ಷಿಸುವುದು ಟ್ರೆಂಡ್ ಲೈನ್ ನೊಂದಿಗೆ ವಿವರದ ಮಟ್ಟವನ್ನು ಹೆಚ್ಚಿಸುತ್ತದೆ.
ಸ್ಟಾಕ್ ಬೆಲೆ ಹೆಚ್ಚಾದಾಗ ಅದು ನಿರ್ದಿಷ್ಟ ಮಾದರಿಯಲ್ಲಿ ಹೆಚ್ಚಾಗುತ್ತದೆ. ಸಂವರ್ಧನ ಮದರ್ಸನ್ ಇಂಟರ್ನ್ಯಾಷನಲ್ ಲಿಮಿಟೆಡ್ನ ಹಿಂದಿನ ಉದಾಹರಣೆಯನ್ನು ತೆಗೆದುಕೊಳ್ಳಿ.

ಟ್ರೆಂಡ್ ಲೈನ್: ಅಪ್ ಟ್ರೆಂಡ್

ಆಸ್ತಿಯ ಬೆಲೆಯ ಕೆಳಮಟ್ಟಗಳನ್ನು ಸಂಪರ್ಕಿಸುವ ಮೂಲಕ ಅಪ್ಟ್ರೆಂಡ್ ರೇಖೆಯನ್ನು ಎಳೆಯಲಾಗುತ್ತದೆ, ಇದು ಏರುವ ರೇಖೆಯನ್ನು ರಚಿಸುತ್ತದೆ.

ಇದು ಮೇಲ್ಮುಖ ಪ್ರವೃತ್ತಿಯ ದೃಶ್ಯ ನಿರೂಪಣೆಯಾಗಿ ಕಾರ್ಯನಿರ್ವಹಿಸುತ್ತದೆ, ಇದು ಕಾಲಾನಂತರದಲ್ಲಿ ಬೆಲೆ ಹೆಚ್ಚಿನ ಕಡಿಮೆ ಮಟ್ಟವನ್ನು ಮಾಡುತ್ತಿದೆ ಎಂದು ಸೂಚಿಸುತ್ತದೆ.

ಸಂಭಾವ್ಯ ಖರೀದಿ ಅವಕಾಶಗಳನ್ನು ಗುರುತಿಸಲು ಅಪ್ಟ್ರೆಂಡ್ ಲೈನ್ಗಳನ್ನು ಬಳಸಬಹುದು, ಏಕೆಂದರೆ ಆಸ್ತಿಯ ಬೇಡಿಕೆ ಹೆಚ್ಚುತ್ತಿದೆ ಎಂದು ಅವರು ಸೂಚಿಸುತ್ತಾರೆ.

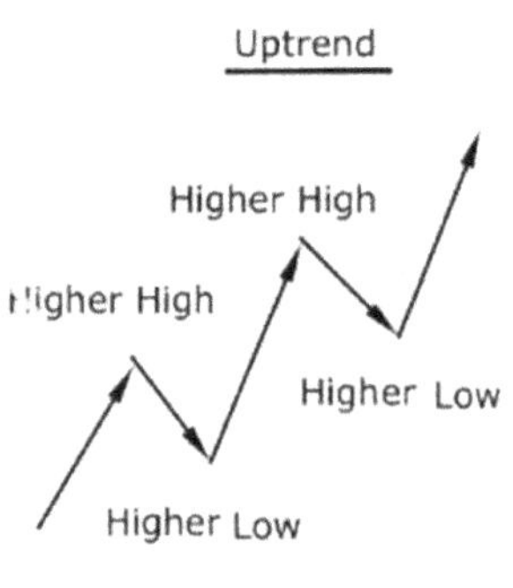

ಟ್ರೆಂಡ್ ಲೈನ್:
ಟ್ರೆಂಡ್ ಲೈನ್ ಎಂಬುದು ಎರಡು ಅಥವಾ ಹೆಚ್ಚು ಬೆಲೆ ಬಿಂದುಗಳನ್ನು ಸಂಪರ್ಕಿಸಲು ಬೆಲೆ ಚಾರ್ಟ್‌ನಲ್ಲಿ ಎಳೆಯಲಾದ ಸರಳ ರೇಖೆಯಾಗಿದೆ. ಟ್ರೆಂಡ್ ಲೈನ್ ಗಳು ತಾಂತ್ರಿಕ ವಿಶ್ಲೇಷಣೆಯಲ್ಲಿ ಒಂದು ಮೂಲಭೂತ ಸಾಧನವಾಗಿದೆ ಮತ್ತು ಸ್ಟಾಕ್ ಗಳ ಬೆಲೆ ಚಲನೆಗಳಲ್ಲಿನ ಪ್ರವೃತ್ತಿಗಳನ್ನು ಗುರುತಿಸಲು ಮತ್ತು ದೃಢೀಕರಿಸಲು ಬಳಸಲಾಗುತ್ತದೆ.

ಟ್ರೆಂಡ್ ಲೈನ್ ನೊಂದಿಗೆ ಸ್ಟಾಕ್ ಅನ್ನು ವಿವರವಾಗಿ ನೋಡುವುದು.

ಸ್ಟಾಕ್ ಕುಸಿದಾಗ ಅದು ನಿರ್ದಿಷ್ಟ ಮಾದರಿಯಲ್ಲಿ ಕುಸಿಯುತ್ತದೆ. ಸಂವರ್ಧನ ಮದರ್ಸನ್ ಇಂಟರ್ನ್ಯಾಷನಲ್ ಲಿಮಿಟೆಡ್ನ ಹಿಂದಿನ ಉದಾಹರಣೆಯನ್ನು ತೆಗೆದುಕೊಳ್ಳಿ.

ಟ್ರೆಂಡ್ ಲೈನ್:

ಟ್ರೆಂಡ್ ಲೈನ್ ಎಂಬುದು ಎರಡು ಅಥವಾ ಹೆಚ್ಚು ಬೆಲೆ ಬಿಂದುಗಳನ್ನು ಸಂಪರ್ಕಿಸಲು ಬೆಲೆ ಚಾರ್ಟ್ ನಲ್ಲಿ ಎಳೆಯಲಾದ ಸರಳ ರೇಖೆಯಾಗಿದೆ. ಟ್ರೆಂಡ್ ಲೈನ್ ಗಳು ತಾಂತ್ರಿಕ ವಿಶ್ಲೇಷಣೆಯಲ್ಲಿ ಒಂದು ಮೂಲಭೂತ ಸಾಧನವಾಗಿದೆ ಮತ್ತು ಸ್ಟಾಕ್ ಗಳ ಬೆಲೆ ಚಲನೆಗಳಲ್ಲಿನ ಪ್ರವೃತ್ತಿಗಳನ್ನು ಗುರುತಿಸಲು ಮತ್ತು ದೃಢೀಕರಿಸಲು ಬಳಸಲಾಗುತ್ತದೆ.

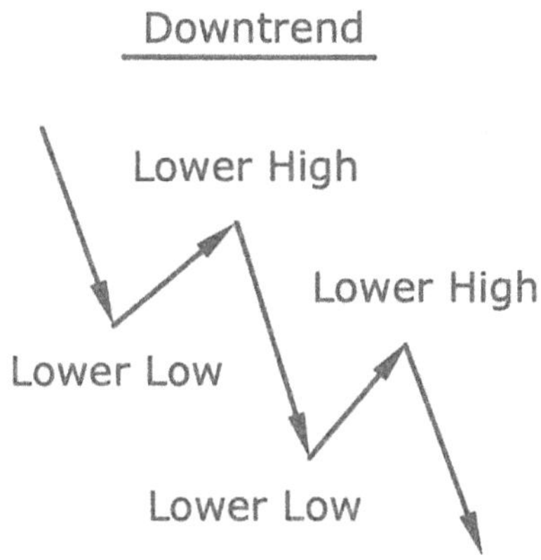

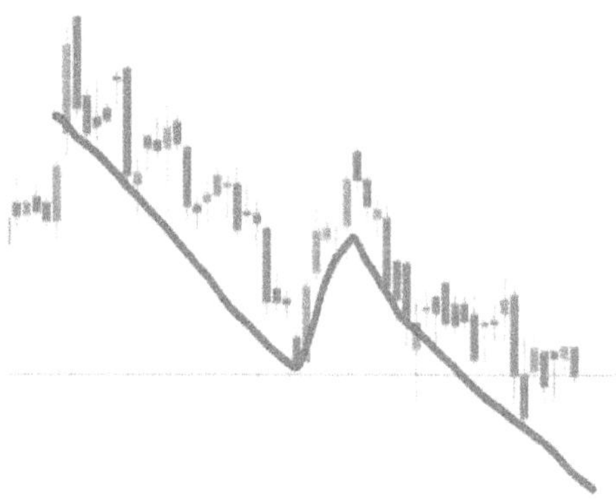

ಡೌನ್ ಟ್ರೆಂಡ್ ಲೈನ್:

ಆಸ್ತಿಯ ಬೆಲೆಯ ಉತ್ತುಂಗವನ್ನು ಸಂಪರ್ಕಿಸುವ ಮೂಲಕ ಡೌನ್ ಟ್ರೆಂಡ್ ರೇಖೆಯನ್ನು ಎಳೆಯಲಾಗುತ್ತದೆ, ಇದು ಇಳಿಯುವ ರೇಖೆಯನ್ನು ರಚಿಸುತ್ತದೆ.
ಇದು ಕೆಳಮುಖ ಪ್ರವೃತ್ತಿಯ ದೃಶ್ಯ ನಿರೂಪಣೆಯಾಗಿ ಕಾರ್ಯನಿರ್ವಹಿಸುತ್ತದೆ, ಇದು ಕಾಲಾನಂತರದಲ್ಲಿ ಬೆಲೆ ಕಡಿಮೆ ಗರಿಷ್ಠ ಮಟ್ಟವನ್ನು ಮಾಡುತ್ತಿದೆ ಎಂದು ಸೂಚಿಸುತ್ತದೆ.
ಸಂಭಾವ್ಯ ಮಾರಾಟದ ಅವಕಾಶಗಳನ್ನು ಗುರುತಿಸಲು ಡೌನ್ಟ್ರೆಂಡ್ ಲೈನ್ಗಳನ್ನು ಬಳಸಬಹುದು, ಏಕೆಂದರೆ ಆಸ್ತಿಯ ಪೂರೈಕೆ ಹೆಚ್ಚುತ್ತಿದೆ ಎಂದು ಅವು ಸೂಚಿಸುತ್ತವೆ.

ಟ್ರೆಂಡ್ ಲೈನ್ ಉದಾಹರಣೆಗಳು

Example 1

ಲೈನ್ ಚಾರ್ಟ್ ಮಾಡಿ ಮತ್ತು ಟ್ರೆಂಡ್ ಲೈನ್ ಬರೆಯಿರಿ

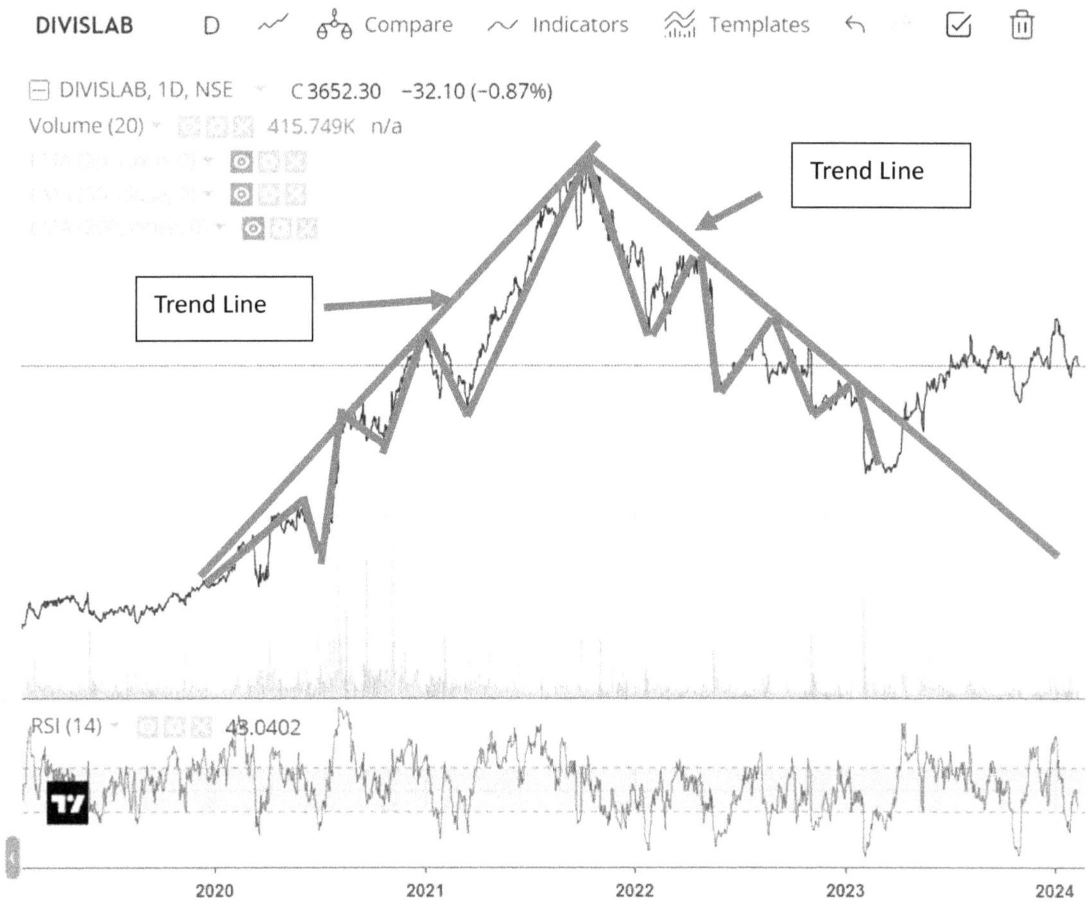

Example 2

RELIANCE
D
Compare
Indicators
Templates
RELIANCE, 1D, NSE
C 2921.50 +21.25 (+0.73%)
Volume (20)
6.278M n/a
ಟ್ರೆಂಡ್ ಲೈನ್ ಗರಿಷ್ಠ ಬಿಂದುಗಳನ್ನು ಮುಟ್ಟುತ್ತದೆ
RSI (14)
67.2684
Jul
Sep
Nov
2024

ಬ್ರೇಕ್ ಔಟ್ ಗಳು (Breakouts)

ಟ್ರೆಂಡ್ ಲೈನ್ ನೊಂದಿಗೆ ಸ್ಟಾಕ್ ಬ್ರೇಕ್ ಔಟ್ ಅನ್ನು ವೀಕ್ಷಿಸುವುದು.

ಸ್ಟಾಕ್ ಟ್ರೇಡಿಂಗ್‌ನಲ್ಲಿನ ಟ್ರೆಂಡ್ ಲೈನ್ ಬ್ರೇಕ್‌ಔಟ್ ಎಂದರೆ ಸ್ಟಾಕ್‌ನ ಬೆಲೆಯು ಈ ಹಿಂದೆ ಸ್ಥಾಪಿತವಾದ ಪ್ರವೃತ್ತಿ ರೇಖೆಯ ಮೂಲಕ ಮುರಿಯುವ ಪರಿಸ್ಥಿತಿಯನ್ನು ಸೂಚಿಸುತ್ತದೆ. ಒಂದು ನಿರ್ದಿಷ್ಟ ಅವಧಿಯಲ್ಲಿ ಸ್ಟಾಕ್ ನ ಬೆಲೆ ಚಲನೆಯ ಕನಿಷ್ಠ ಅಥವಾ ಗರಿಷ್ಠಗಳನ್ನು ಸಂಪರ್ಕಿಸುವ ಮೂಲಕ ಪ್ರವೃತ್ತಿ ರೇಖೆಗಳನ್ನು ಎಳೆಯಲಾಗುತ್ತದೆ, ಸಾಮಾನ್ಯವಾಗಿ ಲೈನ್ ಚಾರ್ಟ್ ಅನ್ನು ಬಳಸಿ. ಸ್ಟಾಕ್ ನ ಪ್ರವೃತ್ತಿಯ ದಿಕ್ಕನ್ನು ಗುರುತಿಸಲು ಮತ್ತು ವಹಿವಾಟುಗಳಿಗೆ ಸಂಭಾವ್ಯ ಪ್ರವೇಶ ಮತ್ತು ನಿರ್ಗಮನ ಬಿಂದುಗಳನ್ನು ಒದಗಿಸಲು ಅವುಗಳನ್ನು ಬಳಸಲಾಗುತ್ತದೆ.

ಒಂದು ಸ್ಟಾಕ್ ನ ಬೆಲೆಯು ಪ್ರವೃತ್ತಿಯ ರೇಖೆಯ ಮೂಲಕ ಮುರಿದಾಗ, ಅದು ಪ್ರವೃತ್ತಿಯ ದಿಕ್ಕಿನಲ್ಲಿ ಸಂಭಾವ್ಯ ಬದಲಾವಣೆಯನ್ನು ಸೂಚಿಸುತ್ತದೆ. ಉದಾಹರಣೆಗೆ, ಒಂದು ಸ್ಟಾಕ್‌ನ ಬೆಲೆಯು ಕೆಳಗಿನಿಂದ ಕೆಳಮುಖ-ಇಳಿಜಾರಿನ ಪ್ರವೃತ್ತಿಯ ರೇಖೆಯ ಮೂಲಕ ಮುರಿದರೆ, ಅದು ಡೌನ್‌ಟ್ರೆಂಡ್‌ನ ಅಂತ್ಯ ಮತ್ತು ಅಪ್‌ಟ್ರೆಂಡ್‌ನ ಆರಂಭವನ್ನು ಸೂಚಿಸುತ್ತದೆ. ಇದಕ್ಕೆ ವ್ಯತಿರಿಕ್ತವಾಗಿ, ಒಂದು ಸ್ಟಾಕ್‌ನ ಬೆಲೆಯು ಮೇಲಿನಿಂದ ಮೇಲ್ಮುಖ-ಇಳಿಜಾರಿನ ಪ್ರವೃತ್ತಿಯ ರೇಖೆಯನ್ನು ಮುರಿದರೆ, ಅದು ಅಪ್‌ಟ್ರೆಂಡ್‌ನ ಅಂತ್ಯ ಮತ್ತು ಡೌನ್‌ಟ್ರೆಂಡ್‌ನ ಆರಂಭವನ್ನು ಸೂಚಿಸುತ್ತದೆ.

ವ್ಯಾಪಾರಿಗಳು ಆಗಾಗ್ಗೆ ಟ್ರೆಂಡ್ ಲೈನ್ ಬ್ರೇಕ್ ಔಟ್ ಗಳನ್ನು ಸಂಭಾವ್ಯ ವ್ಯಾಪಾರ ಅವಕಾಶಗಳಾಗಿ ನೋಡುತ್ತಾರೆ. ಆದಾಗ್ಯೂ, ಎಲ್ಲಾ ಟ್ರೆಂಡ್ ಲೈನ್ ಬ್ರೇಕ್‌ಔಟ್‌ಗಳು ಗಮನಾರ್ಹ ಬೆಲೆ ಚಲನೆಗಳಿಗೆ ಕಾರಣವಾಗುವುದಿಲ್ಲ ಮತ್ತು ತಪ್ಪು ಬ್ರೇಕ್‌ಔಟ್‌ಗಳು ಸಂಭವಿಸಬಹುದು ಎಂಬುದನ್ನು ಗಮನಿಸುವುದು ಮುಖ್ಯ. ಆದ್ದರಿಂದ, ವ್ಯಾಪಾರಿಗಳು ಸಾಮಾನ್ಯವಾಗಿ ವ್ಯಾಪಾರ ನಿರ್ಧಾರಗಳನ್ನು ತೆಗೆದುಕೊಳ್ಳುವ ಮೊದಲು ಪ್ರವೃತ್ತಿ ರೇಖೆಯ ಬ್ರೇಕ್‌ಔಟ್‌ನ ಸಿಂಧುತ್ವವನ್ನು ದೃಢೀಕರಿಸಲು ಇತರ ತಾಂತ್ರಿಕ ಸೂಚಕಗಳು ಮತ್ತು ವಿಶ್ಲೇಷಣೆ ತಂತ್ರಗಳನ್ನು ಬಳಸುತ್ತಾರೆ.

ಟ್ರೆಂಡ್ ಲೈನ್ ಬ್ರೇಕ್ ಔಟ್ ಉದಾಹರಣೆ1

ಸ್ಟಾಕ್ ಹೆಸರು: ರಿಲಯನ್ಸ್

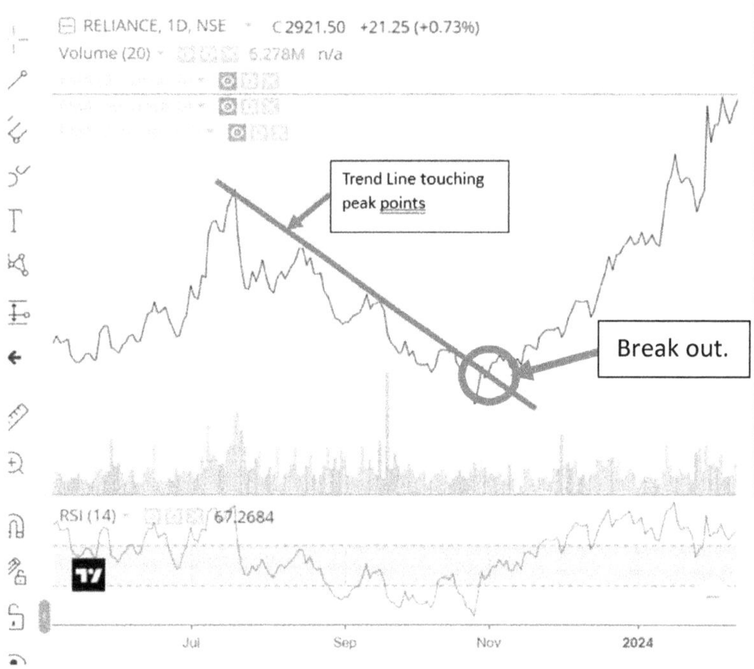

1) ಷೇರು ಬೆಲೆ ಕುಸಿಯುತ್ತಿತ್ತು.

2) ಬ್ರೇಕ್ ಔಟ್ ನಡೆಯಿತು ಮತ್ತು ಷೇರು ಬೆಲೆ ಹೆಚ್ಚಾದ ನಂತರ ಅದನ್ನು ದೃಢಪಡಿಸಲಾಯಿತು.

3) ಅಂತಹ ಬ್ರೇಕ್‌ಔಟ್‌ಗಳನ್ನು ಗುರುತಿಸುವುದು ಹೆಚ್ಚಿನ ಆದಾಯವನ್ನು ನೀಡುತ್ತದೆ.

ಟ್ರೆಂಡ್ ಲೈನ್ ಬ್ರೇಕ್ ಔಟ್ ಉದಾಹರಣೆ2

ಸ್ಟಾಕ್ ಹೆಸರು: ಸಂವರ್ಧನ ಮದರ್ಸನ್ ಇಂಟರ್ನ್ಯಾಷನಲ್ ಲಿಮಿಟೆಡ್ (SMIL)

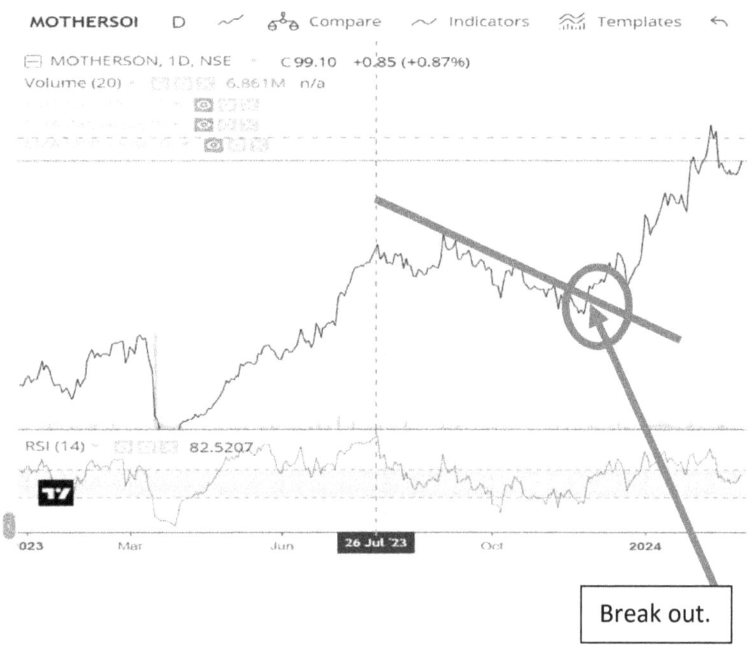

1. ಷೇರು ಬೆಲೆ ತನ್ನದೇ ಆದ ಪ್ರವೃತ್ತಿಯನ್ನು ಉಂಟುಮಾಡುತ್ತಾ ಕುಸಿಯುತ್ತಿತ್ತು.
2. ಷೇರು ಬೆಲೆ ಹೆಚ್ಚಾದ ನಂತರ ಬ್ರೇಕ್ ಔಟ್ ನಡೆಯಿತು ಮತ್ತು ಅದನ್ನು ದೃಢಪಡಿಸಲಾಯಿತು.
3. ಅಂತಹ ಬ್ರೇಕ್ ಔಟ್ ಗಳನ್ನು ಗುರುತಿಸುವುದು ಹೆಚ್ಚಿನ ಆದಾಯವನ್ನು ನೀಡುತ್ತದೆ.

ಟ್ರೆಂಡ್ ಲೈನ್ ಬ್ರೇಕ್ ಔಟ್ ಉದಾಹರಣೆ3

ಸ್ಟಾಕ್ ಹೆಸರು:: DIVISLAB

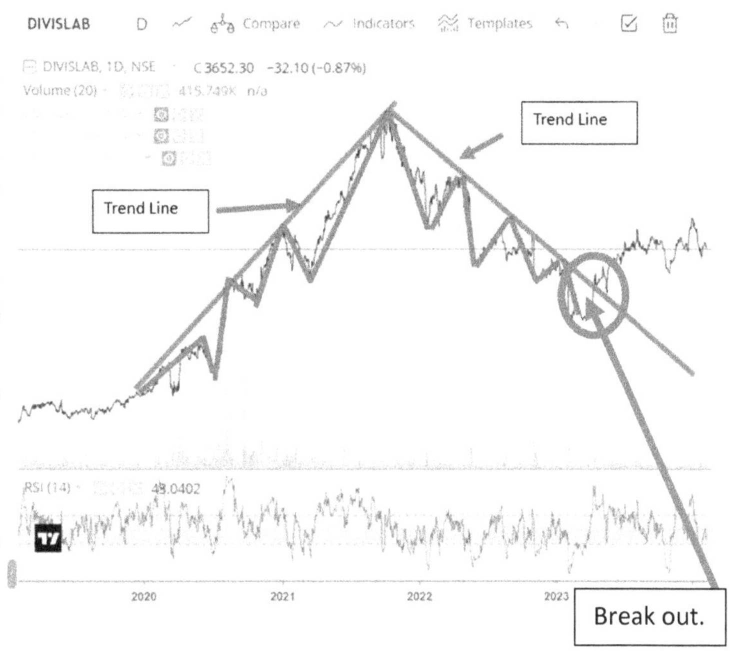

1) ಷೇರು ಬೆಲೆ ಕುಸಿಯುತ್ತಿತ್ತು.
2) ಬ್ರೇಕ್ ಔಟ್ ನಡೆಯಿತು ಮತ್ತು ಷೇರು ಬೆಲೆ ಹೆಚ್ಚಾದ ನಂತರ ಅದನ್ನು ದೃಢಪಡಿಸಲಾಯಿತು.
3) ಅಂತಹ ಬ್ರೇಕ್‌ಔಟ್‌ಗಳನ್ನು ಗುರುತಿಸುವುದು ಹೆಚ್ಚಿನ ಆದಾಯವನ್ನು ನೀಡುತ್ತದೆ.

ಬೆಂಬಲ ಮತ್ತು ಪ್ರತಿರೋಧ

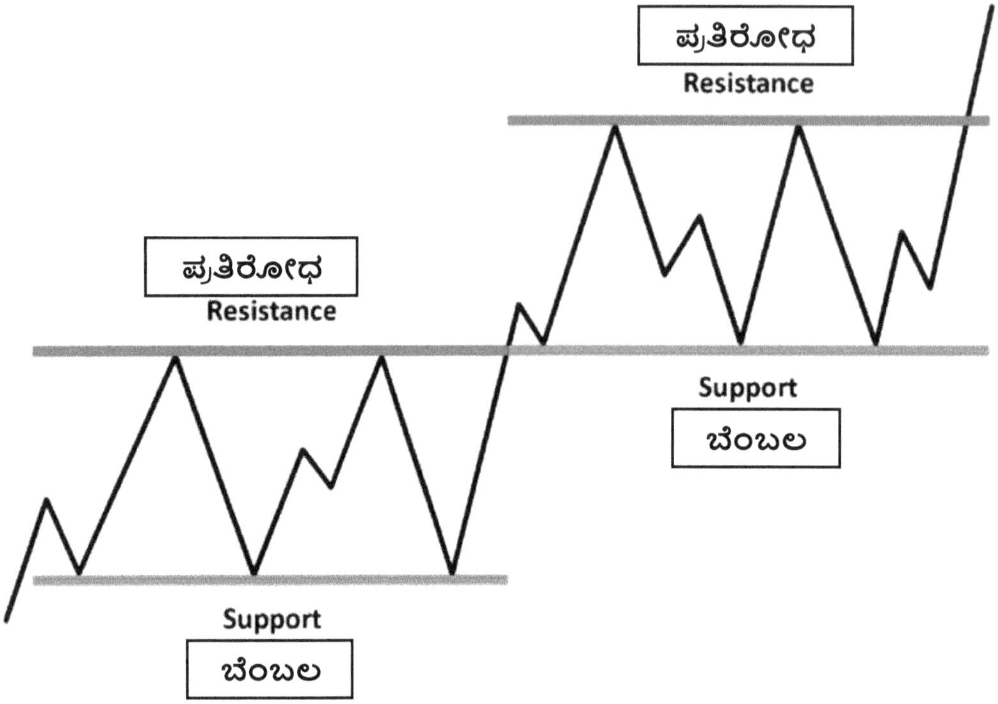

ದಯವಿಟ್ಟು ನೀವು ಬೆಂಬಲ ಮತ್ತು
ಪ್ರತಿರೋಧದ ಬಗ್ಗೆ
ಮಾರ್ಗದರ್ಶನ ನೀಡಬಹುದೇ?

ಬೆಂಬಲ (Support)

ಬೆಂಬಲ ಮತ್ತು ಪ್ರತಿರೋಧವು ತಾಂತ್ರಿಕ ವಿಶ್ಲೇಷಣೆಯಲ್ಲಿ ಪ್ರಮುಖ ಪರಿಕಲ್ಪನೆಗಳಾಗಿವೆ, ಇದು ಸ್ಟಾಕ್ ಗಳು ಸೇರಿದಂತೆ ಹಣಕಾಸು ಮಾರುಕಟ್ಟೆಗಳಲ್ಲಿ ಬೆಲೆ ಚಲನೆಗಳನ್ನು ಮೌಲ್ಯಮಾಪನ ಮಾಡುವ ಮತ್ತು ಊಹಿಸುವ ವಿಧಾನವಾಗಿದೆ. ಈ ಮಟ್ಟಗಳು ವ್ಯಾಪಾರಿಗಳು ಮತ್ತು ವಿಶ್ಲೇಷಕರಿಗೆ ಸ್ವತ್ತುಗಳನ್ನು ಖರೀದಿಸುವ ಅಥವಾ ಮಾರಾಟ ಮಾಡುವ ಬಗ್ಗೆ ಮಾಹಿತಿಯುತ ನಿರ್ಧಾರಗಳನ್ನು ತೆಗೆದುಕೊಳ್ಳಲು ಸಹಾಯ ಮಾಡುತ್ತದೆ. ಸ್ಟಾಕ್ ಟ್ರೇಡಿಂಗ್ ಸಂದರ್ಭದಲ್ಲಿ ಬೆಂಬಲ ಮತ್ತು ಪ್ರತಿರೋಧವನ್ನು ಚರ್ಚಿಸೋಣ:

ಬೆಂಬಲ:

ವ್ಯಾಖ್ಯಾನ: ಬೆಂಬಲವು ಒಂದು ಷೇರು ಅಥವಾ ಮಾರುಕಟ್ಟೆಯು ಕುಸಿಯುವುದನ್ನು ನಿಲ್ಲಿಸುವ ಮತ್ತು ಮತ್ತೆ ಪುಟಿದೇಳುವ ಬೆಲೆಯ ಮಟ್ಟವಾಗಿದೆ. ಇದು ಬೆಲೆ ಮತ್ತಷ್ಟು ಕುಸಿಯದಂತೆ ತಡೆಯುವ ಸುರಕ್ಷತಾ ಜಾಲದಂತೆ.

ತಾರ್ಕಿಕತೆ: ಬೆಂಬಲ ಮಟ್ಟಗಳು ಸಾಮಾನ್ಯವಾಗಿ ಖರೀದಿದಾರರು ಸ್ಟಾಕ್ನಲ್ಲಿ ಮೌಲ್ಯವನ್ನು ನೋಡುವ ಕ್ಷೇತ್ರಗಳಾಗಿವೆ, ಮತ್ತು ಬೆಲೆ ಈ ಮಟ್ಟಗಳನ್ನು ಸಮೀಪಿಸುತ್ತಿದ್ದಂತೆ, ಖರೀದಿ ಆಸಕ್ತಿ ಹೆಚ್ಚಾಗುತ್ತದೆ.

ದೃಶ್ಯ ಪ್ರಾತಿನಿಧ್ಯ: ಬೆಲೆ ಚಾರ್ಟ್ನಲ್ಲಿ, ಬೆಂಬಲವನ್ನು ಸಾಮಾನ್ಯವಾಗಿ ಸಮತಲ ರೇಖೆ ಅಥವಾ ವಲಯವಾಗಿ ನೋಡಲಾಗುತ್ತದೆ, ಅಲ್ಲಿ ಬೆಲೆ ಈ ಹಿಂದೆ ದಿಕ್ಕನ್ನು ಹಿಮ್ಮುಖಗೊಳಿಸಿದೆ.

ಉದಾಹರಣೆ

ಸ್ಟಾಕ್ ಹೆಸರು: ಸಂವರ್ಧನ ಮದರ್ಸನ್ ಇಂಟರ್ನ್ಯಾಷನಲ್ ಲಿಮಿಟೆಡ್.

ಇಲ್ಲಿ ಕೆಳಗಿನ ಸ್ಟಾಕ್ ನಲ್ಲಿ ನೀವು ಎಚ್ಚರಿಕೆಯಿಂದ ಗಮನಿಸಿದರೆ, ಬೆಲೆ 90 ಕ್ಕೆ ಇಳಿದಿದೆ, ಇದು ಹಿಂದಿನ ಬೆಲೆ ಮಟ್ಟವಾಗಿದೆ.
ಹಿಂದಿನ ಅಧ್ಯಾಯದಲ್ಲಿ ಏರಿಳಿತದ ಮೇಲೆ ಪರಿಣಾಮ ಬೀರುವ ಅಂಶಗಳ ಬಗ್ಗೆ ನಾವು ಕಲಿತ ಒಳ್ಳೆಯ ಸುದ್ದಿ ಅಥವಾ ಕೆಟ್ಟ ಸುದ್ದಿಯಿಂದಾಗಿ ಷೇರುಗಳು ಪ್ರಕೃತಿಯಲ್ಲಿ ಏರಿಳಿತಗೊಳ್ಳುತ್ತವೆ.

ಅಂತೆಯೇ, ಸರಾಸರಿ ಕ್ಯೂ 2 ಫಲಿತಾಂಶಗಳಿಂದಾಗಿ ಇಲ್ಲಿ ಷೇರು ನಿಧಾನವಾಗಿ 103 ರಿಂದ 90 ಕ್ಕೆ ಇಳಿದಿದೆ.

90 ಕ್ಕೆ ಇಳಿಯುವ ಮೊದಲು, ಸ್ಟಾಕ್ 101 ಕ್ಕೆ ಇಳಿಯಿತು, ಇದು ಮುಂದಿನ ಮಟ್ಟಕ್ಕಿಂತ 103 ಕ್ಕಿಂತ ಕಡಿಮೆಯಾಗಿದೆ.
101 ರ ನಂತರ ಅದು 97 ಕ್ಕೆ ಇಳಿಯಿತು. ನಿಧಾನವಾಗಿ ಅದು ಹಿಂದಿನ ಬೆಲೆ ಮಟ್ಟಕ್ಕೆ ಇಳಿಯಿತು.

ಬೆಂಬಲ ಮಟ್ಟವನ್ನು ಖರೀದಿಗಾಗಿ ಸ್ಟಾಕ್ ನ ಮೌಲ್ಯವಾಗಿ ನೋಡಲಾಗುತ್ತದೆ.

ಈ ಸಂದರ್ಭದಲ್ಲಿ ನಾವು ಸ್ಟಾಕ್ ಖರೀದಿಸಲು 90 ರವರೆಗೆ ಕಾಯಬೇಕೇ ಅಥವಾ 97 ಬೆಂಬಲಗಳು ಖರೀದಿದಾರರು ಮತ್ತು ಮಾರಾಟಗಾರರ ಬೆಲೆ ಕ್ರಮವನ್ನು ಅವಲಂಬಿಸಿರುತ್ತದೆ. ಕುಸಿತದ ವ್ಯಾಪ್ತಿಯನ್ನು ಊಹಿಸಲು ನಾವು ಫಿಬೊನಾಚಿ ರಿಟ್ರಾಕ್ಷನ್ ಟೂಲ್ ಅಥವಾ ಮೂವಿಂಗ್ ಸರಾಸರಿಗಳನ್ನು ಸೇರಿಸಬೇಕಾಗಿದೆ. ನಾವು ಈ ಪರಿಕಲ್ಪನೆಗಳನ್ನು ಮುಂದಿನ ಅಧ್ಯಾಯದಲ್ಲಿ ಕಲಿಯುತ್ತೇವೆ.

ಪ್ರತಿರೋಧ (Resistance)

ವ್ಯಾಖ್ಯಾನ: ಪ್ರತಿರೋಧವು ಒಂದು ಷೇರು ಅಥವಾ ಮಾರುಕಟ್ಟೆಯು ಏರುವುದನ್ನು ನಿಲ್ಲಿಸುವ ಮತ್ತು ಹಿಮ್ಮೆಟ್ಟುವಿಕೆಯನ್ನು ಅನುಭವಿಸುವ ಬೆಲೆಯ ಮಟ್ಟವಾಗಿದೆ. ಇದು ಬೆಲೆ ಹೆಚ್ಚಾಗದಂತೆ ತಡೆಯುವ ತಡೆಗೋಡೆಯಂತಿದೆ.

ತಾರ್ಕಿಕತೆ(Reasoning): ಪ್ರತಿರೋಧದ ಮಟ್ಟಗಳು ಮಾರಾಟಗಾರರು ಹೆಚ್ಚು ಸಕ್ರಿಯರಾಗುವ ಕ್ಷೇತ್ರಗಳಾಗಿವೆ, ಏಕೆಂದರೆ ಅವರು ಮಾರಾಟ ಮಾಡಲು ಮತ್ತು ಲಾಭವನ್ನು ತೆಗೆದುಕೊಳ್ಳಲು ಅವಕಾಶವನ್ನು ನೋಡುತ್ತಾರೆ.

ದೃಶ್ಯ ಪ್ರಾತಿನಿಧ್ಯ (Visual Representation): ಬೆಲೆ ಚಾರ್ಟ್ನಲ್ಲಿ, ಪ್ರತಿರೋಧವನ್ನು ಸಾಮಾನ್ಯವಾಗಿ ಸಮತಲ ರೇಖೆ ಅಥವಾ ವಲಯವಾಗಿ ನೋಡಲಾಗುತ್ತದೆ, ಅಲ್ಲಿ ಬೆಲೆ ಈ ಹಿಂದೆ ಮೇಲಕ್ಕೆ ಚಲಿಸಲು ಹೆಣಗಾಡುತ್ತಿದೆ.

ಪ್ರತಿರೋಧದ ಮಟ್ಟವನ್ನು ಅರ್ಥಮಾಡಿಕೊಳ್ಳಲು ಇಲ್ಲಿ ಅದೇ ಉದಾಹರಣೆಯನ್ನು ತೆಗೆದುಕೊಳ್ಳೋಣ.
ಸ್ಟಾಕ್ ಹೆಸರು: ಸಂವರ್ಧನ ಮದರ್ಸನ್ ಇಂಟರ್ನ್ಯಾಷನಲ್ ಲಿಮಿಟೆಡ್

ಇಲ್ಲಿ, ಬೆಲೆ ಏರಲು ಪ್ರಯತ್ನಿಸಿದಾಗಲೆಲ್ಲಾ ಅದು ಪ್ರತಿರೋಧವಾಗಿ ಹಿಂದಿನ ಹೆಚ್ಚಿನ ಬೆಲೆ ಮಟ್ಟವನ್ನು ಎದುರಿಸಿತು. ಪ್ರತಿರೋಧದ ಮಟ್ಟವು ಮುರಿದಾಗಲೆಲ್ಲಾ ಆ ಸಮಯದ ಬೆಲೆಯು ಮುಂದಿನ ಹಂತದ ಪ್ರತಿರೋಧ ಮಟ್ಟವನ್ನು ಎದುರಿಸಬೇಕಾಗುತ್ತದೆ.

ಹಿಂದಿನ ಪ್ರತಿರೋಧದ ಮಟ್ಟವಿಲ್ಲದಿದ್ದರೆ, ಹೊಸ ಮೇಲಿನ ಬೆಲೆ ಪ್ರತಿರೋಧ ಮಟ್ಟವು ಫಿಬೊನಾಚಿ ರಿಟ್ರಾಕ್ಷನ್ ಮಟ್ಟಕ್ಕೆ ಅನುಗುಣವಾಗಿರುತ್ತದೆ. ಇದನ್ನು ಮುಂದಿನ ಅಧ್ಯಾಯಗಳಲ್ಲಿ ಅಧ್ಯಯನ ಮಾಡಲಾಗುವುದು.

<u>ಉದಾಹರಣೆ</u>

<u>**ಸ್ಟಾಕ್ ಹೆಸರು:** ಸಂವರ್ಧನ ಮದರ್ಸನ್ ಇಂಟರ್ನ್ಯಾಷನಲ್ ಲಿಮಿಟೆಡ್</u>
<u>ವಿಶ್ಲೇಷಣೆಗಾಗಿ ಅದೇ ಸ್ಟಾಕ್ ತೆಗೆದುಕೊಳ್ಳೋಣ.</u>

ಬೆಲೆಯು "ಪ್ರೈಸ್ ಸ್ಟಾರ್ಟ್ ಲೆವೆಲ್" ನಿಂದ ಸುಮಾರು 62 ರ ಸುಮಾರಿಗೆ ಏರಲು
ಪ್ರಯತ್ನಿಸುತ್ತಿದ್ದಾಗ ಅದು R1 ನಲ್ಲಿ @ 67 ಪ್ರತಿರೋಧವನ್ನು ಎದುರಿಸಿತು.
ಮತ್ತೆ, R2 ನಲ್ಲಿ @ 75 ಪ್ರತಿರೋಧವನ್ನು ಎದುರಿಸಿದರು.
ಮತ್ತೆ, R3 ನಲ್ಲಿ @ 83.55 ಪ್ರತಿರೋಧವನ್ನು ಎದುರಿಸಿತು.
ಮತ್ತೆ, R4 ನಲ್ಲಿ @ 103 ಪ್ರತಿರೋಧವನ್ನು ಎದುರಿಸಿದರು.
ಮತ್ತೆ, ಇದು "ಮೇಲಿನ ಬೆಲೆ ಮಟ್ಟದಲ್ಲಿ" @ 117 ಪ್ರತಿರೋಧವನ್ನು ಎದುರಿಸುತ್ತದೆ
ಈ ಸಮಯದಲ್ಲಿ, ಬೆಲೆ ಇದ್ದಕ್ಕಿದ್ದಂತೆ ಏರಿಕೆಯಾಗುವುದಿಲ್ಲ ಎಂಬುದು ಸ್ಪಷ್ಟವಾಗಿದೆ. ಇದು
ಹಂತ ಹಂತವಾಗಿ ಜಿಗಿಯುತ್ತದೆ.

ಪ್ರತಿರೋಧ ಮತ್ತು ಬೆಂಬಲ ವೀಕ್ಷಣೆ

ಬೆಲೆ ಕಡಿಮೆಯಾಗುತ್ತದೆ ಎಂದು ನಾವು ನಿರೀಕ್ಷಿಸಿದರೆ, ಅದೇ ಪ್ರತಿರೋಧದ ಮಟ್ಟಗಳು ಕುಸಿತದ ಸಮಯದಲ್ಲಿ ಬೆಂಬಲ ಮಟ್ಟಗಳಾಗಿ ಕಾರ್ಯನಿರ್ವಹಿಸುತ್ತವೆ.

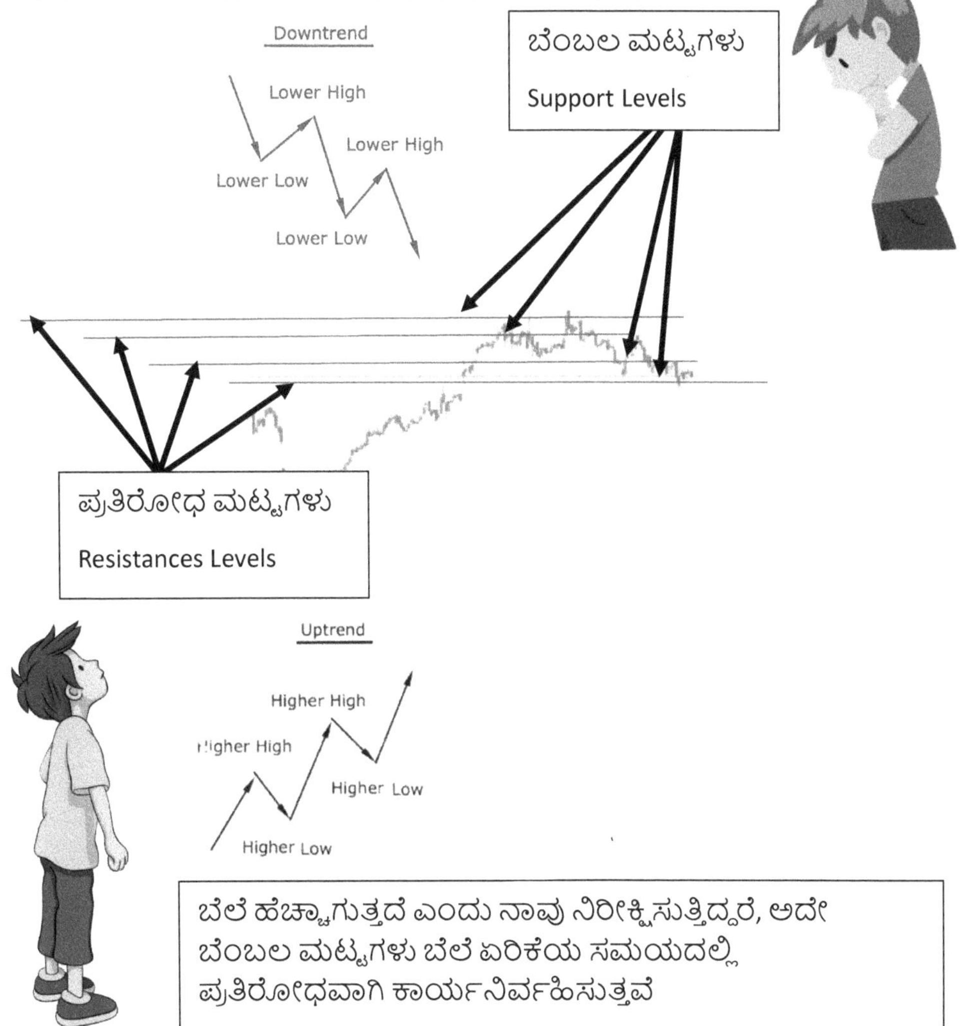

ಬೆಲೆ ಹೆಚ್ಚಾಗುತ್ತದೆ ಎಂದು ನಾವು ನಿರೀಕ್ಷಿಸುತ್ತಿದ್ದರೆ, ಅದೇ ಬೆಂಬಲ ಮಟ್ಟಗಳು ಬೆಲೆ ಏರಿಕೆಯ ಸಮಯದಲ್ಲಿ ಪ್ರತಿರೋಧವಾಗಿ ಕಾರ್ಯನಿರ್ವಹಿಸುತ್ತವೆ

ಅಪ್ ಟ್ರೆಂಡ್ ಸಮಯದಲ್ಲಿ ಬೆಂಬಲವು ಪ್ರತಿರೋಧವಾಗಿ ಕಾರ್ಯನಿರ್ವಹಿಸುತ್ತದೆ.

ಪ್ರಮುಖ ಅಂಶಗಳು:

ರೋಲ್ ರಿವರ್ಸಲ್: ಒಮ್ಮೆ ಬೆಂಬಲ ಮಟ್ಟವನ್ನು ಉಲ್ಲಂಘಿಸಿದರೆ, ಅದು ಪ್ರತಿರೋಧದ ಮಟ್ಟಕ್ಕೆ ಬದಲಾಗಬಹುದು, ಮತ್ತು ಇದಕ್ಕೆ ವಿರುದ್ಧವಾಗಿ. ಇದನ್ನು ರೋಲ್ ರಿವರ್ಸಲ್ ಎಂದು ಕರೆಯಲಾಗುತ್ತದೆ.

ಮಾನಸಿಕ ಮಹತ್ವ: ಬೆಂಬಲ ಮತ್ತು ಪ್ರತಿರೋಧದ ಮಟ್ಟಗಳು ಹೆಚ್ಚಾಗಿ ಮಾನಸಿಕ ಮಹತ್ವವನ್ನು ಹೊಂದಿರುತ್ತವೆ. ರೌಂಡ್ ಸಂಖ್ಯೆಗಳು (ಉದಾ. ರೂ. 75.00) ಮತ್ತು ಐತಿಹಾಸಿಕ ಏರಿಳಿತಗಳು ಮಾನಸಿಕ ಬೆಂಬಲ ಅಥವಾ ಪ್ರತಿರೋಧವಾಗಿ ಕಾರ್ಯನಿರ್ವಹಿಸುವ ಮಟ್ಟಗಳಿಗೆ ಉದಾಹರಣೆಗಳಾಗಿವೆ.

ಪರಿಮಾಣ ದೃಢೀಕರಣ: ವ್ಯಾಪಾರಿಗಳು ಸಾಮಾನ್ಯವಾಗಿ ವ್ಯಾಪಾರ ಪರಿಮಾಣದ ಮೂಲಕ ಬೆಂಬಲ ಅಥವಾ ಪ್ರತಿರೋಧದ ದೃಢೀಕರಣವನ್ನು ಹುಡುಕುತ್ತಾರೆ. ಕಡಿಮೆ ಪರಿಮಾಣವನ್ನು ಹೊಂದಿರುವ ಬೆಲೆಗಿಂತ ಹೆಚ್ಚಿನ ಪರಿಮಾಣವನ್ನು ಹೊಂದಿರುವ ಬೆಲೆಯ ಚಲನೆಯನ್ನು ಹೆಚ್ಚು ಮಹತ್ವದ್ದಾಗಿದೆ ಎಂದು ಪರಿಗಣಿಸಲಾಗುತ್ತದೆ.

ಬೆಂಬಲ ಮತ್ತು ಪ್ರತಿರೋಧವನ್ನು ಹೇಗೆ ಬಳಸುವುದು:

ಪ್ರವೇಶ ಮತ್ತು ನಿರ್ಗಮನ ಕೇಂದ್ರಗಳು: ವ್ಯಾಪಾರಿಗಳು ವ್ಯಾಪಾರಗಳಿಗೆ ಸಂಭಾವ್ಯ ಪ್ರವೇಶ ಮತ್ತು ನಿರ್ಗಮನ ಬಿಂದುಗಳನ್ನು ಗುರುತಿಸಲು ಬೆಂಬಲ ಮತ್ತು ಪ್ರತಿರೋಧ ಮಟ್ಟಗಳನ್ನು ಬಳಸುತ್ತಾರೆ.

ಪ್ರವೃತ್ತಿ ವಿಶ್ಲೇಷಣೆ: ಬೆಂಬಲ ಮತ್ತು ಪ್ರತಿರೋಧದ ಮಟ್ಟಗಳು ಮಾರುಕಟ್ಟೆಯಲ್ಲಿ ಒಟ್ಟಾರೆ ಪ್ರವೃತ್ತಿಯನ್ನು ಗುರುತಿಸಲು ಸಹಾಯ ಮಾಡುತ್ತದೆ. ಏರಿಳಿತವು ಹೆಚ್ಚಿನ ಏರಿಳಿತಗಳು ಮತ್ತು ಹೆಚ್ಚಿನ ಕುಸಿತಗಳಿಂದ ನಿರೂಪಿಸಲ್ಪಟ್ಟರೆ, ಡೌನ್ಟ್ರೆಂಡ್ ಕಡಿಮೆ ಗರಿಷ್ಠ ಮತ್ತು ಕಡಿಮೆ ಕನಿಷ್ಠಗಳನ್ನು ಹೊಂದಿರುತ್ತದೆ.

ಎಚ್ಚರಿಕೆ:

ಫೂಲ್ ಪ್ರೂಫ್ ಅಲ್ಲ: ಬೆಂಬಲ ಮತ್ತು ಪ್ರತಿರೋಧದ ಮಟ್ಟಗಳು ಮೌಲ್ಯಯುತ ಸಾಧನಗಳಾಗಿದ್ದರೂ, ಅವು ದೋಷರಹಿತ ಸೂಚಕಗಳಲ್ಲ. ಬೆಲೆಗಳು ಈ ಮಟ್ಟಗಳನ್ನು ಮುರಿಯಬಹುದು, ವಿಶೇಷವಾಗಿ ಅಸ್ಥಿರ ಮಾರುಕಟ್ಟೆ ಪರಿಸ್ಥಿತಿಗಳಲ್ಲಿ.

ದೃಢೀಕರಣ: ಬೆಂಬಲ ಮತ್ತು ಪ್ರತಿರೋಧದಿಂದ ಉತ್ಪತ್ತಿಯಾದ ಸಂಕೇತಗಳನ್ನು ದೃಢೀಕರಿಸಲು ಇತರ ತಾಂತ್ರಿಕ ಸೂಚಕಗಳು ಮತ್ತು ಸಾಧನಗಳನ್ನು ಬಳಸಲು ಹೆಚ್ಚಾಗಿ ಸಲಹೆ ನೀಡಲಾಗುತ್ತದೆ.

ಉದಾಹರಣೆಗಳು

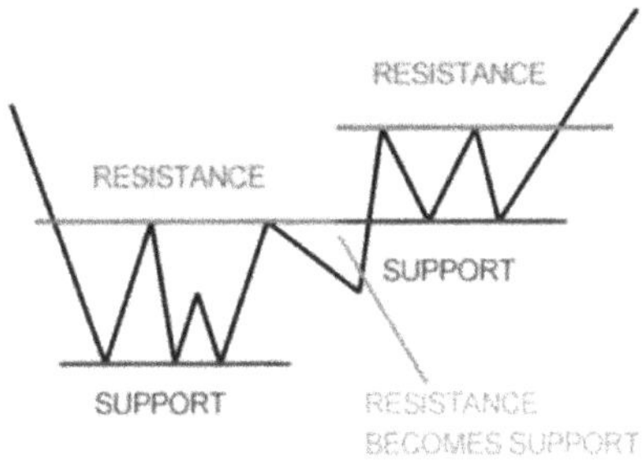
RESISTANCE
RESISTANCE
SUPPORT
SUPPORT
RESISTANCE
BECOMES SUPPORT

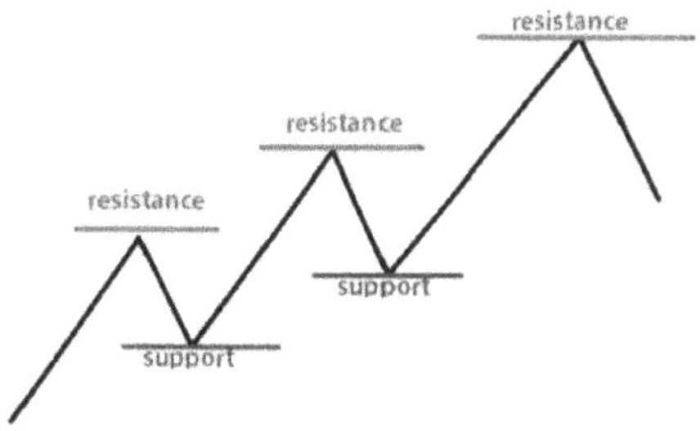
resistance
resistance
resistance
support
support

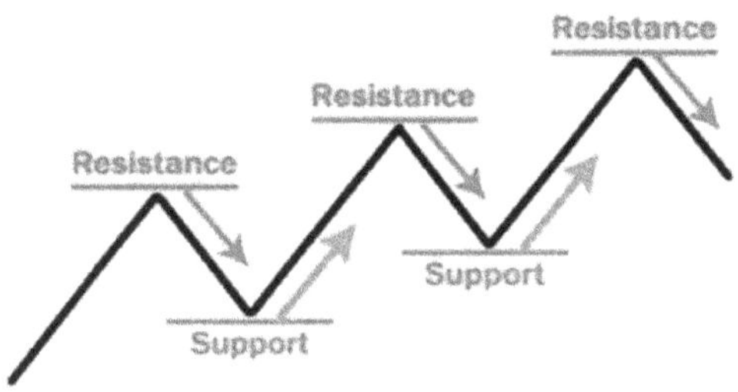
Resistance
Resistance
Resistance
Support
Support

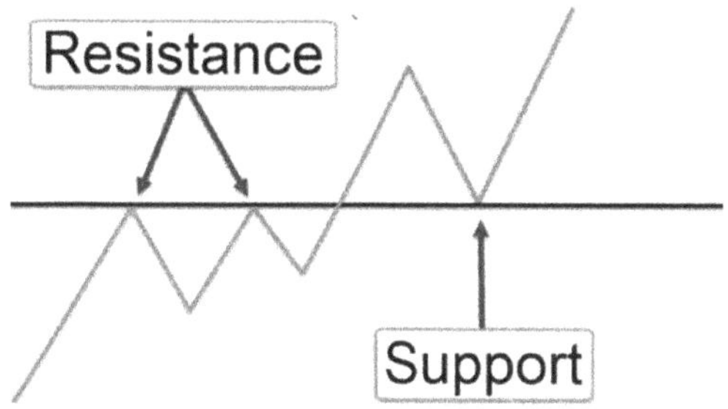
Resistance
Support

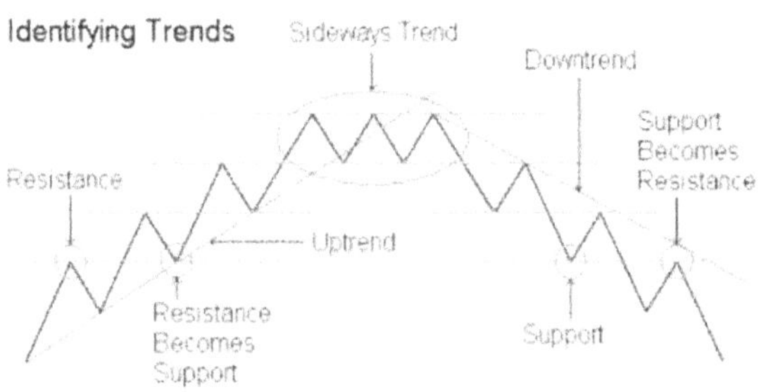
Identifying Trends
Sideways Trend
Downtrend
Resistance
Support
Becomes
Resistance
Uptrend
Resistance
Becomes
Support
Support

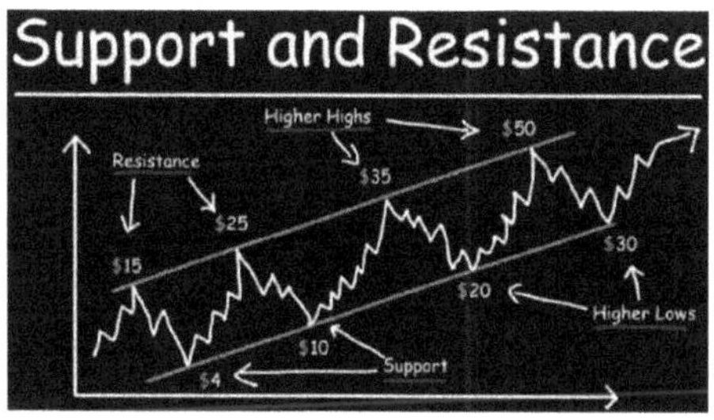
Support and Resistance
Higher Highs
$50
Resistance
$35
$25
$15
$30
$20
Higher Lows
$10
Support
$4

HL
HH
HH
HL
HL
LL
LL
HL
UPTREND
DOWNTREND

ಚಲಿಸುವ ಸರಾಸರಿಗಳು (Moving Averages)

ಚಲಿಸುವ ಸರಾಸರಿಗಳು ಬೆಲೆ ಡೇಟಾವನ್ನು ಸುಗಮಗೊಳಿಸಲು ಮತ್ತು ನಿರ್ದಿಷ್ಟ ಸಮಯದ ಅವಧಿಯಲ್ಲಿ ಪ್ರವೃತ್ತಿಗಳನ್ನು ಗುರುತಿಸಲು ಷೇರು ಮಾರುಕಟ್ಟೆಯಲ್ಲಿ ಬಳಸುವ ಜನಪ್ರಿಯ ತಾಂತ್ರಿಕ ವಿಶ್ಲೇಷಣೆ ಸಾಧನವಾಗಿದೆ. ಸ್ಟಾಕ್ ಗಳಂತಹ ಹಣಕಾಸು ಸಾಧನಗಳನ್ನು ಖರೀದಿಸುವ ಅಥವಾ ಮಾರಾಟ ಮಾಡುವ ಬಗ್ಗೆ ಮಾಹಿತಿಯುತ ನಿರ್ಧಾರಗಳನ್ನು ತೆಗೆದುಕೊಳ್ಳಲು ವ್ಯಾಪಾರಿಗಳು ಮತ್ತು ಹೂಡಿಕೆದಾರರು ಅವುಗಳನ್ನು ವ್ಯಾಪಕವಾಗಿ ಬಳಸುತ್ತಾರೆ.

ಚಲಿಸುವ ಸರಾಸರಿಗಳಲ್ಲಿ ಎರಡು ಪ್ರಮುಖ ವಿಧಗಳಿವೆ: ಸರಳ ಚಲಿಸುವ ಸರಾಸರಿ (ಎಸ್‌ಎಂಎ) ಮತ್ತು ಎಕ್ಸ್ಪೋನೆಂಟಲ್ ಮೂವಿಂಗ್ ಸರಾಸರಿ (ಇಎಂಎ).

ನಿರ್ದಿಷ್ಟ ಸಂಖ್ಯೆಯ ಅವಧಿಗಳಲ್ಲಿ ಭದ್ರತೆಯ ಸರಾಸರಿ ಮುಕ್ತಾಯ ಬೆಲೆಗಳನ್ನು ತೆಗೆದುಕೊಳ್ಳುವ ಮೂಲಕ ಎಸ್‌ಎಂಎ ಅನ್ನು ಲೆಕ್ಕಹಾಕಲಾಗುತ್ತದೆ. SMA ಅನ್ನು ಲೆಕ್ಕಹಾಕುವ ಸೂತ್ರ ಇದಾಗಿದೆ:

$$SMA = \frac{P_1 + P_2 + \ldots + P_n}{n}$$

where $P_1, P_2, \ldots, P_n$ are the closing prices of the security for the last n periods.

ಉದಾಹರಣೆಗೆ, 50 ದಿನಗಳ ಎಸ್‌ಎಂಎ ಕಳೆದ 50 ದಿನಗಳಲ್ಲಿ ಮುಕ್ತಾಯದ ಬೆಲೆಗಳ ಸರಾಸರಿಯಾಗಿದೆ.

ಎಕ್ಸ್ಪೋನೆಂಟಲ್ ಮೂವಿಂಗ್ ಸರಾಸರಿ (ಇಎಂಎ):

ಇಎಂಎ ಇತ್ತೀಚಿನ ಬೆಲೆಗಳಿಗೆ ಹೆಚ್ಚಿನ ತೂಕವನ್ನು ನೀಡುತ್ತದೆ, ಇದು ಪ್ರಸ್ತುತ ಮಾರುಕಟ್ಟೆ ಪರಿಸ್ಥಿತಿಗಳಿಗೆ ಹೆಚ್ಚು ಸ್ಪಂದಿಸುತ್ತದೆ. ಇಎಂಎ ಲೆಕ್ಕಾಚಾರದ ಸೂತ್ರ ಇದಾಗಿದೆ:

$$EMA_t = \alpha \times (P_t - EMA_{t-1}) + EMA_{t-1}$$

where P_t is the price at time t, EMA_{t-1} is the EMA for the previous period, and α is a smoothing factor.

ನಯಗೊಳಿಸುವ ಅಂಶ (α) ಇತ್ತೀಚಿನ ಬೆಲೆಗೆ ನೀಡಲಾದ ತೂಕವನ್ನು ನಿರ್ಧರಿಸುತ್ತದೆ. ಸಾಮಾನ್ಯವಾಗಿ ಬಳಸಲಾಗುವ ನಯಗೊಳಿಸುವ ಅಂಶವೆಂದರೆ 2/(n+1), ಅಲ್ಲಿ n ಎಂಬುದು ಅವಧಿಗಳ ಸಂಖ್ಯೆಯಾಗಿದೆ.

ಚಲಿಸುವ ಸರಾಸರಿಗಳನ್ನು ಹೇಗೆ ಬಳಸಲಾಗುತ್ತದೆ?

ಪ್ರವೃತ್ತಿ ಗುರುತಿಸುವಿಕೆ: ಚಾಲ್ತಿಯಲ್ಲಿರುವ ಪ್ರವೃತ್ತಿಯ ದಿಕ್ಕನ್ನು ಗುರುತಿಸಲು ವ್ಯಾಪಾರಿಗಳು ಚಲಿಸುವ ಸರಾಸರಿಗಳನ್ನು ಬಳಸುತ್ತಾರೆ. ಬೆಲೆಯು ಚಲಿಸುವ ಸರಾಸರಿಗಿಂತ ಹೆಚ್ಚಿದ್ದರೆ, ಅದನ್ನು ಅಪ್ಟ್ರೆಂಡ್ ಎಂದು ಪರಿಗಣಿಸಬಹುದು, ಮತ್ತು ಅದು ಕಡಿಮೆಯಿದ್ದರೆ, ಅದು ಡೌನ್ಟ್ರೆಂಡ್ ಆಗಿರಬಹುದು.

ಉದಾಹರಣೆ 1:

ಸ್ಟಾಕ್ ಹೆಸರು: ಮದರ್ಸನ್

1. ಇಲ್ಲಿ ಸ್ಟಾಕ್ ಬೆಲೆ ಜುಲೈ 2023 ತಿಂಗಳಲ್ಲಿ 100 ಇಎಂಎಗಿಂತ ಹೆಚ್ಚಾಗಿದೆ.
2. ಇದರರ್ಥ ಅದು ಬುಲಿಷ್ ಆಗಿದೆ.
3. ಇದರರ್ಥ ಇದು ಅಪ್ ಟ್ರೆಂಡ್ ನಲ್ಲಿದೆ.

ಉದಾಹರಣೆ 2:

ಸ್ಟಾಕ್ ಹೆಸರು: ಮದರ್ಸನ್

1. ಇಲ್ಲಿ ಸ್ಟಾಕ್ ಬೆಲೆ ನವೆಂಬರ್ 2023 ತಿಂಗಳಲ್ಲಿ 100 ಇಎಂಎಗಿಂತ ಹೆಚ್ಚಾಗಿದೆ.
2. ಇದರರ್ಥ ಅದು ಬೇರಿಷ್ ಆಗಿದೆ.
3. ಇದರರ್ಥ ಇದು ಡೌನ್ ಟ್ರೆಂಡ್ ನಲ್ಲಿದೆ

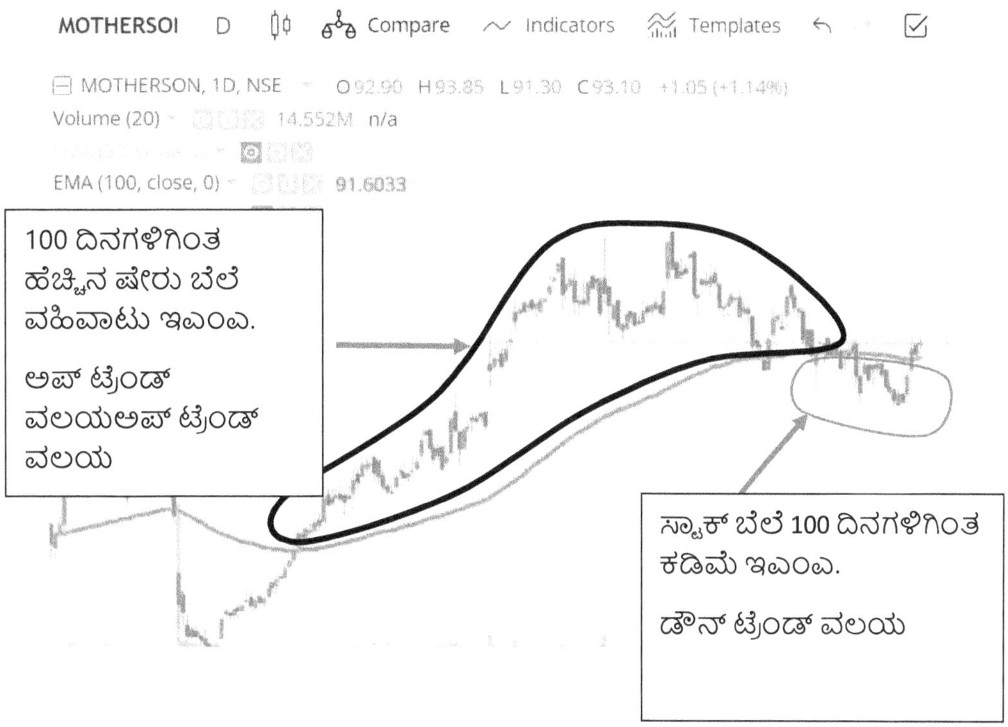

ಈ ಸಮಯದಲ್ಲಿ, ನೀವು ಅದನ್ನು ನೆನಪಿನಲ್ಲಿಟ್ಟುಕೊಳ್ಳಬೇಕು.

ಸ್ಟಾಕ್ 200 ಇಎಂಎಗಿಂತ ಹೆಚ್ಚಿದ್ದರೆ ಅದು ದೀರ್ಘಾವಧಿಯಲ್ಲಿ ಬುಲಿಷ್ ಆಗಿದೆ

ಸ್ಟಾಕ್ 100 ಇಎಂಎಗಿಂತ ಹೆಚ್ಚಿದ್ದರೆ ಅದು ಅಲ್ಪಾವಧಿಯಲ್ಲಿ ಬುಲಿಷ್ ಆಗಿದೆ

ಷೇರುಗಳು 50 ಇಎಂಎಗಿಂತ ಹೆಚ್ಚಿದ್ದರೆ ಅದು ಅಲ್ಪಾವಧಿಯಲ್ಲಿ ಬುಲಿಷ್ ಆಗಿದೆ.

ಗೋಲ್ಡನ್ ಕ್ರಾಸ್ ಓವರ್ (ಬುಲಿಶ್ ಸಿಗ್ನಲ್)

"ಗೋಲ್ಡನ್ ಕ್ರಾಸ್" ಎಂಬುದು ಷೇರು ಮಾರುಕಟ್ಟೆಯಲ್ಲಿ ಬಳಸಲಾಗುವ ತಾಂತ್ರಿಕ ವಿಶ್ಲೇಷಣೆ ಪದವಾಗಿದ್ದು, ಅಲ್ಪಾವಧಿಯ ಚಲಿಸುವ ಸರಾಸರಿಯು ದೀರ್ಘಕಾಲೀನ ಚಲಿಸುವ ಸರಾಸರಿಗಿಂತ ಹೆಚ್ಚಾದಾಗ ಉಂಟಾಗುವ ಬುಲಿಷ್ ಸಂಕೇತವನ್ನು ವಿವರಿಸುತ್ತದೆ. ಈ ಘಟನೆಯನ್ನು ಸ್ಟಾಕ್ ಅಥವಾ ಸೂಚ್ಯಂಕದಲ್ಲಿ ಸಂಭಾವ್ಯ ಮೇಲ್ಮುಖ ಆವೇಗದ ಸಕಾರಾತ್ಮಕ ಸೂಚಕವಾಗಿ ನೋಡಲಾಗುತ್ತದೆ. ಗೋಲ್ಡನ್ ಕ್ರಾಸ್ ಅನ್ನು ಹೆಚ್ಚಾಗಿ ವ್ಯಾಪಾರಿಗಳು ಮತ್ತು ಹೂಡಿಕೆದಾರರು ಬುಲಿಷ್ ಪ್ರವೃತ್ತಿಗಳನ್ನು ಗುರುತಿಸಲು ಮತ್ತು ಮಾಹಿತಿಯುಕ್ತ ನಿರ್ಧಾರಗಳನ್ನು ತೆಗೆದುಕೊಳ್ಳಲು ಬಳಸುತ್ತಾರೆ.

ಗೋಲ್ಡನ್ ಕ್ರಾಸ್ ನ ವಿಶಿಷ್ಟ ಸಂರಚನೆಯು ಈ ಕೆಳಗಿನ ಘಟಕಗಳನ್ನು ಒಳಗೊಂಡಿದೆ:

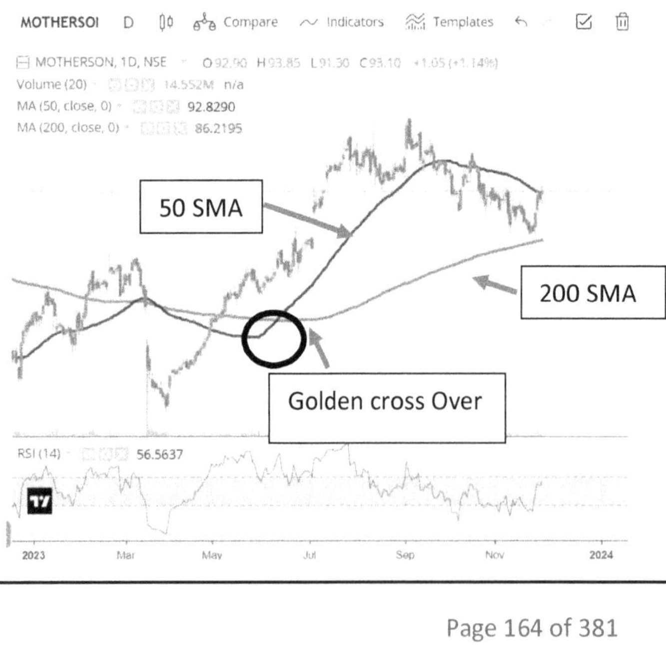

ಸ್ಟಾಕ್ ಹೆಸರು: ಮದರ್ಸನ್

ಇಲ್ಲಿ ಜೂನ್ 2023 ರಲ್ಲಿ,

50 ದಿನಗಳು ಚಲಿಸುವ ಸರಾಸರಿ 200 ದಿನಗಳನ್ನು ದಾಟಿದೆ ಸರಾಸರಿ ಮೇಲ್ಭಾಗದ ಕಡೆಗೆ ಚಲಿಸುತ್ತದೆ.

ಇದರರ್ಥ ಬುಲಿಷ್ ಸೂಚನೆ.

ಅಪ್ ಟ್ರೆಂಡ್ ಪ್ರಾರಂಭವಾಯಿತು.

(ಘಾತೀಯ ಚಲಿಸುವ ಸರಾಸರಿ ಇಎಂಎ ವಿಭಿನ್ನವಾಗಿದೆ, ಸರಳ ಚಲಿಸುವ ಸರಾಸರಿ ವಿಭಿನ್ನವಾಗಿದೆ)

ಗೋಲ್ಡನ್ ಕ್ರಾಸ್ ನ ವಿಶಿಷ್ಟ ಸಂರಚನೆಯು ಈ ಕೆಳಗಿನ ಘಟಕಗಳನ್ನು ಒಳಗೊಂಡಿದೆ:

1. ಅಲ್ಪಾವಧಿಯ ಚಲಿಸುವ ಸರಾಸರಿ (ಉದಾಹರಣೆಗೆ, 50-ದಿನಗಳ ಎಸ್‌ಎಂಎ): ಇದು ಕಡಿಮೆ ಸಮಯದ ಅವಧಿಯ ಆಧಾರದ ಮೇಲೆ ಲೆಕ್ಕಹಾಕಲಾದ ಚಲಿಸುವ ಸರಾಸರಿಯಾಗಿದೆ. ಇದು ಇತ್ತೀಚಿನ ಬೆಲೆ ಬದಲಾವಣೆಗಳಿಗೆ ಹೆಚ್ಚು ಸ್ಪಂದಿಸುತ್ತದೆ.

2. ದೀರ್ಘಾವಧಿಯ ಚಲಿಸುವ ಸರಾಸರಿ (ಉದಾಹರಣೆಗೆ, 200-ದಿನಗಳ ಎಸ್‌ಎಂಎ): ಇದು ದೀರ್ಘಾವಧಿಯ ಆಧಾರದ ಮೇಲೆ ಲೆಕ್ಕಹಾಕಲಾದ ಚಲಿಸುವ ಸರಾಸರಿಯಾಗಿದೆ. ಇದು ಸುಗಮ ಪ್ರವೃತ್ತಿಯನ್ನು ಒದಗಿಸುತ್ತದೆ ಮತ್ತು ಅಲ್ಪಾವಧಿಯ ಬೆಲೆ ಏರಿಳಿತಗಳಿಗೆ ಕಡಿಮೆ ಸಂವೇದನಾಶೀಲವಾಗಿರುತ್ತದೆ.

ಅಲ್ಪಾವಧಿಯ ಚಲಿಸುವ ಸರಾಸರಿಯು ದೀರ್ಘಾವಧಿಯ ಚಲಿಸುವ ಸರಾಸರಿಗಿಂತ ಹೆಚ್ಚಾದಾಗ, ಅದು ಗೋಲ್ಡನ್ ಕ್ರಾಸ್ ಸಂಕೇತವನ್ನು ಉತ್ಪಾದಿಸುತ್ತದೆ.

ಡೆತ್ ಕ್ರಾಸ್ ಓವರ್ (ಬುಲಿಶ್ ಸಿಗ್ನಲ್)

"ಡೆತ್ ಕ್ರಾಸ್" ಎಂಬುದು ಷೇರು ಮಾರುಕಟ್ಟೆಯಲ್ಲಿ ಬಳಸಲಾಗುವ ತಾಂತ್ರಿಕ ವಿಶ್ಲೇಷಣೆ ಪದವಾಗಿದ್ದು, ಅಲ್ಪಾವಧಿಯ ಚಲಿಸುವ ಸರಾಸರಿಯು ದೀರ್ಘಕಾಲೀನ ಚಲಿಸುವ ಸರಾಸರಿಗಿಂತ ಕಡಿಮೆಯಾದಾಗ ಉಂಟಾಗುವ ಬೇರಿಷ್ ಸಂಕೇತವನ್ನು ವಿವರಿಸುತ್ತದೆ. ಗೋಲ್ಡನ್ ಕ್ರಾಸ್ ನಂತೆಯೇ, ಡೆತ್ ಕ್ರಾಸ್ ಅನ್ನು ಪ್ರವೃತ್ತಿಯ ದಿಕ್ಕಿನಲ್ಲಿ ಸಂಭಾವ್ಯ ಬದಲಾವಣೆಗಳ ಗಮನಾರ್ಹ ಸೂಚಕವೆಂದು ಪರಿಗಣಿಸಲಾಗುತ್ತದೆ, ಆದರೆ ಈ ಸಂದರ್ಭದಲ್ಲಿ, ಇದು ಮಂದಗತಿಯ ದೃಷ್ಟಿಕೋನದೊಂದಿಗೆ ಸಂಬಂಧಿಸಿದೆ.

ಸ್ಟಾಕ್ ಹೆಸರು: ಮದರ್ಸನ್

ಇಲ್ಲಿ ಡಿಸೆಂಬರ್ 2021 ರಲ್ಲಿ,

50 ದಿನಗಳು ಚಲಿಸುವ ಸರಾಸರಿ 200 ದಿನಗಳನ್ನು ದಾಟಿದೆ, ಸರಾಸರಿಯನ್ನು ಕೆಳಕ್ಕೆ ಚಲಿಸುತ್ತಿದೆ.

ಇದರರ್ಥ ಬೇರಿಷ್ ಸೂಚನೆ.

ಡೌನ್ ಟ್ರೆಂಡ್ ಪ್ರಾರಂಭವಾಯಿತು.

(ಘಾತೀಯ ಚಲಿಸುವ ಸರಾಸರಿ ಇಎಂಎ ವಿಭಿನ್ನವಾಗಿದೆ, ಸರಳ ಚಲಿಸುವ ಸರಾಸರಿ ವಿಭಿನ್ನವಾಗಿದೆ)

ಡೆತ್ ಕ್ರಾಸ್ ಎರಡು ಪ್ರಮುಖ ಚಲಿಸುವ ಸರಾಸರಿಗಳನ್ನು ಒಳಗೊಂಡಿದೆ:

1. ಅಲ್ಪಾವಧಿಯ ಚಲಿಸುವ ಸರಾಸರಿ (ಉದಾಹರಣೆಗೆ, 50-ದಿನಗಳ ಎಸ್‌ಎಂಎ): ಈ ಚಲಿಸುವ ಸರಾಸರಿಯನ್ನು ಕಡಿಮೆ ಸಮಯದ ಅವಧಿಯ ಆಧಾರದ ಮೇಲೆ ಲೆಕ್ಕಹಾಕಲಾಗುತ್ತದೆ ಮತ್ತು ಇತ್ತೀಚಿನ ಬೆಲೆ ಬದಲಾವಣೆಗಳಿಗೆ ಹೆಚ್ಚು ಪ್ರತಿಕ್ರಿಯಿಸುತ್ತದೆ.

2. ದೀರ್ಘಾವಧಿಯ ಚಲಿಸುವ ಸರಾಸರಿ (ಉದಾಹರಣೆಗೆ, 200-ದಿನಗಳ ಎಸ್‌ಎಂಎ): ಈ ಚಲಿಸುವ ಸರಾಸರಿಯನ್ನು ದೀರ್ಘಾವಧಿಯ ಆಧಾರದ ಮೇಲೆ ಲೆಕ್ಕಹಾಕಲಾಗುತ್ತದೆ, ಇದು ಸುಗಮ ಪ್ರವೃತ್ತಿಯನ್ನು ಒದಗಿಸುತ್ತದೆ ಮತ್ತು ಅಲ್ಪಾವಧಿಯ ಬೆಲೆ ಏರಿಳಿತಗಳಿಗೆ ಕಡಿಮೆ ಸಂವೇದನಾಶೀಲವಾಗಿರುತ್ತದೆ.

ಅಲ್ಪಾವಧಿಯ ಚಲಿಸುವ ಸರಾಸರಿಯು ದೀರ್ಘಕಾಲೀನ ಚಲಿಸುವ ಸರಾಸರಿಗಿಂತ ಕಡಿಮೆಯಾದಾಗ, ಅದು ಡೆತ್ ಕ್ರಾಸ್ ಸಂಕೇತವನ್ನು ಉತ್ಪಾದಿಸುತ್ತದೆ.

ಬೆಂಬಲ ಮತ್ತು ಪ್ರತಿರೋಧ: ಚಲಿಸುವ ಸರಾಸರಿಗಳು ಕ್ರಿಯಾತ್ಮಕ ಬೆಂಬಲ ಮತ್ತು ಪ್ರತಿರೋಧ ಮಟ್ಟಗಳಾಗಿ ಕಾರ್ಯನಿರ್ವಹಿಸಬಹುದು. ಬೆಲೆಯು ಚಲಿಸುವ ಸರಾಸರಿಯನ್ನು ಸಮೀಪಿಸಿದಾಗ, ಅದು ಬೆಂಬಲವನ್ನು ಕಂಡುಕೊಳ್ಳಬಹುದು ಅಥವಾ ಪ್ರತಿರೋಧವನ್ನು ಎದುರಿಸಬಹುದು.

ಕೆಳಗಿನ ಉದಾಹರಣೆಯಲ್ಲಿ ಸ್ಟಾಕ್ 200ಇಎಂಎ ಬೆಂಬಲವನ್ನು ಪಡೆದುಕೊಂಡಿತು ಮತ್ತು ಅಲ್ಲಿಂದ ಮತ್ತೆ ಪತ್ತೆಹಚ್ಚಿತು.

ಸಾಮಾನ್ಯವಾಗಿ ಸ್ಟಾಕ್ ಚಲಿಸುವ ಸರಾಸರಿಯಿಂದ ಹಿಮ್ಮುಖವಾಗುತ್ತದೆ.

ಹಿಮ್ಮುಖಗಳಿಗೆ ಸಂಕೇತ:

ಬೆಲೆ ಮತ್ತು ಚಲಿಸುವ ಸರಾಸರಿಗಳ ನಡುವಿನ ಸಂಬಂಧದಲ್ಲಿನ ಬದಲಾವಣೆಗಳು ಸಂಭಾವ್ಯ ಪ್ರವೃತ್ತಿ ಹಿಮ್ಮುಖಗಳನ್ನು ಸೂಚಿಸಬಹುದು.

ಕೆಳಗಿನ ಉದಾಹರಣೆಯಲ್ಲಿ, 50EMA 100EMA ಗಿಂತ ಹೆಚ್ಚಾದಾಗ ಸ್ಟಾಕ್ ಬೆಲೆ ಹೆಚ್ಚಾಗುತ್ತದೆ, ಇದು ಸ್ಟಾಕ್ ಖರೀದಿಸಲು ಸೂಚನೆಯನ್ನು ನೀಡುತ್ತದೆ. ಮತ್ತೆ, ಸ್ವಲ್ಪ ಸಮಯದ ನಂತರ ಸ್ಟಾಕ್ 50EMA ಗಿಂತ ಕೆಳಗಿಳಿಯಲು ಪ್ರಾರಂಭಿಸಿತು, ಇದು ಮಾರಾಟಕ್ಕೆ ಸೂಚನೆಯನ್ನು ನೀಡಿತು.

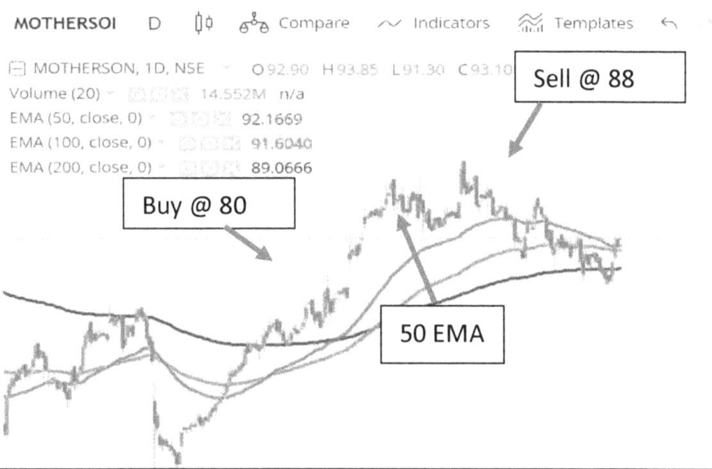

ನೀವು ಯಾವುದೇ ಸ್ಟಾಕ್ ಅನ್ನು ಅನುಸರಿಸುತ್ತಿದ್ದರೆ, ಸ್ಟಾಕ್ ನ ಪುನರಾವರ್ತಿತ ನಡವಳಿಕೆಯನ್ನು ನೀವು ತಿಳಿದುಕೊಳ್ಳುತ್ತೀರಿ.

ನೀವು ಖರೀದಿಸಲು ಮತ್ತು ಮಾರಾಟ ಮಾಡಲು 50EMA ಅನ್ನು ಅನುಸರಿಸುತ್ತಿದ್ದರೆ. 50EMA 100EMA ದಾಟಿದಾಗಲೆಲ್ಲಾ ನೀವು ಲಾಭವನ್ನು ಬುಕ್ ಮಾಡಬೇಕು. ನೀವು ಅಲ್ಪಾವಧಿಯ ವ್ಯಾಪಾರ ಮಾಡುತ್ತಿದ್ದರೆ

ದೀರ್ಘಾವಧಿ ವ್ಯಾಪಾರಿಗಳು ಷೇರುಗಳನ್ನು ಖರೀದಿಸಬಹುದು.

ಹಸಿರು ಅಥವಾ ಕೆಂಪು ಮೇಣದಬತ್ತಿಯನ್ನು ಹುಡುಕಬೇಡಿ. ನೀವು ವ್ಯಾಪಾರ ಮಾಡಲು ಇಎಂಎ ತಂತ್ರವನ್ನು ಅನುಸರಿಸುತ್ತಿದ್ದರೆ. 50EMA ಕ್ರಾಸ್ ಓವರ್ ಅನ್ನು 100EMA ಗೆ ಹುಡುಕಿ.

1) 50EMA 100EMA ಗಿಂತ ಹೆಚ್ಚಿನ ಕಡೆಗೆ ದಾಟಿದರೆ ಸ್ಟಾಕ್ ಖರೀದಿಸಿ.
2) 50EMA 100 EMA ದಾಟಿದರೆ ಸ್ಟಾಕ್ ಅನ್ನು ಡೌನ್ ಕಡೆಗೆ ಮಾರಾಟ ಮಾಡಿ
3) ಕ್ರಾಸಿಂಗ್ ಮಾಡುವ ಮೊದಲು ಸ್ಟಾಕ್ 100 ಇಎಂಎಗಿಂತ ಕೆಳಗಿಳಿಯಲು ಪ್ರಾರಂಭಿಸಿದರೆ, ಸ್ಟಾಕ್ ಅನ್ನು ಮಾರಾಟ ಮಾಡಬಹುದು.

ರಿವರ್ಸಲ್ ಗಳಿಗೆ ಸಿಗ್ನಲ್: ಸಿಗ್ನಲ್ ಗಳನ್ನು ಖರೀದಿಸಿ ಮತ್ತು ಮಾರಾಟ ಮಾಡಿ

ಸ್ಟಾಕ್: ಇನ್ಫೋಸಿಸ್

ಕೆಳಗಿನ ಉದಾಹರಣೆಯಲ್ಲಿ, 50EMA 100EMA ಗಿಂತ ಹೆಚ್ಚಾದಾಗ ಸ್ಟಾಕ್ ಬೆಲೆ ಹೆಚ್ಚಾಗುತ್ತದೆ, ಇದು ಸ್ಟಾಕ್ ಖರೀದಿಸಲು ಸೂಚನೆಯನ್ನು ನೀಡುತ್ತದೆ. ಮತ್ತೆ, ಸ್ವಲ್ಪ ಅವಧಿಯ ನಂತರ 50EMA 100EMA ಅನ್ನು ದಾಟಿತು, ಇದು ಮಾರಾಟಕ್ಕೆ ಸೂಚನೆಯನ್ನು ನೀಡಿತು.

ಗಮನಿಸಬೇಕಾದ ವಿಷಯಗಳು

1) ಸ್ಟಾಕ್ ನಡವಳಿಕೆ: ಆಯ್ದ ಅವಧಿಯಲ್ಲಿ ಸಾಕ್ ಯಾವಾಗಲೂ 50 ಇಎಂಎ ಮತ್ತು ಸ್ವಲ್ಪ ಕಡಿಮೆ ಮುಟ್ಟುತ್ತದೆ ಆದರೆ ಎಂದಿಗೂ ದಾಟುವುದಿಲ್ಲ ಆದ್ದರಿಂದ ಸ್ಟಾಕ್ 50 ಇಎಂಎಗಿಂತ ಸ್ವಲ್ಪ ಕಡಿಮೆಯಿದ್ದರೆ ಮಾರಾಟ ಮಾಡುವುದು ಸೂಕ್ತವಲ್ಲ.
2) ಸ್ಟಾಕ್ ವರ್ತನೆಯು ಪ್ರತಿ ಸ್ಟಾಕ್ ಗೆ ಬದಲಾಗುತ್ತದೆ. ಅಲ್ಪಾವಧಿಯ ಹೂಡಿಕೆದಾರರಲ್ಲಿ ಅವಲೋಕನದ ಅಗತ್ಯವಿದೆ.
3) ಷೇರುಗಳು ಮೂಲಭೂತವಾಗಿ ಪ್ರಬಲವಾಗಿರುವುದರಿಂದ ದೀರ್ಘಕಾಲೀನ ಹೂಡಿಕೆದಾರರು ಚಿಂತಿಸಬೇಕಾಗಿಲ್ಲ ಮತ್ತು ಸಣ್ಣ ಕುಸಿತದ ನಂತರ ಮತ್ತೆ ಇಎಂಎನಲ್ಲಿ ಹೊಸ ಪ್ರವೃತ್ತಿಗಳನ್ನು ಮಾಡುತ್ತದೆ.

ರಿವರ್ಸಲ್ ಗಳಿಗೆ ಸಿಗ್ನಲ್: ಸಿಗ್ನಲ್ ಗಳನ್ನು ಖರೀದಿಸಿ ಮತ್ತು ಮಾರಾಟ ಮಾಡಿ

Stock: HDFC Bank
ಕೆಳಗಿನ ಉದಾಹರಣೆಯಲ್ಲಿ, 50EMA 100EMA ಗಿಂತ ಹೆಚ್ಚಾದಾಗ ಸ್ಟಾಕ್ ಬೆಲೆ ಹೆಚ್ಚಾಗುತ್ತದೆ, ಇದು ಸ್ಟಾಕ್ ಖರೀದಿಸಲು ಸೂಚನೆಯನ್ನು ನೀಡುತ್ತದೆ. ಮತ್ತೆ, ಸ್ವಲ್ಪ ಸಮಯದ ನಂತರ 50EMA 100EMA ಕೆಳಕ್ಕೆ ದಾಟಿತು, ಇದು ಮಾರಾಟಕ್ಕೆ ಸೂಚನೆಯನ್ನು ನೀಡಿತು.

ಗಮನಿಸಬೇಕಾದ ವಿಷಯಗಳು.

1) ಸ್ಟಾಕ್ ವರ್ತನೆ: ಸ್ಟಾಕ್ ಮತ್ತೆ 50ಇಎಂಎಗಿಂತ ಕಡಿಮೆಯಾದರೆ ಅದು ಹಿಂತಿರುಗುತ್ತಿದೆ ಆದ್ದರಿಂದ ಮಾರಾಟ ಮಾಡುವುದು ಸೂಕ್ತವಲ್ಲ. 50EMA 100EMA ಅನ್ನು ಕೆಳಕ್ಕೆ ದಾಟಿದರೆ, ಸ್ಟಾಕ್ ಹೆಚ್ಚು ಕಡಿಮೆಯಾಗುತ್ತದೆ.
2) ಪ್ರತಿಯೊಂದು ಸ್ಟಾಕ್ ವರ್ತನೆಯೂ ಬದಲಾಗುತ್ತದೆ. ಆದ್ದರಿಂದ ಹೂಡಿಕೆಗಳಿಗೆ ಹೆಚ್ಚಿನ ಸಮಯಾವಧಿಯವರೆಗೆ ಅಧ್ಯಯನ ಮಾಡಲು ಶಿಫಾರಸು ಮಾಡಲಾಗಿದೆ.

ರಿವರ್ಸಲ್ ಗಳಿಗೆ ಸಿಗ್ನಲ್: ಸಿಗ್ನಲ್ ಗಳನ್ನು ಖರೀದಿಸಿ ಮತ್ತು ಮಾರಾಟ ಮಾಡಿ

Stock: RELIANCE
ಕೆಳಗಿನ ಉದಾಹರಣೆಯಲ್ಲಿ, 50EMA 100EMA ಗಿಂತ ಹೆಚ್ಚಾದಾಗ ಸ್ಟಾಕ್ ಬೆಲೆ ಹೆಚ್ಚಾಗುತ್ತದೆ, ಇದು ಸ್ಟಾಕ್ ಖರೀದಿಸಲು ಸೂಚನೆಯನ್ನು ನೀಡುತ್ತದೆ. ಮತ್ತೆ, ಸ್ವಲ್ಪ ಅವಧಿಯ ನಂತರ 50EMA 100EMA ಯಿಂದ ಕೆಳಕ್ಕೆ ಸಾಗಿತು, ಇದು ಮಾರಾಟಕ್ಕೆ ಸೂಚನೆಯನ್ನು ನೀಡಿತು.

ಗಮನಿಸಬೇಕಾದ ವಿಷಯಗಳು

1) ಸ್ಟಾಕ್ ವರ್ತನೆ: ಈ ಸ್ಟಾಕ್ ನಲ್ಲಿ ಸ್ಟಾಕ್ ಬೆಲೆಗಳು 50EMA ಗಿಂತ ಕಡಿಮೆಯಿದ್ದರೆ ಸ್ಟಾಕ್ ಅನ್ನು ಮಾರಾಟ ಮಾಡುವುದು ಉತ್ತಮ, 50EMA 100EMA ಗೆ ದಾಟುವವರೆಗೆ ಕಾಯಬೇಡಿ.
2) ಪ್ರತಿಯೊಂದು ಸ್ಟಾಕ್ ವರ್ತನೆಯೂ ಬದಲಾಗುತ್ತದೆ. ಆದ್ದರಿಂದ ಹೂಡಿಕೆಗಳಿಗೆ ಹೆಚ್ಚಿನ ಸಮಯಾವಧಿಯವರೆಗೆ ಅಧ್ಯಯನ ಮಾಡಲು ಶಿಫಾರಸು ಮಾಡಲಾಗಿದೆ.

ರಿವರ್ಸಲ್ ಗಳಿಗೆ ಸಿಗ್ನಲ್: ಸಿಗ್ನಲ್ ಗಳನ್ನು ಖರೀದಿಸಿ ಮತ್ತು ಮಾರಾಟ ಮಾಡಿ

ಸ್ಟಾಕ್: ಮಹೀಂದ್ರಾ ಮತ್ತು ಮಹೀಂದ್ರಾ

ಕೆಳಗಿನ ಉದಾಹರಣೆಯಲ್ಲಿ, 50EMA 100EMA ಗಿಂತ ಹೆಚ್ಚಾದಾಗ ಸ್ಟಾಕ್ ಬೆಲೆ ಹೆಚ್ಚಾಗುತ್ತದೆ, ಇದು ಸ್ಟಾಕ್ ಖರೀದಿಸಲು ಸೂಚನೆಯನ್ನು ನೀಡುತ್ತದೆ. ಮತ್ತೆ, ಕೆಲವು ಅವಧಿಯ ನಂತರ 50EMA 100EMA ಅನ್ನು ದಾಟಿದೆ, ಇದು ಮಾರಾಟಕ್ಕೆ ಸೂಚನೆಯನ್ನು ನೀಡುತ್ತದೆ.

ಗಮನಿಸಬೇಕಾದ ವಿಷಯಗಳು.

1) ಸ್ಟಾಕ್ ವರ್ತನೆ: ಸ್ಟಾಕ್ ಮತ್ತೆ 50ಇಎಂಎಗಿಂತ ಕಡಿಮೆಯಾದರೆ ಅದು ಹಿಂತಿರುಗುತ್ತಿದೆ ಆದ್ದರಿಂದ ಮಾರಾಟ ಮಾಡುವುದು ಸೂಕ್ತವಲ್ಲ. ಸ್ಟಾಕ್ 100EMA ಅನ್ನು ಬೆಂಬಲವಾಗಿ ತೆಗೆದುಕೊಳ್ಳುತ್ತದೆ. ಸ್ಟಾಕ್ 100EMA ಗಿಂತ ಕಡಿಮೆಯಾದರೆ ಅದು ಸ್ವಲ್ಪ ಕಡಿಮೆಯಾಗುತ್ತದೆ.

2) ಪ್ರತಿಯೊಂದು ಸ್ಟಾಕ್ ವರ್ತನೆಯೂ ಬದಲಾಗುತ್ತದೆ. ಆದ್ದರಿಂದ ಹೂಡಿಕೆಗಳಿಗೆ ಹೆಚ್ಚಿನ ಸಮಯಾವಧಿಯವರೆಗೆ ಅಧ್ಯಯನ ಮಾಡಲು ಶಿಫಾರಸು ಮಾಡಲಾಗಿದೆ.

ಚಲಿಸುವ ಸರಾಸರಿಯ ಆಧಾರದ ಮೇಲೆ ಅಲ್ಪಾವಧಿಯ ಹೂಡಿಕೆಗಾಗಿ ಸ್ಟಾಕ್ ಆಯ್ಕೆ

ಈ ಕೆಳಗಿನ ವಿಧಾನವು 50 ರಿಂದ 100 ದಿನಗಳಿಗಿಂತ ಕಡಿಮೆ ಹೂಡಿಕೆ ಮಾಡುವ ಅಲ್ಪಾವಧಿಯ ಹೂಡಿಕೆದಾರರಿಗೆ ಮಾತ್ರ ಅನ್ವಯಿಸುತ್ತದೆ.

ದೀರ್ಘಕಾಲೀನ ಹೂಡಿಕೆದಾರರು ಚಿಂತಿಸಬೇಕಾಗಿಲ್ಲ, ಏಕೆಂದರೆ ಡೌನ್ ಟ್ರೆಂಡ್ ಸಮಯದಲ್ಲಿ ಹೆಚ್ಚಿನ ಸ್ಟಾಕ್ ಸಂಗ್ರಹಿಸಲು ಅವಕಾಶವಿದೆ.

1) ಸ್ಟಾಕ್ ಚಾರ್ಟ್ ಮಾದರಿ 50 ಇಎಂಎಗಿಂತ ಕಡಿಮೆಯಿದ್ದರೆ ಅದು ಡೌನ್ ಟ್ರೆಂಡ್ ನಲ್ಲಿದೆ. ಅದು ಕುಸಿಯುತ್ತಿರುವುದರಿಂದ ಅದನ್ನು ವ್ಯಾಪಾರ ಮಾಡಲು ಸಾಧ್ಯವಿಲ್ಲ.

2) ಸ್ಟಾಕ್ ಚಾರ್ಟ್ ಮಾದರಿ 50EMA ಗಿಂತ ಹೆಚ್ಚಿದ್ದರೆ ಅದು ಅಪ್ ಟ್ರೆಂಡ್ ನಲ್ಲಿದೆ. ಇದು ಮೇಲಕ್ಕೆ ಹೋಗುತ್ತಿರುವಂತೆ ವ್ಯಾಪಾರ ಮಾಡಬಹುದು.

ಉದಾಹರಣೆ: ಮಾರಿಕೊ

ಸಾಪೇಕ್ಷ ಸಾಮರ್ಥ್ಯ ಸೂಚ್ಯಂಕ (Relative Strength Index)

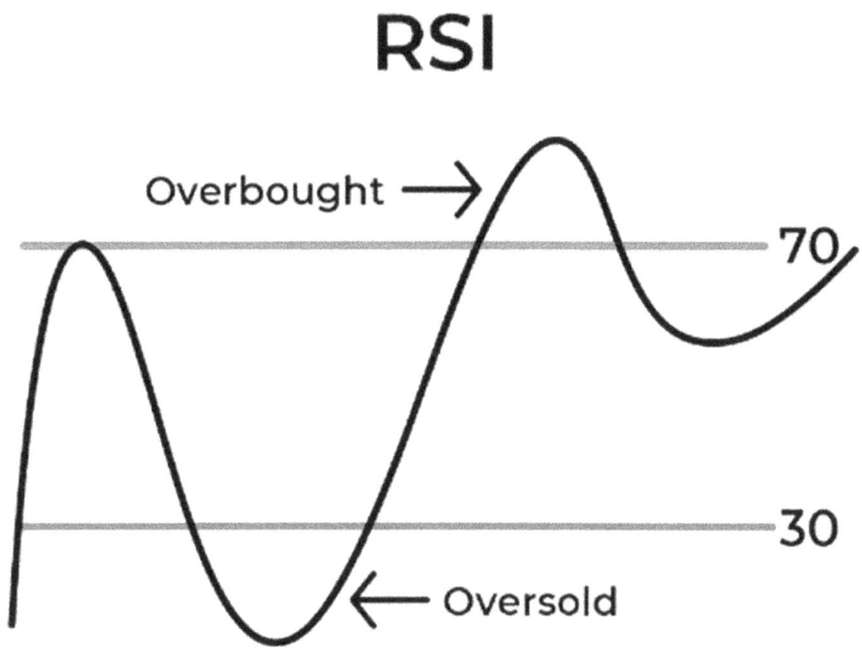

ಸಾಪೇಕ್ಷ ಸಾಮರ್ಥ್ಯ ಸೂಚ್ಯಂಕ (RSI)

ಸಾಪೇಕ್ಷ ಸಾಮರ್ಥ್ಯ ಸೂಚ್ಯಂಕ (ಆರ್ ಎಸ್ ಐ) ಬೆಲೆ ಚಲನೆಗಳ ವೇಗ ಮತ್ತು ಬದಲಾವಣೆಯನ್ನು ಅಳೆಯುವ ಆವೇಗ ಆಂದೋಲಕವಾಗಿದೆ. ಇದು ಹಣಕಾಸು ಮಾರುಕಟ್ಟೆಯಲ್ಲಿ ಅತಿಯಾಗಿ ಮಾರಾಟವಾದ ಅಥವಾ ಅತಿಯಾಗಿ ಮಾರಾಟವಾದ ಪರಿಸ್ಥಿತಿಗಳನ್ನು ಗುರುತಿಸಲು ವ್ಯಾಪಾರಿಗಳು ಮತ್ತು ಹೂಡಿಕೆದಾರರು ಬಳಸುವ ಜನಪ್ರಿಯ ತಾಂತ್ರಿಕ ವಿಶ್ಲೇಷಣೆ ಸಾಧನವಾಗಿದೆ, ಇದು ಸ್ಟಾಕ್ ಗಳಂತಹ ನಿರ್ದಿಷ್ಟ ಆಸ್ತಿಯನ್ನು ಖರೀದಿಸುವ ಅಥವಾ ಮಾರಾಟ ಮಾಡುವ ಬಗ್ಗೆ ಹೆಚ್ಚು ಮಾಹಿತಿಯುಕ್ತ ನಿರ್ಧಾರಗಳನ್ನು ತೆಗೆದುಕೊಳ್ಳಲು ಸಹಾಯ ಮಾಡುತ್ತದೆ.

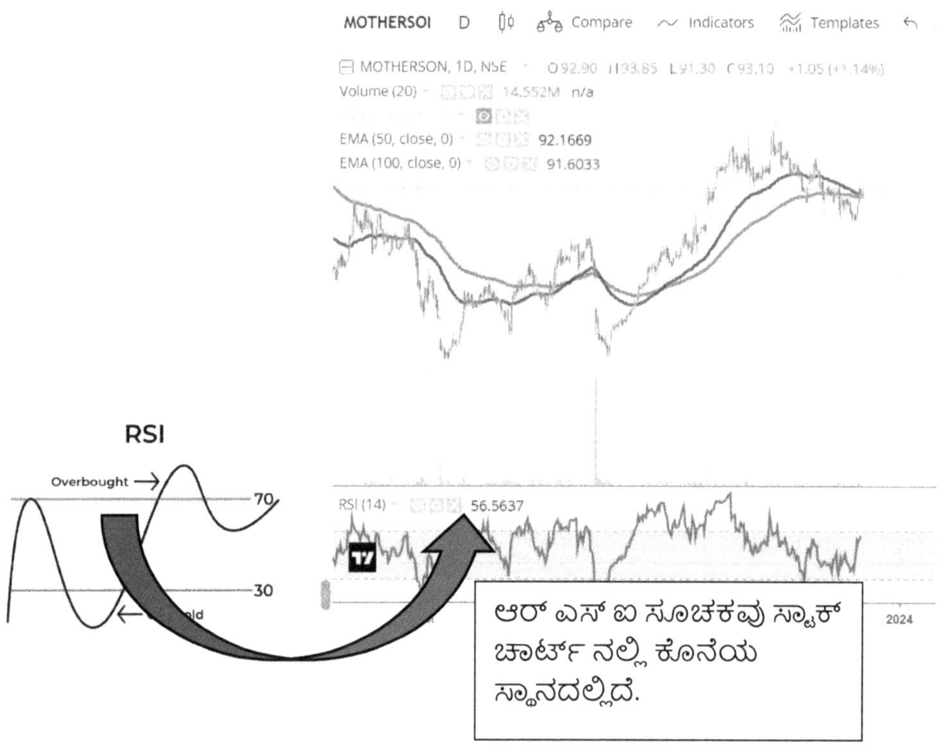

ಆರ್ ಎಸ್ ಐ ಲೆಕ್ಕಾಚಾರ

ಆರ್ ಎಸ್ ಐ ಅನ್ನು ಸಾಮಾನ್ಯವಾಗಿ ಈ ಕೆಳಗಿನ ಸೂತ್ರವನ್ನು ಬಳಸಿಕೊಂಡು ಲೆಕ್ಕಹಾಕಲಾಗುತ್ತದೆ:

$$RSI = 100 - \frac{100}{1+RS}$$

ಇಲ್ಲಿ ಆರ್ ಎಸ್ (ಸಾಪೇಕ್ಷ ಸಾಮರ್ಥ್ಯ) ಎಂದರೆ ಒಂದು ನಿರ್ದಿಷ್ಟ ಅವಧಿಯಲ್ಲಿನ ಸರಾಸರಿ ಲಾಭವಾಗಿದ್ದು, ಅದೇ ಅವಧಿಯಲ್ಲಿನ ಸರಾಸರಿ ನಷ್ಟದಿಂದ ವಿಂಗಡಿಸಲಾಗಿದೆ. ಆರ್ ಎಸ್ ಐ ಸಾಮಾನ್ಯವಾಗಿ 14 ರ ಡೀಫಾಲ್ಟ್ ಅವಧಿಯನ್ನು ಬಳಸುತ್ತದೆ, ಆದರೆ ವ್ಯಾಪಾರಿಗಳು ತಮ್ಮ ಆದ್ಯತೆಗಳು ಮತ್ತು ಅವರ ವಿಶ್ಲೇಷಣೆಯ ಸಮಯದ ಚೌಕಟ್ಟಿನ ಆಧಾರದ ಮೇಲೆ ಈ ಅವಧಿಯನ್ನು ಸರಿಹೊಂದಿಸಬಹುದು.

ಆರ್ ಎಸ್ ಐ ಗಡಿಗಳನ್ನು ಅರ್ಥಮಾಡಿಕೊಳ್ಳುವುದು

ಓವರ್ ಸೋಲ್ಡ್ ಝೋನ್ (ಖರೀದಿ ವಲಯ)

ಇಲ್ಲಿ ಸ್ಟಾಕ್ ಆರ್ ಎಸ್ ಐ 30 ಕ್ಕಿಂತ ಕಡಿಮೆಯಾಗಿದೆ, ಆದ್ದರಿಂದ ಇದು ಹೆಚ್ಚು ಮಾರಾಟವಾದ ವಲಯದಲ್ಲಿದೆ. ಇದು ಖರೀದಿ ಅವಕಾಶವಾಗಿದೆ.
ಇದರ ನಂತರ ಸ್ಟಾಕ್ ಏರಲು ಪ್ರಾರಂಭಿಸಿತು.

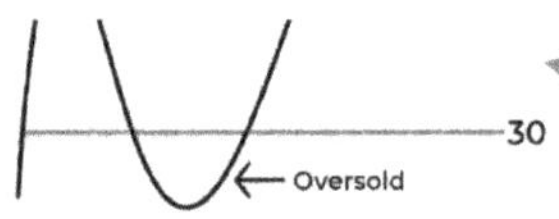

ಸ್ಟಾಕ್ ಆರ್ ಎಸ್ ಐ ಏರಲು ಪ್ರಾರಂಭಿಸಿದಾಗ ಅಂದರೆ ಆರ್ ಎಸ್ ಐ 30 ಮಟ್ಟಕ್ಕಿಂತ ಹೆಚ್ಚಿನ ಹೂಡಿಕೆಗಳನ್ನು ಮಾಡಬೇಕಾಗುತ್ತದೆ.

ಆರ್ ಎಸ್ ಐ ಗಡಿಗಳನ್ನು ಅರ್ಥಮಾಡಿಕೊಳ್ಳುವುದು

ಮಾರಾಟ ವಲಯ (Over Bought Zone)

ಇಲ್ಲಿ ಸ್ಟಾಕ್ ಆರ್ ಎಸ್ ಐ 70 ಕ್ಕಿಂತ ಹೆಚ್ಚಾಗಿದೆ, ಆದ್ದರಿಂದ ಇದು ಹೆಚ್ಚು ಖರೀದಿಸಲ್ಪಟ್ಟ ವಲಯವಾಗಿದೆ. ಇದು ಮಾರಾಟದ ಅವಕಾಶ.ಇದರ ನಂತರ ಸ್ಟಾಕ್ ಕುಸಿಯಲು ಪ್ರಾರಂಭಿಸಿತು.

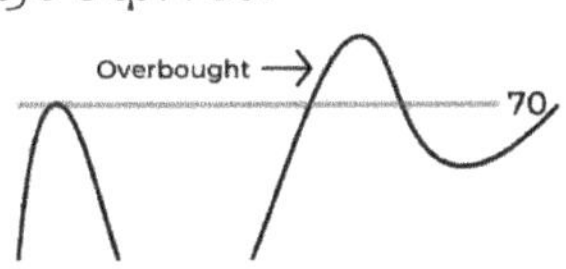

ಸ್ಟಾಕ್ ಆರ್ ಎಸ್ ಐ ಕೆಳಕ್ಕೆ ಇಳಿಯಲು ಪ್ರಾರಂಭಿಸಿದಾಗ ಅಂದರೆ ಆರ್ ಎಸ್ ಐ 70 ಮಟ್ಟಕ್ಕಿಂತ ಕಡಿಮೆ ಮಾಡಲು ಪ್ರಾರಂಭಿಸಿದಾಗ ಹೆಚ್ಚಿನ ಹೂಡಿಕೆಗಳನ್ನು ನಿಲ್ಲಿಸಬೇಕು.

ಆರ್ ಎಸ್ ಐ ಭಿನ್ನತೆ (RSI Divergence)

ಸಾಪೇಕ್ಷ ಸಾಮರ್ಥ್ಯ ಸೂಚ್ಯಂಕ (ಆರ್ಎಸ್ಐ) ಭಿನ್ನತೆಗಳು ಹಣಕಾಸು ಮಾರುಕಟ್ಟೆಗಳಲ್ಲಿ ಸಂಭಾವ್ಯ ಪ್ರವೃತ್ತಿ ಹಿಮ್ಮುಖಗಳನ್ನು ಗುರುತಿಸಲು ವ್ಯಾಪಾರಿಗಳು ಬಳಸುವ ತಾಂತ್ರಿಕ ವಿಶ್ಲೇಷಣೆ ಸಾಧನವಾಗಿದೆ. ಆರ್ಎಸ್ಐ ಒಂದು ಆವೇಗ ಆಂದೋಲಕವಾಗಿದ್ದು, ಇದು ಬೆಲೆ ಚಲನೆಗಳ ವೇಗ ಮತ್ತು ಬದಲಾವಣೆಯನ್ನು ಅಳೆಯುತ್ತದೆ.

ಆಸ್ತಿಯ ಬೆಲೆ ಮತ್ತು ಆರ್ ಎಸ್ ಐ ಸೂಚಕವು ವಿರುದ್ಧ ದಿಕ್ಕಿನಲ್ಲಿ ಚಲಿಸಿದಾಗ ವ್ಯತ್ಯಾಸ ಉಂಟಾಗುತ್ತದೆ. ಆರ್ಎಸ್ಐ ಭಿನ್ನತೆಗಳಲ್ಲಿ ಎರಡು ವಿಧಗಳಿವೆ: ಬುಲಿಷ್ ಭಿನ್ನತೆ ಮತ್ತು ಬೇರಿಷ್ ಭಿನ್ನತೆ.

Example:
Stock Name: Reliance
Observation Time Period: Jan to March 2022.

1) ಇಲ್ಲಿ ಮಾರಾಟದ ಒತ್ತಡದಿಂದಾಗಿ ಬೆಲೆಗಳು ಕುಸಿಯುತ್ತವೆ, ಇದು ಕಡಿಮೆ ಮಟ್ಟವನ್ನು ಮಾಡುತ್ತದೆ

2) ಆದರೆ ಆರ್.ಎಸ್.ಐ. ಬೀಳುತ್ತಿಲ್ಲ, ಬದಲಿಗೆ ಅದು ಏರುತ್ತಿದೆ, ಉನ್ನತ ಮಟ್ಟವನ್ನು ಮಾಡುತ್ತಿದೆ

೨ ವಿರುದ್ಧ ದಿಕ್ಕುಗಳು

3) ಆರ್.ಎಸ್.ಐ. ಬಲಶಾಲಿಯಾಗಿದ್ದರಿಂದ, ಮುಂದಿನ ಕ್ಷಣವು ಬುಲಿಷ್ ಆಗಿತ್ತು.

ಆರ್ ಎಸ್ ಐ ನಿರ್ದೇಶನಕ್ಕೆ ಪ್ರಾಮುಖ್ಯತೆ ನೀಡಬೇಕು.

ಬುಲಿಷ್ ಭಿನ್ನತೆ:

ಮೇಲಿನ ಉದಾಹರಣೆಯಲ್ಲಿ

· ಹೊಸ ಕನಿಷ್ಠ ಮಟ್ಟವನ್ನು ತಲುಪುವ ಮೂಲಕ ಬೆಲೆಯು ದೌರ್ಬಲ್ಯವನ್ನು ತೋರಿಸುತ್ತಿದೆ, ಆದರೆ ಆರ್ಎಸ್ಐ ಹೊಸ ಕನಿಷ್ಠವನ್ನು ಮಾಡದೆ ಮತ್ತು ಸಂಭಾವ್ಯವಾಗಿ ಹೆಚ್ಚಿನ ಮಟ್ಟಕ್ಕೆ ಚಲಿಸುವ ಮೂಲಕ ಶಕ್ತಿಯನ್ನು ತೋರಿಸುತ್ತಿದೆ.

· ಇದು ಮಾರಾಟದ ಒತ್ತಡವು ದುರ್ಬಲಗೊಳ್ಳುತ್ತಿದೆ ಎಂದು ಸೂಚಿಸುತ್ತದೆ, ಮತ್ತು ತಲೆಕೆಳಗಾಗಿ ಸಂಭಾವ್ಯ ಪ್ರವೃತ್ತಿ ಹಿಮ್ಮುಖವಾಗಬಹುದು.

1. ಬೇರಿಷ್ ಭಿನ್ನತೆ:

· ಒಂದು ಆಸ್ತಿಯ ಬೆಲೆಯು ಹೊಸ ಗರಿಷ್ಠ ಮಟ್ಟವನ್ನು ತಲುಪಿದಾಗ ಬೇರ್ಷ್ ವ್ಯತ್ಯಾಸವು ಸಂಭವಿಸುತ್ತದೆ, ಆದರೆ ಆರ್ಎಸ್ಐ ಸೂಚಕವು ಹೊಸ ಎತ್ತರವನ್ನು ಮಾಡುವ ಮೂಲಕ ಆ ಗರಿಷ್ಠವನ್ನು ದೃಢೀಕರಿಸಲು ವಿಫಲವಾಗುತ್ತದೆ.

· ಈ ಸಂದರ್ಭದಲ್ಲಿ, ಬೆಲೆಯು ಹೊಸ ಎತ್ತರವನ್ನು ತಲುಪುವ ಮೂಲಕ ಬಲವನ್ನು ತೋರಿಸುತ್ತಿದೆ, ಆದರೆ ಆರ್ಎಸ್ಐ ಹೊಸ ಎತ್ತರವನ್ನು ಮಾಡದೆ ಮತ್ತು ಸಂಭಾವ್ಯವಾಗಿ ಕೆಳಕ್ಕೆ ಚಲಿಸುವ ಮೂಲಕ ದೌರ್ಬಲ್ಯವನ್ನು ತೋರಿಸುತ್ತಿದೆ.

· ಇದು ಖರೀದಿಯ ಒತ್ತಡವು ದುರ್ಬಲಗೊಳ್ಳುತ್ತಿದೆ ಎಂದು ಸೂಚಿಸುತ್ತದೆ, ಮತ್ತು ಋಣಾತ್ಮಕತೆಗೆ ಹಿಮ್ಮುಖ ಪ್ರವೃತ್ತಿಯು ದಿಗಂತದಲ್ಲಿರಬಹುದು.

Example:
Stock Name: LTTS.
Observation Time Period: July to Dec 2022.

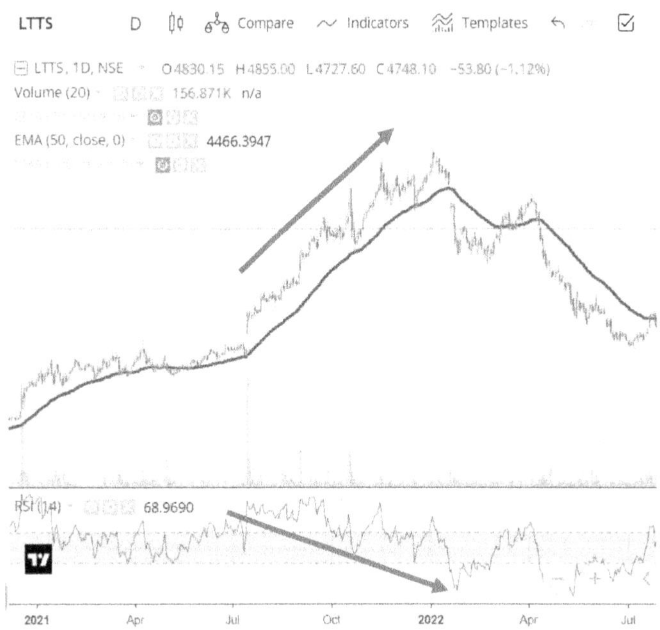

1) ಸ್ಟಾಕ್ ಬೆಲೆ ಹೆಚ್ಚಾಗಿದೆ.

2) ಆರ್ ಎಸ್ ಐ ಸಾಮರ್ಥ್ಯ ಕಡಿಮೆ.

2 ವಿರುದ್ಧ ದಿಕ್ಕು.

ಆದ್ದರಿಂದ ಮುಂದಿನ ಬೆಲೆ ಆವೇಗವು ಬೇರಿಷ್ ಆಗಿತ್ತು. ಷೇರು ಬೆಲೆ ಕೆಳಮಟ್ಟಕ್ಕೆ ಇಳಿಯಿತು.

ಆರ್ಎಸ್ಐ ಕುಸಿತವನ್ನು ನೀವು ಗಮನಿಸಿದರೆ, ಸ್ಟಾಕ್ 50 ಇಎಂಎಗಿಂತ ಕಡಿಮೆ ದಾಟುವವರೆಗೆ ಕಾಯಿರಿ ಮತ್ತು ನಂತರ ಲಾಭವನ್ನು ಕಾಯ್ದಿರಿಸಬಹುದು.

ನೀವು ದೀರ್ಘಕಾಲೀನ ಹೂಡಿಕೆದಾರರಾಗಿದ್ದರೆ ನಿರ್ಗಮಿಸುವುದು ಸೂಕ್ತವಲ್ಲ. ಬದಲಿಗೆ ಹೊಸ ಹೆಚ್ಚಿನ ಹೂಡಿಕೆ ಮಾಡಲು ಕಾಯಿರಿ.

R S I ನ ಉದಾಹರಣೆಗಳು

1) ಓವರ್ ಸೇಲ್ಡ್ ಝೋನ್ (ಹೂಡಿಕೆಗೆ ಅವಕಾಶ)

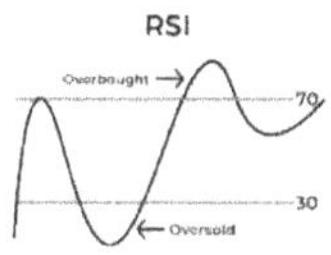

ಈ ಉದಾಹರಣೆಯಲ್ಲಿ

R S I ಮೌಲ್ಯದ ಮೇಲೆ ಗಮನ ಕೇಂದ್ರೀಕರಿಸಿ.

RSI 30 ಕ್ಕಿಂತ ಕಡಿಮೆ. ಇದು ಸ್ಟಾಕ್ ಖರೀದಿಸಲು ಸೂಚಿಸಿತು. ಆರ್ ಎಸ್ ಐ ದಾಟಿದ ನಂತರ 30 ಷೇರು ಬೆಲೆ ಏರಿತು.

ಅಲ್ಪಾವಧಿಯ ವ್ಯಾಪಾರಿಗಳಿಗೆ 2% ರಿಂದ 3% ಗಳಿಸಲು ಮತ್ತು ನಿರ್ಗಮಿಸಲು ಅವಕಾಶ.

ದೀರ್ಘಾವಧಿಯ ಹೂಡಿಕೆದಾರರಿಗೆ, ಹೆಚ್ಚಿನ ಮರು ಹೂಡಿಕೆ (ಎಸ್ಐಪಿ) ಮಾಡುವ ಸಮಯ ಇದು.

ಯಾವುದೇ ಮಧ್ಯಂತರದಲ್ಲಿ ಸ್ಟಾಕ್ ಗಳನ್ನು ಖರೀದಿಸುವ ಬದಲು, ಉತ್ತಮ ಆದಾಯಕ್ಕಾಗಿ ಖರೀದಿಸಲು ಇದು ಸಮಯ.

ಈ ಉದಾಹರಣೆಯಲ್ಲಿ

R S I ಮೌಲ್ಯದ ಮೇಲೆ ಗಮನ ಕೇಂದ್ರೀಕರಿಸಿ.

RSI 30 ಕ್ಕಿಂತ ಕಡಿಮೆ. ಇದು ಸ್ಟಾಕ್ ಖರೀದಿಸಲು ಸೂಚಿಸಿತು. ಆರ್ ಎಸ್ ಐ ದಾಟಿದ ನಂತರ 30 ಷೇರು ಬೆಲೆ ಏರಿತು.

ಅಲ್ಪಾವಧಿಯ ವ್ಯಾಪಾರಿಗಳಿಗೆ 2% ರಿಂದ 3% ಗಳಿಸಲು ಮತ್ತು ನಿರ್ಗಮಿಸಲು ಅವಕಾಶ.

ಇಲ್ಲಿ ಅಲ್ಪಾವಧಿಯಲ್ಲಿ 3 ಬಾರಿ ಅವಕಾಶವಿತ್ತು.

ದೀರ್ಘಾವಧಿಯ ಹೂಡಿಕೆದಾರರಿಗೆ, ಹೆಚ್ಚಿನ ಮರು ಹೂಡಿಕೆ (ಎಸ್‌ಐಪಿ) ಮಾಡುವ ಸಮಯ ಇದು.

ಯಾವುದೇ ಮಧ್ಯಂತರದಲ್ಲಿ ಸ್ಟಾಕ್ ಗಳನ್ನು ಖರೀದಿಸುವ ಬದಲು, ಉತ್ತಮ ಆದಾಯಕ್ಕಾಗಿ ಖರೀದಿಸಲು ಇದು ಸಮಯ.

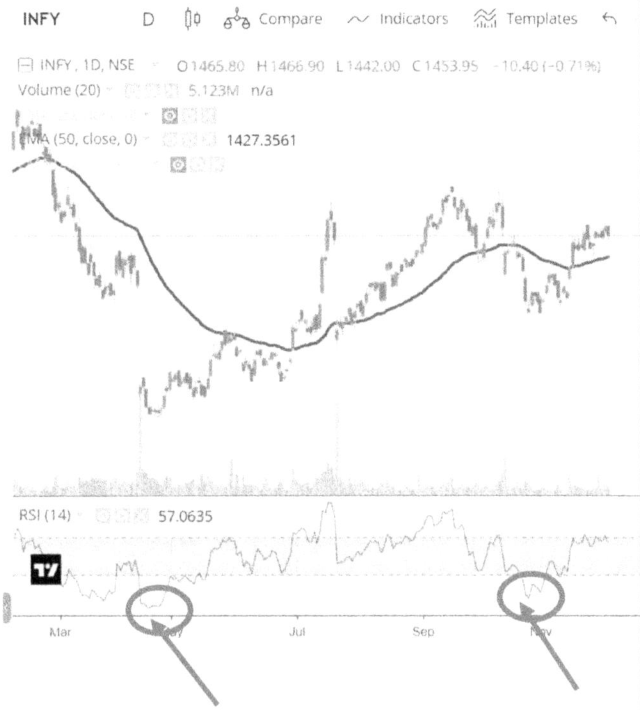

ಈ ಉದಾಹರಣೆಯಲ್ಲಿ

R S I ಮೌಲ್ಯದ ಮೇಲೆ ಗಮನ ಕೇಂದ್ರೀಕರಿಸಿ.

RSI 30 ಕ್ಕಿಂತ ಕಡಿಮೆ. ಇದು ಸ್ಟಾಕ್ ಖರೀದಿಸಲು ಸೂಚಿಸಿತು. ಆರ್ ಎಸ್ ಐ ದಾಟಿದ ನಂತರ 30 ಷೇರು ಬೆಲೆ ಏರಿತು.

ಅಲ್ಪಾವಧಿಯ ವ್ಯಾಪಾರಿಗಳಿಗೆ 2% ರಿಂದ 3% ಗಳಿಸಲು ಮತ್ತು ನಿರ್ಗಮಿಸಲು ಅವಕಾಶ.

ಇಲ್ಲಿ ಅಲ್ಪಾವಧಿಯಲ್ಲಿ 2 ಬಾರಿ ಅವಕಾಶವಿತ್ತು.

ದೀರ್ಘಾವಧಿಯ ಹೂಡಿಕೆದಾರರಿಗೆ, ಹೆಚ್ಚಿನ ಮರು ಹೂಡಿಕೆ (ಎಸ್ಐಪಿ) ಮಾಡುವ ಸಮಯ ಇದು.

ಯಾವುದೇ ಮಧ್ಯಂತರದಲ್ಲಿ ಷೇರುಗಳನ್ನು ಖರೀದಿಸುವ ಬದಲು, ಭವಿಷ್ಯದ ಉತ್ತಮ ಆದಾಯಕ್ಕಾಗಿ ಖರೀದಿಸಲು ಇದು ಸಮಯ.

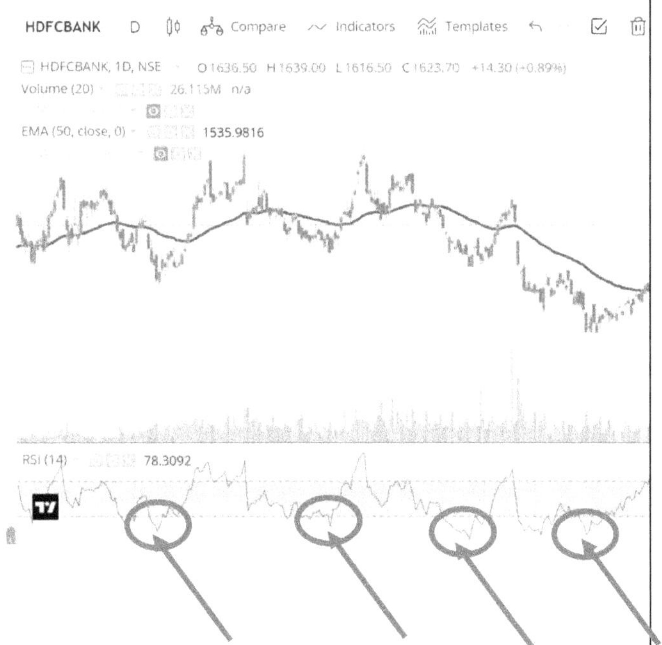

ಈ ಉದಾಹರಣೆಯಲ್ಲಿ

R S I ಮೌಲ್ಯದ ಮೇಲೆ ಗಮನ ಕೇಂದ್ರೀಕರಿಸಿ.

ಆರ್ ಎಸ್ ಐ 30 ಕ್ಕಿಂತ ಕಡಿಮೆ. ಇದು ಸ್ಟಾಕ್ ಖರೀದಿಸಲು ಸೂಚಿಸಿತು. ಆರ್ಎಸ್ಐ 30 ದಾಟಿದ ನಂತರ ಷೇರು ಬೆಲೆ ಏರಿತು.

ಅಲ್ಪಾವಧಿಯ ವ್ಯಾಪಾರಿಗಳಿಗೆ 2% ರಿಂದ 3% ಗಳಿಸಲು ಮತ್ತು ನಿರ್ಗಮಿಸಲು ಅವಕಾಶ.

ಇಲ್ಲಿ ಅಲ್ಪಾವಧಿಯಲ್ಲಿ 4 ಬಾರಿ ಅವಕಾಶವಿತ್ತು.

ದೀರ್ಘಾವಧಿಯ ಹೂಡಿಕೆದಾರರಿಗೆ, ಹೆಚ್ಚಿನ ಮರು ಹೂಡಿಕೆ (ಎಸ್ಐಪಿ) ಮಾಡುವ ಸಮಯ ಇದು.

ಯಾವುದೇ ಮಧ್ಯಂತರದಲ್ಲಿ ಸ್ಟಾಕ್ ಗಳನ್ನು ಖರೀದಿಸುವ ಬದಲು, ಉತ್ತಮ ಭವಿಷ್ಯದ ಆದಾಯಕ್ಕಾಗಿ ಖರೀದಿಸಲು ಇದು ಸಮಯ.

R S I ನ ಉದಾಹರಣೆಗಳು

1) ಓವರ್ ಸೇಲ್ಡ್ ವಲಯ, ಬುಕಿಂಗ್ ಲಾಭ ಮತ್ತು ಅಸ್ತಿತ್ವದಲ್ಲಿರುವ ವ್ಯಾಪಾರ.

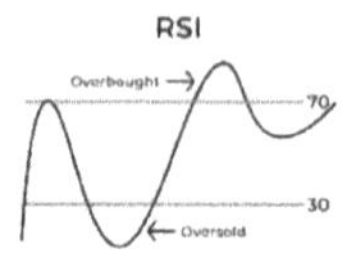

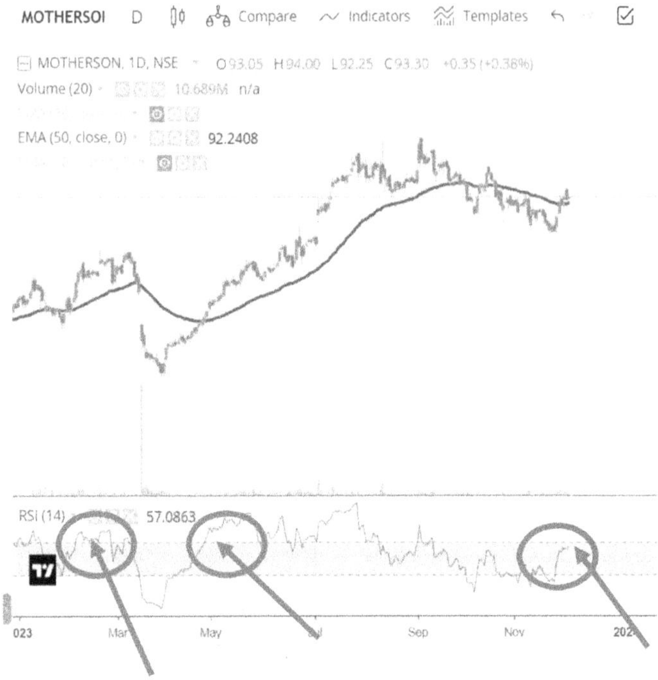

ಈ ಉದಾಹರಣೆಯಲ್ಲಿ

R S I ಮೌಲ್ಯದ ಮೇಲೆ ಗಮನ ಕೇಂದ್ರೀಕರಿಸಿ.

ಆರ್ಎಸ್ಐ 70 ರ ಸಮೀಪದಲ್ಲಿದೆ. ಇದು ಸ್ಟಾಕ್ ಅನ್ನು ಮಾರಾಟ ಮಾಡಲು ಸೂಚಿಸಿತು. ಆರ್ ಎಸ್ ಐ ಅನ್ನು ದಾಟಿದ ನಂತರ 70 ಷೇರು ಬೆಲೆ ಇಳಿಯಲು ಪ್ರಾರಂಭಿಸಿತು.

ಅಲ್ಪಾವಧಿಯ ವ್ಯಾಪಾರಿಗಳಿಗೆ 2% ರಿಂದ 3% ಗಳಿಸಲು ಮತ್ತು ನಿರ್ಗಮಿಸಲು ಅವಕಾಶ.

ಇಲ್ಲಿ ಅಲ್ಪಾವಧಿಯಲ್ಲಿ 3 ಬಾರಿ ಅವಕಾಶವಿತ್ತು.

ಅಲ್ಪಾವಧಿಯ ಹೂಡಿಕೆದಾರರು: ನಿರ್ಗಮನ ವ್ಯಾಪಾರ. ನಿಯಮಿತ ಆದಾಯವನ್ನು ಗಳಿಸಲು ಅಲ್ಪಾವಧಿಯ ಹೂಡಿಕೆದಾರರು / ವ್ಯಾಪಾರಿಗಳಿಗೆ ಇವು ಏರಿಳಿತಗಳಾಗಿವೆ.

ದೀರ್ಘಕಾಲೀನ ಹೂಡಿಕೆದಾರರು: ಮತ್ತಷ್ಟು ಮರು ಹೂಡಿಕೆಯನ್ನು (ಎಸ್ಐಪಿ) ನಿಲ್ಲಿಸುವ ಸಮಯ ಇದು. ವ್ಯಾಪಾರದಿಂದ ನಿರ್ಗಮಿಸಲು ಶಿಫಾರಸು ಮಾಡಲಾಗಿಲ್ಲ, ಬದಲಿಗೆ ಸಂಪತ್ತನ್ನು ಉತ್ಪಾದಿಸಲು ದೀರ್ಘಕಾಲದವರೆಗೆ ಹೂಡಿಕೆ ಮಾಡಿ.

ಈ ಉದಾಹರಣೆಯಲ್ಲಿ

R S I ಮೌಲ್ಯದ ಮೇಲೆ ಗಮನ ಕೇಂದ್ರೀಕರಿಸಿ.

ಆರ್ಎಸ್ಐ 70 ರ ಸಮೀಪದಲ್ಲಿದೆ. ಇದು ಸ್ಟಾಕ್ ಅನ್ನು ಮಾರಾಟ ಮಾಡಲು ಸೂಚಿಸಿತು. ಆರ್ ಎಸ್ ಐ ಅನ್ನು ದಾಟಿದ ನಂತರ 70 ಷೇರು ಬೆಲೆ ಇಳಿಯಲು ಪ್ರಾರಂಭಿಸಿತು.

ಅಲ್ಪಾವಧಿಯ ವ್ಯಾಪಾರಿಗಳಿಗೆ 2% ರಿಂದ 3% ಗಳಿಸಲು ಮತ್ತು ನಿರ್ಗಮಿಸಲು ಅವಕಾಶ.

ಇಲ್ಲಿ ಅಲ್ಪಾವಧಿಯಲ್ಲಿ 2 ಬಾರಿ ಅವಕಾಶವಿತ್ತು.

ಅಲ್ಪಾವಧಿಯ ಹೂಡಿಕೆದಾರರು: ನಿರ್ಗಮನ ವ್ಯಾಪಾರ. ನಿಯಮಿತ ಆದಾಯವನ್ನು ಗಳಿಸಲು ಅಲ್ಪಾವಧಿಯ ಹೂಡಿಕೆದಾರರು / ವ್ಯಾಪಾರಿಗಳಿಗೆ ಇವು ಏರಿಳಿತಗಳಾಗಿವೆ.

ದೀರ್ಘಕಾಲೀನ ಹೂಡಿಕೆದಾರರು: ಮತ್ತಷ್ಟು ಮರು ಹೂಡಿಕೆಯನ್ನು (ಎಸ್ಐಪಿ) ನಿಲ್ಲಿಸುವ ಸಮಯ ಇದು. ವ್ಯಾಪಾರದಿಂದ ನಿರ್ಗಮಿಸಲು ಶಿಫಾರಸು ಮಾಡಲಾಗಿಲ್ಲ, ಬದಲಿಗೆ ಸಂಪತ್ತನ್ನು ಉತ್ಪಾದಿಸಲು ದೀರ್ಘಕಾಲದವರೆಗೆ ಹೂಡಿಕೆ ಮಾಡಿ.

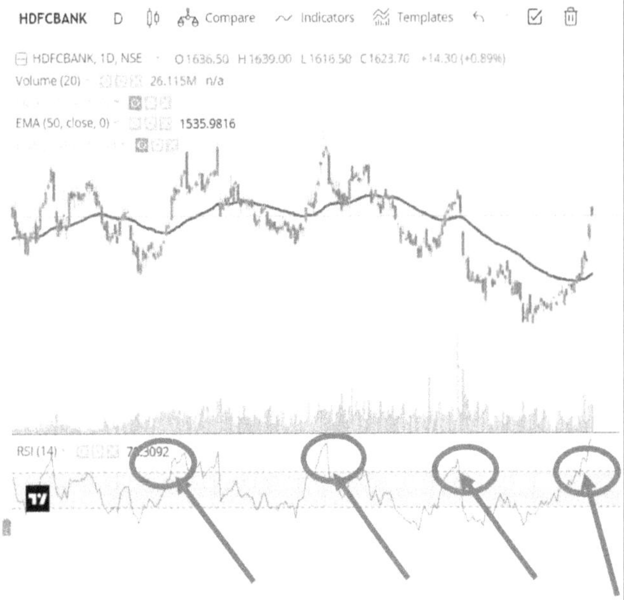

ಈ ಉದಾಹರಣೆಯಲ್ಲಿ

R S I ಮೌಲ್ಯದ ಮೇಲೆ ಗಮನ ಕೇಂದ್ರೀಕರಿಸಿ.

ಆರ್ಎಸ್ಐ 70 ರ ಸಮೀಪದಲ್ಲಿದೆ. ಇದು ಸ್ಟಾಕ್ ಅನ್ನು ಮಾರಾಟ ಮಾಡಲು ಸೂಚಿಸಿತು. ಆರ್ ಎಸ್ ಐ ಅನ್ನು ದಾಟಿದ ನಂತರ 70 ಷೇರು ಬೆಲೆ ಇಳಿಯಲು ಪ್ರಾರಂಭಿಸಿತು.

ಅಲ್ಪಾವಧಿಯ ವ್ಯಾಪಾರಿಗಳಿಗೆ 2% ರಿಂದ 3% ಗಳಿಸಲು ಮತ್ತು ನಿರ್ಗಮಿಸಲು ಅವಕಾಶ.

ಇಲ್ಲಿ ಅಲ್ಪಾವಧಿಯಲ್ಲಿ 2 ಬಾರಿ ಅವಕಾಶವಿತ್ತು.

ಅಲ್ಪಾವಧಿಯ ಹೂಡಿಕೆದಾರರು: ನಿರ್ಗಮನ ವ್ಯಾಪಾರ. ನಿಯಮಿತ ಆದಾಯವನ್ನು ಗಳಿಸಲು ಅಲ್ಪಾವಧಿಯ ಹೂಡಿಕೆದಾರರು / ವ್ಯಾಪಾರಿಗಳಿಗೆ ಇವು ಏರಿಳಿತಗಳಾಗಿವೆ.

ದೀರ್ಘಕಾಲೀನ ಹೂಡಿಕೆದಾರರು: ಮತ್ತಷ್ಟು ಮರು ಹೂಡಿಕೆಯನ್ನು (ಎಸ್ಐಪಿ) ನಿಲ್ಲಿಸುವ ಸಮಯ ಇದು. ವ್ಯಾಪಾರದಿಂದ ನಿರ್ಗಮಿಸಲು ಶಿಫಾರಸು ಮಾಡಲಾಗಿಲ್ಲ, ಬದಲಿಗೆ ಸಂಪತ್ತನ್ನು ಉತ್ಪಾದಿಸಲು ದೀರ್ಘಕಾಲದವರೆಗೆ ಹೂಡಿಕೆ ಮಾಡಿ.

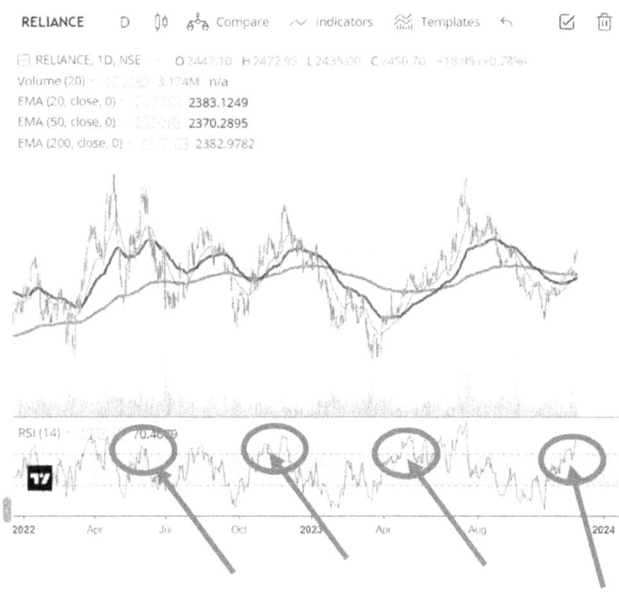

ಈ ಉದಾಹರಣೆಯಲ್ಲಿ

R S I ಮೌಲ್ಯದ ಮೇಲೆ ಗಮನ ಕೇಂದ್ರೀಕರಿಸಿ.

ಆರ್ಎಸ್ಐ 70 ರ ಸಮೀಪದಲ್ಲಿದೆ. ಇದು ಸ್ಟಾಕ್ ಅನ್ನು ಮಾರಾಟ ಮಾಡಲು ಸೂಚಿಸಿತು. ಆರ್ ಎಸ್ ಐ ಅನ್ನು ದಾಟಿದ ನಂತರ 70 ಷೇರು ಬೆಲೆ ಇಳಿಯಲು ಪ್ರಾರಂಭಿಸಿತು.

ಅಲ್ಪಾವಧಿಯ ವ್ಯಾಪಾರಿಗಳಿಗೆ 2% ರಿಂದ 3% ಗಳಿಸಲು ಮತ್ತು ನಿರ್ಗಮಿಸಲು ಅವಕಾಶ.

ಇಲ್ಲಿ ಅಲ್ಪಾವಧಿಯಲ್ಲಿ 4 ಬಾರಿ ಅವಕಾಶವಿತ್ತು.

ಅಲ್ಪಾವಧಿಯ ಹೂಡಿಕೆದಾರರು: ನಿರ್ಗಮನ ವ್ಯಾಪಾರ. ನಿಯಮಿತ ಆದಾಯವನ್ನು ಗಳಿಸಲು ಅಲ್ಪಾವಧಿಯ ಹೂಡಿಕೆದಾರರು / ವ್ಯಾಪಾರಿಗಳಿಗೆ ಇವು ಏರಿಳಿತಗಳಾಗಿವೆ. **ದೀರ್ಘಕಾಲೀನ ಹೂಡಿಕೆದಾರರು: ಮತ್ತಷ್ಟು ಮರು ಹೂಡಿಕೆಯನ್ನು (ಎಸ್ಐಪಿ) ನಿಲ್ಲಿಸುವ ಸಮಯ ಇದು. ವ್ಯಾಪಾರದಿಂದ ನಿರ್ಗಮಿಸಲು ಶಿಫಾರಸು ಮಾಡಲಾಗಿಲ್ಲ, ಬದಲಿಗೆ ಸಂಪತ್ತನ್ನು ಉತ್ಪಾದಿಸಲು ದೀರ್ಘಕಾಲದವರೆಗೆ ಹೂಡಿಕೆ ಮಾಡಿ.**

R S I ನ ಉದಾಹರಣೆಗಳು

ಭಿನ್ನತೆ (Divergence)

ಇಲ್ಲಿ ಪ್ರೈಸ್ ಕ್ರೋಢೀಕರಣಗೊಳ್ಳುತ್ತಿತ್ತು.

RSI ಸೂಚಕವಿಲ್ಲದಿದ್ದರೆ, ಅಲ್ಪಾವಧಿಯ ವ್ಯಾಪಾರಿಗೆ ಏನು ಮಾಡಬೇಕೆಂದು ತಿಳಿಯಲು ಸಾಧ್ಯವಿಲ್ಲವೇ? ವ್ಯಾಪಾರಕ್ಕೆ ಇಳಿಯಬೇಕೇ ಅಥವಾ ಬೇಡವೇ.

ಆರ್ ಎಸ್ ಐ ಯೋಜನೆ ರೂಪಿಸಿದರೆ. ಇದು ಸ್ಟಾಕ್ ಸಾಮರ್ಥ್ಯ ಹೆಚ್ಚುತ್ತಿದೆ ಎಂಬ ಸೂಚನೆಯನ್ನು ನೀಡುತ್ತಿದೆ.

ಆದ್ದರಿಂದ ಮುಂದಿನ ಪ್ರವೃತ್ತಿ ಯುಪಿ ಆಗಿತ್ತು.

ಗಮನಿಸಬೇಕಾದ ವಿಷಯಗಳು

ಆರ್ಎಸ್ಐ ಯುಪಿ ಆಗಿದ್ದರೆ ಮತ್ತು ಸ್ಟಾಕ್ ಬೆಲೆ ಕಡಿಮೆಯಾದರೆ, ಆ ಸಂದರ್ಭದಲ್ಲಿ ಮುಂದಿನ ಬೆಲೆ ಕ್ಷಣವು ಬುಲಿಷ್ ಮಾತ್ರ.

ಸ್ಟಾಕ್ ಬೆಲೆ ಕುಸಿತ ಅಥವಾ ಕ್ರೋಢೀಕರಣ, ಮುಂದಿನ ಬುಲಿಷ್ ಆವೇಗಕ್ಕೆ ಆರ್ಎಸ್ಐ ಯುಪಿ ಷರತ್ತು ಅಗತ್ಯ.

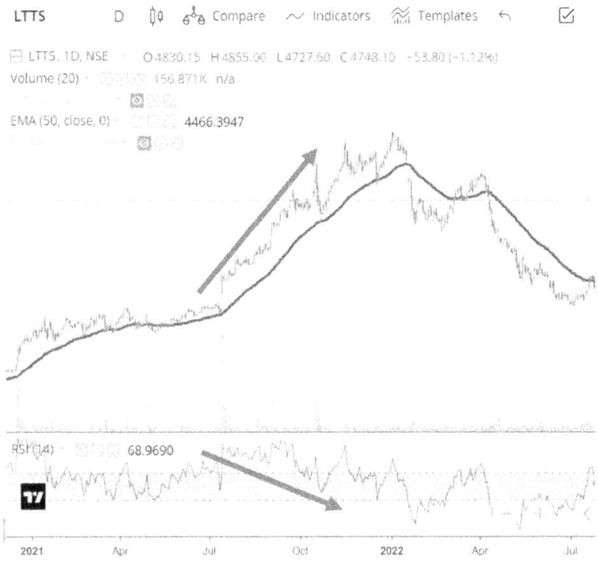

ಇಲ್ಲಿ ಪ್ರೈಸ್ ಅಪ್ ಟ್ರೆಂಡ್ ನಲ್ಲಿತ್ತು.

ಆರ್ ಎಸ್ ಐ ಸೂಚಕವಿಲ್ಲದಿದ್ದರೆ, ಅಲ್ಪಾವಧಿಯ ವ್ಯಾಪಾರಿಗೆ ಏನು ಮಾಡಬೇಕೆಂದು ತಿಳಿಯಲು ಸಾಧ್ಯವಿಲ್ಲವೇ? ವ್ಯಾಪಾರಕ್ಕೆ ಇಳಿಯಬೇಕೇ ಅಥವಾ ಬೇಡವೇ.

R S I ಅನ್ನು ಯೋಜಿಸಿದರೆ. ಇದು ಸ್ಟಾಕ್ ಸಾಮರ್ಥ್ಯ ಕುಸಿಯುತ್ತಿದೆ ಎಂಬ ಸೂಚನೆಯನ್ನು ನೀಡುತ್ತಿದೆ.

ಆದ್ದರಿಂದ ಮುಂದಿನ ಟ್ರೆಂಡ್ ಡೌನ್ ಟ್ರೆಂಡ್ ಆಗಿತ್ತು.

ಗಮನಿಸಬೇಕಾದ ವಿಷಯಗಳು

ಆರ್ ಎಸ್ ಐ ಡೌನ್ ಆಗಿದ್ದರೆ ಮತ್ತು ಸ್ಟಾಕ್ ಬೆಲೆ ಏರಿಕೆಯಾದರೆ, ಆ ಸಂದರ್ಭದಲ್ಲಿ ಮುಂದಿನ ಬೆಲೆ ಕ್ಷಣವು ಬೇರಿಷ್ ಮಾತ್ರವಾಗಿರುತ್ತದೆ.

ಸ್ಟಾಕ್ ಬೆಲೆ ಕುಸಿತ ಅಥವಾ ಕ್ರೋಢೀಕರಣ, ಮುಂದಿನ ಬುಲಿಷ್ ಆವೇಗಕ್ಕೆ ಅಗತ್ಯವಿರುವ ಆರ್ ಎಸ್ ಐ ಯುಪಿ ಷರತ್ತು.

ಚಾರ್ಟ್ ಮಾದರಿಗಳು (Chart Patterns)

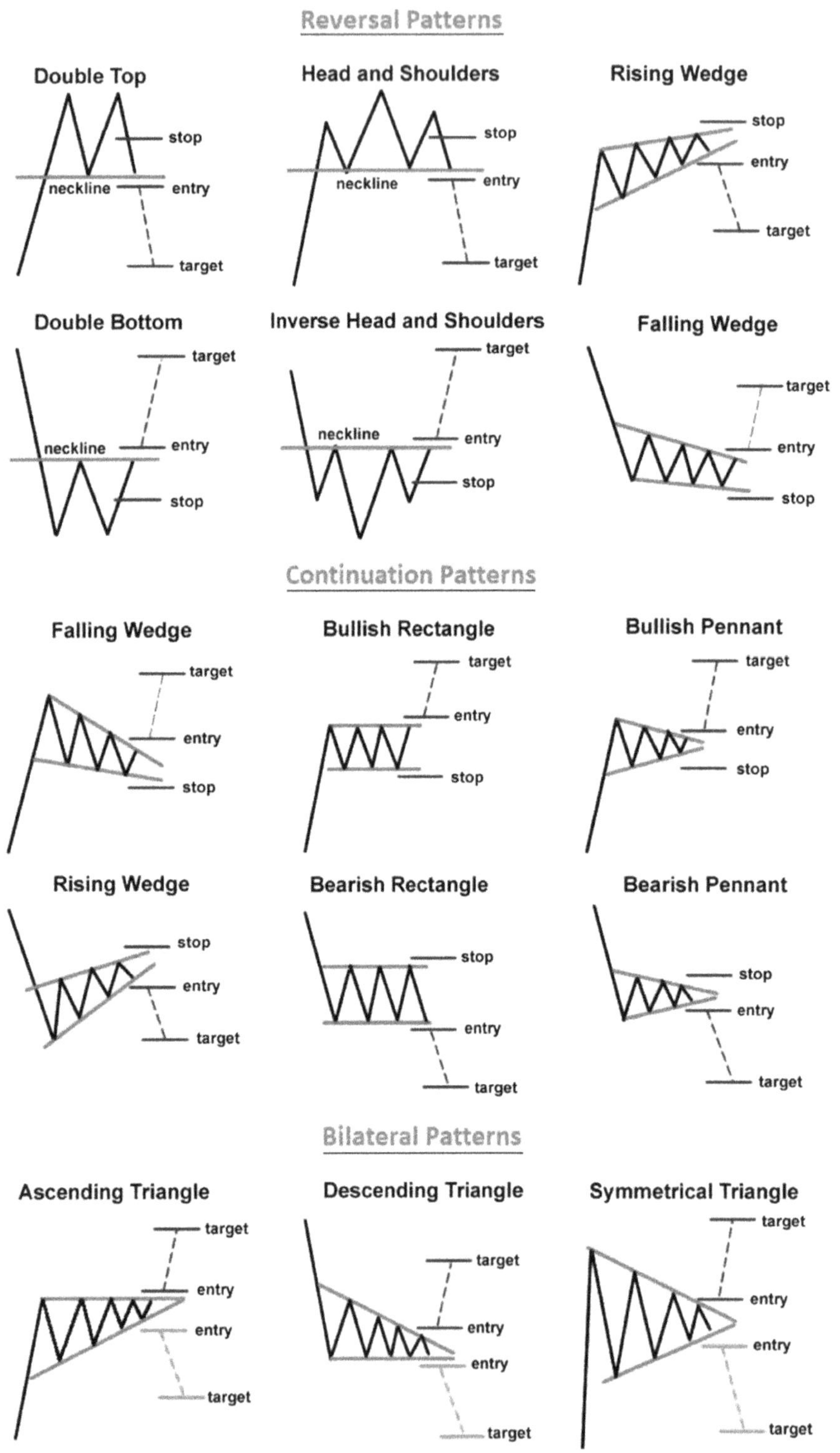

Chart Patterns

ಚಾರ್ಟ್ ಮಾದರಿಗಳು ಬೆಲೆ ಚಾರ್ಟ್ ಗಳಲ್ಲಿ ಕಾಣಿಸಿಕೊಳ್ಳುವ ರಚನೆಗಳಾಗಿವೆ ಮತ್ತು ಭವಿಷ್ಯದ ಬೆಲೆ ಚಲನೆಗಳ ಬಗ್ಗೆ ಮುನ್ಸೂಚನೆ ನೀಡಲು ತಾಂತ್ರಿಕ ವಿಶ್ಲೇಷಕರು ಇದನ್ನು ಬಳಸುತ್ತಾರೆ. ಚಾರ್ಟ್ ಮಾದರಿಗಳ ಕೆಲವು ಸಾಮಾನ್ಯ ಪ್ರಕಾರಗಳು ಇಲ್ಲಿವೆ:

1. **ತಲೆ ಮತ್ತು ಭುಜಗಳು:**

   • **ತಲೆ ಮತ್ತು ಭುಜಗಳ ಮೇಲ್ಭಾಗ**: ಈ ಮಾದರಿಯು ಸಾಮಾನ್ಯವಾಗಿ ಏರಿಳಿತದ ಹಿಮ್ಮುಖತೆಯನ್ನು ಸೂಚಿಸುತ್ತದೆ ಮತ್ತು ಮೂರು ಶಿಖರಗಳನ್ನು ಒಳಗೊಂಡಿರುತ್ತದೆ: ಎರಡು ಕೆಳ ಶಿಖರಗಳ (ಭುಜಗಳು) ನಡುವೆ ಎತ್ತರದ ಶಿಖರ (ತಲೆ).

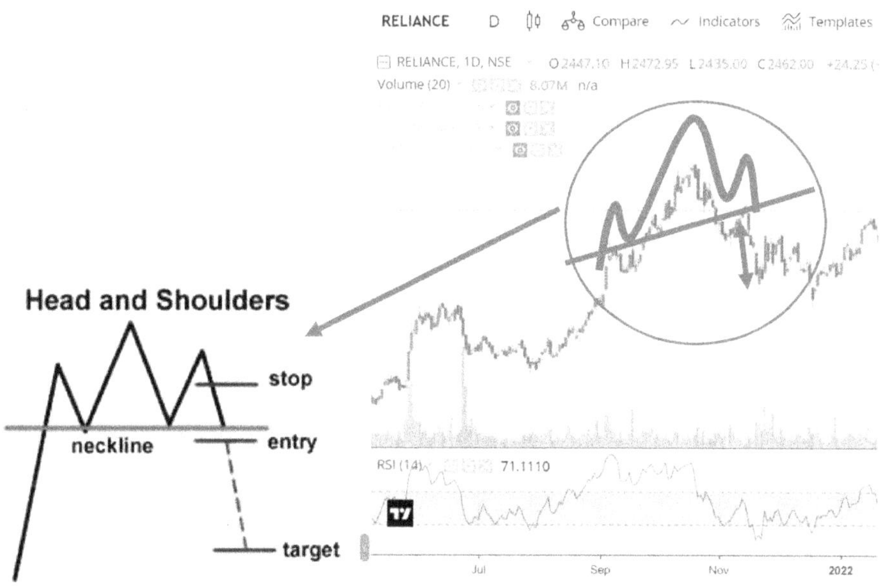

ಇಲ್ಲಿ ತಲೆ ಮತ್ತು ಭುಜಗಳು ರೂಪುಗೊಂಡವು. ತಕ್ಷಣವೇ ನಾವು ಮಂದಗತಿಯ ಆವೇಗವನ್ನು ಕಂಡುಕೊಳ್ಳಲು ಸಾಧ್ಯವಾಯಿತು.
ಮೇಲೆ ಹೇಳಿದಂತೆ ನೆಕ್ಲೈನ್ ಸ್ಟಾಕ್ ತಲೆಯ ಉದ್ದಕ್ಕಿಂತ ಎತ್ತರಕ್ಕೆ ಇಳಿಯಿತು.

ಅದೇ ಚಾರ್ಟ್ ಅನ್ನು ಲೈನ್ ಚಾರ್ಟ್ ನಲ್ಲಿ ಸ್ಪಷ್ಟವಾಗಿ ಕಾಣಬಹುದು. ನೀವು ಆಶ್ಚರ್ಯಚಕಿತರಾಗುವಿರಿ.

ಯಾವಾಗಲೂ ಚಾರ್ಟ್ ಪ್ಯಾಟರ್ನ್ ಅನ್ನು ಲೈನ್ ಚಾರ್ಟ್ ಮೂಲಕ ಮಾತ್ರ ನೋಡಿ. ಕ್ಯಾಂಡಲ್ ಸ್ಟಿಕ್ ಚಾರ್ಟ್ ಪ್ರವೇಶ ಮತ್ತು ನಿರ್ಗಮನ ಸೂಚನೆಗಾಗಿ ಮಾತ್ರ.

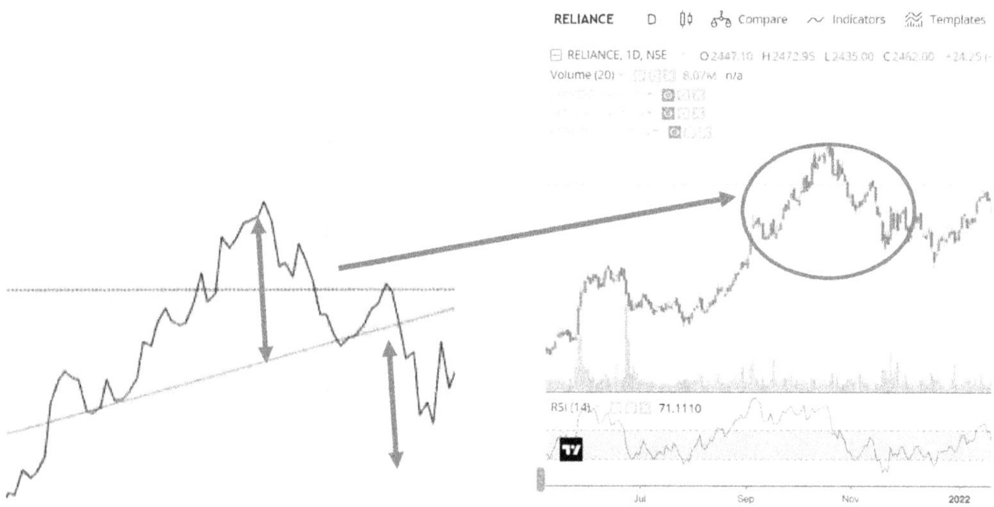

ಇದು ಬೇರಿಷ್ ಮಾದರಿಯಾಗಿದೆ.

ಷೇರು ಬೆಲೆ ಕುಸಿಯುವುದರಿಂದ ಅಲ್ಪಾವಧಿಯ ಹೂಡಿಕೆದಾರರು ವ್ಯಾಪಾರದಿಂದ ನಿರ್ಗಮಿಸಬಹುದು.

ದೀರ್ಘಾವಧಿಯ ಹೂಡಿಕೆದಾರರು ಚಿಂತಿಸಬೇಕಾಗಿಲ್ಲ. ನಿರ್ಗಮನದ ಬದಲು ಹೆಚ್ಚಿನ ಮರುಹೂಡಿಕೆಯನ್ನು ನಿಲ್ಲಿಸಬಹುದು.

ತಲೆ ಮತ್ತು ಭುಜಗಳ ಕೆಳಭಾಗ (ವಿಲೋಮ ತಲೆ ಮತ್ತು ಭುಜಗಳು): ಇದು ತಲೆ ಮತ್ತು ಭುಜಗಳ ಮೇಲ್ಭಾಗಕ್ಕೆ ವಿರುದ್ಧವಾಗಿದೆ ಮತ್ತು ಸಾಮಾನ್ಯವಾಗಿ ಕೆಳಮುಖದ ಕೆಳಭಾಗದಲ್ಲಿ ರೂಪುಗೊಳ್ಳುತ್ತದೆ, ಇದು ಸಂಭಾವ್ಯ ಪ್ರವೃತ್ತಿ ಹಿಮ್ಮುಖವನ್ನು ಸೂಚಿಸುತ್ತದೆ.

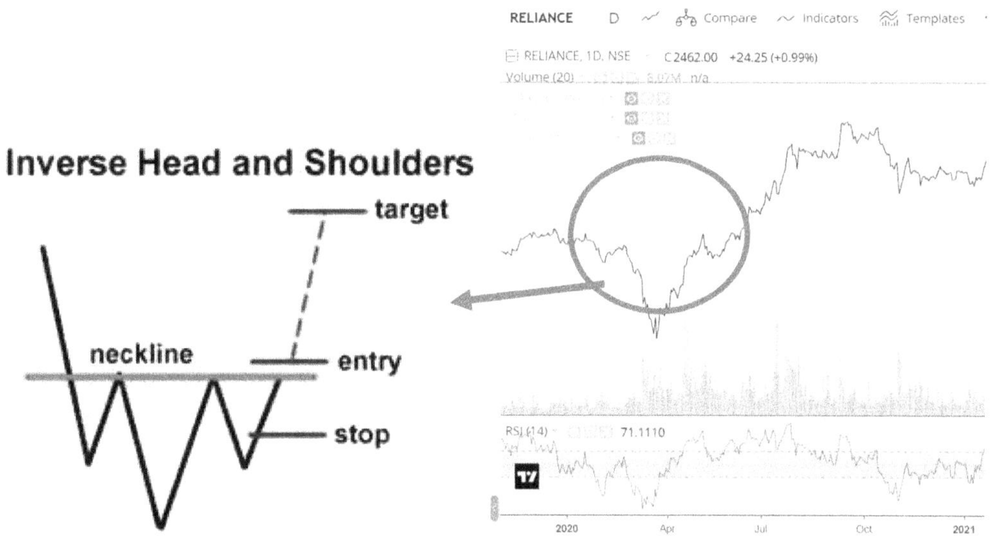

ಇದು ಬುಲಿಷ್ ಚಾರ್ಟ್ ಮಾದರಿಯಾಗಿದೆ.

ತಲೆಯ ಎತ್ತರವು ಬೆಲೆಯಲ್ಲಿ ತಲೆಕೆಳಗಾಗುತ್ತದೆ.

ದೀರ್ಘಾವಧಿ ಮತ್ತು ಅಲ್ಪಾವಧಿಯ ಹೂಡಿಕೆದಾರರು ಮುಖ್ಯಸ್ಥರು ಕೆಳಮಟ್ಟದಲ್ಲಿದ್ದಾಗ ಹೆಚ್ಚಿನ ಹೂಡಿಕೆ ಮಾಡಬಹುದು.

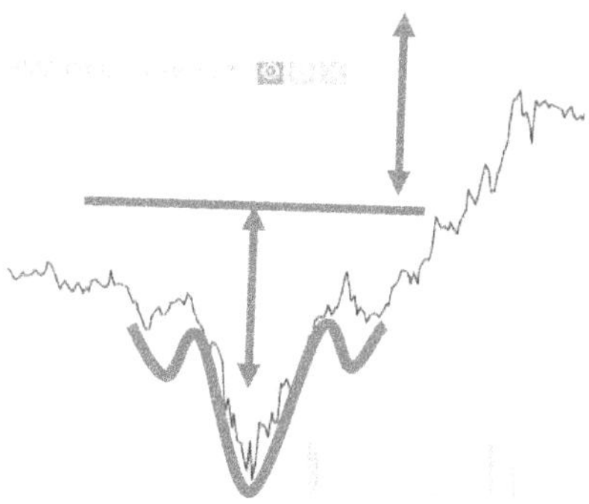

ಡಬಲ್ ಟಾಪ್ ಮತ್ತು ಡಬಲ್ ಬಾಟಮ್:

ಡಬಲ್ ಟಾಪ್: ಈ ಮಾದರಿಯು ಅಪ್ಟ್ರೆಂಡ್ ನಂತರ ರೂಪುಗೊಳ್ಳುತ್ತದೆ ಮತ್ತು ಸರಿಸುಮಾರು ಒಂದೇ ಬೆಲೆ ಮಟ್ಟದಲ್ಲಿ ಎರಡು ಶಿಖರಗಳನ್ನು ಒಳಗೊಂಡಿದೆ, ಇದು ಸಂಭಾವ್ಯ ಪ್ರವೃತ್ತಿ ಹಿಮ್ಮುಖವನ್ನು ಸೂಚಿಸುತ್ತದೆ.

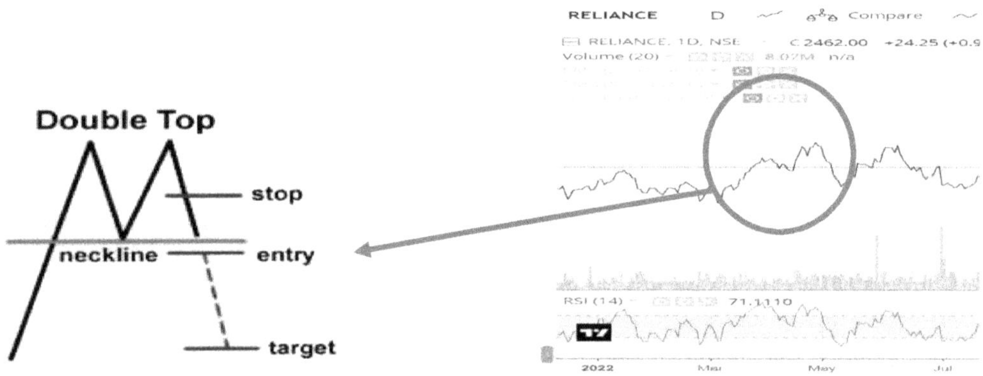

ಇದು ಬೇರಿಷ್ ಚಾರ್ಟ್ ಮಾದರಿಯಾಗಿದೆ. ಇದನ್ನು "ಎಂ ಚಾರ್ಟ್ ಪ್ಯಾಟರ್ನ್" ಎಂದೂ ಕರೆಯಲಾಗುತ್ತದೆ.

ಅಂತಹ ಚಾರ್ಟ್ ರಚನೆಯ ಸಮಯದಲ್ಲಿ ಅಲ್ಪಾವಧಿಯ ಹೂಡಿಕೆದಾರರು ಹೂಡಿಕೆಯನ್ನು ನಿಲ್ಲಿಸಬಹುದು.

ಅಲ್ಪಾವಧಿಯ ಹೂಡಿಕೆದಾರರು ಚಾರ್ಟ್ ಮಾದರಿ ಪೂರ್ಣಗೊಳ್ಳುವ ಮೊದಲು ವ್ಯಾಪಾರದಿಂದ ನಿರ್ಗಮಿಸಬಹುದು.

ದೀರ್ಘಾವಧಿಯ ಹೂಡಿಕೆದಾರರು ಚಿಂತಿಸಬೇಕಾಗಿಲ್ಲ.

ನಿರ್ಗಮನದ ಬದಲು ಹೆಚ್ಚಿನ ಮರುಹೂಡಿಕೆಯನ್ನು ನಿಲ್ಲಿಸಬಹುದು.

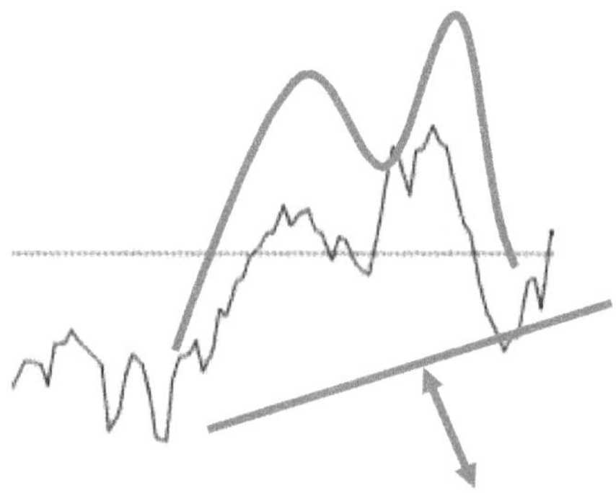

ಡಬಲ್ ಬಾಟಮ್: ಇದು ಡಬಲ್ ಟಾಪ್ ಗೆ ವಿರುದ್ಧವಾಗಿದೆ ಮತ್ತು ಡೌನ್ ಟ್ರೆಂಡ್ ನಂತರ ರೂಪುಗೊಳ್ಳುತ್ತದೆ. ಇದು ಸರಿಸುಮಾರು ಒಂದೇ ಬೆಲೆಯ ಮಟ್ಟದಲ್ಲಿ ಎರಡು ತೊಟ್ಟಿಗಳನ್ನು ಒಳಗೊಂಡಿದೆ, ಇದು ಸಂಭಾವ್ಯ ಪ್ರವೃತ್ತಿ ಹಿಮ್ಮುಖವನ್ನು ಸೂಚಿಸುತ್ತದೆ.

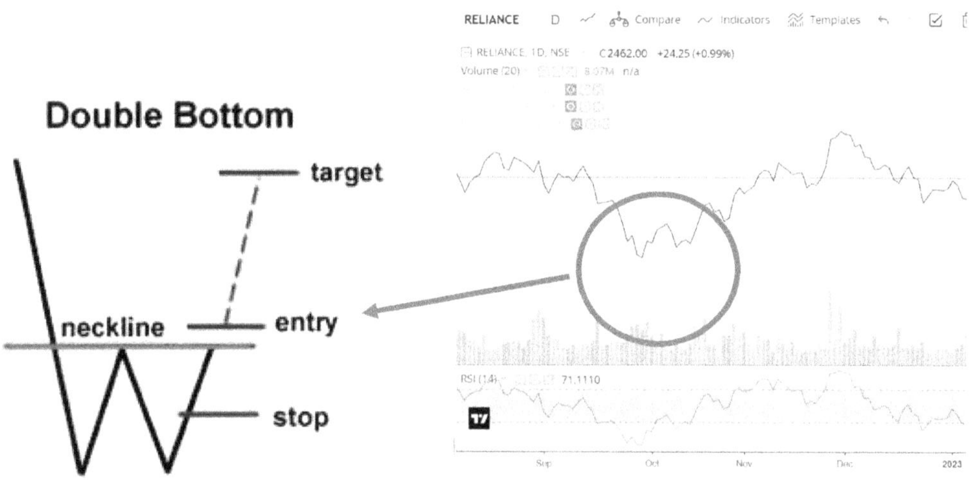

ಇದು ಬುಲಿಷ್ ಚಾರ್ಟ್ ಮಾದರಿಯಾಗಿದೆ.

ದೀರ್ಘಾವಧಿ ಮತ್ತು ಅಲ್ಪಾವಧಿಯ ಹೂಡಿಕೆದಾರರು ಹೆಚ್ಚಿನ ಹೂಡಿಕೆ ಮಾಡಬಹುದು.

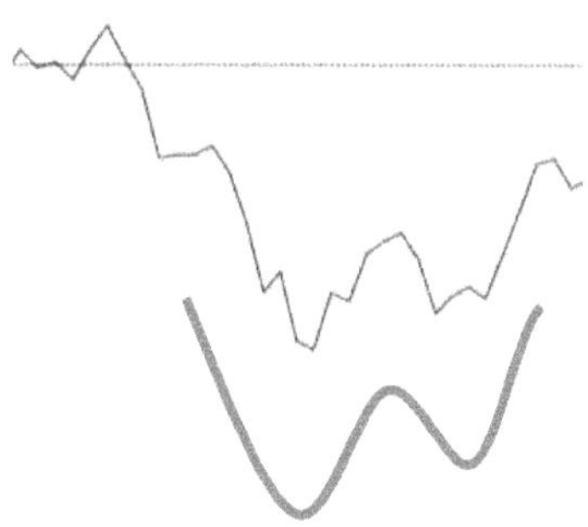

ತ್ರಿಕೋನಗಳು:

ಸಮ್ಮಿತಿ ತ್ರಿಕೋನ: ಬೆಲೆ ಚಲನೆಗಳು ಕಡಿಮೆ ಏರಿಳಿತಗಳು ಮತ್ತು ಹೆಚ್ಚಿನ ಕನಿಷ್ಠಗಳ ಸರಣಿಯನ್ನು ರಚಿಸಿದಾಗ, ಒಂದು ಹಂತಕ್ಕೆ ಒಟ್ಟುಗೂಡಿದಾಗ ಈ ಮಾದರಿ ರೂಪುಗೊಳ್ಳುತ್ತದೆ. ಇದು ಸಾಮಾನ್ಯವಾಗಿ ಗಮನಾರ್ಹ ಬೆಲೆ ಚಲನೆಗೆ ಮುಂಚಿತವಾಗಿರುತ್ತದೆ.

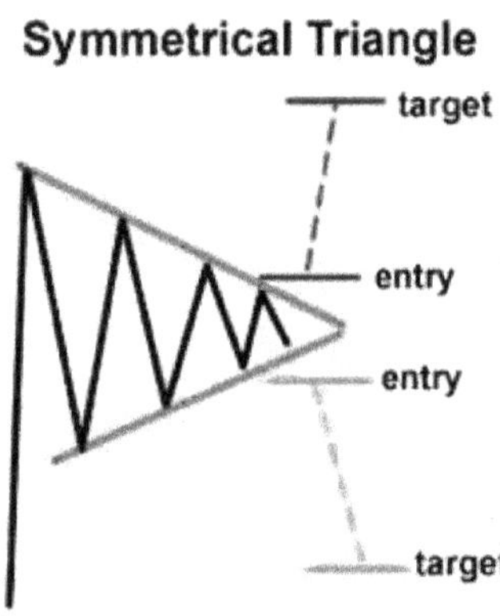

ಇದು ಬುಲಿಷ್ ಚಾರ್ಟ್ ಪ್ಯಾಟರ್ನ್ ಆಗಿದೆ

ದೀರ್ಘಾವಧಿ ಮತ್ತು ಅಲ್ಪಾವಧಿಯ ಹೂಡಿಕೆದಾರರು ಉತ್ತಮ ಫಲಿತಾಂಶಕ್ಕಾಗಿ ಹೂಡಿಕೆ ಮಾಡಬಹುದು.

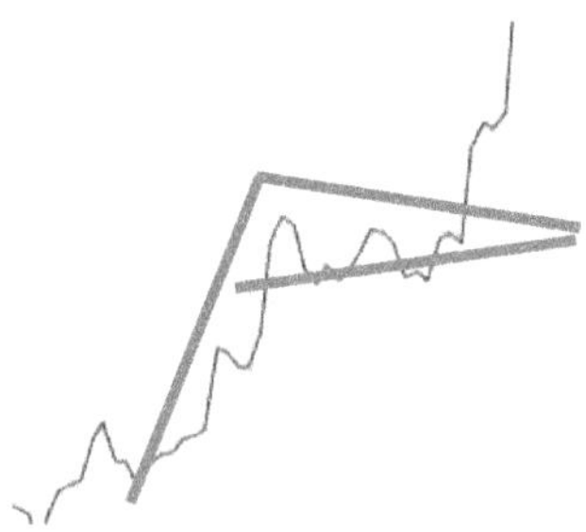

ಏರುವ ತ್ರಿಕೋನ:

ಸಮತಲ ಪ್ರತಿರೋಧ ಮಟ್ಟ ಮತ್ತು ಮೇಲ್ಮುಖ-ಇಳಿಜಾರಿನ ಬೆಂಬಲ ರೇಖೆ ಇದ್ದಾಗ ಇದು ಸಂಭವಿಸುತ್ತದೆ. ಇದನ್ನು ಸಾಮಾನ್ಯವಾಗಿ ಬುಲಿಷ್ ಮಾದರಿ ಎಂದು ಪರಿಗಣಿಸಲಾಗುತ್ತದೆ.

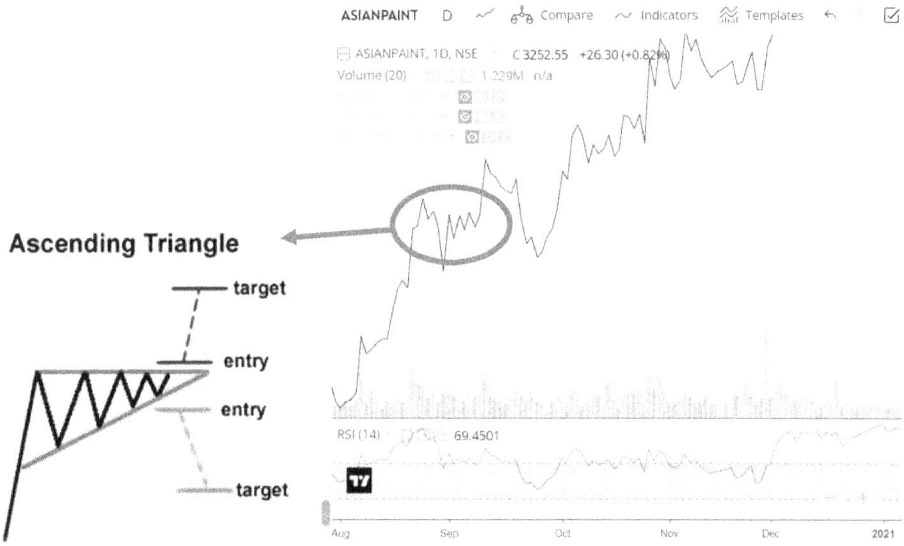

ಇದು ಬುಲಿಷ್ ಚಾರ್ಟ್ ಮಾದರಿಯಾಗಿದೆ.

ಅಲ್ಪಾವಧಿ ಮತ್ತು ದೀರ್ಘಾವಧಿಯ ಹೂಡಿಕೆದಾರರು ಹೂಡಿಕೆ ಮಾಡಬಹುದು.

ಚಾರ್ಟ್ ಮಾದರಿ ಪೂರ್ಣಗೊಂಡ ನಂತರ ಅಲ್ಪಾವಧಿಯ ಹೂಡಿಕೆದಾರರು ನಿರ್ಗಮಿಸಬಹುದು.

ಇವು ಅಲ್ಪಾವಧಿಯ ಅವಕಾಶಗಳಾಗಿರುವುದರಿಂದ ದೀರ್ಘಾವಧಿಯ ಹೂಡಿಕೆದಾರರು ಹೂಡಿಕೆ ಮಾಡುತ್ತಾರೆ.

ಇಳಿಯುವ ತ್ರಿಕೋನ:

ಇದು ಆರೋಹಣ ತ್ರಿಕೋನಕ್ಕೆ ವಿರುದ್ಧವಾಗಿದೆ, ಸಮತಲ ಬೆಂಬಲ ರೇಖೆ ಮತ್ತು ಕೆಳಮುಖ-ಇಳಿಜಾರಿನ ಪ್ರತಿರೋಧ ಮಟ್ಟವನ್ನು ಹೊಂದಿದೆ. ಇದನ್ನು ಹೆಚ್ಚಾಗಿ ಬೇರಿಷ್ ಮಾದರಿಯಾಗಿ ನೋಡಲಾಗುತ್ತದೆ.

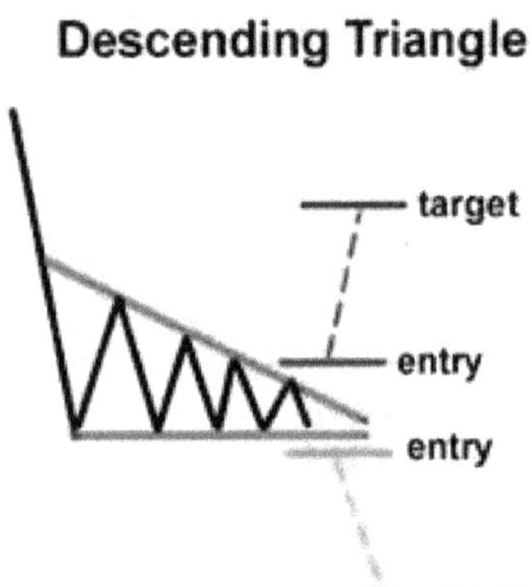

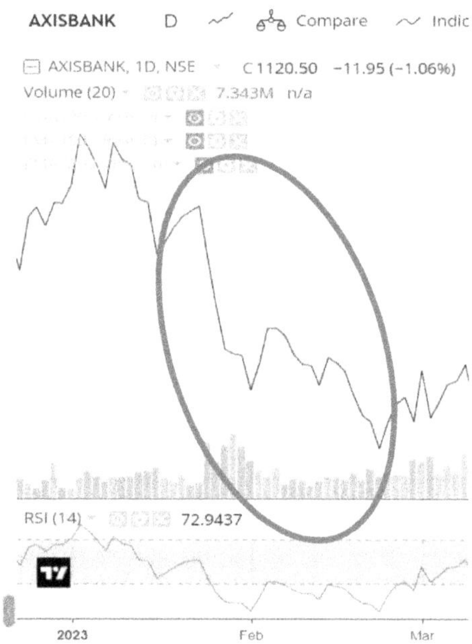

ಇದು ಬೇರಿಷ್ ಚಾರ್ಟ್ ಪ್ಯಾಟರ್ನ್ ಆಗಿದೆ

ಅಲ್ಪಾವಧಿಯ ಹೂಡಿಕೆದಾರರು / ವ್ಯಾಪಾರಿಗಳು ಚಾರ್ಟ್ ರಚನೆಯ ಸಮಯದಲ್ಲಿ ವ್ಯಾಪಾರದಿಂದ ನಿರ್ಗಮಿಸಬಹುದು.

ದೀರ್ಘಾವಧಿಯ ಹೂಡಿಕೆದಾರರು ಹೂಡಿಕೆ ಮಾಡಬಹುದು. ಉತ್ತಮ ಆದಾಯಕ್ಕಾಗಿ ಹೆಚ್ಚಿನ ಹೂಡಿಕೆ ಮಾಡಬಹುದು. ಈ ಅಲ್ಪ ಏರಿಳಿತಗಳು ಹೂಡಿಕೆಗೆ ಅವಕಾಶಗಳಾಗಿವೆ.

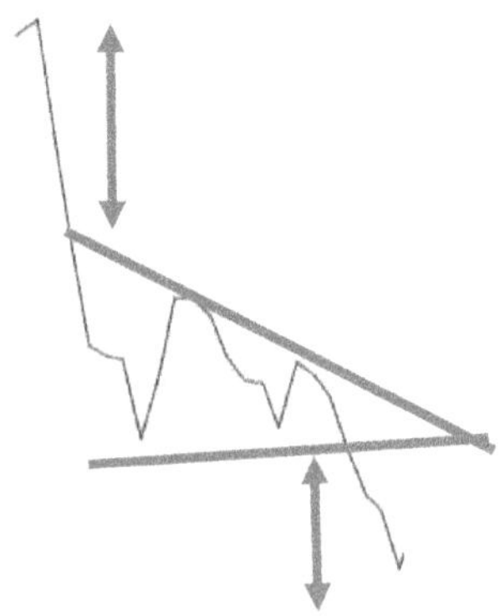

Flags and Pennants:

ಧ್ವಜ: ಈ ಮಾದರಿಯು ಸಣ್ಣ ಆಯತಾಕಾರದ ಮುಂದುವರಿಕೆ ಮಾದರಿಯಂತೆ ಕಾಣುತ್ತದೆ ಮತ್ತು ಸಾಮಾನ್ಯವಾಗಿ ಬಲವಾದ ಬೆಲೆ ಚಲನೆಯ ನಂತರ ರೂಪುಗೊಳ್ಳುತ್ತದೆ. ಹಿಂದಿನ ಪ್ರವೃತ್ತಿ ಪುನರಾರಂಭಗೊಳ್ಳುವ ಮೊದಲು ಇದು ಸಂಕ್ಷಿಪ್ತ ಕ್ರೋಢೀಕರಣವನ್ನು ಪ್ರತಿನಿಧಿಸುತ್ತದೆ.

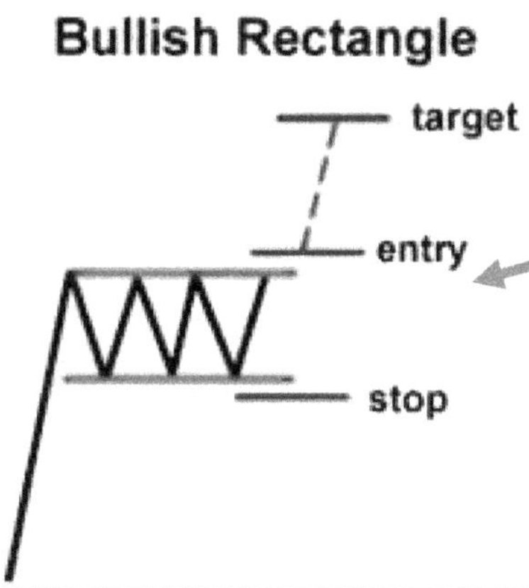

ಇದು ಬುಲಿಷ್ ಚಾರ್ಟ್ ಮಾದರಿಯಾಗಿದೆ.

ಅಲ್ಪಾವಧಿ ಮತ್ತು ದೀರ್ಘಾವಧಿಯ ಹೂಡಿಕೆದಾರರು ಹೂಡಿಕೆ ಮಾಡಬಹುದು.

ಚಾರ್ಟ್ ಮಾದರಿ ಪೂರ್ಣಗೊಂಡ ನಂತರ ಅಲ್ಪಾವಧಿಯ ಹೂಡಿಕೆದಾರರು ನಿರ್ಗಮಿಸಬಹುದು.

ಇವು ಅಲ್ಪಾವಧಿಯ ಅವಕಾಶಗಳಾಗಿರುವುದರಿಂದ ದೀರ್ಘಾವಧಿಯ ಹೂಡಿಕೆದಾರರು ಹೂಡಿಕೆ ಮಾಡುತ್ತಾರೆ.

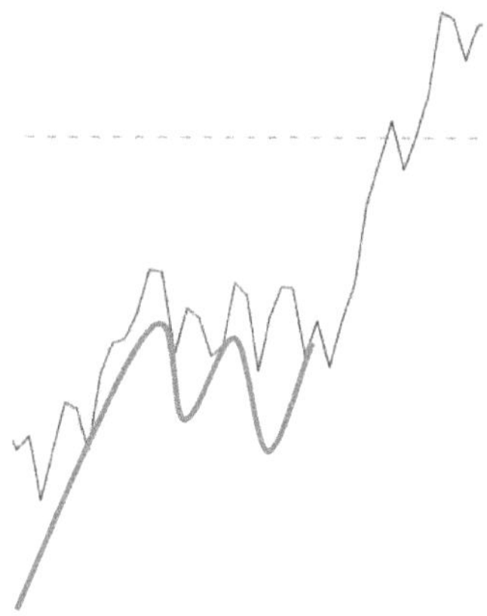

ಬುಲಿಷ್ ಪೆನ್ನಂಟ್

ಧ್ವಜದಂತೆಯೇ, ಪೆನ್ನಂಟ್ ಎಂಬುದು ಒಂದು ಸಣ್ಣ ಸಮ್ಮಿತಿ ತ್ರಿಕೋನವಾಗಿದ್ದು, ಇದು ಬಲವಾದ ಬೆಲೆ ಚಲನೆಯ ನಂತರ ರೂಪುಗೊಳ್ಳುತ್ತದೆ, ಇದು ಪ್ರವೃತ್ತಿ ಮುಂದುವರಿಯುವ ಮೊದಲು ಸಂಕ್ಷಿಪ್ತ ಕ್ರೋಢೀಕರಣವನ್ನು ಸೂಚಿಸುತ್ತದೆ.

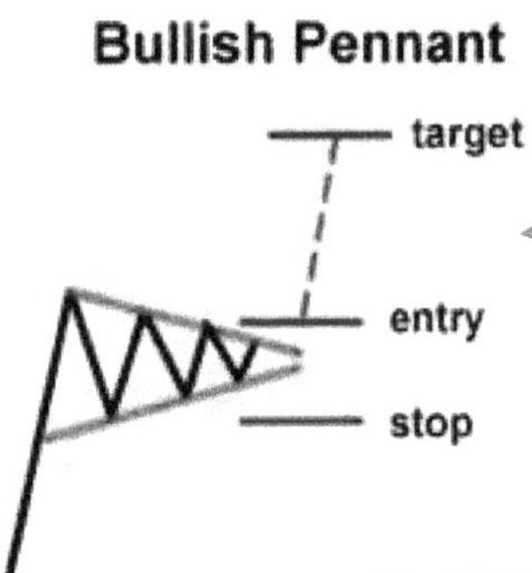

ಇದು ಬುಲಿಷ್ ಚಾರ್ಟ್ ಮಾದರಿಯಾಗಿದೆ.

ಅಲ್ಪಾವಧಿ ಮತ್ತು ದೀರ್ಘಾವಧಿಯ ಹೂಡಿಕೆದಾರರು ಹೂಡಿಕೆ ಮಾಡಬಹುದು.

ಚಾರ್ಟ್ ಮಾದರಿ ಪೂರ್ಣಗೊಂಡ ನಂತರ ಅಲ್ಪಾವಧಿಯ ಹೂಡಿಕೆದಾರರು ನಿರ್ಗಮಿಸಬಹುದು.

ಇವು ಅಲ್ಪಾವಧಿಯ ಅವಕಾಶಗಳಾಗಿರುವುದರಿಂದ ದೀರ್ಘಾವಧಿಯ ಹೂಡಿಕೆದಾರರು ಹೂಡಿಕೆ ಮಾಡುತ್ತಾರೆ.

ಪೆನ್ನಂಟ್

ಬೇರಿಷ್ ಪೆನ್ನಂಟ್: ಧ್ವಜದಂತೆಯೇ, ಪೆನ್ನಂಟ್ ಎಂಬುದು ಒಂದು ಸಣ್ಣ ಸಮ್ಮಿತಿ ತ್ರಿಕೋನವಾಗಿದ್ದು, ಇದು ಬಲವಾದ ಬೆಲೆ ಚಲನೆಯ ನಂತರ ರೂಪುಗೊಳ್ಳುತ್ತದೆ, ಇದು ಪ್ರವೃತ್ತಿ ಮುಂದುವರಿಯುವ ಮೊದಲು ಸಂಕ್ಷಿಪ್ತ ಕ್ರೋಢೀಕರಣವನ್ನು ಸೂಚಿಸುತ್ತದೆ.

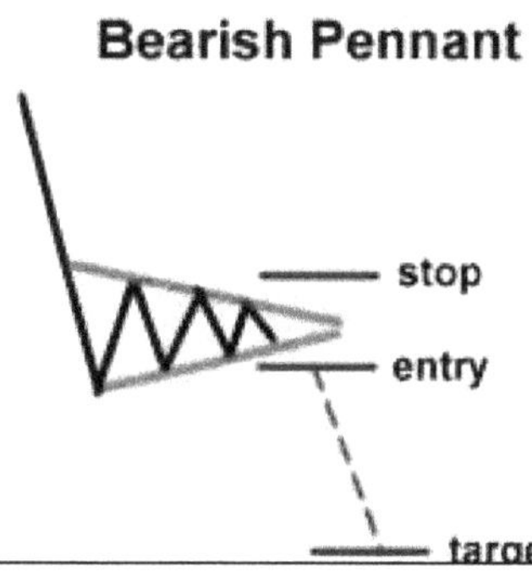

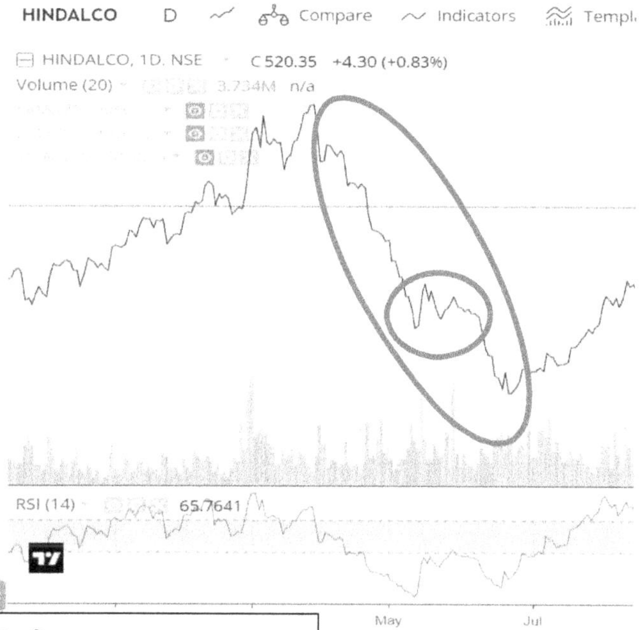

ಇದು ಬೇರಿಷ್ ಚಾರ್ಟ್ ಪ್ಯಾಟರ್ನ್ ಆಗಿದೆ

ಅಲ್ಪಾವಧಿಯ ಹೂಡಿಕೆದಾರರು / ವ್ಯಾಪಾರಿಗಳು ಚಾರ್ಟ್ ರಚನೆಯ ಸಮಯದಲ್ಲಿ ವ್ಯಾಪಾರದಿಂದ ನಿರ್ಗಮಿಸಬಹುದು.

(ಸ್ಟಾಕ್ ಗಳು ಡಿಮ್ಯಾಟ್ ಖಾತೆಯಲ್ಲಿ ಇಲ್ಲದಿದ್ದರೂ ಸ್ಟಾಕ್ ಗಳನ್ನು ಮಾರಾಟ ಮಾಡಲು ಆಯ್ಕೆಗಳನ್ನು ಮಾರಾಟ ಮಾಡುವ ವ್ಯಾಪಾರಿಗಳು ಬಳಸುತ್ತಾರೆ, ಆಯ್ಕೆ ಮಾರಾಟವು ಈ ಪುಸ್ತಕದಲ್ಲಿ ಒಳಗೊಂಡಿಲ್ಲ)

ದೀರ್ಘಾವಧಿಯ ಹೂಡಿಕೆದಾರರು ಹೂಡಿಕೆ ಮಾಡಬಹುದು. ಉತ್ತಮ ಆದಾಯಕ್ಕಾಗಿ ಹೆಚ್ಚಿನ ಹೂಡಿಕೆ ಮಾಡಬಹುದು. ಈ ಅಲ್ಪ ಏರಿಳಿತಗಳು ಹೂಡಿಕೆಗೆ ಅವಕಾಶಗಳಾಗಿವೆ.

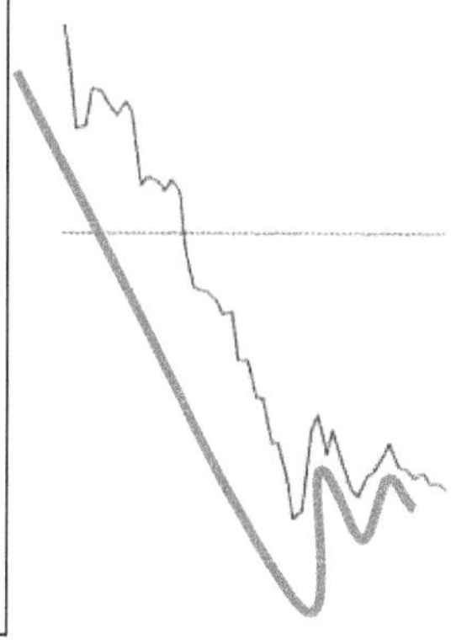

ಕಪ್ ಮತ್ತು ಹ್ಯಾಂಡಲ್:

ಕಪ್ ಮತ್ತು ಹ್ಯಾಂಡಲ್: ಇದು ಚಹಾ ಕಪ್ ನ ಆಕಾರವನ್ನು ಹೋಲುವ ಬುಲಿಷ್ ಮುಂದುವರಿಕೆ ಮಾದರಿಯಾಗಿದೆ. ಇದು ವೃತ್ತಾಕಾರದ ತಳಭಾಗವನ್ನು (ಕಪ್) ಒಳಗೊಂಡಿರುತ್ತದೆ, ನಂತರ ಸಂಭಾವ್ಯ ಮೇಲ್ಮುಖ ಬ್ರೇಕ್‌ಔಟ್ಗೆ ಮೊದಲು ಕ್ರೋಢೀಕರಣ (ಹ್ಯಾಂಡಲ್) ಇರುತ್ತದೆ.

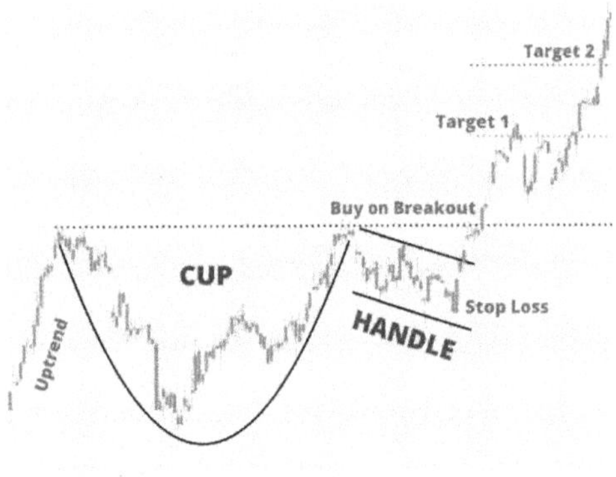

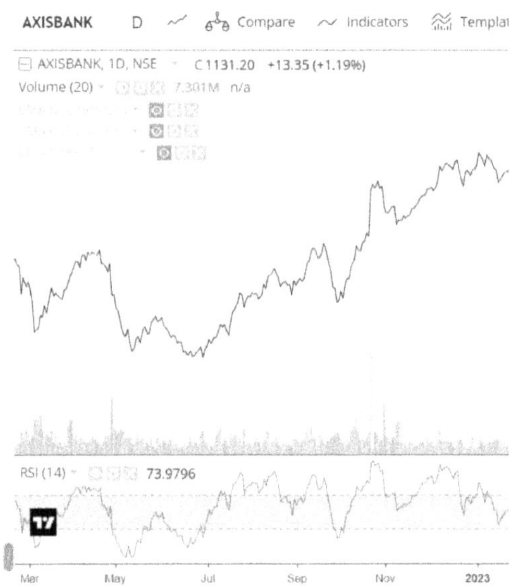

ಇದು ಬುಲಿಷ್ ಚಾರ್ಟ್ ಮಾದರಿಯಾಗಿದೆ.

ಅಲ್ಪಾವಧಿ ಮತ್ತು ದೀರ್ಘಾವಧಿಯ ಹೂಡಿಕೆದಾರರು ಹೂಡಿಕೆ ಮಾಡಬಹುದು.

ಚಾರ್ಟ್ ಮಾದರಿ ಪೂರ್ಣಗೊಂಡ ನಂತರ ಅಲ್ಪಾವಧಿಯ ಹೂಡಿಕೆದಾರರು ನಿರ್ಗಮಿಸಬಹುದು.

ಇವು ಅಲ್ಪಾವಧಿಯ ಅವಕಾಶಗಳಾಗಿರುವುದರಿಂದ ದೀರ್ಘಾವಧಿಯ ಹೂಡಿಕೆದಾರರು ಹೂಡಿಕೆ ಮಾಡುತ್ತಾರೆ.

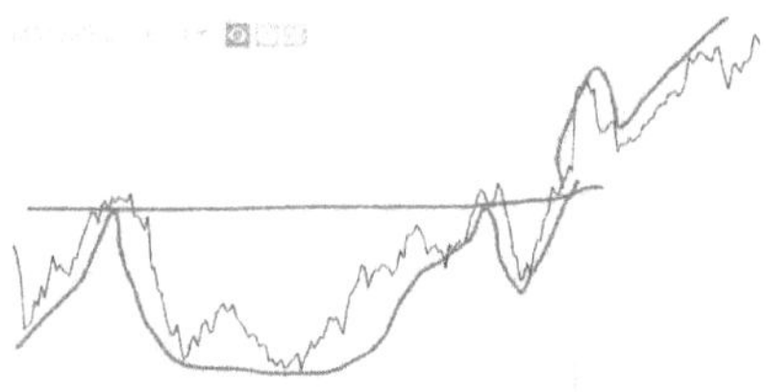

ವೆಡ್ಜ್ ಗಳು:

ರೈಸಿಂಗ್ ವೆಡ್ಜ್: ಇದು ಹೆಚ್ಚಿನ ಏರಿಳಿತಗಳು ಮತ್ತು ಹೆಚ್ಚಿನ ಕುಸಿತಗಳೊಂದಿಗೆ ಪ್ರವೃತ್ತಿಗಳನ್ನು ಸಂಯೋಜಿಸುವ ಮೂಲಕ ರೂಪುಗೊಂಡ ಮಂದಗತಿಯ ಮಾದರಿಯಾಗಿದೆ.

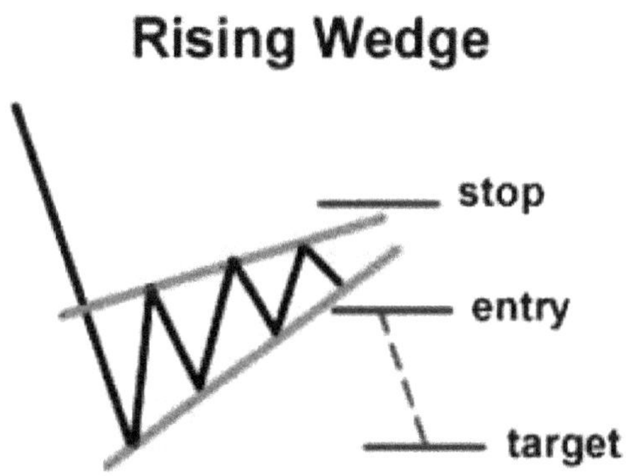

ಇದು ಬೇರಿಷ್ ಚಾರ್ಟ್ ಪ್ಯಾಟರ್ನ್ ಆಗಿದೆ

ಅಲ್ಪಾವಧಿಯ ಹೂಡಿಕೆದಾರರು / ವ್ಯಾಪಾರಿಗಳು ಚಾರ್ಟ್ ರಚನೆಯ ಸಮಯದಲ್ಲಿ ವ್ಯಾಪಾರದಿಂದ ನಿರ್ಗಮಿಸಬಹುದು.

(ಸ್ಟಾಕ್ ಗಳು ಡಿಮ್ಯಾಟ್ ಖಾತೆಯಲ್ಲಿ ಇಲ್ಲದಿದ್ದರೂ ಸ್ಟಾಕ್ ಗಳನ್ನು ಮಾರಾಟ ಮಾಡಲು ಆಯ್ಕೆಗಳನ್ನು ಮಾರಾಟ ಮಾಡುವ ವ್ಯಾಪಾರಿಗಳು ಬಳಸುತ್ತಾರೆ, ಆಯ್ಕೆ ಮಾರಾಟವು ಈ ಪುಸ್ತಕದಲ್ಲಿ ಒಳಗೊಂಡಿಲ್ಲ)

ದೀರ್ಘಾವಧಿಯ ಹೂಡಿಕೆದಾರರು ಹೂಡಿಕೆ ಮಾಡಬಹುದು. ಉತ್ತಮ ಆದಾಯಕ್ಕಾಗಿ ಹೆಚ್ಚಿನ ಹೂಡಿಕೆ ಮಾಡಬಹುದು. ಈ ಅಲ್ಪ ಏರಿಳಿತಗಳು ಹೂಡಿಕೆಗೆ ಅವಕಾಶಗಳಾಗಿವೆ.

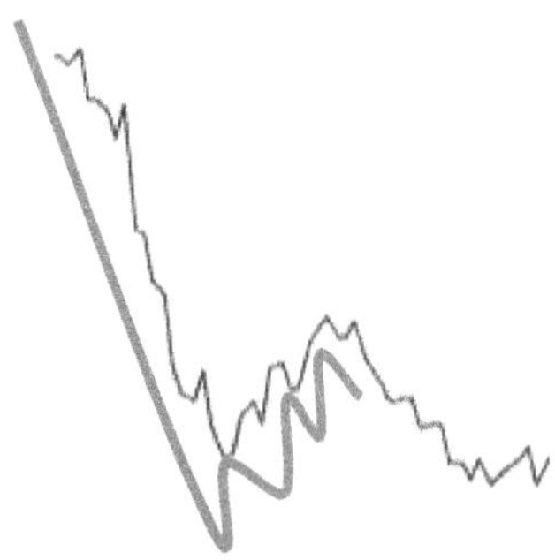

ಕುಸಿಯುತ್ತಿರುವ ವೆಡ್ಜ್:

ಕುಸಿಯುತ್ತಿರುವ ವೆಡ್ಜ್ ಎಂಬುದು ಬುಲಿಷ್ ಮಾದರಿಯಾಗಿದ್ದು, ಕಡಿಮೆ ಎತ್ತರ ಮತ್ತು ಕಡಿಮೆ ಕುಸಿತಗಳೊಂದಿಗೆ ಏಕೀಕೃತ ಪ್ರವೃತ್ತಿಗಳಿಂದ ನಿರೂಪಿಸಲ್ಪಟ್ಟಿದೆ.

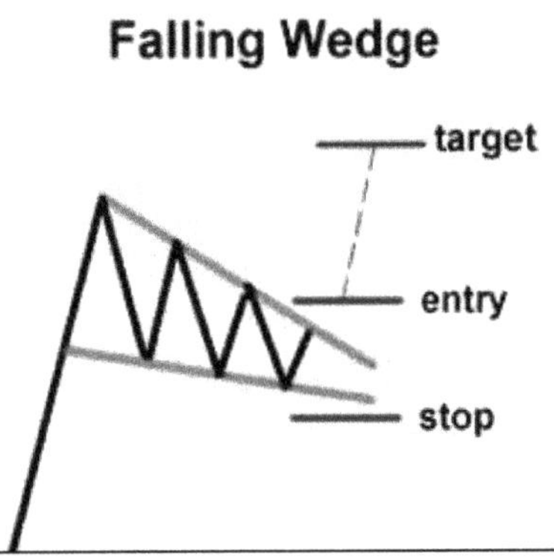

ಇದು ಬುಲಿಷ್ ಚಾರ್ಟ್ ಮಾದರಿಯಾಗಿದೆ.

ಅಲ್ಪಾವಧಿ ಮತ್ತು ದೀರ್ಘಾವಧಿಯ ಹೂಡಿಕೆದಾರರು ಹೂಡಿಕೆ ಮಾಡಬಹುದು.

ಚಾರ್ಟ್ ಮಾದರಿ ಪೂರ್ಣಗೊಂಡ ನಂತರ ಅಲ್ಪಾವಧಿಯ ಹೂಡಿಕೆದಾರರು ನಿರ್ಗಮಿಸಬಹುದು.

ಇವು ಅಲ್ಪಾವಧಿಯ ಅವಕಾಶಗಳಾಗಿರುವುದರಿಂದ ದೀರ್ಘಾವಧಿಯ ಹೂಡಿಕೆದಾರರು ಹೂಡಿಕೆ ಮಾಡುತ್ತಾರೆ.

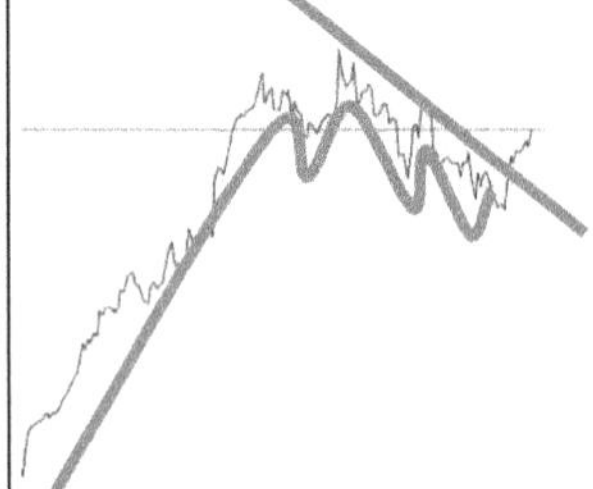

ಬಬಲ್ ಸಿದ್ಧಾಂತ

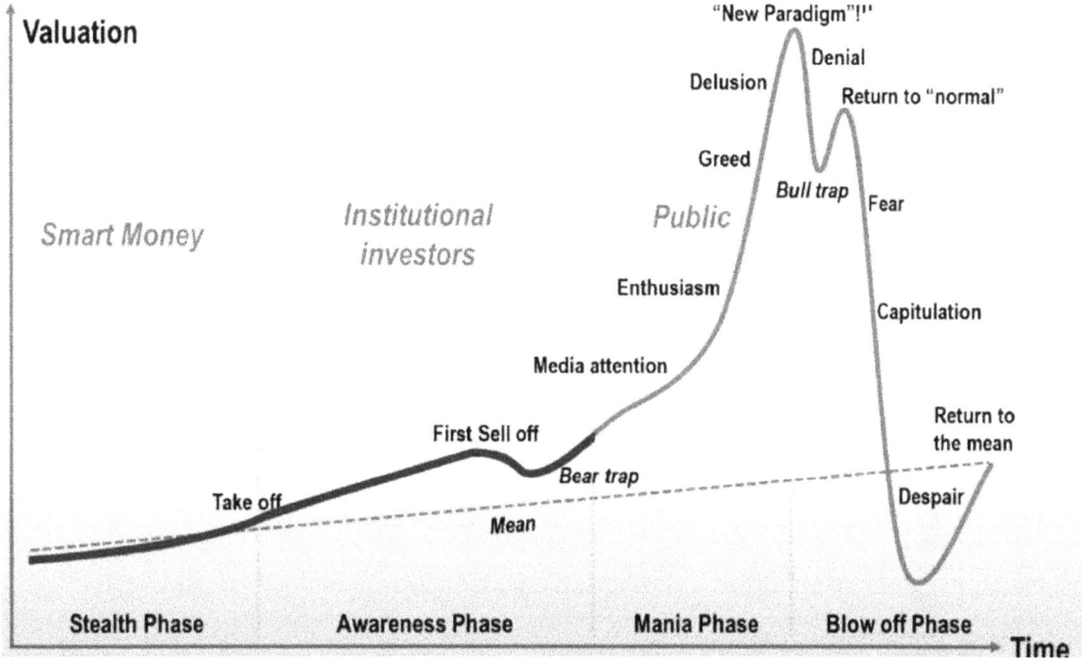

Valuation
"New Paradigm"!'
Denial
Delusion
Return to "normal"
Greed
Bull trap
Fear
Smart Money
Institutional investors
Public
Enthusiasm
Capitulation
Media attention
Return to the mean
First Sell off
Bear trap
Take off
Despair
Mean
Stealth Phase
Awareness Phase
Mania Phase
Blow off Phase
Time

ಬಬಲ್ ಸಿದ್ಧಾಂತ

ಹಣಕಾಸು ಮಾರುಕಟ್ಟೆಗಳ ಸಂದರ್ಭದಲ್ಲಿ "ಬಬಲ್ ಸಿದ್ಧಾಂತ" ಸಾಮಾನ್ಯವಾಗಿ ಊಹಾತ್ಮಕ ಗುಳ್ಳೆಯ ಹಂತಗಳನ್ನು ಸೂಚಿಸುತ್ತದೆ, ಅಲ್ಲಿ ಷೇರುಗಳಂತಹ ಸ್ವತ್ತುಗಳ ಬೆಲೆಗಳು ತರ್ಕಬದ್ಧವಲ್ಲದ ಉತ್ಸಾಹ ಮತ್ತು ಊಹಾಪೋಹಗಳಿಂದ ಪ್ರೇರಿತವಾದ ಸುಸ್ಥಿರ ಮಟ್ಟಕ್ಕೆ ಏರುತ್ತವೆ. ಗುಳ್ಳೆಯ ವಿಶಿಷ್ಟ ಹಂತಗಳು ಇಲ್ಲಿವೆ.

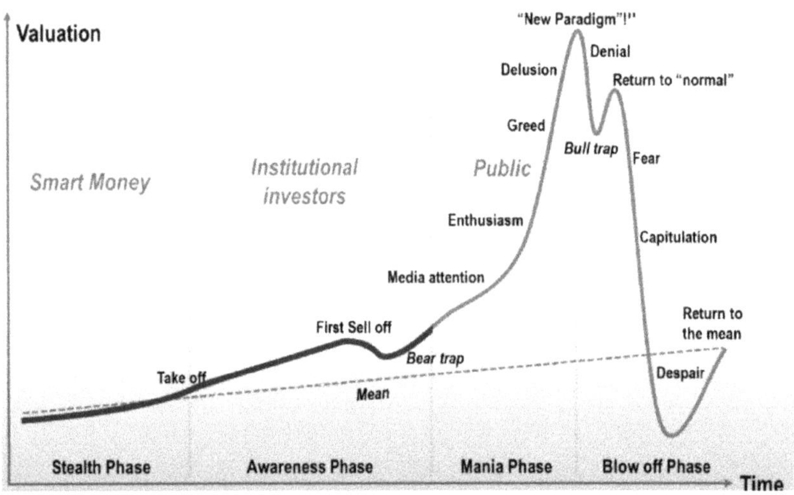

1. ರಹಸ್ಯ ಹಂತ:

ಆರಂಭಿಕ ಸಂಗ್ರಹಣೆ: ಈ ಹಂತದಲ್ಲಿ, ಮಾಹಿತಿಯುತ ಹೂಡಿಕೆದಾರರ ಆಯ್ದ ಗುಂಪು ಒಂದು ನಿರ್ದಿಷ್ಟ ಆಸ್ತಿಯಲ್ಲಿ ಸ್ಥಾನಗಳನ್ನು ಸಂಗ್ರಹಿಸಲು ಪ್ರಾರಂಭಿಸುತ್ತದೆ. ಸಾಮಾನ್ಯ ಮಾರುಕಟ್ಟೆಗೆ ಈ ಚಟುವಟಿಕೆಯ ಬಗ್ಗೆ ಹೆಚ್ಚಾಗಿ ತಿಳಿದಿರುವುದಿಲ್ಲ.

2. ಜಾಗೃತಿ ಹಂತ:

ಮಾಧ್ಯಮ ಪ್ರಸಾರ: ಆಸ್ತಿಯ ಕಾರ್ಯಕ್ಷಮತೆಯು ಮಾಧ್ಯಮದ ಗಮನವನ್ನು ಸೆಳೆಯುತ್ತದೆ, ಮತ್ತು ಹೆಚ್ಚಿನ ಪ್ರಸಾರವಿದೆ. ಆದಾಗ್ಯೂ, ಮುಖ್ಯವಾಹಿನಿಯ ಹೂಡಿಕೆದಾರರು ಇನ್ನೂ ಅನುಮಾನಾಸ್ಪದವಾಗಿರಬಹುದು, ಮತ್ತು ಆಸ್ತಿಯ ನಿಜವಾದ ಸಾಮರ್ಥ್ಯವನ್ನು ವ್ಯಾಪಕವಾಗಿ ಗುರುತಿಸಲಾಗಿಲ್ಲ.

3. **ಉನ್ಮಾದ ಹಂತ**:

ಘಾತೀಯ ಬೆಲೆ ಏರಿಕೆ: ಹೆಚ್ಚುತ್ತಿರುವ ಮಾಧ್ಯಮ ಪ್ರಸಾರ ಮತ್ತು ಹೆಚ್ಚುತ್ತಿರುವ ಹೂಡಿಕೆದಾರರ ಸಂಖ್ಯೆಯಿಂದ ಉತ್ತೇಜಿತವಾದ ಬೆಲೆಗಳು ವೇಗವಾಗಿ ಏರಲು ಪ್ರಾರಂಭಿಸುತ್ತವೆ. ಸಾಮಾನ್ಯ ಜನರು ಗಮನಿಸಲು ಪ್ರಾರಂಭಿಸುತ್ತಾರೆ, ಮತ್ತು ಉಲ್ಲಾಸ ಮತ್ತು ಕಾಣೆಯಾಗುವ ಭಯವಿದೆ (ಎಫ್‌ಒಎಂಒ).

4. **ಬ್ಲೋ-ಆಫ್ ಹಂತ**:

ಪ್ಯಾರಾಬೋಲಿಕ್ ಬೆಲೆ ಏರಿಕೆ: ಉನ್ಮಾದವು ಉತ್ತುಂಗವನ್ನು ತಲುಪುತ್ತಿದ್ದಂತೆ ಬೆಲೆಗಳು ಸಮರ್ಥನೀಯವಲ್ಲದ ಮಟ್ಟಕ್ಕೆ ಏರುತ್ತವೆ. ಊಹಾತ್ಮಕ ಖರೀದಿಯು ವ್ಯಾಪಕವಾಗುತ್ತದೆ, ಮತ್ತು ಮೌಲ್ಯಮಾಪನಗಳು ಹೆಚ್ಚಾಗಿ ಮೂಲಭೂತ ಕ್ರಮಗಳಿಂದ ಬೇರ್ಪಡುತ್ತವೆ.

5. **ಲಾಭ ತೆಗೆದುಕೊಳ್ಳುವ ಮತ್ತು ಭೀತಿಯ ಹಂತ**:

ಸ್ಮಾರ್ಟ್ ಮನಿ ಮಾರಾಟ: ಬುದ್ಧಿವಂತ ಹೂಡಿಕೆದಾರರು, ಬೆಲೆಗಳ ಸಮರ್ಥನೀಯವಲ್ಲದ ಸ್ವರೂಪವನ್ನು ಗುರುತಿಸಿ, ಮಾರಾಟ ಮಾಡಲು ಮತ್ತು ಲಾಭವನ್ನು ತೆಗೆದುಕೊಳ್ಳಲು ಪ್ರಾರಂಭಿಸುತ್ತಾರೆ. ಈ ಮಾರಾಟವು ಭಾವನೆಯಲ್ಲಿ ಹಿಮ್ಮುಖತೆಯನ್ನು ಪ್ರಚೋದಿಸುತ್ತದೆ, ಮತ್ತು ಇತರ ಮಾರುಕಟ್ಟೆ ಭಾಗವಹಿಸುವವರಲ್ಲಿ ಭೀತಿಯ ಮಾರಾಟವು ಉಂಟಾಗುತ್ತದೆ.

6. **Crash and Burn Phase:**

ಬೆಲೆಗಳಲ್ಲಿ ತೀವ್ರ ಕುಸಿತ: ಬಬಲ್ ಸ್ಫೋಟಗೊಳ್ಳುತ್ತದೆ, ಇದು ಆಸ್ತಿ ಬೆಲೆಗಳಲ್ಲಿ ತ್ವರಿತ ಮತ್ತು ತೀವ್ರ ಕುಸಿತಕ್ಕೆ ಕಾರಣವಾಗುತ್ತದೆ. ಈ ಹಂತವು ಗಮನಾರ್ಹ ತಿದ್ದುಪಡಿಯಿಂದ ಗುರುತಿಸಲ್ಪಟ್ಟಿದೆ, ಮತ್ತು ಉತ್ತುಂಗದ ಬಳಿ ಖರೀದಿಸಿದ ಅನೇಕ ಹೂಡಿಕೆದಾರರು ಗಣನೀಯ ನಷ್ಟವನ್ನು ಅನುಭವಿಸುತ್ತಾರೆ.

ಮಾಸಿಕ ಸಮಯ ಚೌಕಟ್ಟಿನಲ್ಲಿ ಚಾರ್ಟ್ ಅನ್ನು ವೀಕ್ಷಿಸೋಣ

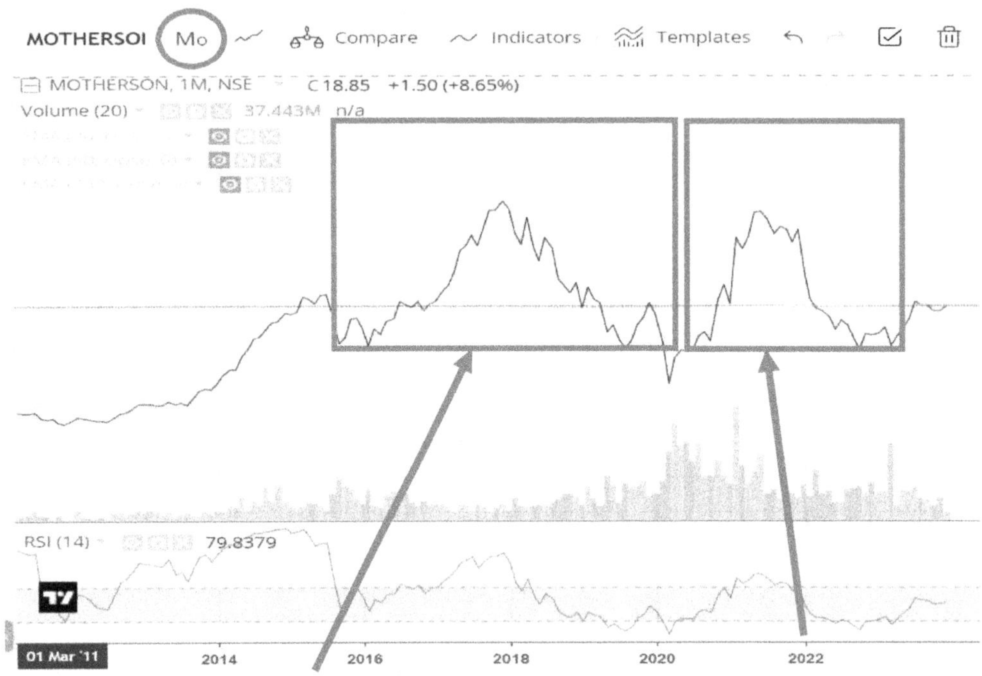

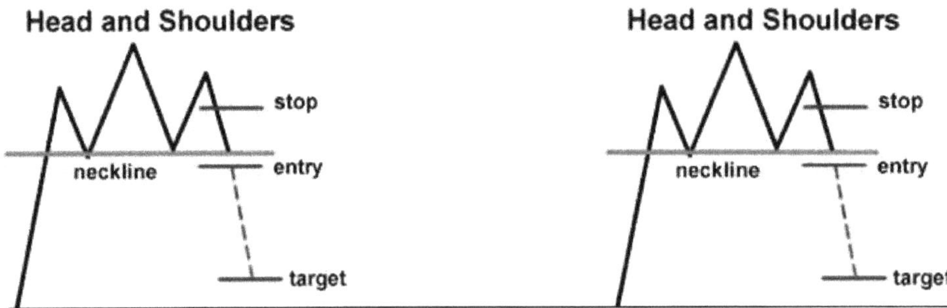

ನಾವು 2 ಡಬಲ್ ಟಾಪ್ ಗಳನ್ನು ನೋಡಬಹುದು - ಬೇರಿಷ್ ಚಾರ್ಟ್ ಪ್ಯಾಟರ್ನ್

Let’s View Chart on Monthly Time Frame

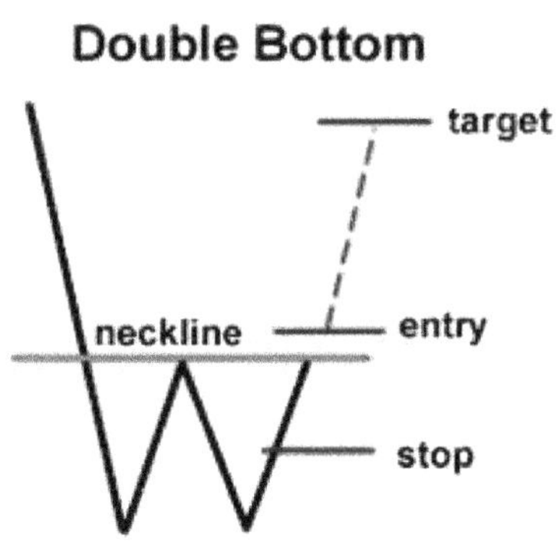

On Monthly Time Frame we can see W pattern formation.

ಮಾಸಿಕ ಸಮಯ ಚೌಕಟ್ಟಿನಲ್ಲಿ ಚಾರ್ಟ್ ಅನ್ನು ವೀಕ್ಷಿಸೋಣ

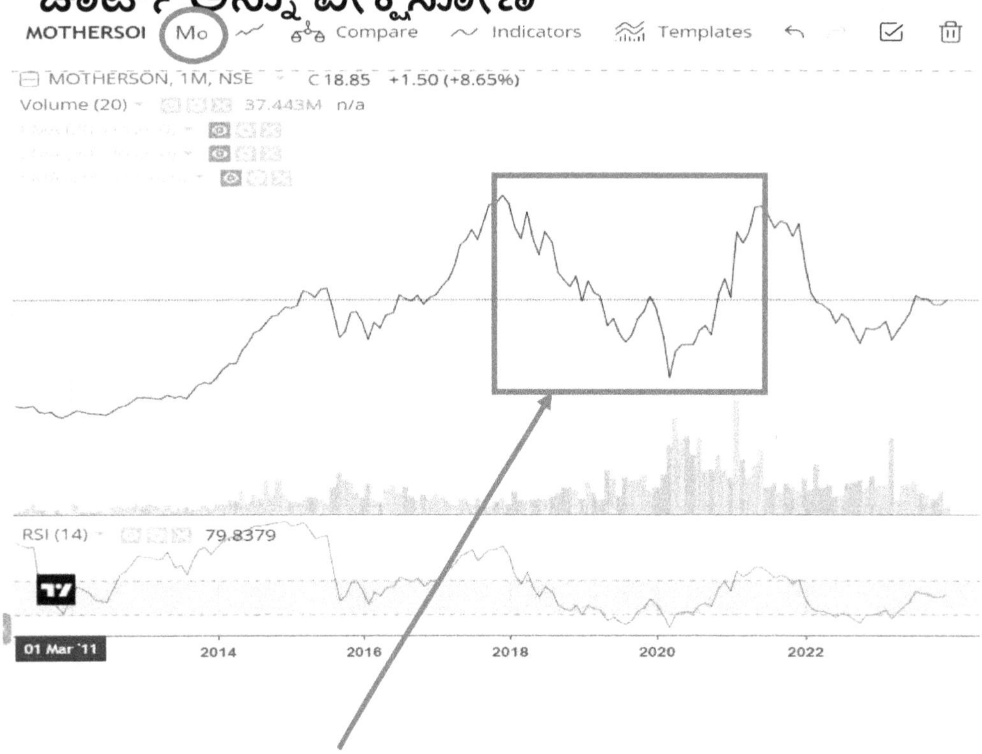

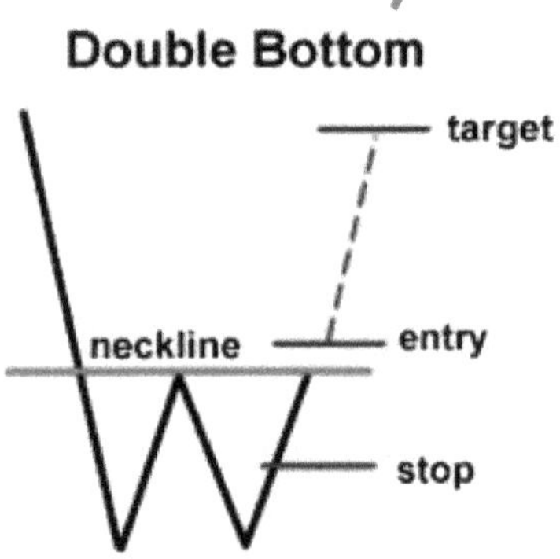

ಮಾಸಿಕ ಸಮಯ ಚೌಕಟ್ಟಿನಲ್ಲಿ ನಾವು W ಮಾದರಿ ರಚನೆಯನ್ನು ನೋಡಬಹುದು.

ಸಾಪ್ತಾಹಿಕ ಸಮಯ ಚೌಕಟ್ಟಿನಲ್ಲಿ ಚಾರ್ಟ್ ಅನ್ನು ವೀಕ್ಷಿಸೋಣ

ಸಾಪ್ತಾಹಿಕ ಸಮಯದ ಚೌಕಟ್ಟಿನಲ್ಲಿ ನಾವು 1) ತಲೆ ಮತ್ತು ಭುಜ 2) ಬೀಳುವ ವೆಡ್ಜ್ 3) ವೆಡ್ಜ್ ಎತ್ತುವುದು

ದೈನಂದಿನ ಸಮಯ ಚೌಕಟ್ಟಿನಲ್ಲಿ ಚಾರ್ಟ್ ಅನ್ನು ವೀಕ್ಷಿಸೋಣ

ಸಾಪ್ತಾಹಿಕ ಸಮಯದ ಚೌಕಟ್ಟಿನಲ್ಲಿ ನಾವು 1) ತಲೆ ಮತ್ತು ಭುಜ 2) ವಿಲೋಮ ತಲೆ ಮತ್ತು ಭುಜ 3) ವೆಡ್ಜ್ ಎತ್ತುವುದನ್ನು ನೋಡಬಹುದು.

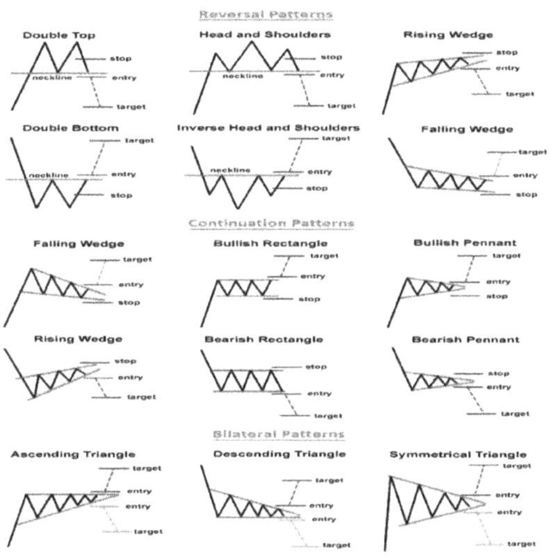

ಯಾವುದೇ ಕಂಪನಿಯ ಸ್ಟಾಕ್ ಚಾರ್ಟ್ ಮಾದರಿಯು ಇವುಗಳ ಸಂಯೋಜನೆಯಾಗಿದೆ

1) ಹಿಮ್ಮುಖ ಮಾದರಿ

2) ಮುಂದುವರಿಕೆ ಮಾದರಿಗಳು

3) ದ್ವಿಪಕ್ಷೀಯ ಮಾದರಿಗಳು

Fibonacci Retracement

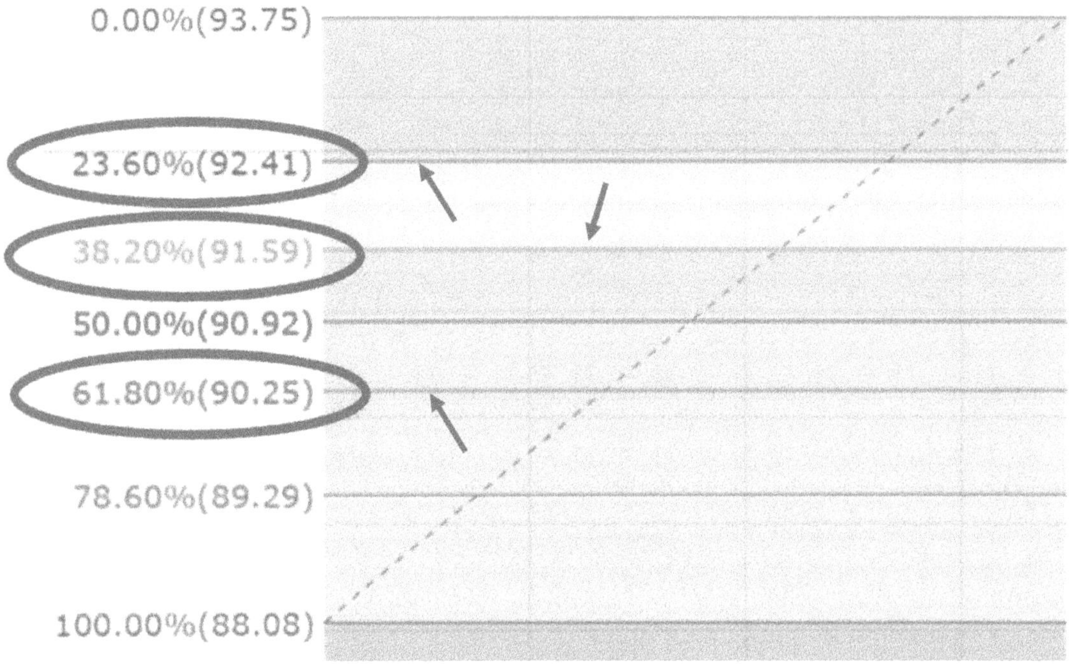

Fibonacci retracement Tool

ಬೆಂಬಲ ಅಥವಾ ಪ್ರತಿರೋಧದ ಸಂಭಾವ್ಯ ಮಟ್ಟಗಳನ್ನು ಗುರುತಿಸಲು ಷೇರು ಮಾರುಕಟ್ಟೆಯಲ್ಲಿ ವ್ಯಾಪಾರಿಗಳು ಮತ್ತು ಹೂಡಿಕೆದಾರರು ಬಳಸುವ ತಾಂತ್ರಿಕ ವಿಶ್ಲೇಷಣೆಯಲ್ಲಿ ಫಿಬೊನಾಕಿ ರಿಟ್ರಾಕ್ಷನ್ ಮಟ್ಟಗಳು ಜನಪ್ರಿಯ ಸಾಧನವಾಗಿದೆ. ಸ್ಟಾಕ್ ತನ್ನ ಪ್ರವೃತ್ತಿಯನ್ನು ಮುಂದುವರಿಸುವ ಮೊದಲು ಪ್ರಮುಖ ಹಂತಗಳನ್ನು ನಿರ್ಧರಿಸಲು ಇತ್ತೀಚಿನ ಬೆಲೆ ಕ್ರಮಕ್ಕೆ ಫಿಬೊನಾಕಿ ಅನುಪಾತಗಳನ್ನು ಅನ್ವಯಿಸುವುದು ಮೂಲ ಕಲ್ಪನೆಯಾಗಿದೆ.

Leonardo Fibonacci (mathematician) | Leonardo...

Born	c. 1170 Pisa,[2] Republic of Pisa
Died	c. 1250 (aged 79–80) Pisa, Republic of Pisa
Other names	Leonardo Fibonacci, Leonardo Bonacci, Leonardo Pisano
Occupation	Mathematician
Known for	*Liber Abaci* Popularizing the Hindu–Arabic numeral system in Europe Congruum Fibonacci numbers Fibonacci–Sylvester method Fibonacci method
Parent	Guglielmo "Bonacci" (father)

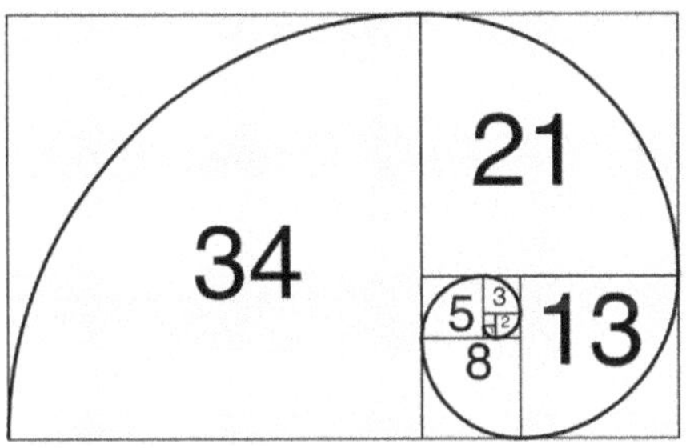

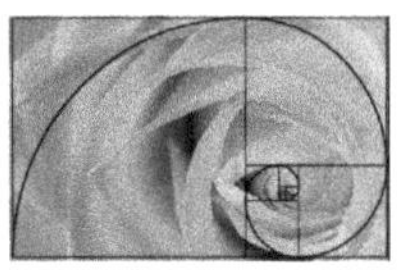

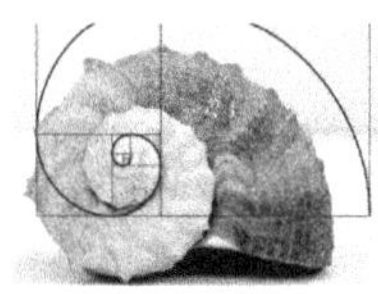

ಹದಿಮೂರನೇ ಶತಮಾನದಲ್ಲಿ ಅವುಗಳನ್ನು ಕಂಡುಹಿಡಿದ ಇಟಾಲಿಯನ್ ಗಣಿತಜ್ಞ 'ಲಿಯೊನಾರ್ಡೊ ಫಿಬೊನಾಕಿ' ನಿಂದ ಫಿಬೊನಾಕಿ ಸಂಖ್ಯೆಗಳು ತಮ್ಮ ಹೆಸರನ್ನು ಪಡೆದುಕೊಂಡಿವೆ. ಅವರ ಪುಸ್ತಕ "ಲಿಬರ್ ಅಬಾಸಿ" ಪಾಶ್ಚಿಮಾತ್ಯ ಜಗತ್ತಿಗೆ ಸಂಖ್ಯೆಯ ಅನುಕ್ರಮವನ್ನು ಪರಿಚಯಿಸಿದರೂ, ಅದರ ಕುರುಹುಗಳನ್ನು ಭಾರತೀಯ ಗಣಿತಶಾಸ್ತ್ರದಲ್ಲಿ ಕ್ರಿ.ಪೂ 200 ರಷ್ಟು ಹಿಂದೆಯೇ ಕಾಣಬಹುದು.

ಫಿಬೊನಾಕಿ ಎಂಬುದು ಸಂಖ್ಯೆಗಳ ಅನುಕ್ರಮವನ್ನು ಸೂಚಿಸುತ್ತದೆ, ಇದರಲ್ಲಿ ಪ್ರತಿ ಸಂಖ್ಯೆಯು ಹಿಂದಿನ ಎರಡು ಸಂಖ್ಯೆಗಳ ಮೊತ್ತವಾಗಿದೆ.

ಫಿಬೊನಾಕಿ ಅನುಕ್ರಮ: 0,1,1,2,3,5,8,13,21,34,55,89,144,233,377,

ಮೇಲಿನ ಸಂಖ್ಯೆಗಳು ಹೇಗೆ ವಿಕಸನಗೊಂಡಿವೆ ಎಂಬುದನ್ನು ತಿಳಿಯಲು ಈ ಕೆಳಗಿನವುಗಳನ್ನು ಗಮನಿಸಿ.

0+1=1 (1 ಮತ್ತು ಅದರ ಹಿಂದಿನ ಸಂಖ್ಯೆ 0 ಅನ್ನು ಸೇರಿಸುವ ಮೂಲಕ 1 ರ ಮೊತ್ತವು ಬಂದಿದೆ)
1+1=2 (1 ಮತ್ತು ಅದರ ಹಿಂದಿನ ಸಂಖ್ಯೆ 1 ಅನ್ನು ಸೇರಿಸುವ ಮೂಲಕ 2 ರ ಮೊತ್ತವು ಬಂದಿತು)
1+2=3 (2 ಮತ್ತು ಅದರ ಹಿಂದಿನ ಸಂಖ್ಯೆ 1 ಅನ್ನು ಸೇರಿಸುವ ಮೂಲಕ 3 ರ ಮೊತ್ತವು ಬಂದಿತು)
3+2=5 (3 ಮತ್ತು ಅದರ ಹಿಂದಿನ ಸಂಖ್ಯೆ 2 ಅನ್ನು ಸೇರಿಸುವ ಮೂಲಕ 5 ರ ಮೊತ್ತವು ಬಂದಿತು)

ಅದೇ ರೀತಿ

233 = 144 + 89 (144 ಮತ್ತು ಅದರ ಹಿಂದಿನ ಸಂಖ್ಯೆ 89 ಅನ್ನು ಸೇರಿಸುವ ಮೂಲಕ 233 ರ ಮೊತ್ತವು ಬಂದಿತು)
144 = 89 + 55 (89 ಮತ್ತು ಅದರ ಹಿಂದಿನ ಸಂಖ್ಯೆ 55 ಅನ್ನು ಸೇರಿಸುವ ಮೂಲಕ 144 ರ ಮೊತ್ತವು ಬಂದಿತು)

ಅದೇ ರೀತಿ ಅದು ಮುಂದುವರಿಯಿತು

337 = 233 + 144

337 ರ ನಂತರ ಮುಂದಿನ ಸಂಖ್ಯೆ ಏನು ಎಂದು ಇದೇ ರೀತಿಯಲ್ಲಿ ಲೆಕ್ಕಹಾಕಬಹುದು.

ಮುಂದಿನ ಸಂಖ್ಯೆಯನ್ನು ಕಂಡುಹಿಡಿಯಲು ಮೇಲಿನ ಸೇರ್ಪಡೆ ವಿಧಾನ?

61.8% - ಮೌಲ್ಯ ಲೆಕ್ಕಾಚಾರ

ಈಗ ನಾವು ವಿಭಜಿಸಲು ಪ್ರಾರಂಭಿಸಿದರೆ,

ಸರಣಿಯ ಯಾವುದೇ ಸಂಖ್ಯೆಯನ್ನು ಹಿಂದಿನ ಸಂಖ್ಯೆಯಿಂದ ವಿಭಜಿಸಿ, ಅನುಪಾತವು ಯಾವಾಗಲೂ ಸರಿಸುಮಾರು 1.618 ಆಗಿರುತ್ತದೆ.

ಉದಾಹರಣೆಗೆ:
377/233 = 1.618
233/144 = 1.618
ಮೇಲಿನ ಅನುಪಾತಗಳು ಅಂದರೆ ಎಲ್ಲಾ ಸರಣಿಗಳಿಗೆ ಒಂದೇ ಆಗಿರುವ 1.618 ಅನ್ನು "ಗೋಲ್ಡನ್ ರೇಷಿಯೋ" ಎಂದು ಕರೆಯಲಾಗುತ್ತದೆ.
ಇದನ್ನು ಹೆಚ್ಚಾಗಿ ಗ್ರೀಕ್ ಅಕ್ಷರ ϕ "ಫಿ" ನಿಂದ ಉಲ್ಲೇಖಿಸಲಾಗುತ್ತದೆ.

ಈ ಹಂತದಲ್ಲಿ, 0.618, ಶೇಕಡಾವಾರು ವ್ಯಕ್ತಪಡಿಸಿದಾಗ 61.8% ಎಂದು ನೆನಪಿನಲ್ಲಿಡಿ

38.2% - ಮೌಲ್ಯ ಲೆಕ್ಕಾಚಾರ

ಈಗ ನಾವು ವಿಭಜಿಸಲು ಪ್ರಾರಂಭಿಸಿದರೆ,

ಫಿಬೊನಾಕಿ ಸರಣಿಯನ್ನು ಎರಡು ಸ್ಥಾನಗಳಷ್ಟು ಎತ್ತರವಾಗಿ ವಿಂಗಡಿಸಲಾಗಿದೆ.

ಫಿಬೊನಾಕಿ ಅನುಕ್ರಮ: 0,1,1,2,3,5,8,13,21,34,55,89,144,233,377,

ಉದಾಹರಣೆಗೆ:
13/34 = 0.382
21/55 = 0.382
34/89 = 0.382

0.382, ಶೇಕಡಾವಾರು ಲೆಕ್ಕದಲ್ಲಿ ವ್ಯಕ್ತಪಡಿಸಿದಾಗ, 38.2% ಆಗಿದೆ

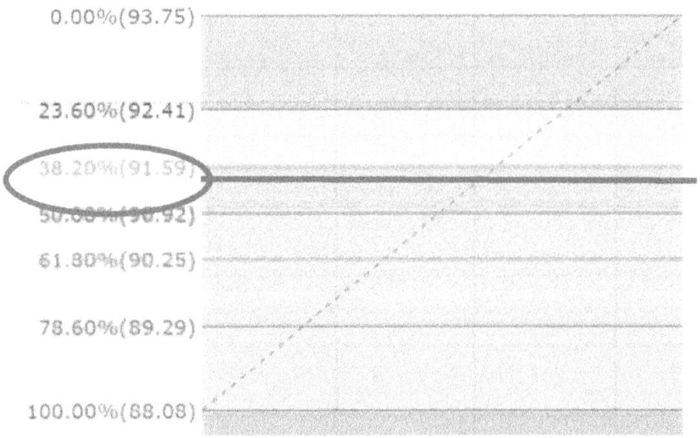

23.6%. - ಮೌಲ್ಯ ಲೆಕ್ಕಾಚಾರ

ಈಗ ನಾವು ವಿಭಜಿಸಲು ಪ್ರಾರಂಭಿಸಿದರೆ,

ಫಿಬೊನಾಕಿ ಸರಣಿಯನ್ನು ಸಂಖ್ಯೆ 3 ಸ್ಥಾನದಿಂದ ವಿಂಗಡಿಸಲಾಗಿದೆ.

ಫಿಬೊನಾಕಿ ಅನುಕ್ರಮ: 0,1,1,2,3,5,8,13,21,34,55,89,144,233,377,

ಉದಾಹರಣೆಗೆ:
13/55 = 0.236
21/89 = 0.236
34/144 = 0.236
55/233 = 0.236

0.236, ಶೇಕಡಾವಾರು ಲೆಕ್ಕದಲ್ಲಿ ವ್ಯಕ್ತಪಡಿಸಿದಾಗ, 23.6% ಆಗಿದೆ.

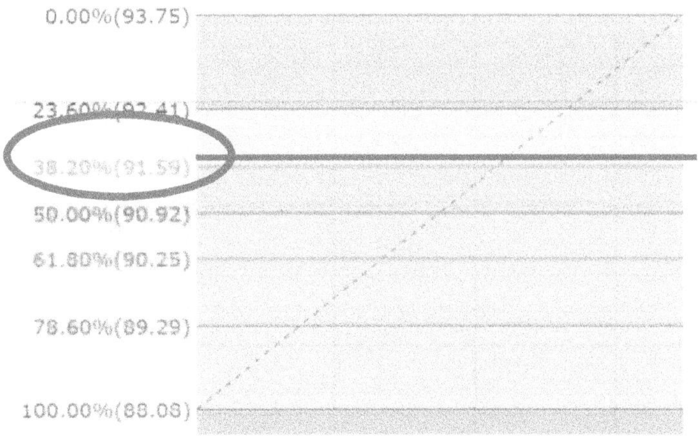

ಫಿಬೊನಾಕಿ ಪರಿವರ್ತನೆ ಮತ್ತು ಚಿನ್ನದ ಅನುಪಾತಗಳು

ಫಿಬೊನಾಕಿ ಅನುಕ್ರಮ: 0,1,1,2,3,5,8,13,21,34,55,89,144,233,377,

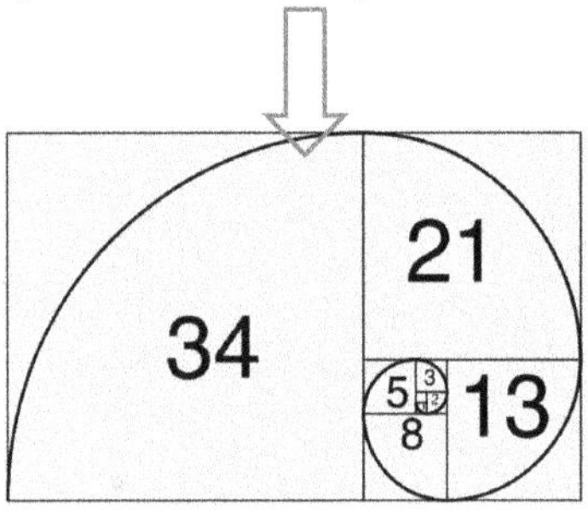

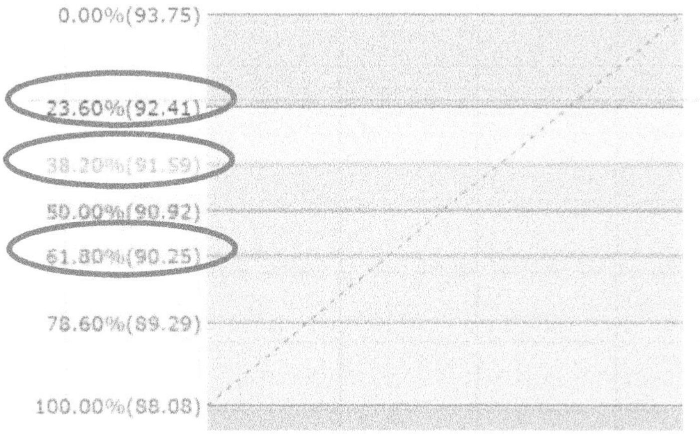

ಸುವರ್ಣ ಅನುಪಾತ ಮತ್ತು ತಾಂತ್ರಿಕ ವಿಶ್ಲೇಷಣೆ
ತಾಂತ್ರಿಕ ವಿಶ್ಲೇಷಣೆಯಲ್ಲಿ ಬಳಸಿದಾಗ, ಚಿನ್ನದ ಅನುಪಾತವನ್ನು ಸಾಮಾನ್ಯವಾಗಿ 3 ಪ್ರತಿಶತಗಳಾಗಿ ಭಾಷಾಂತರಿಸಲಾಗುತ್ತದೆ: 23.6%, 38.2%, ಮತ್ತು 61.8%.

ಪ್ರಕೃತಿಯಲ್ಲಿ ಸಮಾನ ಸಂಖ್ಯೆಯನ್ನು ಹೊಂದಿರುವ ಯಾವುದೇ ಹೂವನ್ನು ನಾವು ಕಾಣುವುದಿಲ್ಲ.

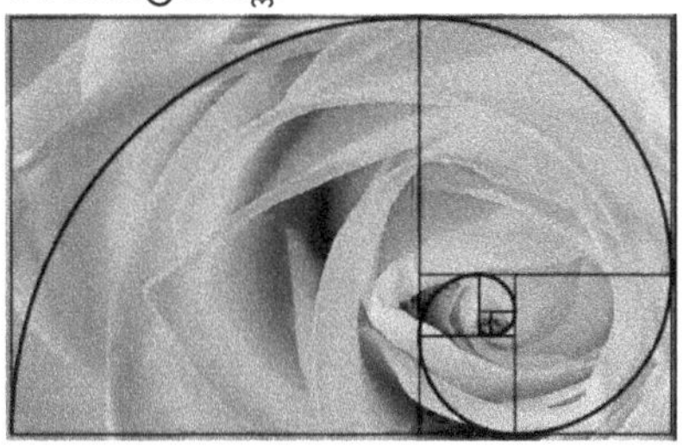

ಗ್ಯಾಲಕ್ಸಿಗಳು ಫಿಬೊನಾಕಿ ಸುರುಳಿಯ ಆಕಾರವನ್ನು ಕಾಪಾಡಿಕೊಳ್ಳುತ್ತವೆ.

ಸುರುಳಿಯಾಕಾರದ ನೌಟಿಲಸ್ ಚಿಪ್ಪು ಬಹುಶಃ ಫಿಬೊನಾಕಿ ಸುರುಳಿಯನ್ನು ಹೋಲುತ್ತದೆ.

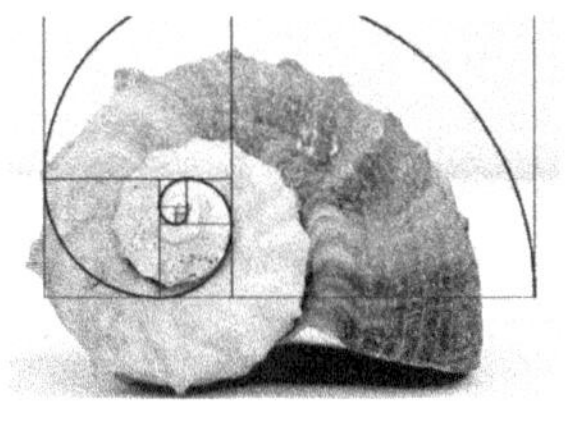

ಸ್ಟಾಕ್ ಗಳು ಪ್ರಕೃತಿಯಲ್ಲಿ ಚಂಚಲತೆಯೊಂದಿಗೆ ಚಲಿಸುತ್ತವೆ.

ಚಂಚಲತೆಯ ಸಮಯದಲ್ಲಿ ಅದು ಎಷ್ಟು ಕುಸಿಯುತ್ತದೆ ಮತ್ತು ನೈಸರ್ಗಿಕ ಸಾಧನದೊಂದಿಗೆ ಫಿಬೊನಾಕಿಯೊಂದಿಗೆ ಅದನ್ನು ಯಾವ ಮಟ್ಟಕ್ಕೆ ಗುರುತಿಸಬಹುದು.

1) ಸ್ಟಾಕ್ ಚಂಚಲತೆ

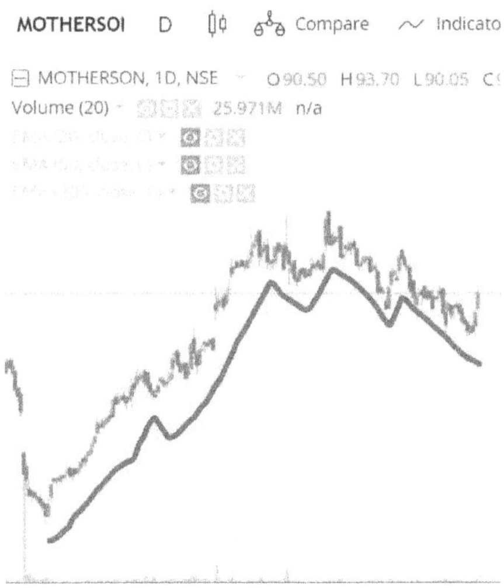

2) ಟ್ರೆಂಡ್ ಲೈನ್ ಗೆ ಚಂಚಲತೆ

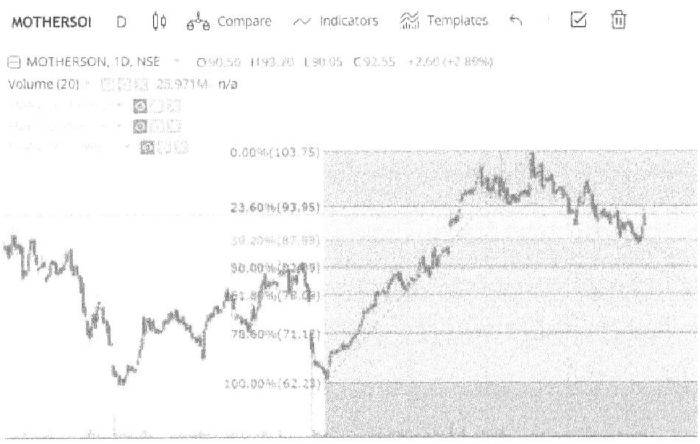

3) ಫಿಬೊನಾಕಿ ರಿಟ್ರಾಕ್ಷನ್ ಉಪಕರಣದಲ್ಲಿ ಸೆರೆಹಿಡಿಯಲಾದ ನೈಸರ್ಗಿಕ ಚಂಚಲತೆ, ಚಂಚಲತೆಯ ಮೌಲ್ಯಕ್ಕೆ ಉತ್ತರವನ್ನು ಪಡೆಯಿತು.

ನೈಸರ್ಗಿಕ ಫಿಬೊನಾಕಿ ಉಪಕರಣದಿಂದ ಸೆರೆಹಿಡಿಯಲಾದ ನೈಸರ್ಗಿಕ ಚಂಚಲತೆಯ ಮಟ್ಟಗಳು.

ಇಲ್ಲಿ ಗಮನಿಸಬೇಕಾದ ಅಂಶಗಳು ಹೀಗಿವೆ.

1) ಸ್ಟಾಕ್ 103.75 ಕ್ಕೆ ತಲುಪಿದ ನಂತರ ಅದು ಕುಸಿಯಲು ಪ್ರಾರಂಭಿಸಿತು ಮತ್ತು ನಿಖರವಾಗಿ ಚಿನ್ನದ ಅನುಪಾತ 23.6% ಅಂದರೆ @ 93.95 ಕ್ಕೆ ಮರುಹೊಂದಿಸಿತು.
2) ಮತ್ತೆ, ಸ್ಟಾಕ್ ನಿಖರವಾಗಿ 38.2% ಮಟ್ಟಕ್ಕೆ ಇಳಿದಿದೆ, ಅಂದರೆ @ 87.89

ಇಲ್ಲಿ ಫಿಬೊನಾಕಿಯನ್ನು ಕೆಳ ಬಿಂದುದಿಂದ ಉನ್ನತ ಹಂತಕ್ಕೆ ಎಳೆಯಲಾಗಿದೆ ಮತ್ತು ನಡುವಿನ ಹಂತಗಳನ್ನು ಅಧ್ಯಯನ ಮಾಡಲಾಗುತ್ತದೆ.
(ಫಿಬೊನಾಕಿ ರಿಟ್ರಾಕ್ಷನ್ ಉಪಕರಣವನ್ನು ಹೇಗೆ ಚಿತ್ರಿಸುವುದು ಎಂಬುದನ್ನು ಮುಂದಿನ ವಿಷಯಗಳಲ್ಲಿ ತೋರಿಸಲಾಗಿದೆ)

ಬೆಂಬಲ ಮತ್ತು ಪ್ರತಿರೋಧದ ಮಟ್ಟವನ್ನು ತಿಳಿಯಲು ಸ್ಟಾಕ್ ಚಾರ್ಟ್ ಗಳಿಗೆ ಅದೇ ಫಿಬೊನಾಕಿ ಪರಿಕಲ್ಪನೆಯನ್ನು ಅನ್ವಯಿಸಲಾಯಿತು.

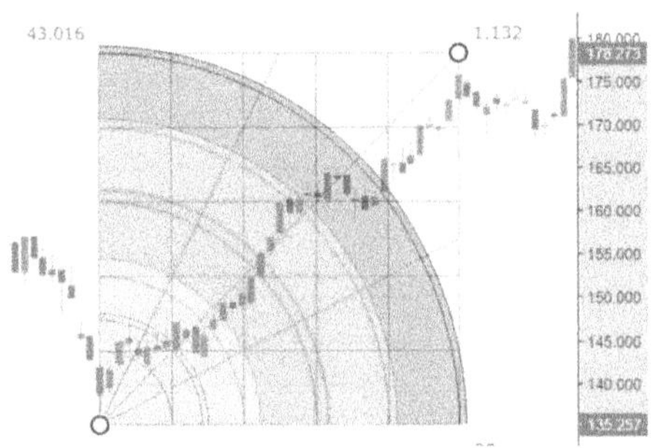

ಇಂದಿನಂತೆ ನಾವು ಈ ಉಪಕರಣವನ್ನು ಈ ಕೆಳಗಿನ ಸ್ವರೂಪದಲ್ಲಿ ಚಿನ್ನದ ಅನುಪಾತಗಳೊಂದಿಗೆ ಪಡೆಯಬಹುದು. ಇದು ಬೆಂಬಲ ಮಟ್ಟ ಮತ್ತು ಪ್ರತಿರೋಧದ ಮಟ್ಟಗಳ ಹೆಚ್ಚು ನಿಖರವಾದ ಮಟ್ಟವನ್ನು ನೀಡುತ್ತದೆ.

ಉದಾಹರಣೆ
ಸ್ಟಾಕ್ ಹೆಸರು: ಸಂವರ್ಧನ ಮದರ್ಸನ್ ಇಂಟರ್ನ್ಯಾಷನಲ್ ಲಿಮಿಟೆಡ್
ನಾವು ಫಿಬೊನಾಕಿ ಮಟ್ಟವನ್ನು ಅನ್ವಯಿಸಿದಾಗ, ನಾವು ಬೆಂಬಲ ಮಟ್ಟಕ್ಕಾಗಿ ಶ್ರೇಣಿಯನ್ನು ಪಡೆಯುತ್ತೇವೆ, ಅಂದರೆ 93.41 ರಿಂದ 87.4 ರ ನಡುವೆ. ಈ ಸೂಚನೆಯೊಂದಿಗೆ ನಾವು ಸ್ಟಾಕ್ ಕುಸಿತದ ಮಟ್ಟವನ್ನು ತಿಳಿದುಕೊಳ್ಳುತ್ತೇವೆ.

ಇಲ್ಲಿ ಸ್ಟಾಕ್ 93.4 ಪ್ರತಿರೋಧವನ್ನು ಹೊಂದಿದೆ, ಬೆಂಬಲ ಮಟ್ಟ 87.4 ಆಗಿದೆ

87.4 ಮಟ್ಟವು ಮುರಿದರೆ, ಸ್ಟಾಕ್ 82.53 ಕ್ಕೆ ಇಳಿಯುತ್ತದೆ. ಅಂತೆಯೇ ನಾವು ಮಟ್ಟಗಳನ್ನು ಊಹಿಸಬಹುದು.

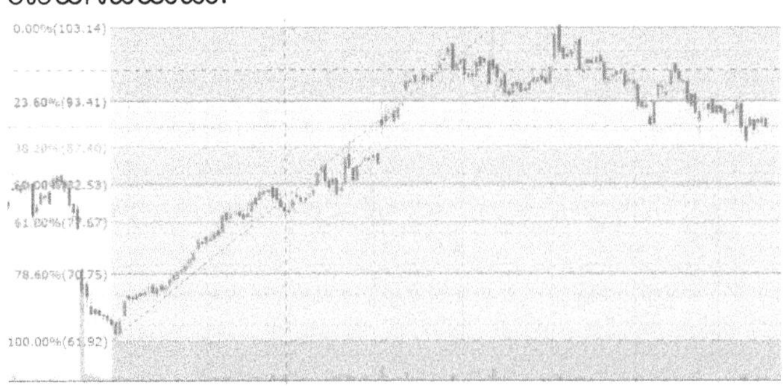

ಸ್ಟಾಕ್ ಗಳ ಮೇಲೆ ಫಿಬೊನಾಕಿ ರಿಟ್ರಾಕ್ಷನ್ ಅನ್ನು ಹೇಗೆ ಸೆಳೆಯುವುದು ಎಂಬುದನ್ನು ಕಲಿಯೋಣ.

ಉದಾಹರಣೆ
ಸ್ಟಾಕ್ ಹೆಸರು: ಸಂವರ್ಧನ ಮದರ್ಸನ್ ಇಂಟರ್ನ್ಯಾಷನಲ್ ಲಿಮಿಟೆಡ್

ನಿರ್ದಿಷ್ಟ ಕಾರ್ಯ: ಸ್ಟಾಕ್ @ 103 ರಿಂದ ಕುಸಿಯುತ್ತಿದೆ, ಹೂಡಿಕೆಗೆ ಸಂಭಾವ್ಯ ಬೆಂಬಲ ಮತ್ತು ಪ್ರತಿರೋಧ ಮಟ್ಟಗಳನ್ನು ನಾವು ತಿಳಿದುಕೊಳ್ಳಲು ಬಯಸುತ್ತೇವೆ.

ಹಂತ 1: ಸೈಡ್ ಟೂಲ್ ಬಾರ್ ಗೆ ಹೋಗಿ ಪಟ್ಟಿಯನ್ನು ಕ್ಲಿಕ್ ಮಾಡಿ.

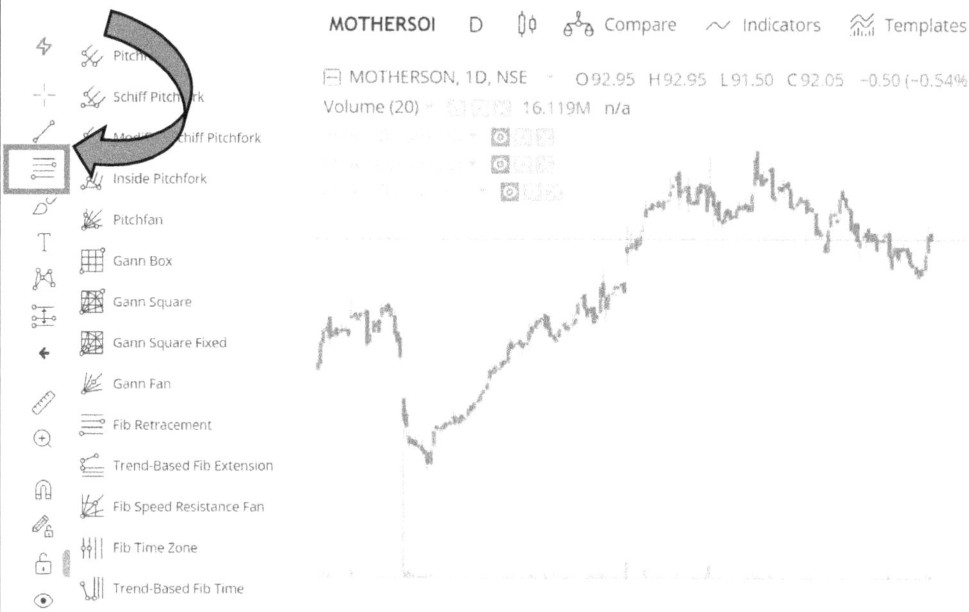

ಹಂತ 2: ತೆರೆದ ಪಟ್ಟಿಯಿಂದ ಫೈಬ್ ರಿಟ್ರಾಕ್ಷನ್ ಆಯ್ಕೆ ಮಾಡಿ

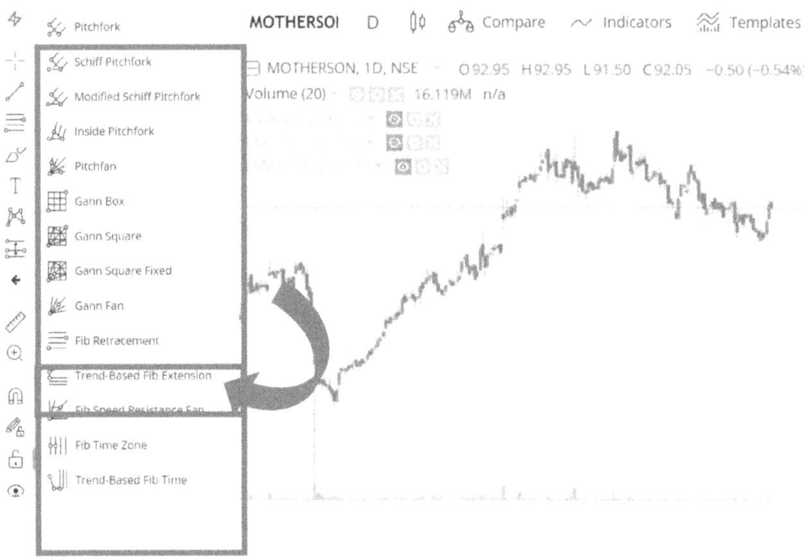

ಹಂತ 3: ಪ್ರವೃತ್ತಿಯನ್ನು ರೂಪಿಸಲು ಅನುವು ಮಾಡಿಕೊಡುವ ಕಡಿಮೆ ಕುಸಿತದ ಮೌಲ್ಯವನ್ನು ಗುರುತಿಸಿ.

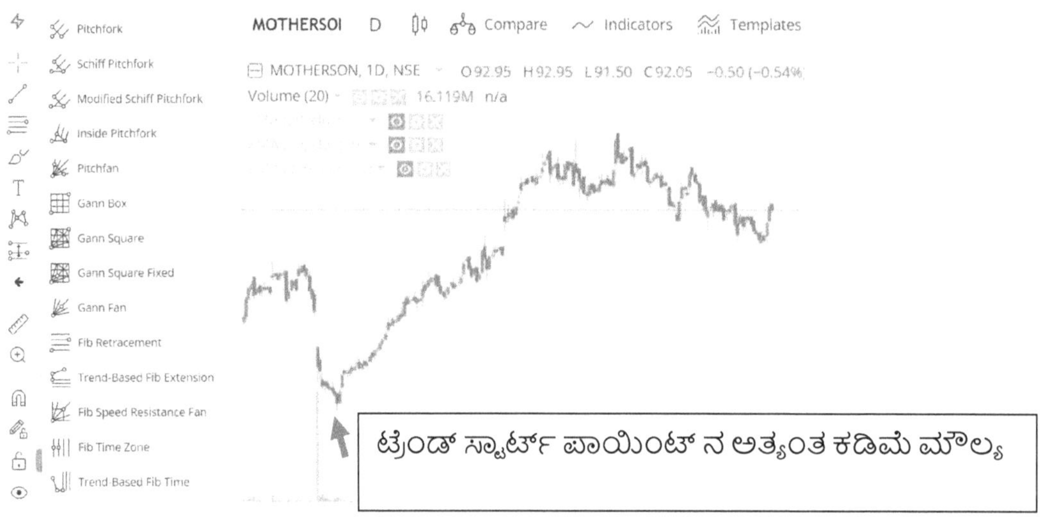

ಹಂತ 4: ಫಾರ್ಮ್ ಟ್ರೆಂಡ್ ಅನ್ನು ಅನುಮತಿಸುವ ಅತ್ಯುನ್ನತ ಮೌಲ್ಯ ಬಿಂದುವನ್ನು ಕಂಡುಹಿಡಿಯಿರಿ.

ಹಂತ 5: ಕೆಳಮಟ್ಟದಿಂದ ಗರಿಷ್ಠಕ್ಕೆ ಎಳೆಯಿರಿ. ಎ) ಅಲ್ಪಾವಧಿಯ ವಿಶ್ಲೇಷಣೆಗೆ ಮಾತ್ರ ಕಾಲಮಿತಿಯನ್ನು 1 ದಿನ ಇರಿಸಿಕೊಳ್ಳಿ. ಬಿ) ದೀರ್ಘಕಾಲೀನ ವಿಶ್ಲೇಷಣೆಗಾಗಿ 1 ವಾರ ಮತ್ತು 1 ವರ್ಷದ ಕಾಲಮಿತಿಯನ್ನು ಇರಿಸಿಕೊಳ್ಳಿ.

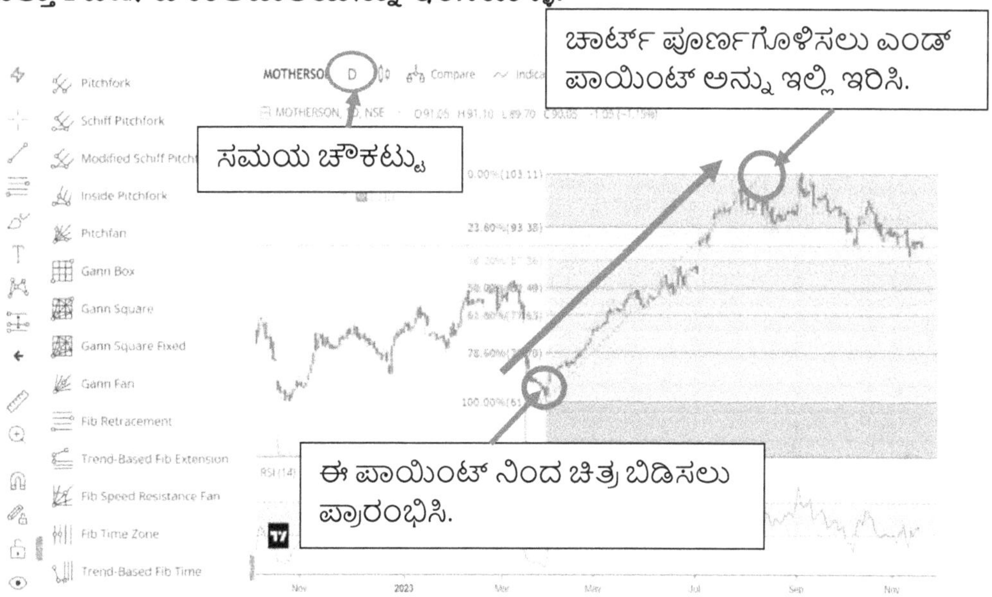

ಹಂತ 6: ಈಗ ನಾವು ಫಿಬೊನಾಕಿ ರಿಟ್ರಾಕ್ಷನ್ ಅನ್ನು ವಿಶ್ಲೇಷಿಸೋಣ

ನಿರ್ದಿಷ್ಟ: ಸ್ಟಾಕ್ @ 103 ರಿಂದ ಕುಸಿಯುತ್ತಿದೆ, ಮುಂದಿನ ಹೂಡಿಕೆಗೆ ಸಂಭಾವ್ಯ ಬೆಂಬಲ ಮತ್ತು ಪ್ರತಿರೋಧದ ಮಟ್ಟಗಳನ್ನು ನಾವು ತಿಳಿದುಕೊಳ್ಳಲು ಬಯಸುತ್ತೇವೆ.

ಯೋಜಿತ ಹೂಡಿಕೆ ಅವಧಿ: ಅಲ್ಪಾವಧಿ.

ಫಿಬ್ ರಿಟ್ರಾಕ್ಷನ್ ಡ್ರಾ: ಹತ್ತಿರದ ಕನಿಷ್ಠ ಮೌಲ್ಯದಿಂದ ಹತ್ತಿರದ ಗರಿಷ್ಠ ಮೌಲ್ಯಕ್ಕೆ.

(ದೀರ್ಘಾವಧಿಯ ಹೂಡಿಕೆಯ ನಂತರ ಮಾಸಿಕ ಕಾಲಮಿತಿಯೊಂದಿಗೆ ಚಾರ್ಟ್ ಸಿದ್ಧಪಡಿಸಬೇಕಾದರೆ, ನಂತರ ಕಡಿಮೆ ಮತ್ತು ಗರಿಷ್ಠ ಮೌಲ್ಯವನ್ನು ಕಂಡುಹಿಡಿಯಿರಿ)

ಇಲ್ಲಿ ನಾವು ಅಲ್ಪಾವಧಿಗೆ ಪ್ರವೇಶ ಮತ್ತು ನಿರ್ಗಮನದ ಸಂಭಾವ್ಯ ಸೂಚನೆಯನ್ನು ತಿಳಿದುಕೊಳ್ಳುತ್ತೇವೆ.

1) ಇಲ್ಲಿ ಕನಿಷ್ಠ ಬೆಲೆ ಪಾಯಿಂಟ್ 61.87 , ಗರಿಷ್ಠ ಬೆಲೆ ಪಾಯಿಂಟ್ 103.11

2) ಸಾಮಾನ್ಯವಾಗಿ ಸ್ಟಾಕ್ ಗೋಲ್ಡನ್ ರೇಷಿಯೋದಲ್ಲಿ ಮರುಕಳಿಸುತ್ತದೆ ಎಂದು ನಮಗೆ ತಿಳಿದಿದೆ. ಇಲ್ಲಿ ಸ್ಟಾಕ್ ಟಾಪ್ @ 23.6% ರಿಂದ 1 ನೇ ಗೋಲ್ಡನ್ ಅನುಪಾತಕ್ಕೆ ಇಳಿದಿದೆ ಮತ್ತು ಮರುಹೊಂದಿಸಲಾಗಿದೆ. ಮರು ಪತ್ತೆಹಚ್ಚುವಿಕೆಯು 3% ರಿಂದ 5% ಆಗಿರಬಹುದು. ಇಲ್ಲಿ ಲಾಭ ಸಾಧ್ಯವಿತ್ತು.

3) ಸ್ಟಾಕ್ ಟಾಪ್ @ 38.2% ರಿಂದ 2 ನೇ ಗೋಲ್ಡನ್ ಅನುಪಾತಕ್ಕೆ ಇಳಿಯಿತು ಮತ್ತು ನಂತರ ಮರುಹೊಂದಿಸಲಾಯಿತು. ಇಲ್ಲಿ ಲಾಭ ಸಾಧ್ಯವಿತ್ತು.

ಲೇಖಕ ಓದುಗ

ಸಂದೇಹಗಳು

1) ಸ್ಟಾಕ್ 1 ನೇ ಗೋಲ್ಡನ್ ರೈಯೋ ಅಥವಾ 2 ನೇ ಗೋಲ್ಡನ್ ರೇಷಿಯೋ ಅಥವಾ 3 ನೇ ಗೋಲ್ಡನ್ ರೇಷನ್ ಗೆ ಇಳಿಯುತ್ತದೆಯೇ ಎಂದು ನೀವು ಯೋಚಿಸುತ್ತಿದ್ದರೆ. ಈ ಪ್ರಶ್ನೆಗೆ ಉತ್ತರವನ್ನು ಈ ಕೆಳಗಿನ ಬೆಂಬಲ ಸಾಧನಗಳೊಂದಿಗೆ ಕಂಡುಹಿಡಿಯಬಹುದು
2) ಬೆಂಬಲ ಮತ್ತು ಪ್ರತಿರೋಧ ಅಧ್ಯಾಯವನ್ನು ಪರಿಶೀಲಿಸಿ.

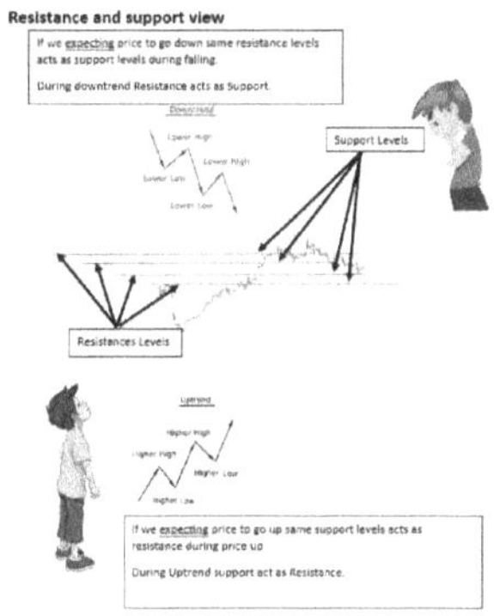

3) ಕಂಪನಿಯ ಮೂಲಭೂತ ಹಣಕಾಸು ಅನುಪಾತಗಳಲ್ಲಿನ ಯಾವುದೇ ಬದಲಾವಣೆಯನ್ನು ಪರಿಶೀಲಿಸಿ

Financial Ratios	Acceptable range
Current Ratio	1.5 to 3 times
PE Ratio	Less than or Nearer to Sector PE
Price-to-Book (P/B) Ratio	Less than 1
Debt to Equity Ratio	Less than 1
Interest Coverage Ratio	More than 2
Net Profit Margin	15% Min
Return on Capital Employed (ROCE)	Min 15%
Return on Equity (ROE)	Min 15%
Compound Annual Growth Rate (CAGR)	Min 12%
Return Over 3 years	Min 10%
Sales Growth	Min 15%
Net Profit Margin	Min 12%
Dividend yield	More than1% or More than Sector Dividend

4) ಬೀಟಾ ಮೌಲ್ಯವನ್ನು ಪರಿಶೀಲಿಸಿ. ವಿಶ್ವ ಸುದ್ದಿಯಿಂದಾಗಿ ನಿಫ್ಟಿ ಸೂಚ್ಯಂಕವೂ ಅದೇ ಸಮಯದಲ್ಲಿ ಕುಸಿಯುತ್ತಿದ್ದರೆ.

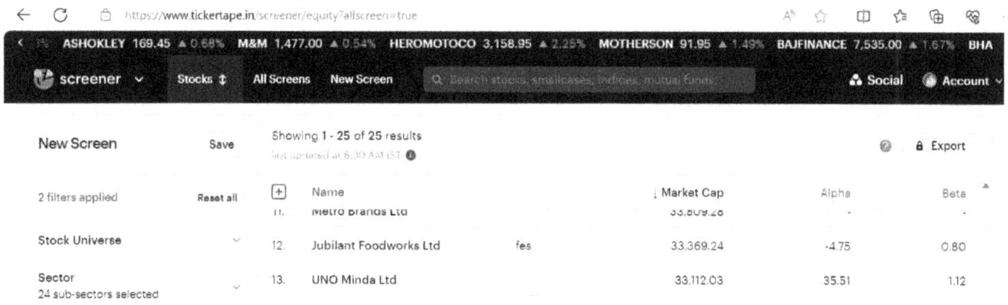

5) ಹಿಮ್ಮುಖಗಳನ್ನು ತಿಳಿಯಲು ಗೋಲ್ಡನ್ ರೇಷಿಯೋ ವಲಯಗಳ ಬಳಿ ಕ್ಯಾಂಡಲ್ ಸ್ಟಿಕ್ ಮಾದರಿಯನ್ನು ಪರಿಶೀಲಿಸಿ.

1) Single Candle Stick Pattern

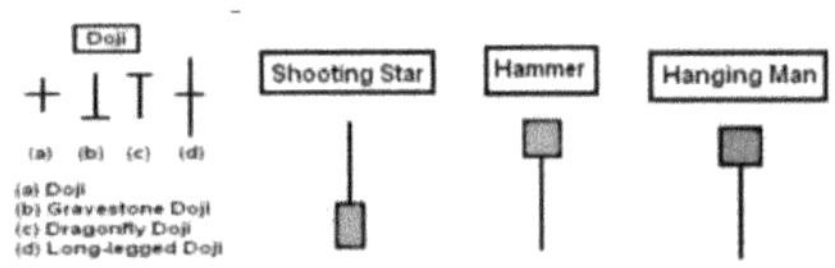

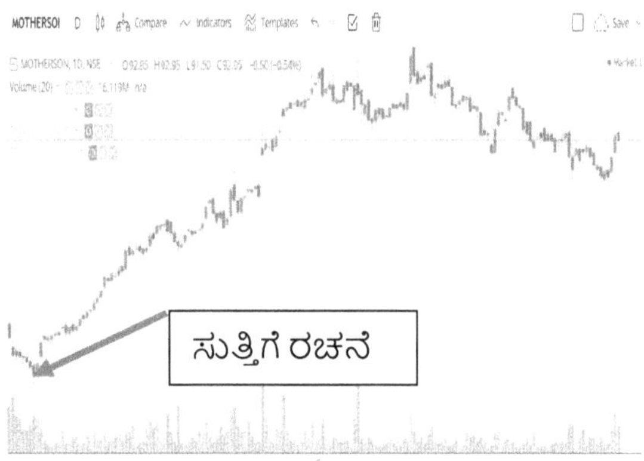

2) Double Candle Stick Pattern

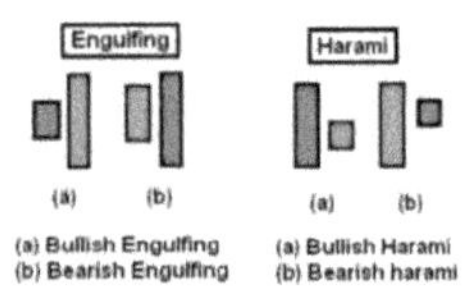

3) Double Candle Stick Pattern

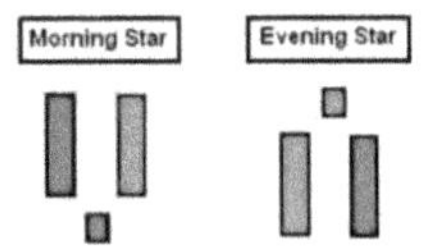

6) ಹಿಮ್ಮುಖಗಳನ್ನು ತಿಳಿಯಲು ಗೋಲ್ಡನ್ ರೇಷಿಯೋ ವಲಯಗಳ ಬಳಿ ಚಾರ್ಟ್ ಮಾದರಿಗಳ ರಚನೆಯನ್ನು ಪರಿಶೀಲಿಸಿ.

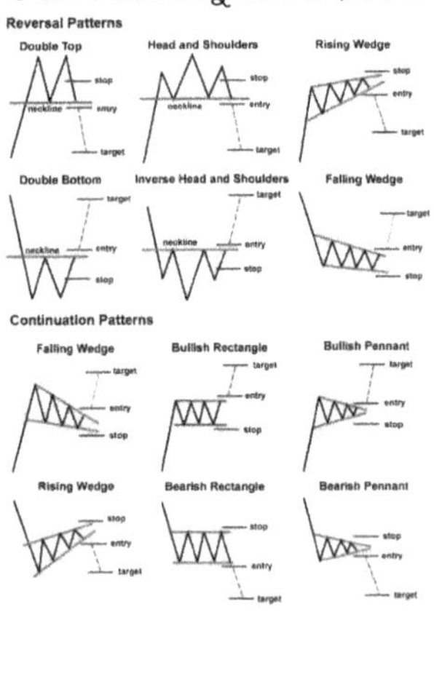

ಬೀಳುವ ವೆಡ್ಜ್ ಮತ್ತು ಬುಲಿಶ್ ಆಯತಾಕಾರದ ಮಾದರಿ

ಮೇಲಿನ ಉದಾಹರಣೆಯಲ್ಲಿ ನಾವು ತಿಳಿದುಕೊಳ್ಳಲು ಕಲಿತಿದ್ದೇವೆ

1) ಗೋಲ್ಡನ್ ಅನುಪಾತಗಳ ಸಹಾಯದಿಂದ ಸ್ಟಾಕ್ ಬೆಲೆ ಕುಸಿತದ ಮಟ್ಟ, 23.6%, 38.2%, ಮತ್ತು 61.8% .
2) ಬೆಂಬಲ ಮತ್ತು ಪ್ರತಿರೋಧ.
3) ಹೂಡಿಕೆ ಮಾಡಲು ಕಡಿಮೆ ಬೆಲೆಯ ಮಟ್ಟ.

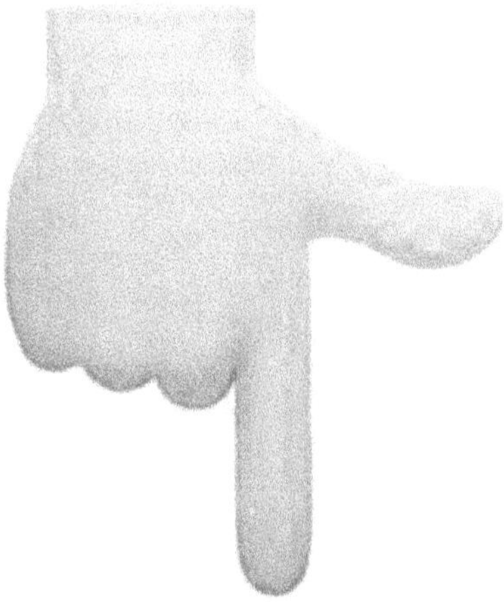

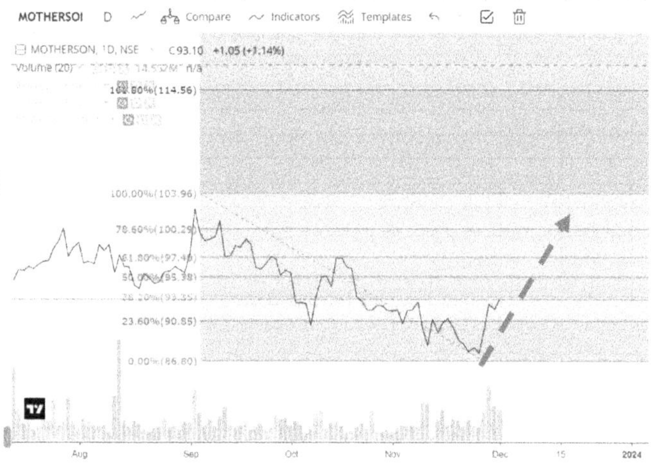

ಕೆಳಗಿನ ಉದಾಹರಣೆಯಲ್ಲಿ ನಾವು ತಿಳಿದುಕೊಳ್ಳಲು ಕಲಿಯುತ್ತೇವೆ

1. ಗೋಲ್ಡನ್ ಅನುಪಾತಗಳ ಸಹಾಯದಿಂದ ಸ್ಟಾಕ್ ಬೆಲೆ ಏರಿಕೆ ಮಟ್ಟ., 23.6%, 38.2%, ಮತ್ತು 61.8%.
2. ಬೆಂಬಲ ಮತ್ತು ಪ್ರತಿರೋಧದ ಮಟ್ಟ.
3. ಹೂಡಿಕೆ ಮಾಡಲು ಹೆಚ್ಚಿನ ಬೆಲೆಯ ಮಟ್ಟ.

ಉದಾಹರಣೆ
ಸ್ಟಾಕ್ ಹೆಸರು: ಸಂವರ್ಧನ ಮದರ್ಸನ್ ಇಂಟರ್ನ್ಯಾಷನಲ್ ಲಿಮಿಟೆಡ್

ನಿರ್ದಿಷ್ಟ ಕಾರ್ಯ: @ 87.55 ರಿಂದ ಸ್ಟಾಕ್ ಸಂಗ್ರಹಣೆ, ಹೂಡಿಕೆಗೆ ಸಂಭಾವ್ಯ ಬೆಂಬಲ ಮತ್ತು ಪ್ರತಿರೋಧ ಮಟ್ಟಗಳನ್ನು ತಿಳಿಯಲು ನಾವು ಬಯಸುತ್ತೇವೆ.

ಹಂತ 1: ಸೈಡ್ ಟೂಲ್ ಬಾರ್ ಗೆ ಹೋಗಿ ಪಟ್ಟಿಯನ್ನು ಕ್ಲಿಕ್ ಮಾಡಿ.

ಹಂತ 2: ತೆರೆದ ಪಟ್ಟಿಯಿಂದ ಫೈಬ್ ರಿಟ್ರಾಕ್ಷನ್ ಆಯ್ಕೆ ಮಾಡಿ

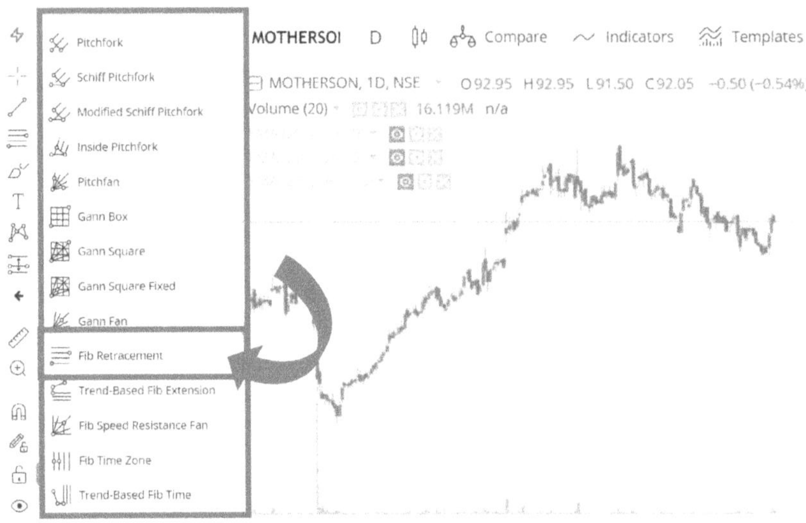

ಹಂತ 3: ಅತ್ಯಧಿಕ ಬೆಲೆ ಮೌಲ್ಯವನ್ನು ಗುರುತಿಸಿ, ಅದರ ನಂತರ ಡೌನ್ ಟ್ರೆಂಡ್ ಪ್ರಾರಂಭವಾಯಿತು, ಇದು ಹೊಸ ಡೌನ್ ಟ್ರೆಂಡ್ ಲೈನ್ ಅನ್ನು ರೂಪಿಸಲು ಅನುವು ಮಾಡಿಕೊಡುತ್ತದೆ.

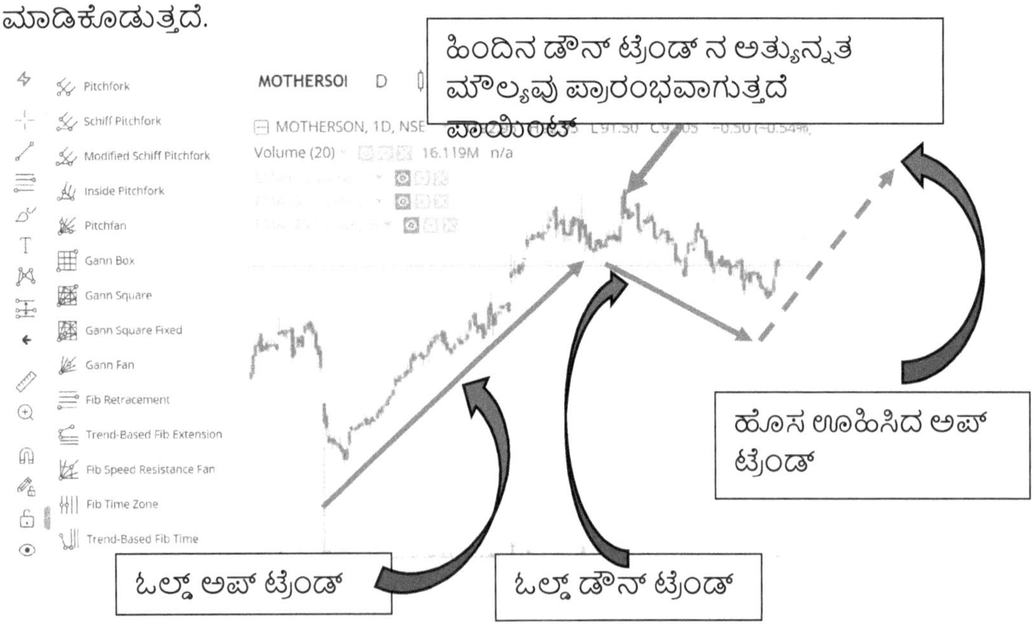

ಹಂತ 4: ಕಡಿಮೆ ಮೌಲ್ಯದ ಬಿಂದುವನ್ನು ಕಂಡುಹಿಡಿಯಿರಿ, ಇದು ಫಾರ್ಮ್ ಟ್ರೆಂಡ್ ಸ್ಟಾರ್ಟ್ ಪಾಯಿಂಟ್ ಅನ್ನು ಅನುಮತಿಸುತ್ತದೆ.

ಹಂತ 5: ಗರಿಷ್ಠ ಮೌಲ್ಯದಿಂದ ಕಡಿಮೆ ಮೌಲ್ಯಕ್ಕೆ ಎಳೆಯಿರಿ. ಎ) ಅಲ್ಪಾವಧಿಯ ವಿಶ್ಲೇಷಣೆಗೆ ಮಾತ್ರ ಕಾಲಮಿತಿಯನ್ನು 1 ದಿನ ಇರಿಸಿಕೊಳ್ಳಿ. ಬಿ) ದೀರ್ಘಕಾಲೀನ ವಿಶ್ಲೇಷಣೆಗಾಗಿ 1 ವಾರ ಮತ್ತು 1 ವರ್ಷದ ಕಾಲಮಿತಿಯನ್ನು ಇರಿಸಿಕೊಳ್ಳಿ.

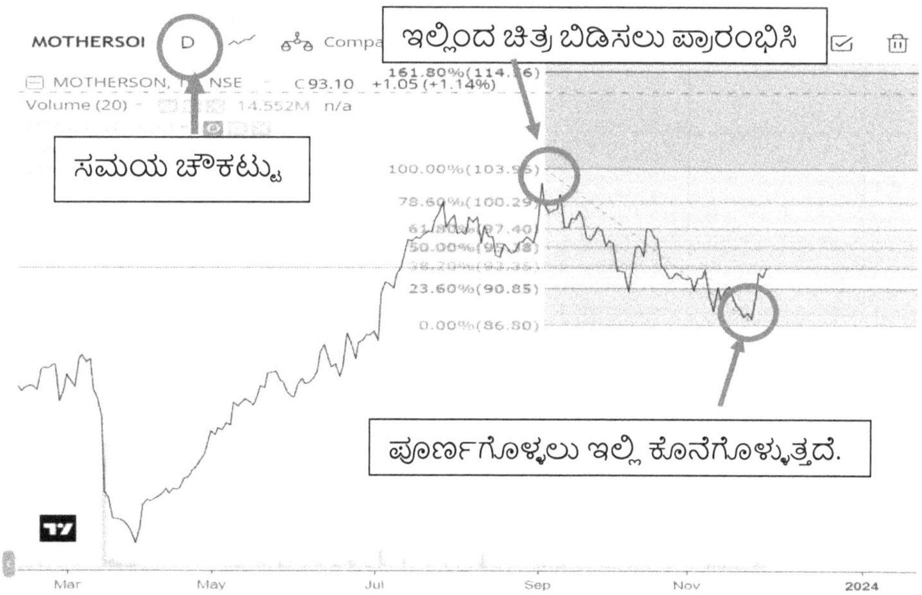

ಹಂತ 6: ಈಗ ನಾವು ಚಿತ್ರಿಸಲಾದ ಫಿಬೊನಾಕಿ ರಿಟ್ರಾಕ್ಷನ್ ಅನ್ನು ವಿಶ್ಲೇಷಿಸೋಣ.

ನಿರ್ದಿಷ್ಟ: @ 87.55 ರಿಂದ ಸ್ಟಾಕ್ ಸಂಗ್ರಹ, ಹೂಡಿಕೆಗೆ ಸಂಭಾವ್ಯ ಬೆಂಬಲ ಮತ್ತು ಪ್ರತಿರೋಧ ಮಟ್ಟಗಳನ್ನು ತಿಳಿಯಲು ನಾವು ಬಯಸುತ್ತೇವೆ.

ಹೂಡಿಕೆ ಅವಧಿ ಯೋಜಿತ: ಅಲ್ಪಾವಧಿ.

ಫಿಬ್ ರಿಟ್ರಾಕ್ಷನ್ ಡ್ರಾ: ಹತ್ತಿರದ ಗರಿಷ್ಠ ಮೌಲ್ಯದಿಂದ ಹತ್ತಿರದ ಕನಿಷ್ಠ ಮೌಲ್ಯಕ್ಕೆ.

(ದೀರ್ಘಾವಧಿಯ ಹೂಡಿಕೆಯು ಮಾಸಿಕ ಕಾಲಮಿತಿಯೊಂದಿಗೆ ಚಾರ್ಟ್ ಅನ್ನು ಸಿದ್ಧಪಡಿಸಬೇಕಾದರೆ, ಹೆಚ್ಚಿನ ಮೌಲ್ಯ ಮತ್ತು ಕಡಿಮೆ ಮೌಲ್ಯವನ್ನು ಕಂಡುಹಿಡಿಯಿರಿ)

ಇಲ್ಲಿ ನಾವು ಅಲ್ಪಾವಧಿಗೆ ಪ್ರವೇಶ ಮತ್ತು ನಿರ್ಗಮನದ ಸಂಭಾವ್ಯ ಸೂಚನೆಯನ್ನು ತಿಳಿದುಕೊಳ್ಳುತ್ತೇವೆ.

1) ಇಲ್ಲಿ ಕನಿಷ್ಠ ಬೆಲೆ 87.55 ಆಗಿದೆ.

2) ಸಾಮಾನ್ಯವಾಗಿ ಸ್ಟಾಕ್ ಗೋಲ್ಡನ್ ರೇಷಿಯೋದಲ್ಲಿ ಮರುಕಳಿಸುತ್ತದೆ ಎಂದು ನಮಗೆ ತಿಳಿದಿದೆ. ಇಲ್ಲಿ ಸ್ಟಾಕ್ ಕೆಳಮಟ್ಟದ @23.6% ರಿಂದ 1 ನೇ ಗೋಲ್ಡನ್ ಅನುಪಾತಕ್ಕೆ ಮುಟ್ಟಿತು ಮತ್ತು ಮುಂದಿನ ಹೆಚ್ಚಿನ ಮೌಲ್ಯ @ 90.85 ಕ್ಕೆ ಮರುಹೊಂದಿಸಲಾಯಿತು. ಮರು ಪತ್ತೆಹಚ್ಚುವಿಕೆಯು 3% ರಿಂದ 5% ಆಗಿರಬಹುದು. ಇಲ್ಲಿ @ 87.55 ಹೂಡಿಕೆ ಮಾಡಿದರೆ ಲಾಭ ಸಾಧ್ಯ.

3) ಸ್ಟಾಕ್ ಕೆಳಮಟ್ಟದ @38.2% ರಿಂದ 2 ನೇ ಗೋಲ್ಡನ್ ಅನುಪಾತಕ್ಕೆ ಚಲಿಸಿತು ಮತ್ತು ನಂತರ ಮುಂದಿನ ಗರಿಷ್ಠ ಮೌಲ್ಯ @ 93.35 ಕ್ಕೆ ಮರುಹೊಂದಿಸಲಾಯಿತು. ಇಲ್ಲಿ ಲಾಭ ಸಾಧ್ಯವಿತ್ತು.

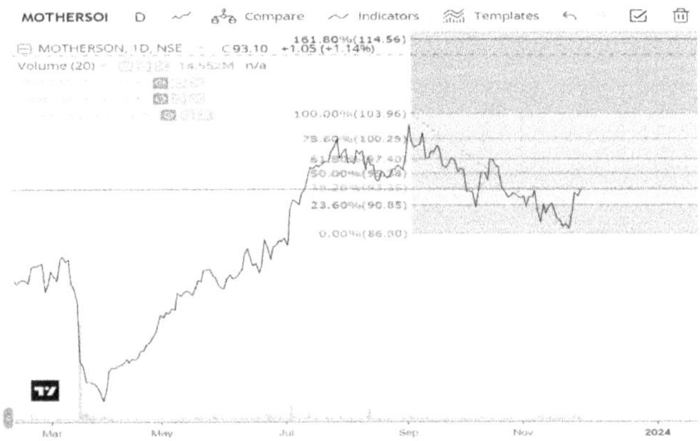

ಫಿಬೊನಾಕಿ ರಿಟ್ರಾಕ್ಷನ್ ನಿರ್ಮಾಣದ ಸಾರಾಂಶವು ಮೇಲಿನಿಂದ ಕೆಳಕ್ಕೆ ಅಥವಾ ಕೆಳಗಿನಿಂದ ಮೇಲಕ್ಕೆ

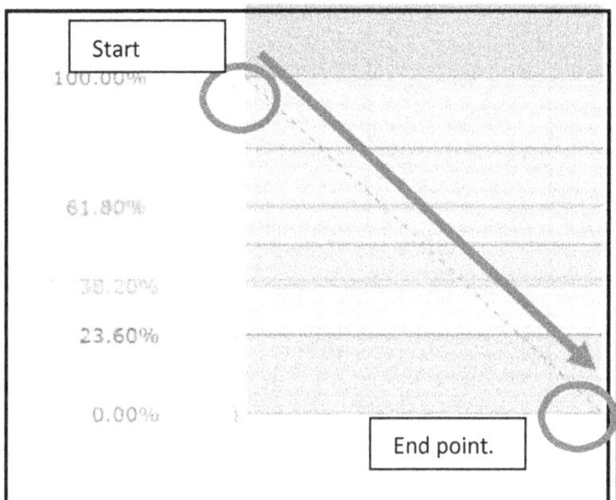

ಸ್ಟಾಕ್ ನ ಬೆಳವಣಿಗೆಯನ್ನು ತಿಳಿಯಲು, ಫಿಬೊನಾಕಿಯನ್ನು "ಮೇಲಿನಿಂದ ಕೆಳಕ್ಕೆ" ಎಳೆಯಿರಿ.

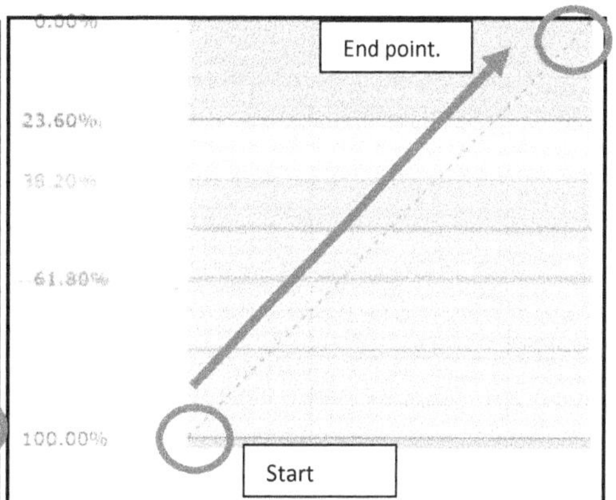

ಸ್ಟಾಕ್ ನ ಕುಸಿತವನ್ನು ತಿಳಿಯಲು, ಫಿಬೊನಾಕಿಯನ್ನು "ಕೆಳಗಿನಿಂದ ಮೇಲಕ್ಕೆ"

"ಸ್ಟಾಕ್ ಬೆಳವಣಿಗೆಯ ಮಟ್ಟವನ್ನು ತಿಳಿಯಲು ಮೇಲಿನಿಂದ ಕೆಳಕ್ಕೆ ಎಳೆಯಲಾಗಿದೆ".

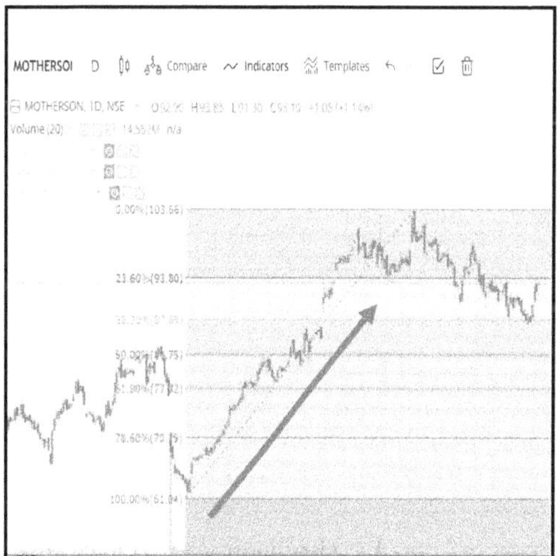

"ಸ್ಟಾಕ್ ಕುಸಿಯುವ ಮಟ್ಟವನ್ನು ತಿಳಿಯಲು ಕೆಳಗಿನಿಂದ ಮೇಲಿನವರೆಗೆ ಎಳೆಯಲಾಗುತ್ತದೆ."

ಫಿಬೊನಾಕಿ ಮರುಸಂಪರ್ಕದ ಸಾರಾಂಶ

ಷೇರು ಮಾರುಕಟ್ಟೆಯಲ್ಲಿನ ಹೂಡಿಕೆದಾರರು ಆಯ್ದ ಸಮಯದ ಚೌಕಟ್ಟಿನಲ್ಲಿ ಫಿಬೊನಾಕಿ ರಿಟ್ರಾಸ್ಮೆಂಟ್ ಸಾಧನವನ್ನು ಬಳಸುವ ಮೂಲಕ ಸಂಭಾವ್ಯ ಹೂಡಿಕೆ ಅವಕಾಶಗಳನ್ನು ಗುರುತಿಸಬಹುದು.

1) ಸ್ಟಾಕ್ 50 ಇಎಂಎಗಿಂತ ಹೆಚ್ಚಿರಬೇಕು.
2) ಸಾಪೇಕ್ಷ ಸಾಮರ್ಥ್ಯ ಸೂಚ್ಯಂಕವು ಬಲವನ್ನು ಹೊಂದಿರುತ್ತದೆ.
3) ಹತ್ತಿರದ ಬೆಂಬಲ ಮತ್ತು ಪ್ರತಿರೋಧವನ್ನು ಗುರುತಿಸಬೇಕು
4) ಬೆಲೆ ಕ್ರಮವನ್ನು ಚಾರ್ ಮಾದರಿಯೊಂದಿಗೆ ಪರಿಶೀಲಿಸಬೇಕು

ದಯವಿಟ್ಟು ನೀವು ಕ್ಯಾಂಡಲ್ ಸ್ಟಿಕ್ ಚಾರ್ಟ್ ಮಾದರಿಯಲ್ಲಿ ಮಾರ್ಗದರ್ಶನ ನೀಡಬಹುದೇ?.

ಕ್ಯಾಂಡಲ್ ಸ್ಟಿಕ್ ಚಾರ್ಟ್ ಗಳ ಇತಿಹಾಸವನ್ನು 18 ನೇ ಶತಮಾನದಲ್ಲಿ ಜಪಾನ್ ನಲ್ಲಿ ಪತ್ತೆಹಚ್ಚಬಹುದು, ಅಲ್ಲಿ ಅವುಗಳನ್ನು ಮೊದಲು ಅಕ್ಕಿ ಮಾರುಕಟ್ಟೆಯಲ್ಲಿ ಬೆಲೆ ಚಲನೆಗಳನ್ನು ವಿಶ್ಲೇಷಿಸಲು ಮತ್ತು ಊಹಿಸಲು ಬಳಸಲಾಯಿತು. ಜಪಾನಿನ ಅಕ್ಕಿ ವ್ಯಾಪಾರಿ ಮುನೆಹಿಸಾ ಹೊಮ್ಮಾ, ಆರಂಭಿಕ ಕ್ಯಾಂಡಲ್ ಸ್ಟಿಕ್ ಚಾರ್ಟಿಂಗ್ ತಂತ್ರಗಳನ್ನು ಅಭಿವೃದ್ಧಿಪಡಿಸಿದ ಕೀರ್ತಿಗೆ ಪಾತ್ರರಾಗಿದ್ದಾರೆ, ಆದಾಗ್ಯೂ ಕ್ಯಾಂಡಲ್ ಸ್ಟಿಕ್ ಚಾರ್ಟಿಂಗ್ ನ ಮೂಲ ಪರಿಕಲ್ಪನೆಯು ಮೊದಲೇ ಅಸ್ತಿತ್ವದಲ್ಲಿದ್ದಿರಬಹುದು.

ಕ್ಯಾಂಡಲ್ ಸ್ಟಿಕ್ ನ ಭಾಗಗಳು

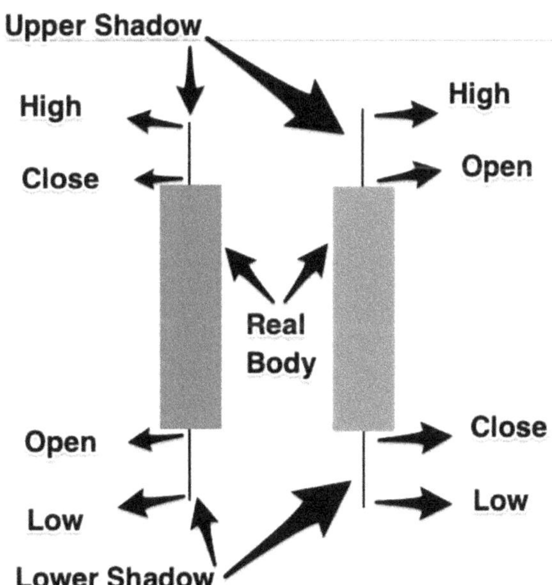

ಕ್ಯಾಂಡಲ್ ಸ್ಟಿಕ್ ಭಾಷೆ

ಕ್ಯಾಂಡಲ್ ಸ್ಟಿಕ್ ಗಳು ಮೂರು ವಿಭಾಗಗಳನ್ನು ಹೊಂದಿವೆ. ಮೇಣದ ಬತ್ತಿಯ ಪ್ರತಿಯೊಂದು ವರ್ಗವು ವಿಭಿನ್ನ ಅರ್ಥವನ್ನು ಸೂಚಿಸುತ್ತದೆ.

1) ಸಿಂಗಲ್ ಕ್ಯಾಂಡಲ್ ಸ್ಟಿಕ್ ಮಾದರಿ

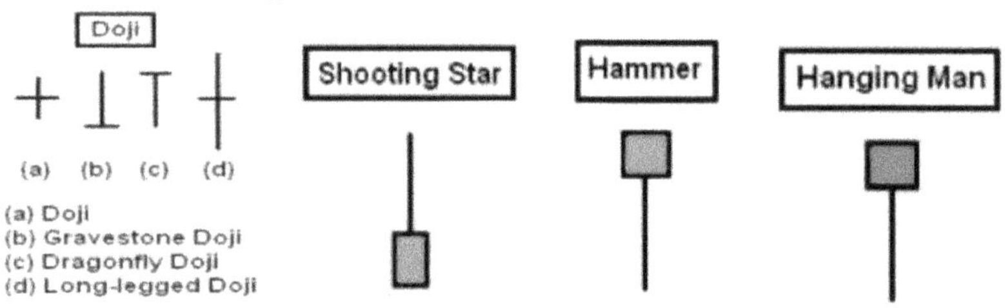

2) ಡಬಲ್ ಕ್ಯಾಂಡಲ್ ಸ್ಟಿಕ್ ಮಾದರಿ

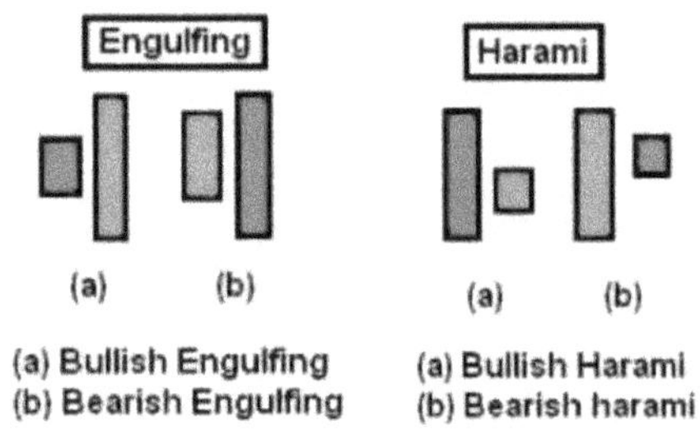

3) ಡಬಲ್ ಕ್ಯಾಂಡಲ್ ಸ್ಟಿಕ್ ಮಾದರಿ

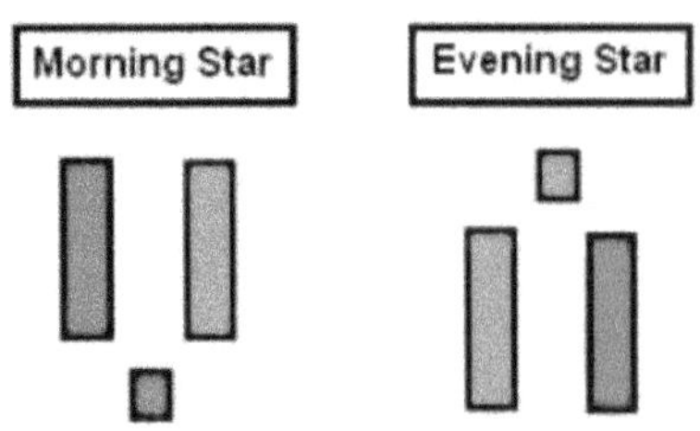

ಕೆಂಪು ಬಣ್ಣದ ಅರ್ಥ

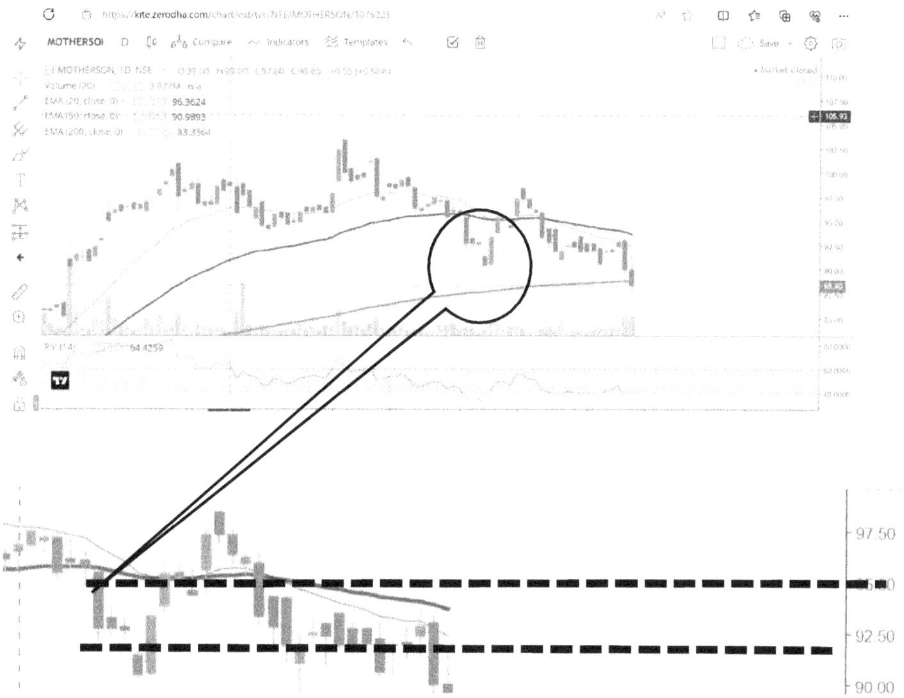

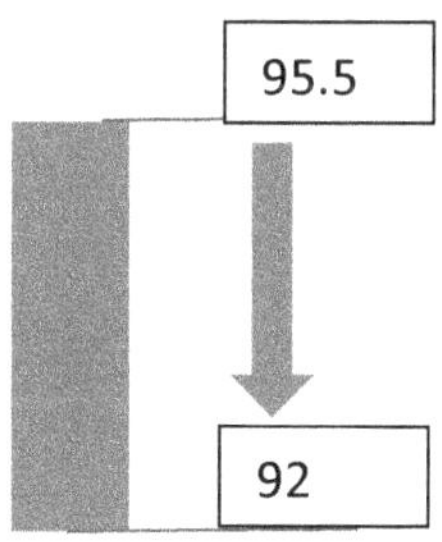

ಇಲ್ಲಿ ಬೆಲೆ ಹಗಲಿನಲ್ಲಿ @ 95.5 ಪ್ರಾರಂಭವಾಯಿತು.

ಬೆಲೆ ಇಳಿದಿದೆ @ 92.

ಆದ್ದರಿಂದ, ಬೆಲೆ @-3.5 ರಷ್ಟು ಕಡಿಮೆಯಾಗಿದೆ

ಆದ್ದರಿಂದ ರೆಡ್ ಕ್ಯಾಂಡಲ್

ಮೇಣದಬತ್ತಿಯನ್ನು "ಬೇರಿಷ್ ಕ್ಯಾಂಡಲ್ " ಎಂದು ಹೆಸರಿಸಲಾಗಿದೆ.

ಮೇಣದಬತ್ತಿ ಏಕೆ ಕೆಂಪು ಬಣ್ಣದಲ್ಲಿದೆ ಎಂಬುದು ಇಲ್ಲಿ ಸ್ಪಷ್ಟವಾಗಿದೆ.

ಹಸಿರು ಬಣ್ಣ ಅರ್ಥ

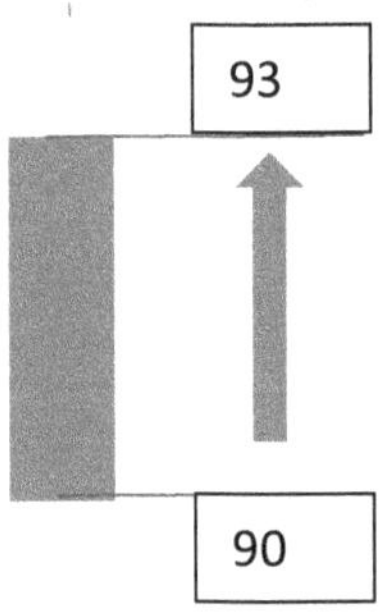

ಇಲ್ಲಿ ಬೆಲೆ ಹಗಲಿನಲ್ಲಿ @90 ತೆರೆಯಿತು.

ಬೆಲೆ ಏರಿಕೆಯಾಗಿದೆ @ 93

ಆದ್ದರಿಂದ, ಬೆಲೆಯನ್ನು @+3 ರಷ್ಟು ಹೆಚ್ಚಿಸಲಾಗಿದೆ

ಆದ್ದರಿಂದ ಹಸಿರು ಮೇಣದಬತ್ತಿ

ಮೇಣದಬತ್ತಿಯನ್ನು "ಬುಲಿಷ್ ಕ್ಯಾಂಡಲ್ " ಎಂದು ಹೆಸರಿಸಲಾಗಿದೆ.

ಮೇಣದಬತ್ತಿ ಏಕೆ ಹಸಿರು ಬಣ್ಣದಲ್ಲಿದೆ ಎಂಬುದು ಇಲ್ಲಿ ಸ್ಪಷ್ಟವಾಗಿದೆ.

ವಿಕ್ ಅಥವಾ ನೆರಳು ಅರ್ಥ.

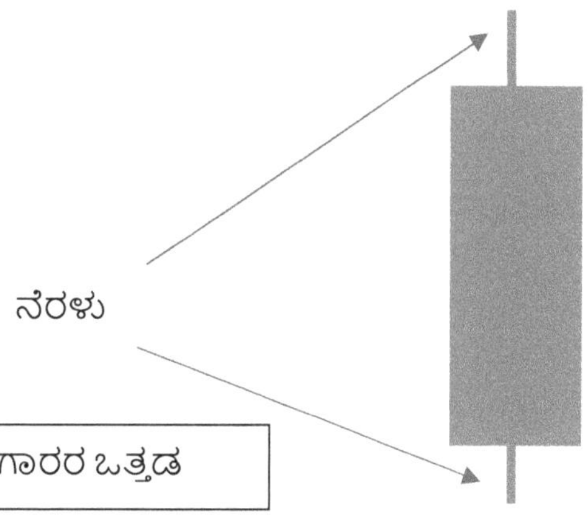

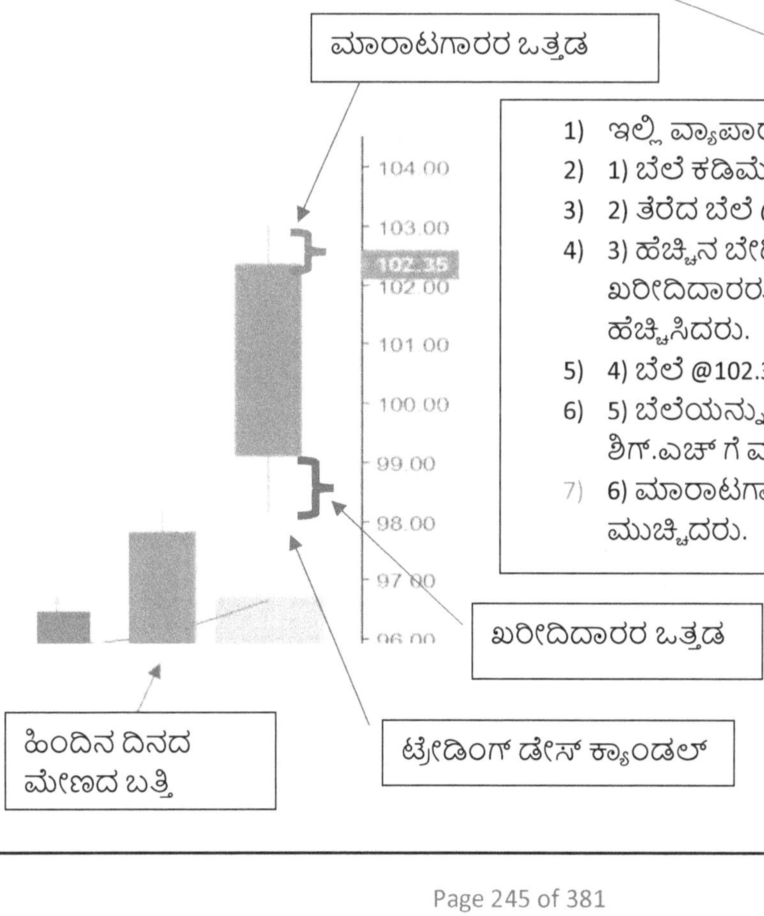

1) ಇಲ್ಲಿ ವ್ಯಾಪಾರ ದಿನದಂದು
2) 1) ಬೆಲೆ ಕಡಿಮೆ ಇತ್ತು @ 98.
3) 2) ತೆರೆದ ಬೆಲೆ @ 99
4) 3) ಹೆಚ್ಚಿನ ಬೇಡಿಕೆಯಿಂದಾಗಿ ಖರೀದಿದಾರರು ಬೆಲೆಯನ್ನು 99 ಕ್ಕಿಂತ ಹೆಚ್ಚಿಸಿದರು.
5) 4) ಬೆಲೆ @102.35 ಕ್ಕೆ ಏರಿದೆ.
6) 5) ಬೆಲೆಯನ್ನು @103 ರಿಂದ ದಿನದ ಶಿಗ್.ಎಚ್ ಗೆ ಮತ್ತಷ್ಟು ತಳ್ಳಲಾಯಿತು
7) 6) ಮಾರಾಟಗಾರರು @102.35 ಮುಚ್ಚಿದರು.

ಕ್ಯಾಂಡಲ್ ಸ್ಟಿಕ್ ಏನನ್ನು ಬಹಿರಂಗಪಡಿಸುತ್ತದೆ?

1) ಕ್ಯಾಂಡಲ್ ಸ್ಟಿಕ್ ಗಳು ವ್ಯಾಪಾರ ದಿನದ ಭಾವನೆಗಳನ್ನು ಪ್ರತಿನಿಧಿಸುತ್ತವೆ. ಇದು ಮಾರುಕಟ್ಟೆಯಲ್ಲಿ ನಡೆಯುತ್ತಿರುವ ಸುದ್ದಿಗಳ ಬಗ್ಗೆ ಮಾತನಾಡುತ್ತದೆ.

ಮೇಣದಬತ್ತಿಯನ್ನು ನೋಡುವ ಮೂಲಕ ನೀವು ನೇರವಾಗಿ ಸುದ್ದಿಗೆ ಹೋಗಿ ಸುದ್ದಿಯನ್ನು ಅರ್ಥಮಾಡಿಕೊಳ್ಳಬಹುದು

ಉದಾಹರಣೆ 1

ಇಲ್ಲಿ ನೀವು ನಿರಂತರ ಕೆಂಪು ಬೇರಿಷ್ ಮೇಣದಬತ್ತಿಗಳನ್ನು ನೋಡಬಹುದು, ಕಾರಣವೆಂದರೆ ಕಂಪನಿಯು ತ್ರೈಮಾಸಿಕ ಫಲಿತಾಂಶಗಳನ್ನು ಪೋಸ್ಟ್ ಮಾಡಿದಾಗ ಲಾಭವು ಕಾರ್ಯಾಚರಣೆಯ ಪ್ರಯತ್ನಗಳಿಂದಲ್ಲ ಆದರೆ ಲಾಭವು ಗಳಿಸಿದ ಲಾಭಾಂಶದಿಂದ ಬಂದಿದೆ. ಮಾರುಕಟ್ಟೆಯು ಫಲಿತಾಂಶಗಳನ್ನು ಸ್ವೀಕರಿಸಲಿಲ್ಲ ಆದ್ದರಿಂದ ಅಲ್ಪಾವಧಿಗೆ ಸ್ಟಾಕ್ ಕುಸಿಯಿತು.

ಉದಾಹರಣೆ 2

ಇಲ್ಲಿ ನೀವು ನಿರಂತರ ಹಸಿರು ಬುಲಿಷ್ ಮೇಣದಬತ್ತಿಗಳನ್ನು ನೋಡಬಹುದು, ಕಾರಣವೆಂದರೆ ಪ್ರಚಾರಕರು ಸ್ವತಃ ದೊಡ್ಡ ಪ್ರಮಾಣದ ಸ್ಟಾಕ್ ಅನ್ನು ಖರೀದಿಸಿದರು. ಪ್ರಚಾರಕರು ತಮ್ಮದೇ ಆದ ಸ್ಟಾಕ್ ಗಳನ್ನು ಖರೀದಿಸಿದಾಗ ಏನಾದರೂ ಒಳ್ಳೆಯದು ಸಂಭವಿಸಲಿದೆ ಎಂಬುದು ಒಳ್ಳೆಯ ಸುದ್ದಿ. ಆದ್ದರಿಂದ ಷೇರು ಬೆಲೆ ಏರಲು ಪ್ರಾರಂಭಿಸಿತು.

2) ಕ್ಯಾಂಡಲ್ ಸ್ಟಿಕ್ ಪ್ರವೃತ್ತಿಯ ಹಿಮ್ಮುಖವನ್ನು ತೋರಿಸಿತು.

ಉದಾಹರಣೆ 1

ಇಲ್ಲಿ ನೀವು ನಿರಂತರ ಹಸಿರು ಬುಲಿಷ್ ಮೇಣದಬತ್ತಿಗಳನ್ನು ನೋಡಬಹುದು, ಕಾರಣವೆಂದರೆ ಪ್ರಚಾರಕರು ಸ್ವತಃ ದೊಡ್ಡ ಪ್ರಮಾಣದ ಸ್ಟಾಕ್ ಅನ್ನು ಖರೀದಿಸಿದರು. ಪ್ರಚಾರಕರು ತಮ್ಮದೇ ಆದ ಸ್ಟಾಕ್ ಗಳನ್ನು ಖರೀದಿಸಿದಾಗ ಏನಾದರೂ ಒಳ್ಳೆಯದು ಸಂಭವಿಸಲಿದೆ ಎಂಬುದು ಒಳ್ಳೆಯ ಸುದ್ದಿ. ಆದ್ದರಿಂದ ಷೇರು ಬೆಲೆ ಏರಲು ಪ್ರಾರಂಭಿಸಿತು.

ಆದ್ದರಿಂದ ಇಲ್ಲಿ ಪ್ರವೃತ್ತಿ ವ್ಯತಿರಿಕ್ತವಾಯಿತು.

3) ಕ್ಯಾಂಡಲ್ ಸ್ಟಿಕ್ ಟ್ರೆಂಡ್ ನಲ್ಲಿ ಸರಿಯಾದ ಸಮಯದ ಪ್ರವೇಶವನ್ನು ತೋರಿಸಿದೆ.

ಉದಾಹರಣೆ 1

ಇಲ್ಲಿ ನೀವು ನಿರಂತರ ಹಸಿರು ಬುಲಿಷ್ ಮೇಣದಬತ್ತಿಗಳನ್ನು ನೋಡಬಹುದು, ಕಾರಣವೆಂದರೆ ಪ್ರಚಾರಕರು ಸ್ವತಃ ದೊಡ್ಡ ಪ್ರಮಾಣದ ಸ್ಟಾಕ್ ಅನ್ನು ಖರೀದಿಸಿದರು. ಪ್ರಚಾರಕರು ತಮ್ಮದೇ ಆದ ಸ್ಟಾಕ್ ಗಳನ್ನು ಖರೀದಿಸಿದಾಗ ಏನಾದರೂ ಒಳ್ಳೆಯದು ಸಂಭವಿಸಲಿದೆ ಎಂಬುದು ಒಳ್ಳೆಯ ಸುದ್ದಿ. ಆದ್ದರಿಂದ ಷೇರು ಬೆಲೆ ಏರಲು ಪ್ರಾರಂಭಿಸಿತು.

ಇಲ್ಲಿ ನೀವು "ಬುಲಿಷ್ ಹರಾಮಿ" ಎಂಬ ಕ್ಯಾಂಡಲ್ ಸ್ಟಿಕ್ ಚಾರ್ಟ್ ಮಾದರಿಯನ್ನು ನೋಡಬಹುದು.

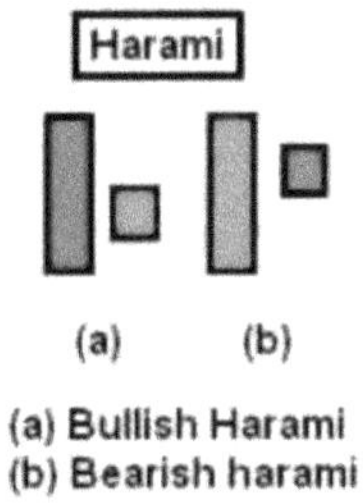

ಸಿಂಗಲ್ ಕ್ಯಾಂಡಲ್ ಸ್ಟಿಕ್ ಅರ್ಥ ಮತ್ತು ಅನ್ವಯಗಳು.

ಡೋಜಿ ಕ್ಯಾಂಡಲ್

ಡೋಜಿಯು ಒಂದೇ ರೀತಿಯ ಆರಂಭಿಕ ಮತ್ತು ಮುಕ್ತಾಯದ ಬೆಲೆಗಳನ್ನು ಒಂದೇ ಮಟ್ಟದಲ್ಲಿ ಅಥವಾ ಬಹಳ ಹತ್ತಿರದಲ್ಲಿ ಹೊಂದಿರುತ್ತದೆ, ಇದರ ಪರಿಣಾಮವಾಗಿ ಸಣ್ಣ ಅಥವಾ ಅಸ್ತಿತ್ವದಲ್ಲಿಲ್ಲದ ದೇಹ ಉಂಟಾಗುತ್ತದೆ. ಇದು ಮಾರುಕಟ್ಟೆಯಲ್ಲಿ ನಿರ್ಧಾರ ತೆಗೆದುಕೊಳ್ಳದಿರುವಿಕೆಯನ್ನು ಸೂಚಿಸುತ್ತದೆ.

1) ಬೆಲೆ ತೆರೆಯುವಿಕೆ ಮತ್ತು ಬೆಲೆ ಮುಕ್ತಾಯ ಒಂದೇ

2) ಇದು ನಿರ್ಧಾರ ತೆಗೆದುಕೊಳ್ಳದಿರುವಿಕೆಯನ್ನು ಸೂಚಿಸುತ್ತದೆ, ಅಂದರೆ ವ್ಯಾಪಾರಿಗಳಿಗೆ ಯುಪಿ ಅಥವಾ ಡೌನ್ ಬಗ್ಗೆ ಯಾವುದೇ ಸೂಚನೆ ಇಲ್ಲ

3) ಇದು ವ್ಯಾಪಾರಿಗಳಿಗೆ ಜಾಗರೂಕತೆಯನ್ನು ಸೂಚಿಸುತ್ತದೆ.

4) ಇದು ಪ್ರವೃತ್ತಿ ಹಿಮ್ಮುಖ ಸಾಧ್ಯತೆಗಳನ್ನು ಸೂಚಿಸುತ್ತದೆ, ಹಿಮ್ಮುಖಗೊಳಿಸುವ ಖಾತರಿಯಲ್ಲ.

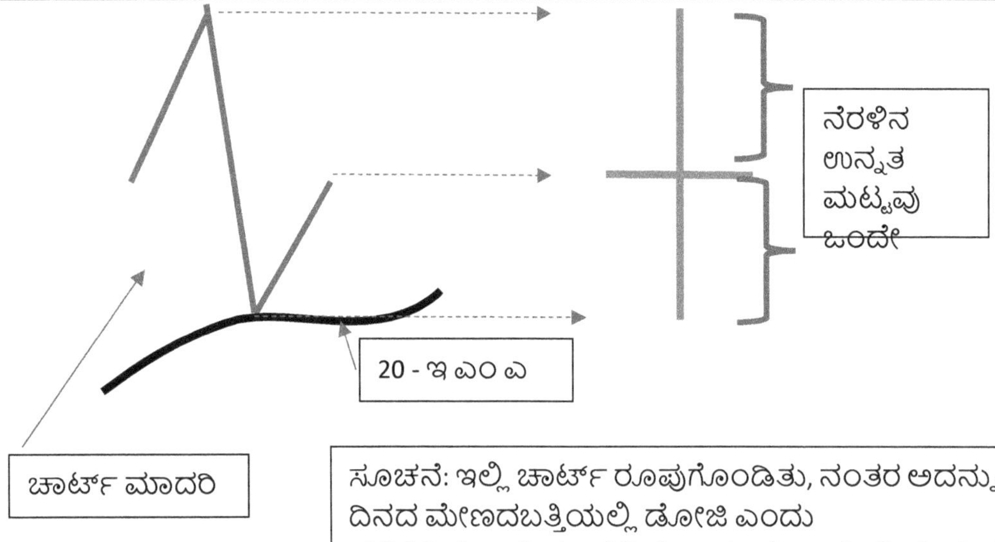

ಸೂಚನೆ: ಇಲ್ಲಿ ಚಾರ್ಟ್ ರೂಪುಗೊಂಡಿತು, ನಂತರ ಅದನ್ನು 1 ದಿನದ ಮೇಣದಬತ್ತಿಯಲ್ಲಿ ಡೋಜಿ ಎಂದು ಪ್ರತಿನಿಧಿಸಲಾಯಿತು. ಪ್ರತಿಯೊಂದು ಮೇಣದಬತ್ತಿಯು ದಿನದ ಮಾರುಕಟ್ಟೆ ಭಾವನೆಗಳನ್ನು ಪ್ರತಿನಿಧಿಸುತ್ತದೆ.

ಡೋಜಿ ಕ್ಯಾಂಡಲ್ ಉದಾಹರಣೆ (Doji Candle Example)

ಸ್ಟಾಕ್ ಹೆಸರು: ಇನ್ಫಿಸಿಸ್ (ಇನ್ಫೋಸಿಸ್)

ಏಪ್ರಿಲ್ 26, 2023 ರಂದು 1 ದಿನದ ಸಮಯದ ಚೌಕಟ್ಟಿನೊಂದಿಗೆ ಚಾರ್ಟ್ ಅನ್ನು ವೀಕ್ಷಿಸಿದಾಗ, ನೀವು ಕೆಳಗೆ ಕೇವಲ 1 ಮೇಣದಬತ್ತಿಯನ್ನು ಕಾಣಬಹುದು?

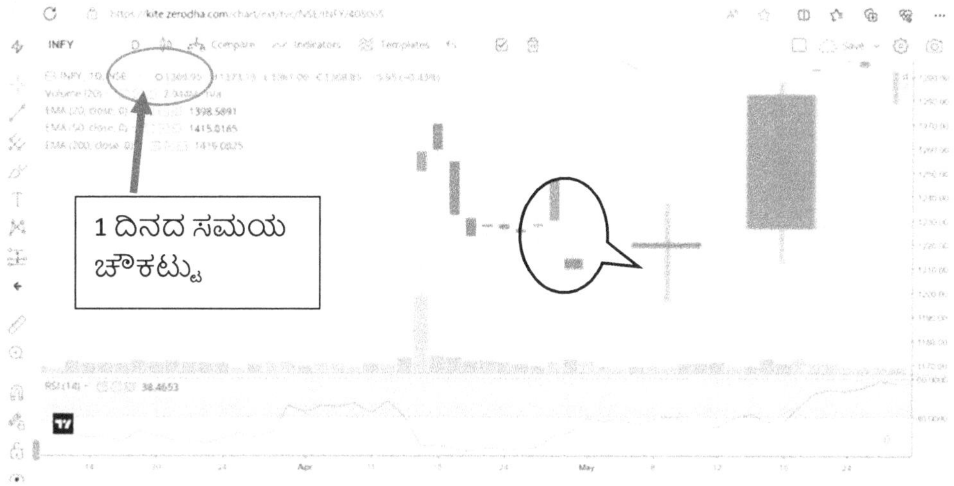

ಏಪ್ರಿಲ್ 26, 2023 ರಂದು 15 ನಿಮಿಷಗಳ ಸಮಯದ ಚೌಕಟ್ಟಿನೊಂದಿಗೆ ಚಾರ್ಟ್ ಅನ್ನು ವೀಕ್ಷಿಸಿದಾಗ, ನೀವು ಈ ಕೆಳಗಿನಂತೆ ಅನೇಕ ಮೇಣದಬತ್ತಿಗಳನ್ನು ಕಾಣಬಹುದು ಆದರೆ ಬೆಲೆ ಒಂದೇ ಮಟ್ಟದಲ್ಲಿ ತೆರೆಯಲ್ಪಟ್ಟಿದೆ ಮತ್ತು ಮುಚ್ಚಲ್ಪಟ್ಟಿದೆ

ಬೇರಿಷ್ ಅಥವಾ ಬುಲಿಷ್ ಕ್ಯಾಂಡಲ್ ನಿಂದ ಬೆಂಬಲಿಸಲ್ಪಟ್ಟರೆ ಡೋಜಿಗೆ ಅರ್ಥ ಸಿಗುತ್ತದೆ

ಕೆಳಗಿನ ಚಾರ್ಟ್ ನಲ್ಲಿ ಡೋಜಿ ಮೇಣದಬತ್ತಿಯ ನಂತರ ಮತ್ತೊಂದು ಬುಲಿಷ್ ಮೇಣದಬತ್ತಿ ರೂಪುಗೊಂಡಿತು, ಆದ್ದರಿಂದ ಅರ್ಥವು ರೂಪುಗೊಂಡಿತು ಮತ್ತು ನಂತರ ಸ್ಟಾಕ್ ಹೆಚ್ಚಾಯಿತು. ಅಂದರೆ ಪ್ರವೃತ್ತಿ ವ್ಯತಿರಿಕ್ತವಾಯಿತು.

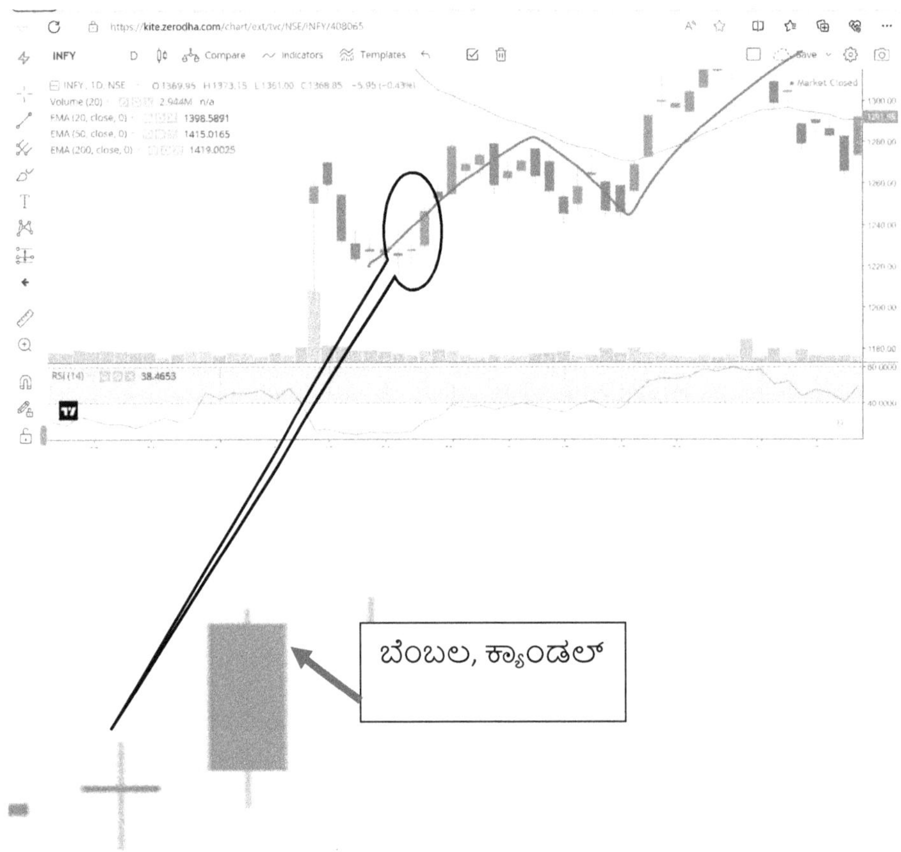

ಅದಕ್ಕಾಗಿಯೇ, ಮುಂದಿನ ಬೆಲೆ ಕ್ರಮವನ್ನು ತಿಳಿಯಲು ನಾವು ದೋಜಿಯನ್ನು ಮತ್ತೊಂದು ಬೆಂಬಲಿತ ಮೇಣದಬತ್ತಿಯೊಂದಿಗೆ ಹುಡುಕುತ್ತೇವೆ.

ಡೋಜಿ ಕ್ಯಾಂಡಲ್ ಹೇಗೆ ಕೆಲಸ ಮಾಡುತ್ತದೆ?

1) ದೋಜಿ @ ಮೇಲಿನ ಪ್ರವೃತ್ತಿಯಲ್ಲಿ (Up Trend) ಕೆಲಸ ಮಾಡುತ್ತದೆ.

2) ದೋಜಿ @ ಕೆಳಮುಖ ಪ್ರವೃತ್ತಿಯಲ್ಲಿ ಕೆಲಸ ಮಾಡುತ್ತದೆ.

3) ಡೋಜಿ ಕೆಲಸ ಮಾಡುವುದಿಲ್ಲ @ ಸೈಡ್ ವೇ ಟ್ರೆಂಡ್.

ಕೆಳಗಿನ ಚಾರ್ಟ್ ನಲ್ಲಿ ಸಂಖ್ಯೆಯನ್ನು ಪರಿಶೀಲಿಸಿ.

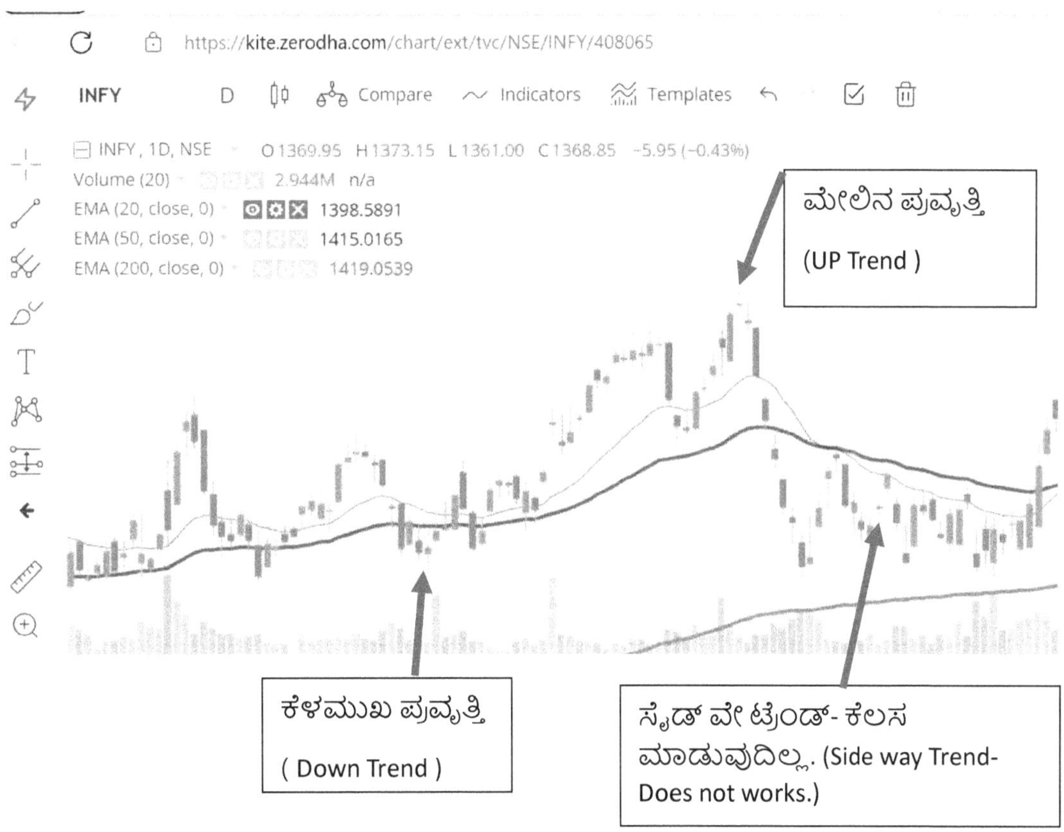

ಮೇಣದ ಬತ್ತಿಯ ಬಣ್ಣ ಮುಖ್ಯವಲ್ಲ.

1) ಸಮಾಧಿ ಕಲ್ಲಿನ ಡೋಜಿ ಕ್ಯಾಂಡಲ್ (Grave Stone Doji Candle)

ಮುಕ್ತ, ನಿಕಟ ಮತ್ತು ಕಡಿಮೆ ಬೆಲೆಗಳು ಒಂದೇ ಆಗಿದ್ದಾಗ ಅಥವಾ ಬಹುತೇಕ ಒಂದೇ ಆಗಿದ್ದಾಗ ಮತ್ತು ಉದ್ದವಾದ ಮೇಲ್ಭಾಗದ ನೆರಳು ಇದ್ದಾಗ ಈ ಮಾದರಿ ರೂಪುಗೊಳ್ಳುತ್ತದೆ. ಗ್ರೇವ್ ಸ್ಟೋನ್ ಡೋಜಿಯ ನೋಟವು ಅಧಿವೇಶನದ ಸಮಯದಲ್ಲಿ ಖರೀದಿದಾರರು ನಿಯಂತ್ರಣದಲ್ಲಿದ್ದರು ಎಂದು ಸೂಚಿಸುತ್ತದೆ, ಇದು ಬೆಲೆಯನ್ನು ಹೆಚ್ಚಿಸುತ್ತದೆ, ಆದರೆ ವ್ಯಾಪಾರ ಅವಧಿಯ ಅಂತ್ಯದ ವೇಳೆಗೆ, ಮಾರಾಟಗಾರರು ಬೆಲೆಯನ್ನು ಆರಂಭಿಕ ಮಟ್ಟಕ್ಕೆ ಇಳಿಸುವಲ್ಲಿ ಯಶಸ್ವಿಯಾದರು.

ಗ್ರೇವ್ ಸ್ಟೋನ್ ಡೋಜಿಯನ್ನು ಬೇರಿಷ್ ಡೋಜಿ ಎಂದೂ ಕರೆಯಲಾಗುತ್ತದೆ

1) ಇದು ಹೆಚ್ಚಿನ ಬೆಲೆಯನ್ನು ತಿರಸ್ಕರಿಸುವ ಸೂಚನೆಯಾಗಿದೆ

2) ಸ್ಟಾಕ್ ಓಪನ್ ಬೆಲೆ = ಸ್ಟಾಕ್ ಕ್ಲೋಸ್ ಬೆಲೆ

3) 20 ದಿನಗಳ ಘಾತೀಯ ಚಲಿಸುವ ಸರಾಸರಿಯಲ್ಲಿ ಪರಿಣಾಮಕಾರಿ ಫಲಿತಾಂಶಗಳು

4) ಇದು ಪ್ರವೃತ್ತಿಯ ಮೇಲಿನ ಮತ್ತು ಕೆಳಭಾಗದಲ್ಲಿ ಕಾರ್ಯನಿರ್ವಹಿಸುತ್ತದೆ

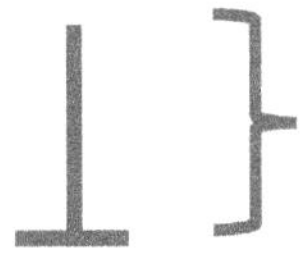

ಉದ್ದನೆಯ ನೆರಳು ಅಥವಾ ವಿಕ್. ಇದರರ್ಥ ಮಾರಾಟಗಾರರು ಹೆಚ್ಚಿನ ಬೆಲೆಯನ್ನು ತಿರಸ್ಕರಿಸುತ್ತಿದ್ದಾರೆ, ಖರೀದಿದಾರರು ದುರ್ಬಲರಾಗಿದ್ದಾರೆ

ಸ್ಟಾಕ್ ಹೆಸರು: ಮದರ್ಸನ್ ಸುಮಿ ವೈರಿಂಗ್ ಇಂಡಿಯಾ ಲಿಮಿಟೆಡ್

ಗ್ರೇವ್ ಸ್ಟೋನ್ ಡೋಜಿಯ ನಂತರ, ಬುಲಿಷ್ ಮೇಣದಬತ್ತಿ ರೂಪುಗೊಂಡಿತು, ಆದ್ದರಿಂದ ಬೆಲೆ ಏರಿತು.

ಮೇಣದಬತ್ತಿಯ ಬಣ್ಣವನ್ನು ಪರಿಗಣಿಸಲಾಗುವುದಿಲ್ಲ. **ಆಕಾರವನ್ನು ಮಾತ್ರ ಪರಿಗಣಿಸಿ**

ಗ್ರೇವ್ ಸ್ಟೋನ್ ಡೋಜಿಯ ನಂತರ, ಬೇರಿಷ್ ಮೇಣದಬತ್ತಿ ರೂಪುಗೊಂಡಿತು, ಆದ್ದರಿಂದ ಬೆಲೆ ಕಡಿಮೆಯಾಯಿತು.

ಮೇಣದಬತ್ತಿಯ ಬಣ್ಣವನ್ನು ಪರಿಗಣಿಸಲಾಗುವುದಿಲ್ಲ. ಆಕಾರವನ್ನು ಮಾತ್ರ ಪರಿಗಣಿಸಿ

3) ಡ್ರ್ಯಾಗನ್ ಫ್ಲೈ ಡೋಜಿ

ಡ್ರ್ಯಾಗನ್ ಫ್ಲೈ ಡೋಜಿ ಎಂಬುದು ಕ್ಯಾಂಡಲ್ ಸ್ಟಿಕ್ ಮಾದರಿಯಾಗಿದ್ದು, ಇದು ತೆರೆದ, ಹೆಚ್ಚಿನ ಮತ್ತು ನಿಕಟ ಬೆಲೆಗಳು ಒಂದೇ ಅಥವಾ ತುಂಬಾ ಹತ್ತಿರವಾದಾಗ ರೂಪುಗೊಳ್ಳುತ್ತದೆ, ಮತ್ತು ಉದ್ದವಾದ ಕಡಿಮೆ ನೆರಳು ಮತ್ತು ಯಾವುದೇ ಮೇಲ್ಭಾಗದ ನೆರಳು ಇರುವುದಿಲ್ಲ. ಇದು ಡ್ರ್ಯಾಗನ್ ಫ್ಲೈನ ಆಕಾರವನ್ನು ಹೋಲುತ್ತದೆ, ಮೇಲ್ಭಾಗದಲ್ಲಿ ಮೇಣದಬತ್ತಿಯ ದೇಹ ಮತ್ತು ಕೆಳಕ್ಕೆ ವಿಸ್ತರಿಸಿದ ಉದ್ದನೆಯ ಬಾಲ.

ಡ್ರ್ಯಾಗನ್ ಫ್ಲೈ ಡೋಜಿಯ ವ್ಯಾಖ್ಯಾನ:

ಡ್ರ್ಯಾಗನ್ ಫ್ಲೈ ಡೋಜಿಯನ್ನು ಕುಸಿತದ ನಂತರ ಅಥವಾ ಡೌನ್ ಟ್ರೆಂಡ್ ನಲ್ಲಿ ಕಾಣಿಸಿಕೊಂಡಾಗ ಅದನ್ನು ಬುಲಿಶ್ ರಿವರ್ಸಲ್ ಮಾದರಿ ಎಂದು ಪರಿಗಣಿಸಲಾಗುತ್ತದೆ. ಮಾರಾಟದ ಒತ್ತಡದ ಅವಧಿಯ ಹೊರತಾಗಿಯೂ, ಖರೀದಿದಾರರು ಅಧಿವೇಶನದ ಅಂತ್ಯದ ವೇಳೆಗೆ ನಿಯಂತ್ರಣವನ್ನು ಮರಳಿ ಪಡೆದರು ಎಂದು ಇದು ಸೂಚಿಸುತ್ತದೆ.

ದೀರ್ಘವಾದ ಕಡಿಮೆ ನೆರಳು ಗಮನಾರ್ಹ ಖರೀದಿ ಆಸಕ್ತಿ ಇತ್ತು ಎಂದು ಸೂಚಿಸುತ್ತದೆ, ಮತ್ತು ಅಧಿವೇಶನದ ಸಮಯದಲ್ಲಿ ಬೆಲೆಯನ್ನು ಹೆಚ್ಚಿಸಲಾಯಿತು

<u>ಮೇಣದಬತ್ತಿಯ ಬಣ್ಣವನ್ನು ಪರಿಗಣಿಸಲಾಗುವುದಿಲ್ಲ. ಆಕಾರವನ್ನು ಮಾತ್ರ ಪರಿಗಣಿಸಿ</u>

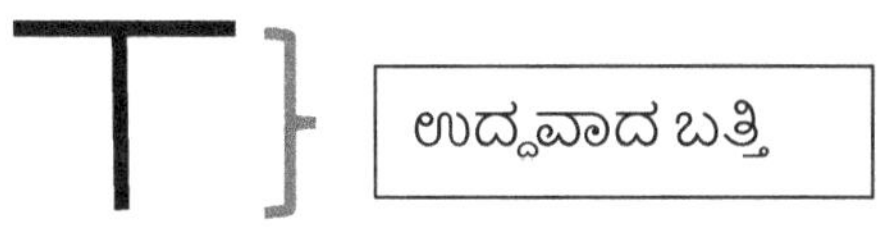

4) ಉದ್ದನೆಯ ಕಾಲಿನ ದೋಜಿ (Long Legged Doji)

ಉದ್ದನೆಯ ಕಾಲಿನ ಡೋಜಿ ಎಂಬುದು ಮೇಣದಬತ್ತಿಯ ಮಾದರಿಯಾಗಿದ್ದು, ತೆರೆದ, ಹೆಚ್ಚಿನ ಮತ್ತು ನಿಕಟ ಬೆಲೆಗಳು ತುಂಬಾ ಹತ್ತಿರ ಅಥವಾ ಒಂದೇ ಆಗಿದ್ದಾಗ ರೂಪುಗೊಳ್ಳುತ್ತದೆ, ಇದರ ಪರಿಣಾಮವಾಗಿ ಸಣ್ಣ ಅಥವಾ ಅಸ್ತಿತ್ವದಲ್ಲಿಲ್ಲದ ದೇಹ ಉಂಟಾಗುತ್ತದೆ, ಮತ್ತು ಉದ್ದವಾದ ಮೇಲಿನ ಮತ್ತು ಕೆಳಗಿನ ನೆರಳುಗಳಿವೆ. ಉದ್ದನೆಯ ಕಾಲಿನ ಡೋಜಿಯ ನೋಟವು ಖರೀದಿದಾರರು ಮತ್ತು ಮಾರಾಟಗಾರರ ನಡುವೆ ಮಾರುಕಟ್ಟೆಯಲ್ಲಿ ಹೆಚ್ಚಿನ ಮಟ್ಟದ ನಿರ್ಧಾರ ತೆಗೆದುಕೊಳ್ಳದಿರುವಿಕೆ ಮತ್ತು ಅನಿಶ್ಚಿತತೆಯನ್ನು ಸೂಚಿಸುತ್ತದೆ.

ಉದ್ದನೆಯ ಕಾಲಿನ ಡೋಜಿಯ ವ್ಯಾಖ್ಯಾನ:

1) ಉದ್ದನೆಯ ಕಾಲು ಬೆಂಬಲ ಮತ್ತು ಪ್ರತಿರೋಧವಾಗಿ ಕಾರ್ಯನಿರ್ವಹಿಸುತ್ತದೆ.

2) ಮುಂದಿನ ಬೆಲೆ ಕ್ರಮವು ಮಟ್ಟವನ್ನು ಮುರಿಯದ ಹೊರತು ವ್ಯಾಪ್ತಿಯಲ್ಲಿರುತ್ತದೆ

3) ಖರೀದಿದಾರರು ಮತ್ತು ಮಾರಾಟಗಾರರು ಇಬ್ಬರೂ ಸಮಾನವಾಗಿ ಪ್ರಬಲರಾಗಿದ್ದಾರೆ. ಇದು ನಿರ್ಧಾರವಿಲ್ಲದ ಪರಿಸ್ಥಿತಿ.

4) ಮೇಣದಬತ್ತಿಯ ಬಣ್ಣವನ್ನು ಪರಿಗಣಿಸಬಾರದು. ಆಕಾರವನ್ನು ಮಾತ್ರ ಪರಿಗಣಿಸಿ.

5) ಲಾಂಗ್ ಲೆಗ್ ಡೋಜಿ ಡೌನ್ ಟ್ರೆಂಡ್ ಮತ್ತು ಅಪ್ ಟ್ರೆಂಡ್ ಎರಡರಲ್ಲೂ ಕೆಲಸ ಮಾಡುತ್ತದೆ.

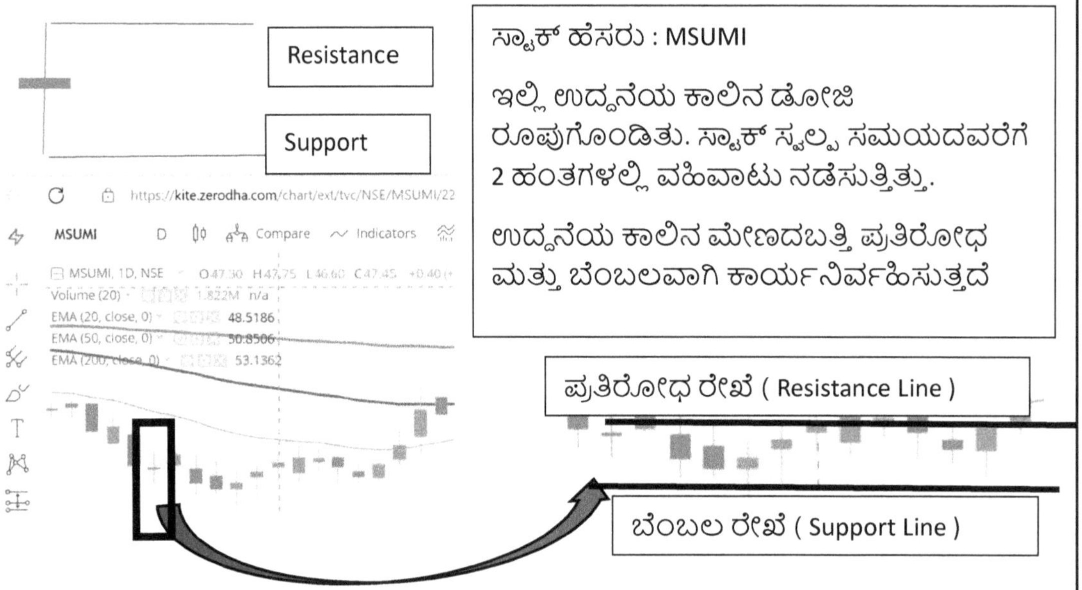

ಸ್ಟಾಕ್ ಹೆಸರು : MSUMI

ಇಲ್ಲಿ ಉದ್ದನೆಯ ಕಾಲಿನ ಡೋಜಿ ರೂಪುಗೊಂಡಿತು. ಸ್ಟಾಕ್ ಸ್ವಲ್ಪ ಸಮಯದವರೆಗೆ 2 ಹಂತಗಳಲ್ಲಿ ವಹಿವಾಟು ನಡೆಸುತ್ತಿತ್ತು.

ಉದ್ದನೆಯ ಕಾಲಿನ ಮೇಣದಬತ್ತಿ ಪ್ರತಿರೋಧ ಮತ್ತು ಬೆಂಬಲವಾಗಿ ಕಾರ್ಯನಿರ್ವಹಿಸುತ್ತದೆ

ಮಾರುಬೊಜು ಮೇಣದಬತ್ತಿಗಳು (Marubozu candles)

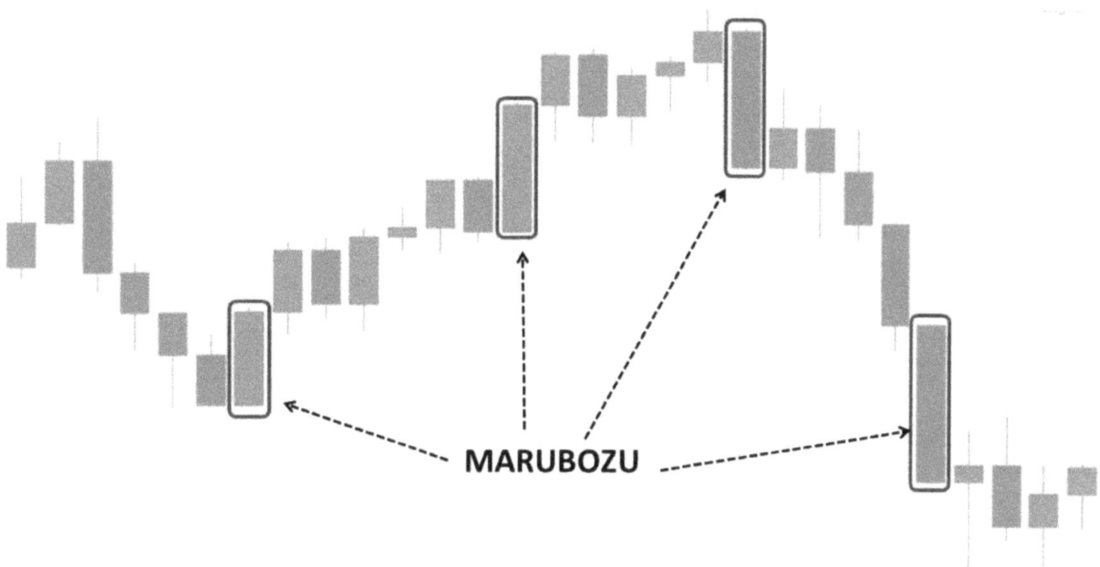

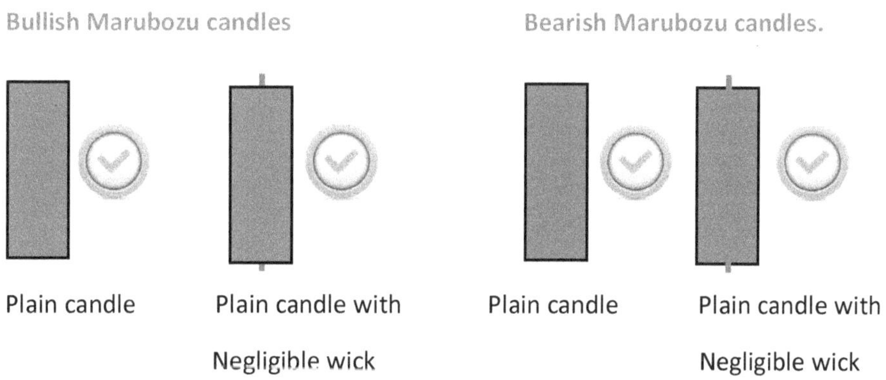

ವಿಕ್ ಹೊಂದಿರುವ ದೊಡ್ಡ ಗಾತ್ರದ ಮೇಣದಬತ್ತಿಗಳು ಮಾರುಬೊಜು ಅಲ್ಲ.

ಕ್ಯಾಂಡಲ್ ಸ್ಟಿಕ್ ಸೂಚಕ ಮತ್ತು ಅರ್ಥ

ಕೆಂಪು ಕ್ಯಾಂಡಲ್ ಸ್ಟಿಕ್, ಅಂದರೆ ಬೇರಿಷ್, ಸ್ಟಾಕ್ ಗಳ ದೊಡ್ಡ ಮಾರಾಟವಿದೆ ಎಂದು ಸೂಚಿಸುತ್ತದೆ

ಬಿಗ್ ರೆಡ್ ಕ್ಯಾಂಡಲ್ ಸ್ಟಾಕ್ ಗಳು ಕಡಿಮೆ ಬೆಲೆಗೆ ಕುಸಿಯಲು ಪ್ರಾರಂಭಿಸಿದ ನಂತರ ಚಾರ್ಟ್ ನಲ್ಲಿ ಇಲ್ಲಿ (ಕ್ಯಾಂಡಲ್ ನಗಣ್ಯ ಬತ್ತಿಯನ್ನು ಹೊಂದಿದೆ)

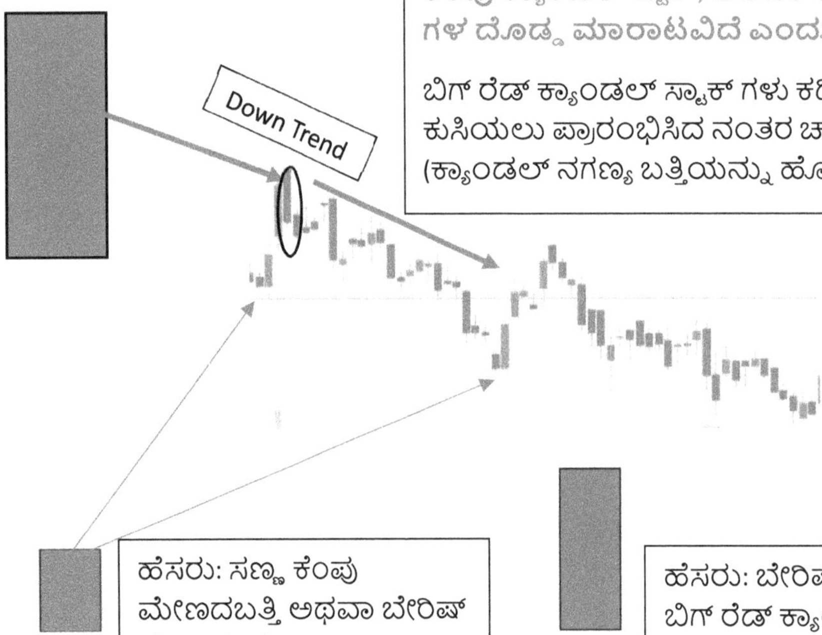

ಹೆಸರು: ಸಣ್ಣ ಕೆಂಪು ಮೇಣದಬತ್ತಿ ಅಥವಾ ಬೇರಿಷ್ ಮೇಣದಬತ್ತಿ

ಸೂಚನೆ: ಕಡಿಮೆ ಬೆಲೆಯ ಕ್ಷಣ

ಸ್ಥಿತಿ: 1 ಅಥವಾ 2 ದಿನಗಳವರೆಗೆ ತಾತ್ಕಾಲಿಕ

ಹೆಸರು: ಬೇರಿಷ್ ಮಾರುಬೊಜು ಬಿಗ್ ರೆಡ್ ಕ್ಯಾಂಡಲ್

ಸೂಚನೆ: ದೊಡ್ಡ ಕಡಿಮೆ ಬೆಲೆಯ ಕ್ಷಣ

ಸ್ಥಿತಿ: ಡೌನ್ ಟ್ರೆಂಡ್ ರೂಪುಗೊಳ್ಳುವವರೆಗೆ ನಿರಂತರ

ಕ್ಯಾಂಡಲ್ ಸ್ಟಿಕ್ ಸೂಚಕ ಮತ್ತು ಅರ್ಥ

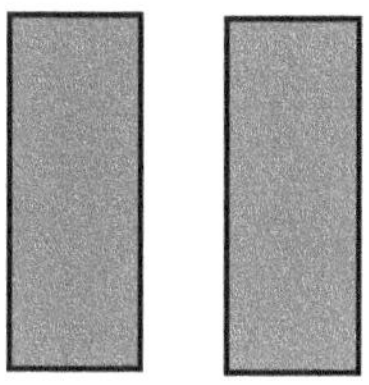

ಗ್ರೀನ್ ಕ್ಯಾಂಡಲ್ ಸ್ಟಿಕ್, ಅಂದರೆ ಬುಲಿಶ್, ಸ್ಟಾಕ್ ಗಳ ದೊಡ್ಡ ಖರೀದಿ ಇತ್ತು ಎಂದು ಸೂಚಿಸುತ್ತದೆ

ಇಲ್ಲಿ ಚಾರ್ಟ್ ನಲ್ಲಿ, ಬಿಗ್ ಗ್ರೀನ್ ಕ್ಯಾಂಡಲ್ ಸ್ಟಾಕ್ ಗಳು ಹೆಚ್ಚಿನ ಬೆಲೆಗೆ ಏರಲು ಪ್ರಾರಂಭಿಸಿದ ನಂತರ (ಕ್ಯಾಂಡಲ್ ನಗಣ್ಯ ವಿಕ್ ಹೊಂದಿದೆ)

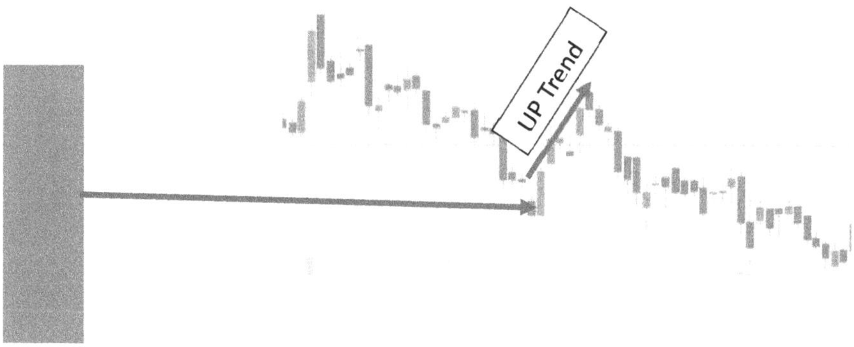

ಹೆಸರು: ಸಣ್ಣ ಹಸಿರು ಮೇಣದಬತ್ತಿ ಅಥವಾ ಬುಲಿಷ್ ಮೇಣದಬತ್ತಿ

ಸೂಚನೆ: ಹೆಚ್ಚಿನ ಬೆಲೆ ಕ್ಷಣ

ಸ್ಥಿತಿ: 1 ಅಥವಾ 2 ದಿನಗಳವರೆಗೆ ತಾತ್ಕಾಲಿಕ

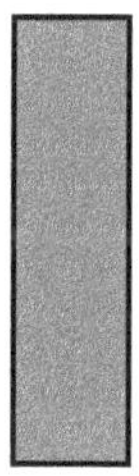

ಹೆಸರು: ಬುಲಿಷ್ ಮಾರುಬೊಜು ಬಿಗ್ ಗ್ರೀನ್ ಕ್ಯಾಂಡಲ್

ಸೂಚನೆ: ದೊಡ್ಡ ಹೆಚ್ಚಿನ ಬೆಲೆಯ ಕ್ಷಣ

ಸ್ಥಿತಿ: ಮೇಲಿನ ಪ್ರವೃತ್ತಿ ರೂಪುಗೊಳ್ಳುವವರೆಗೆ ನಿರಂತರ

ಬುಲಿಷ್ ಮಾರುಬೊಜು ಉದಾಹರಣೆಗಳು (Bullish Marubozu Examples)

ಉದಾಹರಣೆ 1&2 - ಬುಲಿಷ್ ಮಾರುಬೋಜು

ಬೆರಿಷ್ ಮಾರುಬೊಜು ಉದಾಹರಣೆಗಳು

ಉದಾಹರಣೆ 2&3 – ಬೇರಿಷ್ ಮಾರುಬೊಜು

5) ಹ್ಯಾಮರ್ ಕ್ಯಾಂಡಲ್ ಸ್ಟಿಕ್ (Hammer Candle Stick)

ಸುತ್ತಿಗೆ ಕ್ಯಾಂಡಲ್ ಸ್ಟಿಕ್ ಎಂಬುದು ಒಂದೇ ಕ್ಯಾಂಡಲ್ ಸ್ಟಿಕ್ ಮಾದರಿಯಾಗಿದ್ದು, ಇದು ಬೆಲೆ ಚಾರ್ಟ್ ನಲ್ಲಿ ಕಾಣಿಸಿಕೊಳ್ಳಬಹುದು ಮತ್ತು ಇದನ್ನು ಹೆಚ್ಚಾಗಿ ಬುಲಿಶ್ ರಿವರ್ಸಲ್ ಮಾದರಿ ಎಂದು ಪರಿಗಣಿಸಲಾಗುತ್ತದೆ. ಇದು ಸಾಮಾನ್ಯವಾಗಿ ಡೌನ್ ಟ್ರೆಂಡ್ ನಂತರ ಸಂಭವಿಸುತ್ತದೆ ಮತ್ತು ತಲೆಕೆಳಗಾಗಿ ಸಂಭಾವ್ಯ ಪ್ರವೃತ್ತಿಯನ್ನು ಹಿಮ್ಮುಖಗೊಳಿಸುತ್ತದೆ. ಸುತ್ತಿಗೆ ಕ್ಯಾಂಡಲ್ ಸ್ಟಿಕ್ ಈ ಕೆಳಗಿನ ಗುಣಲಕ್ಷಣಗಳನ್ನು ಹೊಂದಿದೆ.

ಸುತ್ತಿಗೆ ಮಾದರಿಯು ಮಾರಾಟಗಾರರು ಆರಂಭದಲ್ಲಿ ವ್ಯಾಪಾರ ಅಧಿವೇಶನದಲ್ಲಿ ಬೆಲೆಯನ್ನು ಕಡಿಮೆ ತಳ್ಳಿದರು ಎಂದು ಸೂಚಿಸುತ್ತದೆ, ಆದರೆ ಖರೀದಿದಾರರು ನಿಯಂತ್ರಣವನ್ನು ಮರಳಿ ಪಡೆಯಲು ಮತ್ತು ಬೆಲೆಯನ್ನು ಮತ್ತೆ ಮೇಲಕ್ಕೆ ತಳ್ಳಲು ಸಾಧ್ಯವಾಯಿತು, ಆರಂಭಿಕ ಬೆಲೆಯ ಹತ್ತಿರ ಅಥವಾ ಮೇಲೆ ಕೊನೆಗೊಂಡಿತು. ದೀರ್ಘವಾದ ಕೆಳ ನೆರಳು ಅಧಿವೇಶನದ ಸಮಯದಲ್ಲಿ ಗಮನಾರ್ಹ ಖರೀದಿ ಒತ್ತಡವಿತ್ತು ಎಂದು ಸೂಚಿಸುತ್ತದೆ.

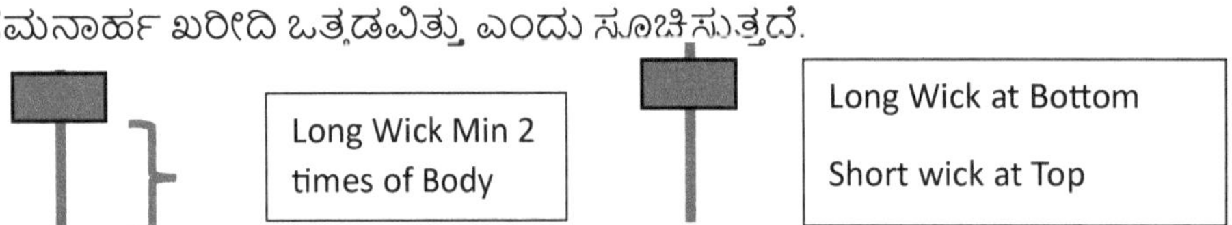

ಉದಾಹರಣೆ:

ಸ್ಟಾಕ್ ಹೆಸರು: MSUMI

ಇಲ್ಲಿ ಸುತ್ತಿಗೆಯು ಡೌನ್ ಟ್ರೆಂಡ್ ನಂತರ ರೂಪುಗೊಳ್ಳುತ್ತದೆ ಮತ್ತು 2 ದಿನಗಳ ನಂತರ ಅಪ್ ಟ್ರೆಂಡ್ ಪ್ರಾರಂಭವಾಗುತ್ತದೆ.

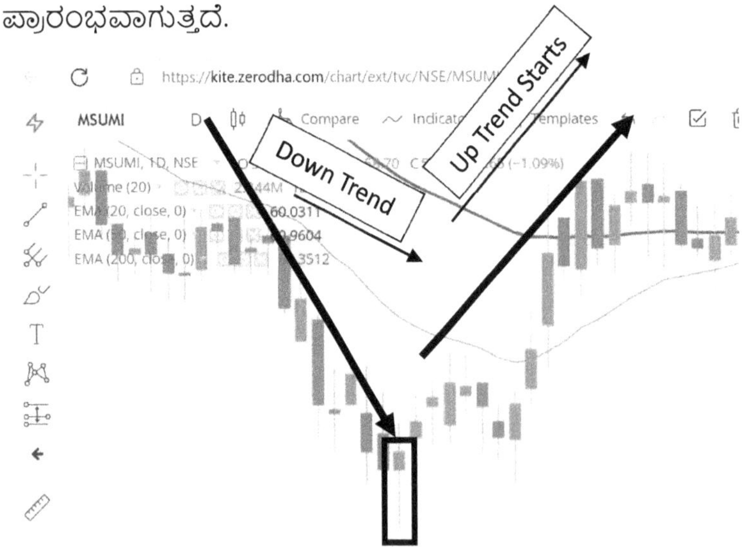

ಲೇಖಕ
ಓದುಗ

ಉದಾಹರಣೆ 1 ಸುತ್ತಿಗೆ

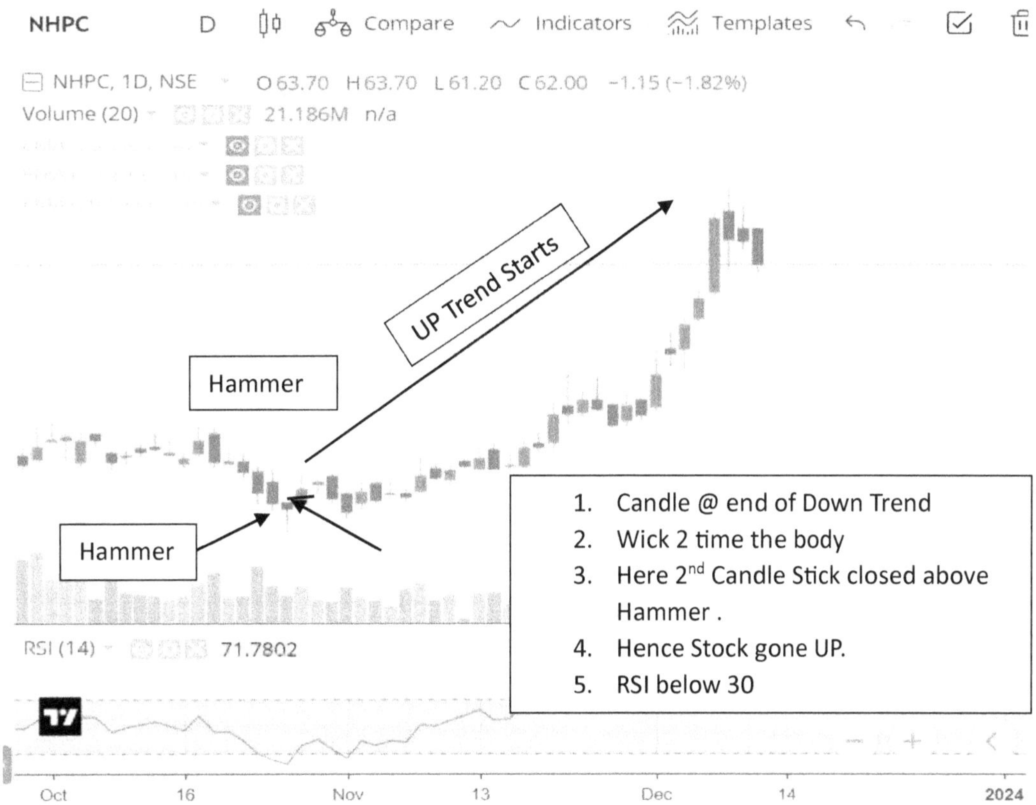
NHPC
D
Compare
Indicators
Templates
NHPC, 1D, NSE
O 63.70 H 63.70 L 61.20 C 62.00 −1.15 (−1.82%)
Volume (20)
21.186M n/a
RSI (14)
71.7802
UP Trend Starts
Hammer
Hammer
1. Candle @ end of Down Trend
2. Wick 2 time the body
3. Here 2nd Candle Stick closed above Hammer .
4. Hence Stock gone UP.
5. RSI below 30
Oct
16
Nov
13
Dec
14
2024

ಲೇಖಕ
ಒದುಗ

ಉದಾಹರಣೆ 2 ಸುತ್ತಿಗೆ

M&M
D
Compare
Indicators
Templates
M&M, 1D, NSE O 1663.00 H 1670.00 L 1626.50 C 1635.40 −16.80 (−1.02%)
Volume (20) 2.052M n/a
Up Trend Starts
Hammer
1. ಕ್ಯಾಂಡಲ್ @ ಡೌನ್ ಟ್ರೆಂಡ್ ನ ಅಂತ್ಯ
2. ವಿಕ್ 2 ಬಾರಿ ದೇಹ
3. ಇಲ್ಲಿ ಸುತ್ತಿಗೆಯ ಮೇಲೆ 2 ನೇ ಕ್ಯಾಂಡಲ್ ಸ್ಟಿಕ್ ಮುಚ್ಚಲಾಗಿದೆ.
4. ಆದ್ದರಿಂದ ಸ್ಟಾಕ್ ಹೆಚ್ಚಾಗಿದೆ.
5. ಆರ್ ಎಸ್ ಐ 30 ಕ್ಕಿಂತ ಕಡಿಮೆ
RSI (14) 56.4510
16
2023
Feb
Mar

ಲೇಖಕ ಒದುಗ

ಹ್ಯಾಂಗಿಂಗ್ ಮ್ಯಾನ್ ಕ್ಯಾಂಡಲ್ ಸ್ಟಿಕ್ (Hanging Man)

ಹ್ಯಾಂಗಿಂಗ್ ಮ್ಯಾನ್ ಎಂಬುದು ಒಂದೇ ಕ್ಯಾಂಡಲ್ ಸ್ಟಿಕ್ ಮಾದರಿಯಾಗಿದ್ದು, ಇದು ಬೆಲೆ ಪಟ್ಟಿಯಲ್ಲಿ ಕಾಣಿಸಿಕೊಳ್ಳುತ್ತದೆ ಮತ್ತು ಇದನ್ನು ಸಾಮಾನ್ಯವಾಗಿ ಬೇರಿಷ್ ರಿವರ್ಸಲ್ ಮಾದರಿ ಎಂದು ಪರಿಗಣಿಸಲಾಗುತ್ತದೆ. ಇದು ಅಪ್ಟ್ರೆಂಡ್ ಸಮಯದಲ್ಲಿ ರೂಪುಗೊಳ್ಳುತ್ತದೆ ಮತ್ತು ಮಾರುಕಟ್ಟೆಯ ಭಾವನೆಯಲ್ಲಿ ಬುಲಿಷ್ನಿಂದ ಬೇರ್ಷ್ಗೆ ಸಂಭಾವ್ಯ ಬದಲಾವಣೆಯನ್ನು ಸೂಚಿಸುತ್ತದೆ. ನೇತಾಡುತ್ತಿರುವ ಮನುಷ್ಯನ ಕ್ಯಾಂಡಲ್ ಸ್ಟಿಕ್ ನ ಪ್ರಮುಖ ಗುಣಲಕ್ಷಣಗಳು ಇಲ್ಲಿವೆ:

ಆಕಾರ:

ನೇತಾಡುತ್ತಿರುವ ಮನುಷ್ಯನು ವ್ಯಾಪಾರ ಶ್ರೇಣಿಯ ಮೇಲ್ಭಾಗದಲ್ಲಿ ಸಣ್ಣ ದೇಹವನ್ನು ಹೊಂದಿದ್ದಾನೆ.

ಇದು ಉದ್ದವಾದ ಕೆಳ ನೆರಳನ್ನು ಹೊಂದಿದೆ ("ಬಾಲ" ಅಥವಾ "ಬತ್ತಿ" ಎಂದೂ ಕರೆಯಲಾಗುತ್ತದೆ) ಇದು ದೇಹದ ಕನಿಷ್ಠ ಎರಡು ಪಟ್ಟು ಉದ್ದವಾಗಿರುತ್ತದೆ.

ಮೇಲ್ಭಾಗದ ನೆರಳು ಏನೂ ಇಲ್ಲ.

ಬಣ್ಣ:

ಮೇಣದಬತ್ತಿಯ ಬಣ್ಣವು ಬದಲಾಗಬಹುದಾದರೂ, ಮುಕ್ತಾಯದ ಬೆಲೆಯು ಆರಂಭಿಕ ಬೆಲೆಗಿಂತ ಕಡಿಮೆಯಿದ್ದರೆ ಅದು ಹೆಚ್ಚಾಗಿ ಕೆಂಪು (ಬೇರಿಷ್) ಆಗಿರುತ್ತದೆ.

ಸ್ಥಾನ:

ಹ್ಯಾಂಗಿಂಗ್ ಮ್ಯಾನ್ ಮಾದರಿಯು ಏರಿಳಿತದ ನಂತರ ಸಂಭವಿಸುತ್ತದೆ ಮತ್ತು ಖರೀದಿದಾರರು ಆರಂಭದಲ್ಲಿ ನಿಯಂತ್ರಣವನ್ನು ಹೊಂದಿದ್ದರು, ಬೆಲೆಯನ್ನು ಹೆಚ್ಚಿಸಿದರು, ಆದರೆ ಮಾರಾಟದ ಒತ್ತಡವನ್ನು ಎದುರಿಸಿದರು, ಅದು ಬೆಲೆಯನ್ನು ಹಿಂದಕ್ಕೆ ತಳ್ಳಿತು.

ಹ್ಯಾಂಗಿಂಗ್ ಮ್ಯಾನ್ ಮಾದರಿ ಗಮನಾರ್ಹವಾಗಿದೆ ಏಕೆಂದರೆ, ಆರಂಭಿಕ ಬುಲಿಷ್ ಆವೇಗದ ಹೊರತಾಗಿಯೂ, ಮಾರಾಟಗಾರರು ಬೆಲೆಯನ್ನು ಕಡಿಮೆ ಮಾಡಲು ಸಾಧ್ಯವಾಯಿತು, ಇದು ದೀರ್ಘ ಕಡಿಮೆ ನೆರಳಿಗೆ ಕಾರಣವಾಯಿತು. ಇದನ್ನು ಭಾವನೆಯಲ್ಲಿ ಸಂಭಾವ್ಯ ಹಿಮ್ಮುಖ ಎಂದು ವ್ಯಾಖ್ಯಾನಿಸಬಹುದು, ಪ್ರವೃತ್ತಿಯು ಮಂದಗತಿಗೆ ತಿರುಗುವ ಸಾಧ್ಯತೆ ಇದೆ.

ಆದಾಗ್ಯೂ, ಕೇವಲ ಹ್ಯಾಂಗಿಂಗ್ ಮ್ಯಾನ್ ಮಾದರಿಯನ್ನು ಆಧರಿಸಿ ವ್ಯಾಪಾರ ನಿರ್ಧಾರಗಳನ್ನು ತೆಗೆದುಕೊಳ್ಳುವ ಮೊದಲು ಎಚ್ಚರಿಕೆ ವಹಿಸುವುದು ಮತ್ತು ದೃಢೀಕರಣ ಸಂಕೇತಗಳನ್ನು ಹುಡುಕುವುದು ಮುಖ್ಯ. ಮುಂದಿನ ವ್ಯಾಪಾರ ಅಧಿವೇಶನದಲ್ಲಿ ಕಡಿಮೆ ಮುಕ್ತಾಯ ಅಥವಾ ಇತರ ಬೇರಿಷ್ ಕ್ಯಾಂಡಲ್ ಸ್ಟಿಕ್ ಮಾದರಿಗಳ ರಚನೆಯಂತಹ ನಂತರದ ಬೇರ್ಷ್ ಬೆಲೆ ಕ್ರಮದ ರೂಪದಲ್ಲಿ ದೃಢೀಕರಣ ಬರಬಹುದು. ಹೆಚ್ಚುವರಿಯಾಗಿ, ವ್ಯಾಪಾರಿಗಳು ಹೆಚ್ಚಾಗಿ ಇತರ ತಾಂತ್ರಿಕತೆಯನ್ನು ಪರಿಗಣಿಸುತ್ತಾರೆ. ಸೂಚಕಗಳು, ಬೆಂಬಲ ಮತ್ತು ಪ್ರತಿರೋಧ ಮಟ್ಟಗಳು, ಮತ್ತು ಅವರ ವಿಶ್ಲೇಷಣೆಯನ್ನು ಬಲಪಡಿಸಲು ಒಟ್ಟಾರೆ ಮಾರುಕಟ್ಟೆ ಪ್ರವೃತ್ತಿಗಳು.

ಯಾವುದೇ ಒಂದು ಕ್ಯಾಂಡಲ್ ಸ್ಟಿಕ್ ಮಾದರಿಯಂತೆಯೇ, ನೇತಾಡುವ ಮನುಷ್ಯನನ್ನು ಮಾರುಕಟ್ಟೆ ಚಲನಶಾಸ್ತ್ರದ ಹೆಚ್ಚು ಸಮಗ್ರ ತಿಳುವಳಿಕೆಗಾಗಿ ಇತರ ಸಾಧನಗಳು ಮತ್ತು ವಿಧಾನಗಳೊಂದಿಗೆ ಸಂಯೋಜಿಸಬೇಕು.

ಹ್ಯಾಂಗಿಂಗ್ ಮ್ಯಾನ್ ಉದಾಹರಣೆ1

ಹ್ಯಾಂಗಿಂಗ್ ಮ್ಯಾನ್ ಉದಾಹರಣೆ

NIFTY50

ನೇತಾಡುತ್ತಿರುವ ಮನುಷ್ಯನು ಬೇರಿಷ್ ಸಂಕೇತಗಳನ್ನು ಸೂಚಿಸುತ್ತಾನೆ. ಮಟ್ಟಗಳು ಮುರಿಯಲು ನಾವು ಕಾಯಬೇಕಾಗಿದೆ ಎಂಬುದು ಮುಖ್ಯ. ನಂತರದ ಮೇಣದಬತ್ತಿಗಳು ಕೆಳ ಬತ್ತಿಯ ಮಟ್ಟವನ್ನು ದಾಟಿದರೆ ಮಾತ್ರ ಅದನ್ನು ನೇತಾಡುವ ಮನುಷ್ಯ ಎಂದು ಕರೆಯಲಾಗುತ್ತದೆ. ಮುಂದೆ ಇದು ಕೆಳಮುಖ ಪ್ರವೃತ್ತಿಯನ್ನು ರೂಪಿಸುತ್ತದೆ.

ನಂತರದ ವಿಕ್ ಟಾಪ್ ಲೆವೆಲ್ ಬ್ರೇಕ್ ಮತ್ತು ಯಾವುದೇ ಬುಲಿಶ್ ಕ್ರಿಯೆಯು ಟಾಪ್ ವಿಕ್ ಮಟ್ಟವನ್ನು ದಾಟಿ ನಡೆದರೆ ಅದನ್ನು ಹ್ಯಾಮರ್ ಎಂದು ಕರೆಯಲಾಗುತ್ತದೆ ಮತ್ತು ಅದು ಅಪ್ಟ್ರೆಂಡ್ ಆಗಿ ರೂಪುಗೊಳ್ಳುತ್ತದೆ.

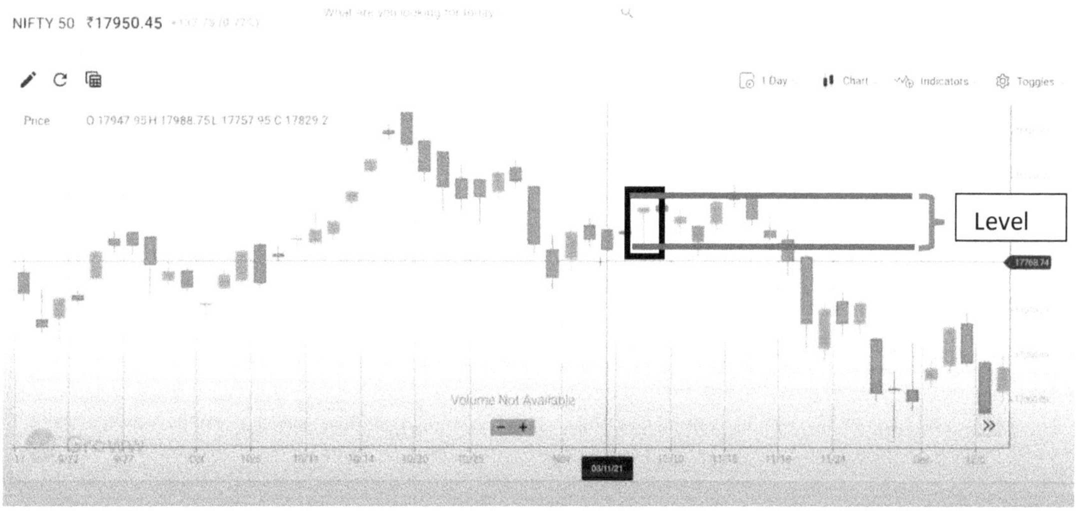

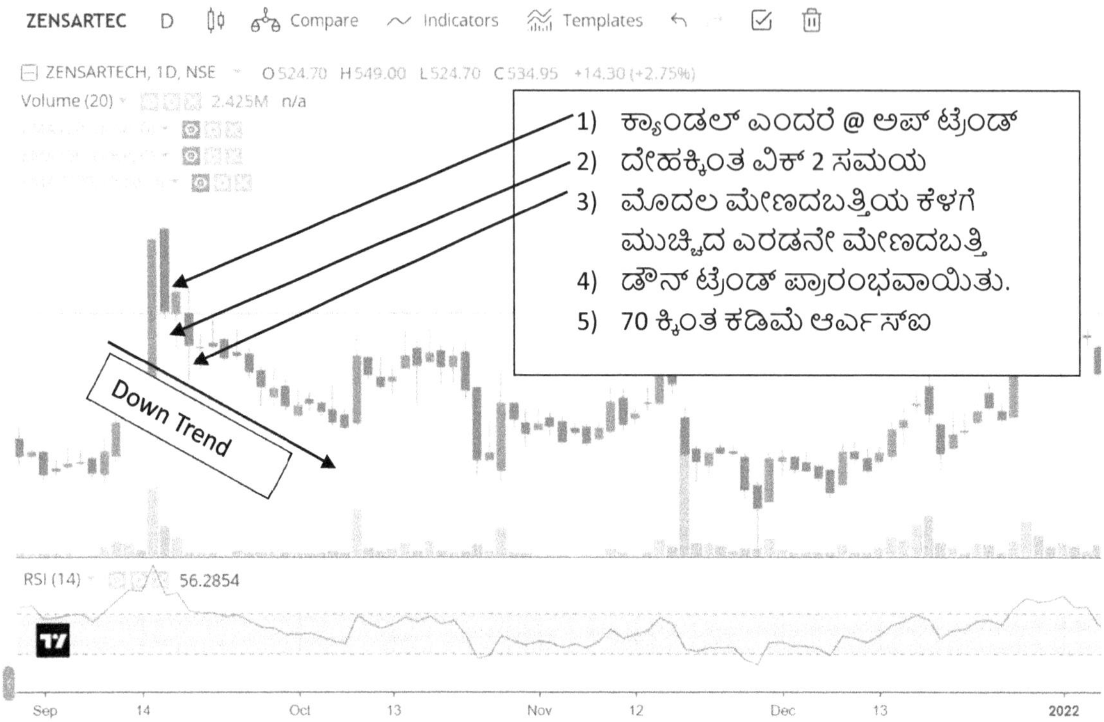
ZENSARTEC D Compare Indicators Templates
ZENSARTECH, 1D, NSE O524.70 H549.00 L524.70 C534.95 +14.30 (+2.75%)
Volume (20) 2.425M n/a
1) ಕ್ಯಾಂಡಲ್ ಎಂದರೆ @ ಅಪ್ ಟ್ರೆಂಡ್
2) ದೇಹಕ್ಕಿಂತ ವಿಕ್ 2 ಸಮಯ
3) ಮೊದಲ ಮೇಣದಬತ್ತಿಯ ಕೆಳಗೆ ಮುಚ್ಚಿದ ಎರಡನೇ ಮೇಣದಬತ್ತಿ
4) ಡೌನ್ ಟ್ರೆಂಡ್ ಪ್ರಾರಂಭವಾಯಿತು.
5) 70 ಕ್ಕಿಂತ ಕಡಿಮೆ ಆರ್ಎಸ್ಐ
Down Trend
RSI (14) 56.2854
Sep
14
Oct
13
Nov
12
Dec
13
2022

Example2

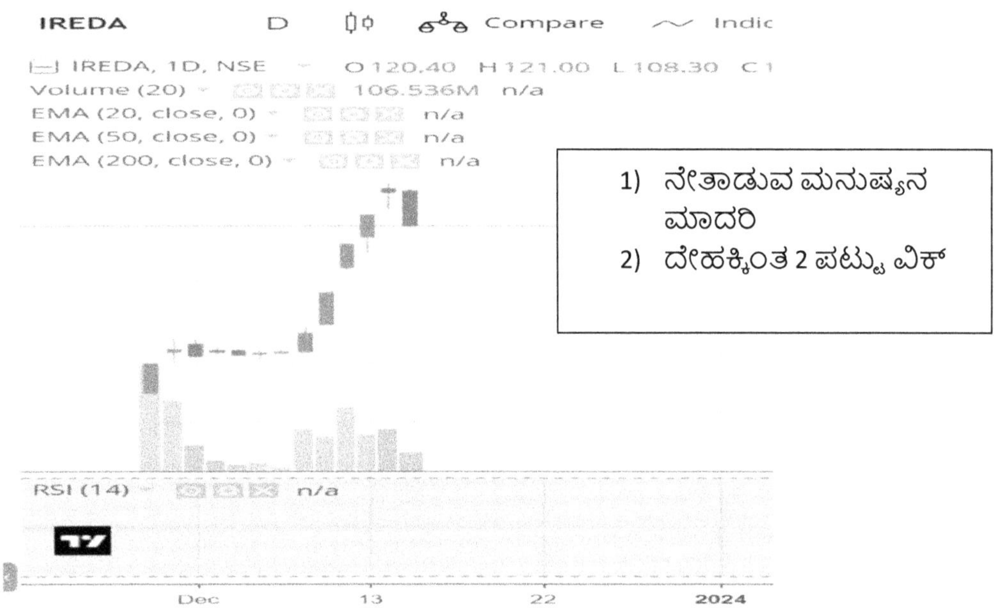
IREDA D Compare Indic
IREDA, 1D, NSE O 120.40 H 121.00 L 108.30 C 1
Volume (20) 106.536M n/a
EMA (20, close, 0) n/a
EMA (50, close, 0) n/a
EMA (200, close, 0) n/a
1) ನೇತಾಡುವ ಮನುಷ್ಯನ ಮಾದರಿ
2) ದೇಹಕ್ಕಿಂತ 2 ಪಟ್ಟು ವಿಕ್
RSI (14) n/a
Dec
13
22
2024

Example3

HDFCBANK D Compare Indicators Templates
HDFCBANK, 1D, NSE O1650.00 H1668.00 L1646.60 C1656.90 +6.75 (+0.41%)
Volume (20) 68.202M n/a
1. ಕ್ಯಾಂಡಲ್ @ ಅಪ್ ಟ್ರೆಂಡ್ ಆಗಿದೆ
2. ವಿಕ್ ದೇಹಕ್ಕಿಂತ 2 ಸಮಯ
3. ಡೌನ್ ಟ್ರೆಂಡ್ ಪ್ರಾರಂಭವಾಯಿತು.
4. 70 ವರ್ಷಕ್ಕಿಂತ ಕಡಿಮೆ ವಯಸ್ಸಿನ ಆರ್ ಎಸ್ ಐ
Down Trend
RSI (14) 75.5010
Oct
18
Nov
16
Dec
15
2022

ಹ್ಯಾಮರ್ ಮತ್ತು ಹ್ಯಾಂಗಿಂಗ್ ಮ್ಯಾನ್ ನಡುವಿನ ವ್ಯತ್ಯಾಸ

ಸುತ್ತಿಗೆ: ಮಾರಾಟಗಾರರು ಆರಂಭದಲ್ಲಿ ಬೆಲೆಯನ್ನು ಕಡಿಮೆ ತಳ್ಳಿದರು, ಆದರೆ ಖರೀದಿದಾರರು ನಿಯಂತ್ರಣವನ್ನು ಮರಳಿ ಪಡೆದರು, ಇದು ತಲೆಕೆಳಗಾಗಿ ಸಂಭಾವ್ಯ ಹಿಮ್ಮುಖತೆಯನ್ನು ಸೂಚಿಸುತ್ತದೆ. ಇದು ಬುಲಿಷ್ ಕ್ಯಾಂಡಲ್ ಆಗಿದೆ

ಹ್ಯಾಂಗಿಂಗ್ ಮ್ಯಾನ್: ಹ್ಯಾಂಗಿಂಗ್ ಮ್ಯಾನ್ ಎಂದರೆ ಖರೀದಿದಾರರು ಆರಂಭದಲ್ಲಿ ನಿಯಂತ್ರಣದಲ್ಲಿದ್ದರು, ಆದರೆ ಮಾರಾಟಗಾರರು ಬೆಲೆಯನ್ನು ಕೆಳಕ್ಕೆ ತಳ್ಳುವಲ್ಲಿ ಯಶಸ್ವಿಯಾದರು, ಇದು ಋಣಾತ್ಮಕತೆಗೆ ಸಂಭಾವ್ಯ ಹಿಮ್ಮುಖತೆಯನ್ನು ಸೂಚಿಸುತ್ತದೆ. ಇದು ಬೇರಿಷ್ ಕ್ಯಾಂಡಲ್ ಆಗಿದೆ

ಉದಾಹರಣೆ:

NIFTY50 ಸೂಚ್ಯಂಕ

ಹ್ಯಾಂಗಿಂಗ್ ಮ್ಯಾನ್ ನಂತರ ಬೆಲೆ ಕಡಿಮೆಯಾಗಿದೆ

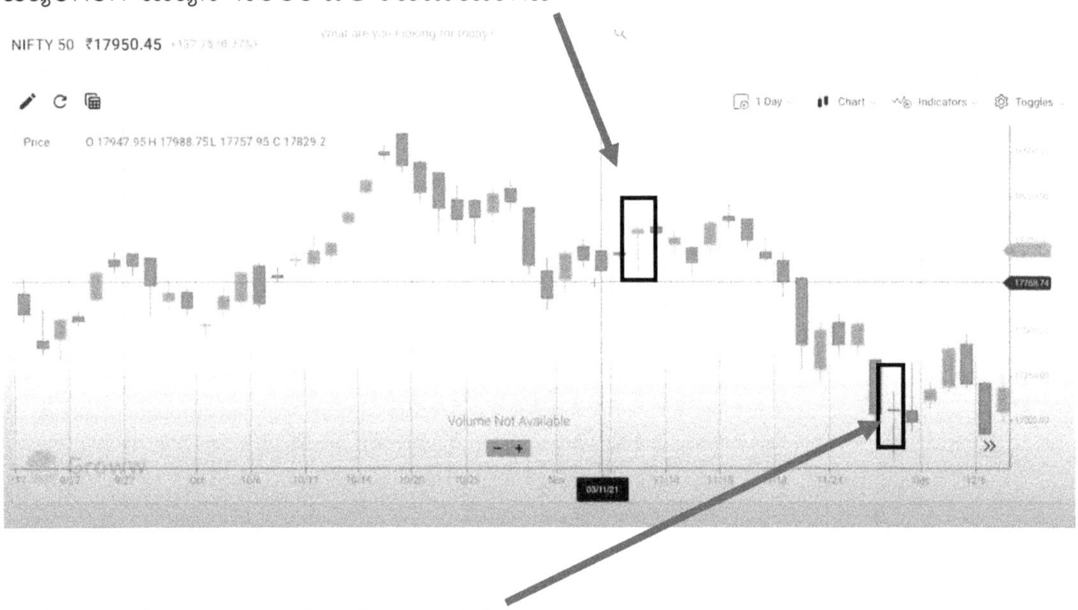

ಸುತ್ತಿಗೆ ರಚನೆಯ ನಂತರ ಬೆಲೆ ಹೆಚ್ಚಾಗುತ್ತದೆ

ಸುತ್ತಿಗೆ ಅಥವಾ ಹ್ಯಾಂಗಿಂಗ್ ಮ್ಯಾನ್ ರೂಪುಗೊಳ್ಳಲಿದ್ದಾನೆ ಎಂದು ಊಹಿಸುವುದು ಬೆಂಬಲ ಮತ್ತು ಪ್ರತಿರೋಧದ ಮಟ್ಟಗಳನ್ನು ಆಧರಿಸಿದೆ.

ಹ್ಯಾಂಗಿಂಗ್ ಮ್ಯಾನ್ ಮತ್ತು ಸುತ್ತಿಗೆ ಎರಡು ಕ್ಯಾಂಡಲ್ ಸ್ಟಿಕ್ ಮಾದರಿಗಳಾಗಿವೆ, ಅವು ಒಂದೇ ರೀತಿ ಕಾಣುತ್ತವೆ ಆದರೆ ಮಾರುಕಟ್ಟೆ ಭಾವನೆ ಮತ್ತು ಸಂಭಾವ್ಯ ಬೆಲೆ ಚಲನೆಗಳ ವಿಷಯದಲ್ಲಿ ವಿಭಿನ್ನ ಪರಿಣಾಮಗಳನ್ನು ಹೊಂದಿವೆ. ನೇತಾಡುವ ಮನುಷ್ಯ ಮತ್ತು ಸುತ್ತಿಗೆಯ ನಡುವಿನ ಪ್ರಮುಖ ವ್ಯತ್ಯಾಸಗಳು ಇಲ್ಲಿವೆ:

ಪ್ರವೃತ್ತಿ:

ಸುತ್ತಿಗೆ: ಸಾಮಾನ್ಯವಾಗಿ ಡೌನ್ ಟ್ರೆಂಡ್ ನ ಕೊನೆಯಲ್ಲಿ ಕಾಣಿಸಿಕೊಳ್ಳುತ್ತದೆ ಮತ್ತು ತಲೆಕೆಳಗಾಗಿ ಸಂಭಾವ್ಯ ಹಿಮ್ಮುಖವನ್ನು ಸೂಚಿಸುತ್ತದೆ.

ಹ್ಯಾಂಗಿಂಗ್ ಮ್ಯಾನ್: ಸಾಮಾನ್ಯವಾಗಿ ಅಪ್ಟ್ರೆಂಡ್ನ ಕೊನೆಯಲ್ಲಿ ಕಾಣಿಸಿಕೊಳ್ಳುತ್ತದೆ ಮತ್ತು ಋಣಾತ್ಮಕತೆಗೆ ಸಂಭಾವ್ಯ ಹಿಮ್ಮುಖವನ್ನು ಸೂಚಿಸುತ್ತದೆ.

ಆಕಾರ:

ಸುತ್ತಿಗೆ: ಸುತ್ತಿಗೆಯು ವ್ಯಾಪಾರ ಶ್ರೇಣಿಯ ಮೇಲ್ಭಾಗದ ಬಳಿ ಒಂದು ಸಣ್ಣ ದೇಹವನ್ನು ಹೊಂದಿದೆ, ಉದ್ದವಾದ ಕೆಳ ನೆರಳು (ಬತ್ತಿ), ಮತ್ತು ಮೇಲ್ಭಾಗದ ನೆರಳು ಸ್ವಲ್ಪವೂ ಇಲ್ಲ.

ನೇತಾಡುವ ಮನುಷ್ಯ: ನೇತಾಡುತ್ತಿರುವ ಮನುಷ್ಯನು ವ್ಯಾಪಾರ ಶ್ರೇಣಿಯ ಕೆಳಭಾಗದಲ್ಲಿ ಒಂದು ಸಣ್ಣ ದೇಹವನ್ನು ಹೊಂದಿದ್ದಾನೆ, ಉದ್ದವಾದ ಮೇಲ್ಭಾಗದ ನೆರಳು (ಬತ್ತಿ) ಮತ್ತು ಕಡಿಮೆ ನೆರಳು ಇಲ್ಲ.

ಬಣ್ಣ:

ಸುತ್ತಿಗೆ: ಸುತ್ತಿಗೆಯ ಬಣ್ಣವು ಬದಲಾಗಬಹುದು, ಆದರೆ ಮುಕ್ತಾಯದ ಬೆಲೆಯು ಆರಂಭಿಕ ಬೆಲೆಗಿಂತ ಹೆಚ್ಚಿದ್ದರೆ ಅದು ಹೆಚ್ಚಾಗಿ ಹಸಿರು (ಬುಲಿಷ್) ಆಗಿರುತ್ತದೆ.

ಹ್ಯಾಂಗಿಂಗ್ ಮ್ಯಾನ್: ಹ್ಯಾಂಗಿಂಗ್ ಮ್ಯಾನ್ ನ ಬಣ್ಣವೂ ಬದಲಾಗಬಹುದು, ಆದರೆ ಮುಕ್ತಾಯದ ಬೆಲೆಯು ಆರಂಭಿಕ ಬೆಲೆಗಿಂತ ಕಡಿಮೆಯಿದ್ದರೆ ಅದು ಹೆಚ್ಚಾಗಿ ಕೆಂಪು (ಬೇರಿಷ್) ಆಗಿರುತ್ತದೆ.

6) **ಇನ್ವರ್ಟೆಡ್ ಹ್ಯಾಮರ್ (ಶೂಟಿಂಗ್ ಸ್ಟಾರ್)** Inverted Hammer (Shooting Star)

ತಲೆಕೆಳಗಾದ ಸುತ್ತಿಗೆಯು ಒಂದೇ ಕ್ಯಾಂಡಲ್ ಸ್ಟಿಕ್ ಮಾದರಿಯಾಗಿದ್ದು, ಇದು ಬೆಲೆ ಚಾರ್ಟ್ ನಲ್ಲಿ ಕಾಣಿಸಿಕೊಳ್ಳುತ್ತದೆ ಮತ್ತು ಇದನ್ನು ಸಂಭಾವ್ಯ ಹಿಮ್ಮುಖ ಮಾದರಿ ಎಂದು ಪರಿಗಣಿಸಲಾಗುತ್ತದೆ. ಇದು ಮೂಲಭೂತವಾಗಿ ಸಾಮಾನ್ಯ ಸುತ್ತಿಗೆ ಕ್ಯಾಂಡಲ್ ಸ್ಟಿಕ್ ಗೆ ವಿರುದ್ಧವಾಗಿದೆ

ತಲೆಕೆಳಗಾದ ಸುತ್ತಿಗೆ ಮಾದರಿಯು ಮಾರಾಟಗಾರರು ಆರಂಭದಲ್ಲಿ ವ್ಯಾಪಾರ ಅಧಿವೇಶನದಲ್ಲಿ ನಿಯಂತ್ರಣವನ್ನು ಹೊಂದಿದ್ದರು, ಬೆಲೆಯನ್ನು ಕಡಿಮೆ ತಳ್ಳಿದರು, ಆದರೆ ಖರೀದಿದಾರರು ಆರಂಭಿಕ ಬೆಲೆಯ ಹತ್ತಿರ ಅಥವಾ ಅದಕ್ಕಿಂತ ಹೆಚ್ಚಿನದನ್ನು ಮುಚ್ಚುವ ಮೂಲಕ ಬೆಲೆಯನ್ನು ಮತ್ತೆ ಮೇಲಕ್ಕೆ ತಳ್ಳುವಲ್ಲಿ ಯಶಸ್ವಿಯಾದರು. ಉದ್ದನೆಯ ಮೇಲ್ಭಾಗದ ನೆರಳು ಅಧಿವೇಶನದ ಸಮಯದಲ್ಲಿ ಗಮನಾರ್ಹ ಖರೀದಿ ಒತ್ತಡವಿತ್ತು ಎಂದು ಸೂಚಿಸುತ್ತದೆ.

ವ್ಯಾಪಾರಿಗಳು ಮತ್ತು ವಿಶ್ಲೇಷಕರು ತಲೆಕೆಳಗಾದ ಸುತ್ತಿಗೆಯನ್ನು ಸಂಭಾವ್ಯ ಹಿಮ್ಮುಖ ಸಂಕೇತವೆಂದು ವ್ಯಾಖ್ಯಾನಿಸುತ್ತಾರೆ ಏಕೆಂದರೆ ಕರಡಿಗಳು (ಮಾರಾಟಗಾರರು) ನಿಯಂತ್ರಣವನ್ನು ಕಾಪಾಡಿಕೊಳ್ಳಲು ಸಾಧ್ಯವಾಗಲಿಲ್ಲ ಮತ್ತು ಎತ್ತುಗಳ (ಖರೀದಿದಾರರು) ಕಡೆಗೆ ಆವೇಗದಲ್ಲಿ ಬದಲಾವಣೆ ಕಂಡುಬಂದಿದೆ ಎಂದು ಇದು ಸೂಚಿಸುತ್ತದೆ. ಆದಾಗ್ಯೂ, ಸಾಮಾನ್ಯ ಸುತ್ತಿಗೆ ಮಾದರಿಯಂತೆಯೇ, ವ್ಯಾಪಾರ ನಿರ್ಧಾರಗಳನ್ನು ತೆಗೆದುಕೊಳ್ಳುವ ಮೊದಲು ದೃಢೀಕರಣ ಸಂಕೇತಗಳನ್ನು ನೋಡುವುದು ಮತ್ತು ಇತರ ತಾಂತ್ರಿಕ ಸೂಚಕಗಳು ಮತ್ತು ಅಂಶಗಳನ್ನು ಪರಿಗಣಿಸುವುದು ಬಹಳ ಮುಖ್ಯ.

ಮುಂದಿನ ವ್ಯಾಪಾರ ಅಧಿವೇಶನದಲ್ಲಿ ಹೆಚ್ಚಿನ ಮುಕ್ತಾಯ ಅಥವಾ ಇತರ ಬುಲಿಷ್ ಕ್ಯಾಂಡಲ್ ಸ್ಟಿಕ್ ಮಾದರಿಗಳ ರಚನೆಯಂತಹ ನಂತರದ ಬುಲಿಷ್ ಬೆಲೆ ಕ್ರಮದ ರೂಪದಲ್ಲಿ ದೃಢೀಕರಣ ಬರಬಹುದು.

ಉದಾಹರಣೆ:

ಸ್ಟಾಕ್ ಹೆಸರು: MSUMI

ಇಲ್ಲಿ ತಲೆಕೆಳಗಾದ ಸುತ್ತಿಗೆ (ಶೂಟಿಂಗ್ ಸ್ಟಾರ್) ಅಪ್ಟ್ರೆಂಡ್ನಲ್ಲಿ ರೂಪುಗೊಂಡಿತು ಮತ್ತು ಬೇರಿಷ್ ಮೇಣದಬತ್ತಿಯಿಂದ ತಕ್ಷಣದ ದೃಢೀಕರಣವನ್ನು ಮಾಡಲಾಯಿತು. ಆದ್ದರಿಂದ ಸ್ಟಾಕ್ ಕೆಳಮುಖವಾಗಿ ಚಲಿಸಿ ಕೆಳಮುಖ ಪ್ರವೃತ್ತಿಯನ್ನು ರೂಪಿಸಿತು.

ಮುಖ್ಯ : ಮೇಣದಬತ್ತಿಯ ನಂತರ ತಕ್ಷಣ 2 ನೇ ಮೇಣದಬತ್ತಿ ಕೆಳಗೆ ಇರುತ್ತದೆ

ಮೇಣದಬತ್ತಿಯ ಬಣ್ಣದಿಂದ ಹೋಗಬೇಡಿ

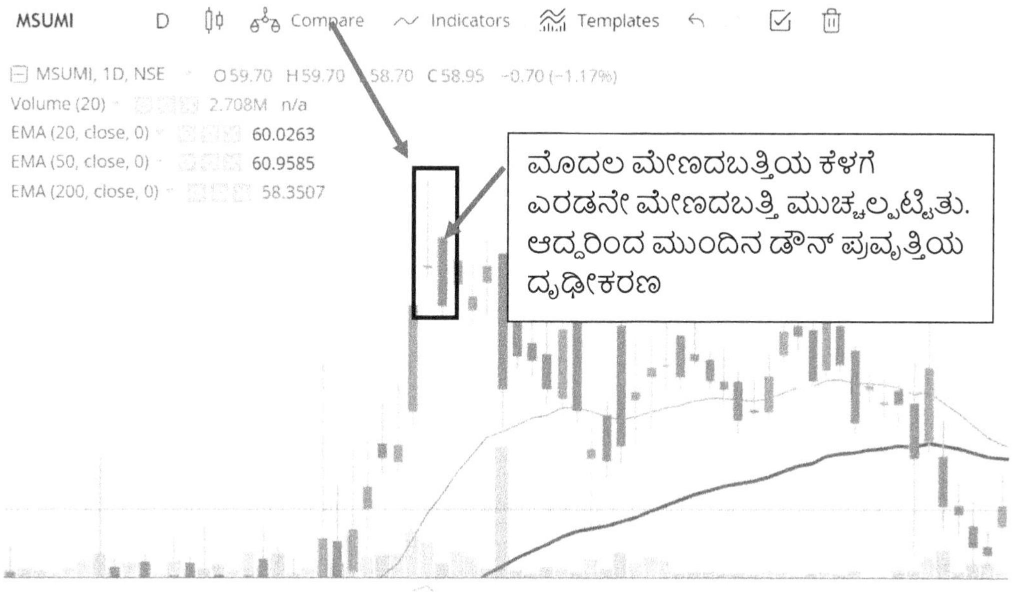

ಶೂಟಿಂಗ್ ಸ್ಟಾರ್ ಉದಾಹರಣೆ 2

ಶೂಟಿಂಗ್ ಸ್ಟಾರ್ ಉದಾಹರಣೆ 3

ಬುಲಿಷ್ ಆವರಿಸುವಿಕೆ (Bullish Engulfing)

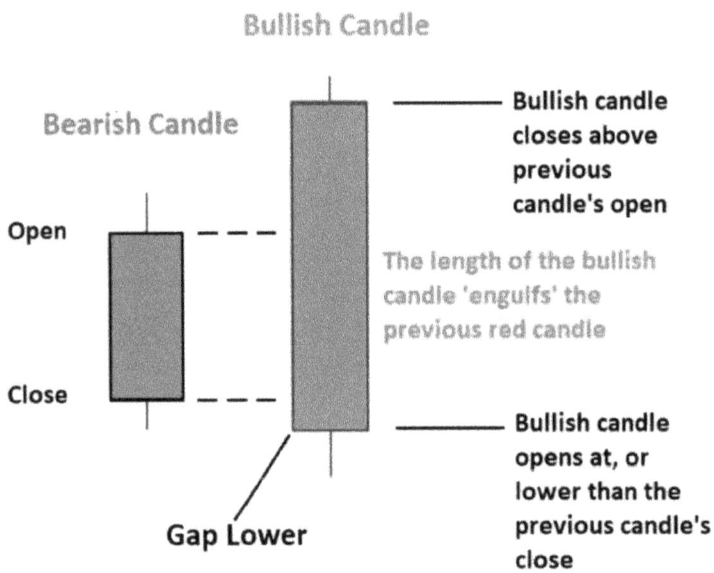

ಬುಲಿಷ್ ಆವರಿಸುವಿಕೆ (Bullish Engulfing)

ಬುಲಿಷ್ ಎಂಗ್ಲಿಂಗ್ ಕ್ಯಾಂಡಲ್ ಸ್ಟಿಕ್ ಮಾದರಿಯು ತಾಂತ್ರಿಕ ವಿಶ್ಲೇಷಣೆಯ ಮಾದರಿಯಾಗಿದ್ದು, ಇದು ಡೌನ್ ಟ್ರೆಂಡ್ ನಲ್ಲಿ ಸಂಭಾವ್ಯ ಹಿಮ್ಮುಖತೆಯನ್ನು ಸೂಚಿಸುತ್ತದೆ. ಈ ಮಾದರಿಯು ಎರಡು ಮೇಣದಬತ್ತಿಗಳನ್ನು ಒಳಗೊಂಡಿದೆ ಮತ್ತು ಬೆಲೆ ಕುಸಿತದ ನಂತರ ಸಂಭವಿಸುತ್ತದೆ. ಅದು ಹೇಗೆ ರೂಪುಗೊಳ್ಳುತ್ತದೆ ಮತ್ತು ಅದು ಏನನ್ನು ಸೂಚಿಸುತ್ತದೆ ಎಂಬುದು ಇಲ್ಲಿದೆ

ಮೊದಲ ಮೇಣದಬತ್ತಿ (ಬೇರಿಷ್): ಮೊದಲ ಮೇಣದಬತ್ತಿಯು ಬೇರಿಷ್ (ಕೆಳಮುಖ) ಮೇಣದಬತ್ತಿಯಾಗಿದ್ದು, ಮಾರಾಟಗಾರರು ಮಾರುಕಟ್ಟೆಯ ನಿಯಂತ್ರಣದಲ್ಲಿದ್ದಾರೆ ಎಂದು ಸೂಚಿಸುತ್ತದೆ. ಈ ಮೇಣದಬತ್ತಿಯು ಬೆಲೆಗಳ ಕುಸಿತದ ಅವಧಿಯನ್ನು ಪ್ರತಿಬಿಂಬಿಸುತ್ತದೆ.

ಎರಡನೇ ಮೇಣದಬತ್ತಿ (ಬುಲಿಷ್): ಎರಡನೇ ಮೇಣದಬತ್ತಿಯು ದೊಡ್ಡ ಬುಲಿಶ್ (ಮೇಲಕ್ಕೆ) ಮೇಣದಬತ್ತಿಯಾಗಿದ್ದು, ಅದು ಮೊದಲ ಮೇಣದಬತ್ತಿಯ ದೇಹವನ್ನು ಸಂಪೂರ್ಣವಾಗಿ "ಆವರಿಸಿಕೊಳ್ಳುತ್ತದೆ". ಇದರರ್ಥ ಎರಡನೇ ಮೇಣದಬತ್ತಿಯ ತೆರೆದ ಮತ್ತು ಮುಚ್ಚುವಿಕೆಯು ಮೊದಲ ಮೇಣದಬತ್ತಿಯ ತೆರೆದ ಮತ್ತು ಮುಚ್ಚುವಿಕೆಯನ್ನು ಸಂಪೂರ್ಣವಾಗಿ ಆವರಿಸುತ್ತದೆ.

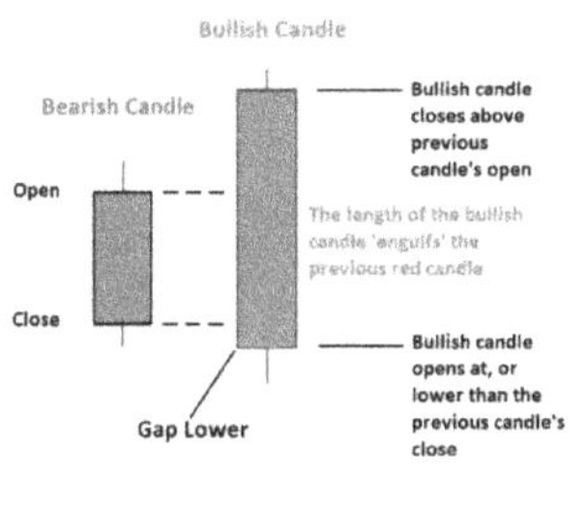

ಖರೀದಿದಾರರು ನಿಯಂತ್ರಣವನ್ನು ತೆಗೆದುಕೊಂಡಿದ್ದಾರೆ, ಮಾರಾಟಗಾರರನ್ನು ಮೀರಿಸಿದ್ದಾರೆ ಎಂದು ಬುಲಿಶ್ ಮೇಣದಬತ್ತಿ ಸೂಚಿಸುತ್ತದೆ.

ಎರಡನೇ ಮೇಣದಬತ್ತಿ ದೊಡ್ಡದಾಗಿದ್ದಷ್ಟೂ, ಮಾದರಿಯನ್ನು ಹೆಚ್ಚು ಮಹತ್ವಪೂರ್ಣವೆಂದು ಪರಿಗಣಿಸಲಾಗುತ್ತದೆ.

ಬುಲಿಷ್ ಆವರಿಸುವಿಕೆಯ ಮಾದರಿಯನ್ನು ಹೆಚ್ಚಾಗಿ ಮಾರುಕಟ್ಟೆಯ ಭಾವನೆಯಲ್ಲಿ ಸಂಭಾವ್ಯ ಹಿಮ್ಮುಖತೆಯ ಸಂಕೇತವಾಗಿ ನೋಡಲಾಗುತ್ತದೆ. ಇದು ಬೇರಿಷ್ ನಿಂದ ಬುಲಿಷ್ ಆವೇಗಕ್ಕೆ ಬದಲಾವಣೆಯನ್ನು ಸೂಚಿಸುತ್ತದೆ ಮತ್ತು ಖರೀದಿದಾರರು ಬಲವನ್ನು ಪಡೆಯುತ್ತಿದ್ದಾರೆ ಎಂಬುದರ ಸಂಕೇತವೆಂದು ವ್ಯಾಖ್ಯಾನಿಸಬಹುದು, ಇದು ಬಹುಶಃ ಬುಲಿಷ್ ಪ್ರವೃತ್ತಿ ಹಿಮ್ಮುಖಕ್ಕೆ ಕಾರಣವಾಗಬಹುದು.

ಪರಿಗಣಿಸಬೇಕಾದ ಪ್ರಮುಖ ಅಂಶಗಳು:

ದೃಢೀಕರಣ: ಬುಲಿಷ್ ಆವರಿಸುವಿಕೆಯ ಮಾದರಿ ಬಲವಾದ ಸಂಕೇತವಾಗಿದ್ದರೂ, ವ್ಯಾಪಾರ ನಿರ್ಧಾರಗಳನ್ನು ತೆಗೆದುಕೊಳ್ಳುವ ಮೊದಲು ಇತರ ತಾಂತ್ರಿಕ ಸೂಚಕಗಳು ಅಥವಾ ವಿಶ್ಲೇಷಣೆ ಸಾಧನಗಳಿಂದ ದೃಢೀಕರಣವನ್ನು ನೋಡುವುದು ಯಾವಾಗಲೂ ವಿವೇಕಯುತವಾಗಿದೆ.

ಪರಿಮಾಣ: ಕೆಲವು ವ್ಯಾಪಾರಿಗಳು ಮಾದರಿಗೆ ಸಂಬಂಧಿಸಿದ ವ್ಯಾಪಾರ ಪರಿಮಾಣದ ಬಗ್ಗೆಯೂ ಗಮನ ಹರಿಸುತ್ತಾರೆ. ಬುಲಿಷ್ ಎಂಗಲ್ಫಿಂಗ್ ಮಾದರಿಯ ಸಮಯದಲ್ಲಿ ಪರಿಮಾಣದಲ್ಲಿನ ಹೆಚ್ಚಳವು ಸಂಭಾವ್ಯ ಹಿಮ್ಮುಖತೆಗೆ ಹೆಚ್ಚಿನ ವಿಶ್ವಾಸಾರ್ಹತೆಯನ್ನು ಸೇರಿಸಬಹುದು.

ಉದಾಹರಣೆ 1

ಸ್ಟಾಕ್ ಹೆಸರು: ಇನ್ಫಿಸಿಸ್ (ಇನ್ಫೋಸಿಸ್)

ಬುಲಿಷ್ ಎಂಗ್ಲುಲ್ಫಿಂಗ್ ಮಾದರಿಯು ಡೌನ್ ಟ್ರೆಂಡ್ ನಲ್ಲಿ ಕಾಣಿಸಿಕೊಂಡಿತು. ಹಸಿರು ಮೇಣದಬತ್ತಿಯು ಕೆಂಪು ಮೇಣದಬತ್ತಿಯನ್ನು ಸಂಪೂರ್ಣವಾಗಿ ಆವರಿಸಿತು. ಹೆಚ್ಚಿನ ಪರಿಮಾಣಗಳೊಂದಿಗೆ ವಹಿವಾಟು ನಡೆಸಿತು. ಷೇರುಗಳು ಏರಿಳಿತಕ್ಕೆ ಸಾಗಿದವು.

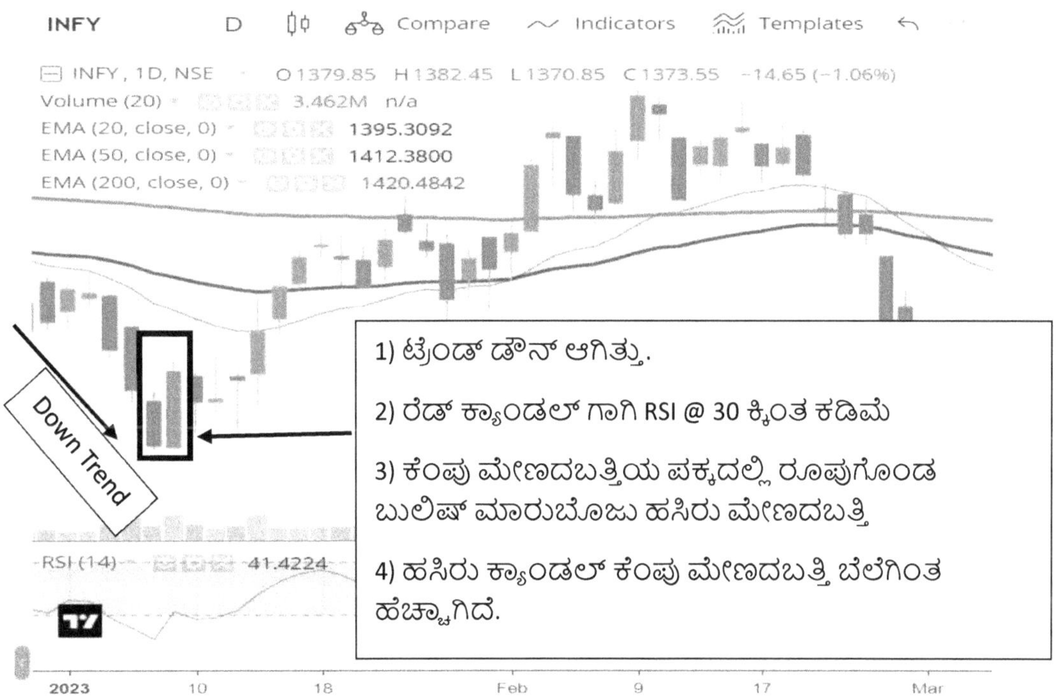

ಉದಾಹರಣೆ 2

ಸ್ಟಾಕ್ ಹೆಸರು: ಮದರ್ಸನ್

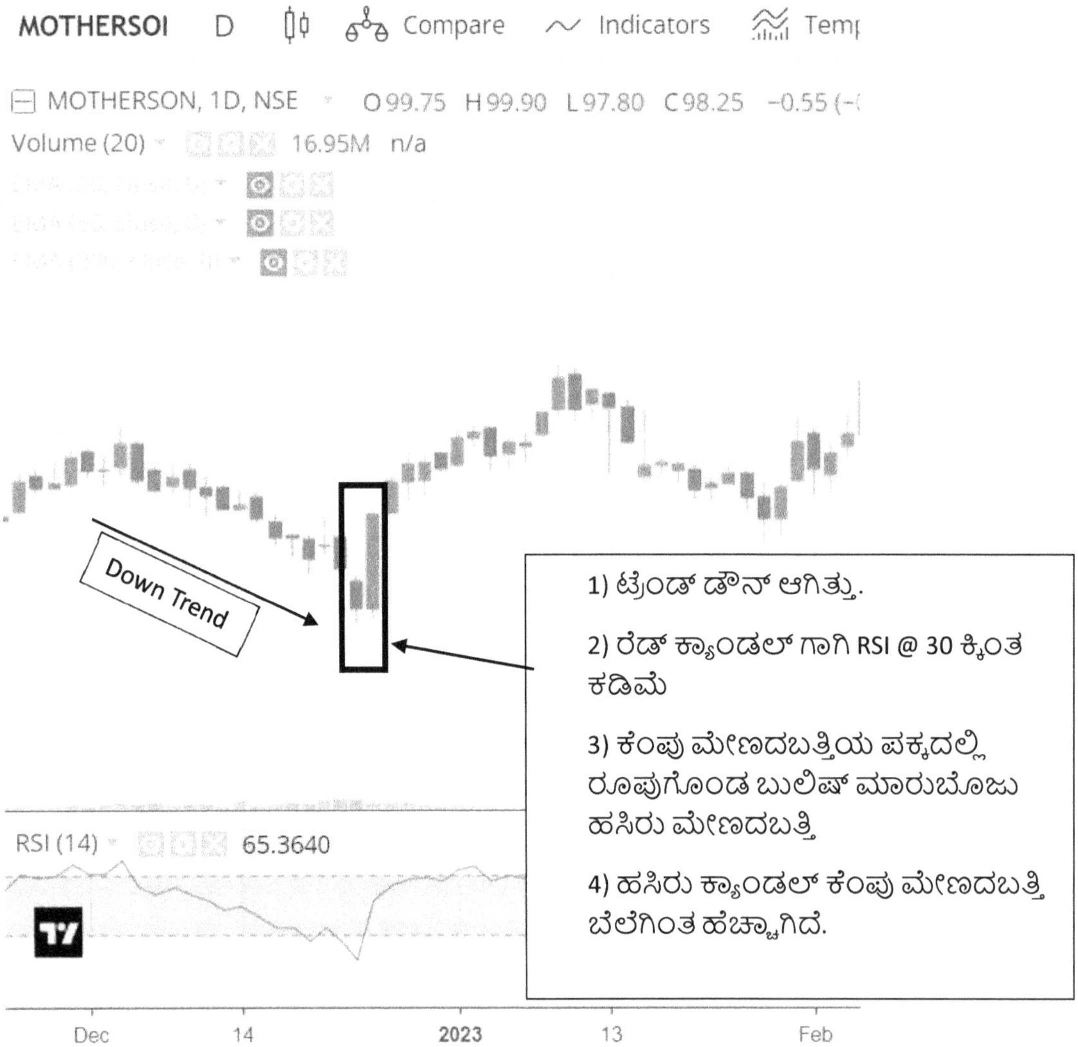

ಉದಾಹರಣೆ 3

ಸ್ಟಾಕ್ ಹೆಸರು: ಎಚ್ ಡಿ ಎಫ್ ಸಿ ಬ್ಯಾಂಕ್

ಮಂದಗತಿಯ ಆವರಿಸುವಿಕೆ (Bearish Engulfing)

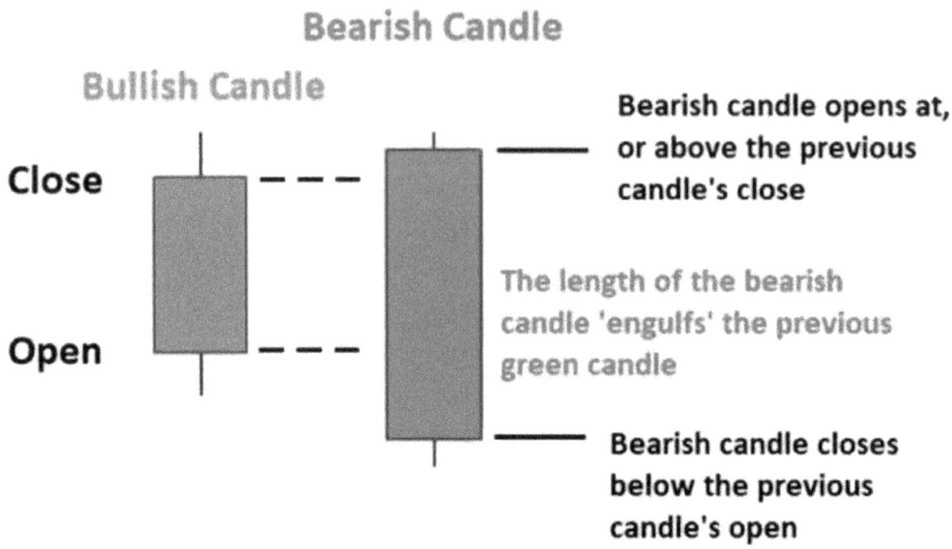

ಮಂದಗತಿಯ ಆವರಿಸುವಿಕೆ

ಬೇರಿಷ್ ಮೇಣದಬತ್ತಿಯ ಮಾದರಿಯು ಒಂದು ಹಿಮ್ಮುಖ ಮಾದರಿಯಾಗಿದ್ದು, ಇದು ಅಪ್ಟ್ರೆಂಡ್ನ ಕೊನೆಯಲ್ಲಿ ಸಂಭವಿಸುತ್ತದೆ. ಇದು ಎರಡು ಮೇಣದಬತ್ತಿಗಳಿಂದ ಕೂಡಿದೆ ಮತ್ತು ಬುಲಿಷ್ ನಿಂದ ಬೇರಿಷ್ ಮಾರುಕಟ್ಟೆ ಭಾವನೆಗೆ ಸಂಭಾವ್ಯ ಬದಲಾವಣೆಯನ್ನು ಸೂಚಿಸುತ್ತದೆ. ಬೇರಿಷ್ ಆವರಿಸುವಿಕೆಯ ಮಾದರಿ ಹೇಗೆ ರೂಪುಗೊಳ್ಳುತ್ತದೆ ಮತ್ತು ಅದು ಏನನ್ನು ಸೂಚಿಸುತ್ತದೆ ಎಂಬುದು ಇಲ್ಲಿದೆ

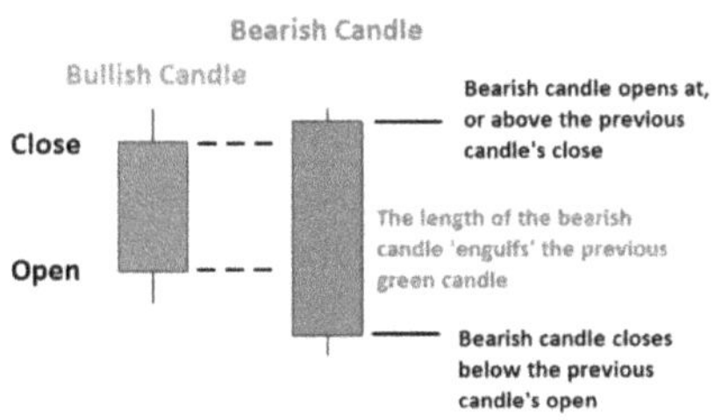

ಮೊದಲ ಮೇಣದಬತ್ತಿ (ಬುಲಿಷ್): ಮೊದಲ ಮೇಣದಬತ್ತಿಯು ಬುಲಿಶ್ (ಮೇಲಕ್ಕೆ) ಮೇಣದಬತ್ತಿಯಾಗಿದ್ದು, ಖರೀದಿದಾರರು ಮಾರುಕಟ್ಟೆಯ ನಿಯಂತ್ರಣದಲ್ಲಿದ್ದಾರೆ ಎಂದು ಸೂಚಿಸುತ್ತದೆ. ಈ ಮೇಣದಬತ್ತಿ ಬೆಲೆ ಏರಿಕೆಯ ಅವಧಿಯನ್ನು ಪ್ರತಿಬಿಂಬಿಸುತ್ತದೆ. ಹಸಿರು ಕ್ಯಾಂಡಲ್ ಸ್ಟಿಕ್

ಎರಡನೇ ಮೇಣದಬತ್ತಿ (ಬೇರಿಷ್): ಎರಡನೇ ಮೇಣದಬತ್ತಿಯು ದೊಡ್ಡ ಬೇರಿಷ್ (ಕೆಳಮುಖ) ಅಂದರೆ ಕೆಂಪು ಮೇಣದಬತ್ತಿಯ ಸ್ಟಿಕ್ ಆಗಿದ್ದು, ಇದು ಮೊದಲ ಮೇಣದಬತ್ತಿಯ ದೇಹವನ್ನು ಸಂಪೂರ್ಣವಾಗಿ "ಆವರಿಸಿಕೊಳ್ಳುತ್ತದೆ". ಇದರರ್ಥ ಎರಡನೇ ಮೇಣದಬತ್ತಿಯ ತೆರೆದ ಮತ್ತು ಮುಚ್ಚುವಿಕೆಯು ಮೊದಲ ಮೇಣದಬತ್ತಿಯ ತೆರೆದ ಮತ್ತು ಮುಚ್ಚುವಿಕೆಯನ್ನು ಸಂಪೂರ್ಣವಾಗಿ ಆವರಿಸುತ್ತದೆ.

ಮಾರಾಟಗಾರರು ನಿಯಂತ್ರಣವನ್ನು ತೆಗೆದುಕೊಂಡಿದ್ದಾರೆ, ಖರೀದಿದಾರರನ್ನು ಮೀರಿಸಿದ್ದಾರೆ ಎಂದು ಬೇರಿಷ್ ಮೇಣದಬತ್ತಿ ಸೂಚಿಸುತ್ತದೆ.

ಎರಡನೇ ಮೇಣದಬತ್ತಿ ದೊಡ್ಡದಾಗಿದ್ದಷ್ಟೂ, ಮಾದರಿಯನ್ನು ಹೆಚ್ಚು ಮಹತ್ವಪೂರ್ಣವೆಂದು ಪರಿಗಣಿಸಲಾಗುತ್ತದೆ.

ಬೇರಿಷ್ ಆವರಿಸುವಿಕೆಯ ಮಾದರಿಯನ್ನು ಸಾಮಾನ್ಯವಾಗಿ ಸಂಭಾವ್ಯ ಪ್ರವೃತ್ತಿಯ ಹಿಮ್ಮುಖತೆಯ ಸಂಕೇತವೆಂದು ವ್ಯಾಖ್ಯಾನಿಸಲಾಗುತ್ತದೆ. ಇದು ಬುಲಿಷ್ ನಿಂದ ಬೇರ್ಷ್ ಆವೇಗಕ್ಕೆ ಬದಲಾವಣೆಯನ್ನು ಸೂಚಿಸುತ್ತದೆ ಮತ್ತು ಮಾರಾಟಗಾರರು ಬಲವನ್ನು ಪಡೆಯುತ್ತಿದ್ದಾರೆ ಎಂದು ಸೂಚಿಸಬಹುದು, ಇದು ಬೇರ್ಷ್ ಪ್ರವೃತ್ತಿ ಹಿಮ್ಮುಖಕ್ಕೆ ಕಾರಣವಾಗಬಹುದು.

ಪರಿಗಣಿಸಬೇಕಾದ ಪ್ರಮುಖ ಅಂಶಗಳು:

ದೃಢೀಕರಣ: ಯಾವುದೇ ತಾಂತ್ರಿಕ ಮಾದರಿಯಂತೆಯೇ, ಬೇರಿಷ್ ಎಂಗ್ಲಿಂಗ್ ಮಾದರಿಯನ್ನು ಆಧರಿಸಿ ವ್ಯಾಪಾರ ನಿರ್ಧಾರಗಳನ್ನು ತೆಗೆದುಕೊಳ್ಳುವ ಮೊದಲು ಇತರ ತಾಂತ್ರಿಕ ಸೂಚಕಗಳು ಅಥವಾ ವಿಶ್ಲೇಷಣೆ ಸಾಧನಗಳಿಂದ ದೃಢೀಕರಣವನ್ನು ಪಡೆಯುವುದು ಸೂಕ್ತ.

ಪರಿಮಾಣ: ಕೆಲವು ವ್ಯಾಪಾರಿಗಳು ಮಾದರಿಗೆ ಸಂಬಂಧಿಸಿದ ವ್ಯಾಪಾರ ಪ್ರಮಾಣವನ್ನು ಸಹ ಪರಿಗಣಿಸುತ್ತಾರೆ. ಬೇರಿಷ್ ಮುಳುಗುವಿಕೆಯ ಮಾದರಿಯಲ್ಲಿ ಪರಿಮಾಣದಲ್ಲಿನ ಹೆಚ್ಚಳವು ಸಂಭಾವ್ಯ ಹಿಮ್ಮುಖತೆಗೆ ಹೆಚ್ಚಿನ ತೂಕವನ್ನು ಸೇರಿಸಬಹುದು.

ಕಾಲಮಿತಿಗಳು: ಸಮಯದ ಆಧಾರದ ಮೇಲೆ ಮಾದರಿಯ ಮಹತ್ವವು ಬದಲಾಗಬಹುದು.

ಉದಾಹರಣೆ1

ಸ್ಟಾಕ್ ಹೆಸರು: ಇನ್ಫೋಸಿಸ್

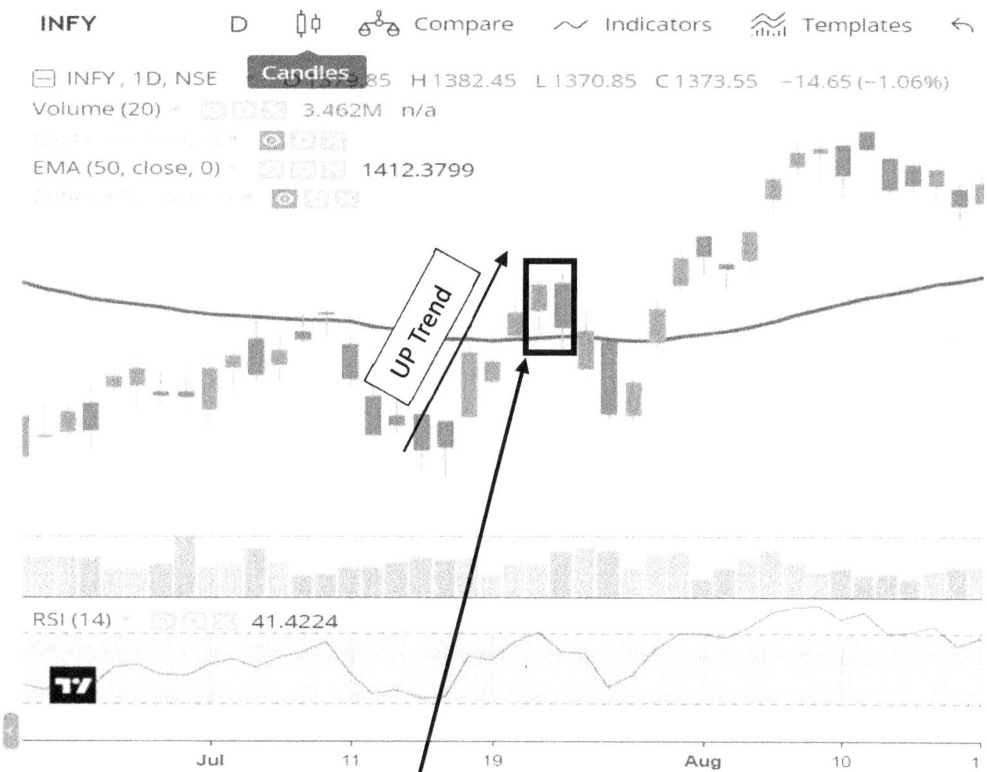

1) ಟ್ರೆಂಡ್ ಯುಪಿ ಆಗಿತ್ತು.

2) ಹಸಿರು ಕ್ಯಾಂಡಲ್ ಗಾಗಿ RSI @ 70

3) ಹಸಿರು ಮೇಣದಬತ್ತಿಯ ಪಕ್ಕದಲ್ಲಿ ರೂಪುಗೊಂಡ ಬೇರಿಷ್ ಮಾರುಬೊಜು ಕೆಂಪು ಮೇಣದಬತ್ತಿ

4) ಕೆಂಪು ಕ್ಯಾಂಡಲ್ ಹಸಿರು ಮೇಣದಬತ್ತಿ ಬೆಲೆಗಿಂತ ಕಡಿಮೆಯಾಗಿದೆ.

ಉದಾಹರಣೆ2

ಸ್ಟಾಕ್ ಹೆಸರು: ಮಾರಿಕೊ

ಉದಾಹರಣೆ3

ಸ್ಟಾಕ್ ಹೆಸರು: ಪವರ್ ಗ್ರಿಡ್

1) ಟ್ರೆಂಡ್ ಯುಪಿ ಆಗಿತ್ತು.

2) ಹಸಿರು ಕ್ಯಾಂಡಲ್ ಗಾಗಿ RSI @ 70

3) ಹಸಿರು ಮೇಣದಬತ್ತಿಯ ಪಕ್ಕದಲ್ಲಿ ರೂಪುಗೊಂಡ ಬೇರಿಷ್ ಮಾರುಬೊಜು ಕೆಂಪು ಮೇಣದಬತ್ತಿ

4) ಕೆಂಪು ಮೇಣದಬತ್ತಿ ಹಸಿರು ಮೇಣದಬತ್ತಿ ಬೆಲೆಗಿಂತ ಕೆಳಗಿದೆ.

ಬುಲಿಷ್ ಹರಾಮಿ (Bullish Harami)

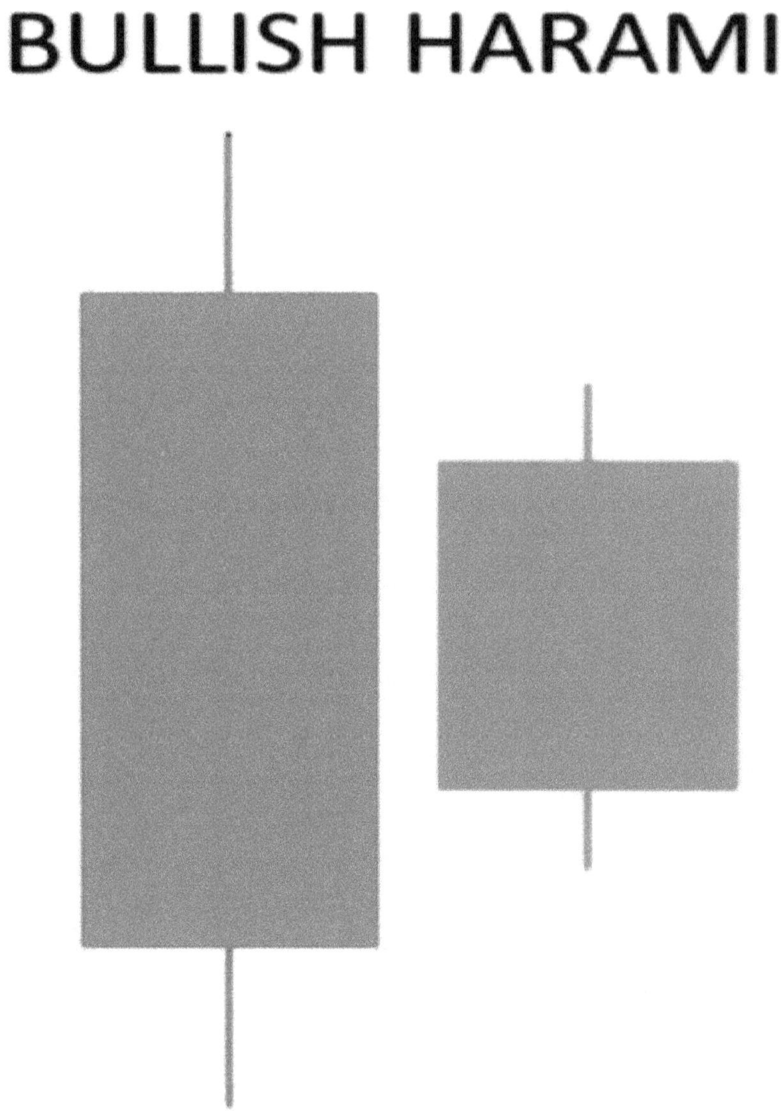

ಬುಲಿಷ್ ಹರಾಮಿ ಎರಡು-ಕ್ಯಾಂಡಲ್ ಸ್ಟಿಕ್ ಮಾದರಿಯಾಗಿದ್ದು, ಇದು ಆಗಾಗ್ಗೆ ಡೌನ್ ಟ್ರೆಂಡ್ ನಲ್ಲಿ ಸಂಭಾವ್ಯ ಹಿಮ್ಮುಖತೆಯನ್ನು ಸೂಚಿಸುತ್ತದೆ. ಈ ಮಾದರಿಯನ್ನು ಸಾಮಾನ್ಯವಾಗಿ ಕ್ಯಾಂಡಲ್ ಸ್ಟಿಕ್ ಚಾರ್ಟ್ ಗಳಲ್ಲಿ ಗಮನಿಸಲಾಗುತ್ತದೆ ಮತ್ತು ಇದು ಎರಡು ಮೇಣದಬತ್ತಿಗಳಿಂದ ರೂಪುಗೊಳ್ಳುತ್ತದೆ. ಅದು ಹೇಗೆ ಕಾಣುತ್ತದೆ ಎಂಬುದು ಇಲ್ಲಿದೆ:

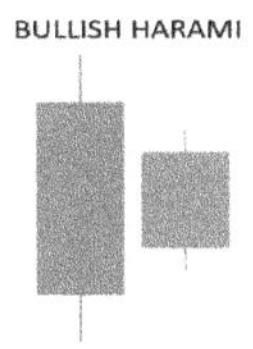

ಮೊದಲ ಮೇಣದಬತ್ತಿ: ಬೇರಿಷ್ ಕ್ಯಾಂಡಲ್ (ದಿನ 1): ಮೊದಲ ಮೇಣದಬತ್ತಿಯು ದೊಡ್ಡ ಬೇರಿಷ್ (ಕೆಳಮುಖ) ಮೇಣದಬತ್ತಿಯಾಗಿದ್ದು, ಇದು ಬಲವಾದ ಮಾರಾಟದ ಒತ್ತಡ ಮತ್ತು ಅಸ್ತಿತ್ವದಲ್ಲಿರುವ ಕುಸಿತದ ಮುಂದುವರಿಕೆಯನ್ನು ಸೂಚಿಸುತ್ತದೆ.

ಎರಡನೇ ಮೇಣದಬತ್ತಿ: ಬುಲಿಶ್ ಕ್ಯಾಂಡಲ್ (ದಿನ 2): ಎರಡನೇ ಮೇಣದಬತ್ತಿಯು ಸಣ್ಣ ಬುಲಿಶ್ (ಮೇಲಕ್ಕೆ) ಮೇಣದಬತ್ತಿಯಾಗಿದ್ದು, ಇದು ಮೊದಲ ಮೇಣದಬತ್ತಿಯ ವ್ಯಾಪ್ತಿಯಲ್ಲಿ ಸಂಪೂರ್ಣವಾಗಿ ಆವರಿಸಲ್ಪಟ್ಟಿದೆ. ಬೇರೆ ರೀತಿಯಲ್ಲಿ ಹೇಳುವುದಾದರೆ, ಎರಡನೇ ಮೇಣದಬತ್ತಿಯ ದೇಹವು ಸಂಪೂರ್ಣವಾಗಿ ಮೊದಲ ಮೇಣದಬತ್ತಿಯ ಉನ್ನತ ಮತ್ತು ಕಡಿಮೆ ವ್ಯಾಪ್ತಿಯಲ್ಲಿದೆ.

ಮೊದಲ ದಿನದಿಂದ ಮಾರಾಟದ ಒತ್ತಡವು ಬಲವನ್ನು ಕಳೆದುಕೊಳ್ಳುತ್ತಿದೆ ಮತ್ತು ಬುಲಿಷ್ ಹಿಮ್ಮುಖವಾಗುವ ಸಾಮರ್ಥ್ಯವಿದೆ ಎಂದು ಬುಲಿಷ್ ಹರಾಮಿ ಸೂಚಿಸುತ್ತದೆ. ಎರಡನೇ ಮೇಣದಬತ್ತಿಯ ಸಣ್ಣ ದೇಹವು ನಿರ್ಧಾರ ತೆಗೆದುಕೊಳ್ಳದಿರುವಿಕೆ ಮತ್ತು ಮಾರುಕಟ್ಟೆ ಭಾವನೆಯಲ್ಲಿ ಸಂಭವನೀಯ ಬದಲಾವಣೆಯನ್ನು ಸೂಚಿಸುತ್ತದೆ.

ಉದಾಹರಣೆ

ಸ್ಟಾಕ್ ಹೆಸರು: ಜಿಯೋ ಫೈನಾನ್ಸ್ . ಬುಲಿಷ್ ಹರಾಮಿ ಕ್ಯಾಂಡಲ್ ಸ್ಟಿಕ್ ಚಾರ್ಟ್ ಟ್ರೆಂಡ್ ನ ಕೆಳಭಾಗದಲ್ಲಿ ರೂಪುಗೊಂಡಿದೆ.

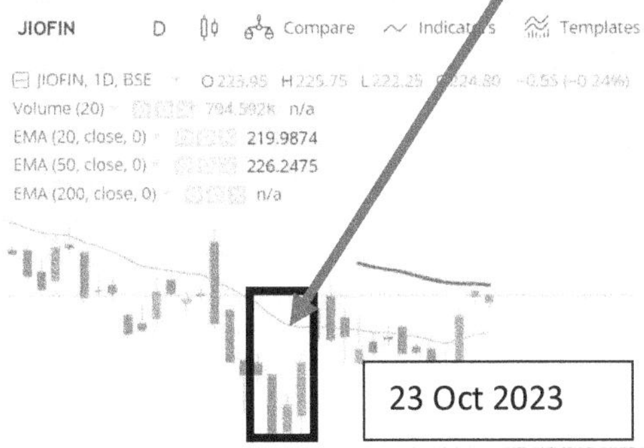

ಉದಾಹರಣೆ2

ಸ್ಟಾಕ್ ಹೆಸರು: ಹಿಂಡಾಲ್ಕೊ

1) ಟ್ರೆಂಡ್ ಡೌನ್ ಆಗಿತ್ತು.

2) ರೆಡ್ ಕ್ಯಾಂಡಲ್ ಗಾಗಿ RSI @ 30

3) ಕೆಂಪು ಮೇಣದಬತ್ತಿಯ ಪಕ್ಕದಲ್ಲಿ ಅಂತರದೊಂದಿಗೆ ರೂಪುಗೊಂಡ ಬುಲಿಷ್ ಹಸಿರು ಮೇಣದಬತ್ತಿ.

4) ಹಸಿರು ಮೇಣದಬತ್ತಿ ಕೆಂಪು ಮೇಣದಬತ್ತಿ ಬೆಲೆಗಿಂತ ಕೆಳಗಿದೆ.

ಉದಾಹರಣೆ3

ಸ್ಟಾಕ್ ಹೆಸರು: ಎಲ್ಐಸಿ

1) ಟ್ರೆಂಡ್ ಡೌನ್ ಆಗಿತ್ತು.

2) ರೆಡ್ ಕ್ಯಾಂಡಲ್ ಗಾಗಿ RSI @ 30

3) ಕೆಂಪು ಮೇಣದಬತ್ತಿಯ ಪಕ್ಕದಲ್ಲಿ ಅಂತರದೊಂದಿಗೆ ರೂಪುಗೊಂಡ ಬುಲಿಷ್ ಹಸಿರು ಮೇಣದಬತ್ತಿ.

4) ಹಸಿರು ಮೇಣದಬತ್ತಿ ಕೆಂಪು ಮೇಣದಬತ್ತಿ ಬೆಲೆಗಿಂತ ಕೆಳಗಿದೆ.

ಬೇರಿಷ್ ಹರಾಮಿ (Bearish Harami)

BEARISH HARAMI

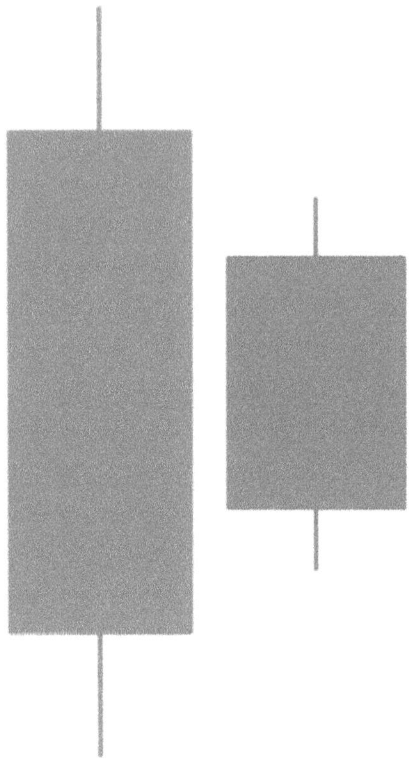

ಬೇರಿಷ್ ಹರಾಮಿ ಎರಡು-ಕ್ಯಾಂಡಲ್ ಸ್ಟಿಕ್ ಮಾದರಿಯಾಗಿದ್ದು, ಇದನ್ನು ಹೆಚ್ಚಾಗಿ ಕ್ಯಾಂಡಲ್ ಸ್ಟಿಕ್ ಚಾರ್ಟ್‌ಗಳಲ್ಲಿ ಕಾಣಬಹುದು. ಇದು ಸಾಮಾನ್ಯವಾಗಿ ಅಪ್ಟ್ರೆಂಡ್‌ನಲ್ಲಿ ಸಂಭಾವ್ಯ ಹಿಮ್ಮುಖತೆಯನ್ನು ಸೂಚಿಸುತ್ತದೆ. ಬೇರಿಷ್ ಹರಾಮಿ ಮಾದರಿ ಹೇಗೆ ರೂಪುಗೊಳ್ಳುತ್ತದೆ ಎಂಬುದು ಇಲ್ಲಿದೆ:

BEARISH HARAMI

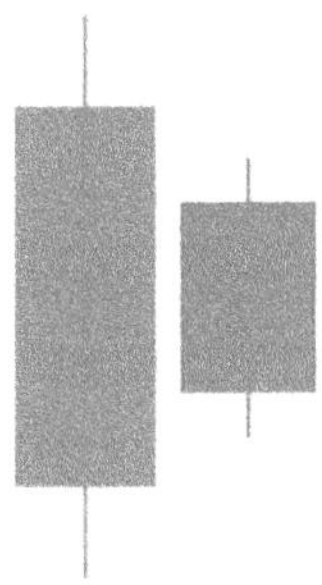

ಮೊದಲ ಕ್ಯಾಂಡಲ್ : ಬುಲಿಶ್ ಕ್ಯಾಂಡಲ್ (ದಿನ 1): ಮೊದಲ ಮೇಣದಬತ್ತಿ ದೊಡ್ಡ ಬುಲಿಶ್ (ಮೇಲಕ್ಕೆ) ಕ್ಯಾಂಡಲ್ ಸ್ಟಿಕ್ ಆಗಿದೆ, ಇದು ಬಲವಾದ ಖರೀದಿ ಒತ್ತಡ ಮತ್ತು ಅಸ್ತಿತ್ವದಲ್ಲಿರುವ ಏರಿಳಿತದ ಮುಂದುವರಿಕೆಯನ್ನು ಸೂಚಿಸುತ್ತದೆ.

ಎರಡನೇ ಮೇಣದಬತ್ತಿ: ಬೇರಿಷ್ ಕ್ಯಾಂಡಲ್ (ದಿನ 2): ಎರಡನೇ ಮೇಣದಬತ್ತಿಯು ಸಣ್ಣ ಬೇರಿಷ್ (ಕೆಳಮುಖ) ಮೇಣದಬತ್ತಿಯಾಗಿದ್ದು, ಇದು ಮೊದಲ ಮೇಣದಬತ್ತಿಯ ವ್ಯಾಪ್ತಿಯಲ್ಲಿ ಸಂಪೂರ್ಣವಾಗಿ ಆವರಿಸಲ್ಪಟ್ಟಿದೆ. ಎರಡನೇ ಮೇಣದಬತ್ತಿಯ ದೇಹವು ಸಂಪೂರ್ಣವಾಗಿ ಮೊದಲ ಮೇಣದಬತ್ತಿಯ ಉನ್ನತ ಮತ್ತು ಕಡಿಮೆ ವ್ಯಾಪ್ತಿಯಲ್ಲಿದೆ.

ಮೊದಲ ದಿನದಿಂದ ಖರೀದಿಯ ಒತ್ತಡವು ಬಲವನ್ನು ಕಳೆದುಕೊಳ್ಳುತ್ತಿದೆ ಮತ್ತು ಮಂದಗತಿಯ ಹಿಮ್ಮುಖವಾಗುವ ಸಾಧ್ಯತೆಯಿದೆ ಎಂದು ಬೇರಿಷ್ ಹರಾಮಿ ಸೂಚಿಸುತ್ತದೆ. ಎರಡನೇ ಮೇಣದಬತ್ತಿಯ ಸಣ್ಣ ದೇಹವು ನಿರ್ಧಾರ ತೆಗೆದುಕೊಳ್ಳದಿರುವಿಕೆ ಮತ್ತು ಮಾರುಕಟ್ಟೆ ಭಾವನೆಯಲ್ಲಿ ಸಂಭವನೀಯ ಬದಲಾವಣೆಯನ್ನು ಸೂಚಿಸುತ್ತದೆ.

ಉದಾಹರಣೆ:

ಸ್ಟಾಕ್ ಹೆಸರು: MSUMI

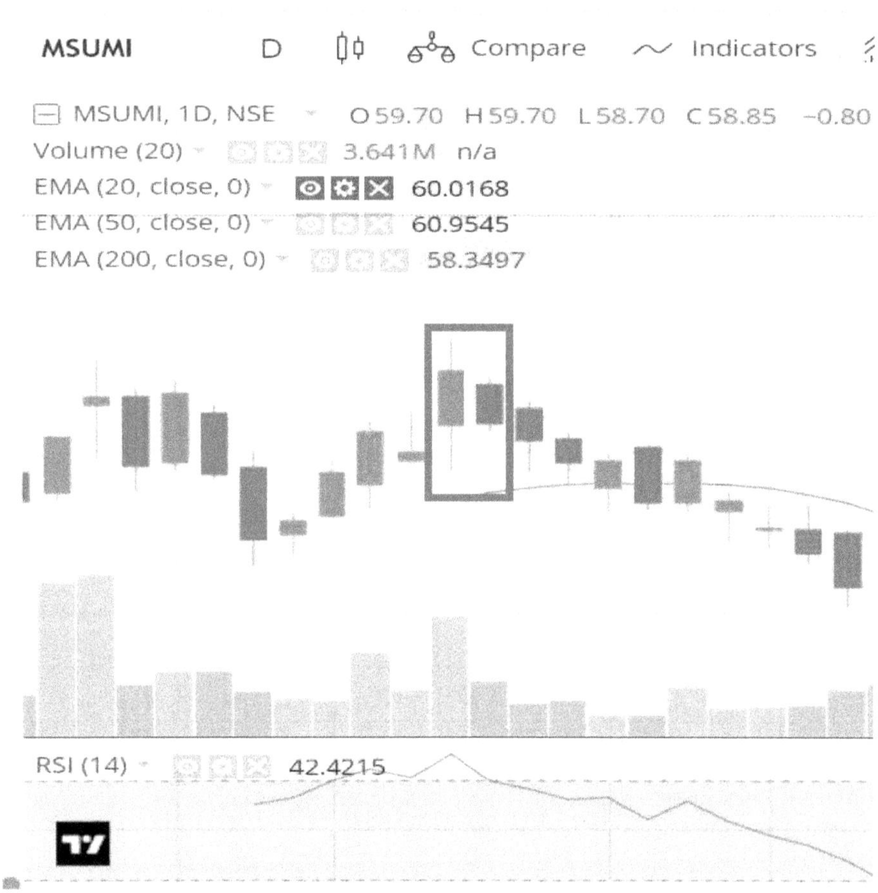

1) ಟ್ರೆಂಡ್ ಡೌನ್ ಆಗಿತ್ತು.
2) ರೆಡ್ ಕ್ಯಾಂಡಲ್ ಗಾಗಿ RSI @ 70
3) ಕೆಂಪು ಮೇಣದಬತ್ತಿಯ ಪಕ್ಕದಲ್ಲಿ ಅಂತರದೊಂದಿಗೆ ರೂಪುಗೊಂಡ ಬುಲಿಷ್ ಹಸಿರು ಮೇಣದಬತ್ತಿ.
4) ಹಸಿರು ಮೇಣದಬತ್ತಿ ಕೆಂಪು ಮೇಣದಬತ್ತಿ ಬೆಲೆಗಿಂತ ಕೆಳಗಿದೆ.

ಉದಾಹರಣೆ2

ಸ್ಟಾಕ್ ಹೆಸರು: SAIL

1) ಪ್ರವೃತ್ತಿ ಮೇಲುಗೈ ಸಾಧಿಸಿತ್ತು.

2) ಹಸಿರು ಕ್ಯಾಂಡಲ್ ಗಾಗಿ RSI @ 70

3) ಹಸಿರು ಮೇಣದಬತ್ತಿಯ ಪಕ್ಕದಲ್ಲಿ ಬೇರಿಷ್ ಹಸಿರು ಮೇಣದಬತ್ತಿ ರೂಪುಗೊಳ್ಳುತ್ತದೆ.

4) ಹಸಿರು ಮೇಣದಬತ್ತಿಯ ಬೆಲೆಗಿಂತ ಕೆಂಪು ಮೇಣದಬತ್ತಿಯ ಅಂತರವನ್ನು ತೆರೆಯಲಾಯಿತು ಮತ್ತು ಮುಚ್ಚಲಾಯಿತು.

ಉದಾಹರಣೆ3

ಸ್ಟಾಕ್ ಹೆಸರು: ಹಿಂಡಾಲ್ಕೊ

1) ಪ್ರವೃತ್ತಿಯು ಮೇಲ್ಮಾಗದಲ್ಲಿತ್ತು.

2) ಹಸಿರು ಕ್ಯಾಂಡಲ್ ಗಾಗಿ RSI @ 70

3) ಹಸಿರು ಮೇಣದಬತ್ತಿಯ ಪಕ್ಕದಲ್ಲಿ ಬೇರಿಷ್ ಹಸಿರು ಮೇಣದಬತ್ತಿ ರೂಪುಗೊಳ್ಳುತ್ತದೆ.

4) ಹಸಿರು ಮೇಣದಬತ್ತಿಯ ಬೆಲೆಗಿಂತ ಕೆಂಪು ಮೇಣದಬತ್ತಿಯ ಅಂತರವನ್ನು ತೆರೆಯಲಾಯಿತು ಮತ್ತು ಮುಚ್ಚಲಾಯಿತು.

ಬೆಳಗಿನ ನಕ್ಷತ್ರ (Morning Star)

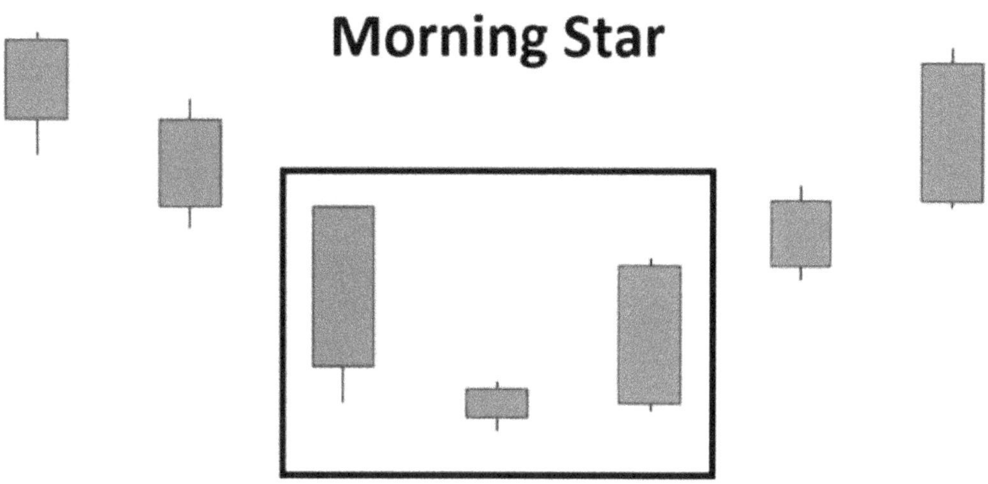

ಮಾರ್ನಿಂಗ್ ಸ್ಟಾರ್ ಎಂಬುದು ಬುಲಿಶ್ ಕ್ಯಾಂಡಲ್ ಸ್ಟಿಕ್ ಮಾದರಿಯಾಗಿದ್ದು, ಇದು ಆಗಾಗ್ಗೆ ಡೌನ್ ಟ್ರೆಂಡ್ ನಲ್ಲಿ ಸಂಭಾವ್ಯ ಹಿಮ್ಮುಖತೆಯನ್ನು ಸೂಚಿಸುತ್ತದೆ. ಇದು ಸಾಮಾನ್ಯವಾಗಿ ಮೂರು ಮೇಣದಬತ್ತಿಗಳನ್ನು ಹೊಂದಿರುತ್ತದೆ ಮತ್ತು ಇದನ್ನು ಈ ಕೆಳಗಿನ ಗುಣಲಕ್ಷಣಗಳಿಂದ ಗುರುತಿಸಲಾಗುತ್ತದೆ:

ಮೊದಲ ಕ್ಯಾಂಡಲ್ (ಬೇರಿಷ್): ಈ ಮಾದರಿಯು ಉದ್ದನೆಯ ಬೇರಿಷ್ ಮೇಣದಬತ್ತಿಯೊಂದಿಗೆ ಪ್ರಾರಂಭವಾಗುತ್ತದೆ, ಇದು ಬಲವಾದ ಮಾರಾಟದ ಒತ್ತಡವನ್ನು ಸೂಚಿಸುತ್ತದೆ.

ಎರಡನೇ ಮೇಣದಬತ್ತಿ (ನಿರ್ಧಾರ ತೆಗೆದುಕೊಳ್ಳದಿರುವಿಕೆ): ಎರಡನೇ ಮೇಣದಬತ್ತಿಯು ಸಣ್ಣ ದೇಹದ ಮೇಣದಬತ್ತಿಯಾಗಿದ್ದು, ಮೊದಲ ಮೇಣದಬತ್ತಿಯಿಂದ ಕೆಳಗೆ ಅಂತರವನ್ನು ಹೊಂದಿದೆ. ಈ ಮೇಣದಬತ್ತಿಯು ಮಾರುಕಟ್ಟೆಯಲ್ಲಿ ನಿರ್ಧಾರ ತೆಗೆದುಕೊಳ್ಳದಿರುವಿಕೆಯನ್ನು ಪ್ರತಿನಿಧಿಸುತ್ತದೆ ಮತ್ತು ಮಂದಗತಿಯ ಪ್ರವೃತ್ತಿಯನ್ನು ದುರ್ಬಲಗೊಳಿಸುತ್ತದೆ.

ಮೂರನೇ ಮೇಣದಬತ್ತಿ (ಬುಲಿಷ್): ಮೊದಲ ಮೇಣದಬತ್ತಿಯ ದೇಹದ ಮಧ್ಯಭಾಗದ ಮೇಲೆ ಮುಚ್ಚುವ ಉದ್ದನೆಯ ಬುಲಿಷ್ ಮೇಣದಬತ್ತಿಯೊಂದಿಗೆ ಮಾದರಿ ಕೊನೆಗೊಳ್ಳುತ್ತದೆ. ಈ ಮೇಣದಬತ್ತಿಯು ಭಾವನೆಯು ಮಂದಗತಿಯಿಂದ ಬುಲಿಷ್ ಗೆ ಬದಲಾಗುವುದನ್ನು ಸೂಚಿಸುತ್ತದೆ ಮತ್ತು ಖರೀದಿದಾರರು ನಿಯಂತ್ರಣವನ್ನು ಪಡೆಯುತ್ತಿದ್ದಾರೆ ಎಂದು ಸೂಚಿಸುತ್ತದೆ.

ಮಾರ್ನಿಂಗ್ ಸ್ಟಾರ್ ಮಾದರಿಯನ್ನು ಡೌನ್ ಟ್ರೆಂಡ್ ನಂತರ ಕಾಣಿಸಿಕೊಂಡಾಗ ವಿಶ್ವಾಸಾರ್ಹ ಸಂಕೇತವೆಂದು ಪರಿಗಣಿಸಲಾಗುತ್ತದೆ ಏಕೆಂದರೆ ಇದು ಮಾರಾಟದ ಒತ್ತಡವು ಬಲವನ್ನು ಕಳೆದುಕೊಳ್ಳುತ್ತಿದೆ ಮತ್ತು ಅಪ್ ಟ್ರೆಂಡ್ ಗೆ ಹಿಮ್ಮುಖವಾಗಬಹುದು ಎಂದು ಸೂಚಿಸುತ್ತದೆ. ವ್ಯಾಪಾರಿಗಳು ಸಾಮಾನ್ಯವಾಗಿ ಈ ಮಾದರಿಯನ್ನು ಖರೀದಿ ಸಂಕೇತವಾಗಿ ಬಳಸುತ್ತಾರೆ, ವಿಶೇಷವಾಗಿ ಇತರ ತಾಂತ್ರಿಕ ಸೂಚಕಗಳು ಅಥವಾ ಚಾರ್ಟ್ ಮಾದರಿಗಳಿಂದ ದೃಢೀಕರಿಸಿದಾಗ.

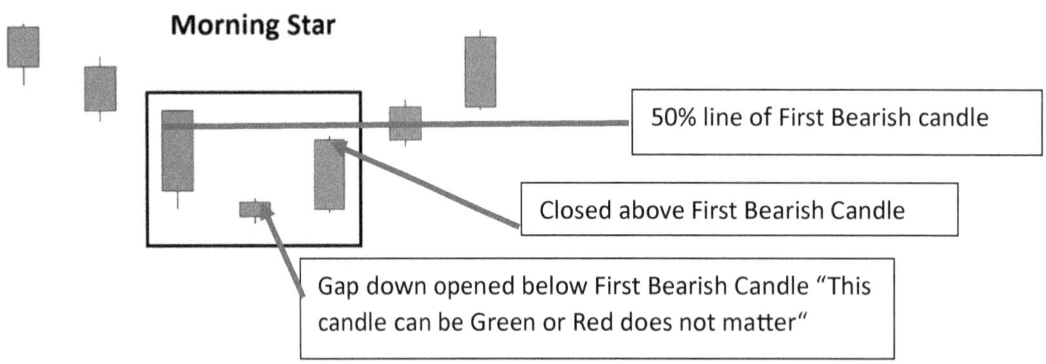

ಮಾರ್ನಿಂಗ್ ಸ್ಟಾರ್ ಎಂಬುದು ಬುಲಿಶ್ ಕ್ಯಾಂಡಲ್ ಸ್ಟಿಕ್ ಮಾದರಿಯಾಗಿದ್ದು, ಇದು ಆಗಾಗ್ಗೆ ಡೌನ್ ಟ್ರೆಂಡ್ ನಲ್ಲಿ ಸಂಭಾವ್ಯ ಹಿಮ್ಮುಖತೆಯನ್ನು ಸೂಚಿಸುತ್ತದೆ. ಇದು ಸಾಮಾನ್ಯವಾಗಿ ಮೂರು ಮೇಣದಬತ್ತಿಗಳನ್ನು ಹೊಂದಿರುತ್ತದೆ ಮತ್ತು ಇದನ್ನು ಈ ಕೆಳಗಿನ ಗುಣಲಕ್ಷಣಗಳಿಂದ ಗುರುತಿಸಲಾಗುತ್ತದೆ:

ಮೊದಲ ಕ್ಯಾಂಡಲ್ (ಬೇರಿಷ್): ಈ ಮಾದರಿಯು ಉದ್ದನೆಯ ಬೇರಿಷ್ ಮೇಣದಬತ್ತಿಯೊಂದಿಗೆ ಪ್ರಾರಂಭವಾಗುತ್ತದೆ, ಇದು ಬಲವಾದ ಮಾರಾಟದ ಒತ್ತಡವನ್ನು ಸೂಚಿಸುತ್ತದೆ.

ಎರಡನೇ ಮೇಣದಬತ್ತಿ (ನಿರ್ಧಾರ ತೆಗೆದುಕೊಳ್ಳದಿರುವಿಕೆ): ಎರಡನೇ ಮೇಣದಬತ್ತಿಯು ಸಣ್ಣ ದೇಹದ ಮೇಣದಬತ್ತಿಯಾಗಿದ್ದು, ಮೊದಲ ಮೇಣದಬತ್ತಿಯಿಂದ ಕೆಳಗೆ ಅಂತರವನ್ನು ಹೊಂದಿದೆ. ಈ ಮೇಣದಬತ್ತಿಯು ಮಾರುಕಟ್ಟೆಯಲ್ಲಿ ನಿರ್ಧಾರ ತೆಗೆದುಕೊಳ್ಳದಿರುವಿಕೆಯನ್ನು ಪ್ರತಿನಿಧಿಸುತ್ತದೆ ಮತ್ತು ಮಂದಗತಿಯ ಪ್ರವೃತ್ತಿಯನ್ನು ದುರ್ಬಲಗೊಳಿಸುತ್ತದೆ.

ಮೂರನೇ ಮೇಣದಬತ್ತಿ (ಬುಲಿಷ್): ಮೊದಲ ಮೇಣದಬತ್ತಿಯ ದೇಹದ ಮಧ್ಯಭಾಗದ ಮೇಲೆ ಮುಚ್ಚುವ ಉದ್ದನೆಯ ಬುಲಿಷ್ ಮೇಣದಬತ್ತಿಯೊಂದಿಗೆ ಮಾದರಿ ಕೊನೆಗೊಳ್ಳುತ್ತದೆ. ಈ ಮೇಣದಬತ್ತಿಯು ಭಾವನೆಯು ಮಂದಗತಿಯಿಂದ ಬುಲಿಷ್ ಗೆ ಬದಲಾಗುವುದನ್ನು ಸೂಚಿಸುತ್ತದೆ ಮತ್ತು ಖರೀದಿದಾರರು ನಿಯಂತ್ರಣವನ್ನು ಪಡೆಯುತ್ತಿದ್ದಾರೆ ಎಂದು ಸೂಚಿಸುತ್ತದೆ.

ಮಾರ್ನಿಂಗ್ ಸ್ಟಾರ್ ಮಾದರಿಯನ್ನು ಡೌನ್ ಟ್ರೆಂಡ್ ನಂತರ ಕಾಣಿಸಿಕೊಂಡಾಗ ವಿಶ್ವಾಸಾರ್ಹ ಸಂಕೇತವೆಂದು ಪರಿಗಣಿಸಲಾಗುತ್ತದೆ ಏಕೆಂದರೆ ಇದು ಮಾರಾಟದ ಒತ್ತಡವು ಬಲವನ್ನು ಕಳೆದುಕೊಳ್ಳುತ್ತಿದೆ ಮತ್ತು ಅಪ್ ಟ್ರೆಂಡ್ ಗೆ ಹಿಮ್ಮುಖವಾಗಬಹುದು ಎಂದು ಸೂಚಿಸುತ್ತದೆ. ವ್ಯಾಪಾರಿಗಳು ಸಾಮಾನ್ಯವಾಗಿ ಈ ಮಾದರಿಯನ್ನು ಖರೀದಿ ಸಂಕೇತವಾಗಿ ಬಳಸುತ್ತಾರೆ, ವಿಶೇಷವಾಗಿ ಇತರ ತಾಂತ್ರಿಕ ಸೂಚಕಗಳು ಅಥವಾ ಚಾರ್ಟ್ ಮಾದರಿಗಳಿಂದ ದೃಢೀಕರಿಸಿದಾಗ.

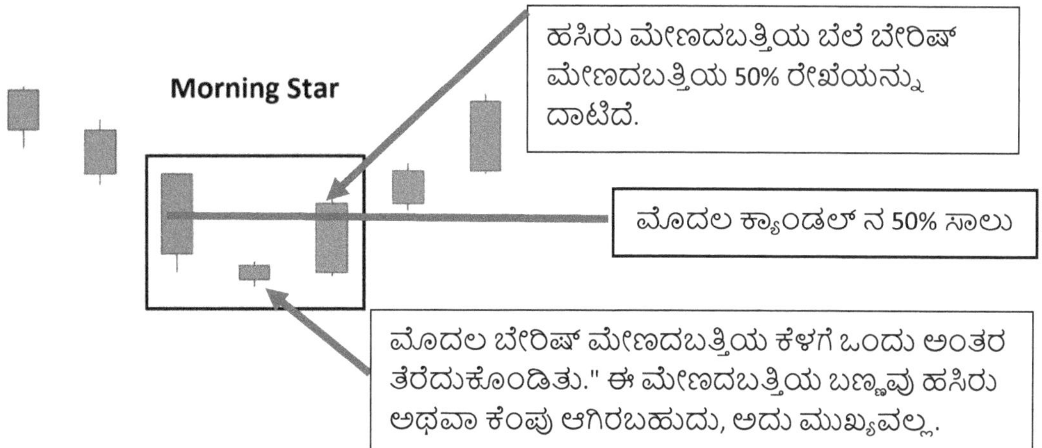

ಉದಾಹರಣೆ 1

ಸ್ಟಾಕ್ ಹೆಸರು: ರಿಲಯನ್ಸ್

ವೀಕ್ಷಣೆಯ ದಿನಾಂಕ : 8ನೇ ಮಾರ್ಚ್ 2022

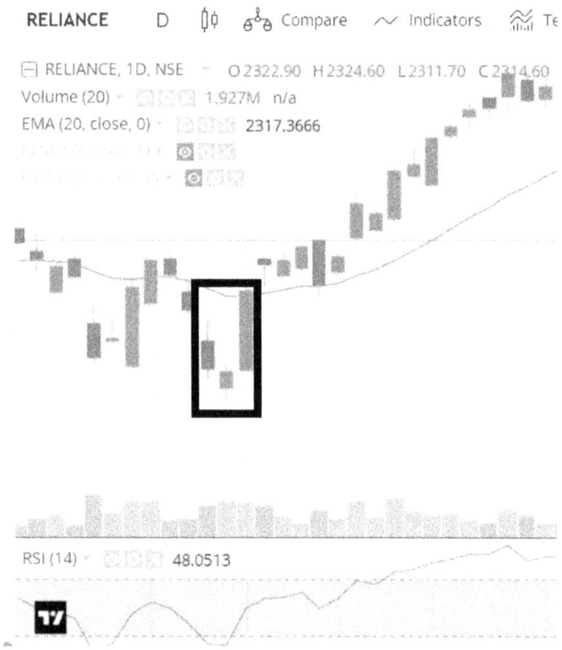

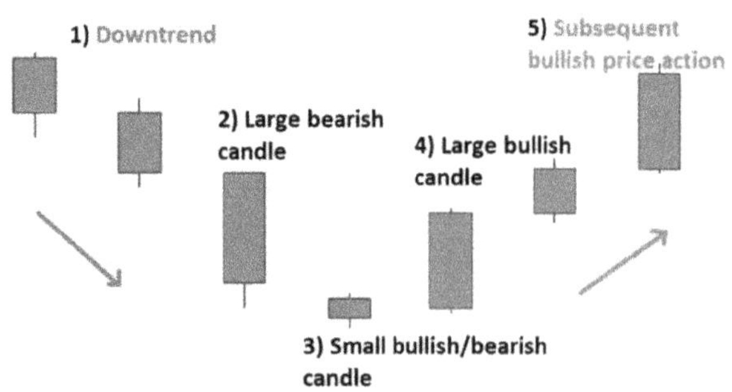

ಉದಾಹರಣೆ 2

ಸ್ಟಾಕ್ ಹೆಸರು: ಹಿಂದೂಸ್ತಾನ್ ಪೆಟ್ರೋಲಿಯಂ

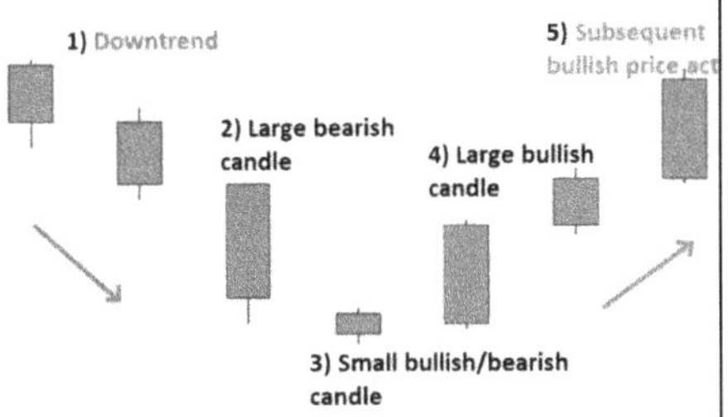

1) ಮಾರ್ನಿಂಗ್ ಸ್ಟಾರ್ ಕ್ಯಾಂಡಲ್ ಸ್ಟಿಕ್ ಮಾದರಿಯು ಪ್ರವೃತ್ತಿಯ ಕೆಳಗೆ ರೂಪುಗೊಂಡಿತು.

2) 1 ನೇ ಕ್ಯಾಂಡಲ್ ಬೇರಿಷ್ ಆಗಿದೆ

3) 2 ನೇ ಮೇಣದಬತ್ತಿ ಅಂತರವನ್ನು ತೆರೆಯಿತು

4) 3 ನೇ ಮೇಣದಬತ್ತಿ 1 ನೇ ಮೇಣದಬತ್ತಿಗಿಂತ 50% ದಾಟಿದೆ.

5) RSI @ 30 ಮಟ್ಟ.

6) ಈ ಮಾದರಿಯ ನಂತರ ಮೇಲ್ಮುಖ ಪ್ರವೃತ್ತಿ ಪ್ರಾರಂಭವಾಯಿತು

ಉದಾಹರಣೆ 3

ಸ್ಟಾಕ್ ಹೆಸರು: ವಿಪ್ರೋ

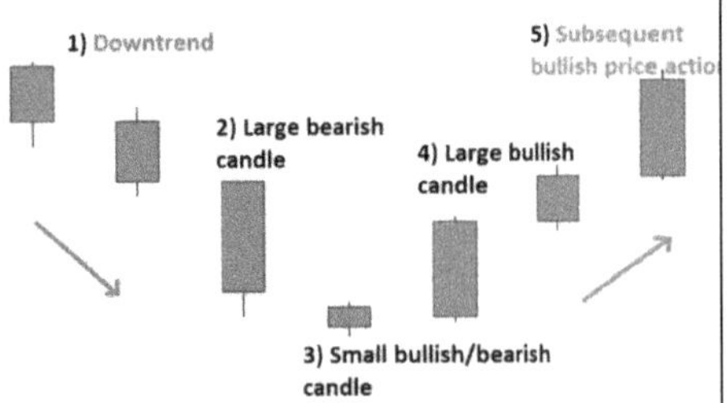

1) ಮಾರ್ನಿಂಗ್ ಸ್ಟಾರ್ ಕ್ಯಾಂಡಲ್ ಸ್ಟಿಕ್ ಮಾದರಿಯು ಪ್ರವೃತ್ತಿಯ ಕೆಳಗೆ ರೂಪುಗೊಂಡಿತು.
2) 1 ನೇ ಕ್ಯಾಂಡಲ್ ಬೇರಿಷ್ ಆಗಿದೆ
3) 2 ನೇ ಮೇಣದಬತ್ತಿ ಅಂತರವನ್ನು ತೆರೆಯಿತು
4) 3 ನೇ ಕ್ಯಾಂಡಲ್ 1 ನೇ ಮೇಣದಬತ್ತಿಯ ಮೇಲೆ 50% ಮುಚ್ಚಿದೆ.
5) RSI @ 30 ಮಟ್ಟ.
6) ಈ ಮಾದರಿಯ ನಂತರ ಮೇಲ್ಮುಖ ಪ್ರವೃತ್ತಿ ಪ್ರಾರಂಭವಾಯಿತು

ಸಂಜೆ ನಕ್ಷತ್ರ (Evening Star)

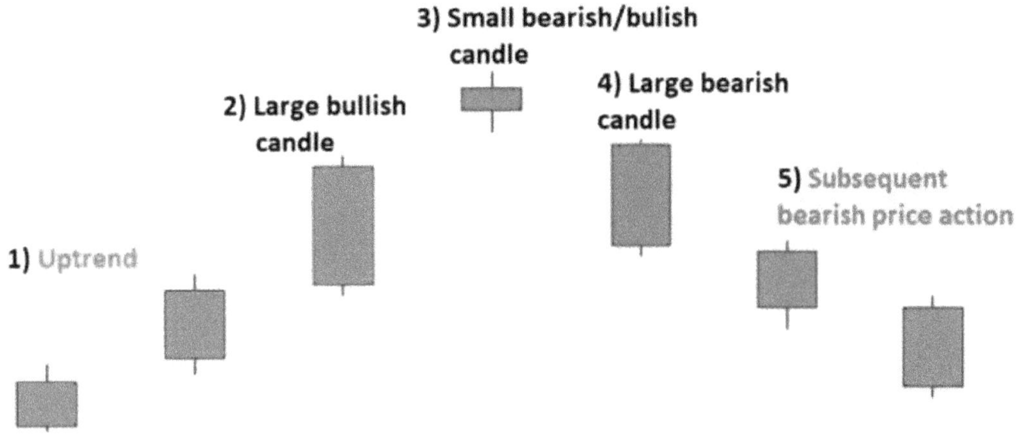

"ಸಂಜೆ ನಕ್ಷತ್ರ" ಒಂದು ನಿರ್ದಿಷ್ಟ ಕ್ಯಾಂಡಲ್ ಸ್ಟಿಕ್ ಮಾದರಿಯನ್ನು ಸೂಚಿಸುತ್ತದೆ. ಕ್ಯಾಂಡಲ್ ಸ್ಟಿಕ್ ಮಾದರಿಗಳು ಹಣಕಾಸು ಮಾರುಕಟ್ಟೆಗಳಲ್ಲಿನ ಬೆಲೆ ಚಲನೆಗಳ ದೃಶ್ಯ ನಿರೂಪಣೆಗಳಾಗಿವೆ, ಮತ್ತು ಭವಿಷ್ಯದ ಬೆಲೆ ಚಲನೆಗಳನ್ನು ವಿಶ್ಲೇಷಿಸಲು ಮತ್ತು ಊಹಿಸಲು ವ್ಯಾಪಾರಿಗಳು ಅವುಗಳನ್ನು ವ್ಯಾಪಕವಾಗಿ ಬಳಸುತ್ತಾರೆ.

ಸಂಜೆ ನಕ್ಷತ್ರವು ಮಂದಗತಿಯ ಹಿಮ್ಮುಖ ಮಾದರಿಯಾಗಿದ್ದು, ಇದು ಸಾಮಾನ್ಯವಾಗಿ ಅಪ್ಟ್ರೆಂಡ್ನ ಕೊನೆಯಲ್ಲಿ ಸಂಭವಿಸುತ್ತದೆ, ಇದು ಸಂಭಾವ್ಯ ಪ್ರವೃತ್ತಿ ಹಿಮ್ಮುಖವನ್ನು ಸೂಚಿಸುತ್ತದೆ. ಈ ಮಾದರಿಯು ಒಂದು ನಿರ್ದಿಷ್ಟ ಅನುಕ್ರಮದಲ್ಲಿ ಜೋಡಿಸಲಾದ ಮೂರು ಮೇಣದಬತ್ತಿಗಳನ್ನು ಒಳಗೊಂಡಿದೆ:

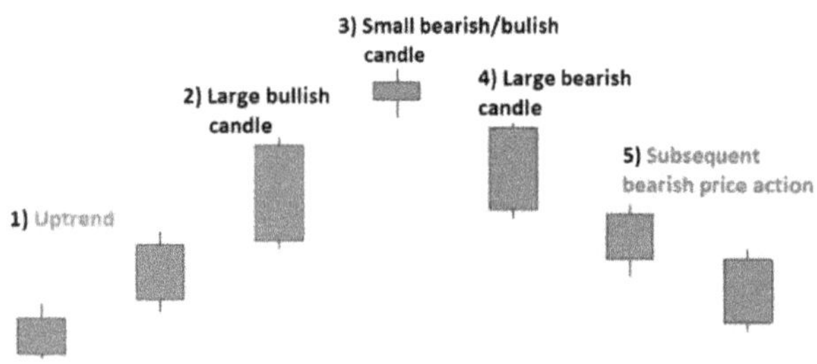

ಮೊದಲ ಮೇಣದಬತ್ತಿ (ಬುಲಿಷ್): ಮೊದಲ ಮೇಣದಬತ್ತಿಯು ದೊಡ್ಡ ಬುಲಿಶ್ (ಮೇಲಕ್ಕೆ) ಮೇಣದಬತ್ತಿಯಾಗಿದ್ದು, ಖರೀದಿದಾರರು ನಿಯಂತ್ರಣದಲ್ಲಿದ್ದಾರೆ ಮತ್ತು ಮಾರುಕಟ್ಟೆಯು ಉನ್ನತ ಪ್ರವೃತ್ತಿಯಲ್ಲಿದೆ ಎಂದು ಸೂಚಿಸುತ್ತದೆ.

ಎರಡನೇ ಮೇಣದಬತ್ತಿ (ನಿರ್ಧಾರ ತೆಗೆದುಕೊಳ್ಳದಿರುವಿಕೆ ಅಥವಾ ಪರಿವರ್ತನೆ): ಎರಡನೇ ಮೇಣದಬತ್ತಿಯು ಸಣ್ಣ ದೇಹವನ್ನು ಹೊಂದಿರುವ ಸಣ್ಣ ಮೇಣದಬತ್ತಿಯಾಗಿದೆ, ಮತ್ತು ಅದು ಬುಲಿಷ್ ಅಥವಾ ಬೇರಿಷ್ ಆಗಿರಬಹುದು. ಈ ಮೇಣದಬತ್ತಿಯು ಮಾರುಕಟ್ಟೆಯ ನಿರ್ಧಾರದ ಅವಧಿಯನ್ನು ಅಥವಾ ಆವೇಗದಲ್ಲಿ ಸಂಭಾವ್ಯ ಬದಲಾವಣೆಯನ್ನು ಪ್ರತಿನಿಧಿಸುತ್ತದೆ.

ಮೂರನೇ ಮೇಣದಬತ್ತಿ (ಬೇರಿಷ್): ಮೂರನೇ ಮೇಣದಬತ್ತಿಯು ದೊಡ್ಡ ಬೇರಿಷ್ (ಕೆಳಮುಖ) ಮೇಣದಬತ್ತಿಯಾಗಿದ್ದು, ಮಾರಾಟಗಾರರು ನಿಯಂತ್ರಣವನ್ನು ತೆಗೆದುಕೊಂಡಿದ್ದಾರೆ ಎಂದು ಸೂಚಿಸುತ್ತದೆ, ಮತ್ತು ಪ್ರವೃತ್ತಿಯಲ್ಲಿ ಹಿಮ್ಮುಖವಾಗಬಹುದು. ಈ ಮೇಣದಬತ್ತಿಯ ಮುಚ್ಚುವಿಕೆಯು ಮೊದಲ ಮೇಣದಬತ್ತಿಯ ತೆರೆಯುವಿಕೆಗಿಂತ ಗಮನಾರ್ಹವಾಗಿ ಕಡಿಮೆಯಾಗಿದೆ.

ಮೊದಲ ಮೇಣದಬತ್ತಿಯಿಂದ ಖರೀದಿಸುವ ಒತ್ತಡವು ಶಕ್ತಿಯನ್ನು ಕಳೆದುಕೊಳ್ಳುತ್ತಿದೆ ಮತ್ತು ಹಿಮ್ಮುಖವಾಗಬಹುದು ಎಂದು ಸಂಜೆ ನಕ್ಷತ್ರ ಮಾದರಿ ಸೂಚಿಸುತ್ತದೆ. ಕ್ಯಾಂಡಲ್ ಸ್ಟಿಕ್ ಮಾದರಿಗಳನ್ನು ಮಾತ್ರ ಆಧರಿಸಿ ವ್ಯಾಪಾರ ನಿರ್ಧಾರಗಳನ್ನು ತೆಗೆದುಕೊಳ್ಳುವ ಮೊದಲು ವ್ಯಾಪಾರಿಗಳು ಇತರ ತಾಂತ್ರಿಕ ಸೂಚಕಗಳು ಮತ್ತು ದೃಢೀಕರಣ ಸಂಕೇತಗಳನ್ನು ಪರಿಗಣಿಸುವುದು ಮುಖ್ಯ.

ಉದಾಹರಣೆ 1

ಸ್ಟಾಕ್ ಹೆಸರು: ವಿಪ್ರೋ

1) ಸಂಜೆ ನಕ್ಷತ್ರ ಕ್ಯಾಂಡಲ್ ಸ್ಟಿಕ್ ಮಾದರಿ ಟ್ರೆಂಡ್ ನಲ್ಲಿ ಅಗ್ರಸ್ಥಾನದಲ್ಲಿದೆ.

2) 1 ನೇ ಮೇಣದಬತ್ತಿ ಬುಲಿಷ್ ಆಗಿದೆ

3) 2 ನೇ ಮೇಣದಬತ್ತಿ ಅಂತರವನ್ನು ತೆರೆಯಿತು

4) 3 ನೇ ಮೇಣದಬತ್ತಿ 1 ನೇ ಮೇಣದಬತ್ತಿಯ ಕೆಳಗೆ 50% ದಾಟಿದೆ..

5) RSI @ 70 ಮಟ್ಟ.

6) ಈ ಮಾದರಿಯ ನಂತರ ಡೌನ್ ಟ್ರೆಂಡ್ ಪ್ರಾರಂಭವಾಯಿತು

ಉದಾಹರಣೆ 2

ಸ್ಟಾಕ್ ಹೆಸರು: ITC

1) ಸಂಜೆ ನಕ್ಷತ್ರ ಕ್ಯಾಂಡಲ್ ಸ್ಟಿಕ್ ಮಾದರಿ ಟ್ರೆಂಡ್ ನಲ್ಲಿ ಅಗ್ರಸ್ಥಾನದಲ್ಲಿದೆ.

2) 1 ನೇ ಮೇಣದಬತ್ತಿ ಬುಲಿಷ್ ಆಗಿದೆ

3) 2 ನೇ ಮೇಣದಬತ್ತಿ ಅಂತರವನ್ನು ತೆರೆಯಿತು

4) 3 ನೇ ಮೇಣದಬತ್ತಿ 1 ನೇ ಮೇಣದಬತ್ತಿಗಿಂತ 50% ದಾಟಿದೆ.

5) RSI @ 70 ಮಟ್ಟ.

6) ಈ ಮಾದರಿಯ ನಂತರ ಡೌನ್ ಟ್ರೆಂಡ್ ಪ್ರಾರಂಭವಾಯಿತು

ಉದಾಹರಣೆ 3

ಸ್ಟಾಕ್ ಹೆಸರು: ಆರತಿ ಇಂಡಸ್ಟ್ರೀಸ್ ಲಿಮಿಟೆಡ್.

1) ಸಂಜೆ ನಕ್ಷತ್ರ ಕ್ಯಾಂಡಲ್ ಸ್ಟಿಕ್ ಮಾದರಿ ಟ್ರೆಂಡ್ ನಲ್ಲಿ ಅಗ್ರಸ್ಥಾನದಲ್ಲಿದೆ.

2) 1 ನೇ ಮೇಣದಬತ್ತಿ ಬುಲಿಷ್ ಆಗಿದೆ

3) 2 ನೇ ಮೇಣದಬತ್ತಿ ಅಂತರವನ್ನು ತೆರೆಯಿತು

4) 3 ನೇ ಮೇಣದಬತ್ತಿ 1 ನೇ ಮೇಣದಬತ್ತಿಗಿಂತ 50% ದಾಟಿದೆ.

5) RSI @ 70 ಮಟ್ಟ.

ಮಾದರಿಯ ಡೌನ್ ಟ್ರೆಂಡ್ ಪ್ರಾರಂಭವಾಯಿತು

Chart pattern

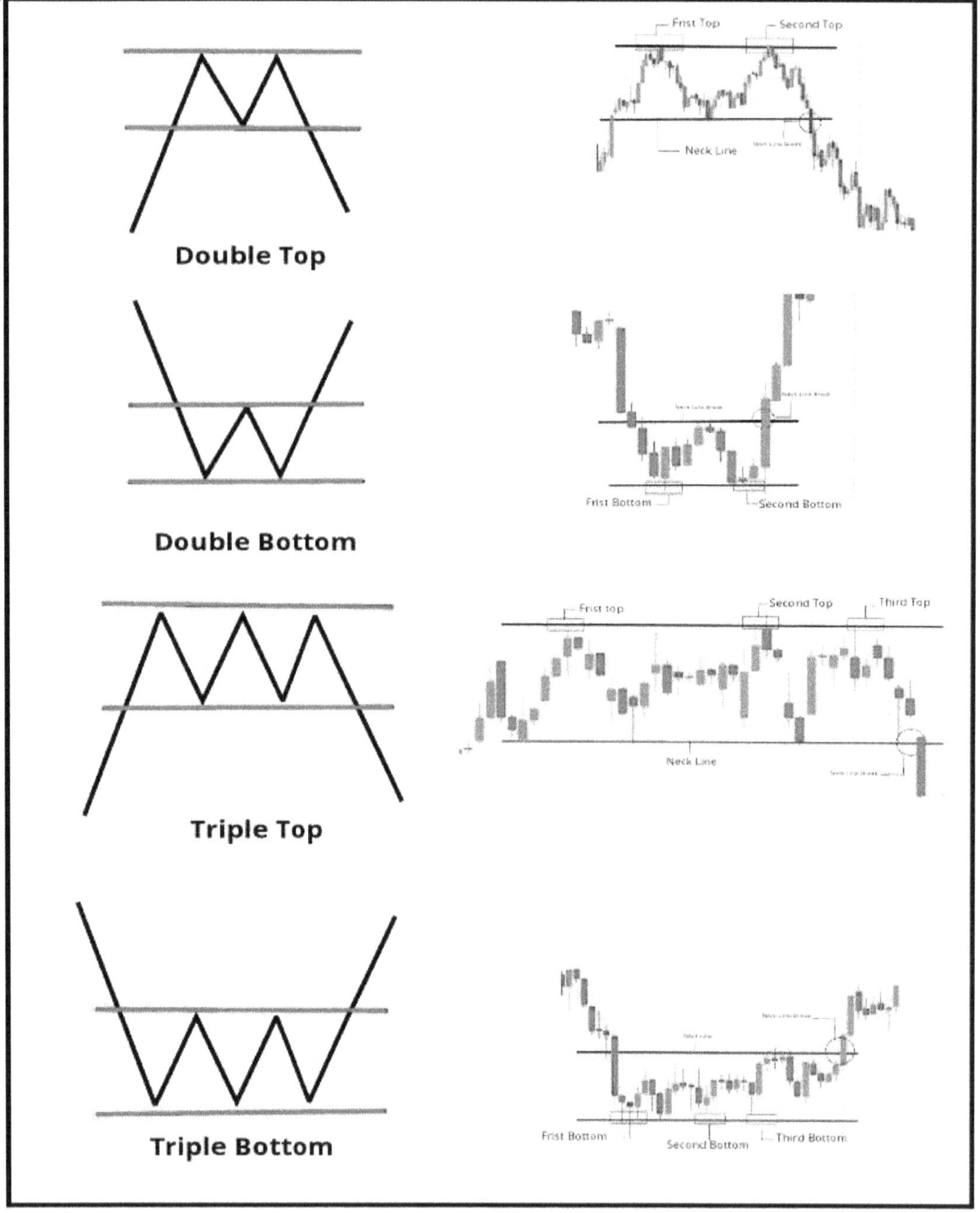

ಅಧ್ಯಾಯ – 20

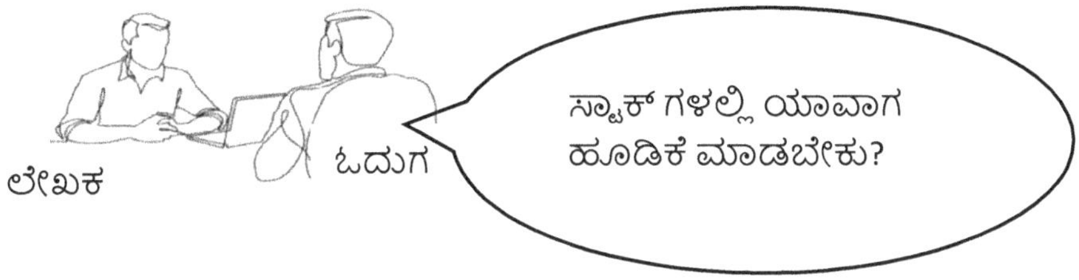

ಅಲ್ಪಾವಧಿ ಹೂಡಿಕೆ ಸಮಯ - ಸನ್ನಿವೇಶ 1

1) ಆಯ್ಕೆ ಮಾನದಂಡಗಳನ್ನು ಪೂರೈಸಲು ಮೂಲಭೂತ ವಿಶ್ಲೇಷಣೆಯ ಆಧಾರದ ಮೇಲೆ ಸ್ಟಾಕ್ ಅನ್ನು ಆಯ್ಕೆ ಮಾಡಿ. ಪುಟ ಸಂಖ್ಯೆ: xxx ರಿಂದ ಕೋಷ್ಟಕವನ್ನು ನೋಡಿ

ಹಣಕಾಸು ಅನುಪಾತಗಳು	ಸ್ವೀಕಾರಾರ್ಹ ಶ್ರೇಣಿ
ಪ್ರಸ್ತುತ ಅನುಪಾತ	1.5 to 3 times
PE ಅನುಪಾತ	Less than or Nearer to Sector PE
ಬೆಲೆಯಿಂದ ಪುಸ್ತಕಕ್ಕೆ (ಪಿ / ಬಿ) ಅನುಪಾತ	Less than 1
ಸಾಲ ಮತ್ತು ಈಕ್ವಿಟಿ ಅನುಪಾತ	Less than 1
ಬಡ್ಡಿ ಕವರೇಜ್ ಅನುಪಾತ	More than 2
ನಿವ್ವಳ ಲಾಭಾಂಶ	15% Min
ರಿಟರ್ನ್ ಆನ್ ಕ್ಯಾಪಿಟಲ್ ಎಂಪ್ಲಾಯ್ಡ್ (ROCE)	Min 15%
ರಿಟರ್ನ್ ಆನ್ ಈಕ್ವಿಟಿ (ROE)	Min 15%
ಸಂಯುಕ್ತ ವಾರ್ಷಿಕ ಬೆಳವಣಿಗೆಯ ದರ (ಸಿ ಎ ಜಿ ಆರ್)	Min 12%
3 ವರ್ಷಗಳಲ್ಲಿ ರಿಟರ್ನ್	Min 10%
ಮಾರಾಟ ಬೆಳವಣಿಗೆ	Min 15%
ನಿವ್ವಳ ಲಾಭಾಂಶ	Min 12%
ಲಾಭಾಂಶ ಇಳುವರಿ	More than1% or More than Sector Dividend

2) ಮುಖ್ಯವಾಗಿ ಸ್ಟಾಕ್ 50 ಇಎಂಎ ಅಥವಾ 200 ಇಎಂಎಗಿಂತ ಕಡಿಮೆಯಿದ್ದರೆ ಗೋಲ್ಡನ್ ಕ್ರಾಸ್ ಓವರ್ ಗಾಗಿ ಕಾಯುತ್ತಿದ್ದರೆ ತಾಂತ್ರಿಕ ವಿಶ್ಲೇಷಣೆ ಮಾಡಿ

ಉದಾಹರಣೆ: HDFC ಬ್ಯಾಂಕ್

ಇಲ್ಲಿ ಸ್ಟಾಕ್ ಡೆತ್ ಕ್ರಾಸ್ ಅನ್ನು ದಾಟಿದೆ ಆದ್ದರಿಂದ ಅದು ದುರ್ಬಲವಾಗಿದೆ

ಆದರೆ ಕಂಪನಿಯು ಮೂಲಭೂತವಾಗಿ ಪ್ರಬಲವಾಗಿದೆ ಆದರೆ ಪ್ರಸ್ತುತ ಅದು ದುರ್ಬಲವಾಗಿದೆ ಇನ್ನೂ ಅದನ್ನು ಖರೀದಿಸಬಹುದು.

3) ನಿಮ್ಮ ಹೂಡಿಕೆಯ ದಿನದಂದು ಸ್ಟಾಕ್ ಬೆಲೆಗಳಿಗಿಂತ ಕಡಿಮೆ ಇರುವ ಯಾವುದೇ ಅಂತರವಿದೆಯೇ ಎಂದು ಪರಿಶೀಲಿಸಿ.
ಇಲ್ಲಿ ನೀವು ಖರೀದಿಸಲು ಯೋಜಿಸಿದ ಪ್ರಸ್ತುತ ಸ್ಟಾಕ್ ಬೆಲೆಗಿಂತ ಯಾವುದೇ ಅಂತರವಿಲ್ಲ. ಸ್ಟಾಕ್ ಮೇಲಿನ ಅಂತರಗಳು ಮುಖ್ಯವಲ್ಲ.

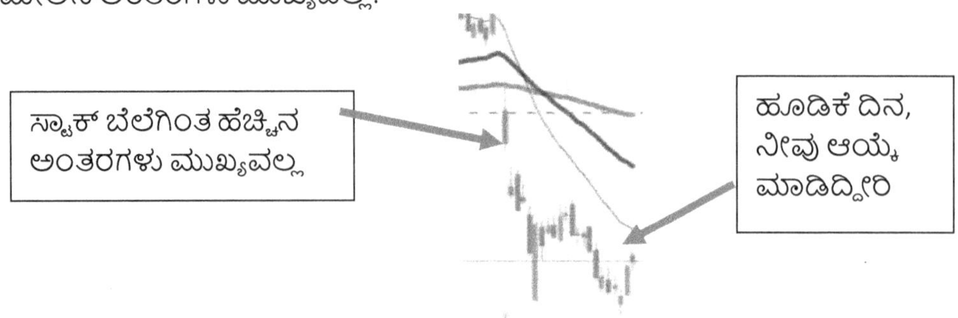

4) ಸ್ಟಾಕ್ ಮತ್ತಷ್ಟು ಕುಸಿಯುತ್ತದೆಯೇ ಅಥವಾ ನಾವು ಇನ್ನೂ ಸ್ವಲ್ಪ ಅವಕಾಶಕ್ಕಾಗಿ ಕಾಯಬೇಕೇ ಎಂದು ಫಿಬೊನಾಕಿ ರಿಟ್ರಾಕ್ಷನ್ ನೊಂದಿಗೆ ಪರಿಶೀಲಿಸಬಹುದು.

ಇಲ್ಲಿ ಫಿಬೊನಾಕಿ ರಿಟ್ರಾಕ್ಷನ್ ನಿಯಮದ ಪ್ರಕಾರ ಸ್ಟಾಕ್ ಪ್ರಬಲವಾಗಿದ್ದರೆ ಅದು 61.8% ರ ನಂತರ ಮೇಲಕ್ಕೆ ಹೋಗುತ್ತದೆ, ಆದರೆ ಇಲ್ಲಿ ಅದು ಸಂಭವಿಸಲಿಲ್ಲ.

ಸ್ಟಾಕ್ 61.8% ಚಿನ್ನದ ಅನುಪಾತಕ್ಕಿಂತ ಕೆಳಗಿದೆ ಆದ್ದರಿಂದ ಚೇತರಿಕೆಯ ಬಲವಾದ ಸೂಚನೆಯನ್ನು ತಿಳಿಯಲು ಅದು ತಲೆಕೆಳಗಾಗಿ ಚಲಿಸುವವರೆಗೆ ಕಾಯುವುದು ಉತ್ತಮ.

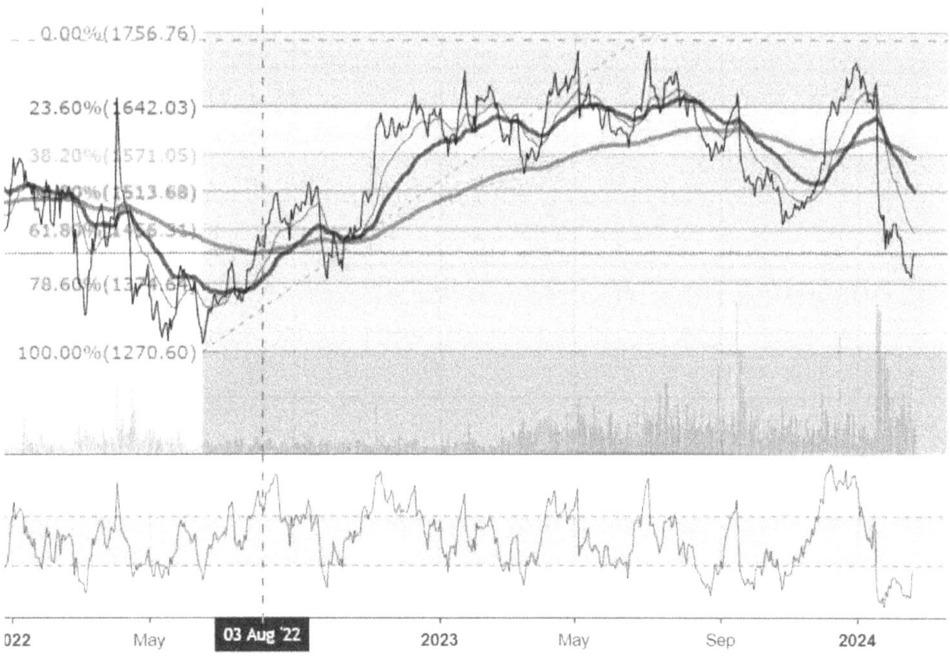

ಅಲ್ಪಾವಧಿ ಹೂಡಿಕೆಗೆ ತೀರ್ಮಾನ: ಇಲ್ಲ

ಏಕೆ : ನೀವು ಅಲ್ಪಾವಧಿಯ ಹೂಡಿಕೆಯನ್ನು ಹುಡುಕುತ್ತಿರುವುದರಿಂದ 3 ತಿಂಗಳು ಅಥವಾ 6 ತಿಂಗಳೊಳಗೆ ನೀವು ಆದಾಯವನ್ನು ನಿರೀಕ್ಷಿಸುತ್ತಿದ್ದೀರಿ ಮತ್ತು ಅಂತಹ ಪರಿಸ್ಥಿತಿಯಲ್ಲಿ ಹಣವು ನಿರ್ಬಂಧಿಸಲ್ಪಡುತ್ತದೆ.

ಅಲ್ಪಾವಧಿಯ ಹೂಡಿಕೆ ಸಮಯ - ಸನ್ನಿವೇಶ 2

1) ಕಂಪನಿಯ ಮೂಲಭೂತ ಅಂಶಗಳನ್ನು ಪರಿಶೀಲಿಸಿ. ಮೇಲೆ ಹೇಳಿದಂತೆ ಅದೇ ಪ್ರಕ್ರಿಯೆಯನ್ನು ಪುನರಾವರ್ತಿಸಿ
2) 200ಇಎಂಎ ಮತ್ತು 50 ಇಎಂಎ ಪರಿಶೀಲಿಸಿ.

ಉದಾಹರಣೆ: MSUMI

ಇಲ್ಲಿ ಸ್ಟಾಕ್ 50EMA & 200 EMA ಗಿಂತ ಹೆಚ್ಚು ವಹಿವಾಟು ನಡೆಸುತ್ತಿದೆ. ಇದು ಅಪ್ ಟ್ರೆಂಡ್ ನ ಬಲವಾದ ಸೂಚನೆಯಾಗಿದೆ

(ಮುಂದುವರಿಯುತ್ತದೆ)

1) ಚಾರ್ಟ್ ಮಾದರಿಯನ್ನು ನೋಡಿ. ಇಲ್ಲಿ ಇದು ತಲೆಕೆಳಗಾದ ತಲೆ ಮತ್ತು ಭುಜದ ಚಾರ್ಟ್ ಮಾದರಿಯನ್ನು ತಯಾರಿಸಿತು. ಇದು ಬುಲಿಷ್ ಸೂಚನೆಯಾಗಿದೆ.
2) ಕಂಪನಿಯ ಇತ್ತೀಚಿನ ಫಲಿತಾಂಶಗಳನ್ನು ನೋಡಿ. ಇದು ಬೆಳವಣಿಗೆಗೆ ಮುಖ್ಯವಾಗಿದೆ. ಹಿಂದಿನ ತ್ರೈಮಾಸಿಕ ಫಲಿತಾಂಶಗಳಿಗೆ ಹೋಲಿಸಿದರೆ ಇಲ್ಲಿ ಕಂಪನಿಯು ಮೂರನೇ ತ್ರೈಮಾಸಿಕದಲ್ಲಿ ಉತ್ತಮ ಲಾಭವನ್ನು ಗಳಿಸಿದೆ.
3) ಚಾರ್ಟ್ ಮಾದರಿಯ ಆಧಾರದ ಮೇಲೆ ರಿಟರ್ನ್ ಲೆಕ್ಕಾಚಾರ ಮಾಡಿ: ಇಲ್ಲಿ ಸ್ಟಾಕ್ ರೂ.42 ರಿಂದ ಹೆಚ್ಚಿನ ಎತ್ತರಕ್ಕೆ ಏರಲು ಪ್ರಾರಂಭಿಸಿತು ಮತ್ತು ರೂ:67 ರವರೆಗೆ ಕೊನೆಗೊಂಡಿತು ಮತ್ತು 62% ರಿಟರ್ನ್ ನೀಡಿತು. ಮತ್ತೆ ಇಲ್ಲಿಂದ ಸ್ಟಾಕ್ ರೂ. 62 ರಿಂದ INR 90 ಕ್ಕೆ ಅಂದರೆ ಅಂದಾಜು 46% ವರೆಗೆ ರಿಟರ್ನ್ ನೀಡಲು ಸಿದ್ಧವಾಗಿದೆ

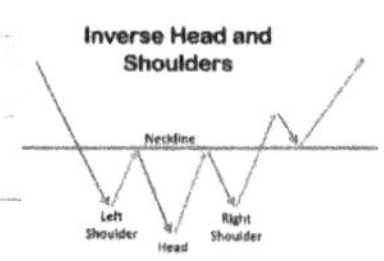

ತೀರ್ಮಾನ: ಅಲ್ಪಾವಧಿಗೆ ಹೂಡಿಕೆ ಮಾಡಲು ಉತ್ತಮ ಸಮಯ.

ದೀರ್ಘಾವಧಿಯ ಹೂಡಿಕೆ

ದೀರ್ಘಾವಧಿಯ ಹೂಡಿಕೆಗೆ ಇದು ಹೂಡಿಕೆಗೆ ಸೂಕ್ತ ಸಮಯ. ಸ್ಟಾಕ್ ಸಮಂಜಸವಾದ ಬೆಲೆಯಲ್ಲಿ ಲಭ್ಯವಿದೆ @ 15.9 PE

screener FEED SCREENS TOOLS

HDFC Bank | Chart | Analysis | Peers | Quarters | Profit & Loss | Balance Sheet | Cash Fl

Market Cap	₹ 10,78,493 Cr.	Current Price	₹ 1,420	High / Low	₹ 1,758 / 1,363
Stock P/E	15.9	Book Value	₹ 519	Dividend Yield	1.34 %
ROCE	6.24 %	ROE	17.1 %	Face Value	₹ 1.00
EPS	₹ 89.6	Price to book value	2.74	Int Coverage	1.57
Return over 3years	-2.97 %	Industry PE	13.2	Current ratio	3.38
Intrinsic Value	₹ 1,062	Total Assets	₹ 25,30,432 Cr.	Debt to equity	7.39
Return on equity	17.1 %	ROCE	6.24 %	Price to Earning	15.9
Return over 5years	6.38 %	ROE 3Yr	16.8 %	ROE 5Yr	16.8 %
Profit Var 3Yrs	19.0 %	Sales growth 3Years	11.8 %	Sales growth 5Years	14.9 %

ಮೇಲೆ ತೋರಿಸಿರುವಂತೆ ದೀರ್ಘಕಾಲೀನ ಹೂಡಿಕೆಗೆ ಮೂಲಭೂತ ವಿಶ್ಲೇಷಣೆಯ ಅಗತ್ಯವಿದೆ. ತಾಂತ್ರಿಕ ವಿಶ್ಲೇಷಣೆಯು ಅಸ್ತಿತ್ವದಲ್ಲಿದ್ದರೆ ಹೆಚ್ಚುವರಿ 10% ರಿಂದ 15% ಲಾಭಕ್ಕಾಗಿ ಮಾತ್ರ ಅಗತ್ಯವಿದೆ.

ಯಾವುದೇ ಸಂದರ್ಭದಲ್ಲಿ ದೀರ್ಘಾವಧಿಯ ಹೂಡಿಕೆಗೆ ಮೂಲಭೂತ ವಿಶ್ಲೇಷಣೆ ಮಾತ್ರ ಅಗತ್ಯವಿದೆ.

ಅಧ್ಯಾಯ - 21

ದೀರ್ಘಾವಧಿಯ ಹೂಡಿಕೆಗಾಗಿ ಮರು ಹೂಡಿಕೆ ಅಥವಾ SIP

ಅತ್ಯುತ್ತಮ ಮೂಲಭೂತ ಸ್ಟಾಕ್ ಕುಸಿದಾಗ ಜಾಗರೂಕರಾಗಿರಿ. ಹೆಚ್ಚುವರಿ ಹೆಚ್ಚಿನ ಬೆಳವಣಿಗೆಗಾಗಿ ಮರುಹೂಡಿಕೆಗೆ ಇದು ಅತ್ಯುತ್ತಮ ಸುವರ್ಣ ಸಮಯ

ಪರಿಶೀಲಿಸಿ

1) ಸ್ಟಾಕ್ 200 ಇಎಂಎಗಿಂತ ಕಡಿಮೆ ವಹಿವಾಟು ನಡೆಸುತ್ತಿದೆ
2) ಸ್ಟಾಕ್ ಮತ್ತಷ್ಟು ಕುಸಿಯುತ್ತದೆಯೇ ಅಥವಾ ನಾವು ಇನ್ನೂ ಸ್ವಲ್ಪ ಅವಕಾಶಕ್ಕಾಗಿ ಕಾಯಬೇಕೇ ಎಂದು ಫಿಬೊನಾಕಿ ರಿಟ್ರಾಕ್ಷನ್ ನೊಂದಿಗೆ ಪರಿಶೀಲಿಸಬಹುದು.
3) 30 ಕ್ಕಿಂತ ಹೆಚ್ಚಿದ್ದರೆ ಆರ್ ಎಸ್ ಐ ಅನ್ನು ಪರಿಶೀಲಿಸಿ

ಇಲ್ಲಿ ಫಿಬೊನಾಕಿ ರಿಟ್ರಾಕ್ಷನ್ ನಿಯಮದ ಪ್ರಕಾರ ಸ್ಟಾಕ್ ಪ್ರಬಲವಾಗಿದ್ದರೆ ಅದು 61.8% ರ ನಂತರ ಮೇಲಕ್ಕೆ ಹೋಗುತ್ತದೆ, ಆದರೆ ಇಲ್ಲಿ ಅದು ಸಂಭವಿಸಲಿಲ್ಲ.

ಸ್ಟಾಕ್ 61.8% ಚಿನ್ನದ ಅನುಪಾತಕ್ಕಿಂತ ಕಡಿಮೆಯಾಗಿದೆ, ಆದ್ದರಿಂದ ಹೆಚ್ಚಿನ ಹೆಚ್ಚಿನ ಪ್ರವೃತ್ತಿಯಂತಹ ಚೇತರಿಕೆಯ ಬಲವಾದ ಸೂಚನೆಯನ್ನು ತಿಳಿಯಲು ಅದು ಮೇಲ್ಭಾಗಕ್ಕೆ ಚಲಿಸುವವರೆಗೆ ಕಾಯುವುದು ಉತ್ತಮ.

ತೀರ್ಮಾನ: ಮರು ಹೂಡಿಕೆಗೆ ಉತ್ತಮ ಸಮಯ

ಅಧ್ಯಾಯ - 22

ನಾನು ಈ ಕೆಳಗಿನ ಸಂದರ್ಭಗಳಲ್ಲಿ ಸ್ಟಾಕ್ ಗಳನ್ನು ಮಾರಾಟ ಮಾಡುತ್ತೇನೆ:

1) "ಬಬಲ್ ಥಿಯರಿ" ಪ್ರಕಾರ, ಬಬಲ್ ರೂಪುಗೊಂಡಾಗ.

2) ನನ್ನ ಗುರಿಯಾದ 50% ಅಥವಾ 100% ಅಥವಾ ಅದಕ್ಕಿಂತ ಹೆಚ್ಚಿನ ಆದಾಯವನ್ನು ಸಾಧಿಸಿದ ನಂತರ.

3) ಮುಂದಿನ 6 ತಿಂಗಳೊಳಗೆ ಮಕ್ಕಳ ಖರ್ಚುಗಳು ಅಥವಾ ಇತರ ವೆಚ್ಚಗಳನ್ನು ನಾನು ಭರಿಸಬೇಕಾದಾಗ.

4) ಕಂಪನಿಯ ಮೂಲಭೂತ ಅಂಶಗಳಲ್ಲಿ ಗಮನಾರ್ಹ ಬದಲಾವಣೆಗಳಿದ್ದಾಗ, ಉದಾಹರಣೆಗೆ ಕಡಿಮೆ ಮಾರಾಟದ ಬೆಳವಣಿಗೆ, ಲಾಭ, ಅಥವಾ ಕಂಪನಿಯ ಪೋರ್ಟ್ಫೋಲಿಯೊದಲ್ಲಿ ಹೊಸ ಉತ್ಪನ್ನಗಳು ಇಲ್ಲದಿರುವುದು.

5) ಪ್ರವರ್ತಕರು ತಮ್ಮ ಸ್ಟಾಕ್ ಗಳನ್ನು ಮಾರಾಟ ಮಾಡಿದಾಗ.

6) ಪ್ರವರ್ತಕರು ಕಂಪನಿಯ ಷೇರುಗಳಲ್ಲಿ 6% ಕ್ಕಿಂತ ಹೆಚ್ಚು ಅಡಮಾನ ಇಟ್ಟಾಗ.

7) ಒಂದು ವಲಯವು ಸಂತೃಪ್ತವಾದಾಗ.

8) ಸಾಲ-ಈಕ್ವಿಟಿ ಅನುಪಾತವು 1 ಅನ್ನು ಮೀರಿದಾಗ.

9) ವಿದೇಶಿ ಹೂಡಿಕೆದಾರರು ನಿರ್ಗಮಿಸಿದಾಗ ಅಥವಾ ತಮ್ಮ ಹೂಡಿಕೆಯನ್ನು ಕಡಿಮೆ ಮಾಡಿದಾಗ.

10) ಹಣಕಾಸು ಸಂಸ್ಥೆಗಳು ನಿರ್ಗಮಿಸಿದಾಗ ಅಥವಾ ತಮ್ಮ ಹೂಡಿಕೆಯನ್ನು ಕಡಿಮೆ ಮಾಡಿದಾಗ.

ಅಧ್ಯಾಯ - 23

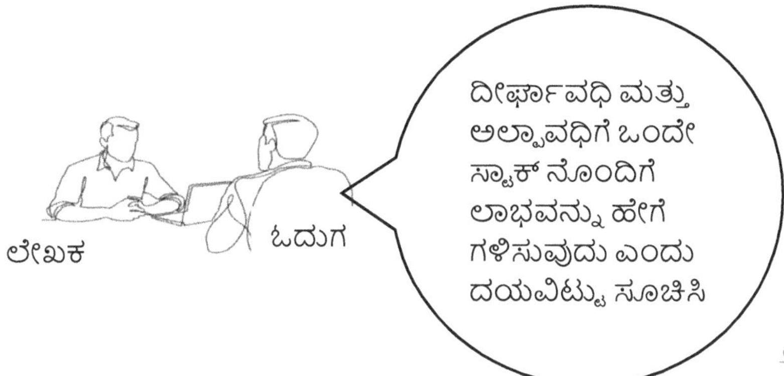

ದೀರ್ಘಾವಧಿ ಮತ್ತು ಅಲ್ಪಾವಧಿಯಲ್ಲಿ 1 ಒಂದೇ ಸ್ಟಾಕ್ ನಿಂದ ಲಾಭ ಗಳಿಸುವುದು

1) 1) 2 ವಿಭಿನ್ನ ಬ್ರೋಕರ್ ಗಳೊಂದಿಗೆ 2 DMAT ಖಾತೆಗಳನ್ನು ತೆರೆಯಿರಿ. ಒಂದೇ ಬ್ರೋಕರ್ ನೊಂದಿಗೆ ಒಂದೇ ಪ್ಯಾನ್ ಕಾರ್ಡ್ ನೊಂದಿಗೆ 2 ಡಿಮ್ಯಾಟ್ ಖಾತೆ ತೆರೆಯಲು ಸಾಧ್ಯವಿಲ್ಲ.
2) 2) ಒಂದು ಡಿಮ್ಯಾಟ್ ಖಾತೆಯಲ್ಲಿ ಹೂಡಿಕೆ ಮಾಡಿ ಮತ್ತು ನಿಮ್ಮ ಗುರಿಯನ್ನು ತಲುಪುವವರೆಗೆ ವ್ಯಾಪಾರ ಮಾಡಬೇಡಿ.
3) 3) ಮತ್ತೊಂದು ಡಿಮ್ಯಾಟ್ ಖಾತೆಯಲ್ಲಿ ಅದೇ ಸ್ಟಾಕ್ನಲ್ಲಿ ಹೂಡಿಕೆ ಮಾಡಿ ಮತ್ತು ನೀವು 20% ರಿಂದ 30% ಆದಾಯವನ್ನು ಪಡೆದ ತಕ್ಷಣ ಮಾರಾಟ ಮಾಡುತ್ತಲೇ ಇರಿ. ಏಕೆಂದರೆ ಸ್ಟಾಕ್ ಬೆಳೆಯುತ್ತಿದೆ ಎಂದು ನಿಮಗೆ ತಿಳಿದಿದೆ
4) ಅಲ್ಪಾವಧಿಯ ಲಾಭಕ್ಕಾಗಿ ನೀವು ಅದೇ ಖಾತೆಯಲ್ಲಿ ಮರುಹೂಡಿಕೆ ಮಾಡಲು ಪ್ರಯತ್ನಿಸಿದರೆ ನಿಮ್ಮ ಕಡಿಮೆ ಸರಾಸರಿ ಬೆಲೆಯನ್ನು ಕಳೆದುಕೊಳ್ಳುತ್ತೀರಿ. ಕಡಿಮೆ ಬೆಲೆಯಲ್ಲಿ ಮತ್ತು 200EMA ಗಿಂತ ಕಡಿಮೆ ಸ್ಟಾಕ್ ಸಮಯದಲ್ಲಿ ಮಾತ್ರ ಅದೇ ಖಾತೆಯಲ್ಲಿ ಮರು ಹೂಡಿಕೆಯನ್ನು ಸೂಚಿಸಲಾಗುತ್ತದೆ. ಇಲ್ಲಿ ಗೊಂದಲಕ್ಕೆ ಒಳಗಾಗಬಾರದು.

ಸೂಚನೆ: ಒಂದೇ ಡಿಮ್ಯಾಟ್ ಖಾತೆಯಿಂದ ಒಂದೇ ಸ್ಟಾಕ್ ಅನ್ನು ಖರೀದಿಸಬೇಡಿ ಮತ್ತು ಮಾರಾಟ ಮಾಡಬೇಡಿ. ಸಿಸ್ಟಮ್ ಸ್ಟಾಕ್ ಅನ್ನು ಫಸ್ಟ್ ಇನ್ ಫಸ್ಟ್ ಔಟ್ ನಿಯಮದಲ್ಲಿ ಮಾರಾಟ ಮಾಡುತ್ತದೆ. ನೀವು ನಷ್ಟವನ್ನು ಅನುಭವಿಸುತ್ತೀರಿ ಮತ್ತು ನಷ್ಟದ ಕಾರಣವನ್ನು ನೀವು ತಿಳಿದುಕೊಳ್ಳುವುದಿಲ್ಲ.

DMAT ಖಾತೆ ದಲ್ಲಾಳಿಗಳ ಉದಾಹರಣೆಗಳು.

ZERODHA

BEST DISCOUNT BROKER

Zerodha

Free stock delivery

upstox

FASTEST GROWING BROKER

Upstox

Free account opening & 0 AMC

5paisa.com

BEST MOBILE APP

5paisa

Rs 10 per trade with special plan

ಅಧ್ಯಾಯ - 24

ಹೂಡಿಕೆದಾರರು ಮತ್ತು ವ್ಯಾಪಾರಿಗಳು ತಮ್ಮ ಬಂಡವಾಳವನ್ನು ರಕ್ಷಿಸಲು ಮತ್ತು ತಮ್ಮ ಹಣಕಾಸು ಗುರಿಗಳನ್ನು ಸಾಧಿಸಲು ಷೇರು ಮಾರುಕಟ್ಟೆಯಲ್ಲಿ ಅಪಾಯವನ್ನು ನಿರ್ವಹಿಸುವುದು ನಿರ್ಣಾಯಕವಾಗಿದೆ. ಅಪಾಯವನ್ನು ಪರಿಣಾಮಕಾರಿಯಾಗಿ ನಿರ್ವಹಿಸಲು ಕೆಲವು ಪ್ರಮುಖ ತತ್ವಗಳು ಮತ್ತು ತಂತ್ರಗಳು ಇಲ್ಲಿವೆ:

ವೈವಿಧ್ಯೀಕರಣ: ವಿವಿಧ ಕ್ಷೇತ್ರಗಳಲ್ಲಿ ನಿಮ್ಮ ಹೂಡಿಕೆಗಳನ್ನು ವೈವಿಧ್ಯಗೊಳಿಸುವುದು ಅಪಾಯವನ್ನು ಕಡಿಮೆ ಮಾಡಲು ಸಹಾಯ ಮಾಡುತ್ತದೆ. ಒಂದು ಹೂಡಿಕೆ ಕಳಪೆಯಾಗಿ ಕಾರ್ಯನಿರ್ವಹಿಸಿದರೆ, ಇತರ ಷೇರುಗಳು ಉತ್ತಮವಾಗಿ ಕಾರ್ಯನಿರ್ವಹಿಸಬಹುದು, ನಿಮ್ಮ ಒಟ್ಟಾರೆ ಪೋರ್ಟ್ಫೋಲಿಯೊವನ್ನು ಸಮತೋಲನಗೊಳಿಸಬಹುದು.

ಆಸ್ತಿ ಹಂಚಿಕೆ: ನಿಮ್ಮ ಹೂಡಿಕೆ ಗುರಿಗಳು ಮತ್ತು ಅಪಾಯ ಸಹಿಷ್ಣುತೆಗಾಗಿ ಸ್ವತ್ತುಗಳ ಸರಿಯಾದ ಮಿಶ್ರಣವನ್ನು ನಿರ್ಧರಿಸಿ. ಉತ್ತಮ ವೈವಿಧ್ಯಮಯ ಪೋರ್ಟ್ಫೋಲಿಯೊ ಸಾಮಾನ್ಯವಾಗಿ ಸ್ಟಾಕ್‌ಗಳು, ಬಾಂಡ್‌ಗಳು ಮತ್ತು ಇತರ ಸ್ವತ್ತುಗಳ ಮಿಶ್ರಣವನ್ನು ಒಳಗೊಂಡಿರುತ್ತದೆ.

ಚಿನ್ನ, ತೆರಿಗೆ ಉಳಿತಾಯ ಬಾಂಡ್ ಗಳಲ್ಲಿ ಹೂಡಿಕೆ ಮಾಡಿ,

ಅಪಾಯ ಸಹಿಷ್ಣುತೆ ಮೌಲ್ಯಮಾಪನ: ಹೂಡಿಕೆ ಮಾಡುವ ಮೊದಲು ನಿಮ್ಮ ಅಪಾಯ ಸಹಿಷ್ಣುತೆಯನ್ನು ಮೌಲ್ಯಮಾಪನ ಮಾಡಿ. ನೀವು ಎಷ್ಟು ರಿಸ್ಕ್ ತೆಗೆದುಕೊಳ್ಳಬಹುದು ಎಂಬುದನ್ನು ಅರ್ಥಮಾಡಿಕೊಳ್ಳಿ ಮತ್ತು ಅದಕ್ಕೆ ಅನುಗುಣವಾಗಿ ನಿಮ್ಮ ಹೂಡಿಕೆಗಳನ್ನು ಸರಿಹೊಂದಿಸಿ.

ನೀವು 1 ಲಕ್ಷ ಬಂಡವಾಳವನ್ನು ಹೊಂದಿದ್ದರೆ ನೀವು 20 ಸಾವಿರ ಹೂಡಿಕೆ ಮಾಡಬಹುದು. ಇದನ್ನು ಸಾಮಾನ್ಯವಾಗಿ ಅನುಸರಿಸಲಾಗುತ್ತದೆ

ನಿರ್ದಿಷ್ಟ ಸ್ಟಾಕ್ ಕುಸಿದರೆ ಮತ್ತು ಮೂಲಭೂತವಾಗಿ ಕಂಪನಿಯು ಪರಿಸ್ಥಿತಿಯ ಆಧಾರದ ಮೇಲೆ ಬಲವಾಗಿದ್ದರೆ ಸ್ಟಾಕ್ 200 ಇಎಂಎಗೆ ಹತ್ತಿರ ಬಂದರೆ ಮರುಹೂಡಿಕೆ ಅವಕಾಶಗಳನ್ನು ತೆಗೆದುಕೊಳ್ಳಬಹುದು. ಸ್ಟಾಕ್ ಗಳು ಯಾವುದೇ ರೀತಿಯಲ್ಲಿ ಏರಿಳಿತಗೊಳ್ಳುತ್ತವೆ. ಏರಿಳಿತದ ಸಮಯದಲ್ಲಿ ನೀವು ಉಳಿಸಿಕೊಂಡ ಹಣವನ್ನು ಬಳಸಬಹುದು.

ಸ್ಥಾನ ಗಾತ್ರ: ನಿಮ್ಮ ಅಪಾಯ ಸಹಿಷ್ಣುತೆ ಮತ್ತು ಪ್ರತಿ ಹೂಡಿಕೆಯ ಸಂಭಾವ್ಯ ಅಪಾಯದ ಆಧಾರದ ಮೇಲೆ ನಿಮ್ಮ ಪೋರ್ಟ್ಫೋಲಿಯೊದಲ್ಲಿನ ಪ್ರತಿಯೊಂದು ಸ್ಥಾನದ ಗಾತ್ರವನ್ನು ನಿರ್ಧರಿಸಿ. ಇದು ಯಾವುದೇ ಒಂದು ಹೂಡಿಕೆಗೆ ಅತಿಯಾಗಿ ಒಡ್ಡಿಕೊಳ್ಳುವುದನ್ನು ತಪ್ಪಿಸಲು ನಿಮಗೆ ಸಹಾಯ ಮಾಡುತ್ತದೆ.

ಮ್ಯಾಕ್ಸ್ 10 ಉತ್ತಮ ಸ್ಟಾಕ್ ಗಳು ನಮ್ಮ ಗುರಿಗಳನ್ನು ತಲುಪಲು ನಮಗೆ ಸಹಾಯ ಮಾಡುತ್ತದೆ ಎಂದು ನಾನು ನಂಬುತ್ತೇನೆ. ನಾನು ನನ್ನ ಪೋರ್ಟ್ಫೋಲಿಯೊದಲ್ಲಿ 10 ಕ್ಕಿಂತ ಹೆಚ್ಚು ಸ್ಟಾಕ್ಗಳನ್ನು ಇಟ್ಟುಕೊಳ್ಳುವುದಿಲ್ಲ.

ರಿಸ್ಕ್-ರಿವಾರ್ಡ್ ಅನುಪಾತ: ಪ್ರತಿ ಹೂಡಿಕೆಯ ಅಪಾಯ-ಪ್ರತಿಫಲ ಅನುಪಾತವನ್ನು ಮೌಲ್ಯಮಾಪನ ಮಾಡಿ. ಉತ್ತಮ ಅಪಾಯ-ಪ್ರತಿಫಲ ಅನುಪಾತ ಎಂದರೆ ಸಂಭಾವ್ಯ ಪ್ರತಿಫಲವು ಸಂಭಾವ್ಯ ಅಪಾಯಕ್ಕಿಂತ ಹೆಚ್ಚಾಗಿದೆ.

ಸಂಶೋಧನೆ ಮತ್ತು ಸೂಕ್ತ ಶ್ರದ್ಧೆ: ಯಾವುದೇ ಹೂಡಿಕೆ ನಿರ್ಧಾರಗಳನ್ನು ತೆಗೆದುಕೊಳ್ಳುವ ಮೊದಲು ಸಮಗ್ರ ಸಂಶೋಧನೆ ಮತ್ತು ಸೂಕ್ತ ಶ್ರದ್ಧೆಯನ್ನು ನಡೆಸಿ. ನೀವು ಪರಿಗಣಿಸುತ್ತಿರುವ ಹೂಡಿಕೆಗಳ ಮೂಲಭೂತ ಮತ್ತು ತಾಂತ್ರಿಕ ಅಂಶಗಳನ್ನು ಅರ್ಥಮಾಡಿಕೊಳ್ಳಿ.

ನಾನು ಮಾರುಕಟ್ಟೆ ಅಧ್ಯಯನ ಮಾಡಲು 2 ವರ್ಷಗಳನ್ನು ತೆಗೆದುಕೊಂಡೆ ಮತ್ತು ನಾನು ಹೂಡಿಕೆ ಮಾಡಿದ 3 ನೇ ವರ್ಷ . ಮಾರುಕಟ್ಟೆ ಸಂಶೋಧನೆಯು ನಿರಂತರ ಪ್ರಕ್ರಿಯೆಯಾಗಿದ್ದು, ಸುದ್ದಿಗಳನ್ನು ಕೇಳಲು ಪ್ರತಿದಿನ 15 ರಿಂದ 20 ನಿಮಿಷ ಸರಿ.

ಮಾಹಿತಿ ಹೊಂದಿರಿ: ನಿಮ್ಮ ಹೂಡಿಕೆಗಳ ಮೇಲೆ ಪರಿಣಾಮ ಬೀರುವ ಮಾರುಕಟ್ಟೆ ಪ್ರವೃತ್ತಿಗಳು, ಆರ್ಥಿಕ ಸೂಚಕಗಳು ಮತ್ತು ಭೌಗೋಳಿಕ ರಾಜಕೀಯ ಘಟನೆಗಳ ಬಗ್ಗೆ ನಿಮಗೆ ಮಾಹಿತಿ ನೀಡಿ.

ಹೂಡಿಕೆ ಮಾಡಿದ ಸ್ಟಾಕ್ ಗಳ ಬಗ್ಗೆ ಸುದ್ದಿಗಳನ್ನು ಮಾಧ್ಯಮದಲ್ಲಿ ಅಥವಾ ವೆಬ್ ನಲ್ಲಿ ಸ್ಕ್ರೀನರ್ ನೊಂದಿಗೆ ಅಥವಾ ಟಿಕರ್ ನೊಂದಿಗೆ ನೋಡುತ್ತಲೇ ಇರಿ Tape.com

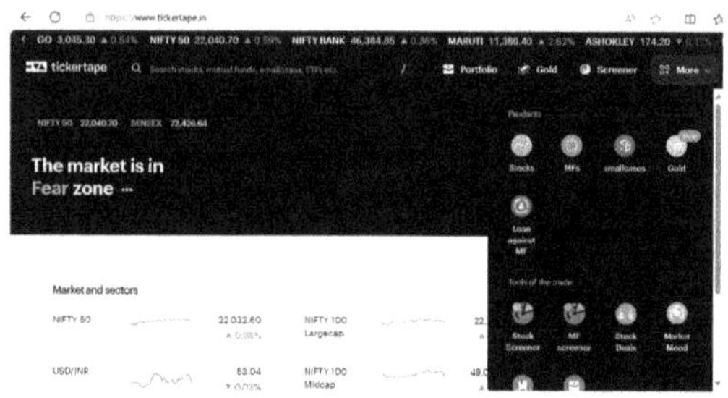

ಭಾವನಾತ್ಮಕ ಶಿಸ್ತು: ಭಾವನೆಗಳ ಆಧಾರದ ಮೇಲೆ ಹಠಾತ್ ನಿರ್ಧಾರಗಳನ್ನು ತೆಗೆದುಕೊಳ್ಳುವುದನ್ನು ತಪ್ಪಿಸಿ. ನಿಮ್ಮ ಹೂಡಿಕೆ ಯೋಜನೆಗೆ ಅಂಟಿಕೊಳ್ಳಿ ಮತ್ತು ಬಿಸಿ ಸಲಹೆಗಳನ್ನು ಬೆನ್ನಟ್ಟುವುದನ್ನು ಅಥವಾ ಮಾರುಕಟ್ಟೆಗೆ ಸಮಯವನ್ನು ನೀಡಲು ಪ್ರಯತ್ನಿಸುವುದನ್ನು ತಪ್ಪಿಸಿ.

ನನ್ನ ಪೋರ್ಟ್ಫೋಲಿಯೊದಲ್ಲಿ ಕೇವಲ 4 ಸ್ಟಾಕ್ಗಳಿವೆ. ಯಾವುದೇ ಹೆಚ್ಚುವರಿ ಅಗತ್ಯವಿದ್ದರೆ, ನಾನು ಅದನ್ನು 200EMA ಗಿಂತ ಕಡಿಮೆ ದರದಲ್ಲಿ ಮಾಡುತ್ತೇನೆ ಅಥವಾ ಅಲ್ಪಾವಧಿಯ ಅವಕಾಶಗಳ ಮೇಲೆ ರಿಟರ್ನ್ ಪಡೆಯಲು ನಾನು ಅದೇ ಸ್ಟಾಕ್ ನಲ್ಲಿ ಮತ್ತೊಂದು DMAT ಖಾತೆಯಲ್ಲಿ ಹೂಡಿಕೆ ಮಾಡುತ್ತೇನೆ.

ನಿಯಮಿತ ವಿಮರ್ಶೆ: ನಿಮ್ಮ ಪೋರ್ಟ್ಫೋಲಿಯೊ ನಿಮ್ಮ ಗುರಿಗಳು ಮತ್ತು ಅಪಾಯ ಸಹಿಷ್ಣುತೆಯೊಂದಿಗೆ ಹೊಂದಿಕೆಯಾಗುತ್ತದೆ ಎಂದು ಖಚಿತಪಡಿಸಿಕೊಳ್ಳಲು ನಿಯಮಿತವಾಗಿ ಪರಿಶೀಲಿಸಿ. ಅಗತ್ಯಕ್ಕೆ ತಕ್ಕಂತೆ ನಿಮ್ಮ ಹೂಡಿಕೆಗಳನ್ನು ಸರಿಹೊಂದಿಸಿ.

ಹಣಕಾಸು ಸಲಹೆಗಾರ: ವೈಯಕ್ತಿಕಗೊಳಿಸಿದ ಹೂಡಿಕೆ ಕಾರ್ಯತಂತ್ರವನ್ನು ಅಭಿವೃದ್ಧಿಪಡಿಸಲು ಮತ್ತು ಅಪಾಯವನ್ನು ನಿರ್ವಹಿಸಲು ಮಾರ್ಗದರ್ಶನ ನೀಡಲು ನಿಮಗೆ ಸಹಾಯ ಮಾಡುವ ಹಣಕಾಸು ಸಲಹೆಗಾರರೊಂದಿಗೆ ಕೆಲಸ ಮಾಡುವುದನ್ನು ಪರಿಗಣಿಸಿ.

ಅಧ್ಯಾಯ -25

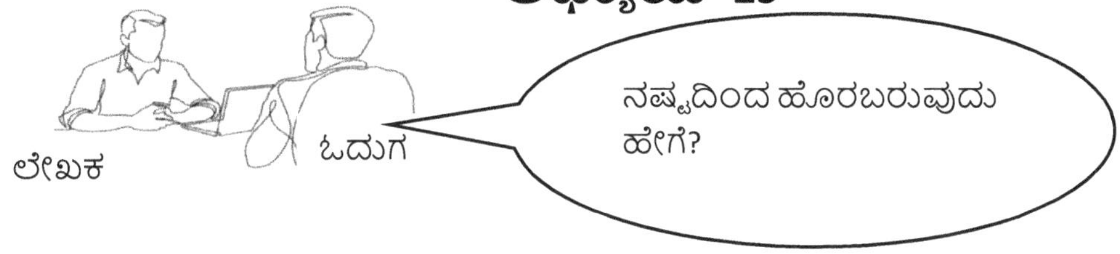

ನಿಮ್ಮ ಹೂಡಿಕೆ ಪ್ರಬಂಧವನ್ನು ಪರಿಶೀಲಿಸಿ: ನೀವು ಆರಂಭದಲ್ಲಿ ಸ್ಟಾಕ್ ಅಥವಾ ಆಸ್ತಿಯಲ್ಲಿ ಹೂಡಿಕೆ ಮಾಡಿದ ಕಾರಣಗಳನ್ನು ಮರುಪರಿಶೀಲಿಸಿ. ನಿಮ್ಮ ಹೂಡಿಕೆಯ ಮೂಲಭೂತ ಕಾರಣಗಳು ಇನ್ನೂ ಮಾನ್ಯವಾಗಿದ್ದರೆ, ಹೂಡಿಕೆಯನ್ನು ಹಿಡಿದಿಟ್ಟುಕೊಳ್ಳುವುದು ಯೋಗ್ಯವಾಗಿರಬಹುದು.

ನಾನು ಪ್ರಸ್ತುತ ಭಾರತದಲ್ಲಿರುವುದರಿಂದ ಎಲೆಕ್ಟ್ರಿಕ್ ವಾಹನ ಸಂಬಂಧಿತ ಷೇರುಗಳು ಮತ್ತು ರೈಲ್ವೆ ವಲಯದ ಷೇರುಗಳಲ್ಲಿ ಹೂಡಿಕೆ ಮಾಡಿದ್ದೇನೆ, ಎರಡೂ ಕ್ಷೇತ್ರಗಳು ಇನ್ನೂ ಬೆಳೆಯಬೇಕಾಗಿದೆ. ಆದ್ದರಿಂದ ನಾನು ಅಲ್ಲಿಯೇ ಉಳಿದೆ

ಮಾರುಕಟ್ಟೆ ಪರಿಸ್ಥಿತಿಗಳನ್ನು ನಿರ್ಣಯಿಸಿ: ಪ್ರಸ್ತುತ ಮಾರುಕಟ್ಟೆ ಪರಿಸ್ಥಿತಿಗಳು ಮತ್ತು ಸ್ಟಾಕ್ ಅಥವಾ ಆಸ್ತಿಯ ದೃಷ್ಟಿಕೋನವನ್ನು ಮೌಲ್ಯಮಾಪನ ಮಾಡಿ. ಮಾರುಕಟ್ಟೆ ಪರಿಸ್ಥಿತಿಗಳು ಗಮನಾರ್ಹವಾಗಿ ಬದಲಾಗಿದ್ದರೆ, ನಿಮ್ಮ ಹೂಡಿಕೆಯನ್ನು ಮರುಪರಿಶೀಲಿಸುವ ಸಮಯ ಇದು.

ಸ್ಟಾಪ್-ಲಾಸ್ ಆದೇಶಗಳನ್ನು ಹೊಂದಿಸಿ: ಸಂಭಾವ್ಯ ನಷ್ಟಗಳನ್ನು ಮಿತಿಗೊಳಿಸಲು ಸ್ಟಾಪ್-ಲಾಸ್ ಆದೇಶಗಳನ್ನು ಹೊಂದಿಸುವುದನ್ನು ಪರಿಗಣಿಸಿ. ಸ್ಟಾಪ್-ಲಾಸ್ ಆರ್ಡರ್ ಎಂದರೆ ಸೆಕ್ಯುರಿಟಿ ಒಂದು ನಿರ್ದಿಷ್ಟ ಬೆಲೆಯನ್ನು ತಲುಪಿದಾಗ ಅದನ್ನು ಖರೀದಿಸಲು ಅಥವಾ ಮಾರಾಟ ಮಾಡಲು ಬ್ರೋಕರ್‌ನೊಂದಿಗೆ ಇರಿಸಲಾದ ಆದೇಶ. ನಷ್ಟಗಳು ತುಂಬಾ ದೊಡ್ಡದಾಗುವ ಮೊದಲು ಸ್ಥಾನದಿಂದ ನಿರ್ಗಮಿಸಲು ಇದು ನಿಮಗೆ ಸಹಾಯ ಮಾಡುತ್ತದೆ.

ನಿಮ್ಮ ಪೋರ್ಟ್ಫೋಲಿಯೊವನ್ನು ವೈವಿಧ್ಯಗೊಳಿಸಿ: ನಿಮ್ಮ ಪೋರ್ಟ್ಫೋಲಿಯೊ ವಿವಿಧ ಆಸ್ತಿ ವರ್ಗಗಳು, ಕ್ಷೇತ್ರಗಳು ಮತ್ತು ಭೌಗೋಳಿಕತೆಗಳಲ್ಲಿ ವೈವಿಧ್ಯಮಯವಾಗಿದೆ ಎಂದು ಖಚಿತಪಡಿಸಿಕೊಳ್ಳಿ. ಇದು ಯಾವುದೇ ಒಂದು ಹೂಡಿಕೆಯಲ್ಲಿ ನಷ್ಟದ ಪರಿಣಾಮವನ್ನು ಕಡಿಮೆ ಮಾಡಲು ಸಹಾಯ ಮಾಡುತ್ತದೆ.

ಲೇಖಕ ಒದುಗ

ಹೂಡಿಕೆ ಮಾಡಿದ ಸ್ಟಾಕ್ ಗಳ ಬಗ್ಗೆ ಸುದ್ದಿಗಳನ್ನು ಮಾಧ್ಯಮದಲ್ಲಿ ಅಥವಾ ವೆಬ್ ನಲ್ಲಿ ಸ್ಕ್ರೀನರ್ ನೊಂದಿಗೆ ಅಥವಾ ಟಿಕರ್ ನೊಂದಿಗೆ ನೋಡುತ್ತಲೇ ಇರಿ Tape.com

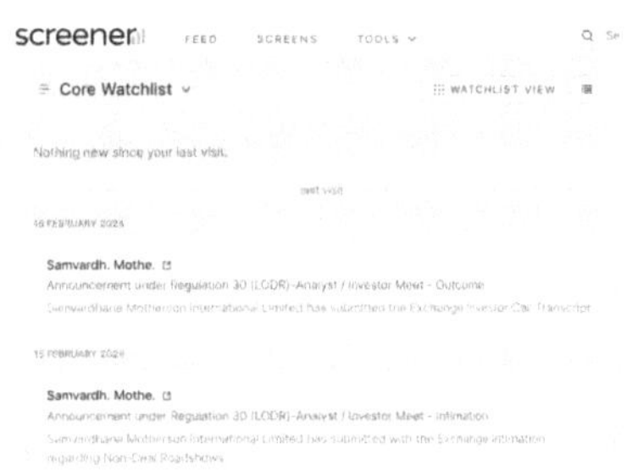

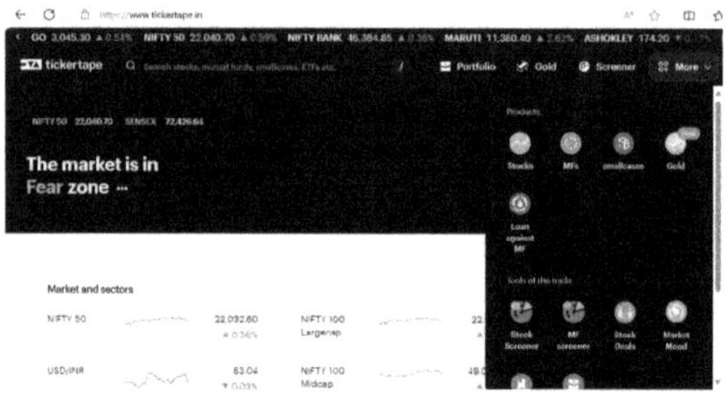

ಭಾವನಾತ್ಮಕ ಶಿಸ್ತು: ಭಾವನೆಗಳ ಆಧಾರದ ಮೇಲೆ ಹಠಾತ್ ನಿರ್ಧಾರಗಳನ್ನು ತೆಗೆದುಕೊಳ್ಳುವುದನ್ನು ತಪ್ಪಿಸಿ. ನಿಮ್ಮ ಹೂಡಿಕೆ ಯೋಜನೆಗೆ ಅಂಟಿಕೊಳ್ಳಿ ಮತ್ತು ಬಿಸಿ ಸಲಹೆಗಳನ್ನು ಬೆನ್ನಟ್ಟುವುದನ್ನು ಅಥವಾ ಮಾರುಕಟ್ಟೆಗೆ ಸಮಯವನ್ನು ನೀಡಲು ಪ್ರಯತ್ನಿಸುವುದನ್ನು ತಪ್ಪಿಸಿ.

ನನ್ನ ಪೋರ್ಟ್ಫೋಲಿಯೊದಲ್ಲಿ ಕೇವಲ 4 ಸ್ಟಾಕ್ಗಳಿವೆ. ಯಾವುದೇ ಹೆಚ್ಚುವರಿ ಅಗತ್ಯವಿದ್ದರೆ, ನಾನು ಅದನ್ನು 200EMA ಗಿಂತ ಕಡಿಮೆ ದರದಲ್ಲಿ ಮಾಡುತ್ತೇನೆ ಅಥವಾ ಅಲ್ಪಾವಧಿಯ ಅವಕಾಶಗಳ ಮೇಲೆ ರಿಟರ್ನ್ ಪಡೆಯಲು ನಾನು ಅದೇ ಸ್ಟಾಕ್ ನಲ್ಲಿ ಮತ್ತೊಂದು DMAT ಖಾತೆಯಲ್ಲಿ ಹೂಡಿಕೆ ಮಾಡುತ್ತೇನೆ.

ನಿಯಮಿತ ವಿಮರ್ಶೆ: ನಿಮ್ಮ ಪೋರ್ಟ್ಫೋಲಿಯೊ ನಿಮ್ಮ ಗುರಿಗಳು ಮತ್ತು ಅಪಾಯ ಸಹಿಷ್ಣುತೆಯೊಂದಿಗೆ ಹೊಂದಿಕೆಯಾಗುತ್ತದೆ ಎಂದು ಖಚಿತಪಡಿಸಿಕೊಳ್ಳಲು ನಿಯಮಿತವಾಗಿ ಪರಿಶೀಲಿಸಿ. ಅಗತ್ಯಕ್ಕೆ ತಕ್ಕಂತೆ ನಿಮ್ಮ ಹೂಡಿಕೆಗಳನ್ನು ಸರಿಹೊಂದಿಸಿ.

ಹಣಕಾಸು ಸಲಹೆಗಾರ: ವೈಯಕ್ತಿಕಗೊಳಿಸಿದ ಹೂಡಿಕೆ ಕಾರ್ಯತಂತ್ರವನ್ನು ಅಭಿವೃದ್ಧಿಪಡಿಸಲು ಮತ್ತು ಅಪಾಯವನ್ನು ನಿರ್ವಹಿಸಲು ಮಾರ್ಗದರ್ಶನ ನೀಡಲು ನಿಮಗೆ ಸಹಾಯ ಮಾಡುವ ಹಣಕಾಸು ಸಲಹೆಗಾರರೊಂದಿಗೆ ಕೆಲಸ ಮಾಡುವುದನ್ನು ಪರಿಗಣಿಸಿ.

ತಾಳ್ಮೆಯಿಂದಿರಿ: ಹೂಡಿಕೆ ಮಾಡುವುದು ದೀರ್ಘಕಾಲೀನ ಪ್ರಯತ್ನವಾಗಿದೆ ಎಂಬುದನ್ನು ನೆನಪಿಡಿ, ಮತ್ತು ಹೂಡಿಕೆಗಳು ಚಂಚಲತೆ ಮತ್ತು ನಷ್ಟದ ಅವಧಿಗಳನ್ನು ಅನುಭವಿಸುವುದು ಸಾಮಾನ್ಯ. ತಾಳ್ಮೆಯಿಂದಿರಿ ಮತ್ತು ನಿಮ್ಮ ಹೂಡಿಕೆ ಯೋಜನೆಗೆ ಅಂಟಿಕೊಳ್ಳಿ.

ತೆರಿಗೆ ಪರಿಣಾಮಗಳನ್ನು ಪರಿಗಣಿಸಿ: ನೀವು ಹೂಡಿಕೆಗಳನ್ನು ನಷ್ಟದಲ್ಲಿ ಮಾರಾಟ ಮಾಡುತ್ತಿದ್ದರೆ, ಹಾಗೆ ಮಾಡುವುದರಿಂದ ಉಂಟಾಗುವ ತೆರಿಗೆ ಪರಿಣಾಮಗಳನ್ನು ಪರಿಗಣಿಸಿ. ನಿಮ್ಮ ತೆರಿಗೆ ಪರಿಸ್ಥಿತಿಯನ್ನು ಅವಲಂಬಿಸಿ, ಇತರ ಹೂಡಿಕೆಗಳಲ್ಲಿನ ಲಾಭಗಳನ್ನು ಸರಿದೂಗಿಸಲು ಹೂಡಿಕೆಗಳನ್ನು ನಷ್ಟದಲ್ಲಿ ಮಾರಾಟ ಮಾಡುವುದು ಪ್ರಯೋಜನಕಾರಿಯಾಗಬಹುದು.

ಉದಾಹರಣೆ

ಯಾವುದೇ ಕಾರಣದಿಂದಾಗಿ ನಿಮ್ಮ ಸ್ಟಾಕ್ ಗಳಲ್ಲಿ ಒಂದು 12% ನಷ್ಟು ಕುಸಿದಿದೆ ಎಂದು ಭಾವಿಸಿ. ನೀವು ಈಗಾಗಲೇ ನಿಮ್ಮ ಆದಾಯದ ಮೇಲೆ 30% ತೆರಿಗೆ ಪಾವತಿಸುತ್ತಿದ್ದರೆ. ಸ್ಟಾಕ್ ಗಳನ್ನು ಮಾರಾಟ ಮಾಡುವುದು ಬುದ್ಧಿವಂತ ನಿರ್ಧಾರವಲ್ಲ. 15% ಬಂಡವಾಳ ಲಾಭ ಮತ್ತು ಗಳಿಸಿದ ಲಾಭದ ಮೇಲಿನ ತೆರಿಗೆಯು ಇತರ ಮೂಲಗಳಿಂದ ಬರುವ ಆದಾಯವನ್ನು ಹೆಚ್ಚಿಸುತ್ತದೆ.

ಕಂಪನಿಯು ಬೋನಸ್ ಷೇರುಗಳನ್ನು ಘೋಷಿಸಿದರೆ ಮತ್ತು ನೀವು ಷೇರುಗಳನ್ನು ಮಾರಾಟ ಮಾಡಿದ್ದರೆ ನಿಮಗೆ ಪ್ರಯೋಜನ ಸಿಗದಿರಬಹುದು.

ಡಿವಿಡೆಂಡ್ ಪ್ರಕಟಣೆಯು ನಿಮ್ಮ ಮಾರಾಟದ ಸಮಯಕ್ಕೆ ಹತ್ತಿರದಲ್ಲಿದ್ದರೆ. 6% ರಿಂದ 8% ರಷ್ಟು ಹಣವನ್ನು ಕಳೆದುಕೊಳ್ಳುತ್ತಾರೆ.

ಅನುಭವದಿಂದ ಕಲಿಯಿರಿ: ನಷ್ಟಗಳನ್ನು ನಿರ್ವಹಿಸುವ ಅನುಭವವನ್ನು ಕಲಿಕೆಯ ಅವಕಾಶವಾಗಿ ಬಳಸಿ. ಏನು ತಪ್ಪಾಗಿದೆ ಮತ್ತು ಭವಿಷ್ಯದಲ್ಲಿ ನಿಮ್ಮ ಹೂಡಿಕೆ ಕಾರ್ಯತಂತ್ರವನ್ನು ನೀವು ಹೇಗೆ ಸುಧಾರಿಸಬಹುದು ಎಂಬುದನ್ನು ಮೌಲ್ಯಮಾಪನ ಮಾಡಿ.

ಕೆಟ್ಟ ಸಂದರ್ಭದಲ್ಲಿ ಅಲ್ಪಾವಧಿಯ ಸ್ಟಾಕ್ ಮೇಲಿನ ನಷ್ಟವನ್ನು ಕಡಿಮೆ ಮಾಡಲು ನೀವು ಈ ಕೆಳಗಿನ ತಂತ್ರವನ್ನು ಬಳಸಬಹುದು.

ಖರೀದಿಸಿದ ಮೌಲ್ಯ: INR 56 ಸ್ಟಾಕ್ ಹೆಸರು: ಯೆಸ್ ಬ್ಯಾಂಕ್

ಪ್ರಮಾಣ : 30

ಹೂಡಿಕೆ 1680

ಸ್ಟಾಕ್ ಬೆಲೆ ಇಳಿಕೆ: 28 ರೂಪಾಯಿ ಅಂದರೆ 50% ನಷ್ಟ

$$\frac{28 - 56}{56} \times 100\% = -50\%$$

ನಷ್ಟದಿಂದ ಹೊರಬರಲು ಇಲ್ಲಿದೆ ತಂತ್ರ

1) ದೇಶೀಯ ಸಾಂಸ್ಥಿಕ ಹೂಡಿಕೆದಾರರಿಗಾಗಿ ಸ್ಟಾಕ್ ಗಳನ್ನು ಪರಿಶೀಲಿಸಿ, ಅವರು ತಮ್ಮ ಪೋರ್ಟ್ ಫೋಲಿಯೊವನ್ನು ಸರಿಹೊಂದಿಸಲು ಇತ್ತೀಚಿನ ಹೂಡಿಕೆ ಮಾಡಿದ್ದಾರೆಯೇ ಎಂದು ಪರಿಶೀಲಿಸಿ

2) ಸ್ಕ್ರೀನರ್ ವೆಬ್ಸೈಟ್ ತೆರೆಯಿರಿ ಮತ್ತು ಇತ್ತೀಚಿನ ಹೂಡಿಕೆಯನ್ನು ಕಂಡುಹಿಡಿಯಿರಿ.

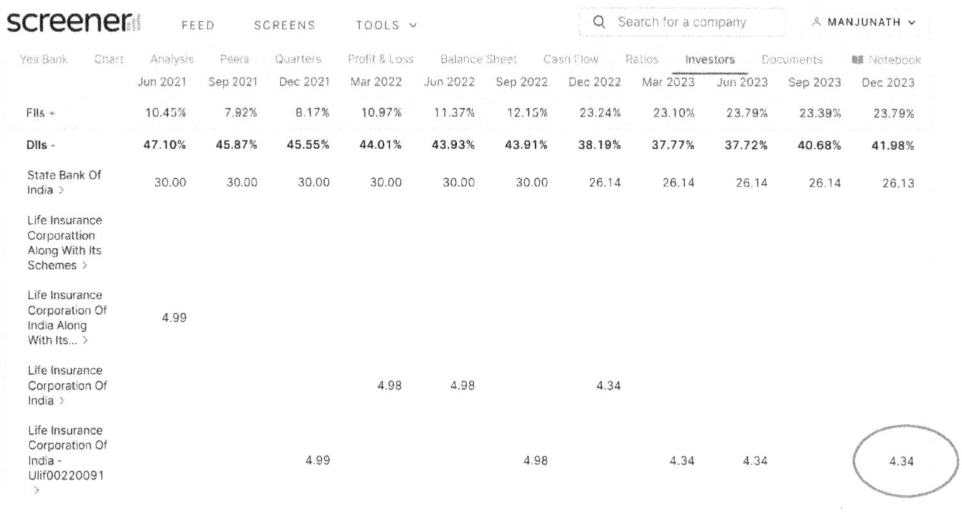

screener FEED SCREENS TOOLS Search for a company MANJUNATH

Yes Bank Chart Analysis Peers Quarters Profit & Loss Balance Sheet Cash Flow Ratios Investors Documents Notebook

	Jun 2021	Sep 2021	Dec 2021	Mar 2022	Jun 2022	Sep 2022	Dec 2022	Mar 2023	Jun 2023	Sep 2023	Dec 2023
FIIs +	10.45%	7.92%	8.17%	10.97%	11.37%	12.15%	23.24%	23.10%	23.79%	23.39%	23.79%
DIIs -	**47.10%**	**45.87%**	**45.55%**	**44.01%**	**43.93%**	**43.91%**	**38.19%**	**37.77%**	**37.72%**	**40.68%**	**41.98%**
State Bank Of India >	30.00	30.00	30.00	30.00	30.00	30.00	26.14	26.14	26.14	26.14	26.13
Life Insurance Corporattion Along With Its Schemes >											
Life Insurance Corporation Of India Along With Its... >	4.99										
Life Insurance Corporation Of India >				4.98	4.98		4.34				
Life Insurance Corporation Of India - Ulif00220091 >			4.99			4.98		4.34	4.34		4.34

3) ಈಗ ನಾವು ಬೆಲೆಯನ್ನು ಮರಳಿ ಪಡೆಯುವ ಕೆಲವು ಭರವಸೆಗಳಿವೆ ಎಂದು ಖಚಿತವಾಗಿ ಹೇಳಬಹುದು.

ಈಗ ಈ ಸಮಯದಲ್ಲಿ ನೀವು ಸ್ಟಾಕ್ ಗಳ ಸರಾಸರಿಯನ್ನು ಮಾಡಬಹುದು, ಮತ್ತು ನಷ್ಟದಿಂದ ಹೊರಬರಲು ಮತ್ತು ಮಾರುಕಟ್ಟೆ ಬೆಲೆಗೆ ಅನುಗುಣವಾಗಿರಲು ಹೆಚ್ಚಿನ ಮರುಹೂಡಿಕೆ ಮಾಡಬೇಕಾಗುತ್ತದೆ ಎಂದು ನೀವು ತಿಳಿದುಕೊಳ್ಳುತ್ತೀರಿ?

ಪ್ರಸ್ತುತ ಬೆಲೆ: 28 ಖರೀದಿಸಿದ ಬೆಲೆ :56 ಖರೀದಿಸಿದ ಪ್ರಮಾಣ : 30

ಒಟ್ಟು ಖರೀದಿಸಿದ ಬೆಲೆ : 56 x 30 = 1680

ನೀವು ಸ್ಟಾಕ್ ನಲ್ಲಿ 3 ಬಾರಿ ಮರುಹೂಡಿಕೆ ಮಾಡಿದರೆ,

30x 3 = 90 ಸ್ಟಾಕ್ ಗಳ ಮರುಹೂಡಿಕೆ ಪ್ರಮಾಣ , ಮರು ಹೂಡಿಕೆ ಬೆಲೆ: 90x 28 = 2520

30 = ಅಸ್ತಿತ್ವದಲ್ಲಿರುವ ಪ್ರಮಾಣ

ಸ್ಟಾಕ್ ಬೆಲೆಯಲ್ಲಿ ಬೆಲೆಯ ವ್ಯತ್ಯಾಸ: 56 (ಹಳೆಯ ಬೆಲೆ) – 28 (ಹೊಸ ಬೆಲೆ) = 28

ಬೆಲೆಯ ವ್ಯತ್ಯಾಸ 28 x 90 (ಇತ್ತೀಚಿನ ಸ್ಟಾಕ್ ಗಳ ಪ್ರಮಾಣ) = INR 2520 ಒಟ್ಟು ವ್ಯತ್ಯಾಸ

2520 / (ಹಳೆಯ ಪ್ರಮಾಣ 30 + ಹೊಸ ಪ್ರಮಾಣ 90) = 2520 / 120 = INR 21 ಪ್ರತಿ ಷೇರಿಗೆ ಬೆಲೆಯ ವ್ಯತ್ಯಾಸ

ಹಳೆಯ ಬೆಲೆ 56 - ಪ್ರತಿ ಷೇರಿಗೆ ಬೆಲೆಯ ವ್ಯತ್ಯಾಸ 21 = 35

ಆದ್ದರಿಂದ ಹೊಸ ಸರಾಸರಿ ಬೆಲೆ 56 ರೂ.ಗಳ ಬದಲು 35 ರೂ.

ಹಳೆಯ ನಷ್ಟವು 50% ಆಗಿತ್ತು

ಹೊಸ ಕಡಿಮೆ ನಷ್ಟವು = 20% ಆಗಿದೆ

$$\frac{28 - 35}{35} \times 100\% = -20\%$$

ಅಧ್ಯಾಯ - 26

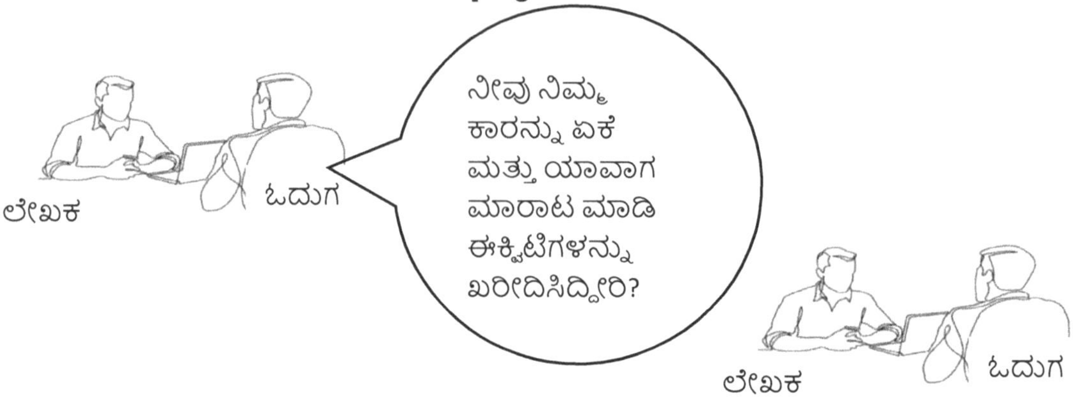

ಒಂದು ದಿನ, ನಾನು ಷೇರು ಮಾರುಕಟ್ಟೆಯಲ್ಲಿ ಅಧ್ಯಯನ ಮಾಡುತ್ತಿದ್ದಾಗ, ನನಗೆ ಸುವರ್ಣಾವಕಾಶ ಸಿಕ್ಕಿತು. ಪ್ರಸಿದ್ಧ ಕಂಪನಿಯಾದ ಸಂವರ್ಧನ ಮದರ್ಸನ್ ಇಂಟರ್ನ್ಯಾಷನಲ್ ಈಕ್ವಿಟಿದಾರರಿಗೆ 1:2 ರ ಉದಾರ ಅನುಪಾತದಲ್ಲಿ ಬೋನಸ್ ಷೇರುಗಳನ್ನು ಘೋಷಿಸಿತು. ಮಾರುಕಟ್ಟೆಯು ಪ್ರತಿಕ್ರಿಯಿಸಿತು, ಮತ್ತು ಷೇರು ಬೆಲೆ 72 ರಿಂದ 62 ರ ಆಕರ್ಷಕ ಶ್ರೇಣಿಗೆ ಇಳಿಯಿತು. ಈಗ, ನಾನು ಯಾವಾಗಲೂ ಬಲವಾದ ಮೂಲಭೂತ ಸಾಮರ್ಥ್ಯದಲ್ಲಿ ನಂಬಿಕೆ ಇಟ್ಟಿದ್ದೇನೆ, ಮತ್ತು ಸಂವರ್ಧನ ಮದರ್ಸನ್ ಇದಕ್ಕೆ ಹೊರತಾಗಿಲ್ಲ. ಸ್ಮಾರ್ಟ್ ಹೂಡಿಕೆ ಮಾಡಲು ಇದು ನನ್ನ ಅವಕಾಶ ಎಂದು ನನಗೆ ತಿಳಿದಿತ್ತು.

ಆದ್ದರಿಂದ, ಯಾವುದೇ ಬುದ್ಧಿವಂತ ಹೂಡಿಕೆದಾರರು ಏನು ಮಾಡುತ್ತಾರೋ ಅದನ್ನು ನಾನು ಮಾಡಿದ್ದೇನೆ - ನಾನು ಸಮಗ್ರ ವಿಶ್ಲೇಷಣೆ ನಡೆಸಿದ್ದೇನೆ. ನಾನು ಸ್ಟಾಕ್ ಅನ್ನು ಪ್ರತಿದಿನದಿಂದ ಮಾಸಿಕದಿಂದ ಸಾಪ್ತಾಹಿಕದವರೆಗೆ ಅನೇಕ ಸಮಯದ ಚೌಕಟ್ಟುಗಳಲ್ಲಿ ಪರಿಶೀಲಿಸಿದೆ. ಮತ್ತು ಸ್ಪಷ್ಟವಾದ ಡಬ್ಲ್ಯೂ ಮಾದರಿ ರೂಪುಗೊಳ್ಳುತ್ತಿರುವುದನ್ನು ನಾನು ಕಂಡುಕೊಂಡೆ. ಇದು ಸ್ಟಾಕ್ ಬೆಳವಣಿಗೆಗೆ ಸಜ್ಜಾಗಿದೆ ಎಂಬುದರ ಬಲವಾದ ಸೂಚನೆಯಾಗಿದೆ. ಜೊತೆಗೆ, ಕಂಪನಿಯ ಫಲಿತಾಂಶಗಳು ನಿರಂತರವಾಗಿ ಪ್ರಭಾವಶಾಲಿಯಾಗಿದ್ದವು. ನಾನು ಹೆಚ್ಚು ಹೂಡಿಕೆ ಮಾಡಲು ಮತ್ತು ಸ್ಟಾಕ್ ಅನ್ನು ಅದರ ಕಡಿಮೆ ಮಟ್ಟದಲ್ಲಿ ಖರೀದಿಸಲು ನಿರ್ಧರಿಸಿದೆ.

ಆದರೆ ಇಲ್ಲಿ ಅದು ಆಸಕ್ತಿದಾಯಕ ಪರಿಸ್ಥಿತಿಯನ್ನು ಪಡೆಯುತ್ತದೆ. ಅದೇ ಸಮಯದಲ್ಲಿ, ನನ್ನ ವಿಶ್ವಾಸಾರ್ಹ ಹೋಂಡಾ ಸಿಟಿ ಕಾರು 5 ವರ್ಷಗಳ ಗಡಿಯನ್ನು ತಲುಪುತ್ತಿತ್ತು. ಅದು ಇನ್ನೂ ಉತ್ತಮ ಸ್ಥಿತಿಯಲ್ಲಿತ್ತು, ಆದರೆ ಇದು ನವೀಕರಣದ ಸಮಯ ಎಂದು ನನಗೆ ತಿಳಿದಿತ್ತು. ಕೇವಲ ಹೊಸ ಕಾರನ್ನು ಖರೀದಿಸುವ ಬದಲು, ನಾನು ಒಂದು ಅವಕಾಶವನ್ನು ನೋಡಿದೆ. ಸಂವರ್ಧನ ಮದರ್ಸನ್ ಸ್ಟಾಕ್ ಬೆಲೆ 62 ರಿಂದ 72 ರ ಆಕರ್ಷಕ ವ್ಯಾಪ್ತಿಯಲ್ಲಿದ್ದಾಗ ನಾನು ನನ್ನ ಕಾರನ್ನು ಮಾರಾಟ ಮಾಡಲು ನಿರ್ಧರಿಸಿದೆ. ಕಾರು ಮಾರಾಟದಿಂದ ಬಂದ ಎಲ್ಲಾ ಹಣವನ್ನು ನಾನು ಈಕ್ವಿಟಿಗಳಲ್ಲಿ ಹೂಡಿಕೆ ಮಾಡಿದ್ದೇನೆ.

ಈಗ, ಉತ್ತಮ ಭಾಗ ಇಲ್ಲಿದೆ. ಕೇವಲ 1.5 ವರ್ಷಗಳಲ್ಲಿ, ಸ್ಟಾಕ್ ನನಗೆ ನಂಬಲಾಗದ ಆದಾಯವನ್ನು ನೀಡಿತು. ಮತ್ತು ಆ ಸಮಯದಲ್ಲಿ, ನನಗೆ ಅಷ್ಟು ತುರ್ತಾಗಿ ಕಾರು ಸಹ ಬೇಕಾಗಿರಲಿಲ್ಲ. ಸಹೋದ್ಯೋಗಿಗಳೊಂದಿಗೆ ಕಾರ್ ಪೂಲಿಂಗ್ ಮತ್ತು ಓಲಾ ಕ್ಯಾಬ್ ಗಳಂತಹ ಸವಾರಿ-ಹಂಚಿಕೆ ಸೇವೆಗಳನ್ನು ಬಳಸುವಂತಹ ಪ್ರಯಾಣಿಸಲು ನಾನು ಸೃಜನಶೀಲ ಮಾರ್ಗಗಳನ್ನು ಕಂಡುಕೊಂಡೆ. ಮತ್ತು ಒಂದು ವರ್ಷದ ನಂತರ, ನನ್ನ ಉಳಿತಾಯವು ಹಣದೊಂದಿಗೆ ಹೊಸ ಕಾರನ್ನು ಖರೀದಿಸುವಷ್ಟು ಬೆಳೆದಿತ್ತು.

ಹಾಗಾದರೆ, ಕಥೆಯ ನೀತಿ ಏನು? ನನ್ನ ಹಣಕಾಸಿನ ಜ್ಞಾನವನ್ನು ಬಳಸುವ ಮೂಲಕ ಮತ್ತು ಉತ್ತಮ ಕಂಪನಿಗಳ ಚಾರ್ಟ್ ಗಳ ಮೇಲೆ ನಿಗಾ ಇಡುವ ಮೂಲಕ, ನನ್ನ ಹಳೆಯ ಕಾರಿನ ಸವಕಳಿಯನ್ನು ನನ್ನ ಹೂಡಿಕೆಗಳ ಮೆಚ್ಚುಗೆಯಾಗಿ ಪರಿವರ್ತಿಸಲು ನನಗೆ ಸಾಧ್ಯವಾಯಿತು. ಇದು ಸರಿಯಾದ ಅವಕಾಶಗಳನ್ನು ಬಳಸಿಕೊಳ್ಳುವುದು ಮತ್ತು ಸ್ಮಾರ್ಟ್ ಹಣಕಾಸು ನಿರ್ಧಾರಗಳನ್ನು ತೆಗೆದುಕೊಳ್ಳುವುದು. ಆದ್ದರಿಂದ, ಆ ಚಾರ್ಟ್ ಗಳನ್ನು ನೋಡುತ್ತಲೇ ಇರಿ ಮತ್ತು ಸರಿಯಾದ ಸಮಯ ಬಂದಾಗ ಹೂಡಿಕೆ ಮಾಡಲು ಸಿದ್ಧರಾಗಿರಿ. ಯಾರಿಗೆ ಗೊತ್ತು? ನಿಮ್ಮ ಮುಂದಿನ ಕಾರು ಖರೀದಿಯನ್ನು ನೀವು ಸ್ಮಾರ್ಟ್ ಹೂಡಿಕೆಯಾಗಿ ಪರಿವರ್ತಿಸಬಹುದು.

ಅಂತಹ ನಿರ್ಧಾರಗಳನ್ನು ತೆಗೆದುಕೊಳ್ಳಲು ಒಬ್ಬರಿಗೆ ಬಲವಾದ ಮನಸ್ಸು ಬೇಕು. ನಾನು ಹೂಡಿಕೆ ಮಾಡುವ ಮೊದಲು ನನ್ನ ಅಡಿಪಾಯವನ್ನು ಮಾಡಿದ್ದೇನೆ. ನಾನು ನನ್ನ ಮಕ್ಕಳ ಶಿಕ್ಷಣದ ಟೈಮ್ ಲೈನ್ ನೋಡಿದೆ; ಯೋಜನೆಯ ಪ್ರಕಾರ 4 ವರ್ಷಗಳ ನಂತರ ಬೇಕಾಗಿದ್ದರಿಂದ ದೊಡ್ಡ ಹಣದ ಅಗತ್ಯವಿಲ್ಲ. ನನ್ನ ಕುಟುಂಬದಲ್ಲಿ ಯಾವುದೇ ಆಸ್ತಿ ಅವಶ್ಯಕತೆಗಳಿವೆಯೇ ಎಂದು ನಾನು ಪರಿಶೀಲಿಸಿದೆ; ಯಾವುದೇ ಅವಶ್ಯಕತೆ ಇರಲಿಲ್ಲ. ಕುಟುಂಬದಲ್ಲಿ ಹಣದ ತುರ್ತು ಅಗತ್ಯವಿದ್ದರೆ ನಾನು ನನ್ನ ಸಹೋದರರು ಮತ್ತು ಪೋಷಕರೊಂದಿಗೆ ಚರ್ಚಿಸಿದೆ; ಹಣದ ಆತುರವಿರಲಿಲ್ಲ.

ಹಳೆಯ ಕಾರನ್ನು ಮಾರಾಟ ಮಾಡುವುದರಿಂದ ನಾನು ಹೇಗೆ ಪ್ರಯೋಜನ ಪಡೆಯುತ್ತೇನೆ ಎಂದು ನಾನು ನನ್ನ ಕುಟುಂಬಕ್ಕೆ ವಿವರಿಸಿದೆ. ಯಾವುದೇ ಕಾರು ಸೇವಾ ಕೇಂದ್ರದ ವ್ಯಕ್ತಿಗೆ, 5 ವರ್ಷ ಹಳೆಯ ಕಾರು ಉತ್ತಮ ಸ್ಥಿತಿಯಲ್ಲಿದ್ದರೂ ಅನಾರೋಗ್ಯದ ಕಾರಿನಂತೆ ಕಾಣುತ್ತದೆ. ಆದರೆ ಹೊಸ ಕಾರಿನೊಂದಿಗೆ, ಸೇವಾ ವೆಚ್ಚಗಳ ಅನಾರೋಗ್ಯವು ನಗಣ್ಯವಾಗಿರುತ್ತದೆ. ಅಲ್ಲದೆ, ಇತ್ತೀಚಿನ ದಿನಗಳಲ್ಲಿ, ಹೊಸ ತಂತ್ರಜ್ಞಾನದ ಕಾರುಗಳು ಬರುತ್ತವೆ ಮತ್ತು ಹಳೆಯ ಕಾರುಗಳನ್ನು ನಾವು ದೀರ್ಘಕಾಲದವರೆಗೆ ಇಟ್ಟುಕೊಂಡರೆ ಮರುಮಾರಾಟ ಮಾಡುವುದು ಸಹ ಕಷ್ಟವಾಗುತ್ತದೆ.

ಅಧ್ಯಾಯ - 27

ನೀವು ಯಾವ ಸ್ಟಾಕ್
ಗಳನ್ನು ಆರಿಸುತ್ತೀರಿ
ಮತ್ತು ಏಕೆ
ಎಂಬುದನ್ನು
ದಯವಿಟ್ಟು
ವಿವರಿಸಿ?

"ನಾನು ಬೆಳೆಯುವ ಸಾಮರ್ಥ್ಯವನ್ನು ಹೊಂದಿರುವ ಕಂಪನಿಗಳಲ್ಲಿ ಹೂಡಿಕೆ ಮಾಡುವ ಒಲವು ಹೊಂದಿದ್ದೇನೆ ಆದರೆ ಪ್ರಸ್ತುತ ಪ್ರವರ್ಧಮಾನಕ್ಕೆ ಬರುತ್ತಿರುವ ಕ್ಷೇತ್ರಗಳೊಂದಿಗೆ ಹೊಂದಿಕೊಳ್ಳುತ್ತೇನೆ. ಬೋನಸ್ ಷೇರುಗಳು ಮತ್ತು ವಿಭಜನೆಗಳನ್ನು ಘೋಷಿಸುವ ಕಂಪನಿಗಳಲ್ಲಿ ನನ್ನ ಆದ್ಯತೆ ಇದೆ. ಏಕೆ, ನೀವು ಕೇಳುತ್ತೀರಿ? ಸರಿ, ನಾನು ವಿವರಿಸುತ್ತೇನೆ.

ಒಂದು ಪರಿಸ್ಥಿತಿಯನ್ನು ಪರಿಗಣಿಸಿ - ಕಂಪನಿಗಳಲ್ಲಿ ಕೆಲಸ ಮಾಡುವ ಉದ್ಯೋಗಿಗಳು ಅಲ್ಪಾವಧಿಯ ಲಾಭಕ್ಕಾಗಿ ಮಾತ್ರವಲ್ಲ, ದೀರ್ಘಕಾಲೀನ ದೃಷ್ಟಿಕೋನದೊಂದಿಗೆ ಹೂಡಿಕೆ ಮಾಡುತ್ತಾರೆ. ಅಂತಹ ಸನ್ನಿವೇಶಗಳಲ್ಲಿ, ಹೂಡಿಕೆಯಲ್ಲಿ ಉಳಿಯುವುದು ವಿಭಜನೆಗಳು ಮತ್ತು ಬೋನಸ್ ಪ್ರಕಟಣೆಗಳಂತಹ ಕಾರ್ಪೊರೇಟ್ ಕ್ರಮಗಳಿಂದಾಗಿ ಷೇರುಗಳ ದ್ವಿಗುಣಕ್ಕೆ ಕಾರಣವಾಗಬಹುದು. ಜೊತೆಗೆ, ಉದ್ಯೋಗಿ ಈಗಾಗಲೇ 30% ಕ್ಕಿಂತ ಹೆಚ್ಚಿನ ತೆರಿಗೆಯನ್ನು ಪಾವತಿಸುತ್ತಿದ್ದರೆ, ಸ್ಟಾಕ್‌ಗಳನ್ನು ಮಾರಾಟ ಮಾಡುವುದರಿಂದ ಅವರ ಸಂಬಳಕ್ಕೆ ಸಂಬಂಧಿಸಿದಂತೆ ಮತ್ತಷ್ಟು ಕಡಿತಗಳಿಗೆ ಕಾರಣವಾಗಬಹುದು.

ಈ ಎಲ್ಲಾ ಅಂಶಗಳನ್ನು ಪರಿಗಣಿಸಿ, ಬೋನಸ್ ಮತ್ತು ವಿಭಜನೆಗಳನ್ನು ಘೋಷಿಸುವಂತಹ ಕಾರ್ಪೊರೇಟ್ ಕ್ರಮಗಳಿಗೆ ಒಳಗಾಗುವ ಷೇರುಗಳಲ್ಲಿ ಹೂಡಿಕೆ ಮಾಡುವುದು ಅರ್ಥಪೂರ್ಣವಾಗಿದೆ. ಹೆಚ್ಚಿದ ಈಕ್ವಿಟಿಗಳು ಲಾಭಾಂಶವನ್ನು ಹೆಚ್ಚಿಸಬಹುದು. ಮತ್ತು ಕೆಲವು ವರ್ಷಗಳ ನಂತರ, ಉದ್ಯೋಗಿಯು ಬೋನಸ್ ಷೇರುಗಳನ್ನು ಉಳಿಸಿಕೊಳ್ಳುವಾಗ ಹೂಡಿಕೆ ಮಾಡಿದ ಹಣವನ್ನು ಹಿಂಪಡೆಯಬಹುದು. ಈ ಬೋನಸ್ ಷೇರುಗಳು ನಂತರ ತಮ್ಮ ಹೂಡಿಕೆಗಳಿಗೆ ಫಲಪ್ರದ ಆದಾಯವನ್ನು ನೀಡಬಹುದು.

ಆದ್ದರಿಂದ, ಇದು ಕೇವಲ ಹೂಡಿಕೆಯ ಬಗ್ಗೆ ಅಲ್ಲ - ಇದು ದೀರ್ಘಕಾಲೀನ ದೃಷ್ಟಿ ಮತ್ತು ನಿಮ್ಮ ಹಣಕಾಸಿನ ಗುರಿಗಳೊಂದಿಗೆ ಹೊಂದಿಕೆಯಾಗುವ ಕಾರ್ಯತಂತ್ರವನ್ನು ಹೊಂದಿರುವ ಕಂಪನಿಗಳಲ್ಲಿ ಸ್ಮಾರ್ಟ್ ಆಗಿ ಹೂಡಿಕೆ ಮಾಡುವ ಬಗ್ಗೆ. ಸರಿಯಾದ ವಿಧಾನದೊಂದಿಗೆ, ನಿಮ್ಮ ಹೂಡಿಕೆಗಳು ನಿಮಗಾಗಿ ಕೆಲಸ ಮಾಡುವಂತೆ ಮಾಡಬಹುದು ಮತ್ತು ಮುಂಬರುವ ವರ್ಷಗಳಲ್ಲಿ ಪ್ರಯೋಜನಗಳನ್ನು ಆನಂದಿಸಬಹುದು.

ಉದಾಹರಣೆ

ನಾನು 7816 ಪ್ರಮಾಣದ ಸ್ಟಾಕ್ ಗಳಿಗೆ ಹೂಡಿಕೆ ಮಾಡಿದ್ದೆ. ಕಂಪನಿಯು 1:2 ಬೋನಸ್ ಘೋಷಿಸಿತು. ಅಂದರೆ ಪ್ರತಿ 2 ಸ್ಟಾಕ್ ಗಳಿಗೆ 1 ಸ್ಟಾಕ್ ಅನ್ನು ಬೋನಸ್ ಆಗಿ ನೀಡಲಾಗುತ್ತದೆ.

2022 ರ ಅಕ್ಟೋಬರ್ 3 ರ ಮೊದಲು ಯಾರಾದರೂ ಮದರ್ಸನ್ ಸ್ಟಾಕ್ಗಳನ್ನು ಖರೀದಿಸಿದರೆ ಮತ್ತು ಡಿಮ್ಯಾಟ್ ಖಾತೆಯಲ್ಲಿ ಖರೀದಿಸಿದ ಎಲ್ಲಾ ಸ್ಟಾಕ್ಗಳನ್ನು ವಿತರಿಸಿದರೆ, ಅಂತಹ ಹೂಡಿಕೆದಾರರು ಬೋನಸ್ ಷೇರುಗಳನ್ನು ಪಡೆಯುತ್ತಾರೆ ಎಂದು ಕಂಪನಿ ಘೋಷಿಸಿತ್ತು.

ಪ್ರಕಟಣೆ ಕೆಳಗಿದೆ

ಕಂಪನಿಯು ಅನೇಕ ಬಾರಿ ಬೋನಸ್ ಘೋಷಿಸಿದೆ.

Past Corporate Actions

	Ratio	Ex Date
Bonus 1:2 Bonus Issue of Equity Shares	1:2	Oct 3, 2022
Demerger -	—	Jan 14, 2022
Bonus 1:2 Bonus Issue of Equity Shares	1:2	Oct 30, 2018
Bonus 1:2 Bonus Issue of Equity Shares	1:2	Jul 5, 2017
Bonus 1:2 Bonus Issue of Equity Shares	1:2	Jul 23, 2015

ಈ ಸ್ಟಾಕ್ ನನ್ನ ಅಧ್ಯಯನದ ಆಧಾರದ ಮೇಲೆ ನನ್ನ ವೈಯಕ್ತಿಕ ಆಯ್ಕೆಯಾಗಿದೆ. ಈ ಸ್ಟಾಕ್ ಖರೀದಿಸಲು ಇದು ಸಲಹೆಗಳಲ್ಲ. ನೀವು ಈ ಸ್ಟಾಕ್ ಅನ್ನು ಖರೀದಿಸಲು ಬಯಸಿದರೆ ಹೂಡಿಕೆ ಮಾಡುವ ಮೊದಲು ನೀವು ಅಧ್ಯಯನ ಮಾಡಬೇಕು ಮತ್ತು ನಿಮ್ಮ ಹಣಕಾಸು ಸಲಹೆಗಾರರನ್ನು ಸಂಪರ್ಕಿಸಬೇಕು

MOTHERSON#

ISIN INE775A01035 Total qty. 23,985 LTP 140.1 View XIRR

Analyse tags

+ Create and apply tag to all trades

Rows 1 - 41 out of 41 Manage tags Change tags

Date		Qty.	Price	Age (days)	P&L
2022-10-01	BONUS	3,908	0	603	5,47,510.80

Rows 1 - 41 out of 41 Manage tags Change tags

ನಾನು ಮೇಲಿನಂತೆ ಬೋನಸ್ ಷೇರುಗಳನ್ನು ಪಡೆದಿದ್ದೇನೆ

ನಾನು ಶೂನ್ಯ ರೂಪಾಯಿ ಹೂಡಿಕೆಯಲ್ಲಿ ಷೇರುಗಳನ್ನು ಪಡೆದಿದ್ದೇನೆ. 2022 ರಲ್ಲಿ ನಾನು 3908 ಷೇರುಗಳನ್ನು ಪಡೆದಿದ್ದೇನೆ.

ಸರಳ ಉದಾಹರಣೆಯೊಂದಿಗೆ ವಿವರವಾಗಿ ವಿಶ್ಲೇಷಿಸೋಣ.

2015 ರಲ್ಲಿ 200 ಪ್ರಮಾಣದ ಷೇರುಗಳನ್ನು ಹೂಡಿಕೆ ಮಾಡಿದ್ದರೆ

Invested Year	Holding year	Invested Quantity	Bonus ratio	Bonus Qty	Total Quantity	Tax to Government
2015		200	1:2	100	300	
	2017	300	1:2	150	450	NIL
	2018	450	1:2	225	675	NIL
	2022	675	1:1	675	1350	NIL
	2022	1350	1:2	675	2025	NIL

ಮೇ 2024 ರ ಹೊತ್ತಿಗೆ ಷೇರು ಬೆಲೆ ರೂಪಾಯಿಗಳು: 140.

2024 ರಲ್ಲಿ ಒಟ್ಟು ಮೊತ್ತ 140 X 2025 = 283500 INR

ಆದರೂ ಹೂಡಿಕೆಯನ್ನು ಮುಂದುವರಿಸಬಹುದು.

ಬ್ಯಾಂಕಿನಲ್ಲಿ ಇಟ್ಟಿದ್ದರೆ ನೀವು ತೆರಿಗೆಯನ್ನೂ ಪಾವತಿಸುತ್ತಿದ್ದಿರಿ, ಹೂಡಿಕೆಯ ದೊಡ್ಡ ಬೆಳವಣಿಗೆಯೂ ಇರುವುದಿಲ್ಲ.

ಅಧ್ಯಾಯ - 28

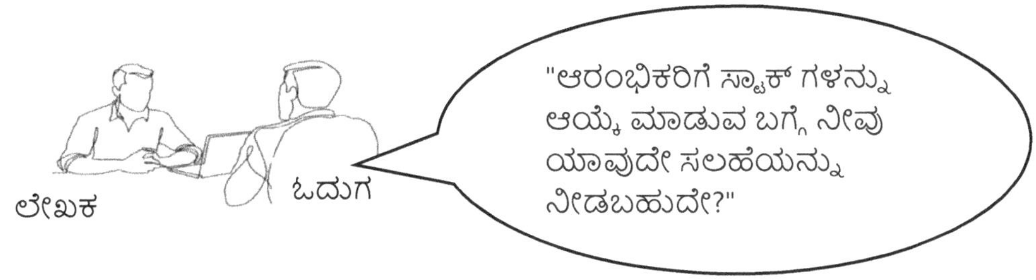

ತಿಳಿದಿರುವ ವ್ಯವಹಾರದಲ್ಲಿ ಹೂಡಿಕೆ:

ಸ್ಟಾಕ್ ಅನ್ನು ಆಯ್ಕೆ ಮಾಡುವಲ್ಲಿ ವಿಶ್ವಾಸವನ್ನು ಪಡೆಯಲು, ಮೊದಲಿಗೆ ಹೋಲಿಸಿದರೆ ಕಂಪನಿಯನ್ನು ಆಳವಾಗಿ ಅರ್ಥಮಾಡಿಕೊಳ್ಳಲು ತಿಳಿದಿರುವ ವ್ಯವಹಾರದೊಂದಿಗೆ ಸ್ಟಾಕ್ ಖರೀದಿಸಲು ಯಾವಾಗಲೂ ಸಲಹೆ ನೀಡಲಾಗುತ್ತದೆ.

ಉದಾಹರಣೆ:

ವಾಷಿಂಗ್ ಪೌಡರ್, ಟೀ, ಬಿಸ್ಕತ್ತು, ಬ್ರೆಡ್ ಜಾಮ್ ಈ ಎಲ್ಲಾ ಉತ್ಪನ್ನಗಳನ್ನು ಇವರಿಂದ ತಯಾರಿಸಲಾಗುತ್ತದೆ

ಸ್ಟಾಕ್ ಹೆಸರು: ಹಿಂದೂಸ್ತಾನ್ ಯೂನಿಲಿವರ್

ಉದಾಹರಣೆ:

ಬೇಬಿ ಪ್ಯಾಂಪರ್ ಗಳು, ಡ್ಯೂರಾ ಸೆಲ್ ಗಳು, ಓರಲ್ ಬಿ ಟೂತ್ ಪೇಸ್ಟ್, ಈ ಎಲ್ಲಾ ಉತ್ಪನ್ನಗಳನ್ನು ಇವರಿಂದ ತಯಾರಿಸಲಾಗುತ್ತದೆ

ಸ್ಟಾಕ್ ಹೆಸರು: ಪ್ರೊಕ್ಟರ್ & ಗ್ಯಾಂಬಲ್

P&G

Procter & Gamble

ಲೇಖಕ ಒದುಗ

ಉದಾಹರಣೆ:

ಹೇರ್ ಆಯಿಲ್, ಈ ಎಲ್ಲಾ ಉತ್ಪನ್ನಗಳನ್ನು ಇವರಿಂದ ತಯಾರಿಸಲಾಗುತ್ತದೆ

ಸ್ಟಾಕ್ ಹೆಸರು: ಇಮಾಮಿ ಲಿಮಿಟೆಡ್

ಉದಾಹರಣೆ:

ಪುಡಿ, ಹಣ್ಣಿನ ರಸ, ಜೇನುತುಪ್ಪ, ಈ ಎಲ್ಲಾ ಉತ್ಪನ್ನಗಳನ್ನು ಇವರಿಂದ ತಯಾರಿಸಲಾಗುತ್ತದೆ

ಸ್ಟಾಕ್ ಹೆಸರು: ಡಾಬರ್

ಅಧ್ಯಾಯ - 30

ಹೂಡಿಕೆಗಾಗಿ ತ್ವರಿತವಾಗಿ ಸ್ಟಾಕ್ ಗಳನ್ನು ಹೇಗೆ ಆಯ್ಕೆ ಮಾಡುವುದು ಎಂದು ದಯವಿಟ್ಟು ನಮಗೆ ತೋರಿಸಿ.

ಸ್ಟಾಕ್ ಆಯ್ಕೆಗೆ ತಂತ್ರಜ್ಞಾನವನ್ನು ಸುಲಭಗೊಳಿಸಲಾಗಿದೆ

ಸ್ಟಾಕ್ ಸ್ಕ್ರೀನರ್ ಎಂಬುದು ನಿರ್ದಿಷ್ಟ ಮಾನದಂಡಗಳನ್ನು ಪೂರೈಸುವ ಸ್ಟಾಕ್ ಗಳನ್ನು ಗುರುತಿಸಲು ಹೂಡಿಕೆದಾರರು ಮತ್ತು ವ್ಯಾಪಾರಿಗಳು ಬಳಸುವ ಸಾಧನವಾಗಿದೆ. ಈ ಮಾನದಂಡಗಳು ಹಣಕಾಸು ಅನುಪಾತಗಳು, ಮಾರುಕಟ್ಟೆ ಬಂಡವಾಳೀಕರಣ, ಉದ್ಯಮ, ಲಾಭಾಂಶ ಇಳುವರಿ, ಬೆಲೆ-ಗಳಿಕೆ ಅನುಪಾತ ಮತ್ತು ಹೆಚ್ಚಿನದನ್ನು ಒಳಗೊಂಡಿರಬಹುದು. ಬಳಕೆದಾರರು ತಮ್ಮ ಹೂಡಿಕೆ ತಂತ್ರಕ್ಕೆ ಹೊಂದಿಕೆಯಾಗುವವುಗಳನ್ನು ಕಂಡುಹಿಡಿಯಲು ಸಾವಿರಾರು ಸ್ಟಾಕ್ಗಳ ಮೂಲಕ ಫಿಲ್ಟರ್ ಮಾಡಲು ಅವು ಅನುಮತಿಸುತ್ತವೆ.

ಸ್ಟಾಕ್ ಸ್ಕ್ರೀನರ್ ಗಳಲ್ಲಿ ಎರಡು ಪ್ರಮುಖ ವಿಧಗಳಿವೆ: ಮೂಲಭೂತ ಮತ್ತು ತಾಂತ್ರಿಕ.

ಫಂಡಮೆಂಟಲ್ ಸ್ಟಾಕ್ ಸ್ಕ್ರೀನರ್ ಗಳು:

ಈ ಸ್ಕ್ರೀನರ್ ಗಳು ಕಂಪನಿಯ ಆರ್ಥಿಕ ಆರೋಗ್ಯ ಮತ್ತು ಕಾರ್ಯಕ್ಷಮತೆಯ ಮೇಲೆ ಕೇಂದ್ರೀಕರಿಸುತ್ತವೆ. ಅವು ಸಾಮಾನ್ಯವಾಗಿ ಆದಾಯದ ಬೆಳವಣಿಗೆ, ಪ್ರತಿ ಷೇರಿಗೆ ಗಳಿಕೆ, ಸಾಲದಿಂದ ಈಕ್ವಿಟಿ ಅನುಪಾತ ಮತ್ತು ಇತರ ಹಣಕಾಸು ಮಾಪನಗಳಂತಹ ಮಾನದಂಡಗಳನ್ನು ಒಳಗೊಂಡಿರುತ್ತವೆ.

ದೀರ್ಘಕಾಲೀನ ಖರೀದಿ ಮತ್ತು ಹಿಡಿದಿಡುವ ತಂತ್ರವನ್ನು ಬಯಸುವ ಮತ್ತು ಕಂಪನಿಯ ಆರ್ಥಿಕ ಆರೋಗ್ಯದ ಬಗ್ಗೆ ಆಸಕ್ತಿ ಹೊಂದಿರುವ ಹೂಡಿಕೆದಾರರಿಗೆ ಮೂಲಭೂತ ಪರದೆಗಳು ಉಪಯುಕ್ತವಾಗಿವೆ.

ತಾಂತ್ರಿಕ ಸ್ಟಾಕ್ ಸ್ಕ್ರೀನರ್ ಗಳು:

ಈ ಸ್ಕ್ರೀನರ್ ಗಳು ಷೇರು ಮಾರುಕಟ್ಟೆಯಲ್ಲಿನ ಬೆಲೆ ಮತ್ತು ಪರಿಮಾಣ ಮಾದರಿಗಳ ಮೇಲೆ ಕೇಂದ್ರೀಕರಿಸುತ್ತವೆ. ಅವು ಸಾಮಾನ್ಯವಾಗಿ ಚಲಿಸುವ ಸರಾಸರಿಗಳು, ಸಾಪೇಕ್ಷ ಸಾಮರ್ಥ್ಯ ಸೂಚ್ಯಂಕ (ಆರ್ಎಸ್ಐ) ಮತ್ತು ಇತರ ತಾಂತ್ರಿಕ ಸೂಚಕಗಳಂತಹ ಮಾನದಂಡಗಳನ್ನು ಒಳಗೊಂಡಿರುತ್ತವೆ.

ಅಲ್ಪಾವಧಿಯ ಬೆಲೆ ಚಲನೆಗಳಲ್ಲಿ ಹೆಚ್ಚು ಆಸಕ್ತಿ ಹೊಂದಿರುವ ಮತ್ತು ತಾಂತ್ರಿಕ ಸಂಕೇತಗಳ ಆಧಾರದ ಮೇಲೆ ಖರೀದಿಸಲು ಅಥವಾ ಮಾರಾಟ ಮಾಡಲು ಅವಕಾಶಗಳನ್ನು ಹುಡುಕುತ್ತಿರುವ ವ್ಯಾಪಾರಿಗಳಿಗೆ ತಾಂತ್ರಿಕ ಪರದೆಗಳು ಉಪಯುಕ್ತವಾಗಿವೆ.

ವ್ಯಾಪಾರಿಗಳಿಗಾಗಿ ಸ್ಕ್ರೀನರ್ ಗಳನ್ನು ಅಭಿವೃದ್ಧಿಪಡಿಸಿದ ವೆಬ್ ಸೈಟ್ ಗಳು ಲಭ್ಯವಿದೆ.

ಉದಾಹರಣೆ 1

ಗೋಲ್ಡನ್ ಕ್ರಾಸ್ ಓವರ್ ಮಾಡುವ ಯಾವುದೇ ಸ್ಟಾಕ್ ಹೆಚ್ಚಿನ ಎತ್ತರಕ್ಕೆ ಏರಲು ಪ್ರಯತ್ನಿಸುತ್ತದೆ ಎಂದು ನಾವು ಕಲಿತಿದ್ದೇವೆ. ಆದ್ದರಿಂದ ಈ ವರ್ಗದೊಂದಿಗೆ ಇಂದಿನಂತೆ ಲಭ್ಯವಿರುವ ಸ್ಟಾಕ್ ಗಳ ಪಟ್ಟಿಯನ್ನು ನಾವು ತಿಳಿದುಕೊಳ್ಳಲು ಬಯಸಿದರೆ. ಅಂತಹ ಸಂದರ್ಭದಲ್ಲಿ ನಾವು ವೆಬ್ಸೈಟ್ಗೆ ಹೋಗಿ ಸ್ಕ್ರೀನರ್ ಅನ್ನು ಹುಡುಕಬಹುದು

ವೆಬ್ಸೈಟ್ಗೆ ಭೇಟಿ ನೀಡಿ ಮತ್ತು ಸ್ಕ್ರೀನರ್ ಆಯ್ಕೆ ಮಾಡಿ.

Screener
https://www.screener.in ▾

Stock Screener and fundamental analysis tool for Indian stocks

https://www.screener.in/screens/

screener FEED SCREENS TOOLS Search

Popular Stock Screens

The Bull Cartel Companies with a good quarterly growth. Specially made to keep a track of latest quarterly results. For best results, set an email alert for the screen.

FII Buying FII buying

Growth Stocks A stock screen to find stocks with high growth at reasonable price. G Factor is a score out of 10. It is based on recent quarterly growth of the company as well the quality of the earnings.

Golden Crossover When 50 DMA moves above 200 DMA from below

screener FEED SCREENS TOOLS

Search for a company

Golden Crossover

GET E

When 50 DMA moves above 200 DMA from below

by Chethanvishal

2 results found: Showing page 1 of 1

INDUSTRY EXPORT

S.No.	Name	CMP Rs.	Mar Cap Rs.Cr.	Current ratio	Ind PE	P/E	CMP / BV	B.V. Rs.	Debt / Eq	Int Coverage	NP Qtr Rs.Cr.	ROCE Prev Yr %	ROE Prev Ann %
1.	ADF Foods	222.65	2444.19	6.77	37.70	37.70	5.56	40.06	0.02	39.41	19.09	20.08	16.22
2.	Dhanlaxmi Cotex	77.00	37.51	82.61	21.15	14.16	0.57	134.03	0.00		0.92	9.43	8.06
	Median: 2 Co.	149.82	1240.85	44.69	29.43	25.93	3.06	87.05	0.01	39.41	10.01	14.75	12.14

ನೀವು ಲಿಂಕ್ ತೆರೆದಾಗ ನೀವು ಸ್ಟಾಕ್ ಗಳನ್ನು ಕಾಣಬಹುದು.

ಉದಾಹರಣೆ2

ಇತ್ತೀಚಿನ ತ್ರೈಮಾಸಿಕದಲ್ಲಿ ಉತ್ತಮ ಫಲಿತಾಂಶಗಳನ್ನು ನೀಡಿದ ಕಂಪನಿಯ ಷೇರುಗಳನ್ನು ಸಹ ಕೆಳಗಿನ ಸ್ಕ್ರೀನರ್ ನಲ್ಲಿ ನೀವು ಕಾಣಬಹುದು. ಅಂತಹ ಸ್ಟಾಕ್ ನಲ್ಲಿ ನೀವು ಹೂಡಿಕೆ ಮಾಡಬಹುದು ಏಕೆಂದರೆ ಮುಂದಿನ 3 ತಿಂಗಳವರೆಗೆ ಅಲ್ಪಾವಧಿಯಲ್ಲಿ ಫಲಿತಾಂಶಗಳು ಉತ್ತಮವಾಗಿರುತ್ತವೆ ಸ್ಟಾಕ್ ಕುಸಿಯುವುದಿಲ್ಲ. ಧನಾತ್ಮಕವಾಗಿ ನೀವು ಹೂಡಿಕೆಯ ಮೇಲೆ ಆದಾಯವನ್ನು ಪಡೆಯಬಹುದು.

screener FEED SCREENS TOOLS

Search for a company MANJUNATH

The Bull Cartel

GET EMAIL UPDATES

Companies with a good quarterly growth. Specially made to keep a track of latest quarterly results.
For best results, set an email alert for the screen.

by Pratyush

657 results found: Showing page 1 of 14

INDUSTRY EXPORT EDIT COLUMNS

S.No.	Name	CMP Rs.	Mar Cap Rs.Cr.	Current ratio	Ind PE	P/E	CMP / BV	B.V. Rs	Debt / Eq	Int Coverage	NP Qtr Rs.Cr.	ROCE Prev Yr %	ROE Prev Ann %	Div Yld %
1.	Schneider Elect.	622.75	15020.78	1.33	44.43	69.03	67.50	9.23	2.16	5.34	90.97	14.45		0.00
2.	Swadeshi Polytex	124.60	485.94	0.59	30.07	5.12	7.73	16.13	0.00		45.75			0.00
3.	Ksolves India	1246.10	1476.65	5.04	34.73	46.39	51.37	24.26	0.00		8.84	142.78	107.75	1.89
4.	Zaggle Prepaid	355.80	4359.77	7.44	34.73	134.44	8.18	43.50	0.15	3.84	15.22	123.53		0.00
5.	Waaree Renewab.	5835.25	12154.74	1.01	40.22	114.54	107.76	54.15	0.34	28.54	64.46	22.94	32.52	0.02

ಸ್ಟಾಕ್ ಗಳ ತ್ವರಿತ ವಿಶ್ಲೇಷಣೆಗಾಗಿ ಚೆಕ್ ಲಿಸ್ಟ್ ಕೆಳಗಿದೆ
ಆಯ್ಕೆ ಮಾಡಿದ ಸ್ಕ್ರೀನರ್ ನ ಯಾವುದೇ ಸ್ಟಾಕ್ ಫಾರ್ಮ್ ಅನ್ನು ತೆರೆಯಿರಿ ಮತ್ತು ಕೆಳಗಿನ ಚೆಕ್ ಪಾಯಿಂಟ್ ಗಳನ್ನು ಒಂದೊಂದಾಗಿ ವಿಶ್ಲೇಷಿಸಿ

1. ಅಂತರ ರಚನೆ ಇದೆಯೇ?
2. ಪ್ರಸ್ತುತ ಸ್ಟಾಕ್ ಪ್ರವೃತ್ತಿ?
3. ಚಾರ್ಟ್ ಮಾದರಿಗಳ ರಚನೆ ಯಾವುದಾದರೂ ಇದ್ದರೆ?
4. ಸಂಪುಟ - ಕನಿಷ್ಠ 20 ಇಎಂಎ ಮೇಲೆ?
5. ಸಾಪೇಕ್ಷ ಬಲ- ಇದು 30 ಕ್ಕಿಂತ ಹೆಚ್ಚಾಗಿದೆಯೇ?
6. ಬೆಂಬಲ
7. ಪ್ರತಿರೋಧ
8. ಮೂಲಭೂತ ವಿಶ್ಲೇಷಣೆ.
9. ಸ್ಟಾಕ್ ನಲ್ಲಿರುವ ಹೂಡಿಕೆದಾರರು ಯಾರು?
10. ಸುದ್ದಿ / ಫಲಿತಾಂಶಗಳು
11. ವಿಶ್ಲೇಷಣೆಯ ಸಲಹೆ ಏನಾದರೂ ಇದ್ದರೆ?
12. ಫಿಬೊನಾಕಿ ರಿಟ್ರಾಕ್ಷನ್
13. ಕ್ಯಾಂಡಲ್ ಸ್ಟಿಕ್
14. ಡೆಲಿವರಿ %

1. ಅಂತರ ರಚನೆ

ಉದ್ದಾಹರಣೆ: ಸಂವರ್ಧನ ಮದರ್ಸನ್ ಇಂಟರ್ನ್ಯಾಷನಲ್ ಲಿಮಿಟೆಡ್

ಅವಲೋಕನ: ಮೊದಲು ಅಂತರವಿತ್ತು, ಮತ್ತು ಒಂದೆರಡು ತಿಂಗಳ ನಂತರ ಅಂತರವನ್ನು ತುಂಬಲಾಯಿತು. ಇತ್ತೀಚಿನ ವ್ಯಾಪಾರ ಅಧಿವೇಶನದಲ್ಲಿ ಹೆಚ್ಚಿನ ಅಂತರವನ್ನು ತೆರೆಯಲಾಗುವುದಿಲ್ಲ.

ತೀರ್ಮಾನ: ಹೂಡಿಕೆಗಾಗಿ ಹೆಚ್ಚಿನ ವಿಶ್ಲೇಷಣೆಗಾಗಿ ಸ್ಟಾಕ್ ಅನ್ನು ಆಯ್ಕೆ ಮಾಡಲಾಗಿದೆ.

ಅಲ್ಲದೆ, ಹೂಡಿಕೆಯ ದಿನದಂದು ಯಾವುದೇ ಅಂತರವನ್ನು ಸೃಷ್ಟಿಸಿದರೆ, ದಯವಿಟ್ಟು ಅಂತರವನ್ನು ಮುಚ್ಚುವವರೆಗೆ ಹೂಡಿಕೆಯನ್ನು ತಪ್ಪಿಸಿ.

2. ಸ್ಟಾಕ್ ಪ್ರವೃತ್ತಿ

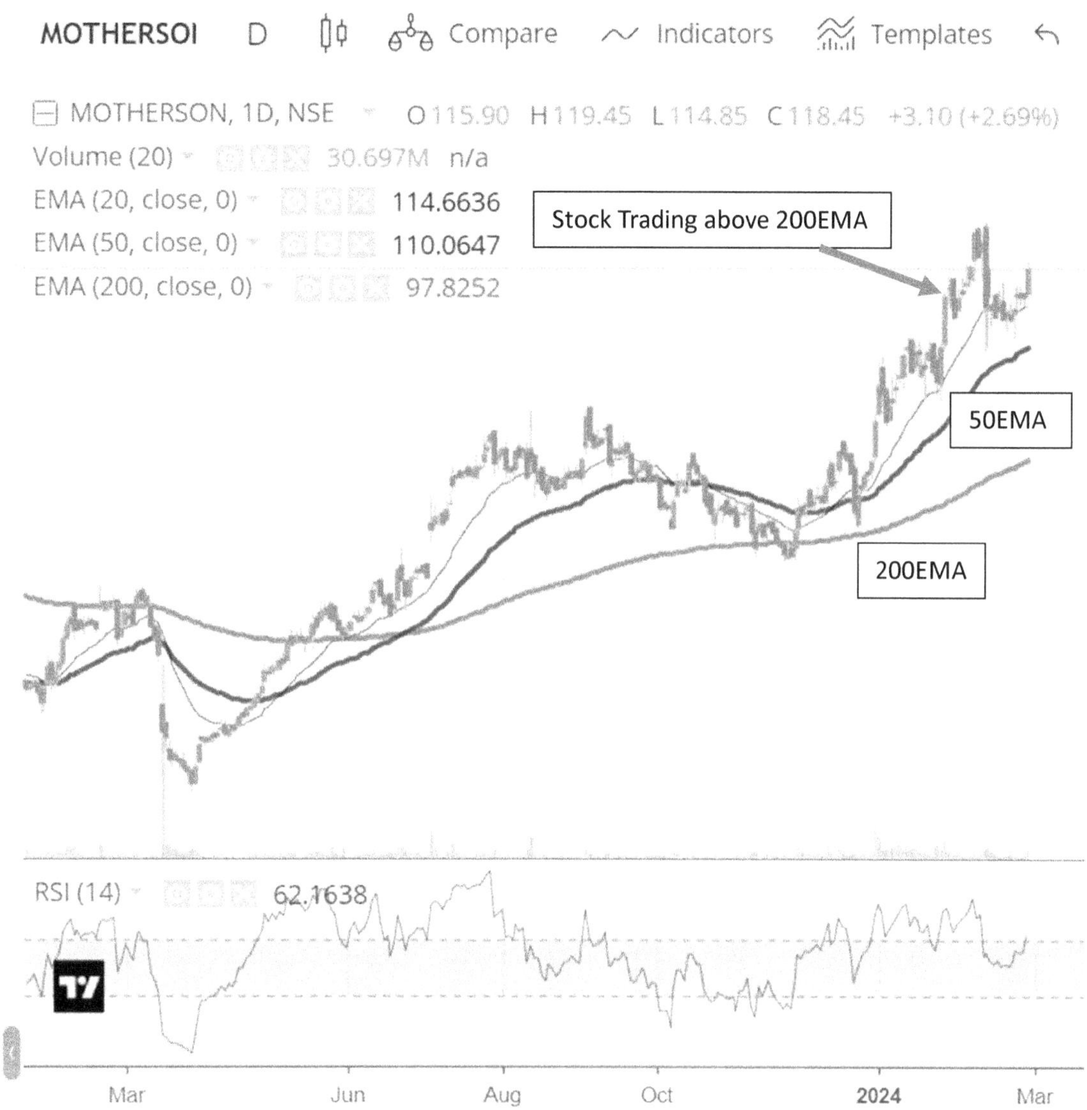

ಅವಲೋಕನ: ಸ್ಟಾಕ್ ಅಪ್ ಟ್ರೆಂಡ್ ನಲ್ಲಿದೆ. ಏಕೆಂದರೆ ಸ್ಟಾಕ್ 200EMA ಮತ್ತು 50EMA ಗಿಂತ ಹೆಚ್ಚು ವಹಿವಾಟು ನಡೆಸುತ್ತಿದೆ. ಇದು ಬಲವಾದ ಮೇಲ್ಮುಖ ಕ್ಷಣದಲ್ಲಿದೆ

ತೀರ್ಮಾನ: ಹೂಡಿಕೆಗಾಗಿ ಸ್ಟಾಕ್ ಅನ್ನು ಮತ್ತಷ್ಟು ವಿಶ್ಲೇಷಿಸಬಹುದು.

3. ಚಾರ್ಟ್ ಮಾದರಿಗಳು ಯಾವುದಾದರೂ ಇದ್ದರೆ.

ಅವಲೋಕನ: ಏರೋ ಮಾರ್ಕ್ ಅನ್ನು ಗಮನಿಸಿ. ಸ್ಟಾಕ್ ಧ್ವಜದ ಮಾದರಿಯನ್ನು ತಯಾರಿಸಿತು ಮತ್ತು ಮೇಲಕ್ಕೆ ಚಲಿಸಿ ಹೆಚ್ಚಿನ ಏರಿಳಿತವನ್ನು ಮಾಡಿತು.

ತೀರ್ಮಾನ: ಹೂಡಿಕೆಗಾಗಿ ಸ್ಟಾಕ್ ಅನ್ನು ಮತ್ತಷ್ಟು ವಿಶ್ಲೇಷಿಸಬಹುದು.

4. ಸ್ಟಾಕ್ ವಾಲ್ಯೂಮ್ - ಕನಿಷ್ಠ 20 ಇಎಂಎ ಮೇಲೆ?

ಅವಲೋಕನ: ಪರಿಮಾಣಗಳು 20 EMA ಗಿಂತ ಹೆಚ್ಚಾಗಿದೆ. ಆಯತಾಕಾರವನ್ನು ನೋಡಿ. ಇಲ್ಲಿ ಸ್ಟಾಕ್ ಅನ್ನು 20 ಇಎಂಎ ಮತ್ತು ಅದಕ್ಕಿಂತ ಹೆಚ್ಚಿನ ಮಟ್ಟದಲ್ಲಿ ವ್ಯಾಪಾರ ಮಾಡಲಾಗಿದೆ. ಅಂದರೆ ವೇಗದ ಚಟುವಟಿಕೆಗಾಗಿ ಹೂಡಿಕೆದಾರರು ಮತ್ತು ವ್ಯಾಪಾರಿಗಳ ಗಮನವಿದೆ.

ತೀರ್ಮಾನ: ಹೂಡಿಕೆಗಾಗಿ ಸ್ಟಾಕ್ ಅನ್ನು ಮತ್ತಷ್ಟು ವಿಶ್ಲೇಷಿಸಬಹುದು.

5. ಸಾಪೇಕ್ಷ ಬಲ- ಇದು 30 ಕ್ಕಿಂತ ಹೆಚ್ಚಾಗಿದೆಯೇ?

ಅವಲೋಕನ: ಆರ್ ಎಸ್ ಐ ಬ್ಯಾಂಡ್ ಅನ್ನು ನೋಡಿ. ಸ್ಟಾಕ್ 30 ಕ್ಕಿಂತ ಹೆಚ್ಚು ವಹಿವಾಟು ನಡೆಸುತ್ತಿದೆ 70+ ಕಡೆಗೆ ಹೋಗುತ್ತಿದೆ... ಇದರರ್ಥ ಸ್ಟಾಕ್ ಬಲವಾದ ಸ್ಥಾನದಲ್ಲಿದೆ.

ತೀರ್ಮಾನ: ಹೂಡಿಕೆಗಾಗಿ ಸ್ಟಾಕ್ ಅನ್ನು ಮತ್ತಷ್ಟು ವಿಶ್ಲೇಷಿಸಬಹುದು.

6. ಬೆಂಬಲ

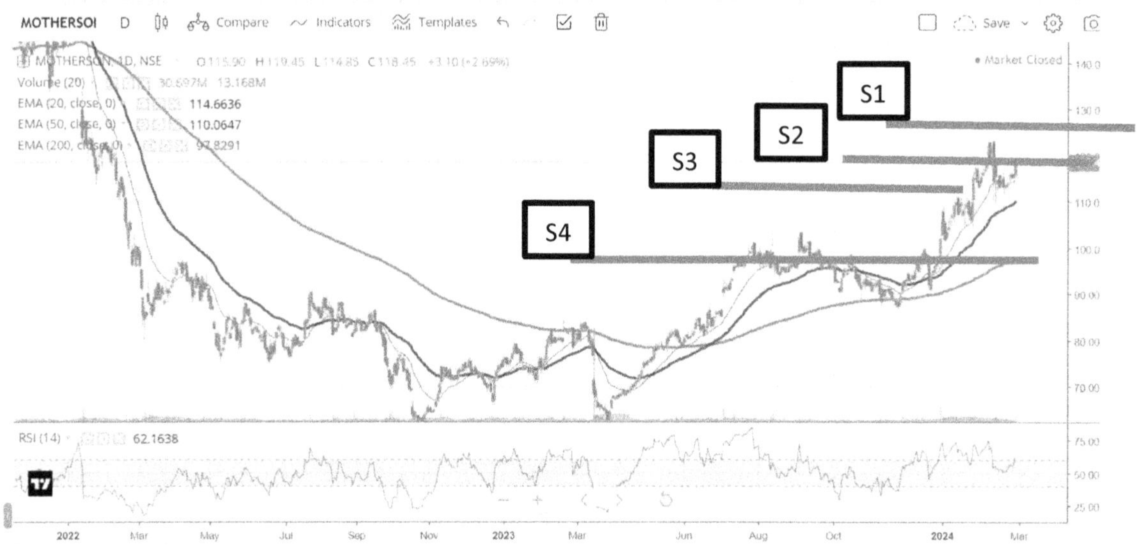

ಅವಲೋಕನ: S1, S2, S3, S4 ಎಂದು ಗುರುತಿಸಲಾದ ಬೆಂಬಲ ರೇಖೆಗಳನ್ನು ಗಮನಿಸಿ. ಸ್ಟಾಕ್ ಅನೇಕ ಬೆಂಬಲವನ್ನು ನೀಡಿತು ಮತ್ತು ಮೇಲಕ್ಕೆ ಚಲಿಸಿತು. ಇದು ಒಳ್ಳೆಯ ಕ್ಷಣ. ಅಂತಹ ಸ್ಟಾಕ್ ಗಳು ಏರಿಳಿತಗಳಿಂದ ರಕ್ಷಿಸಲು ಹತ್ತಿರದ ನಿಲುಗಡೆ ನಷ್ಟವನ್ನು ನೀಡುತ್ತವೆ.

ತೀರ್ಮಾನ: ಹೂಡಿಕೆಗಾಗಿ ಸ್ಟಾಕ್ ಅನ್ನು ಮತ್ತಷ್ಟು ವಿಶ್ಲೇಷಿಸಬಹುದು.

7. ಪ್ರತಿರೋಧ

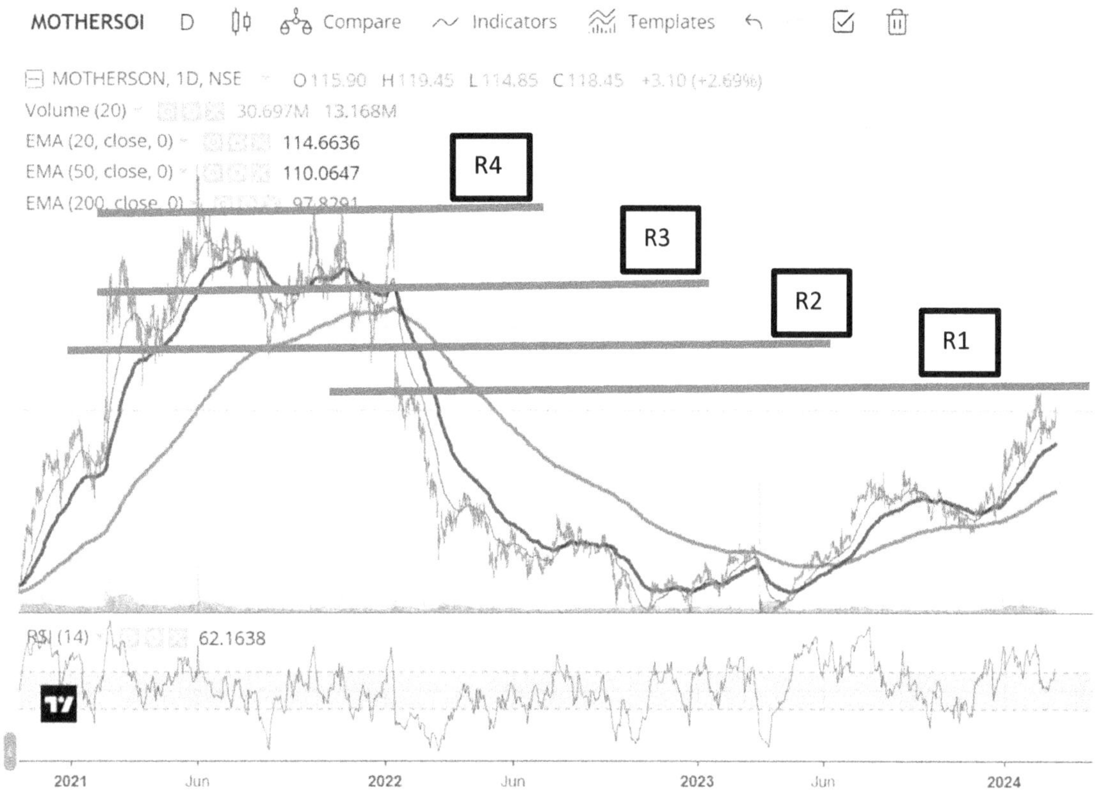

ಅವಲೋಕನ: ಇಲ್ಲಿ ನೀವು ಪ್ರತಿ ಪ್ರತಿರೋಧದ ನಡುವಿನ ವ್ಯತ್ಯಾಸದ ಆಧಾರದ ಮೇಲೆ ಆದಾಯವನ್ನು ಲೆಕ್ಕಹಾಕಬಹುದು. ಇದು ರಿಟರ್ನ್ ದರದ ಬಗ್ಗೆ ನಿಮಗೆ ನ್ಯಾಯಯುತ ಕಲ್ಪನೆಯನ್ನು ನೀಡುತ್ತದೆ.

ತೀರ್ಮಾನ: ನಿರೀಕ್ಷಿತ ರಿಟರ್ನ್ ದರದ ಆಧಾರದ ಮೇಲೆ, ಹೂಡಿಕೆಯನ್ನು ಯೋಜಿಸಬಹುದು.

8.ಮೂಲಭೂತ ವಿಶ್ಲೇಷಣೆ.

1. ಮೂಲಭೂತ ವಿಶ್ಲೇಷಣೆಯಲ್ಲಿ ನಾವು ಸುರಕ್ಷಿತ ಹೂಡಿಕೆಗಳಿಗಾಗಿ ಈ ಕೆಳಗಿನ ಹಣಕಾಸು ಅನುಪಾತಗಳನ್ನು ಪರಿಶೀಲಿಸಬೇಕಾಗಿದೆ.

ಸ್ಕ್ರೀನರ್ ವೆಬ್ ಸೈಟ್ ಗೆ ಹೋಗಿ ಈ ಎಲ್ಲಾ ನವೀಕರಣಗಳನ್ನು ಪರಿಶೀಲಿಸಿ.

ಹಣಕಾಸು ಅನುಪಾತಗಳು	**ಸ್ವೀಕಾರಾರ್ಹ ಶ್ರೇಣಿ**
ಪ್ರಸ್ತುತ ಅನುಪಾತ	1.5 ರಿಂದ 3 ಬಾರಿ
PE ಅನುಪಾತ	ಸೆಕ್ಟರ್ ಪಿಇಗಿಂತ ಕಡಿಮೆ ಅಥವಾ ಹತ್ತಿರ
ಬೆಲೆಯಿಂದ ಪುಸ್ತಕಕ್ಕೆ (ಪಿ / ಬಿ) ಅನುಪಾತ	1 ಕ್ಕಿಂತ ಕಡಿಮೆ
ಸಾಲ ಮತ್ತು ಈಕ್ವಿಟಿ ಅನುಪಾತ	1 ಕ್ಕಿಂತ ಕಡಿಮೆ
ಬಡ್ಡಿ ಕವರೇಜ್ ಅನುಪಾತ	2 ಕ್ಕಿಂತ ಹೆಚ್ಚು
ನಿವ್ವಳ ಲಾಭಾಂಶ	ಕನಿಷ್ಠ 15%
ರಿಟರ್ನ್ ಆನ್ ಕ್ಯಾಪಿಟಲ್ ಎಂಪ್ಲಾಯ್ಡ್ (ROCE)	ಕನಿಷ್ಠ 15%
ರಿಟರ್ನ್ ಆನ್ ಈಕ್ವಿಟಿ (ROE)	ಕನಿಷ್ಠ 15%
ಸಂಯುಕ್ತ ವಾರ್ಷಿಕ ಬೆಳವಣಿಗೆಯ ದರ (ಸಿ ಎ ಜಿ ಆರ್)	ಕನಿಷ್ಠ 12%
3 ವರ್ಷಗಳಲ್ಲಿ ರಿಟರ್ನ್	ಕನಿಷ್ಠ 10%
ಮಾರಾಟ ಬೆಳವಣಿಗೆ	ಕನಿಷ್ಠ 10%
ನಿವ್ವಳ ಲಾಭಾಂಶ	ಕನಿಷ್ಠ 12%
ಲಾಭಾಂಶ ಇಳುವರಿ	ಸೆಕ್ಟರ್ ಡಿವಿಡೆಂಡ್ ಗಿಂತ 1% ಹೆಚ್ಚು ಅಥವಾ ಅದಕ್ಕಿಂತ ಹೆಚ್ಚು

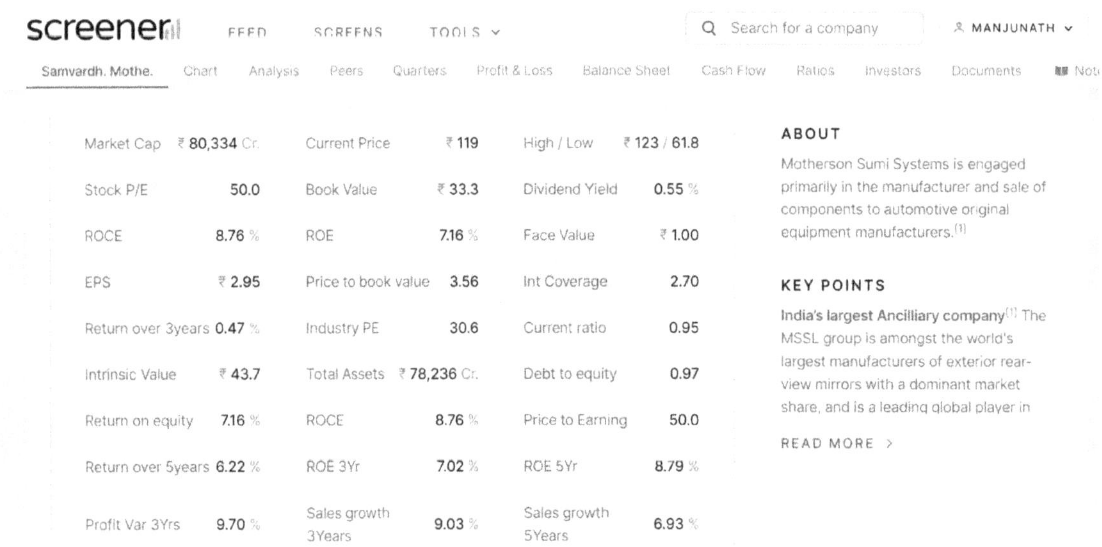

ಅವಲೋಕನ: ಸ್ಟಾಕ್ ಮೂಲಭೂತ ಅಂಶಗಳು ಕೆಲವು ಸಂದರ್ಭಗಳಲ್ಲಿ ಚೆಕ್ ಲಿಸ್ಟ್ ಅನ್ನು ಪೂರೈಸುತ್ತವೆ. ಆದರೆ ಇಲ್ಲಿ ಇನ್ನೂ ಹೂಡಿಕೆ ಅವಕಾಶವನ್ನು ಆಯ್ಕೆ ಮಾಡಬಹುದು ಏಕೆಂದರೆ ಸ್ಟಾಕ್ ಬೆಳೆಯುತ್ತಿರುವ ಎಲೆಕ್ಟ್ರಿಕ್ ವಾಹನಕ್ಕೆ ಸೇರಿದೆ.

ತೀರ್ಮಾನ: ಹೂಡಿಕೆಗಾಗಿ ಸ್ಟಾಕ್ ಅನ್ನು ಮತ್ತಷ್ಟು ವಿಶ್ಲೇಷಿಸಬಹುದು.

9. ಸ್ಟಾಕ್ ನಲ್ಲಿರುವ ಹೂಡಿಕೆದಾರರು ಯಾರು?

ಹೂಡಿಕೆ ಮಾಡಲು ಯೋಜಿಸಲು ಆಯ್ಕೆ ಮಾಡಿದ ಸ್ಟಾಕ್ ನಲ್ಲಿ ಹೂಡಿಕೆದಾರರ ಪಟ್ಟಿಯನ್ನು ಪರಿಶೀಲಿಸಲು ಯಾವಾಗಲೂ ಶಿಫಾರಸು ಮಾಡಲಾಗುತ್ತದೆ.

ವೈಯಕ್ತಿಕವಾಗಿ ನೀವು ಷೇರುಗಳನ್ನು ವಿಶ್ಲೇಷಿಸುತ್ತಿದ್ದೀರಿ, ಇತರರ ಅಭಿಪ್ರಾಯವನ್ನು ಸಹ ವಿಶ್ಲೇಷಿಸಬೇಕು ಮತ್ತು ಇತರ ದೊಡ್ಡ ಹೂಡಿಕೆದಾರರು ಎಂದು ಪರಿಗಣಿಸಬೇಕು ಯಾವಾಗಲೂ ಸಾಮಾನ್ಯ ಹೂಡಿಕೆದಾರರಿಗಿಂತ ಹೆಚ್ಚಿನ ವಿಶ್ಲೇಷಣೆ ಮಾಡುತ್ತಾರೆ.

ಇತರ ದೊಡ್ಡ ಹೂಡಿಕೆದಾರರು.

1. ದೊಡ್ಡ ಹಣಕಾಸು ಸಂಸ್ಥೆಗಳು
2. ವಿದೇಶಿ ಹೂಡಿಕೆದಾರರು
3. ದೊಡ್ಡ ಭಾರತೀಯ ಹೂಡಿಕೆದಾರರು ಇತ್ಯಾದಿ

ಇದನ್ನು ತಿಳಿಯಲು ಸ್ಕ್ರೀನರ್ ವೆಬ್ ಗೆ ಹೋಗಿ ಮತ್ತು "ಶೇರ್ ಹೋಲ್ಡಿಂಗ್ ಮಾದರಿಗಳು" ನಲ್ಲಿ ವಿವರಗಳನ್ನು ಪರಿಶೀಲಿಸಿ.

ಇಲ್ಲಿ ನೀವು ಹೂಡಿಕೆದಾರರು ಮತ್ತು ಅವರ ಹೂಡಿಕೆಗಳನ್ನು ತಿಳಿದುಕೊಳ್ಳುತ್ತೀರಿ.

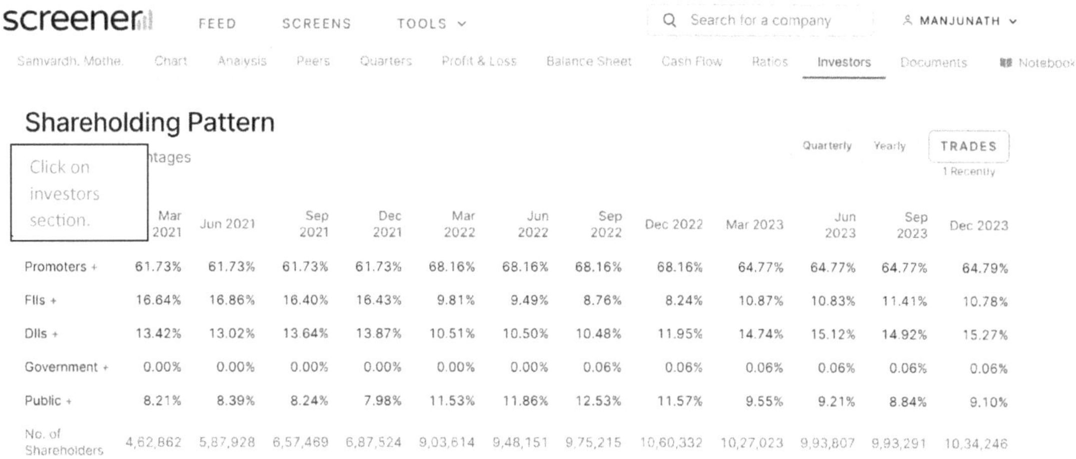

	Mar 2021	Jun 2021	Sep 2021	Dec 2021	Mar 2022	Jun 2022	Sep 2022	Dec 2022	Mar 2023	Jun 2023	Sep 2023	Dec 2023
Promoters +	61.73%	61.73%	61.73%	61.73%	68.16%	68.16%	68.16%	68.16%	64.77%	64.77%	64.77%	64.79%
FIIs +	16.64%	16.86%	16.40%	16.43%	9.81%	9.49%	8.76%	8.24%	10.87%	10.83%	11.41%	10.78%
DIIs +	13.42%	13.02%	13.64%	13.87%	10.51%	10.50%	10.48%	11.95%	14.74%	15.12%	14.92%	15.27%
Government +	0.00%	0.00%	0.00%	0.00%	0.00%	0.00%	0.06%	0.06%	0.06%	0.06%	0.06%	0.06%
Public +	8.21%	8.39%	8.24%	7.98%	11.53%	11.86%	12.53%	11.57%	9.55%	9.21%	8.84%	9.10%
No. of Shareholders	4,62,862	5,87,928	6,57,469	6,87,524	9,03,614	9,48,151	9,75,215	10,60,332	10,27,023	9,93,807	9,93,291	10,34,246

ಇದಲ್ಲದೆ, ಹೂಡಿಕೆದಾರರ ಪ್ರಕಾರ ಎಷ್ಟು ಕ್ಯೂಟಿ ಷೇರುಗಳನ್ನು ಖರೀದಿಸಲಾಗಿದೆ ಎಂಬುದನ್ನು ತಿಳಿಯಲು ನಿರ್ದಿಷ್ಟ ವಿಭಾಗದಲ್ಲಿ ಪರಿಶೀಲಿಸಬಹುದು.

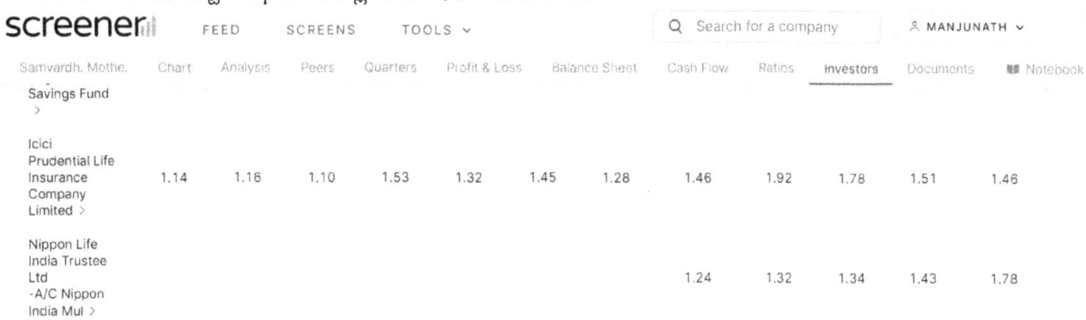

Savings Fund >												
Icici Prudential Life Insurance Company Limited >	1.14	1.16	1.10	1.53	1.32	1.45	1.28	1.46	1.92	1.78	1.51	1.46
Nippon Life India Trustee Ltd -A/C Nippon India Mul >								1.24	1.32	1.34	1.43	1.78

ಇಲ್ಲಿ ನೀವು ಐಸಿಐಸಿಐ ಪ್ರುಡೆನ್ಷಿಯಲ್ ಲೈಫ್ ಇನ್ಶೂರೆನ್ಸ್ ಯಾವಾಗಲೂ ಹೂಡಿಕೆ ಮಾಡುವುದನ್ನು ನೋಡಬಹುದು. ಸ್ಟಾಕ್ ಉತ್ತಮ ಆದಾಯವನ್ನು ನೀಡಲು ಯೋಜಿಸುತ್ತಿದೆ ಮತ್ತು ಈ ಸ್ಟಾಕ್ ನಲ್ಲಿ

ಸಾರ್ವಜನಿಕ ಹಣವನ್ನು ಹೂಡಿಕೆ ಮಾಡುವುದು ಸುರಕ್ಷಿತ ಎಂದು ಅವರು ನಂಬುತ್ತಾರೆ ಎಂಬುದು ಒಳ್ಳೆಯ ಸಂಕೇತವಾಗಿದೆ.

ತೀರ್ಮಾನ: ಹೂಡಿಕೆಗಾಗಿ ಸ್ಟಾಕ್ ಅನ್ನು ಮತ್ತಷ್ಟು ವಿಶ್ಲೇಷಿಸಬಹುದು.

10.ಸುದ್ದಿ / ಫಲಿತಾಂಶಗಳು

ಇತ್ತೀಚಿನ ನವೀಕರಣಗಳನ್ನು ತಿಳಿಯಲು, ಡಾಕ್ಯುಮೆಂಟೇಶನ್ ವಿಭಾಗಕ್ಕೆ ಹೋಗಿ ಮತ್ತು ಕಂಪನಿಯ ಫಲಿತಾಂಶಗಳು ಮತ್ತು ಪ್ರಕಟಣೆಗಳನ್ನು ಪರಿಶೀಲಿಸಿ.

ಕೆಳಗಿನ ವಿಭಾಗಗಳಲ್ಲಿ ಅಧ್ಯಯನಕ್ಕಾಗಿ ನೀವು ಕಂಪನಿಯ ಫಲಿತಾಂಶಗಳನ್ನು ಡೌನ್ಲೋಡ್ ಮಾಡಬಹುದು.

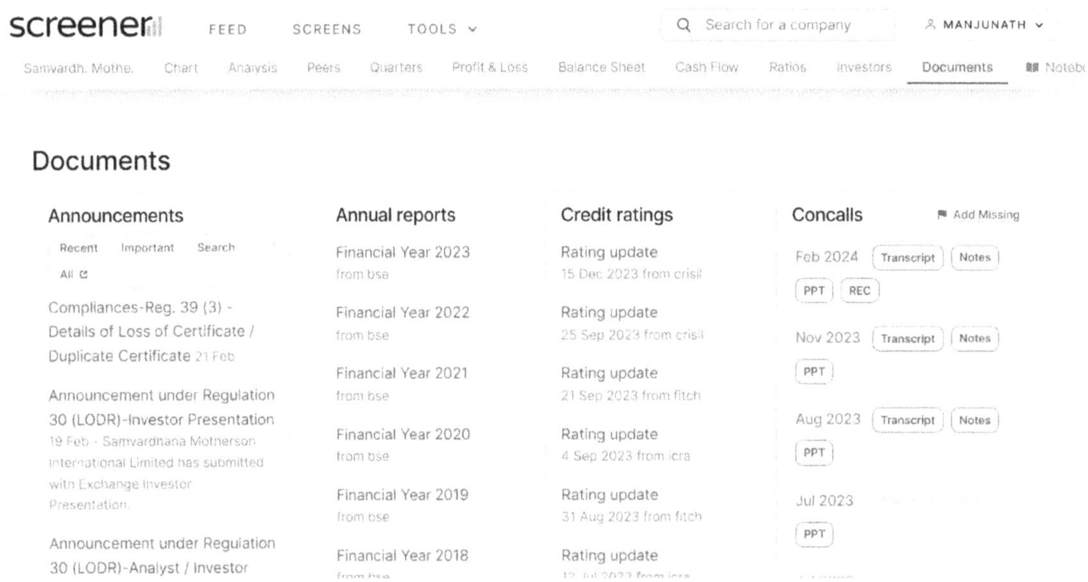

ಇತ್ತೀಚಿನ ಸುದ್ದಿಗಳನ್ನು ತಿಳಿಯಲು, ನೀವು ಟಿಕರ್ಟೇಪ್ ವೆಬ್ಸೈಟ್ಗೆ ಭೇಟಿ ನೀಡಿ.

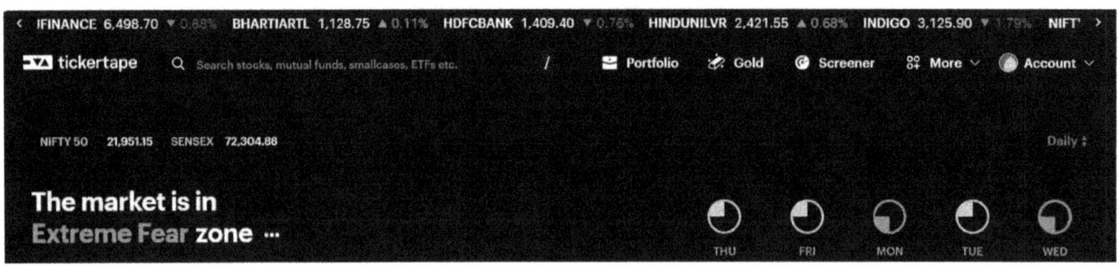

ಸುದ್ದಿ ವಿಭಾಗಕ್ಕೆ ಹೋಗಿ.

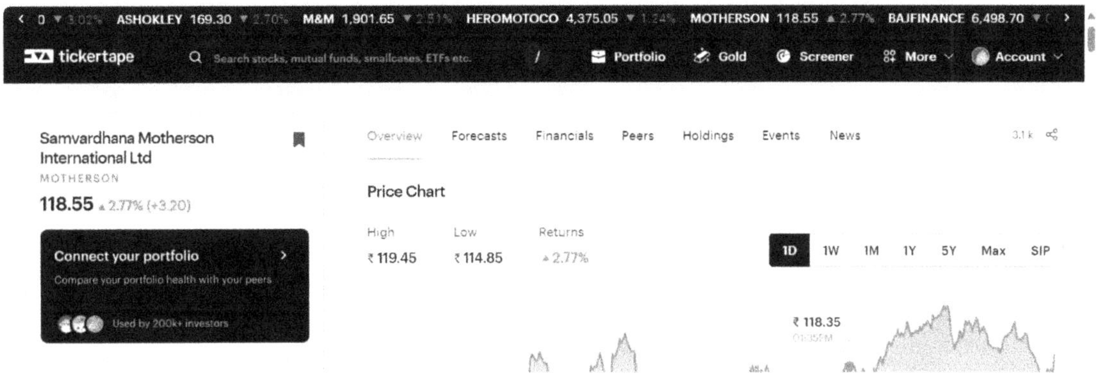

ಇಲ್ಲಿ ಸುದ್ದಿ ವಿಭಾಗದಲ್ಲಿ, ನೀವು ಸ್ಟಾಕ್ ಗಳಿಗೆ ಸಂಬಂಧಿಸಿದ ಇತ್ತೀಚಿನ ಸುದ್ದಿಗಳನ್ನು ನೋಡಬಹುದು.

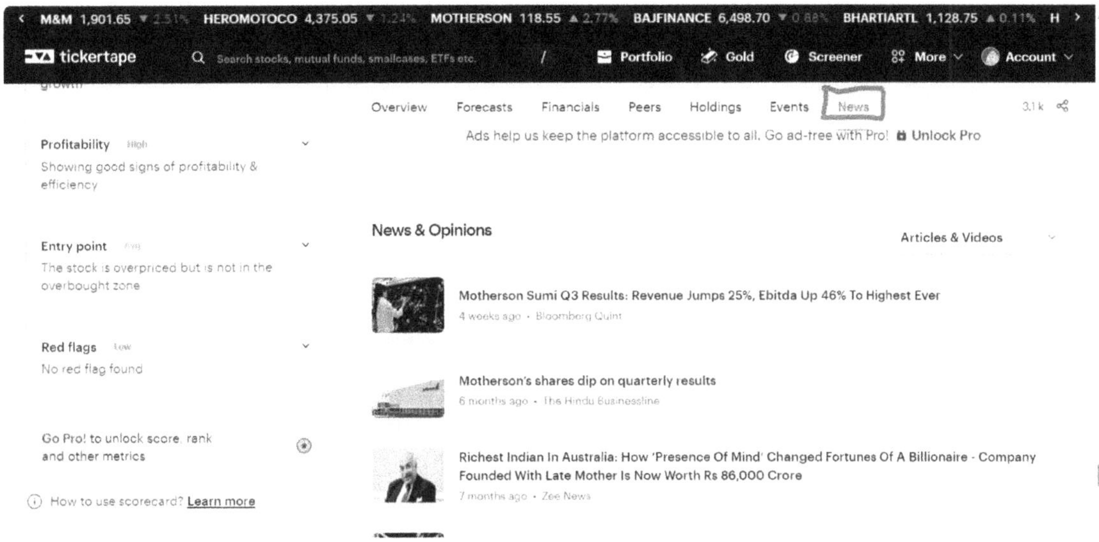

11. ಯಾವುದೇ ಸಲಹೆಗಳಿದ್ದರೆ ವಿಶ್ಲೇಷಣೆ ಮಾಡಬಹುದೇ?

ನಿಮ್ಮ ವಿಶ್ಲೇಷಣೆಯ ನಂತರ ನೀವು ಟಿಕರ್ಟೇಪ್ ವೆಬ್ನಲ್ಲಿ ಇತರ ತಜ್ಞರು ನೀಡಿದ ರೇಟಿಂಗ್ ಅನ್ನು ಪರಿಶೀಲಿಸುತ್ತೀರಿ

ಈ ಕೆಳಗಿನ ವಿಶ್ಲೇಷಣೆ ವರದಿಯು ಹೂಡಿಕೆ ನಿರ್ಧಾರ ತೆಗೆದುಕೊಳ್ಳಲು ನಿಮಗೆ ಹೆಚ್ಚುವರಿ ಮಾಹಿತಿಯನ್ನು ನೀಡುತ್ತದೆ.

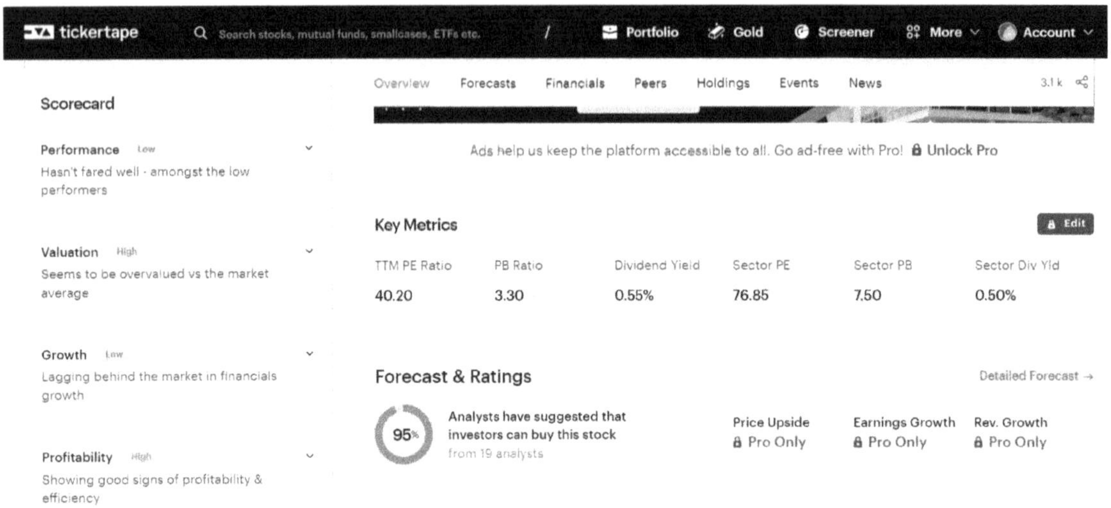

ತೀರ್ಮಾನ: ಹೂಡಿಕೆಗಾಗಿ ಸ್ಟಾಕ್ ಅನ್ನು ಮತ್ತಷ್ಟು ವಿಶ್ಲೇಷಿಸಬಹುದು.

12. ಫಿಬೊನಾಕಿ ಮರು ಪತ್ತೆಹಚ್ಚುವಿಕೆ

ಫಿಬೊನಾಕಿ ರಿಟ್ರಾಕ್ಷನ್ ನಿಯಮದ ಪ್ರಕಾರ.

ಸ್ಟಾಕ್ ಯಾವುದೇ ಮಟ್ಟದಿಂದ ಕುಸಿದರೆ, ಚಿನ್ನದ ಅನುಪಾತಗಳ ಸಹಾಯದಿಂದ ಸ್ಟಾಕ್ ಯಾವ ಮಟ್ಟಕ್ಕೆ ಕುಸಿಯಬಹುದು ಅಥವಾ ಏರಬಹುದು ಎಂಬುದನ್ನು ನಾವು ವಿಶ್ಲೇಷಿಸಬಹುದು.

ಇಲ್ಲಿ ಷೇರುಗಳು 23.6% ಕ್ಕೆ ಇಳಿದವು ಮತ್ತು ಮರುಬಳಕೆಯನ್ನು ತೆಗೆದುಕೊಂಡವು. ಇಲ್ಲಿ ಇದು ಬೆಲೆಯಲ್ಲಿ ಮತ್ತಷ್ಟು ಏರಿಕೆಯನ್ನು ದೃಢಪಡಿಸುತ್ತದೆ.

ಸ್ಟಾಕ್ ಬಲವಾದ ಸ್ಥಾನದಲ್ಲಿದೆ.

ಚಿನ್ನದ ಅನುಪಾತ ಎಂದರೆ ಚಿನ್ನಕ್ಕೆ ಸಂಬಂಧಿಸಿದ ಮೌಲ್ಯಗಳಲ್ಲ. ಗೊಂದಲಕ್ಕೆ ಒಳಗಾಗಬೇಡಿ. ಇದು ಫಿಬೊನಾಕಿ ಅನುಪಾತಗಳಿಗೆ ಸಂಬಂಧಿಸಿದೆ. ಇದನ್ನು ಚಿನ್ನದ ಅನುಪಾತ ಎಂದು ಹೆಸರಿಸಲಾಗಿದೆ.

ತೀರ್ಮಾನ: ಹೂಡಿಕೆಗಾಗಿ ಸ್ಟಾಕ್ ಅನ್ನು ಮತ್ತಷ್ಟು ವಿಶ್ಲೇಷಿಸಬಹುದು.

13. ಕ್ಯಾಂಡಲ್ ಸ್ಟಿಕ್ ಚಾರ್ಟ್

ಕ್ಯಾಂಡಲ್ ಸ್ಟಿಕ್ ಬೆಲೆ ಕ್ರಿಯೆಯನ್ನು ಪ್ರತಿನಿಧಿಸುತ್ತದೆ.

ಇಲ್ಲಿ ನಾವು ಹ್ಯಾಮರ್ ರಚನೆಯನ್ನು ಡೌನ್ ಟ್ರೆಂಡ್ ನಲ್ಲಿ ನೋಡಬಹುದು ಮತ್ತು ಮುಂದಿನ ಮೇಣದಬತ್ತಿ ಮುಚ್ಚುವ ದೃಢೀಕರಣವು ಹ್ಯಾಮರ್ ಮೇಲೆ ಕಂಡುಬಂದಿದೆ. ಬೆಲೆ ಏರಿಕೆ.

ಕ್ಯಾಂಡಲ್ ಸ್ಟಿಕ್ ಅನ್ನು ಅಲ್ಪಾವಧಿಯ ವಿಶ್ಲೇಷಣೆಗೆ ಬಳಸಲಾಗುತ್ತದೆ. ಇದು ದೀರ್ಘಾವಧಿಯ ಹೂಡಿಕೆಗೆ ಹೆಚ್ಚು ಸಹಾಯ ಮಾಡುತ್ತದೆ.

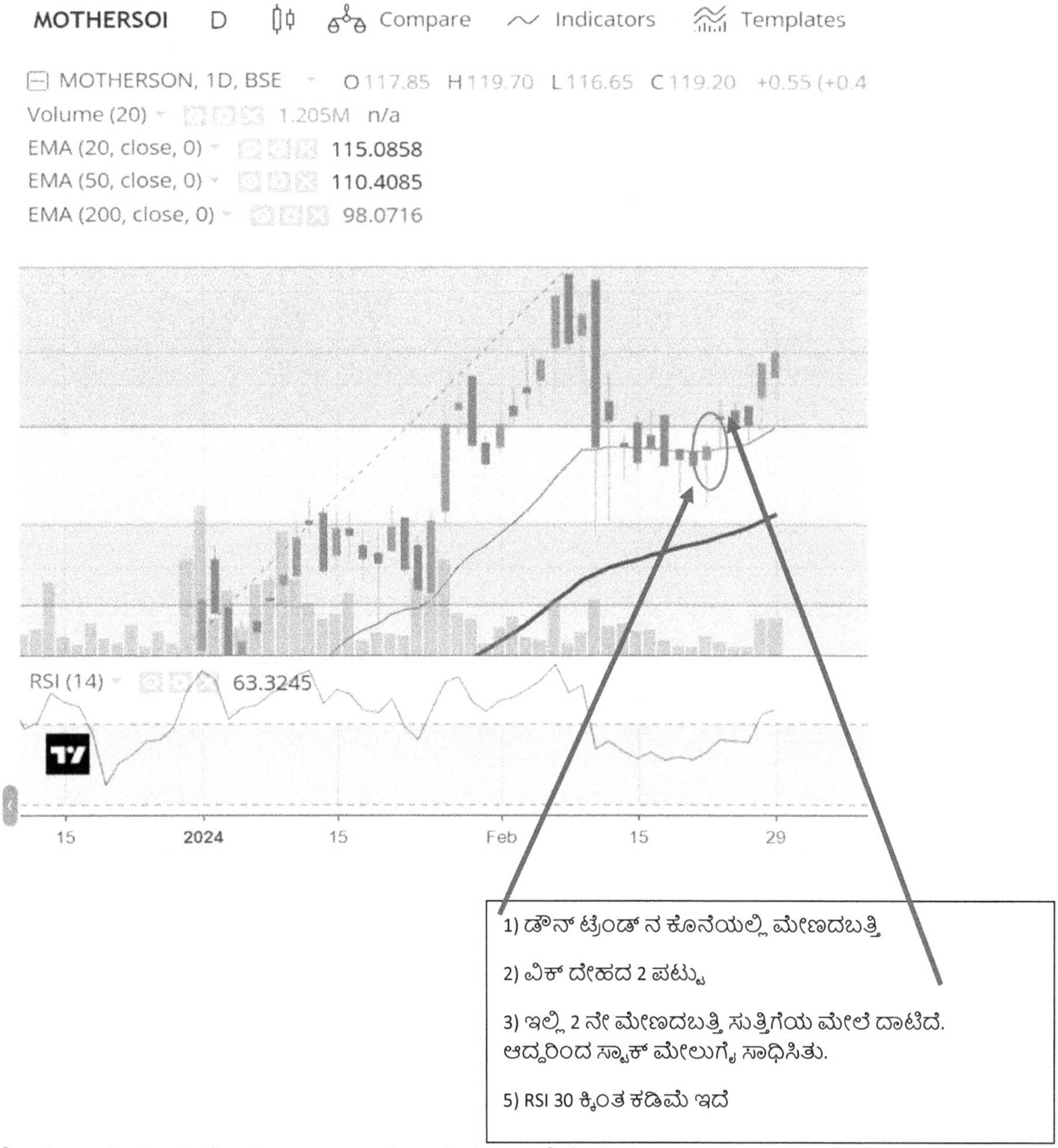

ತೀರ್ಮಾನ: ಹೂಡಿಕೆಗಾಗಿ ಸ್ಟಾಕ್ ಅನ್ನು ಮತ್ತಷ್ಟು ವಿಶ್ಲೇಷಿಸಬಹುದು.

14. ವಿತರಣೆ %

ಷೇರು ಮಾರುಕಟ್ಟೆಯಲ್ಲಿ ವಿತರಣಾ ಶೇಕಡಾವಾರು ಒಂದು ನಿರ್ಣಾಯಕ ಮೆಟ್ರಿಕ್ ಆಗಿದ್ದು, ಇದು ಮಾರುಕಟ್ಟೆಯ ಭಾವನೆ ಮತ್ತು ಹೂಡಿಕೆದಾರರ ಭಾಗವಹಿಸುವಿಕೆಯ ಮಟ್ಟದ ಬಗ್ಗೆ ಒಳನೋಟಗಳನ್ನು ಒದಗಿಸುತ್ತದೆ.

ಹೆಚ್ಚಿನ ವಿತರಣಾ ಶೇಕಡಾವಾರು ವಹಿವಾಟು ನಡೆಸಿದ ಷೇರುಗಳ ಹೆಚ್ಚಿನ ಭಾಗವನ್ನು ವಾಸ್ತವವಾಗಿ ಖರೀದಿದಾರರಿಗೆ ತಲುಪಿಸಲಾಗಿದೆ ಎಂದು ಸೂಚಿಸುತ್ತದೆ, ಇದು ಸ್ಟಾಕ್ನಲ್ಲಿ ಬಲವಾದ ಹೂಡಿಕೆದಾರರ ಆಸಕ್ತಿ ಮತ್ತು ಸಂಭಾವ್ಯವಾಗಿ ಬುಲಿಶ್ ಭಾವನೆಯನ್ನು ಸೂಚಿಸುತ್ತದೆ.

ಡೆಲಿವರಿ ತಿಳಿಯಲು, NSE ವೆಬ್ ಸೈಟ್ ಗೆ ಹೋಗಿ

ಸ್ಟಾಕ್ ಆಯ್ಕೆ ಮಾಡಿ, ಸಮಯದ ಮಧ್ಯಂತರಗಳನ್ನು ಆಯ್ಕೆ ಮಾಡಿ. ಡೆಲಿವರಿ % ಅನ್ನು ನೀವು ತಿಳಿದುಕೊಳ್ಳುವಿರಿ

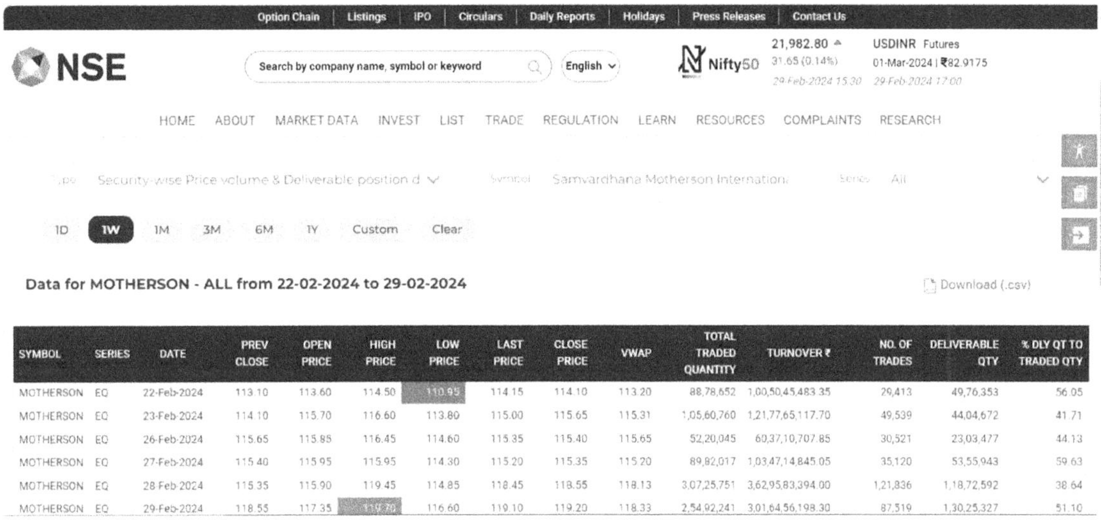

SYMBOL	SERIES	DATE	PREV CLOSE	OPEN PRICE	HIGH PRICE	LOW PRICE	LAST PRICE	CLOSE PRICE	VWAP	TOTAL TRADED QUANTITY	TURNOVER ₹	NO. OF TRADES	DELIVERABLE QTY	% DLY QT TO TRADED QTY
MOTHERSON	EQ	22-Feb-2024	113.10	113.60	114.50	110.95	114.15	114.10	113.20	88,78,652	1,00,50,45,483.35	29,413	49,76,353	56.05
MOTHERSON	EQ	23-Feb-2024	114.10	115.70	116.60	113.80	115.00	115.65	115.31	1,05,60,760	1,21,77,65,117.70	49,539	44,04,672	41.71
MOTHERSON	EQ	26-Feb-2024	115.65	115.85	116.45	114.60	115.35	115.40	115.65	52,20,045	60,37,10,707.85	30,521	23,03,477	44.13
MOTHERSON	EQ	27-Feb-2024	115.40	115.95	115.95	114.30	115.20	115.35	115.20	89,82,017	1,03,47,14,845.05	35,120	53,55,943	59.63
MOTHERSON	EQ	28-Feb-2024	115.35	115.90	119.45	114.85	118.45	118.55	118.13	3,07,25,751	3,62,95,83,394.00	1,21,836	1,18,72,592	38.64
MOTHERSON	EQ	29-Feb-2024	118.55	117.35	119.70	116.60	119.10	119.20	118.33	2,54,92,241	3,01,64,56,198.30	87,519	1,30,25,327	51.10

ಡೆಲಿವರಿ% 30% ರಿಂದ 40% ಕ್ಕಿಂತ ಹೆಚ್ಚಿದ್ದರೆ. ಇದು ಒಳ್ಳೆಯದು.

ತೀರ್ಮಾನ: ಹೂಡಿಕೆಗಾಗಿ ಸ್ಟಾಕ್ ಅನ್ನು ಮತ್ತಷ್ಟು ವಿಶ್ಲೇಷಿಸಬಹುದು.

ಅಧ್ಯಾಯ – 32

ಆರ್ ಎಸ್ ಐ ಕಾರ್ಯತಂತ್ರದೊಂದಿಗೆ ವ್ಯಾಪಾರವನ್ನು ತಿಳಿದುಕೊಳ್ಳಲು ದಯವಿಟ್ಟು ಸಹಾಯ ಮಾಡಿ. ನಾನು ಹೂಡಿಕೆಯಲ್ಲಿ ನನ್ನ ಸಮಯವನ್ನು ಕಳೆದುಕೊಂಡಿದ್ದೆ.

ಸಾಪೇಕ್ಷ ಸಾಮರ್ಥ್ಯ ಸೂಚಕ ಕಾರ್ಯತಂತ್ರ

ಅಲ್ಪಾವಧಿಯಲ್ಲಿ ಹಣ ಸಂಪಾದಿಸಲು ಇದು ತುಂಬಾ ಸರಳ ತಂತ್ರವಾಗಿದೆ.

1) ಆರ್ಎಸ್ಐ 30 ಕ್ಕಿಂತ ಹೆಚ್ಚಾದಾಗ ಸ್ಟಾಕ್ಗಳನ್ನು ಖರೀದಿಸಲಾಗುತ್ತದೆ.
2) ಆರ್ಎಸ್ಐ 70 ರ ಸಮೀಪದಲ್ಲಿದ್ದಾಗ ಸ್ಟಾಕ್ಗಳನ್ನು ಮಾರಾಟ ಮಾಡಲಾಗುತ್ತದೆ.
3) ಆರಂಭಿಕ ಫಲಿತಾಂಶಗಳಿಗಾಗಿ ತ್ರೈಮಾಸಿಕ ಫಲಿತಾಂಶವು ಎಲ್ಲಾ ಸಮಯದಲ್ಲೂ ಉತ್ತಮವಾಗಿರುವ ಕಂಪನಿಗಳಿಗೆ ಈ ತಂತ್ರವನ್ನು ಅನ್ವಯಿಸಬಹುದು.

ಇದಕ್ಕಾಗಿ ಮೊದಲು ನೀವು ಆರ್ಎಸ್ಐ 30 ನಲ್ಲಿ ವಹಿವಾಟು ನಡೆಸುತ್ತಿರುವ ಮತ್ತು 200 ಇಎಂಎ ಮತ್ತು 100 ಇಎಂಎಗಿಂತ ಹೆಚ್ಚಿನ ಸರಾಸರಿಯನ್ನು ಹೊಂದಿರುವ ಸ್ಟಾಕ್ಗಳನ್ನು ಆಯ್ಕೆ ಮಾಡಬೇಕಾಗುತ್ತದೆ

a) ಸ್ಕ್ರೀನರ್ ವೆಬ್ ಸೈಟ್ ಗೆ ಹೋಗಿ.

Screener
https://www.screener.in ▾

Stock Screener and fundamental analysis tool for Indian stocks

a) RSI 30 ಗಿಂತ ಕಡಿಮೆ ಸ್ಟಾಕ್ ಗಳನ್ನು ಹುಡುಕಲು ಸ್ಕ್ರೀನರ್ ಆಯ್ಕೆ ಮಾಡಿ

Screener
https://www.screener.in/screens/1222994/below-rsi-30-stocks ▾

Below RSI-30 Stocks - Screener

ಉದಾಹರಣೆ 1

Query

```
Return on equity > 10 AND
Market Capitalization > 1500 AND
RSI > 25% AND
RSI < 35% AND
Promoter holding > 40%
```

ಫಲಿತಾಂಶ

screener FEED SCREENS TOOLS Search for a company MANJUNATH

Below RSI-30 Stocks

by Dhananjay

22 results found: Showing page 1 of 1

INDUSTRY EXPORT EDIT COLUMNS

S.No.	Name	CMP Rs.	Mar Cap Rs.Cr.	Current ratio	Ind PE	P/E	CMP / BV	B.V. Rs.	Debt / Eq	Int Coverage	NP Qtr Rs.Cr.	ROCE Prev Yr %	ROE Prev Ann %	Div Yld %	Grahan Numb
1.	Paramount Comm.	80.10	2239.68	2.16	30.35	32.06	5.63	14.23	0.38	12.18	22.03	3.73	4.16	0.00	30.
2.	Vishnu Prakash R	177.50	2212.43	1.92	27.33	23.67	3.46	51.27	0.50	4.31	17.37	30.19	32.95	0.00	101.
3.	Balu Forge	208.30	2136.99	2.64	35.36	26.50	4.97	41.95	0.16	8.08	25.45	29.09	25.77	0.00	90.
4.	Tilaknagar Inds.	215.85	4152.50	2.11	30.96	30.96	7.29	29.59	0.33	5.51	43.77	13.23	96.55	0.12	76.
5.	Kansai Nerolac	292.50	23645.10	2.97	46.63	36.51	4.45	65.72	0.06	30.96	152.09	11.38	8.12	0.62	145.
6.	KRBL	315.70	7226.05	7.77	36.61	12.05	1.57	201.38	0.02	46.61	133.84	15.22	11.83	0.32	342.
7.	Sirca Paints	348.60	1910.63	6.61	38.87	39.47	6.69	52.13	0.00	6528.00	10.51	17.50	13.15	0.43	101.
8.	Hindware Home In	409.80	2962.71	1.04	38.87	62.18	5.01	81.78	1.80	1.93	4.53	22.34	27.83	0.12	110.
9.	HLE Glascoat	496.35	3388.36	1.33	35.36	71.92	9.84	50.43	1.06	3.58	5.97	31.19	34.75	0.22	86.

ವಿಮರ್ಶೆಗಾಗಿ ಕೆಆರ್‌ಬಿಎಲ್ ಸ್ಟಾಕ್ ತೆಗೆದುಕೊಳ್ಳೋಣ.

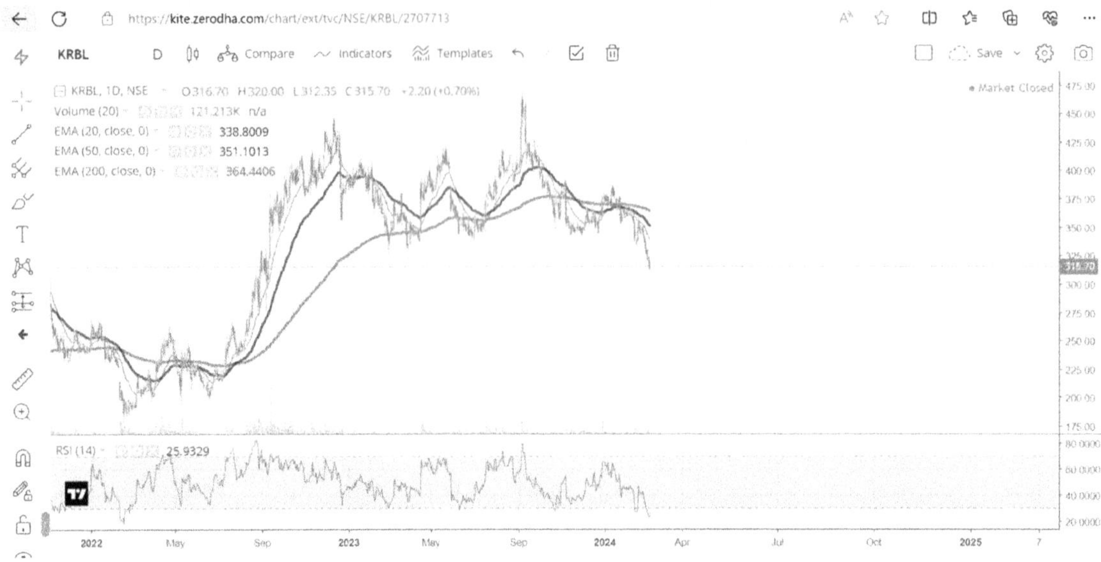

ಅವಲೋಕನ

1) ಸ್ಟಾಕ್ ಆರ್‌ಎಸ್‌ಐ 30 ಕ್ಕೆ ಬಂದಾಗಲೆಲ್ಲಾ ಸ್ಟಾಕ್ ಬೆಲೆಯಲ್ಲಿ ಕುಸಿತ ಕಂಡುಬರುತ್ತದೆ.

2) ಆರ್‌ಎಸ್‌ಐ 70 ಕ್ಕೆ ಹೋದಾಗಲೆಲ್ಲಾ ಸ್ಟಾಕ್ ಬೆಲೆಯಲ್ಲಿ ಏರಿಕೆ ಕಂಡುಬರುತ್ತದೆ.

ಆದ್ದರಿಂದ, ಆರ್‌ಎಸ್‌ಐ 30 ನಲ್ಲಿದ್ದಾಗ ಸ್ಟಾಕ್ ಖರೀದಿಸಬಹುದು ಮತ್ತು ಆರ್‌ಎಸ್‌ಐ 70 ಇದ್ದಾಗ ಸ್ಟಾಕ್ ಅನ್ನು ಮಾರಾಟ ಮಾಡಬಹುದು.

ಅಧ್ಯಾಯ – 33

ದಯವಿಟ್ಟು ವಿವರಿಸಿ, ಬಬಲ್ ರೂಪುಗೊಳ್ಳುವ ಸ್ಟಾಕ್ ಗಳನ್ನು ತಪ್ಪಿಸಲು ನೀವು ಏನು ಅರ್ಥೈಸುತ್ತೀರಿ.

ಬಬಲ್ ರೂಪಿಸುವ ಸ್ಟಾಕ್ ಗಳು

"ಬಬಲ್ ರೂಪಿಸುವ ಸ್ಟಾಕ್ ಗಳು" ಸಾಮಾನ್ಯವಾಗಿ ಊಹಾತ್ಮಕ ಗುಳ್ಳೆಯ ರಚನೆಗೆ ಸಂಬಂಧಿಸಿದ ಗುಣಲಕ್ಷಣಗಳು ಅಥವಾ ನಡವಳಿಕೆಗಳನ್ನು ಪ್ರದರ್ಶಿಸುವ ಸ್ಟಾಕ್ ಗಳನ್ನು ಸೂಚಿಸುತ್ತದೆ. ಸ್ಟಾಕ್ ನಂತಹ ಆಸ್ತಿಯ ಬೆಲೆಯು ಅದರ ಆಂತರಿಕ ಮೌಲ್ಯಕ್ಕಿಂತ ಹೆಚ್ಚಾದಾಗ ಊಹಾತ್ಮಕ ಗುಳ್ಳೆ ಸಂಭವಿಸುತ್ತದೆ, ಇದು ಮುಖ್ಯವಾಗಿ ಗಳಿಕೆ ಅಥವಾ ಬೆಳವಣಿಗೆಯ ಸಾಮರ್ಥ್ಯದಂತಹ ಮೂಲಭೂತ ಅಂಶಗಳಿಗಿಂತ ಹೆಚ್ಚಾಗಿ ಊಹಾಪೋಹ ಮತ್ತು ಹೂಡಿಕೆದಾರರ ಭಾವನೆಯಿಂದ ನಡೆಸಲ್ಪಡುತ್ತದೆ.

ಕೆಲವೊಮ್ಮೆ ಬಬಲ್ ರಚನೆಗೆ ಸಂಬಂಧಿಸಿದ ಸ್ಟಾಕ್ ಗಳ ಗುಣಲಕ್ಷಣಗಳು

ತ್ವರಿತ ಬೆಲೆ ಹೆಚ್ಚಳ: ಸ್ಟಾಕ್ ತುಲನಾತ್ಮಕವಾಗಿ ಅಲ್ಪಾವಧಿಯಲ್ಲಿ ಬೆಲೆಯಲ್ಲಿ ತೀವ್ರ ಮತ್ತು ತ್ವರಿತ ಹೆಚ್ಚಳವನ್ನು ಅನುಭವಿಸುತ್ತದೆ, ಹೆಚ್ಚಾಗಿ ಕಂಪನಿಯ ಗಳಿಕೆ ಅಥವಾ ಆದಾಯದಲ್ಲಿ ಕಡಿಮೆ ಅಥವಾ ಯಾವುದೇ ಅನುಗುಣವಾದ ಹೆಚ್ಚಳವಿಲ್ಲ.
ಹೆಚ್ಚಿನ ಮೌಲ್ಯಮಾಪನ ಮೆಟ್ರಿಕ್ಸ್: ಪಿ / ಇ ಅನುಪಾತ ಅಥವಾ ಪಿ / ಎಸ್ ಅನುಪಾತದಂತಹ ಸ್ಟಾಕ್ನ ಮೌಲ್ಯಮಾಪನ ಮಾಪನಗಳು ಐತಿಹಾಸಿಕ ಸರಾಸರಿಗಳು ಅಥವಾ ಉದ್ಯಮದ ಮಾನದಂಡಗಳಿಗಿಂತ ಗಮನಾರ್ಹವಾಗಿ ಹೆಚ್ಚಾಗಿದೆ.
ಹೆಚ್ಚಿನ ಚಂಚಲತೆ: ಸ್ಟಾಕ್ ಹೆಚ್ಚಿನ ಮಟ್ಟದ ಬೆಲೆ ಚಂಚಲತೆಯನ್ನು ಪ್ರದರ್ಶಿಸುತ್ತದೆ, ಬೆಲೆಯಲ್ಲಿ ಆಗಾಗ್ಗೆ ಮತ್ತು ದೊಡ್ಡ ಏರಿಳಿತಗಳೊಂದಿಗೆ.
ಊಹಾತ್ಮಕ ಖರೀದಿ: ಹೂಡಿಕೆದಾರರು ಮುಖ್ಯವಾಗಿ ಕಂಪನಿಯ ಮೂಲಭೂತ ಅಂಶಗಳು ಅಥವಾ ಬೆಳವಣಿಗೆಯ ನಿರೀಕ್ಷೆಗಳಿಗಿಂತ ಹೆಚ್ಚಾಗಿ ಅದರ ಬೆಲೆ ಏರಿಕೆಯಾಗುತ್ತಲೇ ಇರುತ್ತದೆ ಎಂಬ ನಿರೀಕ್ಷೆಯ ಆಧಾರದ ಮೇಲೆ ಷೇರುಗಳನ್ನು ಖರೀದಿಸುತ್ತಿದ್ದಾರೆ.
ಮಾಧ್ಯಮ ಗಮನ: ಸ್ಟಾಕ್ ಗಮನಾರ್ಹ ಪ್ರಮಾಣದ ಮಾಧ್ಯಮ ಗಮನವನ್ನು ಪಡೆಯುತ್ತದೆ, ಸುದ್ದಿ ಲೇಖನಗಳು, ಸಾಮಾಜಿಕ ಮಾಧ್ಯಮ ಪೋಸ್ಟ್ಗಳು ಮತ್ತು ಇತರ ರೀತಿಯ ಪ್ರಸಾರವು ಸ್ಟಾಕ್ನ ಸುತ್ತಲಿನ ಪ್ರಚಾರಕ್ಕೆ ಕೊಡುಗೆ ನೀಡುತ್ತದೆ.
ಚಿಲ್ಲರೆ ಹೂಡಿಕೆದಾರರ ಪಾಲ್ಗೊಳ್ಳುವಿಕೆ: ವೈಯಕ್ತಿಕ ಹೂಡಿಕೆದಾರರೊಂದಿಗೆ ಹೆಚ್ಚಿನ ಮಟ್ಟದ ಚಿಲ್ಲರೆ ಹೂಡಿಕೆದಾರರ ಒಳಗೊಳ್ಳುವಿಕೆ ಇದೆ, ಹೆಚ್ಚಾಗಿ ಸೀಮಿತ ಅನುಭವವನ್ನು ಹೊಂದಿರುವವರು, ಖರೀದಿ ಚಟುವಟಿಕೆಯ ಹೆಚ್ಚಿನ ಭಾಗವನ್ನು ಮುನ್ನಡೆಸುತ್ತಾರೆ.

ಮೂಲಭೂತ ಸಮರ್ಥನೆಯ ಕೊರತೆ: ಸ್ಟಾಕ್ ನ ಬೆಲೆಯನ್ನು ಕಂಪನಿಯ ಆರ್ಥಿಕ ಕಾರ್ಯಕ್ಷಮತೆ ಅಥವಾ ಭವಿಷ್ಯದಿಂದ ಬೆಂಬಲಿಸಲಾಗುವುದಿಲ್ಲ. ಬೇರೆ ರೀತಿಯಲ್ಲಿ ಹೇಳುವುದಾದರೆ, ಸ್ಟಾಕ್ ಅನ್ನು ಅದರ ಗಳಿಕೆ, ಆದಾಯ ಅಥವಾ ಬೆಳವಣಿಗೆಯ ಸಾಮರ್ಥ್ಯಕ್ಕೆ ಸಂಬಂಧಿಸಿದಂತೆ ಅತಿಯಾಗಿ ಮೌಲ್ಯೀಕರಿಸಲಾಗುತ್ತದೆ.

ಮಾರುಕಟ್ಟೆ ಭಾವನೆ: ಹೂಡಿಕೆದಾರರಲ್ಲಿ ಚಾಲ್ತಿಯಲ್ಲಿರುವ ಭಾವನೆಯು ಅಗಾಧವಾಗಿ ಸಕಾರಾತ್ಮಕವಾಗಿದೆ, ಅನೇಕ ಹೂಡಿಕೆದಾರರು ಸ್ಟಾಕ್ ಬೆಲೆಯಲ್ಲಿ ಮಾತ್ರ ಹೆಚ್ಚಾಗಬಹುದು ಎಂದು ನಂಬುತ್ತಾರೆ.

Bubble formation stages

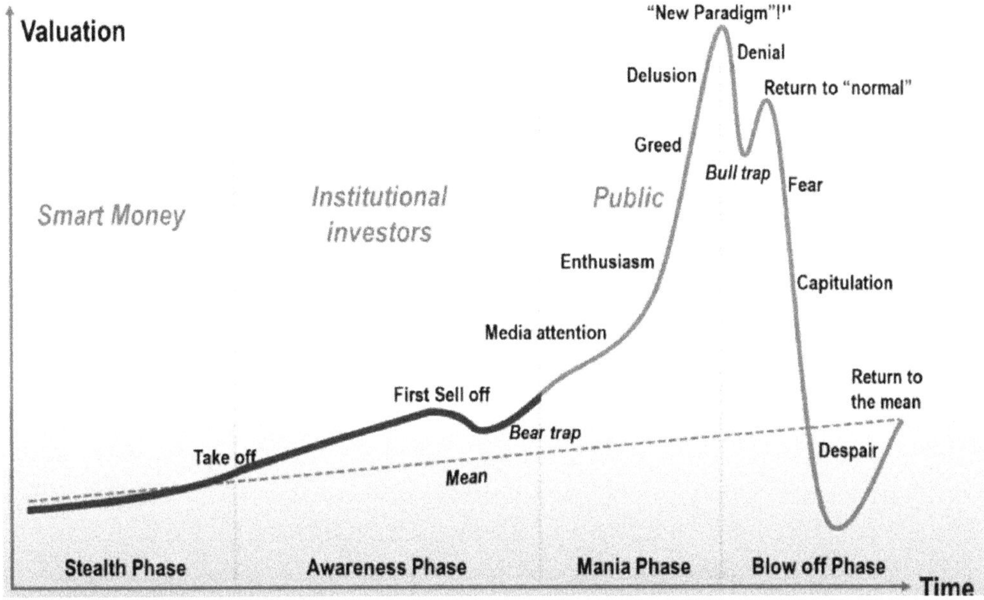

ಉದಾಹರಣೆ 1

ಸ್ಟಾಕ್ ಹೆಸರು: IRCON

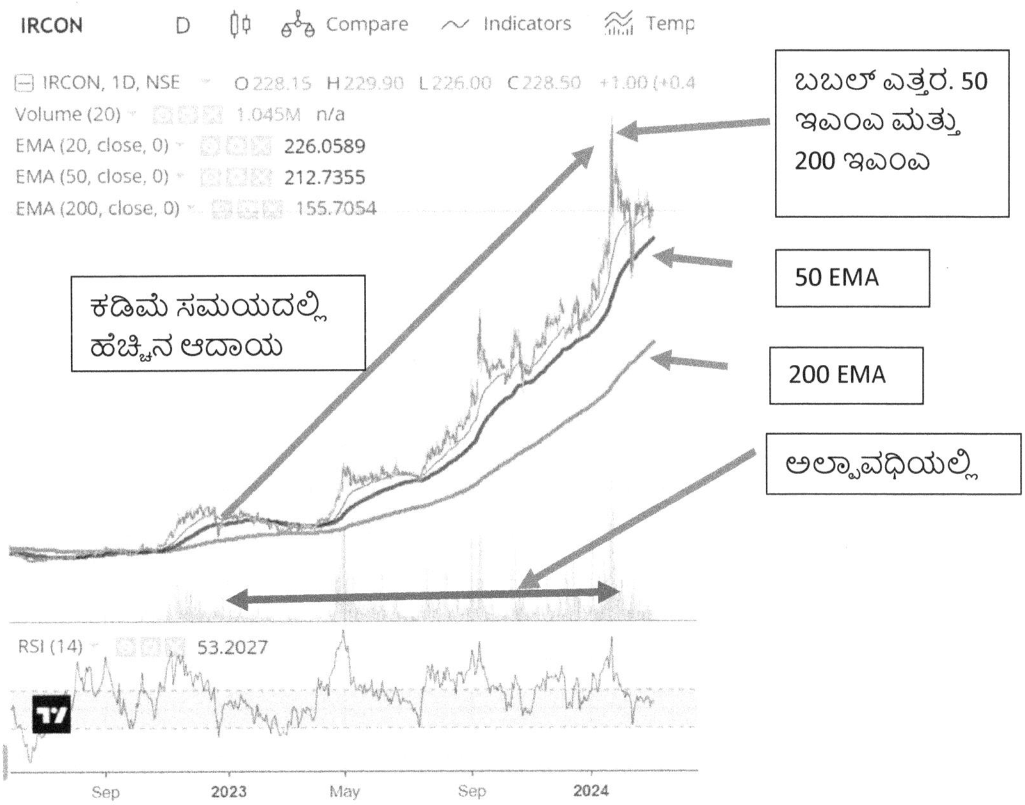

ಉದಾಹರಣೆ 2

ಸ್ಟಾಕ್ ಹೆಸರು: IREDA

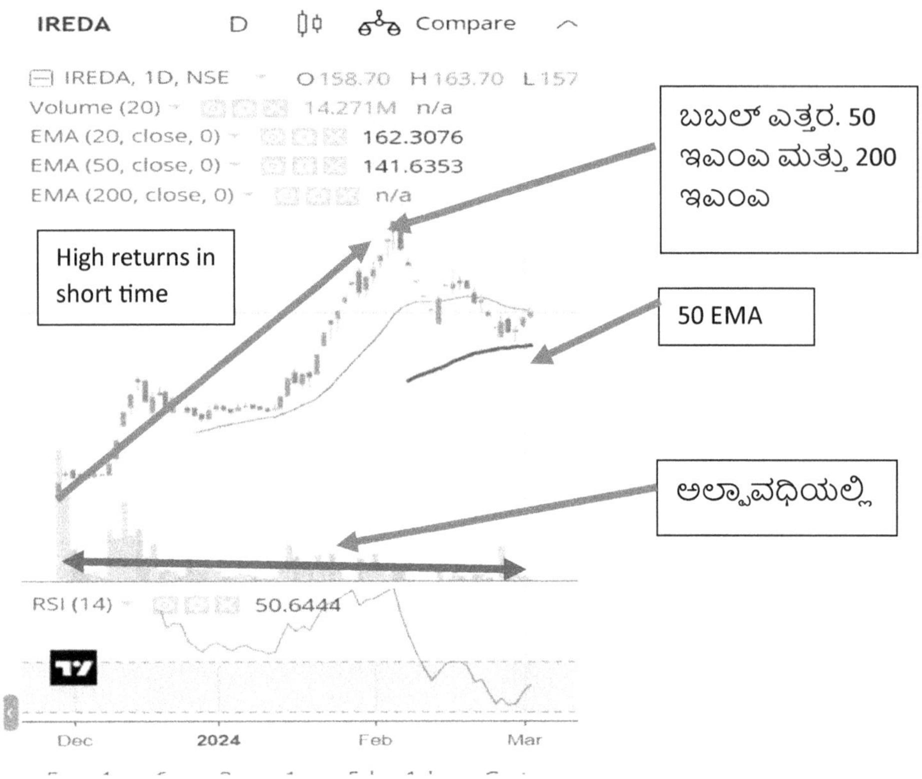

ಉದಾಹರಣೆ 3

ಸ್ಟಾಕ್ ಹೆಸರು: IREDA

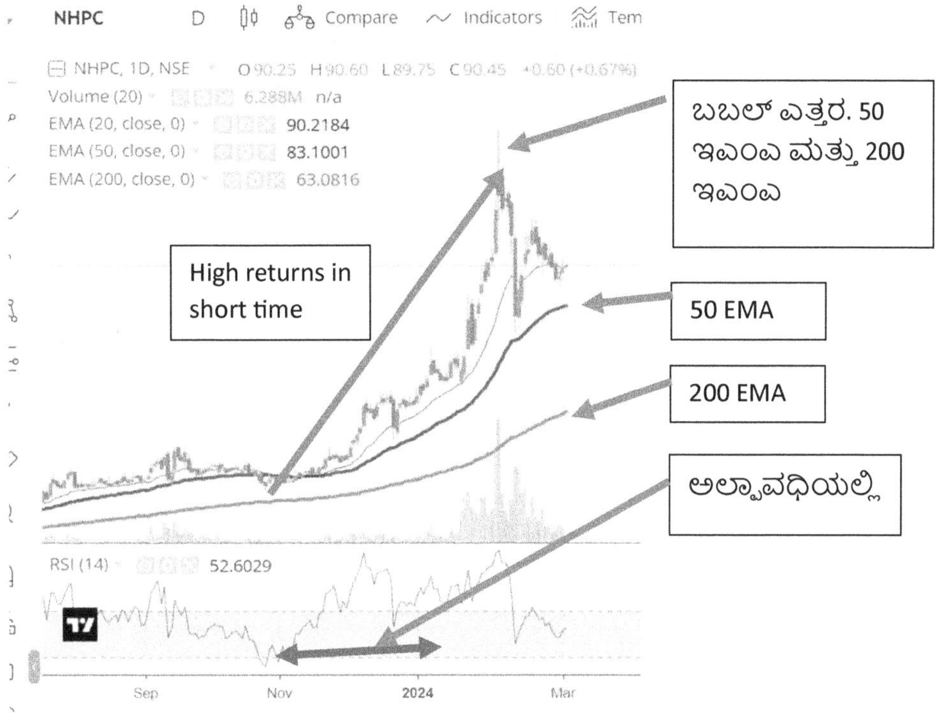

ಅಧ್ಯಾಯ – 34

ದಯವಿಟ್ಟು ಅಂತರವನ್ನು ಅರ್ಥಮಾಡಿಕೊಳ್ಳಲು ಸಹಾಯ ಮಾಡಿ – ಉದಾಹರಣೆಯೊಂದಿಗೆ.

ಗ್ಯಾಪ್ ಅಪ್

ಸ್ಟಾಕ್ ಗಳಲ್ಲಿನ "ಗ್ಯಾಪ್ ಅಪ್" ತೆರೆಯುವಿಕೆಯು ಸ್ಟಾಕ್ ನ ಆರಂಭಿಕ ಬೆಲೆಯು ಹಿಂದಿನ ದಿನದ ಮುಕ್ತಾಯದ ಬೆಲೆಗಿಂತ ಗಮನಾರ್ಹವಾಗಿ ಹೆಚ್ಚಾಗಿರುವ ಪರಿಸ್ಥಿತಿಯನ್ನು ಸೂಚಿಸುತ್ತದೆ, ಇದು ಬೆಲೆ ಚಾರ್ಟ್ ನಲ್ಲಿ ಗೋಚರಿಸುವ ಅಂತರವನ್ನು ಸೃಷ್ಟಿಸುತ್ತದೆ. ಅಂತರ ಏರಿಕೆಗಳು ವಿವಿಧ ಕಾರಣಗಳಿಗಾಗಿ ಸಂಭವಿಸಬಹುದು, ಮತ್ತು ಈ ಕಾರಣಗಳನ್ನು ಅರ್ಥಮಾಡಿಕೊಳ್ಳುವುದು ಮಾರುಕಟ್ಟೆ ಭಾವನೆ ಮತ್ತು ಸಂಭಾವ್ಯ ಬೆಲೆ ಚಲನೆಗಳ ಬಗ್ಗೆ ಒಳನೋಟಗಳನ್ನು ಒದಗಿಸುತ್ತದೆ.

ಉದಾಹರಣೆ 1: BOROLTD
ಕೆಲವು ವಾರಗಳ ನಂತರ ಅಂತರ ತುಂಬಿತು.

ಅದೇ ಮಟ್ಟದಲ್ಲಿ ಅಂತರವನ್ನು ತುಂಬಲು ಸ್ಟಾಕ್ ಬೆಲೆ ಕಡಿಮೆಯಾಗುತ್ತದೆ. ಇದು ಬೇಗನೆ ಬರಬಹುದು ಅಥವಾ ಕೆಲವು ತಿಂಗಳುಗಳ ನಂತರ ಬರಬಹುದು. ಗ್ಯಾಪ್ ವರೆಗೆ ಅಲ್ಪಾವಧಿಯ ಹೂಡಿಕೆಯಿಂದ ಸ್ಟಾಕ್ ಖರೀದಿಸಬೇಡಿ. ದೀರ್ಘಾವಧಿಯ ಹೂಡಿಕೆಗಾಗಿಯೂ ನೀವು ಅಂತರವನ್ನು ತುಂಬುವವರೆಗೆ ಜಾಗರೂಕರಾಗಿರಬೇಕು.

ಸೌರ ಇಂಧನ ಉತ್ತೇಜನದಲ್ಲಿ ಹೂಡಿಕೆಯ ಸುದ್ದಿ ಮತ್ತು ಸರ್ಕಾರದ ಘೋಷಣೆಯಿಂದಾಗಿ ಅಂತರ ತೆರೆಯಲಾಗಿದೆ.

ಸಲಹೆ

1) ಮುಂದಿನ ದಿನಗಳಲ್ಲಿ ಗ್ಯಾಪ್ ಭರ್ತಿಯಾಗುವವರೆಗೆ ಸ್ಟಾಕ್ ಖರೀದಿಸಬೇಡಿ.

2) ಒಮ್ಮೆ ಅಂತರವನ್ನು ಸೃಷ್ಟಿಸಿದ ನಂತರ ಅದನ್ನು ಭರ್ತಿ ಮಾಡಬೇಕು. ಇದು ಅನೇಕ ಸಂದರ್ಭಗಳಲ್ಲಿ ಸಾಬೀತಾಗಿದೆ.

ಉದಾಹರಣೆ2
ಮದರ್ಸನ್ ಸುಮಿ ವೈರಿಂಗ್ ಇಂಡಿಯಾ ಲಿಮಿಟೆಡ್ ಷೇರುಗಳಲ್ಲಿ, ಗಳಿಕೆಯ ಸಮಯದಲ್ಲಿ ಗ್ಯಾಪ್ ಅಪ್ ತೆರೆಯುವಿಕೆ ನಡೆಯಿತು.

ಕೆಲವು ವಾರಗಳ ನಂತರ ಅಂತರ ತುಂಬಿತು.

ಅದೇ ಮಟ್ಟದಲ್ಲಿ ಅಂತರವನ್ನು ತುಂಬಲು ಸ್ಟಾಕ್ ಬೆಲೆ ಕಡಿಮೆಯಾಗುತ್ತದೆ. ಇದು ಬೇಗನೆ ಬರಬಹುದು ಅಥವಾ ಕೆಲವು ತಿಂಗಳುಗಳ ನಂತರ ಬರಬಹುದು. ಗ್ಯಾಪ್ ವರೆಗೆ ಅಲ್ಪಾವಧಿಯ ಹೂಡಿಕೆಯಿಂದ ಸ್ಟಾಕ್ ಖರೀದಿಸಬೇಡಿ. ದೀರ್ಘಾವಧಿಯ ಹೂಡಿಕೆಗಾಗಿಯೂ ನೀವು ಅಂತರವನ್ನು ತುಂಬುವವರೆಗೆ ಜಾಗರೂಕರಾಗಿರಬೇಕು.

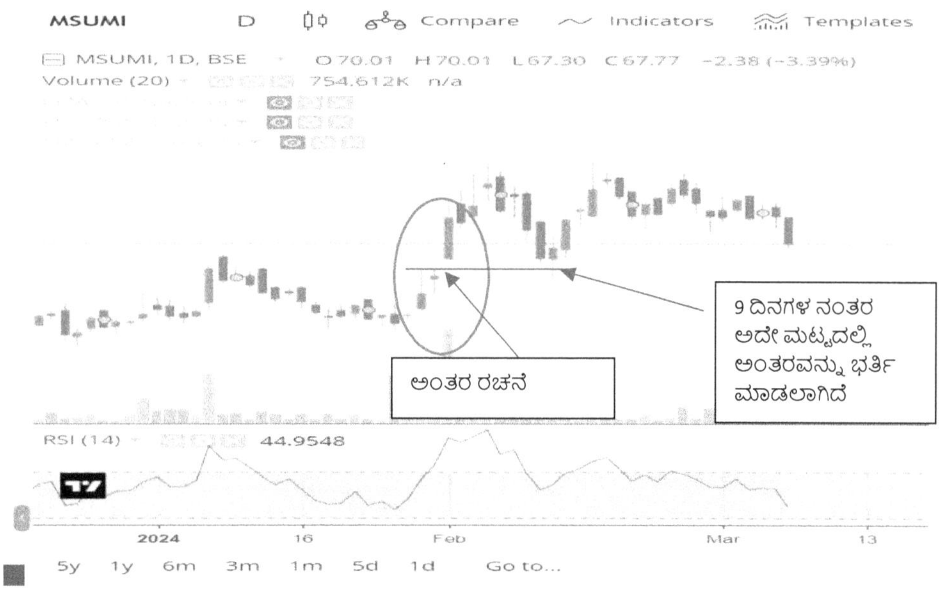

ಉದಾಹರಣೆ3
ಸಂವರ್ಧನ ಮದರ್ಸನ್ ಇಂಟರ್ನ್ಯಾಷನಲ್ ಲಿಮಿಟೆಡ್ ಸ್ಟಾಕ್ನಲ್ಲಿ, ಗಳಿಕೆಯ ಸಮಯದಲ್ಲಿ ಗ್ಯಾಪ್ ಅಪ್ ತೆರೆಯುವಿಕೆ ನಡೆಯಿತು.

ಕೆಲವು ವಾರಗಳ ನಂತರ ಅಂತರ ತುಂಬಿತು.

ಅದೇ ಮಟ್ಟದಲ್ಲಿ ಅಂತರವನ್ನು ತುಂಬಲು ಸ್ಟಾಕ್ ಬೆಲೆ ಕಡಿಮೆಯಾಗುತ್ತದೆ. ಇದು ಬೇಗನೆ ಬರಬಹುದು ಅಥವಾ ಕೆಲವು ತಿಂಗಳುಗಳ ನಂತರ ಬರಬಹುದು. ಗ್ಯಾಪ್ ವರೆಗೆ ಅಲ್ಪಾವಧಿಯ ಹೂಡಿಕೆಯಿಂದ ಸ್ಟಾಕ್ ಖರೀದಿಸಬೇಡಿ. ದೀರ್ಘಾವಧಿಯ ಹೂಡಿಕೆಗಾಗಿಯೂ ಸಹ ನೀವು ಅಂತರವನ್ನು ತುಂಬುವವರೆಗೆ ಮಾಡಬೇಕಾಗುತ್ತದೆ.

ಉದಾಹರಣೆ 4 : ಸಲಾಸರ್

ಇಲ್ಲಿ ನಿರಂತರವಾಗಿ ಗ್ಯಾಪ್ ಅಪ್ ಒಪನಿಂಗ್ ರೂಪುಗೊಳ್ಳುತ್ತದೆ. ನಿರಂತರ ನೈಸರ್ಗಿಕ ಮೇಣದ ಬತ್ತಿ ಕಡ್ಡಿಗಳು ರೂಪುಗೊಳ್ಳುವವರೆಗೆ ಅಂತಹ ಸ್ಟಾಕ್ ಗಳಲ್ಲಿ ಹೂಡಿಕೆ ಮಾಡುವುದನ್ನು ತಪ್ಪಿಸಿ.

ನಿರಂತರ ಮೇಲಿನ ಸರ್ಕ್ಯೂಟ್ ಮತ್ತು ನಿರಂತರ ಲೋವರ್ ಸರ್ಕ್ಯೂಟ್ ಕೆಲವು ಘಟನೆಗಳನ್ನು ಹೊಂದಿರುತ್ತದೆ. ಸ್ಟಾಕ್ ಗೆ ಸಂಬಂಧಿಸಿದ ಸುದ್ದಿಗಳನ್ನು ಪರಿಶೀಲಿಸಿ.

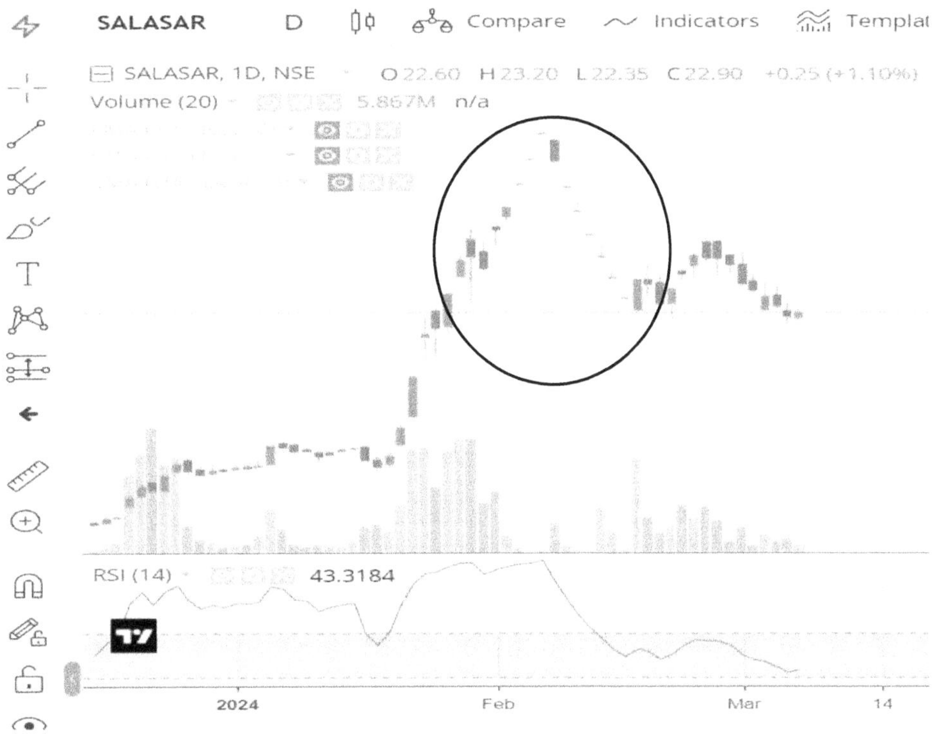

ದೀರ್ಘಾವಧಿಗೆ ಹೂಡಿಕೆ ಮಾಡಿದರೆ. ಮೂಲಭೂತ ಬದಲಾವಣೆಗಳು ಏನಾದರೂ ಇದ್ದರೆ ಪರಿಶೀಲಿಸಿ. ಅಧ್ಯಾಯ 15ನ್ನು ನೋಡಿ

ಅಧ್ಯಾಯ – 35

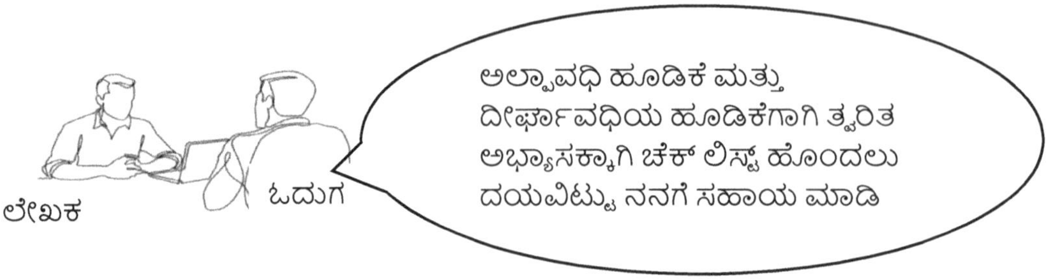

ಅಲ್ಪಾವಧಿಯ ಪರಿಶೀಲನಾಪಟ್ಟಿ

S No	ಚೆಕ್ ಪಾಯಿಂಟ್	ಚಿತ್ರ	ಸಲಹೆ	ಅಧ್ಯಾಯ ಸಂಖ್ಯೆ
1	ಇತ್ತೀಚೆಗೆ ಸ್ಟಾಕ್ ನಲ್ಲಿ ಅಂತರ ಸೃಷ್ಟಿಯಾಗಿದೆಯೇ?	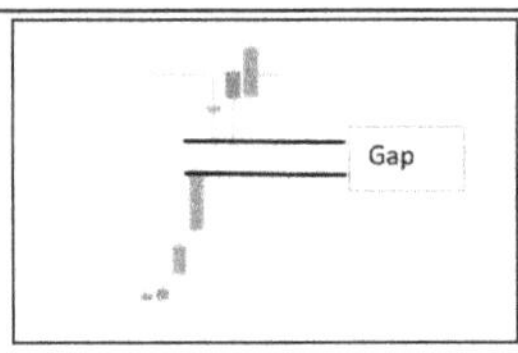	**ಅಲ್ಪಾವಧಿ** ಅಂತರ ತುಂಬುವವರೆಗೆ ಹೂಡಿಕೆಯನ್ನು ತಪ್ಪಿಸಿ	ಅಧ್ಯಾಯ - 34
2	ಸ್ಟಾಕ್ ಬಬಲ್ ರೂಪುಗೊಳ್ಳುತ್ತಿದೆಯೇ?	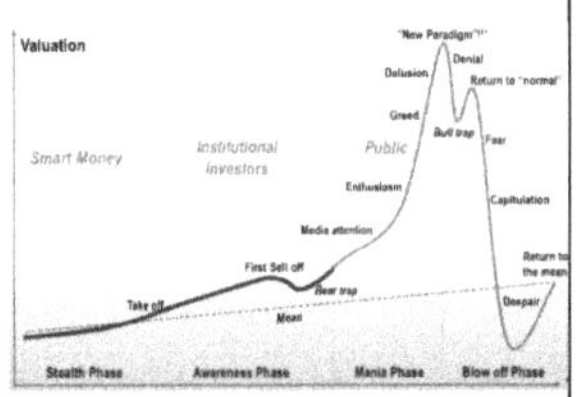	**ಅಲ್ಪಾವಧಿ** ಬಬಲ್ ಆಕಾರವು ಪೂರ್ಣಗೊಳ್ಳುವವರೆಗೆ ಮತ್ತು ಸಾಮಾನ್ಯ ಹಂತಕ್ಕೆ ಬರುವವರೆಗೆ ಹೂಡಿಕೆಯನ್ನು ತಪ್ಪಿಸಿ.	ಅಧ್ಯಾಯ - 33

S No	ಚೆಕ್ ಪಾಯಿಂಟ್	ಚಿತ್ರ	ಸಲಹೆ	ಅಧ್ಯಾಯ ಸಂಖ್ಯೆ
3	ಬೇರಿಷ್ ಚಾರ್ಟ್ ಮಾದರಿ	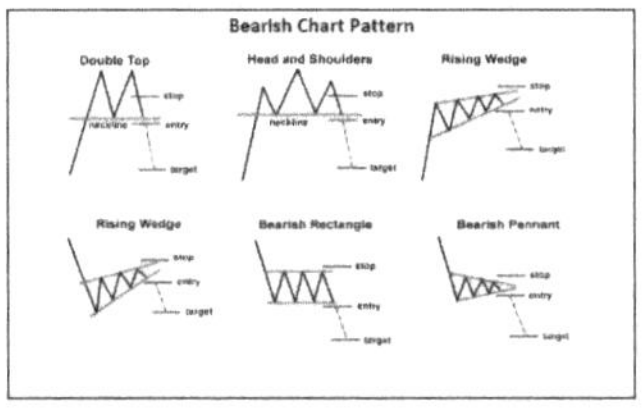	**ಅಲ್ಪಾವಧಿ** ಚಾರ್ಟ್ ಪೂರ್ಣಗೊಳ್ಳುವವರೆಗೆ ಹೂಡಿಕೆಯನ್ನು ತಪ್ಪಿಸಿ.	ಅಧ್ಯಾಯ – 19 ಪುಟ ಸಂಖ್ಯೆ194
4	ಬುಲಿಷ್ ಚಾರ್ಟ್ ಮಾದರಿ	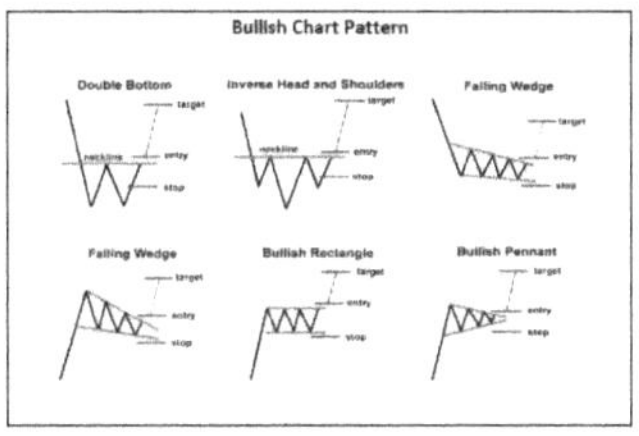	**ಅಲ್ಪಾವಧಿ** ಚಾರ್ಟ್ 200EMA ಗಿಂತ ಹೆಚ್ಚಿದ್ದರೆ ನೀವು ಹೂಡಿಕೆ ಮಾಡಬಹುದು	ಅಧ್ಯಾಯ – 19 ಪುಟ ಸಂಖ್ಯೆ 194
5	ಸ್ಟಾಕ್ ಬೆಲೆ 100 ಇಎಂಎ ಮತ್ತು 200 ಇಎಂಎಗಿಂತ ಹೆಚ್ಚಾಗಿದೆ	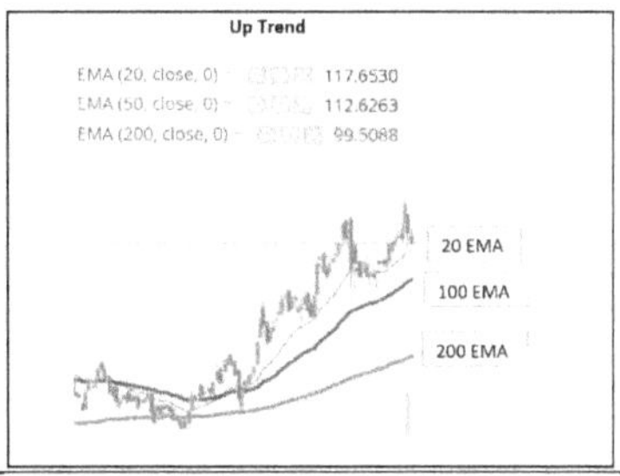	**ಅಲ್ಪಾವಧಿ** 100 ಇಎಂಎ ಮತ್ತು 200 ಇಎಂಎಗಿಂತ ಹೆಚ್ಚಿನ ಸ್ಟಾಕ್ ವಹಿವಾಟು ನಡೆಸಿದರೆ ಹೂಡಿಕೆ ಮಾಡಿ	ಅಧ್ಯಾಯ – 19 ಪುಟ ಸಂಖ್ಯೆ 163
6	ಸ್ಟಾಕ್ ಬೆಲೆ 100 ಇಎಂಎ ಮತ್ತು 200 ಇಎಂಎಗಿಂತ ಕೆಳಗೆ ಚಲಿಸುತ್ತಿದೆ	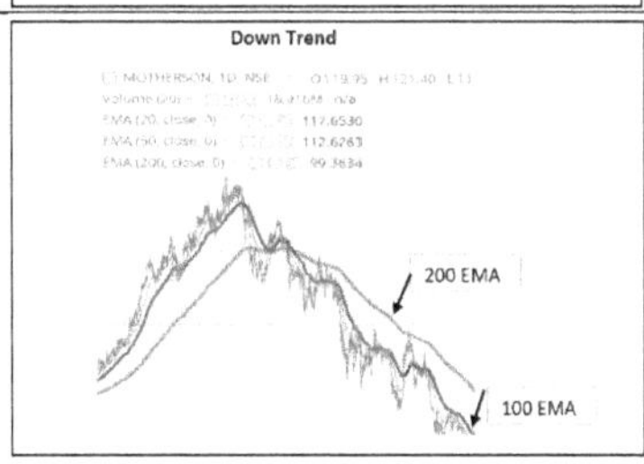	**ಅಲ್ಪಾವಧಿ** ಹೂಡಿಕೆಯನ್ನು ತಪ್ಪಿಸಿ	ಅಧ್ಯಾಯ – 19 ಪುಟ ಸಂಖ್ಯೆ 166

S No	ಚೆಕ್ ಪಾಯಿಂಟ್	ಚಿತ್ರ	ಸಲಹೆ	ಅಧ್ಯಾಯ ಸಂಖ್ಯೆ
7	ಸಾಪೇಕ್ಷ ಬಲ @ 70 ಮತ್ತು ಕೆಳಗೆ	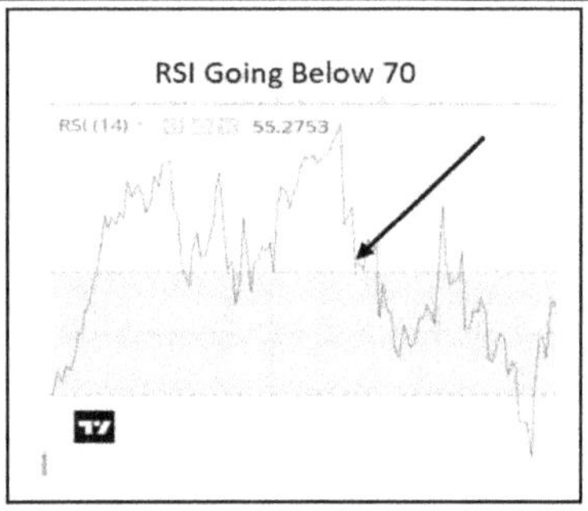	**ಅಲ್ಪಾವಧಿ** ಹೂಡಿಕೆಯನ್ನು ತಪ್ಪಿಸಿ	ಅಧ್ಯಾಯ – 19 ಪುಟ ಸಂಖ್ಯೆ 189
8	ಸಾಪೇಕ್ಷ ಬಲ ಅವನತಿ ಅಥವಾ ಭಿನ್ನತೆ		**ಅಲ್ಪಾವಧಿ** ಹೂಡಿಕೆಯನ್ನು ತಪ್ಪಿಸಿ. ಇದು ಭವಿಷ್ಯದಲ್ಲಿ ಬೆಲೆ ಕುಸಿತದ ಸೂಚನೆಯಾಗಿದೆ. ಪ್ರಸ್ತುತ ಸ್ಟಾಕ್ ಬೆಲೆಯಲ್ಲಿ ಯಾವುದೇ ಬಲವಿಲ್ಲ	ಅಧ್ಯಾಯ – 19 ಪುಟ ಸಂಖ್ಯೆ 190
9	ಸಾಪೇಕ್ಷ ಬಲ @ 30 ಮತ್ತು ಅದಕ್ಕಿಂತ ಹೆಚ್ಚಿನದು	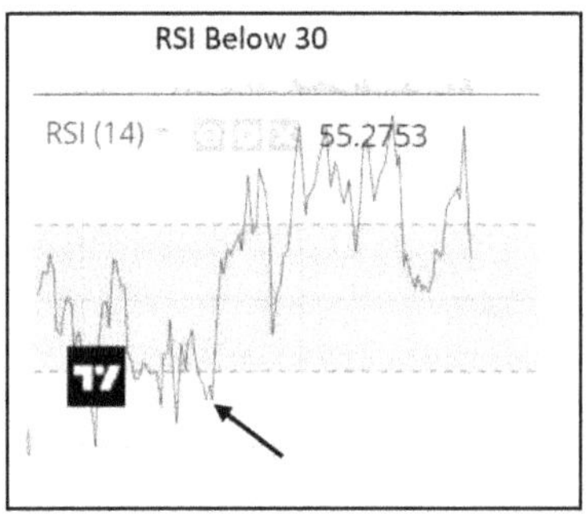	**ಅಲ್ಪಾವಧಿ** ಚೆಕ್ ಪಾಯಿಂಟ್ ಸಂಖ್ಯೆ 5 ಅನ್ನು ಪಾಸ್ ಮಾಡಿದರೆ ಹೂಡಿಕೆ ಮಾಡಿ	ಅಧ್ಯಾಯ – 19 ಪುಟ ಸಂಖ್ಯೆ 185

ಲೇಖಕ ಒದುಗ

S No	ಚೆಕ್ ಪಾಯಿಂಟ್	ಚಿತ್ರ	ಸಲಹೆ	ಅಧ್ಯಾಯ ಸಂಖ್ಯೆ
10	ಸಾಪೇಕ್ಷ ಬಲ ಮೇಲಿನ ಪ್ರವೃತ್ತಿ ಅಥವಾ ಭಿನ್ನತೆ ಹೆಚ್ಚುತ್ತಿದೆ	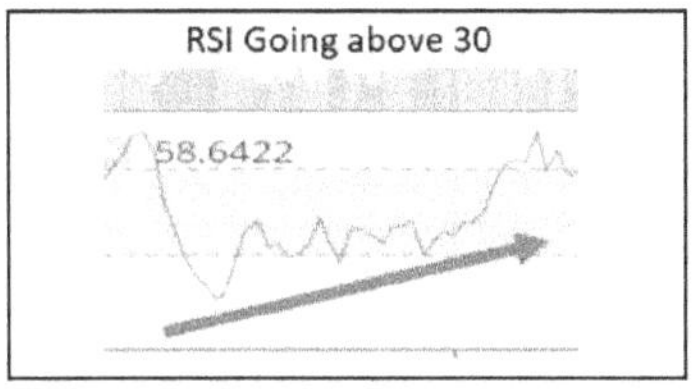	**ಅಲ್ಪಾವಧಿ** ಇದು ಬುಲಿಶ್ ಪ್ರವೃತ್ತಿಯಲ್ಲಿರುವುದರಿಂದ ಈ ಸ್ಟಾಕ್ ನಲ್ಲಿ ಹೂಡಿಕೆ ಮಾಡಿ ಚೆಕ್ ಪಾಯಿಂಟ್ ಸಂಖ್ಯೆ 4 ಮತ್ತು 5 ಅನ್ನು ಅಂಗೀಕರಿಸಿದರೆ ಹೂಡಿಕೆ ಮಾಡಿ	ಅಧ್ಯಾಯ – 19 ಪುಟ ಸಂಖ್ಯೆ 190
11	ವಿಶ್ಲೇಷಣೆ ಸಲಹೆ		**ಅಲ್ಪಾವಧಿ** ವಿಶ್ಲೇಷಕ ವರದಿ ಪರಿಶೀಲಿಸಿ	ಅಧ್ಯಾಯ – 15 ಪುಟ ಸಂಖ್ಯೆ 126

ದೀರ್ಘಾವಧಿಯ ಹೂಡಿಕೆಗಾಗಿ ಚೆಕ್ ಲಿಸ್ಟ್

ಬ್ಲೂ ಚಿಪ್ ಸ್ಟಾಕ್ ಗಳಲ್ಲಿ ಹೂಡಿಕೆ ಮಾಡುವುದು ಮತ್ತು ಕೇವಲ ಮೂಲಭೂತ ಚೆಕ್ ನೊಂದಿಗೆ 10 ರಿಂದ 15 ವರ್ಷಗಳವರೆಗೆ ಹೂಡಿಕೆ ಮಾಡುವುದು ಬೆಳವಣಿಗೆಯನ್ನು ನೀಡಿದೆ ಎಂದು ಇತಿಹಾಸವು ಸಾಬೀತುಪಡಿಸಿದೆ.

ಕೇವಲ 2 ಚೆಕ್ ಪಾಯಿಂಟ್ ಗಳು

1) ವಲಯವನ್ನು ಆಯ್ಕೆ ಮಾಡಿ - ಉದಾಹರಣೆಗೆ ವಿದ್ಯುತ್ ವಲಯ, ಎಲೆಕ್ಟ್ರಿಕ್ ವಾಹನಕ್ಕಾಗಿ ಆಟೋಮೊಬೈಲ್ ವಲಯ

2) ಮೂಲಭೂತ ವಿಶ್ಲೇಷಣೆ ಮಾಡಿ - ಅಧ್ಯಾಯ - xxx ಅನ್ನು ನೋಡಿ. ಪುಟ xxx

ಹಣಕಾಸು ಅನುಪಾತಗಳು	ಸ್ವೀಕಾರಾರ್ಹ ಶ್ರೇಣಿ
ಪ್ರಸ್ತುತ ಅನುಪಾತ	1.5 ರಿಂದ 3 ಬಾರಿ
PE ಅನುಪಾತ	ಸೆಕ್ಟರ್ ಪಿಇಗಿಂತ ಕಡಿಮೆ ಅಥವಾ ಹತ್ತಿರ
ಬೆಲೆಯಿಂದ ಪುಸ್ತಕಕ್ಕೆ (ಪಿ / ಬಿ) ಅನುಪಾತ	1 ಕ್ಕಿಂತ ಕಡಿಮೆ
ಸಾಲ ಮತ್ತು ಈಕ್ವಿಟಿ ಅನುಪಾತ	1 ಕ್ಕಿಂತ ಕಡಿಮೆ
ಬಡ್ಡಿ ಕವರೇಜ್ ಅನುಪಾತ	2 ಕ್ಕಿಂತ ಹೆಚ್ಚು
ನಿವ್ವಳ ಲಾಭಾಂಶ	ಕನಿಷ್ಠ 15%
ರಿಟರ್ನ್ ಆನ್ ಕ್ಯಾಪಿಟಲ್ ಎಂಪ್ಲಾಯ್ಡ್ (ROCE)	ಕನಿಷ್ಠ 15%
ರಿಟರ್ನ್ ಆನ್ ಈಕ್ವಿಟಿ (ROE)	ಕನಿಷ್ಠ 15%
ಸಂಯುಕ್ತ ವಾರ್ಷಿಕ ಬೆಳವಣಿಗೆಯ ದರ (ಸಿ ಎ ಜಿ ಆರ್)	ಕನಿಷ್ಠ 12%
3 ವರ್ಷಗಳಲ್ಲಿ ರಿಟರ್ನ್	ಕನಿಷ್ಠ 10%
ಮಾರಾಟ ಬೆಳವಣಿಗೆ	ಕನಿಷ್ಠ 10%
ನಿವ್ವಳ ಲಾಭಾಂಶ	ಕನಿಷ್ಠ 12%
ಲಾಭಾಂಶ ಇಳುವರಿ	ಸೆಕ್ಟರ್ ಡಿವಿಡೆಂಡ್ ಗಿಂತ 1% ಹೆಚ್ಚು ಅಥವಾ ಅದಕ್ಕಿಂತ ಹೆಚ್ಚು

1 ಕ್ರಿಯೆ

ಸ್ಟಾಕ್ ಬೆಲೆ 200EMA ಅಥವಾ 200EMA ಗಿಂತ ಕಡಿಮೆಯಿದ್ದರೆ ಪೋರ್ಟ್ ಫೋಲಿಯೊದಲ್ಲಿ ಸ್ಟಾಕ್ ಗಳನ್ನು ಸೇರಿಸಿ

ಅಧ್ಯಾಯ - 36

ಖಂಡಿತವಾಗಿಯೂ, ನಾನು ಮತ್ತು ನನ್ನ 10 ವರ್ಷದ ಮಗಳು ಷೇರು ಮಾರುಕಟ್ಟೆಗೆ ಸಂಬಂಧಿಸಿದ ಶೈಕ್ಷಣಿಕ ವೀಡಿಯೊಗಳನ್ನು ತಯಾರಿಸುತ್ತಿದ್ದೆವು. ವೀಡಿಯೊಗಳನ್ನು ವಿಶ್ಲೇಷಿಸಲು ನಾವು ಚೆಕ್ ಲಿಸ್ಟ್ ಗಳನ್ನು ಬಳಸಿದ್ದೇವೆ.

ತಾಂತ್ರಿಕ ಮತ್ತು ಮೂಲಭೂತ ವಿಶ್ಲೇಷಣೆಯ ಸಹಾಯದಿಂದ ಸ್ಟಾಕ್ ನ ಬೆಳವಣಿಗೆಯನ್ನು ನಾವು ನಿಜವಾಗಿಯೂ ಊಹಿಸಬಹುದು ಎಂದು ತೋರಿಸುವ ದೀರ್ಘಕಾಲೀನ ಹೂಡಿಕೆ ವೀಡಿಯೊವನ್ನು ವೀಕ್ಷಿಸಿ.

ಕೆಳಗಿನ ಚಾನಲ್ ಗಾಗಿ ಯೂಟ್ಯೂಬ್ ಸರ್ಚ್ ಗೆ ಹೋಗಿ

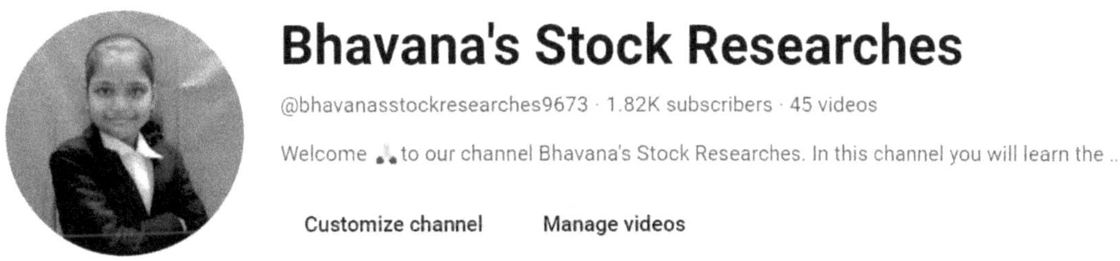

Motherson sumi Analysis Till 2025

#Stock Market Today | Stock Search: 18th October 2022 #Technicalanalysis #hdfcbank

499 views • 1 year ago

Stock market for beginners | Chart pattern in stock market

754 views • 1 year ago

Icici lombard share target | Icici lombard share news

44 views • 1 year ago

Bharat forge share news || Bharat forge share price

7 views • 1 year ago

Eicher motors share price target || Eicher motors shar...

15 views • 1 year ago

Stock market guide | stock market

99 views • 1 year ago

Maharashtra scooters share analysis | maharashtra...

66 views • 1 year ago

Maharashtra scooters share analysis | maharashtra...

69 views • 1 year ago

indraprastha gas share price | indraprastha gas share pric...

71 views • 1 year ago

ಅಧ್ಯಾಯ - 37

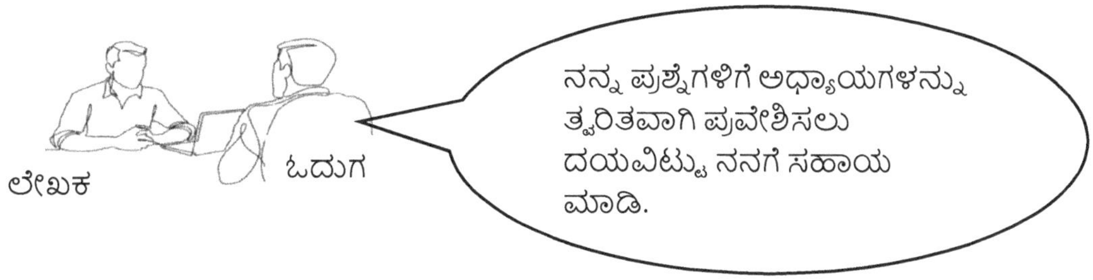
ಲೇಖಕ
ಒದುಗ
ನನ್ನ ಪ್ರಶ್ನೆಗಳಿಗೆ ಅಧ್ಯಾಯಗಳನ್ನು ತ್ವರಿತವಾಗಿ ಪ್ರವೇಶಿಸಲು ದಯವಿಟ್ಟು ನನಗೆ ಸಹಾಯ ಮಾಡಿ.

ಲೇಖಕ
ಒದುಗ

ಸರಣಿ ಸಂಖ್ಯೆ	ಮನಸ್ಸಿನಲ್ಲಿ ಪ್ರಶ್ನೆ	ಅಧ್ಯಾಯ	ಪುಟ ಸಂಖ್ಯೆ
13	ನಾನು ಖರೀದಿಸಿದ ಸ್ಟಾಕ್ ಕುಸಿಯುತ್ತಲೇ ಇರುತ್ತದೆ ಮತ್ತು ಅದು ಯಾವಾಗ ನಿಲ್ಲುತ್ತದೆ? ಅದು ಯಾವಾಗ ಸ್ಫೋಟಗೊಳ್ಳುತ್ತದೆ? ಉತ್ತಮ ಆದಾಯಕ್ಕಾಗಿ.	19	141
14	ನಾನು ಆಯ್ಕೆ ಮಾಡಿದ ಸ್ಟಾಕ್ ಬುಲಿಷ್ ಅಥವಾ ಬೇರಿಷ್ ಆಗಿದೆಯೇ?.	19	163
15	ಅಲ್ಪಾವಧಿಯ ಹೂಡಿಕೆ ಮಾಡಲು ನಾನು ಚಲಿಸುವ ಸರಾಸರಿ ತಂತ್ರವನ್ನು ಹೇಗೆ ಬಳಸುವುದು?.	19	166 - 173
16	ಅಲ್ಪಾವಧಿಯ ಹೂಡಿಕೆಗಾಗಿ ನಾನು ಆರ್ ಎಸ್ ಐ ಕಾರ್ಯತಂತ್ರವನ್ನು ಹೇಗೆ ಬಳಸುವುದು?	19	183
17	RSI30 ಗಿಂತ ಕಡಿಮೆ ಸ್ಟಾಕ್ ಗಳನ್ನು ತ್ವರಿತವಾಗಿ ಕಂಡುಹಿಡಿಯುವುದು ಹೇಗೆ?.	32	356
18	ಮಾರುಕಟ್ಟೆಯಲ್ಲಿ ಪ್ರತಿಯೊಬ್ಬರೂ ಕೆಲವು ಸ್ಟಾಕ್ ಗಳ ಬಗ್ಗೆ ಮಾತನಾಡುತ್ತಾರೆ ಮತ್ತು ಅವು ಪ್ರತಿದಿನ ಏರುತ್ತಿವೆ. ನಾನು ಈ ಸ್ಟಾಕ್ ಗಳನ್ನು ಖರೀದಿಸಬಹುದೇ?	34	367
19	ಸರ್ಕಾರವು ಪ್ರಕಟಣೆಗಳನ್ನು ಮಾಡಿತು ಮತ್ತು ಸ್ಟಾಕ್ ಇದ್ದಕ್ಕಿದ್ದಂತೆ ಏರಿತು. ನಾನು ಘೋಷಿತ ವಲಯದ ಷೇರುಗಳಲ್ಲಿ ಹೂಡಿಕೆ ಮಾಡಬೇಕೇ?	34	364
20	ಕಂಪನಿಯ ಫಲಿತಾಂಶಗಳನ್ನು ಅತ್ಯುತ್ತಮವಾಗಿ ಘೋಷಿಸಲಾಯಿತು ಮತ್ತು ಸ್ಟಾಕ್ ಏರುತ್ತಿದೆ ನಾನು ಖರೀದಿಸಬೇಕೇ?	34	367
21	ನಾನು ಹೂಡಿಕೆ ಮಾಡಿದ ನಂತರ ನನ್ನ ಸ್ಟಾಕ್ ಕುಸಿಯಲು ಪ್ರಾರಂಭಿಸುತ್ತದೆಯೇ?	33	359
22	ನಾನು ಹೂಡಿಕೆಯಲ್ಲಿ ನನ್ನ ಸಮಯವನ್ನು ಕಳೆದುಕೊಂಡಿದ್ದೆ, ಆರಂಭಿಕ ಹಂತದಲ್ಲಿ ನನಗೆ ಷೇರು ಮಾರುಕಟ್ಟೆ ಅರ್ಥವಾಗಲಿಲ್ಲ. ಈಗ ನನಗೆ ಅರ್ಥವಾಗಿದೆ ಆದರೆ ಸಮಯ ಕಡಿಮೆ. ಏನು ಮಾಡಬೇಕು?	30 32 30	339 356 349
23	ನಾನು ಯಾವುದೇ ಆಳವಾದ ವಿಶ್ಲೇಷಣೆ ಮಾಡಲು ಬಯಸುವುದಿಲ್ಲ ಆದರೆ ಷೇರು ಮಾರುಕಟ್ಟೆಯಿಂದ ಉತ್ತಮ ಆದಾಯವನ್ನು ಪಡೆಯಲು ಬಯಸುತ್ತೇನೆ	35	372

ಸರಣಿ ಸಂಖ್ಯೆ	ಮನಸ್ಸಿನಲ್ಲಿ ಪ್ರಶ್ನೆ	ಅಧ್ಯಾಯ	ಪುಟ ಸಂಖ್ಯೆ
24	ನಾನು ಸಂಪೂರ್ಣ ಸಾರಾಂಶವನ್ನು ಓದಿದ್ದೇನೆ. ನೇರವಾಗಿ ಪ್ರಾಯೋಗಿಕವಾಗಲು ಹಂತಗಳಿವೆಯೇ?	30	341
25	ವಿಶ್ಲೇಷಣೆಯನ್ನು ಪ್ರಾರಂಭಿಸುವ ಮೊದಲು, ಅಲ್ಪಾವಧಿ ಮತ್ತು ದೀರ್ಘಾವಧಿಗೆ ಸ್ಟಾಕ್ ಗಳನ್ನು ಆಯ್ಕೆ ಮಾಡಲು ನಾನು ಚೆಕ್ ಲಿಸ್ಟ್ ಹೊಂದಬಹುದೇ?	34	388
26	ಕಲಿಕೆಗಾಗಿ ನಿಮ್ಮ ಹಿಂದಿನ ಸ್ಟಾಕ್ ವಿಶ್ಲೇಷಣೆಯನ್ನು ನಾನು ನೋಡಬಹುದೇ?	36	373

ಷೇರು ಮಾರುಕಟ್ಟೆಯಲ್ಲಿ ಹೂಡಿಕೆದಾರರಿಗೆ ಅಂತಿಮ ಮಾತುಗಳು

1. "ವರ್ಚುವಲ್ ಟ್ರೇಡಿಂಗ್ ಅನ್ನು ಉತ್ತಮವಾಗಿ ಅಭ್ಯಾಸ ಮಾಡಿ. ಮಾರುಕಟ್ಟೆಯನ್ನು ಅರ್ಥಮಾಡಿಕೊಳ್ಳಿ. ಸ್ಟಾಕ್ ಏರಿಳಿತವನ್ನು ಅರ್ಥಮಾಡಿಕೊಳ್ಳಿ. ನಿಮ್ಮ ವರ್ಚುವಲ್ ಗಳಿಕೆಯನ್ನು ಪರಿಶೀಲಿಸಿ."
2. "ಹೂಡಿಕೆಗೆ ಧುಮುಕಬೇಡಿ. ವರ್ಷಗಳ ಕಾಲ ಅಭ್ಯಾಸ ಮಾಡಿ. ನಾನು ನಿಜವಾದ ಹೂಡಿಕೆ ಮಾಡುವ ಮೊದಲು 2 ವರ್ಷಗಳ ಸಮಯ ತೆಗೆದುಕೊಂಡಿದ್ದೇನೆ."
3. "ಅತ್ಯುತ್ತಮ ಹಣಕಾಸು ಸಲಹೆಗಾರರನ್ನು ಹುಡುಕಿ ಮತ್ತು ಸ್ಪಷ್ಟತೆಗಾಗಿ ವಿಷಯಗಳನ್ನು ಚರ್ಚಿಸಿ."
4. "ನಿಮ್ಮ ಆರ್ಥಿಕ ಭದ್ರತೆಯನ್ನು ಕಾಪಾಡಲು ನೀವು ಕಷ್ಟಪಟ್ಟು ಸಂಪಾದಿಸಿದ ಆದಾಯದ ಒಂದು ಭಾಗವನ್ನು ಮಾತ್ರ ಸ್ಟಾಕ್‌ಗಳಿಗೆ ಮೀಸಲಿಡಿ."
5. "ಸ್ಥಿರ ಕಾರ್ಯಕ್ಷಮತೆ ಮತ್ತು ಸ್ಥಿತಿಸ್ಥಾಪಕತ್ವಕ್ಕೆ ಹೆಸರುವಾಸಿಯಾದ ಅತ್ಯಂತ ಪ್ರತಿಷ್ಠಿತ ಬ್ಲೂ-ಚಿಪ್ ಸ್ಟಾಕ್‌ಗಳನ್ನು ಆರಿಸಿ."
6. "ನಿಮ್ಮ ಹೂಡಿಕೆ ಸಲಹೆಗಾರರೊಂದಿಗೆ ಸಮಗ್ರ ಸಂವಾದದಲ್ಲಿ ತೊಡಗಿಕೊಳ್ಳಿ, ಸೂಕ್ತ ಆದಾಯಕ್ಕಾಗಿ ನೀವು ಆಯ್ಕೆ ಮಾಡಿದ ಸ್ಟಾಕ್‌ಗಳ ಆರ್ಥಿಕ ದೃಢತೆಯನ್ನು ಆಳವಾಗಿ ಅಧ್ಯಯನ ಮಾಡಿ."
7. "ನಿಮ್ಮ ಚರ್ಚೆಗಳಲ್ಲಿ ವಿವೇಚನೆಯನ್ನು ಬಳಸಿ, ನೀವು ಆಯ್ದ ವ್ಯಕ್ತಿಗಳೊಂದಿಗೆ ಸಂಬಂಧಿತ ಮಾಹಿತಿಯನ್ನು ಮಾತ್ರ ಹಂಚಿಕೊಳ್ಳುತ್ತೀರಿ ಎಂದು ಖಚಿತಪಡಿಸಿಕೊಳ್ಳಿ."
8. "ಇತರ ಷೇರುಗಳಲ್ಲಿನ ಹಠಾತ್ ಏರಿಕೆಯಿಂದ ಸ್ಥಿರವಾಗಿ ಮತ್ತು ಅಡೆತಡೆಯಿಲ್ಲದೆ ಇರಿ, ಕೇಂದ್ರೀಕೃತ ಹೂಡಿಕೆ ಕಾರ್ಯತಂತ್ರವನ್ನು ಕಾಪಾಡಿಕೊಳ್ಳಿ."
9. "ಪ್ರತಿಯೊಂದು ಗೌರವಾನ್ವಿತ ಕಂಪನಿಯು ತಾತ್ಕಾಲಿಕ ಕುಸಿತವನ್ನು ಅನುಭವಿಸಿದೆ ಎಂದು ಗುರುತಿಸಿ; ಅಲ್ಪಾವಧಿಯ ಏರಿಳಿತಗಳ ಸಮಯದಲ್ಲಿ ಭೀತಿಗೆ ಬಲಿಯಾಗುವುದನ್ನು ತಪ್ಪಿಸಿ, ಏಕೆಂದರೆ ಇವು ಎಲ್ಲಾ ಸ್ಟಾಕ್ ಹೂಡಿಕೆಗಳಲ್ಲಿ ಅಂತರ್ಗತವಾಗಿವೆ."

10. " ಹತಾಶೆಯಿಂದ ಪ್ರೇರಿತವಾದ ಹಠಾತ್ ನಿರ್ಧಾರಗಳನ್ನು ತೆಗೆದುಕೊಳ್ಳುವುದನ್ನು ತಪ್ಪಿಸಿ, ಮತ್ತು ಬದಲಿಗೆ ಸ್ಟಾಕ್ ನಿರ್ವಹಣೆಗೆ ಶಿಸ್ತುಬದ್ಧ ವಿಧಾನವನ್ನು ಅಳವಡಿಸಿಕೊಳ್ಳಿ.
11. "ಕನಿಷ್ಠ 6 ರಿಂದ 10 ವರ್ಷಗಳ ದೀರ್ಘಕಾಲೀನ ಹೂಡಿಕೆ ದಿಗಂತಕ್ಕೆ ಬದ್ಧರಾಗಿರಿ, ಗಣನೀಯ ಸಂಪತ್ತಿನ ಸೃಷ್ಟಿಗಾಗಿ ಮಾರುಕಟ್ಟೆ ಚಕ್ರಗಳನ್ನು ಸಂಯೋಜಿಸುವ ಮತ್ತು ಶಾಶ್ವತಗೊಳಿಸುವ ಶಕ್ತಿಯನ್ನು ಬಳಸಿಕೊಳ್ಳಿ."
12. "ಸ್ಟಾಕ್ ವರ್ಗಾವಣೆಗೆ ಕುಟುಂಬ ಸದಸ್ಯರನ್ನು ನಾಮನಿರ್ದೇಶನ ಮಾಡುವ ಮೂಲಕ ನಿಮ್ಮ ಪ್ರೀತಿಪಾತ್ರರ ಆರ್ಥಿಕ ಭವಿಷ್ಯವನ್ನು ಭದ್ರಪಡಿಸಿ, ಸಂಪತ್ತು ಮತ್ತು ಸಮೃದ್ಧಿಯ ತಡೆರಹಿತ ಪರಿವರ್ತನೆಯನ್ನು ಖಚಿತಪಡಿಸಿಕೊಳ್ಳಿ."
13. "8 ರಿಂದ 10 ಸ್ಟಾಕ್ಗಳ ಕೇಂದ್ರೀಕೃತ ಆಯ್ಕೆಯನ್ನು ನಿರ್ವಹಿಸುವ ಮೂಲಕ ನಿಮ್ಮ ಪೋರ್ಟ್ಫೋಲಿಯೊವನ್ನು ಉತ್ತಮಗೊಳಿಸಿ, ಮಾರುಕಟ್ಟೆ ಕುಸಿತದ ಸಮಯದಲ್ಲಿ ಮರುಹೂಡಿಕೆ ಮಾಡಲು ಮತ್ತು ನಷ್ಟವನ್ನು ತಗ್ಗಿಸಲು ನಿಮ್ಮ ಬಳಿ ಸಾಕಷ್ಟು ಹಣವಿದೆ ಎಂದು ಖಚಿತಪಡಿಸಿಕೊಳ್ಳಿ."

ಅಧ್ಯಾಯ - 38

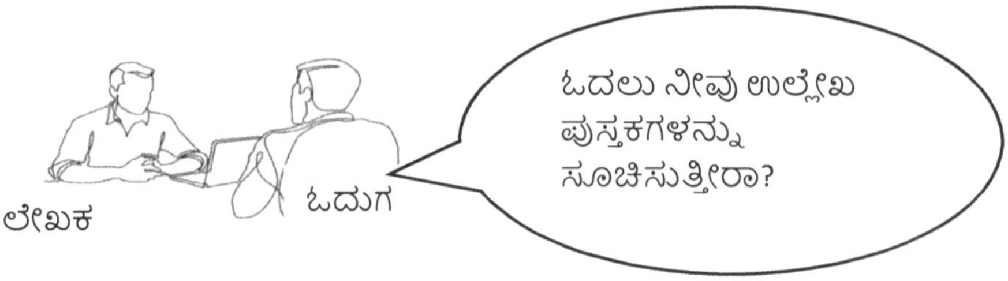

ನನ್ನ ಪುಸ್ತಕದ ಜೊತೆಗೆ, ಈಕ್ವಿಟಿ ಮಾರುಕಟ್ಟೆಯ ಬಗ್ಗೆ ನಿಮ್ಮ ತಿಳುವಳಿಕೆಯನ್ನು ಆಳಗೊಳಿಸುವ ಹಲವಾರು ಉತ್ತಮ ಸಂಪನ್ಮೂಲಗಳಿವೆ. ನಾನು ಶಿಫಾರಸು ಮಾಡುವ ಕೆಲವು ಇಲ್ಲಿವೆ:

"ಈ ಪುಸ್ತಕಗಳು ಹೂಡಿಕೆಯ ವಿವಿಧ ಅಂಶಗಳನ್ನು ಒಳಗೊಳ್ಳುತ್ತವೆ ಮತ್ತು ಅಮೂಲ್ಯವಾದ ಒಳನೋಟಗಳನ್ನು ನೀಡುತ್ತವೆ."

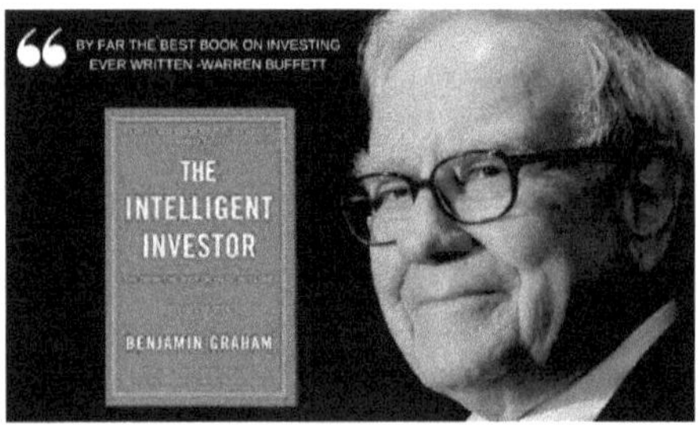

Discovering Psychology 4e

THE SCIENCE OF MIND

John T.
Cacioppo
University of Chicago

Laura A.
Freberg
California Polytechnic State University, San Luis Obispo

Stephanie J.
Cacioppo
University of Chicago Pritzker School of Medicine

Cengage

Australia • Brazil • Canada • Mexico • Singapore • United Kingdom • United States

Cengage

***Discovering Psychology: The Science of Mind*, Fourth Edition**
John T. Cacioppo, Laura A. Freberg, Stephanie J. Cacioppo

SVP, Higher Education & Skills Product: Erin Joyner

VP, Higher Education & Skills Product: Thais Alencar

Product Director: Laura Ross

Product Manager: Colin Grover

Product Assistant: Jessica Witczak

Learning Designer: Natasha Allen

Senior Content Manager: Christy Frame

Digital Delivery Lead: Allison Marion

Director, Marketing: Neena Bali

Marketing Manager: Trisha Salata

IP Analyst: Deanna Ettinger

IP Project Manager: Nick Barrows

Production Service: Anubhav Kaushal, MPS Limited

Designer: Bethany Bourgeois

Cover Image Source: petekarici/istockphoto

Library of Congress Control Number: 2020952162

Student Edition:
ISBN: 978-0-357-36323-2

Loose-Leaf Edition:
ISBN: 978-0-357-36330-0

Cengage
200 Pier 4 Boulevard
Boston, MA 02210
USA

Printed in the United States of America
Print Number: 05 Print Year: 2024

To our family and friends for their heartfelt support. In everlasting loving memory of John, Stephanie is also grateful to all of those who have expressed continuing support and love to John and our family. John's legacy will live on through his seminal theories and through all of us whose minds had the privilege of his visionary influence.

J.T.C. AND S. J. C.

To my family—Roger, Kristin, Scott, Marcus, Karen, and Karla—for their unwavering support, encouragement, and belief in my ability.

L. A. F.

About the Authors

John T. Cacioppo

John T. Cacioppo (1951–2018) was the Tiffany and Margaret Blake Distinguished Service Professor and director of the Center for Cognitive and Social Neuroscience at the University of Chicago. He was a past president of several scientific societies, including the Association for Psychological Science, the Society for Social Neuroscience, the Society for Personality and Social Psychology, and the Society for Psychophysiological Research, and a past chair of the Psychology Section of the American Association for the Advancement of Science. Among the numerous awards that he received are the Troland Award from the National Academy of Sciences, the Distinguished Scientific Contribution Award from the American Psychological Association, a Method to Extend Research in Time (MERIT) Award from the National Institutes of Health (NIH), the Scientific Impact Award from the Society of Experimental Social Psychology, the Award for Distinguished Scientific Contributions from the Society for Psychophysiological Research, and the Campbell Award and the Theoretical Innovation Prize from the Society for Personality and Social Psychology. Dr. John Cacioppo was a member of the President's Committee on the National Medal of Science during the Obama administration; the chair of the Board of Behavioral, Cognitive, and Sensory Sciences at the National Research Council; a member of the National Science Foundation Advisory Committee for the Social, Behavioral, and Economic Sciences Directorate; a former member of the Council for the NIH Center for Scientific Review; and a former member of the Council for the National Institute on Aging.

Roger Freberg

Laura A. Freberg is a professor of psychology at California Polytechnic State University, San Luis Obispo (Cal Poly SLO), where she teaches courses in introductory psychology and biological psychology. She is the author of four editions of *Discovering Behavioral Neuroscience: An Introduction to Biological Psychology* for Cengage Learning. She is the lead author for an online research methods textbook, *Research Methods for Psychological Science* (2017) and serves as Psychology Consultant to the *New York Times* InEducation program. Dr. Freberg's teaching career began more than 40 years ago, when she taught her first college course at Pasadena City College at the age of 23. She has received Faculty Member of the Year recognition from Cal Poly Disabilities Resource Center three times (1991, 1994, and 2009) for her work with students with disabilities. She enjoys experimenting with technology and social media in the classroom and collaborating with daughters Kristin Saling (systems engineering, U.S. Military Academy at West Point) and Karen Freberg (communications, University of Louisville) on a variety of research projects in crisis management and public relations, as well as in psychology. She served as president of the Western Psychological Association (WPA) in 2018–2019.